वाटचाल फर्ग्युसनची

वाटचालीचे पहिले पाच अग्रणी

विष्णुशास्त्री चिपळूणकर
(प्रेरणास्थान)

लो. बाळ गंगाधर टिळक
(संस्थापक)

गोपाळ गणेश आगरकर
(संस्थापक)

महादेव बल्लाळ नामजोशी
(संस्थापक)

वामन शिवराम आपटे
(पहिले प्राचार्य)

वाटचाल फर्ग्युसनची

(१८८५ - २०१०)

फर्ग्युसनच्या १२५ वर्षांच्या प्रदीर्घ वाटचालीचा अभ्यासपूर्ण मागोवा...

लेखक

डॉ. वि. मा. बाचल

संपादक

डॉ. राजा दीक्षित

मेहता पब्लिशिंग हाऊस

VATCHAL FERGUSSONCHI by Dr. V. M. BACHAL

वाटचाल फर्ग्युसनची १८८५-२०१० / माहितीपर

संपादक : डॉ. राजा दीक्षित

Email : author@mehtapublishinghouse.com

मराठी पुस्तक प्रकाशनाचे हक्क : मेहता पब्लिशिंग हाऊस, पुणे ३०.

संस्थापक : सुनील अनिल मेहता

प्रकाशक : मेहता पब्लिशिंग हाऊस प्रा. लि.,
१९४१ सदाशिव पेठ, माडीवाले कॉलनी, पुणे ४११०३०

मुद्रक : ट्रिनिटी ॲकॅडमी फॉर कॉर्पोरेट ट्रेनिंग लिमिटेड

मुखपृष्ठ : मेहता पब्लिशिंग हाऊस प्रा. लि.

संकल्पना : डॉ. वि. मा. बाचल

आतील छायाचित्रे : एस. एन. दाते / एन. एस. दाते / हेमंत दाते

प्रकाशनकाल : मार्च, २०१७ / पुनर्मुद्रण : जानेवारी, २०२४

किंमत : ₹ ९५०

P Book ISBN 9789386454003

E Book ISBN 9789386454010

E Books available on : amazonkindle  Apple Books 

गुरुवर्य स्व. प्रा. स. वा. कोगेकर

कालखंड - २ मार्च, १९१४ - २६ मे, २००७

आजीवन मार्गदर्शन
सततचे प्रोत्साहन
म्हणून होत गेली जडणघडण
फर्ग्युसनसंबंधी वाटचालीचं लेखन
सादर सविनय समर्पण!

संपादकाचे निवेदन

'फर्ग्युसन'ची नोकरी सोडून मी पुणे विद्यापीठात रुजू झालो त्याला आता पाव शतक उलटून गेले. पण ऋणानुबंधाच्या गाठी कशा असतात बघा! 'फर्ग्युसन'वरील ग्रंथाच्या संपादनाचे काम माझ्याकडे आले आणि जुन्या नात्याला नवा उजाळा मिळाला. किंबहुना या नात्यापोटीच मी हे काम स्वीकारले. लेखक डॉ. वि. मा. बाचल आणि प्रकाशक श्री. सुनील मेहता यांच्या वतीने आम्हा सर्वांचेच मित्र श्री. शरद गोगटे यांनी मला संपादनाविषयी आग्रह केला. वास्तविक विद्यापीठीय आणि व्यक्तिगत कामांमध्ये मी इतका व्यग्र आहे की या कामाला मी नकारच दिला असता; पण नाही म्हणवेना. माझी व्यावसायिक कारकीर्द सुरू झाली ती फर्ग्युसनमध्येच. १९७७ ते १९८७ या काळात मी तेथे अध्यापन केले. शताब्दीचा साक्षीदार होतो मी! डॉ. बाचल हे आमचे ज्येष्ठ सहकारी. फर्ग्युसनच्या इतिहासग्रंथाचा भव्य डोलारा त्यांनी बराचसा उभा केला खरा; पण तो पूर्णत्वाला नेण्याबाबत नशिबाची साथ कमी पडू लागली – त्यांचे वय आणि आजारपण यांमुळे. अशा कामाचे मोल काय असते याची जाणीव असल्याने ग्रंथाच्या संपादनाला मी मान्यता दिली. बाचल सर म्हणाले, "दीक्षित, माझा तुमच्यावर पूर्ण भरवसा आहे. संपादनासाठी तुम्ही हवे तेवढे स्वातंत्र्य घ्या." अंथरुणावर पडल्यापडल्या दुर्दम्य उत्साहाने बाचल सर नेहमी फोनवर जो संवाद साधायचे, त्यामुळे हे काम वेळेवर पूर्ण करण्यालाही पर्याय नव्हता!

शक्य तेवढ्या कमी अवधीत आणि विशिष्ट चौकटीत हे काम पूर्ण केले आहे. स्वातंत्र्य मिळाले तरी स्वैरपणे वापरायचे नसते. त्यामुळे काही चौकट आखावीच लागते. त्या चौकटीची कल्पना वाचकांना देणे, संपादनात मी नेमके काय केले हे नमूद करणे मला गरजेचे वाटते.

डॉ. बाचल यांची मूळ योजना होती 'फर्ग्युसन'च्या वाटचालीवर तीन स्वतंत्र खंडांची एक ग्रंथमाला करण्याची. व्यावहारिक दृष्ट्या ही योजना साकार होईना. म्हणून एकच आटोपशीर ग्रंथ करण्याचे ठरले. या टप्प्यावर मजकुराचा भव्य संभार माझ्यापुढे आला - पहिला खंड (आता 'भाग') छापील स्वरूपात, दुसरा संगणक टंकलेखानाच्या स्वरूपात आणि तिसरा हस्तलिखित स्वरूपात. पहिले महत्त्वाचे

काम होते लेखनाच्या मूळ गाभ्याला धक्का न लावता पृष्ठसंख्या मर्यादित करण्याचे. हळुवारपणे करण्याची ती एक शस्त्रक्रियाच असते! बाचल सर आणि श्री. गोगटे यांच्याशी प्राथमिक चर्चा करून ही शस्त्रक्रिया मी माझ्या पद्धतीने केली. पहिल्या भागातील काही मजकूर बाचल सरांच्या सांगण्यावरूनच कमी केला. अनेक परिशिष्टात्मक आठवणी (ज्यांचा पुढे स्वतंत्र ग्रंथ होऊ शकेल) आणि अहवालवजा पसरट मजकूर यांना मुख्यत: रजा दिली. असे ग्रंथ जरा अहवालात्मक होतातच; पण प्रस्तुत ग्रंथाची अहवालात्मकता शक्य तेवढी कमी केली आहे. त्यामुळे कोणावर नकळत थोडा अन्याय झाला असणे शक्य आहे. म्हणून वाचकांनी कृपया हे लक्षात घ्यावे की उपक्रम व व्यक्तीनामे यांचे ग्रंथातील उल्लेख शंभर टक्के परिपूर्ण असण्यापेक्षा ते उदाहरणादाखल केलेले आहेत. प्रा. बाचल यांची संहिता वाचताना माझ्या असे लक्षात आले की, त्यांची-माझी लेखनाची व संशोधनाची शैली बरीच भिन्न आहे. त्यामुळे सुरुवातीलाच हा निर्णय घेतला की लेखकाच्या मूळ शैलीला शक्यतो धक्का लावायचा नाही. लेखनावर लेखकाचा शेवटचा हात फिरलेला नव्हता. त्यामुळे शुद्धलेखन व वाक्यरचनेच्या दुरुस्त्यांपासून तपशिलांच्या दुरुस्त्यांपर्यंत बरेच संस्करण बाकी होते. ते अर्थातच मी केले. लेखकाने मोकळ्या सोडलेल्या जागा संदर्भ-शोधाद्वारे भरून काढल्या. द्विरुक्ती काढून टाकणे, मजकुराची हलवाहलव करणे, पूरक माहितीची भर टाकणे हे सारे ओघाने आलेच. मुख्य म्हणजे या ग्रंथाचे संदर्भ-मूल्य वाढावे म्हणून काही तपशील द्यावे लागले. मी इतिहासाचा अभ्यासक असल्याने आणि 'पुणे विद्यापीठाचा इतिहास' मी लिहिलेला असल्याने हे काम सुकर झाले. लेखकाने काही तळटिपा दिलेल्या होत्या. त्या कायम ठेवून त्यांमध्ये बऱ्याच टिपांची भर मी घातली. अभ्यासकांच्या सोयीसाठी हे आवश्यक होते. याबाबत दोनच उदाहरणे नमूद करतो –

१. फर्ग्युसनचे विद्यार्थी वा. ब. गोगटे यांनी इंग्रज अधिकाऱ्यावर गोळी झाडण्याच्या 'हॉटसन-गोगटे' प्रकरणाची माहिती मजकुरात आहे. पण जिज्ञासूंसाठी खुद्द गोगटे यांच्याच दोन ग्रंथांचा संदर्भ मी तळटिपेत दिला आहे.

२. वादग्रस्त गोष्टी टाळण्याकडे डॉ. बाचल यांचा कल आहे. डॉ. माधव त्र्यंबक पटवर्धन हे फर्ग्युसनमध्ये प्राध्यापक असल्याचा उल्लेख त्यांनी केला असला तरी पटवर्धनांनी नोकरी व आजीव सदस्यत्व का सोडले याचा उल्लेख डॉ. बाचल यांनी स्वाभाविकपणे केलेला नाही. डॉ. पटवर्धन यांच्या राजीनाम्याला त्यांच्या व्यक्तिगत जीवनातील वादग्रस्त पार्श्वभूमी होती. (असेच पुढे उत्तम समीक्षादृष्टी लाभलेले उपप्राचार्य प्रा. स. शि. भावे यांच्या बाबतीतही घडले.) पण याबाबतचे तपशील डॉ. बाचल यांनी लिहिलेले नाहीत. त्यांच्या स्वभावधर्माचा भाग म्हणून हे ठीक आहे; पण डॉ. पटवर्धन हे एक सार्वजनिक व्यक्तिमत्त्व होते – ते कवी माधव

ज्यूलियन म्हणून ज्ञात आहेत – हेसुद्धा विसरता येत नाही. त्यांच्या व्यक्तिगत जीवनातील वादळांवर मराठी साहित्यविश्वात लिहिले गेले आहे. माधवरावांनी फर्ग्युसन सोडणे ही केवळ त्यांच्या व्यक्तिगत नव्हे तर तत्कालीन सार्वजनिक जीवनातील एक शोकांतिका होती. इतिहासाच्या घडणीत अशा शोकांतिकांचाही वाटा असतो. समाज वा संस्था यांच्या नीती व नियमांची चौकट आणि कलावंतांचे स्वातंत्र्य व कलंदरपणा यांमधील संघर्षाचे नाट्य इतिहासात आपली मुद्रा उमटवून जातेच. त्याची किमान नोंद तरी करायला हरकत नाही, असे मला वाटते. पण संस्थेशी संबंधित व्यक्ती संस्थेचा इतिहास लिहिते तेव्हा यात अडचणी उद्भवतात! हे सर्व लक्षात घेता मी पटवर्धन यांच्या राजीनाम्याला वादग्रस्त पार्श्वभूमी असल्याचा केवळ निर्देश करणाऱ्या एक-दोन वाक्यांची जाणीवपूर्वक भर तळटिपेत टाकली आणि तपशिलांमध्ये न शिरता डॉ. द. न. गोखलेकृत अभ्यासपूर्ण व अप्रतिम अशा माधवराव-चरित्राचा उल्लेख केला. यामुळे एकीकडे डॉ. बाचल यांचे धोरण सांभाळले गेले, पण दुसरीकडे जिज्ञासू वाचक व अभ्यासकांच्या जिज्ञासापूर्तीची वाट मोकळी झाली.

वरील उदाहरणात काय किंवा अन्यत्र काय, माझा स्वभाव, मते व शैली यांना माझ्या संपादनात मी शक्य तेवढी मुरड घातली. कारण माझे काम संपादनाचे होते, पुनर्लेखनाचे नव्हते. डॉ. बाचल यांचे प्रचंड कष्ट वाया जाऊ नयेत या सद्हेतूने त्यांच्या लेखनाला नेटक्या व आटोपशीर रूपात सादर करण्याचा हा प्रयत्न आहे. थोडे संदर्भसाधनीकरण, थोडा इतिहास, थोडा अहवाल, थोडे आत्मकथन, थोड्या आठवणी असे या ग्रंथाचे संमिश्र स्वरूप आहे. आधुनिक महाराष्ट्राच्या शैक्षणिक-सांस्कृतिक इतिहासाचे ते एक महत्त्वपूर्ण साधन ठरू शकेल. त्यामुळे अचूकता व संदर्भमूल्य वाढवण्यावर मी भर दिला. फर्ग्युसन आणि डॉ. बाचल यांच्याशी असणाऱ्या ऋणानुबंधांपोटी मी कर्तव्यभावनेने हे सर्व केले आहे. माझे काम हे केवळ पूरक काम आहे; ग्रंथाचे मुख्य श्रेय डॉ. वि. मा. बाचल यांचेच आहे. डॉ. बाचल, श्री. मेहता व श्री. गोगटे यांनी माझ्यावर जो विश्वास व्यक्त केला त्याचे मोठे समाधान आहे. डॉ. बाचल यांच्या कन्या सौ. आरती बाचल (डबीर) यांचाही मी आभारी आहे. प्रस्तुत ग्रंथ प्रकाशित होत असताना डॉ. बाचल हयात नाहीत, याची आम्हा सर्वांनाच विलक्षण हळहळ वाटते. नियतीच्या या कठोरपणाला काय म्हणावे? दि. १० जानेवारी, २०१३ या दिवशी डॉ. वि. मा. बाचल यांचे दुःखद निधन झाले. समाधान एवढेच की, या घटनेच्या काही दिवस आधी मी व श्री. शरद गोगटे बाचल सरांना भेटलो होतो. त्यावेळी ग्रंथाची 'डीटीपी' मुद्रितांची प्रत त्यांना दाखवली. ती प्रत पाहून त्यांच्या चेहऱ्यावर जे विलक्षण समाधान दिसले ते कायम स्मरणात राहील. या ग्रंथाच्या रूपाने डॉ. वि. मा. बाचल सदैव आपल्यात राहतील.

सगुण साकार रूपातील प्रस्तुत ग्रंथ हीच त्यांना आम्हा सर्वांची कृतज्ञ आदरांजली!

'फर्ग्युसन'चा इतिहास ही निव्वळ एका संस्थेची चरितकहाणी नव्हे. या कहाणीला जे ऐतिहासिक, सामाजिक व सांस्कृतिक संदर्भ लाभलेले आहेत त्यांमुळे तो एक समृद्ध सामाजिक आलेख बनलेला आहे. चार अक्षरे एकत्र येऊन एखादा शब्द बनतो; पण 'फर्ग्युसन' या शब्दाला अशा असंख्य शब्दांपेक्षा एक वेगळेच वजन आहे. 'पूर्व दिव्य ज्यांचे त्यांना रम्य भावी काल' या न्यायाने फर्ग्युसन महाविद्यालयाचा भविष्यकाळसुद्धा उज्ज्वल ठरो, ही या निमित्ताने शुभकामना.

पुणे, २ जानेवारी, २०१४ **राजा दीक्षित**

लेखकाचे मनोगत

१८७९ मध्ये टिळक-आगरकर डेक्कन कॉलेजमध्ये शिकत असताना तेथील वसतिगृहात एकाच खोलीत राहात होते. खुद्द टिळकांनी लिहिल्याप्रमाणे-

"१८७९च्या जुलै-ऑगस्टमध्ये मी आणि आगरकर एकत्र चर्चा करीत असू. चर्चेचा विषय असे 'आपण ब्रिटिश मिशनरी संस्थांच्या धर्तीवर महाराष्ट्रात खाजगी शाळा स्थापन करू आणि त्या चालवू शकू काय? शिक्षणाच्या क्षेत्रात भारतीयांनी स्वप्रयत्नावर शाळा चालविणे महत्त्वाचे, गरजेचे आहे. याबाबतीत आमच्यात पूर्ण एकमत होते आणि अनेक वेळा चर्चा केल्यानंतर कोणत्याही प्रकारचा त्याग करण्याची आपली तयारी असल्यावर आपले उद्दिष्ट गाठणे अशक्य नाही, भले हे उद्दिष्ट गाठण्यासाठी आपणाला काही काळ लागला तरी चालेल... आम्ही दोघे त्यावेळी प्रचंड भारलेले होतो. आम्ही निकृष्ट देशस्थितीच्या विचारांनी भणाणलेल्या डोक्यांची माणसे होती आणि पुष्कळ विचारांनंतर शिक्षणातच आमचा उद्धार आहे असे आमचे मत बनले होते."

हे वैचारिक मंथन म्हणजे भावी शैक्षणिक प्रयोगाचे बीजारोपण होते. योगायोग म्हणजे त्याच वर्षी डिसेंबरमध्ये विष्णुशास्त्री चिपळूणकरांनी आपल्या नव्या संकल्पित शाळेचे माहितीपत्रक प्रकाशित केले. त्याचे फलित म्हणजे १ जानेवारी, १८८० रोजी मोरोबादादा वाड्यात 'न्यू इंग्लिश स्कूल'चे उद्‌घाटन झाले. टिळक-आगरकर या प्रयोगात सामील झाले. शाळेचे रूपांतर कॉलेजमध्ये करण्यासाठी २४ ऑक्टोबर, १८८४ रोजी डेक्कन एज्युकेशन सोसायटीची स्थापना झाली व त्यापुढचा महत्त्वाचा टप्पा म्हणजे २ जानेवारी, १८८५ रोजी शनिवार पेठेतील गद्रेवाड्यात फर्ग्युसनची स्थापना झाली. २ जानेवारी, २०१० रोजी फर्ग्युसन कॉलेजला सव्वाशे वर्षे पूर्ण झाली; शतकोत्तर रौप्यमहोत्सवाचा समारंभ झाला.

माझे १९४३ सालापासून डेक्कन एज्युकेशन सोसायटीच्या वाई येथील द्रविड हायस्कूलमध्ये माध्यमिक शिक्षण झाले. १९५० सालापासून फर्ग्युसनचा विद्यार्थी, नंतर शिक्षक, पदाधिकारी, माजी विद्यार्थी संघटनेचा सभासद या नात्याने कॉलेजशी सतत पासष्टहून अधिक वर्षे सलग संबंध राहिला आहे. १९७० सालापासून 'फर्ग्युसन कॉलेज मॅगझीन'चे संपादन, १९८५ सालच्या शताब्दी स्मरणिकेचे

संपादन, २००५मध्ये माजी विद्यार्थी संघटनेच्या हीरकमहोत्सवी स्मरणिकेचे संपादन करण्याची संधी मिळाली. या सर्व काळात असे लक्षात आले की या फर्ग्युसनच्या सर्व वाटचालीचा मराठीतून सलग इतिहास उपलब्ध नाही. आजही सर्व व्यवहारांची, प्रतिवृत्तांची लेखी नोंद इंग्रजीतच आहे. डेक्कन एज्युकेशन सोसायटीची घटनाही मराठीत उपलब्ध नाही. त्यामुळे हा सर्व इतिहास मराठीत मांडण्याचा हा विनम्र प्रयोग आहे. १९३५ साली फर्ग्युसनच्या सुवर्णमहोत्सवाच्या निमित्ताने इतिहास आणि राज्यशास्त्र विषयांचे प्राध्यापक लिमये यांच्या संपादकत्वाखाली सोसायटीच्या इतिहासाचा बृहद्खंड इंग्रजीत प्रकाशित झाला. या खंडावरून संस्थेचे संस्थापक आणि त्यांचे सहकारी यांनी केवढे प्रचंड काम केले आहे याची कल्पना येते. सदरचा खंड माझ्या प्रस्तुत पुस्तकाचा प्रमुख आधार आहे.

२००६मध्ये मी प्रत्यक्ष लेखन सुरू केले. वृत्तपत्रे आणि अन्य माध्यमांतून प्रसिद्ध केलेल्या निवेदनांना उदंड प्रतिसाद लाभला. अनेकांनी माहिती, आठवणी, छायाचित्रे पाठविली त्याचा खूप उपयोग झाला. सोसायटीने प्रकाशित केलेली पुस्तके आणि 'फर्ग्युसन कॉलेज मॅगेझीन'चे अंक यावर लेखनाची मांडणी बेतली आहे.

या सर्व बाबतीत डेक्कन एज्युकेशन सोसायटी आणि फर्ग्युसन कॉलेज यांचे पदाधिकारी, प्राध्यापक, कार्यालयीन सेवक, माजी विद्यार्थी अशा सर्वांनी अत्यंत आपुलकीने सहकार्य केले. फर्ग्युसन प्रेमाच्या समान धाग्याने आम्ही बांधलो गेलो आहोत!

माझी मूळ योजना तीन खंडांची होती. त्या दृष्टीने पहिली सर्व मांडणी केली. एक खंड प्रसिद्धही केला. पण पुढे ही योजना बारगळली. मग ती बदलून एकाच खंडात हा ग्रंथ बसवण्याचे ठरवले, मात्र मी अक्षरश: अंथरुणावर पडून असल्याने हे काम पूर्ण करावे कसे असा पेच निर्माण झाला. पण तो पेच सोडवणारी त्रिमूर्ती मला भेटली. माझे कौटुंबिक स्नेही, प्रकाशक व जाणकार लेखक श्री. शरद गोगटे यांनी ग्रंथप्रकाशनाबाबत पुढाकार घेतला. प्रकाशनाची प्रत्यक्ष जबाबदारी 'मेहता पब्लिशिंग हाऊस' या नामवंत प्रकाशन संस्थेच्या श्री. सुनील मेहता यांनी स्वीकारली. ग्रंथाच्या संपादनाचे क्लिष्ट काम माझे 'फर्ग्युसन' मधील एके काळचे तरुण सहकारी डॉ. राजा दीक्षित यांनी स्वीकारले. सध्या ते पुणे विद्यापिठाच्या मानव्यविद्या व सामाजिक शास्त्रांसाठीच्या आंतरप्रणाली अभ्यासकेंद्राचे प्राध्यापक व प्रमुख आहेत. त्यांचा 'पुणे विद्यापिठाचा इतिहास' हा ग्रंथ मान्यता पावलेला आहे. गोगटे - मेहता - दीक्षित ही त्रिमूर्ती एकत्र आल्यावर माझी सर्व चिंता दूर झाली. फर्ग्युसनवरील माझ्या ग्रंथाचे स्वप्न आज त्यांच्यामुळे साकार होत आहे. आयुष्याच्या या उत्तर काळात याहून अधिक कृतार्थता कोणती असू शकते?

या ग्रंथ-प्रकल्पाचा दीर्घ प्रवास आज पूर्ण होत आहे. ‘वाटचाल फर्ग्युसनची’ या ग्रंथाचे स्वागत वाचक करतील अशी आशा आहे. ‘फर्ग्युसन’ला माझ्या लाख लाख शुभेच्छा!

पुणे, २ जानेवारी, २०१२ **डॉ. वि. मा. बाचल**

आभार

हे पुस्तक लिहिण्यामागे माझे गुरुवर्य प्राचार्य स. वा. कोगेकर यांची प्रमुख प्रेरणा आहे; किंबहुना त्यांनीच मला सुचविले. माझी टिपणे पाहिली, उत्तेजन दिले, पुस्तकाचा काही भाग स्वत: त्यांनी वाचलाही होता. म्हणूनच प्रस्तुत लेखन त्यांना समर्पित केले आहे. हे लेखन करण्यास डेक्कन एज्युकेशन सोसायटी यांचे पदाधिकारी विशेषत: श्री. अरविंद खळदकर, कार्याध्यक्ष प्रा. अजित पटवर्धन, उपकार्याध्यक्ष श्री. विकास काकतकर यांनी उत्तेजन दिले. माजी विद्यार्थी संघटनेचे सर्व पदाधिकारी व कार्यकारी सदस्य, फर्ग्युसनचे प्राचार्य व सर्व सहकारी इत्यादींनी प्रोत्साहन दिले, सहकार्य केले.

ग्रंथातील मजकूराचे वाचन करून महत्त्वाच्या सूचना करणारे ज्येष्ठ प्राध्यापक मित्र डॉ. स. म. परळीकर, सोसायटीचे अनेक वर्षे कार्यवाह, आजीव सदस्य व बी. एम. सी. सी.चे निवृत्त प्राचार्य डॉ. चिं. ग. वैद्य, विद्यार्थीमित्र प्रा. श्रीनिवास पेंडसे, टिपणे लिहिणारे अनेक सहकारी, फर्ग्युसनची ग्रंथसंपदा उपलब्ध करून देणारे प्रा. बी. ए. कांबळे व त्यांचे सहकारी, इफाचे दीपक तापकीर आणि कुटुंबीय इत्यादींचा मी आभारी आहे.

माझ्या आवाहनाला प्रसिद्धी देणारे सर्व पत्रकारमित्र, माध्यम-वाहिन्या व आवाहनाला प्रतिसाद देऊन मजकूर, आठवणी, छायाचित्रे इ पाठविणारे चाहते यांचे आभार. छायाचित्रणाची शंभरी पार केलेले चार पिढ्यांचे छायाचित्रकार एस. एन., एन. एस, हेमंत दाते, स्नेहल दाते यांचे आभार. मजकुराचे, छायाचित्रांचे तातडीने उत्तम झेरॉक्स करून देणारे शुभम एंटरप्रायझेस पंकज कांबळे यांचे आभार.

हा ग्रंथ प्रकाशित करण्याची जबाबदारी स्वीकारणारे 'मेहता पब्लिशिंग हाऊस' व त्यांचे सर्व सहकारी, तसेच संपादनाची जबाबदारी पार पाडणारे डॉ. राजा दीक्षित आणि आम्हा सर्वांचे मित्र श्री. शरद गोगटे यांचे आभार मानावे तितके थोडेच!

२-१-२०१२ **डॉ. वि. मा. बाचल**

डेक्कन एज्युकेशन सोसायटीचे पहिले अध्यक्ष (१८८४-१९२२)

(कर्नल हिज हायनेस, सर श्री शाहू छत्रपती महाराज, कोल्हापूर. जी. सी. आय., जी. सी. व्ही. ओ., एलएल. डी., एम. आर. ए. एस.)

श्री छत्रपती शिवरायांचे वारसदार
दूरदृष्टीचा 'जाणता राजा'
समाजसुधारणेचा अग्रणी
समतेचा वास्तव पुरस्कर्ता
शिक्षण-चळवळींचा आधार
बलवृद्धीचा समर्थक
थोर राज्यकर्ता

सर जेम्स फर्ग्युसन

कालखंड : १४ मार्च १८३२ - १४ जानेवारी १९०७

मुंबई इलाख्याचे गव्हर्नर - उच्च शिक्षणास उत्तेजन
डेक्कन एज्युकेशन सोसायटीचे पहिले आश्रयदाते (पेट्रन)
टिळक, आगरकर, नामजोशी यांच्या विनंतीवरुन कॉलेजला नाव
देण्यास संमती.

अनुक्रमणिका

Please contact us at **Mehta Publishing House Pvt. Ltd.,** Pune 411030.
✆ +91 020-24476924 / 24460313 / Mob. No. 9545000513
Email : production@mehtapublishinghouse.com
Website : www.mehtapublishinghouse.com

भाग पहिला

१८८५ - १९३५

स्थापना ते सुवर्णमहोत्सव

'गद्रेवाडा : या वाड्यात फर्ग्युसनची सुरुवात झाली'

प्रकरण पहिले

पूर्वपीठिका

२ जानेवारी, १८८५ रोजी 'फर्ग्युसन कॉलेज' स्थापन झाले. २०१०मध्ये फर्ग्युसनचा शतकोत्तर रौप्यमहोत्सव साजरा झाला. सलग सव्वाशे वर्षे कार्यरत राहणारी ही शैक्षणिक संस्था भारतातील पहिल्या दहा क्रमांकांतील शैक्षणिक संस्था म्हणून गणली जाते. अशी संस्था एखाद्या दिवसात एका फटक्यासरशी निर्माण होत नसते. भौगोलिक परिस्थिती, ऐतिहासिक पार्श्वभूमी, राजकीय-सामाजिक वातावरण, त्यातली स्थित्यंतरे, संस्थापकांची उद्दिष्टे, दूरदृष्टी, कार्यपद्धती, सामूहिक प्रयत्न, जिद्द, स्वार्थत्याग, सरकारी धोरणे इत्यादी अनेक घटकांचा संस्थेच्या स्थापनेवर, विकासावर परिणाम होत असतो.

१ जानेवारी, १८८० रोजी 'न्यू इंग्लिश स्कूल'ची स्थापना झाली. या माध्यमिक शाळेच्या संस्थापनेत विष्णुशास्त्री चिपळूणकरांचा सिंहाचा वाटा होता; त्यांनी ऐन पंचविशीतल्या बाळ गंगाधर टिळक, गोपाळ गणेश आगरकर यांच्या साहाय्याने शाळेची उभारणी केली. महादेव बल्लाळ नामजोशी यांनी संघटन कौशल्याच्या साहाय्याने सरकारी पाठबळ, आर्थिक साहाय्य मिळवून दिले. २४ ऑक्टोबर, १८८४ रोजी 'डेक्कन एज्युकेशन सोसायटी'ची स्थापना झाली आणि महाराष्ट्राच्या शैक्षणिक-सांस्कृतिक इतिहासात एक सुवर्णपान लिहिले गेले. १८८२ सालीच विष्णुशास्त्रींचे निधन झाले, मात्र त्यांच्या प्रेरणेने सुरू झालेल्या संस्थांचे आद्य संस्थापक म्हणून त्यांना गौरविले जाते. वामन शिवराम आपटे हे न्यू इंग्लिश स्कूलचे पहिले सुपरिंटेंडेंट आणि फर्ग्युसनचे पहिले प्राचार्य होत. त्यांनाही संस्थापकांइतकाच मान दिला जातो. बुद्धी, कौशल्य, जिद्द, स्वार्थत्याग, भारावून टाकणारी ध्येयनिष्ठा ही 'पंचायतनां'ची गुणवैशिष्ट्ये त्यांच्यात होती. सामाजिक-राजकीय विषयांवरील त्यांची मते भिन्न होती, त्यातून वादही होत होते, पुढे काहींची

ताटातूटही झाली, मात्र संस्थेवरचे प्रेम तसूभरही कमी नव्हते.

शालेय शिक्षणाबरोबर समाजप्रबोधनही आवश्यक असते; त्याशिवाय जनतेची शैक्षणिक प्रयोगाला आवश्यक अशी मानसिक जडणघडण करता येत नाही. पत्रकारिता ही शैक्षणिक प्रयोगाची पोषक पार्श्वभूमी असते; विशेष म्हणजे चिपळूणकर, आगरकर, टिळक, नामजोशी पत्रकारही होते. साहित्यिक, पत्रकार याबरोबर ते उत्तम वक्तेही होते. निर्भीडपणे आपली मते मांडण्यात कुशल होते. कामाची शिस्त आणि पारदर्शी कारभार यामुळे जनतेचा विश्वास त्यांनी संपादन केला आणि सरकार-दरबारी पतही निर्माण केली, टिकविली. स्वार्थत्यागावर आधारलेल्या या प्रयोगाला त्यावेळच्या संस्थानिकांनी, धनिकांनी त्याचप्रमाणे सर्वसामान्य शिक्षणप्रेमींनी भरघोस पाठिंबा दिला, आर्थिक साहाय्य दिले, विशेष म्हणजे येणाऱ्या कोणत्याही आपत्तीला समर्थपणे तोंड देण्याचे धैर्यही दिले. संस्थेच्या स्थापनेचे स्वागत झाले, पाया भक्कम झाला, पुढची वाटचाल सुकर झाली.

प्रस्तुत प्रकरणामध्ये 'फर्ग्युसन'च्या पायाभरणीची पूर्वपीठिका आपण जाणून घेणार आहोत.

पुणे : एक दृष्टिक्षेप *

आज पुणे अनेक नावांनी ओळखले जाते. विद्येचे माहेरघर, सांस्कृतिक राजधानी, माहिती तंत्रज्ञानात वेगाने वाटचाल करणारे आधुनिक शहर अशी पुण्याची ओळख करून दिली जाते. पुण्याचा इतिहास मनोरंजक आहे. इ.स. १६००च्या दरम्यान पुण्याचा विस्तार छोट्याशा गावासारखा होता. उत्तरेला मुठा, दक्षिणेला फडके हौद चौक, पूर्वेला गावकोस मारुती आणि पश्चिमेला नवग्रह शनीमंदिर अशी कमाल सीमा होती; असे असले तरी, पुण्याला प्राचीन अधिष्ठान आहे. 'फर्ग्युसन कॉलेज'च्या पश्चिमेकडील टेकडीवर, वडारवाडीच्या दरम्यान गोखले स्मारक आहे. या स्मारकाच्या खालील बाजूला एक बौद्धकालीन लेणे आहे. इ.स. दुसऱ्या शतकातील प्राचीन पुण्याचा पुरावा म्हणून या लेण्याचा उल्लेख करता येतो. पाताळेश्वराची बांधणी हा प्राचीनत्वाचा दुसरा पुरावा मानता येतो. त्रैकूटक, राष्ट्रकूट, चालुक्य, शिलाहार अशा राजवटींच्या आधिपत्याखालील पुणे इसवी सनाच्या अकराव्या शतकात यादव साम्राज्याचा भाग म्हणून गणले जाऊ लागले. निजामशाहीत,

---

* सखोल माहितीसाठी पाहा - अरुण टिकेकर (संपा.) व अभय टिळक (साहाय्यक संपा.), **शहर पुणे : एका सांस्कृतिक संचिताचा मागोवा...,** भाग पहिला व दुसरा, निळुभाऊ लिमये फौंडेशन, पुणे, २०००.

सोळाव्या शतकात पुण्याला थोडेफार राजकीय महत्त्व आले. त्या काळात वसल्या गेलेल्या पेठा - पश्चिमेला मूर्तजाबाद, दक्षिणेची मलकापुरा, नागझरीपलीकडची शहापुरा या नावाने ओळखल्या गेल्या. निजामशाही आणि आदिलशाही यांच्या वादात पुणे उद्ध्वस्त झाले.

इ.स. १६३६मध्ये मातोश्री जिजाऊसाहेब शिवाजीराजांना घेऊन कायमच्या वस्तीस पुण्यात आल्या. उद्ध्वस्त पुणे पुन्हा उभे राहिले. लालमहाल वसविणे, कसबा गणपतीचा जीर्णोद्धार, पाषाणजवळची जिजापूर पेठ ह्या काही नव्या खुणा तयार झाल्या. राजधानीसाठी पुणे योग्य नसल्याने शिवाजीमहाराज पुढे राजगड व शेवटी रायगडला गेले. शिवाजी महाराजांच्या मृत्यूनंतर दिल्लीपती औरंगजेब सलग पंचवीस वर्षे दक्षिणेत तळ ठोकून होता. बुधवार पेठ आणि शनिवार पेठ या त्या काळातल्या नव्या पेठा उभ्या राहिल्या. थोरल्या बाजीराव पेशव्यांच्या काळात पुण्याचे खरे पुनर्वसन सुरू झाले. इ.स. १७३०-३१मध्ये बाजीराव पेशव्यांनी शनिवारपेठेत आपले निवासस्थान म्हणजे शनिवारवाडा बांधला. हा वाडाच पुढे अनेक वर्षे महाराष्ट्राच्या राजकारणाचा केंद्रबिंदू राहिला. बाजीरावांनी मंगळवार पेठ (शास्तापुरा) आणि सोमवार पेठ (शहापुरा) अशी नामांतरे केली. १७४१ पासून पुढच्या काळात रविवार पेठ, शुक्रवार पेठ, गुरुवार पेठ या वस्त्या नानासाहेब पेशव्यांनी उभारल्या. सराफ, बेलदार, छपरबंद, लोणारी, गवंडी, व्यापारी यांच्यासाठी या पेठा उभ्या राहिल्या. पेशवाई पद्धतीचे नवे वास्तुशिल्प, कात्रजपासून शनिवारवाड्यापर्यंत उत्तम पाणी पुरवठा करणारी नळयोजना उभारली. पर्वतीच्या पायथ्याला तळे तयार केले व गणपतीची स्थापना केली, तीच आज 'सारसबाग' म्हणून ओळखली जाते. याच काळात दीडशे ते दोनशे बागा उभ्या राहिल्या. इंग्रजांना हे निसर्गसौंदर्य एवढे भावले की, त्यांनी पुण्याचा उल्लेख 'गार्डन ऑफ द डेक्कन' असा केलेला आढळतो. नानासाहेब पेशव्यांनीच १७६१च्या दरम्यान लकडी पूल बांधला. माधवराव पेशव्यांनी निजामाने उद्ध्वस्त केलेले पुणे पुन्हा उभारले. घाऊक व्यापाऱ्यांसाठी भवानी पेठ उभारली, तसेच सदाशिव पेठही उभी केली. या भरभराटीचे श्रेय बव्हंशी नाना फडणीस यांच्याकडे जाते. १७७३मध्ये नारायणराव पेशव्यांचा वध झाला, त्यांच्या स्मरणार्थ लकडीपूल ते शनिवार पेठ यांच्या दरम्यान मुठेच्या काठावर नारायण पेठ उभी राहिली. १७७८मध्ये सरदार रास्त्यांनी 'रास्ता'पेठ उभारली. १७९१ साली नाना पेठ वसविली गेली.

केवळ शंभर वर्षांच्या काळात पुणे बहरले. उत्तरेकडील माळवा, राजस्थान, दिल्ली या भागातून शिंदे-होळकरांनी आणलेले कारागीर आणि दक्षिण स्वाऱ्यांच्या वेळी आणलेले दक्षिणी कारागीर यांच्या कौशल्यपूर्ण बांधकामांमुळे, खास दक्षिणोत्तर कलांचा संगम साधणारी वास्तुकला पुण्याचे खास वैशिष्ट्य बनली. बागा आणि

वाडे यांच्या सौंदर्याने नटलेल्या पुण्याने युरोपीय रसिकांनाही मोहित केले. १७३९मध्ये ईस्ट इंडिया कंपनीचा वकील गॉर्डन पुण्यात आला, तेव्हा त्याने म्हटले, 'पुण्यासारखे सुबक शहर अवघ्या हिंदुस्तानात सापडणे अवघड, मला हे शहर भरभराटीला आलेले दिसले.' मिशनरी टिफेन टेलर पुण्याला भुलून म्हणतो, 'काय ती पुण्याची सुंदर घरे! लोक किती सुखी! काय ते त्यांच्या अंगावर अलंकार!! मला पुणे केवळ स्वर्गतुल्य वाटले. स्वस्ताई किती? एका रुपयाला पंचवीस शेर गहू!' अशाच पेशवेकालीन स्मृती जागवणाऱ्या वाड्यात - न्यू इंग्लिश स्कूल, डे. ए. सोसायटी आणि फर्ग्युसन कॉलेज या शैक्षणिक संस्थांची पहिली पावले उमटली हे विशेष!

एकोणिसाव्या शतकाच्या मध्यात पुण्याचा प्रमुख परिसर त्या मानाने बराच विस्तारला होता. पुण्याच्या वायव्येला चतु:शृंगी देवस्थानाचा परिसर, उत्तरेकडे भांबुर्ड्याचा (शिवाजीनगर) भाग, ईशान्येकडे डेक्कन कॉलेज, त्यापलीकडे बंडगार्डन, येरवडा, पूर्वेकडे लष्करी कॅण्टोनमेंट, आग्नेयेला कोंढवा, उत्तरेला कात्रज, दक्षिणेला पर्वती-सारसबाग परिसर, पश्चिमेला एरंडवन असा मुख्य भाग होता. हिंगणे, कोथरूड, वारजे-माळवाडी, औंध-बाणेर-पाषाण, वानवडी-कोंढवा, कात्रज, नऱ्हे-आंबेगाव ही पुण्याच्या सीमेबाहेरची गावे होती, पुढे ती पुण्याची उपनगरे बनली आणि एकविसाव्या शतकाच्या पूर्वार्धात अलीकडेच पुणे महानगरपालिका क्षेत्रात समाविष्ट झाली.

शिक्षण संस्कृतीची पहाट

इ.स. १८१८मध्ये पेशवाईची इतिश्री झाली. इंग्रजांनी पुण्याचा ताबा घेतला आणि पुण्याच्या विकासाचे नवे पर्व सुरू झाले.

१८२१मध्ये ब्रिटिशांनी संस्कृत पाठशाळा सुरू केली. सन १८२४मध्ये इंग्रज अधिकारी माऊंट स्टुअर्ट एल्फिन्स्टन याने ईस्ट इंडिया कंपनीचे शिक्षणविषयक धोरण जाहीर केले. १८३२ साली पुणे शहरातील पहिली इंग्रजी शाळा रेव्हरंड जेम्स मिचेल या स्कॉटिश मिशनऱ्याने सुरू केली. पुढे याच शाळेस इंग्रजी शिकवणारे वर्गही जोडण्यात आले. या दोन्ही शाळा एकत्र करून त्याची 'मोठी शाळा' ऊर्फ पुण्याचे कॉलेज करावयाचे ब्रिटिश सरकारने प्रसिद्ध केले. 'सर्वांसाठी ही शाळा असेल. शाळेचे एक थोरला व एक धाकटा असे दोन विभाग असतील. मराठी, इंग्रजी, संस्कृत व पंतोजीपणा असे चार विषय येथे शिकविले जातील. मराठी सर्वांना अनिवार्य असेल,' असे याद्वारे प्रसिद्ध केले होते. स्वभाषा, शुद्ध मोडी लिहिणे व साधारण गणित अशी प्रवेशासाठी पात्रता होती. थोरल्या विभागासाठी प्रथम वर्षी दरमहा एक रुपया व नंतर दोन रुपये असे शुल्क होते. धाकट्या

विभागात गरिबांना शुल्कमाफी, मध्यमवर्गीयांना आठ आणे व श्रीमंतांना एक रुपया दरमहा भरावयास लागणार होता. पंतोजीपणा अर्थात शिक्षकी पेशाचे शिक्षण घेण्यासाठी वीस जागा या महाविद्यालयात होत्या. अर्थातच पुण्यातील हे पहिले महाविद्यालय. ७ जून, १८५१ रोजी 'ज्युडिशिअल कमिशनर' जॉन वार्डिन याच्या हस्ते या महाविद्यालयाचे उद्‌घाटन झाले. मेजर कँडी या महाविद्यालयाचे प्राचार्य, तर महादेवशास्त्री येथे प्राध्यापक म्हणून नियुक्त झाले होते. याच 'पूना कॉलेज'चे पुढे 'डेक्कन कॉलेज' असे नाव झाले. या सुमारास (१८४८) पुण्यात सुरू झालेली आणखी एक संस्था म्हणजे मुलींची शाळा— ती महात्मा फुले यांनी सुरू केली. त्या पूर्वी स्त्रियांसाठी शिक्षणाची सोय नव्हती. १८५१मध्ये जुलै महिन्यात बुधवार पेठेत महात्मा फुले यांनी मुलींची शाळा सुरू केली. तेथे पहिल्याच वर्षी ४० विद्यार्थिनी दाखल झाल्या. याच वर्षी ऑक्टोबर महिन्यात रास्ता पेठेतही मुलींची शाळा सुरू झाली, त्यात ४८ विद्यार्थिनी होत्या. लिहिणे, वाचणे, भूगोल, इतिहास, सामान्यज्ञान आदी विषय येथे शिकवले गेले. १७ फेब्रुवारी, १८५२ रोजी या शाळांची परीक्षा रविवार पेठेत हरिपंत फडके यांच्या वाड्यात घेण्यात आली. कनिष्ठ, मध्यम, उत्तम अशा वर्गानुक्रमे या परीक्षा झाल्या. परीक्षेनंतर मुलींना बक्षीस म्हणून पुस्तके, साड्या व खण देण्यात आले. या संदर्भात तत्कालीन वृत्तपत्रात जे वृत्त प्रसिद्ध झाले आहे, त्यात म्हटले आहे की 'शिक्षकांपैकी जोतिराव व केशवराव हे फार आस्थेने शिकवणारे व सुज्ञ आहेत.' स्त्री-शिक्षणाच्या या कार्यात सावित्रीबाई फुले यांचाही मोठा हातभार होता. सनातन्यांच्या विरोधाला तोंड देत व अनेक अडचणी सोसून फुले दांपत्याने स्त्री-शिक्षणाला चालना दिली. मुलींच्या या शाळा त्या काळात लोकाश्रयावरच चालत होत्या. विद्येचे माहेरघर समजल्या जाणाऱ्या पुण्याच्या शिक्षणसंस्कृतीची १८५१ ही पहाटच होती.

पुण्यातील शिक्षणसंस्था स्थापन करण्यामागे विविध संस्थापकांचा जो प्रमुख दृष्टिकोन होता, तो राष्ट्रीयत्वाचा होता, राष्ट्रीय अस्मितेचा होता. माध्यमिक शिक्षणात कार्य करणारी पुण्यातील जुनी संस्था म्हणजे 'पूना नेटिव्ह इन्स्टिट्यूशन असोसिएशन' ही होय. सन १८६०पासून विविध शैक्षणिक रूपांत ही संस्था काम करीत होती. आद्य क्रांतिकारक वासुदेव बळवंत फडके, वा. प. भावे, इंदापूरकर यांच्या प्रयत्नांतून ही संस्था उभी राहिली. राष्ट्रीय वृत्तीच्या शिक्षणासाठी स्थापन केलेल्या या संस्थेचे नामांतर पुढे 'महाराष्ट्र एज्युकेशन सोसायटी' असे करण्यात आले. माध्यमिक शिक्षणाचा प्रसार पुणे शहरात आणि पुण्याबाहेर सासवड, बारामती येथे करण्यात या संस्थेने मोठा पुढाकार घेतला.

शैक्षणिक – सामाजिक पार्श्वभूमी

ब्रिटिश अंमल १८५७ नंतर स्थिर होऊ लागला. याचा भारतीय जीवनावर मूलगामी परिणाम होऊ लागला. जातिविरहित नवी संस्कृती आणि व्यक्तिस्वातंत्र्याचे नवे विचार भारतात खेळू लागले, त्यामुळे भारतात तीन विचारप्रवाह वाहू लागले. एक प्रवाह पाश्चिमात्त्य बुद्धिवादाने भारलेला, त्याचे स्वरूप मूर्तिभंजक होते. दुसरा प्रवाह नवीन ज्ञानाने प्रेरित व प्रभावित झालेला होता. हिंदु धर्माची मुळातूनच सुधारणा करण्यासाठी हा प्रयत्नशील होता. समाजात धार्मिक भावना अस्तित्वात होती, पण त्या भावनेचा आविष्कार नवीन स्वरूपात होऊ लागला. राजा राममोहन रॉय, महादेव गोविंद रानडे इत्यादी विचारवंत या दुसऱ्या प्रवाहात दिसून येतील. तिसरा प्रवाह खोलवर भावनांत व पूर्वापार चालत आलेल्या पद्धतीत रुजलेला असा होता. नवीन किंवा पाश्चिमात्त्य आचारविचारांना विरोध व नवीन बदलाविषयी साशंकताही त्यात दिसे; कारण त्यामुळे जुन्या समाजपद्धतीला सुरुंग लागेल अशी भीती त्यांना वाटत असे.

लॉर्ड मेकॉलेची शिक्षणविषयक प्रख्यात मिनिट्स (१८३५) अपेक्षित परिणाम

करीत होती. 'रक्ताने व वर्णाने भारतीय, पण आवडीनिवडी, मते, नीतिकल्पना आणि बुद्धी याबाबत इंग्लिश' अशा प्रकारचा वर्ग निर्माण करणारी मेकॉलेची शिक्षणपद्धती कार्यवाहीत आली होती. या नवीन शिक्षणाला विष्णुशास्त्री चिपळूणकर 'वाघिणीचे दूध' म्हणत. नागरी स्वातंत्र्यावर जोर, कायद्याचे श्रेष्ठत्व, चर्चा व मतपरिवर्तन करून शासनसंस्थेत बदल घडवून आणणे, सार्वत्रिक मताधिकारावर आधारित निवडणुका, सर्व देशभर राजकीय विचारांचा विस्तार, संसदीय लोकशाही, न्यायदानाची पद्धती, प्रगतीवर असलेला दुर्दम्य विश्वास आणि भविष्यकाळाकडे आशेने पाहण्याचा दृष्टिकोन या ब्रिटिश राजवटीने भारताला दिलेल्या दूरपरिणामकारक अशा नव्या देणग्या म्हणता येतील.

एकोणिसाव्या शतकातील पुण्यातील ब्राह्मणांच्या घरांतून मुलांना रुद्र, सौर, पवमान शिकवीत. अंगावर सदरा, टोपी व लहान मुलांना लंगोटी नि पंचा हा पोशाख! जेवणाच्या वेळी वैश्वदेव होई. मौंजीबंधन झालेल्यांना स्नान, संध्या, पूजा करावी लागे. बाळ गंगाधर टिळक आपल्या चुलत्यांकडे- गोविंदरावांकडे- पत्र्यामारुतीजवळच्या घरात राहावयास आले तेव्हा पुण्यातील ब्राह्मणी राहणी अशी होती. टिळक तेव्हा सोळा वर्षांचे होते, पंचा-बाराबंदी ऐवजी धोतर-अंगरखा वापरू लागले होते. टिळक पगडी वापरत, त्यांचे वडील गंगाधरपंत मोठ्या घेराचे पागोटे वापरत असत. ब्राह्मण वर्गातील स्त्रियांची परिस्थिती दयनीय होती. स्त्रियांना शिक्षण नव्हते. त्यांचे विवाह ५ ते ७ वर्षांपर्यंत होत. १०-११ वर्षांपर्यंत मुलगी लग्नाची राहिली म्हणजे तिला घोडनवरी म्हणत. घरात स्त्रियांचा आवाजसुद्धा आलेला चालत नसे. टिळक, आगरकर, रानडे यांची लग्नेही लहानपणी झाली.

१८७१च्या सुमारास पुण्यात 'विचारवती स्त्री-सभा' स्थापन झाली, पण त्यावेळच्या 'ज्ञानप्रकाश'सारख्या सुधारणावादी पत्रानेही या घटनेचा *'रांगता येत नाही त्याने पळण्याचा प्रयत्न करण्यासारखे आहे'* असा उल्लेख केला. स्वराज्य गेल्यामुळे राजे-रजवाडे सोडले तर सरदार-जहागीरदार यांची स्थिती वाईटच होती. लष्करी पेशा संपला होता. बहुतेकांची उत्पन्ने जप्त झाली होती. लोकहितवादी लिहितात- 'आगंतुक ब्राह्मण, माधुकरी ब्राह्मण, कोडीत ब्राह्मण दीनवाणे फिरतात.' कारकुनी पेशेवाल्यांची स्थिती काहीशी बरी होती. जुन्या कारकुनी फडाच्या जागी साहेबाची कचेरी आली. इंग्रजी शिक्षणाचा प्रसार वाढणार हे ओळखून ब्राह्मण व हुशार मराठे मंडळी इंग्रजी शिक्षणाकडे झुकली. इंग्रजी शिक्षणाच्या प्रसाराबरोबर ख्रिस्ती धर्माच्या प्रसाराची मिशनऱ्यांची आकांक्षा वाढली, छापखाने निघाले. दक्षिणा फंडातून काही शाळा चालत. १८४२ साली पुण्यातील पाठशाळेला इंग्रजी शिक्षणाचा एक वर्ग जोडला गेला. १८५१ साली पूना कॉलेज निघाले. त्यानंतर ४-५ वर्षांनी सरकारी शाळा खाते निर्माण झाले. १८६८मध्ये संगमापलीकडे, नव्या वास्तूत

डेक्कन कॉलेज सुरू झाले. त्यापूर्वी १८५७मध्ये मुंबई विद्यापीठ स्थापन झाले होते. १८६२मध्ये महादेव गोविंद रानडे, रामकृष्ण गोपाळ भांडारकर, बाळ मंगेश वागळे आणि वामन आबाजी मोडक हे सर्व गृहस्थ बी.ए. झाले होते. बाळ गंगाधर टिळक बी.ए. होईपर्यंत मुंबई विद्यापीठाचे एकूण १७९ विद्यार्थी बी.ए. झाले होते.

महात्मा जोतिबा फुले यांची चळवळ

दुसऱ्या बाजूला सामाजिक समतेसाठी जोतिबा फुले यांनी आपली चळवळ चालविली होती. 'जन्माचा किंवा जातीचा विचार न करता गुणांवर व्यक्तिला किंवा जातीला प्रतिष्ठा प्राप्त झाली पाहिजे' ही त्यांची शिकवण होती. यासाठी त्यांनी २४ सप्टेंबर, १८७३ रोजी 'सत्यशोधक समाजा'ची स्थापना केली. या समाजाची मुख्य तत्त्वे अशी -

१. सर्वश्रेष्ठ परमेश्वर एक आहे.
२. परमेश्वर आणि माणूस यात मध्यस्थाची आवश्यकता नाही.
३. मनुष्याचे मोठेपण त्याचा जन्म कोणत्या जातीत झाला आहे यावर असता कामा नये.

'हिंदू समाजातील कनिष्ठ घटकांना साधे माणुसकीचे हक्कही या जातिव्यवस्थेमुळे मिळत नाहीत, म्हणून या जातिव्यवस्थेविरुद्धच बंड केले पाहिजे' हे फुले अत्यंत पोटतिडकीने मांडत.

ब्राह्मणांबरोबर ब्राह्मणेतरांतही सुशिक्षित पिढी जन्माला येत होती, त्याचा अग्रमान जोतिबा फुले यांच्या प्रयत्नांना द्यावा लागतो. १८४८ सालीच त्यांनी ब्राह्मणेतरांकरिता प्राथमिक शाळा काढली. आपल्या पत्नीस मराठी शिकविले. १८५१मध्ये अस्पृश्य मुलामुलींसाठी शाळा चालू केली. १८५२मध्ये स्त्रीशिक्षणार्थ विश्रामबागवाड्यात त्यांचा सत्कार झाला; लोकनिंदाही सहन करावी लागली. भालेकरांच्या मदतीने १८७७मध्ये त्यांनी 'दीनबंधु' वृत्तपत्र चालू केले. १८८२ साली हंटर आयोगापुढे जोतिबांची साक्ष झाली. सामाजिक सुधारणांच्या बाबतीत त्यांचे टिळक-आगरकरांबरोबर मतभेद होते; लोकहितवादींची आणि त्यांची मते बरीच मिळती-जुळती होती. टिळक-आगरकरांशी मतभेद असला तरी त्यांची विद्वत्ता व त्याग याविषयी त्यांना मोठा आदर होता. हे दोघे 'डोंगरी' तुरुंगातून १०१ दिवसांची शिक्षा भोगून सुटून येताच त्यांनी त्यांच्या सत्कारात पुढाकार घेतला. पुढे शिवाजी स्मारकाच्या सभेसाठीही ते हजर होते.

१८८५मध्ये फर्ग्युसनच्या संभाव्य वास्तूच्या बुधवार-बागेतील कोनशिला समारंभास स्वत: जोतिबा फुले हजर होते; त्याचा पुढे उल्लेख येणार आहे.

आधुनिक शिक्षण : क्रिया-प्रतिक्रिया

भारतात आधुनिक पाश्चात्त्य शिक्षणाचा पाया ब्रिटिशांनी घातला. त्याचे अनेक लाभही भारतीयांना झाले. मात्र हे आधुनिक शिक्षण म्हणजे ब्रिटिशांचे प्रभुत्व-संपादनाचे एक प्रभावी साधनसुद्धा होते. ब्रिटिशांच्या या उद्दिष्टाची जाणीव झाल्याने आधुनिकतेचा स्वीकार करताना त्याचा भारतीय राष्ट्रवादाशी मेळ घालण्याची गरज भारतीय बुद्धिमंतांना जाणवू लागली. त्यामुळे एकोणिसाव्या शतकाच्या उत्तरार्धात राष्ट्रीय शिक्षणाची प्रक्रिया उफाळून आली. न्यू इंग्लिश स्कूल, डेक्कन एज्युकेशन सोसायटी आणि फर्ग्युसन कॉलेज या संस्थांची स्थापना हे त्याचे द्योतक म्हटले पाहिजे; किंबहुना ब्रिटिशांच्या सांस्कृतिक प्रभुत्वाविरुद्धच्या 'भूमिका-युद्धा'चाच तो एक आविष्कार होता.*

'न्यू इंग्लिश स्कूल'ची स्थापना : १८८०

वि. चिपळूणकर

१ जानेवारी, १८८० रोजी पुण्यामध्ये 'न्यू इंग्लिश स्कूल'ची स्थापना झाली आणि महाराष्ट्राच्या राष्ट्रीय जीवनाचे एक नवे पर्व सुरू झाले. मराठी साहित्याचे तत्कालीन परखड भाष्यकार विष्णुशास्त्री चिपळूणकर हे मुख्य प्रवर्तक आणि त्यांच्या साथीला होते डेक्कन कॉलेजमध्ये शिक्षण घेऊन नुकतेच बाहेर पडलेले तरुण आणि तडफदार, ध्येयवादी बाळ गंगाधर टिळक, गोपाळ गणेश आगरकर आणि पदवीपूर्व अभ्यासक महादेव बल्लाळ नामजोशी! टिळक आणि आगरकर एकाच खोलीत राहात होते. खुद्द टिळक यांनी लिहिल्याप्रमाणे "१८७९च्या जुलै-ऑगस्टमध्ये मी आणि आगरकर एकत्र चर्चा करीत असू. चर्चेचा विषय असे 'आपण ब्रिटिश मिशनरी संस्थांच्या धर्तीवर

---

* या क्रिया-प्रतिक्रियांच्या अधिक अभ्यासासाठी पाहा :

1. Syed Nurullah and J.P. Naik, **A History of Education in India (During the British Period),** Second (Revised and Enlarged) Ed., Macmillan and Co. Ltd., Bombay, 1951.

२. राजा दीक्षित, **पुणे विद्यापीठाचा इतिहास,** पुणे विद्यापीठ सुवर्णमहोत्सव प्रकाशन, पुणे, १९९९, प्रकरण १ आणि २.

म. ब. नामजोशी

महाराष्ट्रात खाजगी शाळा स्थापन करू शकू आणि त्या चालवू शकू काय?' शिक्षणाच्या क्षेत्रात भारतीयांनी स्वप्रयत्नावर शाळा चालविणे महत्त्वाचे, गरजेचे आहे या बाबतीत आमच्यात पूर्ण एकमत होते आणि अनेक वेळा चर्चा केल्यानंतर आमच्या हे लक्षात आले, की कोणत्याही प्रकारचा त्याग करण्याची आपली तयारी असल्यावर आपले उद्दिष्ट गाठणे अशक्य नाही, भले हे उद्दिष्ट गाठण्यासाठी आपणाला काही काळ लागला तरी चालेल!'' १९१९च्या डिसेंबरमध्ये एकदा टिळक म्हणाले होते :

''आम्ही दोघे त्यावेळी प्रचंड भारलेले होतो. आम्ही निकृष्ट देशस्थितीच्या विचारांनी भणाणलेल्या डोक्यांची माणसे होतो; आणि पुष्कळ विचारानंतर शिक्षणातच आमच्या देशाचा उद्धार आहे असे आमचे मत बनले होते.''

आगरकरांचे भारतीयांना सुशिक्षित करण्याचे व त्यासाठी वाटेल तो त्याग करण्याचे व्रत त्यांनी स्वत:हून घेतले होते. अज्ञानाने भारतीयांवर असंख्य आपत्ती लादल्या आहेत. हे अज्ञान संपविण्याचे त्यांचे ध्येय अकृत्रिम होते आणि अज्ञान दूर करण्यासाठी कोणताही त्याग करण्याची त्यांची तयारी होती. त्यांनी स्वत: अत्यंत हालअपेष्टा सहन करून, एकच सदरा वापरून शिक्षण पुरे केले होते. भौतिक जगाच्या सुखाकडे त्यांचे लक्ष नव्हते. एम. ए.चा अभ्यास करीत असताना त्यांनी आपल्या आईला पत्र लिहिले होते, त्यात त्यांनी म्हटले होते की, ''शिक्षण संपविल्यानंतर आपला मुलगा मोठा सरकारी अधिकारी होऊन भला मोठा पगार मिळवेल अशी आशा धरू नये, कारण दरिद्री आणि अज्ञानी लोकांच्या शिक्षणासाठी महिना तीस ते चाळीस रुपये पगारात आपला चरितार्थ चालविण्याचा मी निर्धार केला आहे.''

भारतातील कोणत्याही शिक्षणसंस्थेला असे त्यागी संस्थापक लाभले नसतील. त्यांची बुद्धिमत्ता, त्यांचा त्याग, त्यांची देशभक्ती अवर्णनीय होती आणि त्या आधारावर त्यांना देश घडवायचा होता. शालेय शिक्षणाच्या द्वारा बुद्धीची वाढ करणे, इच्छाशक्ती दृढ करणे आणि निद्रितावस्थेत असलेल्या आपल्या देशबांधवांची सदसद्विवेक बुद्धी जागवायची होती, म्हणून त्यांनी 'शिक्षण हे स्वस्त आणि सहज उपलब्ध करणे' (Cheapening and facilitating education) हे आपले ध्येयवाक्य ठेवले होते.

विष्णुशास्त्री चिपळूणकरांचे नेतृत्व

या उद्दिष्टामागे आणखी एक कारण होते. त्यांनी जे कार्य अंगीकारले होते त्या पद्धतीचे दुसरे उदाहरण नव्हते. सरकारने चालविलेले पूना हायस्कूल हे उदाहरण होते, परंतु त्यामागे स्वार्थत्यागाची आणि स्वप्रयत्नांची कास नव्हती. या सर्व परिस्थितीची विष्णुशास्त्री चिपळूणकरांना कल्पना होती. १८८०च्या उन्हाळी सुट्टीला विद्यार्थ्यांना, पालकांना चिपळूणकरांनी जे मार्गदर्शन केले त्यात ते म्हणाले,

''न्यू इंग्लिश स्कूल ही आता वास्तवात घडलेली, पूर्णत: सत्यात आलेली वस्तुस्थिती आहे. या प्रयोगात आम्हाला असंख्य अडचणी आल्या आहेत, जनतेची नकारात्मक भूमिका नडली आहे, आमच्या प्रयत्नांना वेडेपणाचे, निराशाजनक, अनाठायी आदर्शवादी असे म्हणून हिणविण्यात आले आहे, पण आम्ही आता माघार घेणार नाही; आमच्या ध्येयावर, आमच्या कार्यावर आमचा पूर्ण विश्वास आहे, श्रद्धा आहे; आम्ही विरोधकांपुढे नमणार नाही.''

या भूमिकेतूनच विष्णुशास्त्रींनी आपली शंभर रुपये मासिक पगाराची नोकरी सोडली. सरकारी शाळेच्या जीवनाला ते पूर्ण वैतागलेले होते. निबंधमालेतून व्यक्त होणाऱ्या तरुण महाराष्ट्रीयांना स्फूर्ती देणाऱ्या, त्यांच्या मनात देशभक्तीची भावना जागविणाऱ्या, राष्ट्रीय स्वाभिमान चेतविणाऱ्या आणि स्वत:च्या प्रयत्नांनी स्वतंत्र शैक्षणिक प्रयोग करणाऱ्यांना हे उद्‌गार स्फूर्तिदायकच होते. १८७९च्या सप्टेंबर महिन्याच्या अखेरीस त्यांनी आपल्या भावाला लिहिलेल्या पत्रात म्हटले होते,

''१ ऑक्टोबरची मी अत्यंत आतुरतेने वाट पाहात आहे, कारण मी त्या दिवशी माझ्या पायातील शृंखला फेकून देऊन स्वतंत्र होणार आहे.''

१ ऑक्टोबर रोजी आपल्या मित्राला लिहिलेल्या पत्रात ते म्हणतात,

''माझ्या नोकरी सोडण्याच्या निर्णयावर पुण्यात आणि रत्नागिरीत खूप टीका होत आहे. आजच्या काळात सरकारी, मोठ्या पगाराची नोकरी असणे म्हणजे जणू काही स्वर्गसुखाचा अनुभव आहे आणि अशी नोकरी सोडणे म्हणजे एकतर वेडेपणा आहे किंवा आत्महत्या करण्यासारखे आहे. माझ्या बाबतीत माझा विचार वेगळा आहे. सरकारी हुकूमशाहीपुढे गुडघे टेकण्यापेक्षा मी माझ्या बेड्या कायमच्या फेकून देणे पसंत करेन. जनतेच्या हितासाठी जे करावयास लागेल ते मी करणार आहे. समर्थ हातांनी चालविले जाणारे वृत्तपत्र काढणार आहे. मी असे आश्वासन देऊ इच्छितो की यापुढे शृंखलेत न राहण्याचा मी घेतलेला निर्णय क्षणिक भावनेपोटी नसून पूर्ण विचारान्ती घेतलेला निर्णय आहे.''

न्यू इंग्लिश स्कूलचे संस्थापक अशा त्यागी वृत्तीचे होते; 'शिक्षणकार्य हे एक व्रत* आहे' असे मानणारे होते. निबंधमालेने नावारूपास आलेल्या विष्णुशास्त्री

चिपळूणकरांच्या मार्गदर्शनाखाली नव्या शाळेची स्थापना होते आहे या बातमीने तरुण विद्यार्थीवर्गात चैतन्य संचारले होते. पुण्यातील अनेक घरांत नव्या आणि जुन्या पिढीतील लोकांचे संघर्ष होऊ लागले होते. विष्णुशास्त्रींसारख्या देशभक्ताकडून आपल्याला शिक्षणाचे धडे घेता येणार या भावनेने नवी पिढी भारली होती, तर काही कुटुंबांत जुन्या शाळेतून नव्या शाळेत नाव घालण्यास वयस्क मंडळी चिंतातुर झाली होती. काही पालक निर्णय घेण्यात सावध होते; विशेष महत्त्वाची गोष्ट म्हणजे काहींनी न्यू इंग्लिश स्कूलमध्ये प्रवेश घेण्यामुळे सरकारी शाळेत मिळणाऱ्या शिष्यवृत्त्यांवर पाणी सोडण्याची तयारी ठेवली होती.

१८७९च्या डिसेंबरमध्ये विष्णुशास्त्रींनी नव्या शाळेचे माहितीपत्रक प्रकाशित केले आणि नव्या वर्षाच्या पहिल्या दिवशी १ जानेवारी, १८८० रोजी मोरोबादादा वाड्यात** शाळेचे उद्‌घाटन झाले. त्या दिवशी हजर राहिलेल्या विद्यार्थ्यांपुढे विष्णुशास्त्रींनी स्वागतपर भाषण करून नवीन शाळा सुरू करण्यामागील आपली भूमिका स्पष्ट केली. दुसऱ्या दिवसापासून प्रत्यक्ष शिकविणे सुरूही झाले. पहिल्या वर्षी संस्थापक विष्णुशास्त्री, टिळक आणि नामजोशी यांनी शिकविण्यात आणि व्यवस्थापनात भाग घेतला. आगरकर त्यावेळी एम.ए.चा अभ्यास करीत होते आणि त्यांनी जानेवारी, १८८१मध्ये शिकविण्यास सुरुवात केली. नारायण कृष्ण धारप सुरुवातीपासून शाळेशी संबंधित होते. गोपाळ रघुनाथ नंदर्गीकर, वासुदेवशास्त्री खरे, हरी कृष्ण दामले यांचाही शिकविण्यात सहभाग होता. नामजोशी पदवीधर नव्हते, परंतु व्यवस्थापन आणि संघटन, राजनैतिक कौशल्य या बाबतीत ते अत्यंत तरबेज होते. नगरपालिका, औद्योगिक क्षेत्र आणि पत्रकारिता इत्यादी बाबतीत त्यांना विशेष रस होता, त्यामुळे अर्थातच थोड्या अवधीत शाळेच्या व्यवस्थापनाचे ते अनभिषिक्त परराष्ट्रमंत्री झाले.

वा. शि. आपटे

पहिल्या वर्षीची सर्वांत महत्त्वाची जमेची बाजू म्हणजे वामन शिवराम आपटे शाळेच्या कामात सहभागी झाले. संस्कृतचे प्रकांड पंडित, अभ्यासक, शिक्षक म्हणून त्यांचा लौकिक मोठा. संस्थापकांनी त्यांच्या

---

* 'Education is a mission' असे मानणारी अनेक ज्येष्ठ मंडळी पुढील काळात कार्य करीत राहिली. शिक्षणाची ही व्याख्या सर्वपल्ली राधाकृष्णन, न्या. गजेंद्रगडकर यांनी स्वीकारली होती.

** तांबडी जोगेश्वरी ते अप्पा बळवंत चौक यांच्या दरम्यान हा उत्तराभिमुख मोठा वाडा होता.

विद्वत्तेला मान्यता म्हणून त्यांना संस्थेचे सुपरिंटेंडेंट म्हणून नेमले आणि चिपळूणकर यांनी स्वत:कडे शाळेचे हेडमास्तर हे पद घेतले. पहिल्या वर्षी टिळक - गणित, नामजोशी - इतिहास आणि भूगोल, नंदर्गीकर - संस्कृत आणि स्वत: विष्णुशास्त्री - इंग्लिश आणि मराठी अशी विषयवार वाटणी होती. वामन शिवराम आपटे यांच्या शिकविण्यातील कौशल्यामुळे संस्कृतच्या दोन शिष्यवृत्त्या शाळेस मिळाल्या.

शाळेच्या पहिल्या वर्षाचे यश कौतुकास्पद होते. शाळेच्या सुरुवातीला १ जानेवारीला विद्यार्थीसंख्या ३५ होती ती त्याचवर्षी ३१ डिसेंबरपर्यंत ३३६पर्यंत वाढली. त्या वर्षी मॅट्रिकच्या परीक्षेला बसलेल्या १२ विद्यार्थ्यांपैकी ८ उत्तीर्ण झाले. एक विद्यार्थी भास्कर रामचंद्र अत्रे याने बौद्धिक क्षेत्रातील अत्युच्च यश - पहिली जगन्नाथ शंकरशेठ संस्कृत शिष्यवृत्ती (ब्लू रिबन) प्राप्त केली.

पहिल्या उन्हाळी सुट्टीस जाणाऱ्या विद्यार्थ्यांचे विष्णुशास्त्रींनी त्यांच्या यशाबद्दल कौतुक केले. शाळेच्या पहिल्या वर्षात चिपळूणकर आणि टिळक यांनी काहीच पगार घेतला नाही, तर इतर शिक्षकांनी ३० ते ४० रुपये महिना पगारावर समाधान मानले. स्वार्थत्यागाच्या बळावर उभ्या राहिलेल्या या शाळेचे सर्वत्र कौतुक झाले.

शाळेच्या यशामुळे विद्यार्थीसंख्या वाढत गेली. जानेवारी, १८८१- ३३६, १८८२- ५०१, १८८३- ५९३, १८८४- ७३२ आणि जानेवारी, १८८५- १००९. फर्ग्युसनच्या स्थापनेपर्यंतच्या पाच वर्षांत न्यू इंग्लिश स्कूलची संख्या तिपटीने वाढली, हे संस्थेच्या संख्यात्मक प्रगतीचे निदर्शक होते. गुणात्मक प्रगती तितकीच लक्षणीय होती. १८८४च्या मॅट्रिक परीक्षेत ८९% विद्यार्थी उत्तीर्ण झाले. मुंबई प्रांतातील कोणत्याही सरकारी अथवा खाजगी शाळांमध्ये उत्तीर्ण झालेल्या विद्यार्थ्यांमध्ये न्यू इंग्लिश स्कूलने उच्चांक प्रस्थापित केला. मुंबई प्रांताचे गव्हर्नर सर जेम्स फर्ग्युसन यांनी विशेष पत्र पाठवून न्यू इंग्लिश स्कूलचे खास कौतुक केले आणि 'शाळेची अशीच उत्तरोत्तर प्रगती होवो,' असा विश्वास व्यक्त केला. १८८०पासून सलग सात वर्षे शाळेने जगन्नाथ शंकरशेठ शिष्यवृत्ती मिळविली.

शाळेच्या या यशामुळे जनतेचा विश्वास दुणावला आणि शिक्षणक्षेत्रातील खाजगी प्रयत्न यशस्वी होऊ शकतात हे सिद्ध झाले. संस्थापकांनी आणि त्यांच्या सहकाऱ्यांनी स्वावलंबन आणि स्वार्थत्यागाचे जे उदाहरण घालून दिले आणि शिक्षणाच्या क्षेत्रात जी गुणवत्ता दाखविली, त्यामुळे भारतीय चारित्र्य आणि कार्यक्षमतेबाबत भारतीय दर्जा यांचे मनोज्ञ दर्शन झाले. थोडक्यात सांगावयाचे तर शाळेने शिक्षणातील लोकशाहीचा धाडसी, यशस्वी प्रयोग म्हणून भारतात लौकिक कमावला आणि एकप्रकारे भारतीय शैक्षणिक प्रश्नाचे परिणामकारक उत्तर शोधण्याचा मार्गही दाखविला.

हंटर आयोग

८ सप्टेंबर, १८८२ रोजी भारतीय शैक्षणिक आयोगाचे अध्यक्ष डॉ. डब्ल्यू. डब्ल्यू. हंटर यांनी शाळेला भेट दिली त्यावेळचे त्यांचे उद्‌गार बरेच बोलके होते; ते म्हणतात,

''या संस्थेच्या बाबतीत असे आढळते की उत्साही, सक्षम, हुशार तरुणांनी स्वावलंबन आणि स्वायत्ततेच्या उद्दिष्टांनी भारून जाऊन जे शैक्षणिक कार्य केले आहे आणि त्यासाठी प्रचंड कष्ट घेतले आहेत ते सर्व कार्य अक्षरश: बिनतोड आहे आणि संपूर्ण भारतात असे एकही उदाहरण मला आढळले नाही. या संस्थेने सरकारकडून काहीही अनुदान न घेता जे यश मिळविले आहे, तसे यश भारतातील सरकारी शाळांना किंबहुना जगातील इतर शाळांनाही मिळू शकले नाही.''

या पार्श्वभूमीवर हंटर आयोगाने शाळेचे सुपरिंटेंडेंट वामन शिवराम आपटे यांना साक्षीसाठी बोलाविले होते, हा एक प्रकारे शाळेचा गौरवच होता. आपटे यांची साक्ष म्हणजे 'अत्यंत विचारपूर्वक आणि प्रत्यक्ष अनुभवांवर आधारलेली सर्वोत्तम साक्ष' असे म्हटले गेले.

आपटे यांची हंटर आयोगापुढील साक्ष

१८८२च्या फेब्रुवारीमध्ये हिंदुस्तान सरकारने डॉ. विल्यम हंटर यांच्या अध्यक्षतेखाली शिक्षणाचा सांगोपांग अभ्यास करण्यासाठी कमिशन नेमले. वास्तविक वामन शिवराम आपटे, बाळ गंगाधर टिळक व गोपाळ गणेश आगरकर ह्या तिघांनीही हंटर कमिशनपुढे काय साक्ष द्यायची त्या मजकुराची पूर्वतयारी केली होती; मग दोघे कोल्हापूर प्रकरणात शिक्षा भोगण्यासाठी डोंगरीच्या तुरुंगात गेले. माध्यमिक शिक्षणासंबंधी उद्‌भवणाऱ्या सर्व प्रश्नांचा ऊहापोह आपटे यांनी आपल्या साक्षीत केला होता. बरेच मुद्दे कमिशनला मान्य झाले व मुळात काही बदल करून कमिशनने ते 'रिपोर्टा'त समाविष्टही केले. आपटे यांनी मांडलेले मुख्य मुद्दे असे–

१. अँग्लो-इंडियन, युरोपियन व मिशनरी शाळांना भरपूर अनुदान देऊन, देशी शाळांना उपाशी ठेवावयाचे हे सरकारचे धोरण; पण तरीही देशी शाळांच्या परीक्षांचे निकाल उत्तम लागतात.

२. सरकारला शाळा चालवावयाच्या नसतील तर त्या येथील स्थानिक लोकांना चालविण्यास द्याव्या, कारण मिशनरी जाणूनबुजून धर्मांतराच्या हेतूने शाळा चालवितात. सरकारी हायस्कूले घेऊन चालविण्यास न्यू इंग्लिश स्कूलचे चालक तयार आहेत.

३. पण ह्यासाठी अनुदानाची पद्धती सुधारली पाहिजे.

४. व्यवस्थापनात व शिकविण्यात चालकाला पूर्ण स्वातंत्र्य असले पाहिजे. अभ्यासक्रम तयार करण्याचे व अभ्यासपद्धती कोणती असावी हे ठरविण्याचे स्वातंत्र्य संस्था-चालकास असावे; फक्त परीक्षेचा दर्जा सरकारने ठरवून द्यावा.

५. स्वभाषेची तरफदारी करण्याच्या संस्था-चालकांच्या धोरणास प्रतिबंध नसावा.

'केसरी'ची स्थापना

४ जानेवारी, १८८१ रोजी 'केसरी'चा पहिला अंक निघाला, तेव्हापासून २५ ऑक्टोबर, १८८७पर्यंत गोपाळ गणेश आगरकर हे केसरीचे संपादक होते. केसरीपूर्वी ज्ञानप्रकाश, इंदुप्रकाश, सुबोधपत्रिका, लोकल्याणेच्छू, ज्ञानोदय, नेटिव्ह ओपिनियन इ. जवळजवळ छोटीमोठी वीस वृत्तपत्रे होती. केसरीने मात्र अद्वितीय कामगिरी करून ठेवली. केसरीच्या उद्देशपत्रिकेची कथा थोडी मनोरंजक आहे. डे. ए. सोसायटीचे एक संस्थापक नामजोशी यांचे 'किरण' नावाचे वृत्तपत्र होते, त्यांचा छापखाना साठे यांच्याकडे गहाण पडला होता, त्याचे कर्ज हप्तेबंदीने फेडण्याचे ठरवून सामान मोरोबादादांच्या वाड्यात आणले गेले. टिळक काही वेळा अभिमानाने सांगत, 'या खांद्यावरून आर्यभूषण प्रेसच्या टाईपाच्या पेट्या वाहून नेल्या आहेत.' ते हेच सामान! छापखान्यास पहिले काम निबंधमालेचे मिळाले. मालेच्याच ६६व्या अंकात केसरीचे उद्देशपत्रक प्रसिद्ध झाले. उद्देशपत्रिकेत, 'केसरी'त जे विवेचन करावयाचे ते केवळ निष्पक्षपाती बुद्धीने; जे खरं वाटेल त्यास अनुसरून करावयाचे', असा कृतसंकल्प विष्णू कृष्ण चिपळूणकर, बाळ गंगाधर टिळक, वामन शिवराम आपटे, गणेश कृष्ण गर्दे, गोपाळ गणेश आगरकर व महादेव बल्लाळ नामजोशी अशा सहाजणांच्या सह्यांनी प्रसिद्ध झाला. त्यावेळी वासुदेवशास्त्री खरे म्हणाले, 'माजलेल्या हत्तीप्रमाणे मनःपूत वागणाऱ्या राज्यकर्त्यांना वठणीवर आणण्यास 'केसरी' हे नाव योग्य.'

केसरी.

लोकमान्य टिळकांचे नाव 'केसरी'शी इतके निगडित आहे की, आरंभीच्या

जवळजवळ दहा वर्षांत टिळकांनी 'केसरी'त क्वचित कधीतरी लिहिले, ही वस्तुस्थिती अनेकांना माहिती नसते. '१८८८ सालापर्यंत केसरीत जे राजकीय विषयावर लेख आले ते बहुतेक आगरकरांचे आहेत' ही वस्तुस्थिती खुद्द टिळकांनीच लक्षात आणून दिली (केसरी, ४.७.१९१६).

'केसरी' सुरू झाला तेव्हा मुद्रणस्वातंत्र्याची गळचेपी करणारा लॉर्ड लिटनचा कुविख्यात कायदा अमलात आलेला होता. अशा परिस्थितीत राजकीय विषयावर निर्भीडपणे लिहिणे म्हणजे इंग्रज सरकारची इतराजी ओढविण्यासारखे होते. 'गुळगुळीत कागदावर बुळबुळीत मजकूर' छापून वाचकांचे मन रिझविणे हे केसरीच्या संस्थापकांचे कधीच उद्दिष्ट नव्हते.

'देशस्थिती, देशभाषेतील ग्रंथ व विलायतेतील राजकारण या विषयांच्या संबंधाने जसे यथास्थित उद्घाटन व्हावयास हवे तसे कोणत्याही वृत्तपत्रातून झाले नाही.' ही उणीव दूर करण्याचा निर्धार व्यक्त करून केसरीच्या संस्थापकांनीच उद्देशपत्रिकेत इशारा दिला होता- 'अलीकडे बादशाही अमलाच्या सुरुवातीपासून तोंडपुजेपणाचा प्रकार बराच वाढत चालला आहे, यात संशय नाही. हा प्रकार अत्यंत अश्लाघ्य असून देशाच्या हितास अपायकारक होय', असे उद्देशपत्रिकेत स्पष्ट म्हटले होते.

आगरकरांच्या संपादकत्वाच्या काळात लॉर्ड रिपन या उदारमतवादी गव्हर्नर जनरलने देशी वृत्तपत्रांवरील लिटनने लादलेले निर्बंध उठविले; स्थानिक स्वराज्याबाबतचा ठराव प्रसिद्ध केला. इंग्रजी विद्या घेतलेल्या सुशिक्षितांनी ह्यूमसारख्या काही गोऱ्या निवृत्त अधिकाऱ्यांच्या पुढाकाराने 'इंडियन नॅशनल काँग्रेस' या अखिल भारतीय पक्षाची स्थापना केली व अर्जविनंत्यांच्या राजकारणाद्वारा आपली गाऱ्हाणी मांडण्यास सुरुवात केली. सिव्हिल सर्व्हिसमध्ये हिंदी लोकांना सुलभ प्रवेश व जास्त जागा मिळाव्या अशा मागण्यांसाठी येथील गोऱ्या नोकरशाहीची मनधरणी करण्याचे प्रयत्न काँग्रेसतर्फे केले जात.

केसरीमध्ये राजकीय विजनवासाचा धोका असतानाही निर्भय लेखन होत असे. केसरीत बजावल्याप्रमाणे 'वर्तमानपत्र हे केसरीचे विशेष सार्थ नाव नाही. पाहिजे तर त्याला आठवड्याचे निबंधपत्र म्हणा. वर्तमान आणि बातमी देण्याचे काम बाकीची पत्रे करीत आहेतच. आम्ही निराळी तऱ्हा काढली आहे. तिकडे आमची उडी फार.' (१९ जुलै, १८८१).

अगदी सुरुवातीच्या काळातही केसरीकर्ते इंग्रजी राजवटीवर प्रखर प्रहार करीत होते. 'हिंदुस्थानास भीक कशाने आली?' (८ फेब्रुवारी, १८८१) 'इंग्रजाने वर्णिलेली सांप्रतची हिंदुस्थानची स्थिती' (ऑक्टोबर-नोव्हेंबर, १८८२) 'हिंदुस्थानची नागवण, (ऑगस्ट-सप्टेंबर, १८८३) 'लांडगे कोण?' (डिसेंबर, १८८३) ही काही निवडक

उदाहरणे मानता येतील.

इंग्रजांवर कडक टीका करणारे केसरीकार यांनी रशियातील झारशाहीच्या तुलनेत इंग्रज राजवट 'दगडापेक्षा वीट मऊ' या नात्याने कशी बरी आहे, याबद्दलही मोकळेपणाने कबुली दिली आहे.

'राष्ट्र दृष्टीने इंग्लिश लोकांचा विचार करता असे नीतिवान, सहृदय व अन्यायभीरू राज्यकर्ते दुसरे मिळावयाचे नाहीत हे आम्हास कबूल केले पाहिजे व ते तसे आहेत म्हणूनच आम्ही अशा प्रकारचे लेख लिहू शकतो व कालांतराने रक्तस्राव न होता आमचे स्वातंत्र्य आम्हास फिरून मिळेल, अशी आशा करू शकतो.' (जुलै, १८८४)

केसरीने अगदी जन्मापासून म्हणजे आद्य संपादक गोपाळराव आगरकर यांच्या संपादकीय कारकिर्दीपासूनच स्वराज्य आणि स्वातंत्र्य या मंत्राचा घोष चालवला होता, हे लक्षात घेण्यासारखे आहे. 'आगरकर हे पक्के स्वराज्यवादी होते' असे खुद्द लोकमान्य टिळकांनी म्हटले आहे.

आरंभीच्या जवळजवळ सात वर्षांतील बरेचसे लेख आगरकरांच्या हातचे असले तरी त्यामागचे विचार हे फक्त त्यांचे एकट्याचेच होते, असे मानता येणार नाही. आरंभीच्या काळात केसरी-मराठा पत्रांची मालकी सामाईक होती. विचार सर्व संस्थापकांचे होते (उद्देशपत्रिकेवर सह्या करणारे सहा). आगरकरांनी त्या विचारांचे शब्दांकन केले, एवढेच. केसरीने म्हटले आहे, '...केसरीत कोणताही असाधारण लेख येण्यापूर्वी केसरीशी संबंध असलेल्या लोकांत त्याची आधी चर्चा होऊन दिशा ठरवावी लागते... कैलासास गेलेल्या शास्त्रीबोवास किंवा तुरुंगात गेलेल्या आगरकरास या नियमाचे उल्लंघन करता आले नाही किंवा येणार नाही.' पुढे संस्थापकांतील दुफळीमुळे एकट्या टिळकांनी दोन्ही वृत्तपत्रे चालविण्याची जबाबदारी अंगावर घेतली व त्यामुळे ती त्यांच्या मालकीची झाली, तरी सहकाऱ्यांशी विचारविनिमय करून ठरविलेल्या राजकीय उद्दिष्टांचा ध्यास टिळकांनी अखेरपर्यंत घेतलेला होता.

कोल्हापूर प्रकरणात शिक्षा *

केसरी ब्रिटिश सरकारबद्दल लिहीत असे तसे भारतातील संस्थानांच्या कारभाराबद्दलही लिहीत असे. अशा एक लेखमालेत केसरीने कोल्हापूर संस्थानच्या

---

* 'कोल्हापूर-प्रकरणा'च्या अभ्यासासाठी पाहा- य. दि. फडके, **शोध : बाळ-गोपाळांचा,** श्री विद्या प्रकाशन, पुणे, १९७७, लेख ४ : 'एक राजा आणि दोन संपादक', पृ.८२-१००.

कारभारावरही लिहिले; त्यात टिळक-आगरकर यांना शिक्षाही भोगावी लागली.

कोल्हापूरचे छत्रपती शिवाजी महाराज यांना वेड लागण्याला त्यांचे दिवाण माधवराव बर्वे हे कारणीभूत होते, असा लोकांचा दाट संशय होता. ता. ११ ऑक्टोबर, १८८१च्या केसरीत असे म्हटले होते की, 'कोल्हापूर छत्रपती महाराजांची सध्याची अशी स्थिती आहे की ती ऐकून पाषाणहृदयाच्या काळजाला देखील घरे पडतील. महाराजांचे प्राण जाऊन त्यांचे शव हाती आल्यावर आमचे लॉर्डसाहेब जागृत होणार काय? कोणत्याही कारणाने छत्रपतींच्या जिवास अपाय झाला तर त्यांचा कलंक बादशाही राणीच्या आणि तिच्या प्रतिनिधींच्या कपाळी आल्याखेरीज राहणार नाही.' याहूनही कडक टीकेची भाषा पुढच्या अंकांतही येत राहिली. टाईम्समध्येही चर्चा चालू होती.

८ फेब्रुवारी, १८८२ रोजी माधवराव बर्वे यांनी केसरीविरुद्ध फिर्याद केली. टिळक-आगरकर यांच्यातर्फे बॅ. फेरोझशहा मेथा (मेहता) बाजू मांडत होते. मराठ्यातील लेख आपटे यांचा होता; मात्र त्यांनी सामुदायिक जबाबदारीचा उल्लेख केला - "आम्ही वर्तमानपत्रकर्ते व त्यात लिहिणारे या नात्याने सार्वजनिक मताचे मुखत्यार आहोत असे आम्हास वाटते." या सर्व प्रकरणात टिळक-आगरकरांना प्रत्येकी चार महिन्यांची साध्या कैदेची शिक्षा सुनावण्यात आली. टिळक-आगरकरांनी १०१ दिवस डोंगरीच्या तुरुंगात काढले. २६ ऑक्टोबर, १८८२ रोजी उभयतांची सुटका झाली. तिकडे अहमदनगरच्या तुरुंगात महाराजांचा छळ होतच होता. २५ डिसेंबर, १८८३ रोजी भयंकर मारहाण होऊन हतभागी महाराज मृत्युमुखी पडले; ही बातमी पसरल्यावर महाराष्ट्रात हलकल्लोळच झाला.

अशा रीतीने कोल्हापूरची गादी पोरकी झाली. आबासाहेब कागलकरांचे व टिळकांचे मित्रत्वाचे संबंध होते. त्यांच्या द्वितीय चिरंजीवांना- यशवंतरावांना (हे पुढे छत्रपती शाहू महाराज म्हणून प्रसिद्ध झाले)- दत्तक घेण्यास महाराण्यांनी मान्यता द्यावी म्हणून भिडे यांच्यामार्फत टिळकांनीच प्रयत्न केले. कोल्हापूरच्या गादीवर महाराज बसले व गादीस हक्काचा धनी मिळाला. आबासाहेब रीजंट म्हणून काम पाहू लागले. राज्याभिषेकानंतर सार्वजनिक सभेतर्फे जे मानपत्र आबासाहेबांना दिले, त्यात कोल्हापूरशी पुणे एकजीव झाल्याचा उल्लेख करण्यात आला आहे. महाराजांतर्फे 'फर्ग्युसन कॉलेज'ला रु. १०,००० देणगी दिली गेली.

डोंगरीतील कारावासाबाबत आगरकरांनी 'डोंगरीच्या तुरुंगातील आमचे १०१ दिवस'*, ही पुस्तिका लिहिली आहे. त्या पुस्तिकेत कृतज्ञता व्यक्त करताना

---

* पाहा - गोपाळ गणेश आगरकर, **डोंगरीच्या तुरुंगातील आमचे १०१ दिवस,** आर्यभूषण प्रेस, पुणे, १८८२, ३री आवृत्ती, शुभदा-सारस्वत, पुणे १९९०.

आगरकर म्हणतात,

"सकल महाराष्ट्रीयनांनी आम्हांवर जी प्रीती दाखवली आणि आम्हास जो सन्मान दिला त्या प्रीतीला आणि सन्मानाला आम्ही वास्तविक पात्र आहो असे केव्हातरी आम्हास दाखवता आले म्हणजे आम्ही कृतकृत्य झालो."

या काळात टिळकांचे २४ पौंड व आगरकरांचे १६ पौंड वजन कमी झाले; मात्र केसरीचा खप १८०० वरून ३५०० इतका वाढला.

कोल्हापूर प्रकरण धगधगत असताना विष्णुशास्त्रींचे निधन झाले. हा केसरीच्या दृष्टीने व टिळक-आगरकरांच्या दृष्टीनेही मोठा आघात होता. या आपत्तीबद्दल केसरीने लिहिले (९.१.१८८३) :

"केसरीवर मुंबईत फिर्याद लागली... त्या काळात... आमच्या मागे शास्त्रीबोवांचा टाक झपाट्याने चालू असल्याने आम्ही सगळे बेफिकीर होतो. शास्त्रीबोवा जिवंत असते आणि असल्या दहा-पाच फिर्यादी लागल्या असत्या तरी आम्हास डगमगण्याचे कारण नव्हते... पुण्यास स्थायिक राहून केसरी चालविणारा शास्त्रीबोवांसारखा जबरदस्त मनुष्य असता म्हणजे हव्या तितक्या मत्तमतंगजांशी केसरी पाहिजे तितकी वर्षे लीलेने झुंजला असता."

केसरीकारांना आणि एकूण पत्रकारांना विष्णुशास्त्री यांचा केवढा आधार होता हे यावरून लक्षात येते.

विष्णुशास्त्रींचे निधन

न्यू इंग्लिश स्कूल हे व्यवस्थितपणे पायावर उभे राहात असताना संस्थापकांचे सेनापती विष्णुशास्त्री चिपळूणकर यांचे १७ मार्च, १८८२ रोजी निधन झाले. विष्णुशास्त्री संस्थापक पंचायतनात सर्वांत ज्येष्ठ, अभ्यासू, अनुभवी असल्याने त्यांचे मार्गदर्शन प्रगतीचा पाया रचण्यात महत्त्वाचे ठरले. त्यांचा मृत्यू हा एकप्रकारे वज्राघातच होता आणि त्यांच्या निधनाने बसलेला धक्का सहन करणे सोपे नव्हते. या निधनाने 'सुरू केलेला नवा शैक्षणिक प्रकल्प कसा चालणार' या भीतीने सर्व संबंधित काहीसे ग्रासले; त्यातही टिळक आणि आगरकर या दोघांवर कोल्हापूरचे कारभारी यांनी जो मानहानीचा दावा लावला होता त्यातही त्यांचा वेळ जात होता. या वादळाला टिळक-आगरकर कसे तोंड देऊ शकतील याची अनेकांना शंका वाटत होती. २१ मार्च, १८८२च्या केसरीच्या अंकात संपादकांनी ही शंका दूर करण्याचा प्रयत्न केला. त्याचा आशय असा -

"क्रूर मृत्यूने आमचे ज्येष्ठ बंधू 'धर्म' यांना आमच्यातून ओढून नेले आहे; परंतु आम्हाला निखालस खात्री आहे, आशा आहे की देशाच्या प्रगतीचा जो आम्ही

दृढनिश्चय केला आहे त्यापासून आम्ही ढळणार नाही. आमचे धैर्य, कर्तव्यभावना यांची सत्त्वपरीक्षा चालू आहे, पण आम्ही खात्री देऊ इच्छितो, की आमच्यापैकी कोणीही एखादा आपल्या कर्तव्याच्या जागी असेल तर आम्ही अंगावर घेतलेले सर्वांचे काम पार पाडण्यात कोठेही कसूर ठेवणार नाही.''

विष्णुशास्त्र्यांच्या सहकाऱ्यांनी हे व्रत निष्ठेने पार पाडण्याचा प्रयत्न केला. विष्णुशास्त्रींना आधुनिक महाराष्ट्राचे प्रवर्तक, मराठी भाषेचे शिवाजीमहाराज मानले जाते. मराठी भाषेतून मोठ्या, यशदायी कल्पना प्रभावीपणे मांडता येतील अशी त्यांची धारणा होती; ती त्यांनी यशस्वीपणे प्रत्यक्षातही आणली आणि असंख्य मराठी मनांची खळबळ आपल्या भाषेतून व्यक्त केली.

विष्णुशास्त्रींनी आपली कारकीर्द आपले वडील आणि ज्येष्ठ साहित्यिक कृष्णशास्त्री चिपळूणकर यांच्या काळात सुरू केली. संस्कृत काव्यावर विशेष अभ्यास करून २१व्या वर्षी पदवी मिळविली. १८७३मध्ये शिक्षक म्हणून त्यांनी सरकारी सेवेत प्रवेश केला आणि जानेवारी, १८७४मध्ये सर्वांत लोकप्रिय आणि प्रभावी 'निबंधमाला' सुरू केली. निबंधमालेने मराठी वाचकांना साहित्यिक तंत्राचे आणि कल्पनांचे नवे दालन सुरू करून दिले. त्यांनी पूर्वी स्वप्नातही आला नसेल असा जोश आणि प्रभाव मराठी भाषेला मिळवून दिला.

विष्णुशास्त्रींनी सात वर्षे आपल्या अत्यंत कर्तव्यकठोर लेखणीने मराठी भाषेला अक्षरश: संमोहित केले. फ्रेंच लेखक व्हॉल्टेअर याने स्टॉकहोम ते रोम, पीटसबर्ग ते लिस्बन येथील जनतेत जसा थरथराट निर्माण केला तसा विष्णुशास्त्रींनी आपल्या भाषेने रावसाहेब, रावबहादूर, रेव्हरंड यांना आपल्या भाषिक फटकाऱ्यांनी हादरून सोडले. वक्रोक्ती (Satire) हे त्यांच्या देशभक्तीच्या अभिव्यक्तीचे प्रभावी साधन होते. त्यांनी दुर्बलांमध्ये शक्तीचे, स्वातंत्र्याचे चैतन्य जागविण्यासाठी वक्रोक्तीचा उपयोग केला आणि भारताच्या राष्ट्रीय शक्तीचे, जीवनाचे सोने ओळखण्यासाठी पाश्चात्त्यांची भ्रष्ट नक्कल करणाऱ्यांची खिल्ली उडविली. पाश्चात्त्यांच्या काही कल्पना, गुण यांचे त्यांना निश्चित कौतुक होते, मात्र आपल्या दोषांमुळे आणि कमतरतेमुळे जे भारतीय पाश्चात्त्यांचे अंधानुकरण करीत होते त्यांची त्यांना चीड होती. पाश्चात्त्य आणि भारतीय यांच्यातील चांगल्या गोष्टींचा समन्वय आपण साधला पाहिजे, असे त्यांचे स्पष्ट मत होते.

भारताचे राजकीय दास्य आणि दारिद्र्य यांमुळे विष्णुशास्त्रींना कमालीच्या वेदना होत. आपल्या देशवासीयांच्या दुर्गतीमुळे त्यांना फार वाईट वाटे. ते म्हणत असत की, 'ज्ञान हे आपल्या पारतंत्र्यावर खरे औषध आहे आणि उद्योग हेच आपल्या दारिद्र्यावरही उत्तर आहे.' भारताच्या जनतेच्या भावी सुखासाठी भारताची भावी राज्यव्यवस्था कशी असावी याची ते चिंता करीत असत. राजकीय पुनर्रचनेच्या

खऱ्या तत्त्वावर आधारलेल्या भारताचे स्वप्न साकारलेले पाहण्यासाठी आयुष्य आपणास लाभावे अशी त्यांची अपेक्षा होती. भारतातील सर्वव्यापी अगतिकतेचा, स्वार्थाचा, भित्रेपणाचा, खुशामतखोर स्वभावाचा, कोडगेपणाचा, निर्लज्जतेचा अशा अनेक दुर्गुणांचा त्यांना कमालीचा तिटकारा होता. त्यांना परदेशी इंग्रज सत्ताधाऱ्यांचा परकीय म्हणून राग होता, परंतु त्याचबरोबर त्यांचे कर्तृत्व, कर्तव्यभावना, जिद्द, उद्योजकता, हिकमती स्वभाव या गुणांबद्दल नितान्त आदर होता. हिंदू आणि हिंदुत्वाबद्दल त्यांना कमालीचा आदर होता आणि त्यामुळे काही कालबाह्य हिंदू प्रथा-विधवा विवाह, बालविवाह, स्त्रीशिक्षण, स्त्रियांचे हक्क, जातिसंस्था इत्यादी बाबतीत त्यांची मते रूढिप्रिय होती; परंतु शेवटीशेवटी या प्रथा भारताच्या प्रगतीच्या आड येत असतील, तर त्यांचा फेरविचार करावा असे मत ते व्यक्त करीत. एवंच, भारताचे राजकीय दास्य दूर करून राजकीय स्वराज्याचे सुख प्राप्त करण्यासाठी जे जे करावे लागेल ते करण्याची त्यांची तयारी होती.

विष्णुशास्त्री यांच्या निधनानंतर त्यांनी सुरू केलेल्या प्रकल्पांची पुढची मांडामांड अर्थातच त्यांच्या सहकाऱ्यांवर येऊन पडली.

शास्त्रीबोवांच्या निधनावर न्यायमूर्ती रानडे तर कळवळून म्हणाले, "He had no business to die so soon."

टिळकांनी केसरीतील शास्त्रीबोवांच्या निधनावर लिहिलेल्या लेखात म्हटले,

"इंग्रजी शिक्षणाच्या पहिल्या घोटाबरोबर जो अव्यवस्थितपणाचा मद आला होता तो शास्त्रीबुवांनी दूर केला व सदाचार व खरा देशाभिमान लोकांना शिकविला... शास्त्रीबोवांच्या कर्तबगारीबद्दल त्यांस योग्य मान मिळून इंग्रजी शिक्षणाने आमच्या मंडळींच्या मनात पहिल्याने उत्पन्न झालेला चंचलपणा उत्तरोत्तर कमी होऊन, स्वभाषा, स्वदेश व विशेषकरून आपल्या देशातले व प्रांतातले लोक त्यांच्या संबंधाने सुशिक्षित मंडळी आपले कर्तव्य ओळखण्यास लागली व नीती, सदाचार आणि निश्चय यांच्या आश्रयाने ते कर्तव्य पार पाडू लागली असे म्हणण्याची पाळी येईल अशी मला उमेद आहे."

सर जेम्स फर्ग्युसन यांची भेट : १३ फेब्रुवारी, १८८४

न्यू इंग्लिश स्कूलच्या वार्षिक पारितोषिक वितरणाच्या समारंभाला त्यावेळच्या मुंबई प्रांताचे गव्हर्नर सर जेम्स फर्ग्युसन यांनी प्रमुख पाहुणे म्हणून उपस्थित राहण्यास संमती दिली. या कार्यक्रमात सर जेम्स फर्ग्युसन यांनी आपल्या भाषणात, शैक्षणिक क्षेत्रात खाजगी प्रयत्नांना उत्तेजन देण्याच्या नव्या सरकारी धोरणाचे सूतोवाच केले. चार वर्षे वयाच्या खाजगी शाळेच्या समारंभात असे सूतोवाच करणे

हा एक प्रकारे शाळेच्या कौतुकाचाच भाग होता. १८८३मध्ये न्यू इंग्लिश स्कूलचे स्थलांतर गद्रे वाड्यात झाले होते. तेथे हा कार्यक्रम झाला. या समारंभास नंतरच्या काळात भारतीय राष्ट्रीय काँग्रेसचे अध्यक्ष झालेले सर विल्यम वेडरबर्न आणि न्यायमूर्ती महादेव गोविंद रानडे उपस्थित होते. शाळेचे सुपरिटेंडेंट आपटे यांनी वार्षिक अहवाल सादर केल्यानंतर पाहुण्यांच्या हस्ते बक्षिसांचे वाटप झाले. आपल्या मुख्य भाषणात सर जेम्स फर्ग्युसन जे म्हणाले त्याचा आशय असा -

गेल्या चार वर्षांत आपल्या संस्थेने भरीव कामगिरी केल्यानंतर माझी भेट होत आहे ही खास समाधानाची बाब आहे. अशी भेट देणे म्हणजे केवळ मान नसून आपण सर्वांनी ज्या तऱ्हेने आणि त्वरेने ही संस्था उभारली त्या सर्व प्रयत्नांचे कौतुक करून उत्तेजन देणे हे मी माझे कर्तव्य मानतो. कोणतीही सरकारी मदत नसताना स्वार्थत्याग आणि निखळ देशप्रेम यांच्या आधारावर आपण जे करीत आहात, ते इतरांनाही मार्गदर्शक आहे आणि अभिमानाचेही आहे.

'सध्या शिक्षणसंस्थांना अनुदान देण्याचे नियम आहेत, ते बनविण्यामागे विशिष्ट उद्दिष्टे आहेत– एक म्हणजे सरकारी अनुदानाची रक्कम सुरक्षित राहावी आणि ज्या संस्थांना अनुदान दिले जाते त्या संस्थांची उद्दिष्टे आणि कार्यपद्धती विश्वासार्ह असावी, त्यांचा शैक्षणिक दर्जा उच्च असावा हे दुसरे उद्दिष्ट होय.

'सध्याचे अनुदानाचे नियम बदलण्याची वेळ आली आहे; हे नियम अधिक उदार होण्याची गरज आहे; विशेषत: खाजगी प्रयत्नाने शिक्षणक्षेत्रात खऱ्या अर्थाने भरीव कार्य करणाऱ्या संस्थांना अधिक आर्थिक साहाय्य करून उत्तेजन दिले पाहिजे. सध्या भारतामध्ये गेल्या काही वर्षांमध्ये शिक्षणक्षेत्रात लक्षणीय प्रगती होत आहे, याचे एक कारण म्हणजे खाजगी प्रयत्नांना जाणीवपूर्वक उत्तेजन देण्याचे सरकारचे धोरण होय, परंतु केवळ धोरणात्मक उत्तेजन पुरे पडणार नाही. खाजगी किंवा स्थानिक प्रयत्नांनी उत्तम कार्य करणाऱ्या शैक्षणिक संस्थांना सरकारी आर्थिक साहाय्य अधिक मोठ्या प्रमाणावर उपलब्ध करून दिले पाहिजे. संपूर्ण भारतात शिक्षणाचा प्रसार व्हावा, अशी आमची अपेक्षा आहे. शिक्षण हे कोणाही एका वर्गाची किंवा गटाची मक्तेदारी बनता कामा नये, फक्त काहींचा तो विशेष हक्क राहू नये. भारताच्या कानाकोपऱ्यात शिक्षणाचा प्रसार व्हायला हवा; संपूर्ण भारताचे शिक्षण हे सांस्कृतिक वारसा बनायला हवे. हे शिक्षण सर्वसामान्य जनतेला दैनंदिन गरजा भागवण्यास पुरे पडणारे असे मर्यादित न राहता शिक्षण हे अधिक व्यापक, उदारमतवादी आणि व्यावहारिक दृष्ट्या अधिक उपयोगी व्हायला हवे, विशेषत: मोठ्या प्रमाणावर गरीब असणाऱ्यांनाही ते सहज उपलब्ध व्हायला हवे, असे आमचे धोरण आहे.

'येथे मला एका विशेष गोष्टीचा उल्लेख करायला हवा. जी संस्था अगदी

सुरुवातीपासून गरीब आणि धडपडणाऱ्या मुलांना उच्च शिक्षण देण्याचा विडा उचलते आणि केवळ काही वर्षांतच अधिक आर्थिक संपन्नता असणाऱ्या संस्थांना मागे टाकून शिक्षणाचा उच्च दर्जा गाठते, अशा संस्थेला सरकारी पाठिंबा आणि मदत मिळणे अपरिहार्य आहे. (टाळ्या)

'या संस्थेचे प्रवर्तक आपली संस्था सार्वजनिक व्हावी यासाठी लगेच प्रयत्न करतील असे वाटत नाही. (तसे त्यांनी करूही नये); त्यांनी अजून काही वर्षे प्रयत्न करून अधिक उच्च दर्जा प्राप्त करून घ्यावा, मात्र अशा स्तुत्य प्रयत्न करणाऱ्या संस्थेला आम्ही मदतीचा हात पुढे केला नाही तर ते अन्यायकारक ठरेल. या संस्थेच्या संस्थापकांनी अत्यंत अल्पावधीत जे महत्त्वाचे कार्य केले आहे त्या श्रेयाचे ते धनी आहेत; पण मदतीचा हात पुढे करणाऱ्या आम्हालाही या श्रेयाचा अल्पसा वाटा मिळू द्या!

'लवकरच हंटर आयोगाचा अहवाल तयार होईल, त्यात शिक्षणासंबंधी सर्वांगीण विचार होईल; त्याचप्रमाणे स्थानिक स्वराज्य संस्थांबद्दलही अहवाल येईल. या दोन्ही अहवालांच्या सूचनांनुसार खाजगी संस्थांना सरकारी साहाय्य कसे द्यावयाचे हे ठरेल. त्याचा लाभ आपल्या संस्थेलाही झाल्याशिवाय राहणार नाही.'

संस्थेच्या प्रयत्नाचे एक व्यक्तिगत कौतुक म्हणून सर जेम्स फर्ग्युसन यांनी ज्या रकमेतून वार्षिक ५० रुपये व्याज येईल अशी १२५० रुपयांची रक्कम देऊन व्यवस्थापकांनी प्रतिवर्षी बक्षीस द्यावे अशी घोषणा केली. त्यामुळे अर्थातच सर जेम्स फर्ग्युसन हे डेक्कन एज्युकेशन सोसायटीचे पहिले आश्रयदाते (Patron) झाले.

आधी सामाजिक का आधी राजकीय?

गद्रे वाड्यातून रस्त्यावर आवाज येत होता.

"खरोखर तुम्ही सर्वांनी माझी निराशा केली. विवाहाचे वय दहावरून बारावर न्यावे ही सुधारणा किती क्षुल्लक, पण तीही तुम्हास मान्य होऊ नये. यास काय म्हणावे?" - आगरकरांचा हा आवाज होता.

"गोपाळराव, सुधारणा केवळ तुम्हास हवी आणि आम्हास नको हा डौल सोडून द्या! प्रश्न आहे सुधारणा कायद्याने करावी की नाही हा! सरकारचा चंचूप्रवेश आमच्या धर्मकार्यात आम्हास नको." - टिळकांनी उत्तर दिले.

"ब्रिटिशांनी तुम्हास गुलाम बनविले. शस्त्रे बाळगण्यावर बंदी घातली. तेव्हा तुम्ही काय केलेत? मग सरकारच्या अधिकाराचा सदुपयोग होत असेल तर तो का नाकारावा?" - आगरकर.

"आम्हाला अधिकार नाहीत, स्वातंत्र्य नाही हे तुम्ही मला सांगावयास नको!

पण जे अधिकार आहेत ते आपण सांभाळावयास हवेत! जबरदस्तीची सुधारणा म्हणजे लोकाग्रणींनी आपल्या नालायकीची दिलेली पावतीच होय.'' - टिळक.

''नालायक कोण? तुम्ही की आम्ही? लोकमताच्या अनुकूलतेसाठी लोकहितावर तिलांजली देणारे खरे नालायक.'' - आगरकर.

''खुषमस्करे कधी पोटं बांधून काम करीत नाहीत! उद्या सरकारशी भांडावयाचा प्रसंग आला म्हणजे लोकांच्या पाठिंब्यावरच भांडणार ना?'' - टिळक.

''इंग्रजांचं राज्य का आलं, आपली पेशवाई का खालसा झाली? समाज पोखरला होता म्हणूनच ना? अशा या क्षुद्र जंतूंच्या हातून काय होणार?'' - आगरकर.

''ज्यांनी मोठी राज्ये केली ते क्षुद्र जंतू! मुलींची लग्ने दहाव्या वर्षी होत होती म्हणून काही पेशवाई बुडाली नाही आणि पंचविसाव्या वर्षी केलीत म्हणून तो इंग्रज जाणार नाही.'' टिळक चटकन उद्‌गारले.

- या 'सुख'संवादावरून संमतीवयाच्या सामाजिक सुधारणेबाबत टिळक-आगरकर यांच्यात कसे खटके उडत असत याची कल्पना येते.

'केसरी'ने आपली सामाजिक भूमिका स्पष्ट करताना लिहिले, ''केसरीचे धोरण मध्यम प्रतीच्या उदारमतवादित्वाचे राहणार! उगाच धर्माची उठाठेव करून लोकांची मने दुखविण्याचा 'केसरी'चा विचार नाही.'' 'केसरी'च्या या भूमिकेशी आगरकरांची भूमिका काहीशी विरोधी होती. त्यांनी स्वच्छच लिहिले,

''लोकांना आज ज्या गोष्टी प्रिय आहेत, त्या या हतभागी लेखकास पसंत नसल्यामुळे लोकच्छंदानुवर्तन त्याला अशक्य झाले आहे, इतकेच नव्हे तर लोकास अप्रिय परंतु पथ्यकर असे विचार त्यांच्या मर्जीविरुद्ध पुन:पुन्हा आणणे हेच आमचे कर्तव्य आहे.''

बालविवाहावर बंदी घालण्यासाठी मुंबईच्या मलबारी शेठनी कायद्याची मदत घ्यावी असे सुचविले. 'केसरी'त कायद्याची व बिनकायद्याची सुधारणा अशा दोन्ही बाजू मांडल्या जात होत्या. आगरकर बालविवाहास कायद्याने बंदी करण्याच्या पक्षाचे होते; पण 'न्यू इंग्लिश स्कूल'मधील बहुमत त्यांच्याविरुद्ध होते. धर्मव्यवहारात सरकारी हस्तक्षेप नको, हेच काय ते सुधारक व सनातनी यांच्या वादाचे मूळ! आगरकर केसरीचे संपादक. ते संपादक असतानाही स्वत:च्या सहीने त्यांनी आपले कायद्याच्या बाजूचे मत मांडले.

संमतीवयाचे बिल व चळवळ

संमतीवयाच्या प्रश्नासंदर्भात तीन मतप्रवाह होते. सामाजिक सुधारणा कायद्याच्या

जोरावर कराव्यात असे म्हणणारे, मलबारींच्या मतांशी सहमत असणारे सुधारणावादी संख्येने अल्प असले तरी आग्रही होते. — हा पहिला पक्ष. ज्यांना सुधारणा हव्या असतील त्यांनी त्या स्वत: घडवून आणण्यास स्वत:ला बांधून घेण्याची व त्याविरुद्ध आचरण घडल्यास शिक्षा सोसण्याची शपथ घेऊन, अशा शपथेच्या बळकटीकरता, पण आपणा स्वत:पुरता कायदा मागून घ्यावा हा दुसरा पक्ष व सुधारणेला अनुकूल असे मत बहुजनसमाजात रूढ झाल्यावर सर्व समाजाला एकच शिस्त लागावी म्हणून केवळ अल्पसंख्याकांवर बळजबरी करण्याकरता कायदा मागण्यास हरकत नाही असे म्हणणारा तिसरा मतप्रवाह होता. या तिघांचे जाहीर वादविवाद वर्तमानपत्रातून होत होते. मलबारी शेठनी सुधारणेसाठी विलायतेतही चळवळ चालविली व त्यातून पुढे संमतीवयाच्या कायद्याची चळवळ जन्माला आली. मतभेद वाढतच होते. न्यायमूर्ती रानडेही टिळकांच्या टीकेतून सुटले नाहीत.

डेक्कन एज्युकेशन सोसायटीची स्थापना

शिक्षण आयोगापुढे आपली भूमिका मांडताना न्यू इंग्लिश स्कूलच्या प्रवर्तकांनी एक सूत्र विचारपूर्वक स्पष्ट केले होते. ते सूत्र असे, की ते ज्या शैक्षणिक संस्था स्थापू इच्छितात त्यांना स्थिर पाया लाभला पाहिजे, तात्कालिकता महत्त्वाची नसून त्या आपल्या उद्दिष्टांनुसार सतत कार्य करीत राहिल्या पाहिजेत, जनतेचा उदार पाठिंबा असल्याशिवाय आणि आर्थिक साहाय्याशिवाय अशा संस्था कायम राहण्यासाठी जनतेचा विश्वास संपादन केला पाहिजे आणि यासाठी केवळ काही व्यक्तींच्या खाजगी प्रयत्नांवर अवलंबून न राहता ते एखादी सूत्रबद्ध, रचनात्मक व्यवस्था निर्माण करतील. शिक्षणामध्ये रस असणाऱ्या आणि एकूण भारतीय समाजामध्ये प्रभाव असणाऱ्या व्यक्तींना या व्यवस्थेत सहभागी करून घेण्यात येईल. संस्था स्थापन करणारी मंडळी आपण या संस्थेचे मालक आहोत असे न समजता तात्पुरते विश्वस्त असून आपल्या त्यागावर व जबाबदारीवर संस्था दृढ पायावर उभी केल्यानंतर तिचे सार्वजनिक संस्थेत रूपांतर करून अशा संस्थेचे ते कायम किंवा आजीव सेवक म्हणून काम करतील. ज्या वेळी संस्थेचे महाविद्यालय असावे, अशी कल्पना पुढे आली त्या वेळी औपचारिक विश्वस्त यंत्रणेची गरज प्रकर्षाने पुढे आली.

१८८३ सालच्या न्यू इंग्लिश स्कूलच्या सुपरिंटेंडेंट यांच्या वार्षिक अहवालात खाजगी आर्ट्स कॉलेज स्थापन करून आणि तेथून शिक्षण घेतलेल्या पदवीधरांच्या साहाय्याने संपूर्ण महाराष्ट्रव्यापी खाजगी शिक्षणसंस्थांची साखळी निर्माण करता येईल असा उल्लेख होता, त्याचबरोबर या संस्था योग्य पद्धतीने चालविण्यासाठी एक विश्वस्त मंडळ नेमून दैनंदिन कारभारावर नियंत्रण ठेवण्यासाठी व्यवस्थापन

समिती असेल असाही उल्लेख होता. १८८४ सालच्या पूर्वार्धात काही निवडक मंडळींबरोबर चर्चा करून घटना बनविण्याचे काम चालू होते. प्राथमिक तयारी झाल्यानंतर न्यू इंग्लिश स्कूलचे सुपरिंटेंडेंट वामन शिवराम आपटे यांनी २१ ऑक्टोबर, १८८४ रोजी लिहिलेल्या पत्रानुसार २४ ऑक्टोबर, १८८४ रोजी सकाळी साडेआठ वाजता शनिवारपेठेतील गद्रेवाड्यात सभा बोलाविली. सोसायटी स्थापन करणे, कौन्सिलची स्थापना करणे व विश्वस्त नेमणे ही अपेक्षित उद्देशपत्रिका होती. या सभेला न्यू इंग्लिश स्कूलचे संस्थापक, शिक्षक यांच्याशिवाय अन्य मान्यवर उपस्थित होते. सर विल्यम वेडरबर्न, महादेव गोविंद रानडे, रामकृष्ण गोपाळ भांडारकर, शंकर पांडुरंग पंडित, नारायणभाई दांडेकर, महादेव मोरेश्वर कुंटे, कुपस्वामी मुदलीयार, विश्राम रावजी घोले, त्र्यंबक नारायण राजमाचीकर, काशिनाथ परशुराम गाडगीळ, विष्णू बाळकृष्ण सोहोनी इत्यादींचा समावेश होता.

या सभेचे अध्यक्षस्थान वेडरबर्न यांनी स्वीकारावे, अशी सूचना रानडे यांनी केली.

वेडरबर्न यांच्या अध्यक्षतेखाली सभेचे कामकाज सुरू झाले. वेडरबर्न यांनी आपल्या प्रास्ताविक भाषणात 'न्यू इंग्लिश स्कूल'च्या प्रवर्तकांच्या कार्याची प्रशंसा केली आणि श्री. आपटे यांना सोसायटीच्या स्थापनेसंबंधी ठराव मांडण्यास सांगितले. ठरावाचा आशय असा :

'न्यू इंग्लिश स्कूलचे व्यवस्थापक आणि खाजगी शिक्षणाबद्दल आस्था बाळगणारे हितचिंतक यांच्या मतानुसार खाजगी शिक्षणाचा हेतू साध्य करण्यासाठी, शिक्षणसंस्थेला व्यापक पाया आणि कायम स्वरूप देण्यासाठी 'सोसायटी' स्थापन करण्याची आवश्यकता आहे. या हेतूने सोसायटीची स्थापना करण्यात यावी आणि सोसायटीचे नाव 'डेक्कन एज्युकेशन सोसायटी', असे ठेवण्यात यावे.'

दुसरा ठराव टिळक यांनी मांडला. त्यानुसार सोसायटीमध्ये सव्वीस सभासद असावेत, ५ आश्रयदाते (Patrons), २१ सभासद (Fellows), त्याबरोबर न्यू इंग्लिश स्कूलचे ७ आजीव सदस्य असावेत, असे ठरले.

तिसरा ठराव भांडारकर यांनी मांडला. या ठरावात सोसायटीचे मार्गदर्शक नियम आणि पोटनियम यांना मान्यता देण्याची सूचना होती.

चौथ्या ठरावानुसार असे ठरले की, न्यू इंग्लिश स्कूलच्या व्यवस्थापनासाठी तात्पुरती परिषद (Council) नेमण्यात येईल. या सभेत 'न्यू इंग्लिश स्कूल'चे व्यवस्थापन करणारे सात सभासद आणि तितकेच संस्थेबाहेरचे अन्य सात सभासद असतील. जानेवारी, १८८५मध्ये सोसायटीच्या नियमानुसार नवीन सभा अस्तित्वात येईपर्यंत यांचा कार्यकाल राहील.

पाचव्या ठरावानुसार विश्वनाथ नारायण मंडलीक आणि विल्यम वर्डस्वर्थ यांची

विश्वस्त म्हणून नेमणूक करण्यात आली.

सहाव्या ठरावानुसार तात्पुरत्या सभेला डेक्कन एज्युकेशन सोसायटीस आवश्यक तो निधी उभारण्याचा अधिकार देण्यात आला.

२४ ऑक्टोबर, १८८४ रोजी डेक्कन एज्युकेशन सोसायटीचे नियम मान्य झाले. त्यावेळी असे नमूद करण्यात आले की, १८८०मध्ये स्व. विष्णू कृष्ण चिपळूणकर यांनी सर्वश्री टिळक आणि नामजोशी यांच्यासह 'शिक्षण स्वस्त आणि सुलभ' करण्याच्या हेतूने 'द न्यू इंग्लिश स्कूल'ची स्थापना केल्यानुसार आणि तद्नंतर वेळोवेळी पाच इतर सहकारी शाळेच्या उपक्रमात सहभागी झाल्यानुसार तयार झालेल्या व्यवस्थेत 'न्यू इंग्लिश स्कूल'च्या संस्थापकांच्या नामावलीत खालील व्यक्तींचा समावेश झाला आहे -

१. बाळ गंगाधार टिळक, बी.ए., एल.एल.बी.

२. महादेव बल्लाळ नामजोशी

३. वामन शिवराम आपटे, एम.ए.

४. गोपाळ गणेश आगरकर, एम.ए.

५. वासुदेव बाळकृष्ण केळकर, बी.ए.

७. नारायण कृष्ण धारप, बी.ए.

डेक्कन एज्युकेशन सोसायटीच्या मूळ घटनेत (१८८४) सर्व संरचना, नियम व पोटनियम दिलेले होते. भावी काळात गरजेनुसार त्यामध्ये बदल करण्यात आले. उदाहरणार्थ, १८९२च्या डिसेंबरमध्ये व १८९३च्या नोव्हेंबरमध्ये मूळ नियमांमध्ये काही बदल करण्यात आले.

◆

परिशिष्ट

डेक्कन एज्युकेशन सोसायटीचे पेट्रन आणि फेलो यांची यादी : २४ ऑक्टोबर, १८८४

१.	हिज एक्सलन्सी सर जेम्स फर्ग्युसन	पेट्रन
२.	सर डब्ल्यू. वेडरबर्न*	पेट्रन
३.	ऑनरेबल के. टी. तेलंग, सी. एस. आय.*	पेट्रन
४.	रावबहादुर म. गो. रानडे*	पेट्रन
५.	हरी रावजी चिपळूणकर	पेट्रन
६.	पांडुरंग गोविंद वकील, अकोला	फेलो
७.	देवराव विनायक दिगंबर, अकोला	फेलो
८.	आर. एन. मुधोळकर, अमरावती	फेलो
९.	डी. व्ही. भागवत, अकोला	फेलो
१०.	हिज हायनेस रीजंट, कोल्हापूर	फेलो
११.	हिज एक्सलन्सी विंटर, पुणे	फेलो
१२.	रावसाहेब व्ही. एन. मंडलीक, सी.आय.ई.	फेलो
१३.	प्रा. आर. जी. भांडारकर*	फेलो
१४.	रावबहादुर व्ही. एम. भिडे	फेलो
१५.	रावबहादुर विजयरंगम मुदलियार	फेलो
१६.	रावसाहेब एस. व्ही. पटवर्धन*	फेलो
१७.	प्रिन्सिपल डब्ल्यू. वर्डस्वर्थ	फेलो
१८.	प्रा. एफ. जी. सेल्बी*	फेलो
१९.	रावबहादुर एन. बी. दांडेकर*	फेलो
२०.	रावबहादुर वाय. एम. केळकर	फेलो
२१.	कुपस्वामी मुदलियार	फेलो
२२.	के. पी. गाडगीळ	फेलो
२३.	रावबहादुर व्ही. बी. सोहोनी	फेलो
२४.	व्ही. एम. लेले	फेलो
२५.	डी. पी. जठार	फेलो
२६.	रावसाहेब डॉ. व्ही. आर. घोले	फेलो

---

* वेडरबर्न, भांडारकर, तेलंग, रानडे, पटवर्धन, सेल्बी, दांडेकर हे तात्पुरत्या परिषदेचे (Council) सभासद होते आणि नंतर १८८५मध्ये निवडलेल्या परिषदेचेही सभासद होते.

डेक्कन एज्युकेशन सोसायटीचे पहिले देणगीदार

पां. गो. वकील

दे. वि. दिगंबर

आर. एन. मुधोळकर

डी. व्ही. भागवत

D 27-1-85

No 1443 of 1884-85

Office of the University Registrar
Bombay January 23, 1885.

To
Sir William Wedderburn Bart
Chairman Provisional Council
of the Deccan Education
Society, Poona.

Sir,

With reference to your letter No 5 of 1884, I have the honour to inform you that at a meeting of the Senate held on the 13th December last, the following Resolution was unanimously adopted:-

"That the new College at Poona called "The Fergusson College" be recognized in the Faculty of Arts for the purposes of the Previous Examination for three years from the current Term".

I have the honour to be
Sir,
Your most obedient servant

P. Peterson
University Registrar.

Please circulate to Council
26.1.85. [illegible]

प्रकरण दुसरे

फर्ग्युसनचा शुभारंभ

प्रास्ताविक

हंटर आयोगापुढे वामन शिवराम आपटे यांनी शैक्षणिक भूमिका मांडली होती; त्या वेळी ते न्यू इंग्लिश स्कूलचे सुपरिंटेंडेंट होते. १८८३च्या शाळेच्या वार्षिक अहवालात खाजगी आर्ट्स कॉलेज स्थापन करण्याची कल्पना मांडण्यात आली होती. २३ फेब्रुवारी, १८८४ रोजी शाळेच्या वार्षिक पारितोषिक वितरण समारंभात गव्हर्नर सर जेम्स फर्ग्युसन यांनी अशा कॉलेज स्थापण्याच्या कल्पनेला उचलून धरले. विस्तृत चर्चेसाठी २४ ऑक्टोबर रोजी बोलावण्यात आलेल्या सभेत डेक्कन एज्युकेशन सोसायटीच्या स्थापनेचा ठराव मंजूर झाला आणि संस्थेचे पहिले कॉलेज स्थापण्याच्या कल्पनेला वेग आला. झपाट्याने घटना घडत होत्या. १२ नोव्हेंबर, १८८४च्या सभेत संकल्पित कॉलेजचे नाव काय ठेवावे हा प्रस्ताव होता; त्यासंबंधी केलेल्या ठरावात मुंबई प्रांताचे गव्हर्नर सर जेम्स फर्ग्युसन यांना नव्या कॉलेजला 'फर्ग्युसन कॉलेज' हे नाव देण्यास संमती देण्याची विनंती करावी असे ठरले होते. या ठरावानुसार नामजोशी यांनी मुंबई प्रांताच्या सरकारच्या मुख्य सचिवांना पत्र लिहिले आणि त्यात 'सर जेम्स फर्ग्युसन यांनी न्यू इंग्लिश स्कूलला प्रतिष्ठा प्राप्त करून देण्यासाठी जे जे प्रयत्न झाले त्या प्रयत्नांना सर्वतोपरी साहाय्य करून पाठिंबा दिला आहे, त्याबद्दलची कृतज्ञता व्यक्त करण्यासाठी त्यांचेच नाव नव्या प्रस्तावित कॉलेजला देण्याची सोसायटीची इच्छा आहे व त्यास संमती द्यावी,' असे सुचविले होते.

वास्तवात केसरी आणि मराठा या दोन्ही पत्रांत गव्हर्नर फर्ग्युसन यांच्यावर

कडक टीका होत असे. मुंबई प्रांतात स्थानिक स्वराज्याचा कायदा अमलात आणण्याबद्दल फर्ग्युसन यांचे धोरण प्रतिगामी आहे असे म्हटले होते. केसरीने एका लेखात तर 'जेम्स फर्ग्युसन म्हणजे लॉर्ड रिपन आणि लिटन यांची संयुक्त आवृत्ती आहे', असे म्हटले होते. मात्र केसरीचे संपादक टिळक-आगरकर या दोघांनाही जेम्स फर्ग्युसन यांच्या शैक्षणिक उदारमतवादाचे कौतुक होते, त्यामुळे नव्या कॉलेजला 'फर्ग्युसन' यांचे नाव देण्यास मुळीच विरोध नव्हता.

सर जेम्स फर्ग्युसन यांनी कॉलेजला त्यांचे नाव देण्यास संमती कळविली.

१९ नोव्हेंबर, १८८४ रोजी सोसायटीतर्फे मुंबई विद्यापीठास पत्र पाठविण्यात आले व फर्ग्युसन कॉलेजला मान्यता द्यावी असे सुचविले. मुंबई विद्यापीठाच्या १९ डिसेंबर, १८८४च्या सिंडिकेटच्या सभेने फर्ग्युसन कॉलेजला तीन वर्षांची तात्पुरती मान्यता दिली. अशा तऱ्हेने नवीन कॉलेजच्या स्थापनेला हिरवा कंदील मिळाला.

फर्ग्युसन कॉलेजचा उद्‌घाटन समारंभ

शुक्रवार, दि. २ जानेवारी, १८८५
वेळ - सकाळी साडेआठ
स्थळ - गद्रेवाडा, पहिला चौक

गद्रेवाड्याची इमारत सुंदर सजवली होती. वाड्याच्या दुसऱ्या मजल्याच्या दर्शनी भागात प्रवेशद्वारापाशी लाल रंगाच्या कापडावर सोनेरी अक्षरांत लिहिले होते

THE NEW ENGLISH SCHOOL
AND
FERGUSSON COLLEGE, POONA

कमानीवर लिहिले होते:

THE DECCAN EDUCATION SOCIETY'S INSTITUTIONS

प्रवेशद्वारापासून मुख्य सभागृहाच्या दोन्ही बाजूंनी फुलदाण्या ठेवण्यात आल्या होत्या, तर सकाळच्या मंद वाऱ्याच्या झुळकेने निशाणे फडकत होती. सभागृहात तांबड्या रंगाचे जाजम अंथरले होते आणि चौकाच्या मध्यभागी 'फर्ग्युसन'चे उद्‌घाटक प्राचार्य वर्डस्वर्थ आणि डेक्कन एज्युकेशन सोसायटीच्या परिषदेचे अध्यक्ष वेडरबर्न यांच्यासाठी मंच उभारला होता. मंचाच्या दोन्ही बाजूंना सरदार,

युरोपीय आणि एतद्देशीय मान्यवरांसाठी खुर्च्या ठेवण्यात आल्या होत्या. तळमजला विद्यार्थ्यांसाठी राखून ठेवला होता तर पहिल्या व दुसऱ्या मजल्यांच्या गॅलऱ्यांमध्ये अन्य लोकांसाठी व्यवस्था करण्यात आली होती. दुसऱ्या मजल्याच्या गॅलरीच्या दर्शनी भिंतीवर सोसायटीचे ब्रीदवाक्य 'UNION IS STRENGTH' झळकत होते. वातावरण थंड राहण्यासाठी तळमजल्याच्या भिंतींना वाळ्याचे पडदे लावले होते. सभागृहात नियामक समितीच्या सभासदांबरोबर सांगली, मिरज, जत या संस्थानांचे प्रमुख संस्थानिक, इंदूरचे सरदार किबे, भाऊसाहेब नातू, बाबासाहेब नातू, श्रीमती वेडरबर्न, पूना हायस्कूलचे मुख्याध्यापक श्री. जेकब, सायन्स कॉलेजचे प्रा. सूरजी, श्रीमती सूरजी, पुण्याचे जिल्हाधिकारी श्री. प्लंकेट, डेक्कन कॉलेजचे प्रा. काथवटे, श्री. एम. एम. कुंटे इत्यादी मान्यवर मंडळी उपस्थित होती.

सोसायटीच्या परिषदेचे अध्यक्ष विल्यम वेडरबर्न यांनी उद्घाटक प्राचार्य वर्डस्वर्थ यांना मंचावर अगत्यपूर्वक उत्थापन दिले आणि ठीक साडेआठ वाजता कार्यक्रम सुरू झाला. वेडरबर्न यांनी वामनराव आपटे यांना प्रास्ताविक भाषण करण्याची विनंती केली. प्रा. आपटे यांनी आपल्या स्वागतपर भाषणात संस्थेच्या स्थापनेचा इतिहास थोडक्यात सांगून उदारमतवादी शैक्षणिक धोरणाचे प्रवक्ते आणि मुंबई प्रांतात खाजगी संस्थांना शैक्षणिक संस्था काढण्याची परवानगी देणारे, सोसायटीचे पहिले आश्रयदाते आणि प्रांताचे गव्हर्नर सर जेम्स फर्ग्युसन यांचे नाव देण्याची सूचना केली आणि टाळ्यांच्या कडकडाटात या घोषणेचे स्वागत करण्यात आले.

सर विल्यम वेडरबर्न यांनी प्राचार्य वर्डस्वर्थ यांना फर्ग्युसन कॉलेजचे उद्घाटन करण्याची औपचारिक विनंती केली. त्या वेळी 'ज्या प्रेरणेने हे कॉलेज सुरू होत आहे ती प्रेरणा यापुढेही राहील आणि भावी काळात हे विद्यालय केवळ बौद्धिक ऊर्जेचे केंद्र न राहता प्रकाश आणि माधुर्य यांचे घरकूलही बनेल,'* असे उद्गार त्यांनी काढले.

प्राचार्य वर्डस्वर्थ आपल्या विस्तृत भावपूर्ण भाषणात म्हणाले,

"मा. अध्यक्ष आणि सभ्य स्त्रीपुरुषहो!

...या पुणे शहरात मी व्यतीत केलेली काही वर्षे सुखद अनुभवांची स्मृती देणारी आहेत आणि ज्या प्राचीन शहराने बौद्धिक, सामाजिक, राजकीय क्षेत्रांत विलक्षण प्रगती साधली आहे त्या शहराच्या घडामोडीसंबंधी मी अलिप्त नाही. आजचा समारंभ त्या प्रगतीचे एक द्योतक आहे आणि माझ्या दृष्टीने त्याला

---

* "This college will even prove worthy in spirit of the auspices under which it now commences, and that in future days it will become not only a centre of intellectual energy, but also a home of sweetness and light." - Wedderburn

विशेष अर्थ आहे, कारण ज्यांनी या संस्थेची स्थापना केली आहे त्यांनी डेक्कन कॉलेजकडून स्फूर्ती घेतली आहे; आज उपस्थित असलेल्यांपैकी बहुतेकांनी डेक्कन कॉलेजमध्ये शिक्षण घेतले आहे. त्या संस्थेशी माझा अनेक वर्षे संबंध राहिला आहे. डेक्कन कॉलेजच्या शिक्षणाने त्यांची व्यक्तिमत्वे घडविली आहेत. त्यांनी स्थापन केलेल्या 'न्यू इंग्लिश स्कूल'च्या प्रगतीने थोड्याच अवधीत भारताच्या कानाकोपऱ्याचे लक्ष वेधून घेतले आहे. भारताच्या शिक्षणआयोगाचे अध्यक्ष डॉ. हंटर, दोन वर्षांपूर्वी पुण्याच्या भेटीत या शैक्षणिक प्रयोगाने प्रभावित झाले होते; इतकेच नव्हे तर भारताचे व्हॉइसराय लॉर्ड रिपन यांनीही संस्थेचे आश्रयदाते होण्यात आनंद मानला आहे. तुमच्या राज्याचे गव्हर्नर सर जेम्स फर्ग्युसन यांचे नाव आपण नवीन महाविद्यालयाला देत आहात; त्यांनी अनेक वेळा अनेक मार्गांनी आपल्या कार्यात रस घेतला आहे; पाठिंबा दिला आहे. हे महाविद्यालय 'फर्ग्युसन' यांच्या नावाचे कायम स्मारक राहणार आहे, सतत स्फूर्ती देत राहणार आहे. दख्खन आणि कट्टायवार (कर्नाटक) येथील संस्थानिकांनी, नेहमीच चांगल्या कामाच्या पाठीशी राहण्याच्या प्रवृत्तीने आपणास उदार मनाने साहाय्य केले आहे. डेक्कन एज्युकेशन सोसायटीच्या आजपर्यंतच्या कामाचे यश पाहता नव्या उदंड आत्मविश्वासाने कार्यरत राहाल आणि भावी काळात लक्षणीय यश मिळवाल, याची मला खात्री आहे.

"लॉर्ड रिपन यांचा मी खास उल्लेख करीत आहे. आपण ज्या काळात नव्या कार्याची सुरुवात करीत आहात तो काळ अनेक दृष्टींनी अविस्मरणीय आहे. व्हाईसरॉयपदाचा हा संक्रमण काळ! लॉर्ड रिपन यांची कारकीर्द अनेक कारणांनी अविस्मरणीय आहे, लक्षणीय आहे. ज्या औदार्याने आणि आशावादी भूमिकेतून त्यांनी कार्य केले त्याचे भारतीय जनतेने मनापासून स्वागत केले आहे (टाळ्या). त्यांचा कालखंड हा शांततेचा कालखंड आहे, भौतिक आणि नैतिक प्रगतीचा कालखंड आहे, जनमत जागृत होत आहे; राजकीय जागरूकतेचे हे वेगळे दर्शन आहे (टाळ्या). माझ्या मते लॉर्ड रिपन यांनी भारताच्या प्रगतीचा विधायक दृष्टिकोनातून अर्थ लावला, प्रगतीच्या पाऊलखुणा जोपासल्या.

"कालच मुंबई विद्यापीठाने त्यांना 'डॉक्टर ऑफ लॉज' या सन्माननीय पदवीने गौरविले; त्यावेळचे त्यांचे उद्गार उल्लेखनीय आहेत. - ब्रिटिश सरकारने इंग्रजी शिक्षणातून भारतीयांवर जे संस्कार केले त्यामुळे उच्चविद्याविभूषितांच्या अपेक्षा आणि आकांक्षा वाढल्या आहेत. त्या अपेक्षा पुऱ्या करण्यासाठी त्यांना प्रशासनामध्ये, न्यायसंस्थांमध्ये सहभागी करून घेतले पाहिजे; एवढेच नव्हे तर स्वत:चे निर्णय स्वत:च घेण्याची क्षमता वाढविण्यासाठी स्थानिक प्रशासनामध्ये त्यांच्यावर वाढती जबाबदारी सोपविली पाहिजे आणि हळूहळू प्रांतिक व पुढे राष्ट्रीय पातळीवर

होळकर वाडा : इंदूर दरबारकडून डे. ए. सोसायटीस १८८४पासून भाड्याने

गद्रे वाडा - दिवाणखाना : सोसायटीचे गठन व फर्ग्युसन कॉलेजच्या प्रीव्हियस वर्गाचे उद्घाटन

जेम्स फर्ग्युसन

विल्यम वर्डस्वर्थ

विल्यम वेडरबर्न

लॉर्ड रिपन

विधिमंडळांमध्ये जनतेची मते आणि जनतेच्या आकांक्षा मोकळेपणाने व्यक्त करण्याची संधी दिली पाहिजे, ज्यायोगे देशाच्या कारभाराला दिशा देण्याचे, त्यावर योग्य प्रभाव पाडण्याचे कौशल्य त्यांना लाभू शकेल. - लॉर्ड रिपन* यांचे उद्‌गार एका दृष्टीने क्रांतिकारी आहेत. विद्यमान काळातील बदल आणि भविष्यकाळातले संभाव्य बदल यांची दखल घेणारे कोणतेही बदल हे स्वाभाविकपणे क्रांतिकारक असतात, कोणत्याही प्रकारचा बदल ही भविष्यातल्या क्रांतीची नांदी असते. माझ्या मते इतिहासाच्या तत्त्वज्ञानातून काही शिकता येत असेल तर ते हे की, क्रांतीचे खरे शिल्पकार कोणत्याही बदलाला विरोध करणारेच असतात आणि हेच लोक आपल्या भोवती होत असलेल्या बदलांचे महत्त्व समजून घेत नाहीत. फ्रेंच राज्यक्रांतीपासून बरेच काही शिकण्यासारखे आहे. माझ्यापुढे बसलेले तरुण बर्कच्या इतिहासातून पुढे शिकतीलच. फ्रेंच राज्यक्रांतीच्या जवळजवळ एक शतक आधी फ्रेंच समाजात बदल होत होते, समाजात एक नवीन वर्ग उदयास येत होता, त्या वर्गाकडे सामाजिक बदलाच्या नव्या संकल्पना होत्या, सर्वसामान्यांच्या धर्मकल्पना बदलण्याची दृष्टी होती, परंतु दुर्दैवाने फ्रान्सच्या सत्ताधारी वर्गाला याची जाणीवच होत नव्हती; भावी क्रांतीची सूचना त्यांच्या लक्षातच येत नव्हती; धोक्याच्या सूचनेकडे दुर्लक्ष केल्याने त्यांचेच नुकसान झाले. मी आपल्यापुढे मांडत असलेल्या लॉर्ड रिपन यांच्या भाषणातून व्यक्त झालेली धोरणाची संकल्पना खूप वेगळी आहे. लॉर्ड रिपन यांच्या धोरणाचा मी उल्लेख केला, मात्र एखाद्या धोरणाच्या मागची संकल्पना चांगली असेल पण तेवढ्याने भागत नाही. अनुभवाने असे लक्षात येते की धोरणाच्या अंमलबजावणीच्या त्रुटींमुळे ते धोरण व्यवहारात उतरत नाही किंवा फसते. धोरणाचे यश दोन गोष्टींवर अवलंबून असते. माझ्या दृष्टीने उल्लेखिलेल्या बदलात दोन घटक आहेत; एक इंग्लिश आणि दुसरा भारतीय! मला आपले धोरण अमलात येईल असा विश्वास आहे. इंग्रजांचा विचार केला तर सर्व युरोपात इंग्लिश समाजाचा राजकीय अनुभव सर्वांत परिपक्व आहे (टाळ्या). तसेच राष्ट्रीय न्यायाचा विचार करताही इंग्लिश जनता अग्रेसर आहे. यामुळे मला विश्वास वाटतो की इंग्लिश लोक जे काम अंगावर घेतील ते पार पाडण्यात कसूर करणार नाहीत. भारतीय जनतेवर राज्य करताना पूर्ण विचारांती भारतीय जनतेच्या ज्ञानात भर टाकण्याचा, स्वतंत्र पत्रकारितेचा अंगीकार करण्याचा व त्यावर जनतेला जागरूक करण्याचा निर्णय घेतला तेव्हा या धोरणाचे काय परिणाम होतील याची जाण होती.

---

* १८८४ साली उदारमतवादी लॉर्ड रिपन यांनी स्थानिक स्वराज्य संस्थांसंबंधी कायदा केला (Local Self Government Act). हा कायदा आजही भारतातील लोकशाही विकेंद्रीकरणाचा (पंचायत राज) पाया मानला जातो.

न्यायभावना आणि राजकीय भावना या दोन्ही घटकांच्या समन्वयामुळे धोरण यशस्वी होण्याची खात्री आहे... या धोरणापुढे राजकीय प्रगती आणि या देशाच्या जनतेचा उद्धार होणे अपरिहार्य आहे. आपण सुज्ञ आहात; त्यामुळे अशा धोरणाबाबत रास्त आणि विचारपूर्वक प्रतिसाद द्याल...

"...दुसऱ्या घटकाचा विचार करता... भारतीयांमध्ये शिक्षित जनता आणि अन्य जनसामान्य यांच्या वृत्तीमध्ये मोठा फरक आहे. शिक्षित जनता परंपरा आणि रूढी यांपासून दूर जात आहे, तिच्यात क्रांतीचे स्फुल्लिंग आहे. युरोपचा अनुभव वेगळा नाही. स्पेन, रशिया आणि किंबहुना फ्रान्समध्येही अज्ञान आणि राजकीय अनुभवाचा अभाव असलेल्या वर्गापेक्षा ज्ञानाचा प्रकाश आणि राजकीय अनुभव असलेल्या सुशिक्षित वर्गातील जनता यांच्यातील प्रचंड दरीमुळे त्या देशांना आध्यात्मिक तसेच भौतिक दहशतीला व दडपशाहीला कसे तोंड द्यावे लागले हे जगजाहीर आहे."

बंगालच्या क्रांतिकारक पवित्र्याबद्दल नाराजी व्यक्त करून ते म्हणाले,

"भारताच्या या भागातील परिस्थिती अधिक आशावादी आहे. आपल्या संस्थेचे अवाजवी कौतुक करण्याची माझी इच्छा नाही, परंतु आपल्या संस्थेचा इतिहास पाहता तिच्या भविष्याची पुढील प्रगतीची चांगली सुरुवात होत आहे. मला खात्री आहे की जर भारतीय तरुणांना आपल्यासारखी शिस्त आणि स्वार्थत्यागाची शिकवण मिळाली तर लॉर्ड रिपन यांच्या शब्दांत सांगितलेली शांततामय क्रांती फार दूर नाही. मी जे सांगतो आहे. ते कदाचित काहींना मूळ विषयापासून वेगळे वाटेल. मी नव्या महाविद्यालयाच्या उद्घाटनासाठी आलो आहे आणि बोलताना राजकारणाला स्पर्श करतो आहे या टीकेबाबत माझे उत्तर असे आहे, की कोणत्याही महत्त्वाच्या सामाजिक घटनेला राजकीय बाजू असतेच, मोठे राजकीय महत्त्व असतेच (टाळ्या). येथे उपस्थित असलेल्या माझ्या माजी विद्यार्थ्यांना माहिती आहे की इतिहासाचा अभ्यास हा माझा मुख्य विषय आहे, मात्र विद्यमान महत्त्वाच्या राजकीय प्रश्नांना स्पर्श नसेल तर तो इतिहास केवळ पुस्तकी सनावळींचा अभ्यास असेल. मी पंचवीस वर्षांपूर्वी भारतात आलो त्यावेळी हा विचार घेऊन आलो. भारतात येणाऱ्या इंग्रजांचे येथे येण्यामागे अनेक हेतू असतील, पण माझ्यापुरते बोलायचे झाल्यास पौर्वात्य विषय आणि पौर्वात्य प्रश्नांचा अभ्यास हा माझा हेतू नव्हता, भारतीय भाषांचे प्राचीनत्व मला अभ्यासायचे नव्हते किंबहुना ते करण्याची माझी पात्रताही नसेल. मला माझ्या कार्यात काही यश मिळाले असेल तर ते काही अपघाती कारणामुळे! मला नेहमी असे आढळले की ज्यांच्या मी संपर्कात आलो त्यांना शिक्षणाची जी संधी मिळेल त्या संधीचा जास्तीतजास्त लाभ घेण्याची तीव्र इच्छा होती, ओढ होती. भारतात जे प्रागतिक बदल होत आहेत ते पाहून मला

आनंद होत आहे. आयुष्याच्या अशा अवस्थेत मी आहे की भारतातले माझे वास्तव्य संपण्याच्या मार्गावर आले आहे, पण परत जाताना आनंदाची भावना मी माझ्याबरोबर अन्यत्र घेऊन जाणार आहे. तुमच्या पुढे येणाऱ्या संधीमुळे होणाऱ्या प्रगतीचा मागोवा घेण्यात मला नेहमी रस राहील आणि भारतातील जनतेच्या सावकाश पण निश्चित होणाऱ्या उत्थापनाच्या काळात माझाही थोडासा वाटा आहे हे आठवून, जीवनाच्या अंतसमयी मागे वळून पाहताना मला समाधानच मिळणार आहे.

रा. गो. भांडारकर

"या महाविद्यालयाचे उद्घाटन झाले असे मी जाहीर करतो आणि या महाविद्यालयाला दीर्घ, उपयुक्त आणि सन्मान्य आयुष्य लाभावे अशी सदिच्छा व्यक्त करतो; त्याबरोबरच ज्यांचे नाव संस्थेला लाभले आहे त्यांना संस्थेची प्रगती पाहण्याचे भाग्य लाभो मी आशा करतो. या दख्खनच्या प्राचीन शहरात संस्थेचा लौकिक वाढो आणि या संस्थेत अनेकांना भावनेवर नियंत्रण ठेवणाऱ्या ज्ञानाचे धडे मिळोत आणि मानवी मनाचे गुणप्रेम आणि ज्ञानप्रेम वाढून त्यांचे उन्नयन होवो!" (टाळ्याच टाळ्या).

सर भांडारकर आणि काथवटे यांनी अनुक्रमे वर्डस्वर्थ आणि वेडरबर्न यांचे शैक्षणिक चळवळीत खास लक्ष घालण्याबद्दल आभार मानले. वेडरबर्न यांनी विद्यालयाच्या यशाबद्दल त्रिवार घोषणा दिल्या, तेलंगांनी वर्डस्वर्थ यांच्या नावे त्रिवार घोष केला आणि अशाप्रकारे एका ऐतिहासिक कार्यक्रमाचा समारोप झाला.

संकल्पित वास्तूची कोनशिला (५ मार्च, १८८५) (बुधवार बाग)

डेक्कन एज्युकेशन सोसायटीच्या न्यू इंग्लिश स्कूल आणि फर्ग्युसन कॉलेज या शैक्षणिक संस्थांबाबत सरकारची भूमिका सुनिश्चित सहकार्याची व सहानुभूतीची होती. न्यू इंग्लिश स्कूलचे वर्ग आणि २ जानेवारी, १८८५ रोजी स्थापन झालेल्या फर्ग्युसन महाविद्यालयाच्या पहिल्या वर्षाच्या (Previous) विद्यार्थ्यांसाठी मोठ्या प्रमाणावर जागेची आवश्यकता होती. सोसायटीकडे रु. ७५,०००च्या देणग्यांची आश्वासनेही तयार होती. एकूण बांधकामासाठी रु. १ लक्ष ५० हजाराचे बांधकामाचे अंदाजपत्रक तयार होते. कार्यकर्त्यांचा उत्साह पाहून सरकारने तीन प्रस्ताव तयार ठेवले होते. १८८४च्या ऑक्टोबर महिन्यात शनिवारवाड्याजवळची जागा देण्याचे

आश्वासन देण्यात आले होते, ते शक्य होत नाही असे लक्षात आल्यावर या जागेऐवजी नानावाडा अथवा बुधवार चौकातील बुधवार बाग आणि त्यालगतची फरासखाना इमारतीची जागा हे दोन पर्याय सरकारने सोसायटीपुढे ठेवले, त्यातील बुधवार बागेच्या जागेला प्राधान्य देण्यात आले. बेलबागेच्या उत्तरेच्या बाजूला असलेल्या या प्रस्तावित जागेत शंकराचे छोटेसे मंदिर व त्यापुढे पूर्वेला रस्त्यालगत बुधवार पेठेचा पाण्याचा हौद होता व त्या हौदात कात्रजच्या तलावातून येणाऱ्या जमिनीखालील पाण्याचा प्रचंड स्रोत होता. आज मंदिर आहे; पण त्यापुढील हौदाची जागा रस्तारुंदीत गेली आहे. आज या जागेला बुधवार मजूर अड्ड्याची जागा म्हणतात. बुधवार बागेच्या पूर्वेकडे वडाच्या जागेशेजारी दरवाजा होता, त्यानजीक भूमिपूजनाची व संगमरवरी दगडाची कोनशिला बसविण्याची जागा आखली होती. सुमारे तीन हजार लोक बसू शकतील अशी व्यवस्था होती. संपूर्ण जागा कमानी आणि पताकांनी सजविली होती. या जागेचे आणखी एक वैशिष्ट्य असे की महात्मा फुले यांच्या प्रेरणेने सावित्रीबाई फुले यांनी मुलींसाठी सुरू केलेली शाळा समोरच्या भिडे वाड्यात भरत असे व दर्शनी भागात श्रीशंकराच्या मंदिरासमोर घाडगे, पाषाणकर, फुले यांची फुलांची दुकाने होती. यावरून या जागेचे ऐतिहासिक, शैक्षणिक, सामाजिक महत्त्व लक्षात येते. ५ मार्च, १८८५ रोजी सायंकाळी ५ वाजताचा मुहूर्त होता. संपूर्ण परिसर गच्च भरला होता; त्यात पुण्यातील विविध क्षेत्रांतील मंडळी हजर होती. ज्यांचे नाव महाविद्यालयाला देण्यात आले होते त्या सर जेम्स फर्ग्युसन यांच्या हस्तेच भूमिपूजन व्हावे ही अपेक्षा असल्याने व त्यांची मुदत संपत आली असल्याने कार्यक्रम तातडीने घेण्यात आला होता. सर भांडारकर यांनी कार्यक्रमाचे सूत्रसंचालन केले. फर्ग्युसनचे पहिले प्राचार्य वामन शिवराम आपटे यांनी सोसायटीच्या कार्याचा अहवाल सादर केला आणि इमारतीची संपूर्ण जागा विनामूल्य देणगी रूपाने दिल्याबद्दल आभार मानले व बांधकामासाठी अधिक देणगीची विनंती केली. 'स्थापन झालेल्या संस्था या दोन देशांतील सौहार्द आणि मैत्री यांच्या प्रतीक असून हे मैत्र अभंग राहील', असे अभिवचन दिले.

सर भांडारकर यांनी जेम्स फर्ग्युसन यांना कोनशिला बसविण्याची विनंती केली. त्यावेळी 'ब्रिटिश सरकारच्या वतीने आजची कोनशिला बसविणारे गव्हर्नर फर्ग्युसन यांचा जिव्हाळा आणि भारतातील शिक्षणाचा पाया विस्तृत करण्याच्या एतद्देशीयांच्या प्रयत्नांना प्रोत्साहन देण्याचा त्यांचा प्रयत्न हा भारतातील पुढील पिढ्यांना मार्गदर्शन देत राहील', अशा स्वरूपाचे उद्‌गार त्यांनी काढले.

काळ्या संगमरवरी दगडावर कोरलेली कोनशिला बुधवार बागेच्या पूर्वेच्या दरवाजानजीक सर जेम्स फर्ग्युसन यांच्या हस्ते बसविण्यात आली. त्या कोनशिलेवर कोरलेला मजकूर असा होता -

THIS CORNER STONE
of
THE NEW ENGLISH SCHOOL
and
FERGUSSON COLLEGE BUILDINGS
of the
DECCAN EDUCATION SOCIETY
was laid on the 5th day of March 1885
by
The Society's First Patron
The Right Hon. Sir JAMES FERGUSSON, BART.,
K. C. M. G., C. I. E., Governor of Bombay.

आपल्या भाषणात सर फर्ग्युसन म्हणाले :

''पूर्ण विचारांती पुण्यासारख्या ऐतिहासिक महत्त्व असलेल्या शहरात मध्यवर्ती ठिकाणी उभ्या राहणाऱ्या, भावी काळात देशोपयोगी ठरेल अशा शैक्षणिक संस्थेला कायमस्वरूपी माझे नाव देण्यात आले, याबद्दल मी डेक्कन एज्युकेशन सोसायटीचा आभारी आहे. सध्या दिली जाणारी जागा व इमारती ही सरकार देणार असलेल्या देणगीचा पहिला हप्ता मानावा. ज्या नागरिकांनी देणग्या जाहीर केल्या आहेत त्यांना राष्ट्रीय ख्याती लाभलेली आहे. त्यामुळे राष्ट्रीय पातळीवरचा पाठिंबा व सरकारी मान्यता, मदत यांच्या आधारावर आपले इमारतीचे स्वप्न निश्चितच साकार होईल. या संस्थेच्या संस्थापकांची देशभक्ती व स्वार्थत्यागी वृत्ती वादातीत आहे; त्यांचे कौतुक करावे तेवढे थोडेच आहे. भावी काळात या संस्थेचा व्याप एवढा वाढेल की लवकरच खेळासाठी मोठे मैदान, प्राध्यापक आणि विद्यार्थी यांच्यासाठी वसतिगृहे व निवासस्थाने अशी व्यवस्था असणारी भव्य मोकळी जागा लागेल.''

सर फर्ग्युसन यांची भविष्यवाणी लवकरच खरी ठरली. नवीन वास्तूचे काम सुरू होण्यापूर्वीच न्यू इंग्लिश स्कूल आणि फर्ग्युसन कॉलेज यांचा व्याप एवढा वाढला की त्या दोहोंसाठी स्वतंत्र इमारतींची गरज भासू लागली; तशा वास्तूही मिळाल्या आणि त्यामुळे या दोन संस्थांच्या एकत्रित वास्तूची मूळ कल्पना बाजूस पडली, संबंधित वास्तूच्या कोनशिलेचा हेतू राहिला नाही. असे बोलले जाते की सदरची कोनशिला नंतर फर्ग्युसनच्या नव्या (सध्याच्या) वास्तूच्या प्रवेशद्वारापाशी काही फरक करून लावण्यात आली. काय योग आहे पाहा! बुधवारबागेच्या जागेत वटवृक्ष होता तसाच नव्या वास्तूच्या नजीकही ऐतिहासिक वटवृक्ष होता; फर्ग्युसनच्या

शताब्दीपूर्वी हा वृक्ष कोसळला आणि अनेकांच्या डोळ्यात अश्रू आले हे मी प्रत्यक्ष अनुभवले आहे.

डेक्कन कॉलेज चालविण्यासंबंधी सरकारी प्रस्ताव

फर्ग्युसन महाविद्यालयाला एक वर्षही पूर्ण होत नव्हते, तेवढ्यात डे. ए. सोसायटीला मुंबई सरकारकडून एक अनपेक्षित प्रस्ताव आला. सोसायटीने डेक्कन कॉलेजचे व्यवस्थापन आपल्या ताब्यात घ्यावे आणि स्वत:चे फर्ग्युसन महाविद्यालय त्यात विलीन करावे असा हा प्रस्ताव होता. शिक्षण आयोगाने माध्यमिक आणि महाविद्यालयीन शिक्षण खाजगी संस्थांकडे सोपवावे अशी शिफारस केली होती; त्या शिफारशीनुसार सदर प्रस्ताव सोसायटीकडे पाठविण्यात आला होता. सरकारची योजना अशी होती की ग्रामीण भागातील माध्यमिक शाळा खाजगी संस्थांकडे सोपवाव्या (उदा. अहमदनगर) आणि महाराष्ट्रातील सर्वांत महत्त्वाच्या शैक्षणिक संस्था डेक्कन एज्युकेशन सोसायटीकडे सोपवाव्या. सरकारने योजलेल्या शैक्षणिक विकेंद्रीकरणाच्या नव्या धोरणावर हा प्रस्ताव आधारलेला होता. जनमत या प्रस्तावाला फारसे अनुकूल नव्हते. डेक्कन कॉलेज, डेक्कन एज्युकेशनकडे सोपविण्यास काहींचा विरोध होता, तर शैक्षणिक संस्थेच्या व्यवस्थापनाच्या अल्पशा अनुभवावर आणि आर्थिक पाया दृढ झाल्याशिवाय नवी मोठी जबाबदारी अंगावर घेण्यास

डेक्कन कॉलेज

सोसायटीचे तरुण कार्यकर्ते अनुकूल नव्हते. सदरचा प्रस्ताव फार विचारपूर्वक सादर झालेला नाही आणि त्यामागे सरकार आपल्यावरील आर्थिक भार कमी करण्याचा प्रयत्न करीत आहे असे काही शिक्षणतज्ज्ञांचे मत होते. वास्तविक पाहता भारत सरकारने नेमलेल्या वित्तआयोगापुढे केंद्र सरकार आणि प्रांतिक सरकारे यांच्यावरील आर्थिक ताण कमी करण्याबाबत शिफारशी करण्याचे आव्हान होते; आर्थिक बचत आणि नोकरकपातीसारख्या मार्गांचा गंभीर विचार चालू होता. या प्रश्नाला आणखी एक बाजू होती. ती अशी की लॉर्ड रे यांच्या मनामध्ये मुंबई प्रांतात तांत्रिक शिक्षण सुरू करण्याची महत्त्वाकांक्षी योजना होती आणि या योजनेसाठी लागणारा पैसा उभा करावयाचा तर आधीच आर्थिक तंगी असलेल्या प्रांताच्या अर्थव्यवस्थेत फेरबदल करणे गरजेचे होते; अर्थात प्रांतातील माध्यमिक आणि महाविद्यालयीन शिक्षणावर होणाऱ्या खर्चात कपात करणे अपरिहार्य होते; किंबहुना माध्यमिक/महाविद्यालयीन शिक्षणावरील खर्च तांत्रिक शिक्षणाकडे वळविणे हा उत्तम मार्ग वाटत होता. याचाच अर्थ माध्यमिक/महाविद्यालयीन शिक्षणाची जबाबदारी डेक्कन एज्युकेशन सोसायटी, फर्ग्युसन महाविद्यालय यांच्यासारख्या संस्थांकडे सोपविणे सुकर होते. या हेतूने डेक्कन कॉलेजचा कारभार डेक्कन एज्युकेशन सोसायटी/फर्ग्युसन कॉलेज यांच्याकडे सोपविण्याचा म्हणजेच डेक्कन कॉलेज व फर्ग्युसन कॉलेज यांच्या विलीनीकरणाचा प्रस्ताव १८८६च्या फेब्रुवारीत चर्चेसाठी ठेवण्यात आला.

या प्रस्तावामध्ये फर्ग्युसन महाविद्यालयाचा पहिल्या वर्षाचा वर्ग (प्रीव्हियस क्लास) डेक्कन कॉलेजच्या इमारतींमध्ये हलविण्यात यावा अशी सूचना होती. ही सूचना मान्य होऊ शकत नव्हती; कारणे दोन – एक म्हणजे फर्ग्युसन कॉलेज चालविणाऱ्या आजीव सदस्यांना पुणे शहरातील न्यू इंग्लिश स्कूलचे व्यवस्थापनही चालवावयाचे होते; दुसरे अधिक महत्त्वाचे कारण असे की ज्या गरीब विद्यार्थ्यांसाठी प्रामुख्याने फर्ग्युसन सुरू करण्यात आले होते त्यांना पुणे शहरातून चार मैल दूर असलेल्या डेक्कन कॉलेजच्या इमारतीत भरणाऱ्या फर्ग्युसनच्या पहिल्या वर्षाच्या वर्गांना हजर राहणे फार अवघड गेले असते.

प्रस्तावाच्या दुसऱ्या भागाचा विचार करायचा झाला तर फर्ग्युसनचे केवळ प्रीव्हियसचे वर्ग डेक्कन कॉलेजला जोडणे हे कॉलेजच्या प्रतिष्ठेला आणि भावनेला धक्का पोहोचविण्यासारखे झाले असते. पुणे शहरात अथवा नजीकच्या जागेत चारही वर्षांचे पूर्ण कॉलेज स्थापन करण्याचा संस्थापकांचा मनोदय होता आणि त्या दृष्टीने योजना आखल्या जात होत्या. केवळ एक वर्ग डेक्कन कॉलेजला जोडणे हे मूळ उद्दिष्टाशी विसंगत ठरले असते. या संपूर्ण योजनेसंबंधी सरकारदरबारी आणि सोसायटीमध्ये बराच काळ अनौपचारिक चर्चा सुरू होत्या, परिणामी नोव्हेंबर,

१८८६मध्ये महाबळेश्वर येथे दोन्ही बाजूंच्या प्रतिनिधींची बैठक गव्हर्नर साहेबांनी बोलाविली. १ नोव्हेंबर, १८८६च्या बैठकीत टिळक, नामजोशी आणि आगरकर या तिघांपुढे खालील अटी मांडण्यात आल्या -

१. फर्ग्युसन आणि न्यू इंग्लिश स्कूल यांसाठी नानावाड्याची इमारत मोफत देण्यात यावी.
२. या इमारतीमध्ये कराव्या लागणाऱ्या दुरुस्त्या आणि सोयी यांसाठी सरकारने निम्मा खर्च उचलावा.
३. काही काळ फर्ग्युसन कॉलेज फक्त प्रीव्हियसच्या वर्गापुरते मर्यादित ठेवावे आणि त्यासाठी सरकारने दरवर्षी पाच हजार रुपयांचे अनुदान द्यावे.
४. डेक्कन कॉलेजने प्रीव्हियसचे वर्ग बंद करून फक्त बी.ए.च्या पहिल्या आणि दुसऱ्या वर्गाचे शिक्षण चालू ठेवावे.
५. डेक्कन कॉलेजच्या व्यवस्थापनासाठी सरकारने सोसायटीस १० हजार रुपयांचे अनुदान द्यावे, शिवाय विद्यार्थ्यांकडून येणारी फी सोसायटीस मिळावी.
६. आवश्यक वाटल्यास सोसायटीने प्राचार्य भांडारकर, प्रा. डी. एच. दस्तूर आणि दोन शास्त्री यांच्या सेवा घ्याव्यात व त्यांच्या पगाराची रक्कम सरकारने सोसायटीस द्यावी. दहा हजार रुपयांच्या अनुदानाव्यतिरिक्त ही रक्कम असेल.
७. डेक्कन कॉलेजच्या इमारती सरकारने सोसायटीकडे विश्वस्त या नात्याने सोपवाव्यात व या इमारतींच्या दुरुस्त्यांचा व देखरेखीचा खर्च सरकारने स्वत: करावा.
८. सोसायटीस डेक्कन कॉलेजच्या प्रगतीस बाधा येणार नाही या पद्धतीने फर्ग्युसन कॉलेजचा विकास साधण्यास प्रतिबंध राहणार नाही, यासाठी द्यावे लागणारे अनुदान सरकारच्या आर्थिक परिस्थितीवर अवलंबून राहील.

वास्तविक पाहता या अटी मूळ प्रस्तावापेक्षा अधिक सुधारित स्वरूपाच्या होत्या. मात्र सोसायटीच्या भूमिकेनुसार हे प्रस्ताव स्वीकारले तर पुणे शहर परिसरात पूर्ण विकसित फर्ग्युसन कॉलेज स्थापन करण्याच्या मूळ उद्देशाला अवास्तव दिरंगाई होईल; डेक्कन कॉलेजचा पूर्ण विकास होईपर्यंत फर्ग्युसनची संभाव्य प्रगती कुंठित होईल; डेक्कन कॉलेजच्या वसतिगृहाचे शुल्क पेलू न शकणाऱ्या दरिद्री आणि मध्यमवर्गीय विद्यार्थ्यांना शिक्षणाची संधी नाकारण्यासारखे होईल; त्यामुळे प्रस्तावाला विरोध होता. तर दुसऱ्या बाजूला सरकारकडून आलेली उच्च शिक्षणाची संधी डावलणे दूरदृष्टीला धरून झाले नसते, अशी भूमिका होती. सरकारच्या

आर्थिक अडचणींमुळे डेक्कन एज्युकेशन सोसायटीकडे मुंबई प्रांतातील उच्चशिक्षणाची व्यावहारिक मक्तेदारी येऊ पाहात होती. आणखी एक धोका असा होता की सोसायटीने प्रस्ताव नाकारला तर सरकार ही संधी मिशनरी संस्थांकडे सोपविण्याची शक्यता होती व त्या संस्था अशा संधीची वाटच पाहात होत्या.

या काळात सोसायटीचे आजीव सदस्य न्या. महादेव गोविंद रानडे यांच्या संपर्कात होते. रानडे त्यावेळी भारत सरकारने नेमलेल्या आर्थिक आयोगाचे सदस्य म्हणून काम पाहात होते. त्यांनी आपल्या सूचना महाबळेश्वर येथे तारेने आजीव सदस्यांकडे पाठविल्या, त्या अशा -

न्या. म. गो. रानडे

१. विद्यार्थ्यांकडून मिळणाऱ्या शुल्काशिवाय सरकारने सोसायटीला २५ हजार रुपयांचे अनुदान द्यावे.

२. युरोपीय प्राध्यापक नेमण्याची सक्ती नसावी.

३. संस्थेच्या व्यवस्थापनाच्या बाबतीत डे. ए. सोसायटीला पूर्ण स्वायत्तता असावी.

४. सदरची व्यवस्था एक वर्षाची नोटीस देऊन बदलण्याचे स्वातंत्र्य दोन्ही बाजूंना असावे.

सोसायटीचे प्रतिनिधी महाबळेश्वरहून परत आल्यानंतर १० नोव्हेंबरच्या बैठकीत नियामक समितीत चर्चा होऊन सरकारच्या प्रस्तावाबद्दल मते नोंदविण्यात आली. या चर्चेचे सार असे की -

डेक्कन कॉलेजच्या विलीनीकरणाच्या बाबतीत सरकारने पुढाकार घेतला होता, डेक्कन कॉलेजचे व्यवस्थापन सरकारकडेच चालू राहावे ह्या योजनेचे सोसायटी स्वागत करते, मात्र सरकारच्या प्रस्तावाचा स्वीकार करताना सरकारला सध्याच्या परिस्थितीत डेक्कन कॉलेज चालविणे अशक्य होत असल्याने विलीनीकरणास संमती देण्यात येत आहे. नवी व्यवस्था चालविण्याची क्षमता वाढविण्यासाठी संस्थेत किमान एका युरोपियन विद्यापीठातील प्राध्यापकाच्या नेमणुकीस मान्यता देत आहे. या प्राध्यापकाच्या पगाराची किमान निम्मी रक्कम महिना रुपये चारशेहून अधिक असता कामा नये. डेक्कन कॉलेजचे हस्तांतरण पूर्ण झाल्यानंतर व्यवस्थापनासाठी नेमलेल्या विशेष समितीत निम्मे सभासद हे आजीव सदस्य असतील आणि निम्मे पॅट्रन आणि फेलो यांपैकी परिषदेतून निवडलेले असतील.

डेक्कन कॉलेजच्या हस्तांतराबाबत होत असलेल्या योजनेला लोकमत फारसे

अनुकूल नव्हते, कारण डेक्कन एज्युकेशन सोसायटीच्या 'डेक्कन कॉलेज'सारख्या विख्यात शिक्षणसंस्थेचे व्यवस्थापन सांभाळण्याइतपत पात्रता नुकत्याच स्थापन झालेल्या संस्थेकडे असण्याची शाश्वती वाटत नव्हती. डेक्कन एज्युकेशन सोसायटी अयोग्य पद्धतीने डेक्कन कॉलेज ताब्यात घेण्याचा अश्लाघ्य प्रयत्न करीत आहे, असाही सूर होता. सर्व घडामोडी पाहता ही टीका यथार्थ नव्हती, हे लक्षात येण्यासारखे आहे. स्वत: डे. ए. सोसायटी या प्रस्तावाबाबत आग्रही नव्हती. इतरांच्या ताब्यात जाण्यापेक्षा आपण काही विधायक पावले टाकून मुंबई प्रांतात, पर्यायाने भारतात उच्च शिक्षणाचे दालन सुरक्षित ठेवावे, हा या प्रयत्नांमागचा उद्देश होता.

हस्तांतराला सर्वसाधारण जनतेकडूनच विरोध होत आहे हे लक्षात आल्यावर सरकारची भूमिका अधिक ताठर होत गेली. नव्या प्रस्तावात फर्ग्युसनचे प्रीव्हियसचे वर्ग डेक्कन कॉलेजमध्ये हलवावे, दोन युरोपियन प्राध्यापकांची नेमणूक करावी, डेक्कन कॉलेजच्या व्यवस्थापनामध्ये तीन सरकारी प्रतिनिधींची नेमणूक करावी, दोन्ही कॉलेजेसना मिळून देऊ केलेले अनुदान दहा हजार रुपये असावे, या तीन अटी अधिक अडचणीच्या होत्या. अनुदानाची दहा हजार रुपयांची रक्कम युरोपियन प्राध्यापकांच्या पगारापोटी खर्च होऊन फर्ग्युसनचे व्यवस्थापन फक्त विद्यार्थी-शुल्कापोटी मिळणाऱ्या रकमेवर अवलंबून ठेवावे लागले असते. त्यामुळे २३ जुलै, १८८७च्या समितीच्या ठरावानुसार सरकारी प्रस्ताव नाकारण्याचे निश्चित झाले व सरकारने विलीनीकरणाचा प्रस्ताव सादर करून असे व्यवस्थापन करण्याची क्षमता फर्ग्युसनमध्ये (डे.ए.सो.मध्ये) असल्याबद्दल जो मोठा विश्वास व्यक्त केला त्याबद्दल सरकारचे आभारही मानण्यात आले.

सरकारबरोबरची बोलणी फिसकटल्याचा एक महत्त्वाचा अनपेक्षित परिणाम झाला; दरवर्षी मिळणार असणारी रु. ३०००ची मदत म्हणजेच अनुदान बंद झाले. हे अनुदान नाकारताना सरकारने घेतलेली भूमिका निराशाजनक होती. 'सरकारने डेक्कन एज्युकेशन सोसायटीकडे अत्यंत उदार अटींवर प्रस्ताव दिला होता, तो नाकारला. त्यामुळे प्राथमिक, माध्यमिक व तांत्रिक शिक्षणासाठी तातडीने हवी असणारी रक्कम सोसायटीला उच्च शिक्षणासाठी देणे समर्थनीय नाही.' – सरकारचे हे तर्कशास्त्र समर्थनीय नव्हते. १८८७-८८ पासून अनुदान बंद झाले. मार्च, १८८९च्या अखेरीस फर्ग्युसनच्या हजेरीपटावरची विद्यार्थीसंख्या १५० होती, त्यात फक्त ५७ विद्यार्थी पुणे जिल्ह्यातील होते, ५३ इतर जिल्ह्यांतील मराठी भाषिक होते; तर २८ कर्नाटक, ६ गुजराथ आणि ६ अन्य प्रांतांमधील होते. या विद्यार्थ्यांनी फर्ग्युसनमध्ये येणे म्हणजे एकप्रकारे डेक्कन कॉलेजवरचा ताण कमी होण्यासारखे होते. अनुदान नाकारण्याचा निर्णय म्हणजे खाजगी प्रयत्नातून उभ्या राहणाऱ्या शैक्षणिक संस्थेवर अन्याय करण्यासारखे होते. फिरोजशहा मेहता आणि

विष्णु रघुनाथ नातू यांनी १८९३मध्ये अनुदानाचा प्रश्न मुंबई विधानसभेत उपस्थित केला. फर्ग्युसनचे अनुदान बंद करण्याचा निर्णय कसा अन्याय्य आहे हे निदर्शनास आणले. फिरोजशहा मेहता म्हणाले :

"फर्ग्युसन कॉलेजचा सरकारी अनुदानावर न्याय्य अग्रहक्क आहे. ज्यांनी हे विद्यालय सुरू केले त्यांचा त्याग अवर्णनीय आहे. ज्या शिक्षित तरुणांना उज्ज्वल भवितव्य व भावी लाभ आहे अशा तरुणांनी अत्यंत कमी आणि अपुऱ्या पगाराच्या आधारावर शैक्षणिक विकासासाठी अनेक वर्षांसाठी स्वत:ला बांधून घेतले आहे. त्यांच्या त्यागाचे मोल सरकारने मानलेच पाहिजे."

या चर्चेत लॉर्ड हॅरिस यांनी काहीतरी निश्चित केले जाईल असे आश्वासन दिले आणि आपल्या पदावरून मुक्त होण्यापूर्वी रु. ३०००चे वार्षिक अनुदान पुन्हा सुरू केले. ही रक्कम पूर्णतया समाधानकारक नव्हती, कारण अशाच इतर शैक्षणिक संस्थांना दरमहा दहा हजार रुपयांचे अनुदान मिळत असे. अनुदानाच्या मुद्यावर डे. ए. सोसायटीला फर्ग्युसनच्या बाबतीत १४ वर्षे संघर्ष करावा लागला, त्यानंतर फर्ग्युसनला समान अनुदान मिळण्यास सुरुवात झाली.

फर्ग्युसनची पहिली दहा वर्षे

१८८५ साली फर्ग्युसनचे उद्‌घाटन झाले आणि प्रत्यक्ष प्रगतीचे पहिले दशक सुरू झाले. दुर्दैवाचा आघात असा की १८९७ साली पुण्यात प्लेगच्या साथीने थैमान घातले. पहिल्या दशकातील प्रगतीला खीळ बसण्याची शक्यता निर्माण झाली. व्यक्तिगत जीवनामध्ये जसे सुख-दु:खाचे हेलकावे सहन करावे लागतात तसेच संस्थात्मक जीवनामध्येही चढउतार अनुभवावे लागतात. प्लेगच्या परिणामाचे धक्के तसे पाहता सहज पचविणे सोपे नव्हते, पण पहिल्याच दशकात दृढ पाया रचण्याचा प्रयत्न झाला. त्यामुळे पुढच्या आपत्तीला तोंड देणे शक्य झाले.

पहिल्याच वर्षी शाळेच्या नोंदणीमध्ये (१ जानेवारी, १८८०) एक हजार नऊ विद्यार्थ्यांची नोंद हजेरीपटावर होती. ती मार्च, १८९१मध्ये ११०८पर्यंत वाढली तर प्लेगच्या सुमारास जानेवारी, १८९७मध्ये ही नोंद ८९२पर्यंत घसरली. या घटीचे आणखी एक कारण होते की या काळात पुण्यात आणि जवळपासच्या परिसरात काही नव्या शाळा सुरू झाल्या आणि खुद्द पुण्यामध्ये पूर्वतयारीचे वर्ग सुरू झाले. या संस्था पूर्णत: खाजगी स्वरूपाच्या होत्या, व्यक्तिगत मालकीच्या होत्या, त्यांचे शुल्क कमी होते आणि विशेष म्हणजे एका किंवा दोन वर्षांच्या काळात तीन इयत्तांची तयारी करून घेतली जात असे. आज शिक्षणक्षेत्रात 'खाजगी क्लासेस'चे जे पेव फुटले आहे त्याला शतकापेक्षाही मोठी परंपरा आहे. परिणाम

फर्ग्युसनचे पहिले विद्यार्थी

डावीकडून - व्ही. व्ही. रानडे, व्ही. के. गर्दे, जी. बी. फाटक, एस. व्ही. परांजपे, के. के. गोखले

असा झाला की न्यू इंग्लिश स्कूलच्या पहिल्या तीन वर्षांच्या विद्यार्थ्यांची संख्या रोडावली. १८९४-९५च्या अहवालानुसार पहिल्या तीन वर्गांची विद्यार्थी संख्या १९६ होती तर पुढच्या चार वर्गांची संख्या ६९३ होती. एक महत्त्वाचा अनुभव असा की न्यू इंग्लिश स्कूलमधून सुरुवातीपासून शिकत आलेले विद्यार्थी आणि खाजगी वर्गातून तिसरी पास करून आलेले विद्यार्थी यांच्या दर्जामध्ये कमालीचा फरक जाणवू लागला. हा फरक कमी करण्यासाठी न्यू इंग्लिश स्कूलमध्येच इंग्लिश भाषेच्या तयारीसाठी १८९५मध्येच प्रा. भानू यांनी 'प्रायमरी व्हर्नाक्युलर स्कूल'ची योजना तयार केली. काही अडचणींमुळे हे वर्ग उशिरा १८९९मध्ये सुरू झाले.

फर्ग्युसनची प्रगतीही सुरुवातीपासून लक्षणीय होती. जानेवारी, १८८५या सुरुवातीच्या काळात प्रीव्हियसच्या विद्यार्थ्यांची संख्या ९९ होती. काही विद्यार्थ्यांना प्रवेश नाकारण्याची पाळी आली. ती १८९०मध्ये १९९पर्यंत वाढली. पहिल्या (फर्स्ट इयर) व दुसऱ्या वर्षाचे वर्ग सुरू झाल्यानंतर पदवीपर्यंतच्या शिक्षणासाठी फर्ग्युसनला मुंबई विद्यापीठाशी संलग्नता मान्य करण्यात आली. मुंबई विद्यापीठाच्या सीनेटने हा ठराव मान्य केला, त्यावेळी न्यायमूर्ती रानडे यांनी 'ही मान्यता देऊन सीनेटने स्वत:ची प्रतिष्ठा वाढविली आहे,' असे गौरवोद्‌गार काढले. फर्ग्युसनच्या इतिहासात हा ऐतिहासिक क्षण होता. १८९१ साली फर्ग्युसनने बी.ए.चा पहिला

चमू परीक्षेसाठी पाठविला. त्याच वर्षी बी.एस्सी.चा पहिला व दुसऱ्याच वर्षी १८९३ साली बी.एस्सी.चा दुसरा वर्ग सुरू केला. १८९४मध्ये रघुनाथ पुरुषोत्तम परांजपे हे फर्ग्युसनमधून बी.एस्सी. पदवी पहिल्या वर्गात संपादन करणारे पहिले विद्यार्थी ठरले. १८९५ साली फर्ग्युसन कलाविभागाला (आर्ट्स फॅकल्टी) मुंबई विद्यापीठाची कायमची मान्यता मिळाली. जसजशी वरच्या वर्गांना मान्यता मिळत गेली तशी पदवीच्या विद्यार्थ्यांची संख्या वाढत गेली. १८९५मध्ये २९२ विद्यार्थी होते. मात्र पुढच्याच वर्षी 'पूना नेटिव्ह इन्स्टिटयूट महाराष्ट्र' कॉलेज सुरू झाल्याने १८९६मध्ये विद्यार्थी संख्या २१३ पर्यंत घसरली. त्याच्या पुढच्या वर्षी मात्र मुंबईत प्लेग अवतरल्याने ती ३४८ पर्यंत वाढली. वर्गवार संख्या अशी -

बी.ए.	१०१
इण्टर आर्ट्स	१२८
प्रीव्हियस क्लास	११८
बी.एस्सी. (पहिला)	१
एकूण	**३४८**

१८९७च्या दुसऱ्या प्लेगमध्ये ही संख्या ५०पर्यंत रोडावली व काही काळ कॉलेज बंद ठेवावे लागले.

फर्ग्युसनच्या पहिल्या (प्रीव्हियस) परीक्षेत (१८८५) उत्तीर्ण झालेल्या विद्यार्थ्यांची नावे -

१. माचवे रामचंद्र गोपाळ
२. अंमळनेरकर तुकाराम रामचंद्र
३. ब्रह्मे गोविंद भैरव
४. देशमुख हरी पांडुरंग
५. गोडबोले परशुराम रावजी
६. गोखले केशव नारायण
७. मोडक महादेव हरी
८. नातू जनार्दन केशव
९. परांजपे शिवराम महादेव*
१०. फडके सीताराम महादेव
११. फडणीस सुब्बाजी शेषागीर
१२. फणसळकर श्रीधर रघुनाथ
१३. फाटक गणेश बाळकृष्ण
१४. पोतदार वामन मोरेश्वर**
१५. पोतनीस रघुनाथ बाजीराव
१६. सरदेसाई गोविंद सखाराम***
१७. टिळक सखाराम वामन

परीक्षांच्या निकालांच्या बाबतीत सोसायटीच्या संस्थांनी स्पृहणीय यश संपादन केले. १८८८च्या मॅट्रिक परीक्षेत मुंबई प्रांतात न्यू इंग्लिश स्कूलच्या विद्यार्थ्याने

---

* भावी 'काळ'कर्ते

** म. म. दत्तो वामन पोतदार यांचे वडील

*** भावी 'रियासतकार'

पहिला क्रमांक पटकावला. त्याच वर्षीच्या प्रीव्हियसच्या परीक्षेत फर्ग्युसनच्या विद्यार्थ्याने पहिला क्रमांक पटकावला. ही प्रगती सातत्याने अनेक वर्षे चालू होती. १७ ऑगस्ट, १८८९ रोजी न्यू इंग्लिश स्कूलच्या वार्षिक बक्षीस समारंभाला लॉर्ड रे प्रमुख पाहुणे म्हणून उपस्थित होते. त्या वर्षीच्या मॅट्रिकच्या परीक्षेत गुणवत्ता यादीतील पहिल्या पन्नास विद्यार्थ्यांत पहिले नऊ न्यू इंग्लिश स्कूलचे होते. १८९५च्या मुंबई विद्यापीठाच्या पहिल्या तीस विद्यार्थ्यांमध्ये पहिले पाच फर्ग्युसनचे होते. १८९६मध्ये याची पुनरावृत्ती झाली. १८८५ सालापासून १८९६ पर्यंतच्या सलग बारा परीक्षांमध्ये न्यू इंग्लिश स्कूलच्या विद्यार्थ्यांनी जगन्नाथ शिष्यवृत्ती प्राप्त केली. लॉर्ड रे यांनी या सर्वांचे भरभरून कौतुक केले.

शाळेची गौरवशाली परंपरा पुढे फर्ग्युसनने चालू ठेवली. संस्कृत, गणित आणि शास्त्र या विषयांची विशेष बक्षिसे मिळविली. प्रीव्हियसच्या पहिल्या बारा परीक्षांमध्ये विनायकराव जगन्नाथ संस्कृत पारितोषिक सलग सहा वर्षे फर्ग्युसनने मिळविले, तर इंटर आर्ट्सची वरजीवनदास माधवदास संस्कृत शिष्यवृत्ती सलग चार वर्षे मिळविली. १८९५मध्ये फिजिक्सचे गिब्ज पारितोषिक, तसेच नारायण वासुदेव शास्त्र छात्रवृत्ती फर्ग्युसनने मिळविली. १८९२ ते ९६च्या काळात रघुनाथराव परांजपे यांनी सतत सलग चार वर्षे गणित विषयामध्ये प्रथम क्रमांक मिळविला, इतकेच नव्हे तर या विषयाच्या गुणांमध्ये उच्चांक प्रस्थापित केले. १८९६मध्ये प्रा. सेल्बी यांनी परांजपे यांना स्वत: १२० रुपयांचे खास बक्षीस दिले आणि भावी काळात रघुनाथराव रँग्लर होतील अशी भविष्यवाणीही वर्तविली, ती खरी ठरली. १८९६मध्येच त्यांना केंब्रिज विद्यापीठात गणित विषयाच्या विशेष अभ्यासासाठी भारत सरकारची परदेशी शिष्यवृत्ती मिळाली.

एकीकडे शाळा आणि महाविद्यालय या दोन्ही क्षेत्रांत स्पृहणीय कामगिरी करीत असताना या संस्थांचे मूळ प्रेरणास्रोत असलेले, योजनाबद्ध कार्य करणारे फर्ग्युसनचे पहिले प्राचार्य वामन शिवराम आपटे यांचे ९ ऑगस्ट, १८९२ रोजी निधन झाले. निधनसमयी त्यांचे वय केवळ ३४ वर्षांचे होते. या छोट्याशा काळात त्यांनी शैक्षणिक आणि प्रशासकीय क्षेत्रात अत्यंत स्पृहणीय कामगिरी केली होती. हंटर आयोगापुढे आपटे यांनी सोसायटीच्या वतीने साक्ष दिली होती याचा पूर्वी उल्लेख आला आहे. त्यांची विद्वत्ता आणि दूरदृष्टी यांमुळेच त्यांना फर्ग्युसनचे प्राचार्य नेमण्यात आले होते. त्यांची संस्कृत भाषेची मार्गदर्शिका आणि संस्कृतचा शब्दकोश या दोन्ही ग्रंथांनी केवळ महाराष्ट्रातच नव्हे तर अन्यत्रही खूप प्रसिद्धी मिळविली होती. आजही हे प्रमाण ग्रंथ मानले जातात. त्यांचा विद्याव्यासंग चालू असतानाच प्रथम न्यू इंग्लिश स्कूल आणि नंतर फर्ग्युसन यांचे प्रमुखपद त्यांनी समर्थपणे सांभाळले. विष्णुशास्त्री चिपळूणकर यांच्या हयातीतच आपटे यांना न्यू इंग्लिश

स्कूलचे मुख्याध्यापक (सुपरिटेंडेंट) म्हणून नेमण्यात आले होते व त्या नेमणुकीचे स्वागत करण्यात आले होते. आपटे म्हणजे विद्वत्ता आणि प्रशासकीय कौशल्य यांचा सुरेख संगम होता. ते स्वत: कडक शिस्तीचे भोक्ते होते, परंतु त्याचबरोबर शिस्तीला दयाळूपणाची झालर कशी व कोठे द्यायची याची त्यांना चांगली जाण होती. विद्यार्थ्यांमधील गुणवत्ता कशी ओळखायची आणि या गुणवत्तेला प्रोत्साहन कसे द्यायचे याचे कसब त्यांना उत्तम अवगत होते. न्यू इंग्लिश स्कूलच्या विद्यार्थ्यांना जगन्नाथ शंकरशेठ शिष्यवृत्ती मिळवून देण्यात आपटे यांचे कसब कारणीभूत होते. 'आपटे यांनी मनात आणले तर ते एखाद्या 'ढ' विद्यार्थ्याला जगन्नाथ स्कॉलर बनवतील' अशा शब्दात त्यांच्या कौशल्याचे कौतुक होत असे. त्यांच्या सहकाऱ्यांचा त्यांच्यावर इतका विश्वास होता की त्यांनी आपटे यांच्या प्राचार्यपदाच्या काळावर मर्यादाच घातली नव्हती. विशेष लक्षणीय गोष्ट अशी की फर्ग्युसनचे प्राचार्य असतानाच १८८५, १८८९ आणि १८९१ या साली ते न्यू इंग्लिश स्कूलचे प्रमुख होते, शिवाय डेक्कन एज्युकेशन सोसायटीचे कार्यवाहही होते. ही तीनही महत्त्वाची पदे एकाच व्यक्तीने भूषविण्याची ही एकमेव वेळ असावी.

आगरकर आणि टिळक 'कोल्हापूर' प्रकरणी तुरुंगात असताना वासुदेव बाळकृष्ण केळकर न्यू इंग्लिश स्कूलचा कारभार पाहात असत. १८९५ साली केळकरांचे निधन झाले. तोपर्यंत केळकरांनी संस्थेच्या व्यवस्थापनामध्ये आणि फर्ग्युसनमध्ये इंग्रजी शिकवण्याच्या बाबतीत मोलाची कामगिरी केली.

ऑगस्ट, १८९२मध्ये आपटे यांचे निधन झाल्यानंतर फर्ग्युसनच्या प्राचार्यपदाची धुरा आगरकरांच्या खांद्यावर आली. जून, १८९५मध्ये दमा या विकाराने निधन होईपर्यंत म्हणजे जेमतेम तीन वर्षे आगरकर प्राचार्यपद भूषवू शकले.

गोपाळ गणेश आगरकरांचा जन्म सातारा जिल्ह्यात कऱ्हाडनजीक टेंभू या छोट्याशा गावी १४ जुलै, १८५६ रोजी झाला. एकेकाळी श्रीमंत असलेले आगरकर कुटुंब गोपाळरावांच्या जन्माच्या वेळी अत्यंत दरिद्री बनले होते. गावातल्या शाळेत गोपाळराव हुशार विद्यार्थी होते आणि वयाच्या केवळ दहाव्या वर्षी लिहिलेल्या निबंधात त्यांची बौद्धिक चमक दिसली. शिक्षणाची इच्छा असूनही वयाच्या तेराव्या वर्षी गावातल्या मुनसफ कचेरीत त्यांना खर्डेघाशी करावी लागली. शिक्षणाच्या आस्थेने कऱ्हाड ते रत्नागिरी हे अंतर ते पायी चालत गेले. तेथे वार लावून शिक्षण घेतले. तेव्हापासूनच समाजात आश्रिताला कसे वागवले जाते याचे दु:खद अनुभव त्यांना घ्यावे लागले. त्यामुळेच कदाचित समाजातील अन्यायाचे, अव्यवस्थेचे सडेतोड विश्लेषण करण्याचे त्यांना बाळकडू मिळाले असावे. रत्नागिरीहून पुन्हा कराडला आल्यानंतर त्यांनी गावात कंपौंडरची नोकरी केली. पुढे मामांच्या मदतीने पुढील शिक्षणासाठी ते अकोल्यास आले. तेथे त्यांना इतिहास, साहित्य, संस्कृत

अध्ययनाची उत्तम संधी मिळाली. १८७५ साली ते मुंबई विद्यापीठाची प्रवेश परीक्षा उत्तीर्ण झाले. कॉलेजचा खर्च कसा उभा करावयाचा याची विवंचना असल्याने शेवटी त्यांच्या गुरुमंडळींनी आपापसात वर्गणी करून त्यांच्याकडे साठ रुपये सोपविले. पुढे ज्युनिअर स्कॉलरशिप मिळाली, वर्तमानपत्रात शागिर्दी केली, निबंधात बक्षीस मिळवले. एक सदरा अंगात घालून रात्री धुऊन पुन्हा दुसऱ्या दिवशी वापरायचा! केवढी ही तपश्चर्या! शारीरिक कष्टांनी प्रकृतीवरही परिणाम झाला. केरूनाना छत्रे यांनी परीक्षेची फी भरली. अतिशय हाल काढूनही त्यांनी शिक्षणाची प्रगती चालू ठेवली; स्वाभिमान कमी झाला नाही; बुद्धिमत्तेचा दंभ चढला नाही. डेक्कन कॉलेजातून एम. ए. होईपर्यंत ते डॉ. सेल्बी या प्राध्यापकाचे आवडते शिष्य होते. डेक्कन कॉलेजमध्येच गोपाळराव आगरकरांचा टिळकांशी स्नेह जमला, एवढेच नव्हे तर वसतिगृहामध्ये हे दोघे एकाच खोलीत राहात होते. तेथेच परस्पर चर्चेतून, विचारमंथनातून त्यांची भविष्यकाळातील योजनांची आखणी झाली. आर्थिक-सामाजिक-राजकीय प्रश्नांची परस्परांशी सांगड असते, त्यामुळे त्यांचा एकत्रित विचार करावा लागतो. या तिन्ही क्षेत्रांत दुरवस्था असेल तर शिक्षणाची, प्रबोधनाची आवश्यकता आहे आणि शिक्षणातून प्रगती साधावयाची असेल तर जनजागरण करायला हवे, त्यासाठी पत्रकारितेसारखे दुसरे साधन नाही हे टिळक-आगरकर द्वयीला मनोमन पटले होते. या वैचारिक भूमिकेतून, धारणेतून या दोघांच्या भावी योजनांची आखणी सुरू झाली. डेक्कन कॉलेजच्या त्या खोलीला ऐतिहासिक महत्त्व आहे ते यामुळेच! परिणामी विष्णुशास्त्री चिपळूणकरांच्या मार्गदर्शनाखाली पुण्यात १८८०मध्ये न्यू इंग्लिश स्कूलची स्थापना झाली तर १८८१मध्ये 'केसरी'ची स्थापना झाली. या दोन्ही घटना म्हणजे शिक्षण आणि जनप्रबोधन या क्षेत्रांतील क्रांतीची नांदी होती.

तर्क आणि न्याय ही आगरकरांच्या जीवनाची मार्गदर्शक सूत्रे होती. भारतीय समाजाला दुष्प्रवृत्तींनी ग्रासले होते, त्यात मूलगामी बदल करावयाचा असेल तर वर्गातले शिक्षण आणि समाजजीवनातले वृत्तपत्रीय प्रबोधन हे अत्यंत आवश्यक होते. आगरकरांचे वैशिष्ट्य हे की माणसामाणसांतील समता प्रस्थापित करणे, तर्काने दुराग्रहावर मात करणे, अंधश्रद्धा, अनावश्यक रूढी, कालबाह्य संस्था यांचा समाजावरील पगडा दूर करणे, स्त्रियांना त्यांचा हक्क मिळवून देणे, सर्व जातिभेद दूर करणे यासाठी तीव्र संघर्ष करण्याची आगरकरांची तयारी होती. त्यासाठी जनतेचा प्रखर विरोध, सामाजिक बहिष्कार, इतकेच नव्हे तर अत्यंत जवळच्या मित्रांची द्वेषभावना सहन करण्याची त्यांची तयारी होती आणि प्रत्यक्षात तसे घडलेही.

केसरीचे पहिले संपादक या नात्याने पहिल्या पाच वर्षांत त्यांनी केसरीला प्रतिष्ठा प्राप्त करून दिली. समाजसुधारणा साधण्याची महत्त्वाची शक्ती म्हणून

तिचा विधायक उपयोग केला आणि अप्रत्यक्षपणे मराठी पत्रकारितेचा दर्जा उंचावला. १८८७मध्ये आगरकरांचा केसरीशी असलेला संबंध संपला. दुसऱ्याच वर्षी सामाजिक सुधारणांसाठी बुलंद आवाज उठविणारे 'सुधारक' वृत्तपत्र त्यांनी सुरू केले.

आगरकरांनी एक अत्यंत यशस्वी प्राध्यापक म्हणून लौकिक मिळविला होता. विषयाचे सखोल ज्ञान आणि वर्गामध्ये विद्यार्थ्यांना शिकविताना आपलेपणा वाटावा अशी अध्यापनाची धाटणी; एवढेच नव्हे तर विषय शिकवीत असताना सध्याच्या घटनांचे विस्तृत विवेचन करण्यामुळे त्यांचे विवेचन रंगत असे. सामाजिक सुधारणांच्या बद्दल त्यांची जी मते होती ती प्रांजळ आणि प्रामाणिकपणे ते विद्यार्थ्यांना सांगत असत, त्यामुळे एक प्रकारे तरुण पिढीचे प्रबोधनही होत असे; त्यातील काहींनी आगरकरी सुधारणा-परंपरा पुढे चालविली. आगरकरांच्या मृत्यूमुळे डेक्कन एज्युकेशन सोसायटीच्या संस्थापकांपैकी महत्त्वाचा तारा निखळला.

टिळकांनी १८९०मध्ये सोसायटीचा राजीनामा दिला, तर आजीव सदस्यांच्या यादीतून नामजोशींचे नाव वगळले गेले. संस्थापकांच्या रिकाम्या झालेल्या जागांवर तरुण पिढी स्थानापन्न होत होती. गोपाळ कृष्ण गोखले १८८६मध्ये, तर भानू १८८७मध्ये आजीव सदस्य झाले. (महर्षी) धोंडो केशव कर्वे १८९२मध्ये आजीव सदस्य झाले. गोपाळ कृष्ण गोखले वयाने तरुण असले तरी त्यांचा प्रभाव लक्षणीय होता. १८९२मध्ये ते सोसायटीचे कार्यवाह झाले आणि शिरोळ्यांच्या माळावर उभ्या राहणाऱ्या इमारतीसाठी देणग्या गोळा करण्याचे महत्त्वाचे काम त्यांच्याकडे आले. त्या वेळी या जागेला 'चतु:शृंगीचे पठार' म्हणून ओळखले जात असे. गोखले सार्वजनिक सभेचे कार्यवाह होते; ही सभा पश्चिम भारतातील सर्वांत महत्त्वाची राजकीय संघटना होती; सभेच्या त्रैमासिकाचे ते संपादक होते, त्याचप्रमाणे मुंबई प्रांतिक काँग्रेसचे सहसभासद होते. महाराष्ट्राच्या सार्वजनिक जीवनात गोखले यांना जे स्थान होते त्यामुळे संस्थेसाठी देणग्या मिळविण्याचे काम उत्तम प्रकारे होऊ लागले. गोखले यांच्या प्रयत्नामुळे गोविंद चिमणाजी भाटे आणि वैजनाथ काशीनाथ राजवाडे* हे १८९५-९६ या काळात आजीव सदस्य झाले. भाटे यांच्या पाठीशी मुंबई विद्यापीठातील विद्वत्तेचा-प्रशासनाचा वारसा होता, तर राजवाडे कराचीतील दयाराम जेठमल सिंध कॉलेजमध्ये महत्त्वाचे पद भूषवीत होते. गोखल्यांच्या आवाहनाला तात्काळ प्रतिसाद देऊन ते सोसायटीचे आजीव सदस्य झाले.

१८९६-९७ची महत्त्वाची घटना म्हणजे रघुनाथ पुरुषोत्तम परांजपे यांचे आजीव सदस्यत्व. परांजपे यांच्यावर त्यांच्या विद्यार्थीदशेतच गोखले यांचा फार मोठा प्रभाव पडला होता आणि गुरूंच्या पावलावर पाऊल टाकण्याचा त्यांचा

---

* इतिहासाचार्य विश्वनाथ काशीनाथ राजवाडे यांचे थोरले भाऊ

मानस होता. फर्ग्युसनमधील विद्यार्थीदशेतच त्यांनी अद्वितीय बौद्धिक चमक दाखवली होती आणि त्याचवेळी इंग्लंडमधील उच्चशिक्षणाची भारत सरकारची शिष्यवृत्ती जाहीर झाली होती. या उच्चशिक्षणाने परांजपे यांनी सरकारदरबारी भलीमोठी नोकरी मिळविली असती, परंतु तसे न करता २ जुलै, १८९६ रोजी सोसायटीच्या नियामक मंडळाला पत्र लिहून आपली आजीव सदस्य होण्याची इच्छा व्यक्त केली. या पत्रातून शिक्षणाच्या पवित्र विधायक कारणासाठी वाहून घेण्याची स्वार्थत्यागी पवित्र भावना व्यक्त होते. ते म्हणतात -

'आपल्याला इंग्लंडमध्ये केंब्रिज विद्यापीठात गणित विषयात उच्च शिक्षण घेण्यासाठी शिष्यवृत्ती मिळाली असून तीन वर्षांचा अभ्यासक्रम पूर्ण करून भारतात परत येता येईल. माझ्या मनात सोसायटीच्या शैक्षणिक उपक्रमात सहभागी होण्याची मनापासून इच्छा आहे. परदेशी शिक्षण पूर्ण केल्यानंतर कोणत्याही प्रलोभनाला मी बळू पडू नये अशी माझी प्रामाणिक इच्छा आहे, म्हणून इंग्लंडहून परत आल्यानंतर आजीव सदस्यत्वाचा अर्ज देण्यापेक्षा मी आत्ताच हा अर्ज देत आहे. आजीव सदस्यांनी माझा अर्ज मंजूर केल्यास सोसायटीने मला तीन वर्षांची बिनपगारी रजा द्यावी म्हणजे मला इंग्लंडला जाता येईल.'

परांजपे यांच्या पत्रातील भावनेचा आजीव सदस्यांवर मोठा प्रभाव पडल्याशिवाय राहिला नाही आणि परिणामी १ ऑगस्ट, १८९६ रोजी परांजपे आजीव सदस्य झाले.

शिक्षणाचा वाढता प्रपंच

न्यू इंग्लिश स्कूल आणि फर्ग्युसन या दोन्ही वाढत्या संस्थांसाठी वाढत्या जागेची गरज भासत होती आणि त्यासाठी संस्थेच्या गंगाजळीवर भार वाढत होता. शुल्क आणि अनुदान यांतून संस्थेचा दैनंदिन खर्च कसाबसा भागत असे. इमारतींसाठी सरकार आणि जनता यांच्याकडून देणग्या मिळविण्याशिवाय मार्ग नव्हता. पहिली तीन वर्षे न्यू इंग्लिश स्कूल बुधवार पेठेतील मोरोबादादा वाड्यात भरत असे. १८८३मध्ये ते शनिवार पेठेतील गद्रेवाड्यात हलविण्यात आले. ही जागाही अपुरी पडू लागली. त्यामुळे गद्रेवाड्याला लागून असलेल्या होळकरवाड्याची जागा भाडेपट्ट्याने मिळविण्यासाठी इंदूर दरबारी बोलणी सुरू झाली. सुदैवाने थोड्याच अवधीत होळकरवाड्याची जागा नाममात्र भाड्याने मिळाली (१८८४) आणि तेव्हापासून या दोन्ही संस्थांचे वर्ग १८८९पर्यंत होळकरवाड्यात भरत असत. फर्ग्युसनसाठी जास्त जागा लागू लागल्याने शाळेसाठी पुन्हा जागेचा प्रश्न उभा राहिला. १८९०च्या जानेवारीमध्ये बी.ए.च्या पहिल्या वर्षासाठी परवानगी मिळाल्यावर प्रश्न अधिक बिकट झाला. तेव्हा शेजारीच असलेल्या रमणबागेची जागा दरमहा

२५ रुपये भाड्याने घेऊन तेथे शाळेचे काही वर्ग भरू लागले. पुढे १९१३मध्ये रमणबागेची इमारत सोसायटीने ११ हजार रुपयांना विकत घेतली. रमणबागेशेजारचे मैदान कबुतरखाना म्हणून ओळखले जात असे. हे मैदान १८८८मध्ये ७६०० रुपयांना विकत घेतले होते. ही जवळजवळ चार एकर असलेली जागा दोन्ही संस्थांच्या विद्यार्थ्यांना खेळाचे मैदान म्हणून वापरता येऊ लागली.

वास्तविक गद्रे वाड्याची इमारत दरमहा ७५ रुपये भाड्याने घेतली होती. १८८४च्या दरम्यान ही इमारत विकत घेण्याची योजना असताना सरकारने नानावाडा ही इमारत ऑक्टोबर, १८८५मध्ये देणगी म्हणून दिली व गद्रे वाडा विकत घेण्याची कल्पना अर्थातच बारगळली. डेक्कन कॉलेज आणि फर्ग्युसन यांचे एकत्रीकरण करण्याचा सरकारी प्रस्ताव फेटाळला गेल्यामुळे गद्रे वाडा विकत घेण्याची चर्चा पुन्हा सुरू झाली आणि १८८८मध्ये गद्रेवाड्याची मालकी असलेल्या सावंतवाडीच्या राणी ताराबाई यांच्याबरोबर चर्चा होऊन तो ४० हजार रुपयांना विकत घेण्यात आला. एप्रिल, १८९०ला नानावाडाही ताब्यात आला. १८९७ सालच्या प्लेगसाथीच्या काळापर्यंत शाळेचे काही वर्ग तेथे भरत असत.

मार्च, १८९५मध्ये फर्ग्युसनची मुख्य इमारत तयार होईपर्यंत वर्ग गद्रेवाड्यात भरत असत. शाळा आणि फर्ग्युसनचे प्रीव्हियसचे वर्ग एकत्र गावात भरविण्याची योजना होती. फर्ग्युसनचे सर्व वर्ग, इतर इमारती, खेळाचे मैदान या सर्व गोष्टी एकत्र घ्यावयाच्या असतील तर त्यासाठी फार मोठी जागा लागणार होती. १८८५च्या ऑक्टोबर महिन्यातच २ लाख ३१ हजार रुपयांची योजना तयार करण्यात आली आणि या सर्व इमारती एकत्र गावाबाहेर असाव्यात अशी कल्पना होती. २० जून, १८८८रोजी सोसायटीच्या परिषदेचा गावाबाहेर चतुःशृंगीच्या पठारावर इमारत बांधण्याचा ठराव टिळक, आगरकर आणि आपटे यांनी एकमताने मंजूर केला.*

१८९१मध्ये लकडीपूल आणि चतुःशृंगीच्या पायथ्याच्या दरम्यान डोंगरउतारावर

***चतुःशृंगीचा माळ** : ज्या चतुःशृंगीच्या माळावर फर्ग्युसन उभे राहिले ती जागा शिरोळे सरदारांनी दिली, ती ९९ वर्षांच्या नाममात्र भाडेपट्ट्यावर! शिरोळे कुटुंबीय मूळ सातारचे. शिवाजी महाराजांच्या काळापासून इतिहासाशी संबंध होता. त्यांनी मराठा राजवटीत गाजवलेल्या शौर्यामुळे भांबुर्ड्याची पाटीलकी शिरोळे यांच्याकडे आली. १७६१ च्या पानिपतच्या लढाईत नऊपैकी आठ शिरोळे बंधू धारातीर्थी पडले, त्यात वाचलेल्या शूर गोविंदराव शिरोळे यांना औंधजवळील पिंपळे या भागाची जहागिरी देण्यात आली. त्यांचे वारस राजाराम शिरोळे आणि डे. ए. सोसायटी-फर्ग्युसनचे संस्थापक बाळ गंगाधर टिळक यांचा घनिष्ठ संबंध असल्याने ही जागा मिळू शकली. प्रत्यक्ष जागेचे मोजमाप करताना माधवराव नामजोशी स्वतः हजर होते.

३७ एकरांची जागा दरवर्षी १५ रुपये प्रति एकर या अटीवर ९९ वर्षांच्या भाडेपट्टा करारावर घेण्यात आली.

पुण्याचे रे मार्केट (सध्याची महात्मा फुले मंडई) ज्यांनी बांधले त्या रावबहादुर वासुदेव बापूजी कानिटकर या वास्तुतज्ज्ञांनी फर्ग्युसनच्या इमारतींचा आराखडा (डिझाइन) तयार केला होता.

इमारतींचा खर्च खालीलप्रमाणे झाला –

रु. ८७,५००	मुख्य इमारत (Main Building - M)
रु. ५५,०००	विद्यार्थी वसतिगृह, क्लब रूम व इतर दुय्यम इमारती
रु. ६,३००	प्राचार्यांचा बंगला
रु. १,२००	कॅनालवरचे दोन पूल (मुख्य इमारतीकडे जाणारा व प्राचार्यांचा बंगला / लेडीज होस्टेलकडे जाणारा)
रु. ५,०००	सेवकांच्या जागा, टेकडीवरील पाण्याच्या टाकीचा भाग, कंपौंड, रस्ते इ.
रु. १,५५,०००	

ही सर्व रक्कम जनतेच्या देणग्यांद्वारे उभारण्यात आली होती. देणग्यांचा मुख्य वाटा गोखले यांनी सर्व प्रांतांत फिरून - मुंबई, गुजरात, वऱ्हाड, महाराष्ट्र, कर्नाटक - जमविला होता. १८९२-९५ या तीन वर्षांत २५ पेट्रन्स आणि १०० फेलो नोंदविण्यात आले. सर्वांत मोठी देणगी गोंडल संस्थानचे राजे ठाकोरसाहेब यांची २०,००० रुपयांची होती. याची दातृत्वदखल म्हणून विद्यार्थ्यांच्या वसतिगृहाला 'सर भगवतसिंगजी विद्यार्थी वसतिगृह' असे नाव देण्यात आले. या खर्चापोटी सरकारने १ रुपयाचीही मदत दिली नाही. डेक्कन कॉलेजसंबंधी प्रस्ताव नाकारण्याचा हा परिणाम होता.

अनुदान

न्यू इंग्लिश स्कूल आणि फर्ग्युसन यांचे व्यवस्थापन सुरुवातीची काही वर्षे एकमेकांशी अत्यंत निगडित होते. सरकार एक असले तरी नियंत्रकयंत्रणा भिन्न होत्या.

सरकारी अनुदानासाठी शाळेची नोंदणी २९ नोव्हेंबर, १८८४ रोजी शिक्षणखात्याकडे करण्यात आली, तर फर्ग्युसनची नोंद ३१ जानेवारी, १८८५ला झाली. ऑक्टोबर, १८८४मध्ये शाळेची शैक्षणिक तपासणी झाली आणि शाळेचे

निकाल, विद्यार्थ्यांची हजेरी यांच्या आधारावर रु. ७७६२चे अनुदान मंजूर झाले. सुरुवातीला हे अनुदान ५ वर्षांसाठी होते. १९०२मध्ये निकालांचा निकष बदलला/ रद्द झाला तरी १९१३-१४ सालापर्यंत न्यू इंग्लिश स्कूलचे अनुदान तसेच चालू राहिले.

आरक्षण

एकोणिसाव्या शतकाच्या अखेरीस शिष्यवृत्त्यांच्या संदर्भात आरक्षणाची तरतूद होती. फी माफीची सवलत धर्म आणि जात यांवरही आधारली होती. १८९३च्या तपासणीच्या वेळी अधिकाऱ्यांनी पूर्ण फी माफीची सवलत १० टक्के असावी आणि त्यातील काही जागा मागासवर्गीयांसाठी असाव्यात अशी सूचना केली, ती मान्य झाली. १८९४च्या तपासणीच्या वेळी मागासवर्गीय विद्यार्थ्यांची संख्या कमी असल्याचे निदर्शनास आले. वास्तविक संस्थेने सर्व मागासवर्गीय अर्जदारांना सामावून फी माफी दिली होती. सरकारने फी माफीची टक्केवारी १५ करावी आणि प्रगत व मागासवर्गात ती ५० टक्क्यांनी विभागावी, एखाद्यावेळी मागासवर्गीय जागा भरल्या नाहीत तर त्या उच्च किंवा प्रगत वर्गांसाठी देऊ नयेत असा निर्णय देण्यात आला. १८९५च्या अहवालातही मागासवर्गीयांची टक्केवारी कमी (१.७५टक्के) होती. प्रयत्न करूनही मागासवर्गीय विद्यार्थ्यांची टक्केवारी भरत नाही; स्थानिक वृत्तपत्रात जाहिरात देऊनही साडेसात टक्के मागास वर्गाच्या जागा भरल्या जात नाहीत, हे संस्थेने निदर्शनास आणून दिले.

चित्रकला वर्ग

मार्च, १८८६मध्ये चित्रकला शिक्षणासाठी वर्ग सुरू केला. मुलांच्या संख्येनुसार अनुदानही देण्यात येत होते. १८८८साली सरकारकडून ५०० रुपये व पुणे नगरपालिकेकडून ५०० रुपये (चित्रकला साहित्यासाठी) असे अनुदान मिळाले. १८८७मध्ये ५०० रुपये खेळाच्या साहित्यासाठी १८८८मध्ये कबुतरखाना खरेदीसाठी निम्मे रु. ३८०० अनुदान मिळाले.

फर्ग्युसनचे अनुदान

शाळेसाठी सरकार आणि नगरपालिकेकडून बऱ्यापैकी अनुदान मिळत असे व त्याचा विनियोग विकासासाठी बऱ्यापैकी होत असे. फर्ग्युसनच्या अनुदानाचा इतिहास

मात्र समाधानकारक नव्हता. पहिल्या वर्षी उत्तीर्ण होणाऱ्या विद्यार्थ्यांच्या संख्येच्या प्रमाणात अनुदान ठरले. १८८५साली प्रीव्हियसच्या वर्गात १७ विद्यार्थी उत्तीर्ण झाले, त्यामुळे प्रत्येक विद्यार्थ्यापोटी रु. १०० प्रमाणे १७०० रुपये अनुदान मिळाले. १८८६साली अनुदानाचे नवे नियम सुरू झाले. अनुदान आणि विद्यार्थीसंख्या यांचा संबंध बंद झाला. प्रीव्हियस, बी.ए. प्रथम व बी.ए. द्वितीय या तिन्ही वर्गांसाठी एकूण २५०० रुपये अनुदान ठरले. विद्यार्थ्यांची किमान संख्या आणि प्रशासकीय क्षमता हे निकषही होते. नव्या अनुदान नियमांची चर्चा चालू असताना सरकारने बोलाविलेल्या सभेत टिळकांनी नवे निकष सुचविले होते. विद्यार्थ्यांची संख्या, उत्तीर्णांची संख्या, प्रत्यक्ष होणारा खर्च व प्राध्यापकांचे पगार या सर्व बाबींचा विचार व्हावा असे टिळकांचे मत होते. शिक्षकांच्या संदर्भात भारतीय शिक्षक आणि मिशनरी संस्थांमधील युरोपीय शिक्षक यांच्यातील भेद हाही एक चर्चेचा विषय होता. उदा. सेंट झेवियर सारख्या संस्थेत प्रॉटेस्टंट मिशनरी प्राध्यापक (फादर्स) यांना पगार नसे, परंतु त्यांच्या उदरनिर्वाहाची व्यवस्था मिशनरी पद्धतीची होती. फर्ग्युसनसारख्या संस्थेत स्वार्थत्यागाने अल्प मोबदल्यावर काम करणारी मंडळी होती, हे सरकारने मान्य केले; मात्र अनुदानाच्या पद्धतीबाबत या 'स्वार्थत्यागा'चा विचार होणे संभवत नव्हते.

शेवटी शिक्षण खात्याने १८८६, ८७ व ८८ या तीन वर्षांसाठी प्रत्येकी रु. ३०००चे अनुदान (त्यात रु. २५०० प्रीव्हियससाठी व संस्कृतशिवाय पर्शियन ही भाषा शिकविण्याच्या सोयीसाठी) मंजूर केले, याशिवाय १८८६साली ३००० रुपये आणि १८९५ साली २००० रुपये इतके अनुदान पुस्तके आणि अन्य साधनसामग्रीच्या खरेदीसाठी देण्यात आले. १८९६ साली तीन विद्यार्थ्यांसाठी विशेष दक्षिणा 'फेलोशिप' जाहीर करण्यात आली. रघुनाथ परांजपे, डी. एम. पटवर्धन, एन. बी. चंद्रचूड या तिघांचा यात समावेश होता. परांजपे इंग्लंडला गेल्यानंतर त्यांच्या नावाची फेलोशिप एम. बी. गर्दे यांना देण्यात आली.

डे. ए. सोसायटीच्या दोन प्रमुख संस्था पुण्यात सुरू झाल्या, एवढ्याने भागणारे नव्हते. शिक्षणाचा प्रसार मोठ्या प्रमाणावर वाढविणे हे उद्दिष्ट होते. मूळ दोन संस्थांची प्रगती पाहून मुंबई प्रांतातील अहमदनगर, सातारा (न्यू इंग्लिश स्कूल), रत्नागिरी, दापोली, पेण, पंढरपूर, धुळे, अमरावती अशा अनेक गावांहून तेथील शाळांना संलग्नता देण्याबद्दल अर्ज येत होते. टिळक, आपटे, आगरकर, गोळे यांची समिती नेमण्यात आली. सावधपणे पावले टाकण्याच्या उद्देशाने फक्त साताराच्या संस्थेला संलग्नता देण्यात आली. अभ्यासक्रमांच्या बाबतीत संस्थाचालकांचे असे मत होते की बी.ए.च्या परीक्षेद्वारा विद्यार्थ्यांच्या सांस्कृतिक ज्ञानाची स्थूल परीक्षा व्हावी आणि त्याचबरोबर एखाद्या विशिष्ट विषयाचा सखोल अभ्यासही व्हावा. मातृभाषेचा अभ्यास हा महत्त्वाचा असावा अशी सुरुवातीपासून अपेक्षा

होती, मात्र बी.ए.च्या अभ्यासात 'मराठी'चा समावेश होण्यासाठी तीस वर्षे वाट पाहावी लागली. प्रत्येक वर्षाच्या अखेरीस परीक्षा घेण्याऐवजी प्रीव्हियस आणि इंटर या दोन परीक्षा सलग दोन वर्षांत व्हाव्यात आणि बी.ए.ची परीक्षा चौथ्या वर्षाच्या अखेरीस घ्यावी असे ठरले. पुढे पदवी परीक्षेचा अभ्यासक्रम अधिक व्यापक करण्यात आला.

अभ्यासक्रम

प्रीव्हियस	१ इंग्रजी	२
	२ अभिजात भाषा (Classical language)	१
	३ गणित	१
	४ इतिहास	१
इंटरमिजिएट	१ इंग्रजी	२
	२ अभिजात भाषा (Classical language)	१
	३ गणित	१
	४ फिजिक्स (पदार्थविज्ञान)	१
	५ लॉजिक (तर्कशास्त्र)	१
बी.ए.	१ इंग्रजी	२
	२ अभिजात भाषा (Classical language)	१
	३ इतिहास आणि अर्थशास्त्र	३
	४ विशेष निवडीचा विषय	४

न्यू इंग्लिश स्कूल आणि फर्ग्युसन यांचे संस्थापक, शिक्षक जवळजवळ तेच असल्याने भौगोलिक दृष्ट्या दोन्ही संस्थांचे वर्गही जवळजवळ असल्याने दोन्ही संस्थांना फार मोठा लाभ झाला. टिळक, आगरकर, आपटे यांच्यासारखे दिग्गज दोन्हीकडे शिकवत असत. शिकविण्याच्या बाबतीत विचाराची मूलभूतता, सखोलता त्याचबरोबर निश्चितता यावर भर असे. शाळेमध्ये दर आठवड्याला परीक्षा असे, तर फर्ग्युसनमध्ये दोन तिमाही, एक सहामाही व एक वार्षिक अशा चार परीक्षा असल्याने विद्यार्थ्यांना अभ्यासाबाबत सतत जागरूक राहावे लागे, अभ्यासाची अद्ययावत तयारी करावी लागे. तल्लख स्मृती, प्रचंड पाठांतर यावर भर असे. शिकवीत असताना शिक्षक मधूनमधून प्रश्न विचारण्यावर भर देत. बरोबर उत्तरे देणारा विद्यार्थी अर्थातच वरच्या क्रमांकावर सरकत असे. वर्गात विधायक स्पर्धा

असे. १८९५च्या मॅट्रिकच्या परीक्षेच्या विद्यार्थ्याने असे म्हटले आहे की पहिल्या पाच-सहा क्रमांकांत येणाऱ्या विद्यार्थ्यांमध्ये अत्यंत तीव्र स्पर्धा असे. केवळ एखाददुसऱ्या गुणाच्या फरकानेही वर्गातल्या क्रमांकात फरक पडत असे. फर्ग्युसनमध्ये पहिल्या पाचात असणाऱ्या विद्यार्थ्यांचा मुंबई विद्यापीठाच्या सर्व विद्यार्थ्यांमध्ये पहिल्या विसांत समावेश असे. विद्यार्थ्यांना वर्गात सतत जागरूक राहावे लागे, उत्तर चुकले अथवा किंचित गडबड झाली तर वेताच्या छडीचा प्रसाद मिळत असे. विद्यार्थ्यांकडून भरपूर अभ्यास करून घेतला जात असे आणि तोही कडक शिस्तीत; त्यामुळे उत्तम दर्जा टिकविला जाई. संस्कृत आणि गणित हे विषय संस्थेच्या अभ्यासाचे खास मानबिंदू! आपटे, नंदर्गीकर, कृष्णाजी गोविंद ओक हे संस्कृत तर टिळक, गोखले, कर्वे, पी. आर. लिमये हे गणित शिकवत असत. जगन्नाथ शंकरशेठ शिष्यवृत्ती मिळविण्यासाठी प्रचंड स्पर्धा असे व अनेकांनी ती मिळविली. भांडारकरांचे संस्कृत ग्रंथ आणि धातुरूपकोश यांचा सखोल अभ्यास केला जात असे. अधिक अभ्यासू विद्यार्थी कौमुदी, रघुवंश, शाकुंतल आणि इतर महाकाव्यांचाही अभ्यास करीत. आपटे, आगरकर, केळकर शाळेतही इंग्रजी शिकवीत असत. विद्यार्थ्याने डिक्शनरी-शब्दकोश बरोबर आणला नसेल तर आगरकर त्याला वर्गात प्रवेशही देत नसत. वरच्या वर्गाचे विद्यार्थी 'बेन्स हायर ग्रामर', 'इंग्लिश रीडर्स' अभ्यासत असत. सहावी-सातवीत 'व्हिकार ऑफ वेकफिल्ड', मेकॉले यांचे निबंध, वॉशिंग्टन आयरविंगचे 'स्केचबुक', 'स्कॉटच्या कादंबऱ्या', 'पेरॅडाइज लॉस्ट' यासारखे ग्रंथ विद्यार्थ्यांच्या परिचयात असत. गोपाळ कृष्ण गोखले स्वत: आत्मीयतेने इंग्रजी शिकवत. इंग्रजी साहित्यातील गद्य आणि पद्य उताऱ्यांचे पाठांतर करून घेत असत. (१००१ जेम्स ऑफ इंग्लिश प्रोज/इंग्लिश पोएट्री, बीटन्स पब्लिक स्पीकर). त्यांचे स्वत:चे पाठांतर उत्तम असे व विद्यार्थ्यांकडूनही करवून घेत असत. इंग्लंडच्या इतिहासाच्या अभ्यासासाठी 'द रॉयल हिस्टरी' हे पुस्तक तर भारताच्या इतिहासाच्या अभ्यासासाठी 'हंटर' अथवा 'सिन्क्लेमर' यांची पुस्तके लोकप्रिय होती. घोकंपट्टी हा अभ्यासाचा सरळसरळ मार्ग होता. त्या काळी शिकलेले काही विद्यार्थी ३०-३५ वर्षानंतरही अनेक महत्त्वाचे उतारे तोंडपाठ म्हणत असत व त्यात कौतुक अथवा प्रौढी मानीत असत.

न्यू इंग्लिश स्कूलच्या या अभ्यासपद्धतीचा उल्लेख अशासाठी की यातलेच बहुतेक विद्यार्थी पुढे फर्ग्युसनमध्ये प्रवेश घेत असत. शिक्षकही तेच असत, स्पर्धाही तशीच असे. बदलत्या अभ्यासक्रमानुसार अधिक खोलवर अभ्यासणे आणि माहितीबरोबर व्यापक व मूलगामी अन्वयार्थ लावणे हा फरक होता. केळकर, गोखले, आपटे, आगरकर हे प्रामुख्याने इंग्रजी शिकवीत. १८९६मध्ये वै. का. राजवाडे इंग्रजी विभागाचे प्रमुख झाले. आपटे यांच्या जोडीला पाटणकर आणि धारप हे संस्कृत

शिकवू लागले. आपटे यांच्या निधनानंतर चांदोरकर आणि पानसे व १८९३पासून वासुदेवशास्त्री अभ्यंकर यांची उत्तम भर पडली. टिळक राजीनामा देईपर्यंत स्वत: गणित शिकवीत असत. त्यानंतर गोपाळ कृष्ण गोखले आणि धोंडो केशव कर्वे गणित शिकवीत व इंग्लंडला जाण्यापूर्वी रघुनाथ परांजपे काही काळ शिकवीत असत. १८९०पर्यंत आगरकर स्वत: ग्रीस आणि रोम यांचा इतिहास शिकवीत. त्यावर्षी (१८९०) बी. ए.चे विशेष वर्ग सुरू झाले. चिंतामण गंगाधार भानू ग्रीस, रोम व भारत यांचा इतिहास शिकवीत. गोखले इंग्लंडचा इतिहास आणि अर्थशास्त्र तर आगरकर तर्कशास्त्र, नीतिशास्त्र-तत्त्वज्ञान शिकवीत. १८९५ नंतर हे विषय गोविंद चिमणाजी भाटे शिकवू लागले व जून, १८९५मध्ये आगरकरांचे निधन झाल्यानंतर भाटे विषयप्रमुखही झाले. महादेव शिवराम गोळे फिजिक्स (पदार्थविज्ञान) आणि केमिस्ट्री (रसायनशास्त्र) शिकवीत. महादेव शिवराम गोळे यांचे वैशिष्ट्य असे की ते बहुविद्या अभ्यासक होते. १८८१मध्ये त्यांनी मुंबई विद्यापीठाची संस्कृत आणि तत्त्वज्ञान यात पदवी घेतली; १८८२साली न्यू इंग्लिश स्कूलमध्ये ते त्या विषयाचे शिक्षक झाले. नव्या संकल्पित महाविद्यालयात-फर्ग्युसनमध्ये शास्त्र शाखेचे विषय शिकविणारे कोणी नसल्याने त्यांनी १८८४मध्ये फिजिक्स/केमिस्ट्री हे विषय घेऊन उच्च वर्गात मुंबई विद्यापीठाची एम.ए. पदवी घेतली. त्यानंतर १९०१मध्ये निवृत्त होईपर्यंत ते शास्त्र-विषय शिकवीत असत. शास्त्र शाखेची सुरुवात करण्याचे श्रेय गोळे यांच्याकडे जाते. व्ही. बी. भाटे हे १९०१पर्यंत जीवशास्त्र शिकवत. त्यांच्याच काळात १८९२ व १८९६मध्ये 'नारायण वासुदेव शास्त्री शिष्यवृत्ती' भाटे यांच्या विद्यार्थ्यांनी मिळविली. मोहंमदखान मुन्शी यांची १८८७ साली पर्शियन भाषेचे प्राध्यापक म्हणून नेमणूक झाली आणि पुढे सलग चाळीस वर्षे पर्शियन भाषेचे ज्येष्ठ प्राध्यापक म्हणून त्यांनी लौकिक मिळविला. त्या काळातला हा एक प्रकारे उच्चांकच मानावा लागेल.

गो. कृ. गोखले

पाठ्यपुस्तके

सोसायटीच्या दोन्ही संस्थांच्या विद्यार्थ्यांसाठी त्याकाळी मान्य असलेली, सरकारने-शिक्षण खात्याने शिफारस केलेली पाठ्यपुस्तके असत; त्याशिवाय संस्थेनेही

उत्तम पाठ्यपुस्तक निर्मितीसाठी स्पर्धा ठेवल्या. संस्थेच्या शिक्षकांनी-प्राध्यापकांनी आपल्या विषयासंबंधी उत्तमोत्तम पुस्तके तयार केली. यातील काही तर सर्व मुंबई प्रांतात मान्यता पावली. वामन शिवराम आपटे यांचे शब्दकोश, १८८९ सालचे गोखले यांचे अंकगणितावरचे पुस्तक, गोळे यांचे संस्कृत, रामचंद्र भिकाजी जोशी यांचे मराठी व्याकरण, बापट यांचे अल्जिब्रा, आगरकरांची वाक्यमीमांसा, दामले यांची निवडक मराठी उताऱ्यांची इंग्रजी रूपांतरे, टिळकांचे मॅट्रिक्युलेशन मेकॅनिक्स, महादेव रामचंद्र सोमण यांचे संस्थापकांना समर्पण केलेले 'हिंदुस्थानची राज्यव्यवस्था व लोकस्थिती' ही पुस्तके दर्जेदार होती.

वसतिगृह योजना

न्यू इंग्लिश स्कूलला वसतिगृह जोडण्याची कल्पना १८८७ साली मांडण्यात आली, परंतु काही कारणामुळे ती जानेवारी, १८९४मध्ये प्रत्यक्षात येऊ शकली. या योजनेत गोळे यांनी विशेष रस घेतला होता आणि इंग्लिश पद्धतीचे वसतिगृह असावे अशी त्यांची कल्पना होती. या योजनेलाही चांगला प्रतिसाद मिळाला, ३६ विद्यार्थ्यांना प्रवेश मिळाला आणि जागेअभावी ४० अर्जदार विद्यार्थ्यांना प्रवेश नाकारावा लागला. प्लेगची साथ सुरू होण्यापूर्वी वसतिगृह विद्यार्थ्यांची संख्या ६२ पर्यंत वाढली. सुरुवातीला वसतिगृह होळकर वाड्यात होते. १८९५साली गायकवाड वाड्यात हलविण्यात आले. वसतिगृहाची जागा बडोद्याच्या महाराजांकडून दरवर्षी नाममात्र १ रुपया भाड्याने मिळाली होती. वसतिगृह विद्यार्थ्यांची उत्तम काळजी घेतली जात असे, त्यांच्या अभ्यासाकडे खास लक्ष दिले जाई आणि विशेष म्हणजे उपक्रमशीलता, स्वावलंबन, विविध खेळ (मैदानी व मर्दानी) यांच्यावर भर असे. शिस्तीचा उत्तम दर्जा राखला जात असे. उच्च आणि उच्च मध्यमवर्गीय विद्यार्थ्यांना प्रवेश देऊन त्यांच्यात नेतृत्वाचे गुण निर्माण व्हावेत यावर भर असे. स्वच्छता, टापटीप, उद्यमशीलता, आज्ञाधारकता, खिलाडूवृत्ती यांचे पोषण करताना खास काळजी घेतली जाई. वसतिगृहाच्या व्यवस्थापनाचे कार्य विशेष तज्ज्ञ व आजीव सदस्य मोती बुलासा* यांच्या नेतृत्वाखाली चाले, कायम शिक्षक गणेश सखाराम वझे आणि ऋषी आणि वैद्य हे सेवक वसतिगृहाचे कामकाज पाहत.

---

* यांच्याविषयी अधिक माहितीसाठी पाहा - विद्यागौरी टिळक, द. दि. पुंडे (संपा.), **मराठी वाङ्मयाची सद्यःस्थिती** (कै. मोती बुलासा यांनी १८९८ साली लिहिलेला मराठी वाङ्मयाचा पहिला इतिहास), स्नेहवर्धन पब्लिशिंग हाऊस, पुणे, १९९८, संपादकांची प्रस्तावना, पृ. ९-४२.

शाळा आणि महाविद्यालय यांच्या खेळांमध्ये खूप साम्य होते. वयपरत्वे त्यात बदल केला जात असे. सरकारने काही सूचना करण्यापूर्वीच संस्थेने खेळ, कवायती, व्यायाम यासाठी विशेष लक्ष द्यायला सुरुवात केली होती. गद्रे वाड्याच्या पिछाडीला व्यायामशाळा सुरू करण्यात आली आणि तेथे कुस्ती, लाठी, दांडपट्टा, सिंगल-डबल बार, मल्लखांब, इत्यादींवर भर असे. कबुतरखान्याची जागा विकत घेतल्यानंतर सांघिक कवायतींवर भर देण्यात आला. गंगाधर गोविंद दीक्षित यांच्या कडक शिस्तीने थोड्याच वेळात संस्थेने नाव कमावले. लॉर्ड रे यांनी कवायतींचा दर्जा तपासण्यासाठी खास तज्ज्ञ प्रतिनिधी पाठविला. १७ ऑगस्ट, १८८९ रोजी संस्थेच्या बक्षीससमारंभास लॉर्ड रे स्वत: हजर होते आणि आपल्या भाषणात मध्य भारतात या दर्जाचे शारीरिक शिक्षण देणारी एकमेव संस्था म्हणून उल्लेख केला. शाळेच्या तपासनिसांनी शास्त्र शाखा आणि खेळ यांच्या दर्जाबद्दल विशेष शिफारसपत्र दिले. कवायतींमध्ये खास दर्जा राखणाऱ्या विद्यार्थ्यांना विशेष शिष्यवृत्ती देण्यास सुरुवात झाली. विशेष म्हणजे एखादेवेळी शिक्षक गैरहजर असतील तर वर्गाची शिस्त पाहण्यासाठी हे कवायती विद्यार्थी मुद्दाम नेमले जात. कवायतीच्या वेळी विद्यार्थ्यांना खास सफेद पोशाख घालावा लागे आणि न्यू इंग्लिश स्कूलच्या विद्यार्थ्यांना N.E.S. हे नाव धारण केलेली टोपी घालावी लागे. संस्थेचे बँड-पथक तयार करण्यात आले होते आणि विद्यार्थी बँडपथकासह दसऱ्याच्या दिवशी पुणे शहरातून आकर्षक परेड करीत असत.** १८९५ साली फर्ग्युसनची नवी इमारत तयार झाली. त्या वर्षी सर्व विद्यार्थी कवायतीने गावातील इमारतीपासून फर्ग्युसनच्या मैदानावर दिमाखाने दाखल झाले. यातील निवडक विद्यार्थ्यांना रावबहादुर काशीनाथ बळवंत पेंडसे यांच्या हस्ते खास बक्षिसे देण्यात आली. १८९५मध्ये फर्ग्युसन कॉलेजच्या मैदानावर अखिल भारतीय राष्ट्रीय काँग्रेसचे अधिवेशन भरले होते.*** सोसायटीच्या दोन्ही संस्थांच्या निवडक विद्यार्थ्यांनी स्वयंसेवक म्हणून उत्तम काम केल्याबद्दल काँग्रेसचे अध्यक्ष सुरेंद्रनाथ बॅनर्जी यांनी आपल्या भाषणात विद्यार्थ्यांचे खास कौतुक केले. संस्थेतील निवडक विद्यार्थ्यांना अग्निशामक दलाचे खास शिक्षण दिले होते. १८९५पासून शिमग्याच्या दिवशी खेळांच्या स्पर्धा योजल्या जात.

** १८ नोव्हेंबर, २००५ रोजी माजी विद्यार्थी संघटनेच्या हीरक महोत्सवानिमित्त फर्ग्युसनच्या माजी विद्यार्थ्यांनी गद्रेवाडा ते फर्ग्युसन अशी शोभायात्रा काढली. तिचा वृत्तांत पुढे येणार आहे.

*** १९६०मध्ये अखिल भारतीय राष्ट्रीय काँग्रेसचे एक अधिवेशन फर्ग्युसनमध्ये असेच भरले होते. स्वयंसेवक म्हणून प्रस्तुत लेखकाने भाग घेतला होता.

१८९७-९८च्या प्लेगमुळे या सर्व प्रयत्नांना फार मोठी खीळ बसली.

१८९६पासून फर्ग्युसनच्या नव्या इमारतीमुळे कॉलेज जिमखाना नव्या मैदानावर सुरू झाला. त्यावेळी कॉलेजचा स्वतंत्र क्रिकेट संघ नव्हता, मात्र अधिक उत्साही विद्यार्थी 'यंग मेन्स क्रिकेट क्लब' या नावाच्या संघाबरोबर खेळत असत आणि या क्लबची खेळपट्टी डेक्कन जिमखाना मैदानालगत होती. त्यात कॉलेजशी संबंधित नसलेले खेळाडूही असत. गोखले स्वत: काही वर्षे क्रिकेट उत्तमप्रकारे खेळत, असा उल्लेख आहे. त्याशिवाय सरदार आबासाहेब पुरंदरे, सर्वश्री एस. व्ही. जोग, एस. व्ही. रानडे, दिवेकर, बाळासाहेब दांडेकर, व्ही. के. बापट इत्यादी खेळाडू होते. विशेष म्हणजे एस. बी. सरदेसाई हे नामांकित गोलंदाज होते आणि त्यांच्या खेळामुळे फर्ग्युसनचा संघ नगर, सातारा या संघांविरुद्ध विजय मिळवीत असे. १८९२मध्ये या संघाने गणेशखिंडच्या मैदानावर गव्हर्नरच्या संघाचा पराभव केला. फर्ग्युसन सोडल्यानंतर सरदेसाई नामांकित गोलंदाज बनले आणि नंतर बरीच वर्षे त्यांनी क्रिकेटच्या तिरंगी सामन्यात खूप मैदान गाजविले.

फर्ग्युसनचे पहिले संमेलन

फर्ग्युसनचे विद्यार्थी स्नेहसंमेलन १८८९पासून आणि न्यू इंग्लिशचे १८९५ पासून सुरू झाले असावे. शाळेच्या संमेलनाची सुरुवात विद्यार्थ्यांच्या बक्षीस समारंभातून झाली. शाळेची प्रगती जनतेच्या लक्षात आणून देण्यासाठी प्रमुख पाहुण्यांना बोलाविले जाई व वर्षाचा अहवाल सादर केला जाई. १८८४च्या बक्षीस समारंभास सर जेम्स फर्ग्युसन तर १८८६, १८८९च्या समारंभास लॉर्ड रे पाहुणे म्हणून उपस्थित होते. या सर्वांचा एकत्रित परिपाक म्हणजे १८९५चे स्नेहसंमेलन! दिवसाची सुरुवात मैदानी आणि मर्दानी खेळांनी झाली. संध्याकाळी संमेलनासाठी मुद्दाम लिहिलेल्या नाट्यरूपी संवादाने शेवट झाला. हा संवाद वामन आबाजी मोडक यांचे चिरंजीव विष्णुपंत मोडक यांनी लिहिलेला होता. कार्यक्रमाच्या शेवटी स्नेहभोजन झाले (१८९६). दुसऱ्या वर्षी १८९७ साली हरी नारायण आपटे या विख्यात माजी विद्यार्थ्यांचे प्रमुख पाहुणे म्हणून भाषण झाले. १८८९-९०च्या स्नेहसंमेलनाची फारशी माहिती मिळत नाही. १८९१चे संमेलन चांगलेच गाजले, कारण 'वेणीसंहार' या संस्कृत नाटकाचा प्रयोग झाला. ह्या नाटकाची आणि डेक्कन कॉलेजने बसविलेल्या मृच्छकटिक नाटकाची चांगलीच चुरस रंगली. फर्ग्युसनचे नाटक इतके चांगले झाले की त्याचे दोन प्रयोग नाना वाड्याशेजारील सार्वजनिक नाट्यगृहात झाले व त्यातून ५०० रुपये उत्पन्नही मिळाले.

फर्ग्युसन कॉलेजमध्ये पहिले स्नेहसंमेलन - १८९४ मध्यभागी प्राचार्य आगरकर

विद्यार्थी दशेतील सावरकर : सर्वांत खाली बसलेले डावीकडून दुसरे

१८९४च्या संमेलनाचा खास उल्लेख करावयास हवा, कारण प्रथमच सर्वांचे एकत्र समूह-छायाचित्र काढले. हे चित्र जुन्या नानावाड्याच्या मध्यवर्ती चौकात काढलेले आहे. सर्वांत मध्यभागी प्राचार्य आगरकर असून दोन्ही बाजूस गोळे आणि केळकर हे आजीव सदस्य आहेत. आगरकरांच्या पाठीशी र. पु. परांजपे आहेत. शिक्षक आणि विद्यार्थी यांच्या पोशाखात फारसा फरक आढळत नाही - ज्येष्ठ मंडळी पगडी, बंद गळ्याचा कोट, उपरणे, धोतर, काहींच्या डोक्यावर फेटा तर काहींच्या डोक्यावर जरीची टोपी - र. पु. परांजपे यांच्या डोक्यावर जरीची टोपी आहे हे लक्षात येण्यासारखे आहे.

सुरुवातीच्या वर्षात काही मान्यवरांनी संस्थेस भेटी दिल्या. त्यात प्रामुख्याने सर भगवतसिंगजी ठाकोरसाहेब गोंडल (जानेवारी, १८८५), बडोद्याचे सयाजीराव गायकवाड (सप्टेंबर, १८८५), म्हैसूरचे हिज हायनेस महाराजा चामराजेंद्र वाडियार बहादुर (फेब्रुवारी, १८८८), त्रावणकोरचे रामवर्मा महाराज (फेब्रुवारी, १८८८), सावंतवाडीचे सरदेसाई रघुनाथराव राजे (सप्टेंबर, १८८८) यांचा समावेश होता. याशिवाय जवळपासच्या भोर, फलटण, औंध, त्याचप्रमाणे दक्षिणेकडील संस्थानांचे प्रमुखही भेटीस येत. याशिवाय अर्ल डफरिन (व्हॉईसराय) यांची भेट झाली. प्रत्येक पाहुण्याला सुसंगत मानपत्र दिले जाई. व्हाईसरॉय यांच्यापुढील भाषणात सोसायटीच्या पदाधिकाऱ्यांनी आर्थिक अडचणी स्पष्ट केल्या. पाहुण्यांनी सोसायटीच्या प्रश्नांची आणि अडचणींची दखल घेतली. पदाधिकाऱ्यांचा स्वार्थत्याग, राष्ट्रभक्ती, शिक्षणाची आस्था यांचा विशेष उल्लेख केला आणि संस्थेस मदत करण्यात सरकार कमी पडणार नाही, असे आश्वासनही दिले.

महाराष्ट्रात वा अन्यत्र ज्यावेळी संस्थानिकांचे पदग्रहण किंवा अन्य कार्यक्रम होत, त्यावेळी संस्थेचे ज्येष्ठ कार्यकर्ते स्वतः उपस्थित राहून गौरवसमारंभात भाग घेत. जुलै, १८८६च्या इंदोरच्या शिवाजीराव महाराजांच्या कार्यक्रमास स्वतः टिळक हजर होते. कोल्हापूरचे छत्रपती शाहू महाराज यांच्या पदग्रहणाच्या समारंभास (१८९४) भांडारकर, आगरकर व गोखले हे तिघे हजर होते. छत्रपतींच्या मार्गदर्शनाचा विशेष उल्लेख करण्यात आला आणि छत्रपतींनीही आपले योगदान पुढेही चालू राहील असे आश्वासन दिले.

टिळक, आगरकर यांनी कोल्हापूर संस्थानासाठी जो लढा दिला त्यामुळे साहजिकच या भागातील छोट्या मोठ्या संस्थानांनी देणग्या दिल्या, त्या पुढीलप्रमाणे :

कोल्हापूरचे महाराज	१०,०००/-
कागल	५,०००/-
सांगली	६,०००/-
मिरज (थोरली पाती)	१०,०००/-
मिरज (धाकटी पाती)	५,०००/-
मुधोळ	१०,०००/-
रामदुर्ग	५,०००/-
इचलकरंजी	५,०००/-
विशाळगड	१,५००/-
जंजीऱ्याचे नवाब	१,०००/-
भावनगरचे ठाकूरसाहेब	५,०००/-
गोंडलचे ठाकूरसाहेब	२,५००/-
जुनागडचे नवाब	३,०००/-
	६९,०००/-

याशिवाय इतरही देणग्या होत्या. अल्पावधीत त्याकाळी एखाद्या खाजगी शिक्षणसंस्थेसाठी सुमारे ६९,००० रुपयांची रक्कम जमा होणे हे विश्वासाचे प्रतीक होते. या देणग्यांमुळे संस्थापकांचा उत्साह दुणावला आणि त्यांचे काम जोराने सुरू झाले.

टिळकांचा राजीनामा

टिळकांच्या राजीनाम्याचा उल्लेख यापूर्वी आलेला आहे. परंतु प्रस्तुत प्रकरणाचा समारोप करताना त्याबाबत आणखी थोडे विवेचन करणे आवश्यक वाटते.

न्यू इंग्लिश स्कूल आणि फर्ग्युसन कॉलेज एकीकडे प्रगतिपथावर वाटचाल करीत असताना दुसरीकडे आजीव सदस्यांमध्ये कमालीचे मतभेद खदखदत होते आणि हळूहळू सोसायटीच्या व्यवहारांमध्ये वितंडवाद निर्माण होत होते. ज्या आजीव सदस्यांच्या परस्पर सहकार्य आणि सद्भाव यावर सोसायटीच्या संस्थांची हेवा करण्यासारखी प्रगती होत होती, त्या आजीव सदस्यांमध्ये सरळसरळ दोन तट पडत होते. ज्या टिळक-आगरकरांनी डेक्कन कॉलेजमधील विद्यार्थीजीवनामध्ये भावी शिक्षणसंस्थेची वैचारिक स्वप्ने रंगविली होती आणि जे न्यू इंग्लिश स्कूल, डेक्कन एज्युकेशन सोसायटी आणि फर्ग्युसन कॉलेज यांचे प्रमुख आधारस्तंभ,

संस्थापक होते, तेच दोघे परस्परविरोधी गटांचे नेते बनत होते. १८८६ ते १८९० या काळातील दप्तर पाहता या दोघांतील मतभेद पराकोटीचे तीव्र होत होते. उदाहरणार्थ, संमतीवयाच्या कायद्यासंदर्भातील वाद, 'आधी सामाजिक सुधारणा की राजकीय सुधारणा' याविषयीचा मूलभूत वाद, आगरकरांनी 'केसरी' सोडून त्यानंतर केलेली 'सुधारक'ची स्थापना इ. या काळात टिळक-आगरकरांमध्ये वारंवार आरोप-प्रत्यारोपांच्या फैरी झडत होत्या. राजकीय आणि सामाजिक प्रश्नांबाबतचे मतभेद, सोसायटीच्या व्यवस्थापनासंबंधी मतभेद आणि विशेष म्हणजे दोघांच्या स्वभावातील दुराग्रही आक्रमकता यामुळे कमालीची कटुता वाढत गेली आणि त्याचे पर्यवसान म्हणजे १८९०च्या ऑक्टोबर महिन्यात टिळकांनी डेक्कन एज्युकेशन सोसायटीच्या आजीव सदस्यपदाचा राजीनामा दिला. हा एक ऐतिहासिक, दुर्दैवी निर्णय होता.

लोकमान्यांचे तैलचित्र: वि. मा. बाचल

२२ ऑक्टोबर, १८९०च्या आजीव सदस्यांच्या सभेत टिळकांचा राजीनामा स्वीकारण्यात आला.

ठरावाचा आशय असा, की 'टिळकांनी सोसायटीची गेली दहा वर्षे जी सेवा केली त्याची कृतज्ञ नोंद करण्यात येत आहे आणि त्यांनी सोसायटीबरोबरचे संबंध संपुष्टात आणल्याने सोसायटीचे आणि आजीव सदस्यांचे कधीही भरून न येणारे नुकसान झाले आहे.'

टिळकांच्या राजीनाम्यामुळे उलट सुलट प्रतिक्रिया उमटल्या. कोण चुकले याविषयी विविध मते व्यक्त झाली. लोकमान्यांचे चिरंजीव श्रीधरपंत यांनी 'बाबांनी राजीनामा द्यावयास नको होता' असे स्पष्ट वक्तव्य केले. राजीनामा दिल्याने डे. ए. सोसायटीतील अंतर्गत मतभेद कमी झाले आणि काही काळ सोसायटीच्या प्रशासनावर मवाळांचे प्रभुत्व निर्माण झाले. या मवाळांच्या भूमिकेवर पुढील काळात टिळक कडक टीका करीत असत. १८९०नंतर अर्थातच टिळकांचा राजकीय सहभाग वाढत गेला. जहाल गटाचे नेतृत्व त्यांच्याकडे आले. फर्ग्युसनमधल्या विद्यार्थ्यांमध्ये टिळकांबद्दल कमालीचे आकर्षण होते, त्यातील काही टिळकांकडून दीक्षा घेऊन राजकारणात उतरले, काहींनी क्रांतिकारी मार्गांचा अवलंब केला. वीर सावरकर

त्यापैकीच होत. आचार्य अत्रे टिळकभक्त होते. परप्रांतातून फर्ग्युसनमध्ये आलेल्यांपैकी काहींनी टिळकांपासून प्रेरणा घेतली. टिळक-गोखले हे भारतीय राजकारणाचे दोन ध्रुव बनले. टिळकांची मूळ वृत्ती पाहता संस्थेच्या प्रशासनावर विपरीत परिणाम झाला असता. पुढे पुढे तर सरकारी अनुदानावर वाटचाल करणाऱ्या संस्थांना राजकारणात पडणे आणि सरकारवर टीका करणे यामुळे संस्था चालविणे जवळजवळ अशक्य झाले असते; त्यामुळे झाले ते बरे झाले असाही एक मतप्रवाह होता.

टिळक राजीनामा प्रकरणाचे अनेक तपशील डेक्कन एज्युकेशन सोसायटीच्या दप्तरात व या अनुषंगाने आजवर केल्या गेलेल्या लेखनात उपलब्ध आहेत.

◆

प्रकरण तिसरे

प्लेगच्या आपत्तीचे दशकः १८९६-१९०६

प्रास्ताविक

१८९५मध्ये आगरकरांचे निधन झाले. आगरकर हे केवळ संस्थापक आजीव सदस्य नव्हते, तर न्यू इंग्लिश स्कूल (१८८०), डेक्कन एज्युकेशन सोसायटी (१८८४) आणि फर्ग्युसन कॉलेज (१८८५) यांच्या संस्थात्मक पायाभरणीचे, प्रशासनिक मार्गदर्शनाचे, स्वार्थत्यागावर आधारलेल्या खाजगी शिक्षण संस्थेचे आघाडीचे शिल्पकार होते. टिळकांचा राजीनामा हा फार मोठा धक्का होता, त्यातून बाहेर पडणे सोपे नव्हते. परंतु आगरकरांच्या नेतृत्वाखालील सर्व आजीव सदस्यांनी, देणगीदारांनी, आस्थेवाइकांनी आणि विशेष म्हणजे खाजगी शिक्षणसंस्थांच्या नव्या प्रयोगाला प्रोत्साहन देणाऱ्या सरकारी अधिकाऱ्यांनीही अनुकूल भूमिका घेतल्याने नव्या शैक्षणिक प्रयोगाचे तारू भरकटले नाही. आगरकरांच्या निधनाच्या पुढच्या वर्षीपासून जवळजवळ दहा वर्षे सर्व महाराष्ट्राला, त्यातल्यात्यात पुणे शहराला प्लेगच्या साथीचा तडाखा बसला. प्लेगच्या आपत्तीची हाताळणी करणाऱ्या सरकारी यंत्रणेवर सोसायटीच्या काही आजीव सदस्यांनी आपल्या वृत्तपत्रातून घणाघाती टीका केल्याने सोसायटीच्या कारभारावर सरकारी नियंत्रण वाढण्याची प्रक्रिया सुरू झाली. त्याचा दृश्य परिणाम म्हणजे १८८४ साली संमत केलेल्या डे. ए. सोसायटीच्या घटनेत महत्त्वाच्या दुरुस्त्या करून 'नियामक मंडळ' नेमण्यात आले. आपल्या किमान हक्कांचे संरक्षण करून ते सोसायटीने मान्य केले. सलग दहा वर्षे चाललेल्या प्लेगच्या आक्रमणामुळे गावाबाहेर वस्ती, विद्यार्थ्यांची घटती संख्या, विपरीत अनुदानपद्धती अशी संकटे उभी राहिली. या संकटातून फर्ग्युसनने कसा

मार्ग काढला, काय लाभ-हानी झाली याचा आढावा प्रस्तुत प्रकरणात घ्यावयाचा आहे.

नव्या इमारतीचे उद्‌घाटन

२७ मार्च, १८९५ (हिंदू पंचांगानुसार चैत्र शु. प्रतिपदा, गुढीपाडवा) या पवित्र दिवशी मुंबई प्रांताचे गव्हर्नर लॉर्ड सॅण्डहर्स्ट यांच्या हस्ते फर्ग्युसन कॉलेजच्या नव्या मुख्य इमारतीचे उद्‌घाटन करण्यात आले. फर्ग्युसनच्या इतिहासातील हा एक सुवर्णक्षण होता; त्या इतमामास साजेसा देखणा समारंभ योजला होता. सोसायटीचे सुरुवातीपासूनचे अध्यक्ष कोल्हापूरचे महाराज श्री शाहू छत्रपती कार्यक्रमास उपस्थित होते व स्वत: सर्व प्रमुख पाहुण्यांचे स्वागत करीत होते. कॉलेजची मुख्य इमारत व वसतिगृह क्र. १च्या मधील जागेत भव्य सुशोभित मांडव उभारला होता. समारंभाला तीन हजारांहून अधिक मंडळी उपस्थित होती, त्यात संस्थानिक, पुण्यातील मान्यवर, देणगीदार, शिक्षणक्षेत्राशी संबंधित मंडळी यांचा समावेश होता. उद्‌घाटनाच्या भाषणात लॉर्ड सॅण्डहर्स्ट यांनी इंग्लंडमधील आजीव सदस्य आणि डेक्कन एज्युकेशन सोसायटीचे आजीव सदस्य यांतला फरक स्पष्ट केला. 'इंग्लंडमध्ये आजीव सदस्य संस्थेच्या उभारणीसाठी भरपूर आर्थिक साहाय्य व अन्य योगदान देतात, मात्र संस्था उभी राहिल्यानंतर त्यांचा कार्यभाग संपतो व त्यानंतरच्या काळात सर्व हयातभर ते 'मान्यवर' म्हणून मानले जातात (Otium cum dignitate). या उलट आपल्या सोसायटीचे आजीव सदस्य मात्र स्वार्थत्यागी, धैर्यशील आणि केवळ संस्थेच्या विकासाचा, प्रगतीचा विचार करून प्रत्यक्ष कार्य करीत असतात.' सर्व देणगीदारांचे अभिनंदन करून लॉर्ड सॅण्डहर्स्ट यांनी व्यक्तिगत १ हजार रुपयांची देणगी जाहीर केली, इतकेच नव्हे तर सरकारचे सोसायटीला पुढे सतत सहकार्य राहील याची हमी दिली. पूर्वीच्या प्रशासनाबरोबर निर्माण झालेला दुरावा दूर होण्याची ही सुचिन्हे होती. प्रत्यक्षात तसे घडलेही.

कार्यक्रमाच्या निमित्ताने बॉम्बे ग्रॅज्युएट्स असोसिएशनने कार्यक्रमाला तारेने शुभेच्छा दिल्या आणि गुरुवर्य प्राचार्य आपटे यांच्या दु:खद निधनाबद्दल शोकही व्यक्त केला.

एक विशेष महत्त्वाची बाब म्हणजे ज्यांचे नाव संस्थेला दिले होते ते सर जेम्स फर्ग्युसन कार्यक्रमापूर्वी १३ फेब्रुवारी, १८९५ रोजी ऑस्ट्रेलियातून इंग्लंडला परत जात असताना काही काळ मुंबईत थांबून केवळ फर्ग्युसन कॉलेजच्या इमारतीचे पूर्ण झालेले बांधकाम पाहण्यासाठी आले होते. त्यावेळी त्यांचे उद्‌गार अशा स्वरूपाचे होते –

''ज्या संस्थेचा जन्म मी पाहिला, तिची सुरुवातीची प्रगतीची पहिली पावले

स्वत: पाहिली आणि ज्या संस्थेला माझे नाव देऊन आपण माझाच गौरव केलात त्या संस्थेची पुरी होत आलेली इमारत प्रत्यक्ष पाहून मला अत्यंत आनंद होत आहे. या इमारती पुऱ्या होऊन आपल्या सर्वोच्च आशा पूर्ण होवोत आणि पुढच्या पिढ्यांना मार्गदर्शक ठरोत.''*

२८ मार्च, १८९५च्या 'सुधारका'त समारंभाविषयी आलेला लेख असा :

''होणार होणार म्हणून आज कित्येक दिवस घाटत असलेला हा जंगी समारंभ गेल्या बुधवारी वर्षप्रतिपदेच्या सुमुहूर्तावर मोठ्या थाटाने साजरा झाला. असा प्रेक्षणीय समारंभ पुण्यास अलीकडे बरीच वर्षे पाहण्यात आला नव्हता असे म्हणतात.

''...ज्ञानवृद्धीसारखे आणि ज्ञानप्रसारासारखे मनुष्यसुधारणेचे दुसरे प्रशस्त साधन नाही; हिंदुस्थान देशाला कधी काळी सुदशा प्राप्त झाली तर तीही ह्याच साधनांमुळे होणार आहे; सरकारकडून लोकांस मिळत असलेले शिक्षण अगदी अपुरे व काही अंशी एकदेशीय आहे; व ज्यांना आपल्या देशाचे पाऊल उत्तरोत्तर पुढे पडत जाऊन अखेरीस त्याला पहिल्या प्रतीच्या देशांत स्थान मिळावे अशी उत्कट इच्छा असेल त्यांनी मोठ्या कष्टाने संपादिलेल्या विद्येच्या संकुचित स्वार्थसाधनाकडे व्यय न करता आपणांकडून होईल तितके लोकशिक्षण देण्याचा प्रयत्न केला पाहिजे व त्याकरता निघतील तितक्या खासगी शाळा व कॉलेजे काढून सरकारी विद्याखात्यासारखे खासगी विद्याखाते स्थापिले पाहिजे. असे विचार ज्यांच्या मनात घोळत होते आणि ते तडीस जाण्यास चांगल्या रीतीने चालविलेल्या एका चांगल्या खासगी शाळेपासून व कॉलेजापासून आरंभ केला पाहिजे असे ज्यांना पक्के कळून चुकले होते; त्यांनादेखील पुरी पंधरा वर्षे लोटली नाहीत तो चतु:शृंगीच्या रखरखीत मैदानात डोंगरात पायथ्याशी शुद्ध मुरमाड व काताळ जमिनीवर भव्य व रमणीय सरस्वतीमंदिर दिसू लागून त्याच्या आसमंतात तिच्या सेवेत तत्पर असलेल्या विद्यार्थ्यांस आणि अध्यापकांस सुखाने राहता येण्यासारख्या दुसऱ्या इमारती बांधल्या जातील असे वाटण्याचा संभव नव्हता. या प्रेक्षणीय इमारती आणि हा स्पृहणीय समारंभ पाहण्यास रा.वा.शि. आपटे जिवंत असते तर त्यांस पराकाष्ठेचा आनंद झाला असता यात संशय नाही.''

---

* सर जेम्स फर्ग्युसन यांचे १९०७मध्ये किंग्स्टन, जमेका येथील भूकंपात निधन झाले. त्यावेळी ३ फेब्रुवारी, १९०७ रोजी, त्यांचे चिरंजीव सर चार्ल्स फर्ग्युसन यांना शोकसंदेश पाठविला. त्याला उत्तर देताना चार्ल्स यांनी 'सर जेम्स यांनी भारतातील शिक्षणासाठी जे योगदान दिले त्याची जाणीव आणि आठवण संस्थेच्या कार्यकर्त्यांनी ठेवली, याबद्दल आभारही मानले. सर जेम्स फर्ग्युसनचे नातू यांनी १९५० नंतर कॉलेजला भेट दिली होती. या भेटीचा प्रत्यक्ष वृत्तान्त पुढे येणार आहे.

आगरकरांचे निधन (१७ जून, १८९५)

या संपूर्ण समारंभात कॉलेजचे प्रिन्सिपल आणि संस्थापक या दोन्ही नात्यांनी आगरकर प्रमुखत्वाने वावरले ही गोष्ट खरी, पण मृत्यूच्या भीषण ग्रहणाचा वेध त्यांना यापूर्वीच लागून राहिला होता.

या समारंभानंतर उन्हाळ्याची सुट्टी थोड्या दिवसांनी सुरू झाली. आगरकरांची प्रकृती दिवसेंदिवस अधिक क्षीण होत चालली होती. कॉलेजची इमारत खुली झाल्यावर त्यांना सुरू केलेले कार्य तडीला गेले असे समाधान वाटले. प्रकृती इतकी वाईट होती म्हणून त्यांच्या आनंदी स्वभावात बिलकूल अंतर पडले नाही. एकदा ते विनोदाने म्हणाले, "या दम्यासाठी इतकी औषधे माझ्या पोटात गेली आहेत की मी मेल्यावर जर माझे पोट एखाद्या वैद्याने ठेवून दिले तर त्याच्या हातात एक दवाखाना आल्यासारखे होईल." हा त्यांचा विनोद जरी त्यावेळी हशा उत्पन्न करी, तरी त्यांच्या मित्रांच्या अंतःकरणात कालवाकालव केल्याशिवाय राहात नसे. मृत्यूची गोष्ट निघाली म्हणजे ते म्हणत, "आता मी मरणाला तयार आहे. मला लोकांना जे सांगावयाचे होते ते मी सांगून टाकले आहे." अशा काळात फर्ग्युसन कॉलेजचे प्रोफेसर वासुदेव बाळकृष्ण केळकर मे महिन्यात मृत्युमुखी पडले. केळकरांची शिकविण्याची हातोटी पाहून साहेब लोकसुद्धा आश्चर्य करीत. वामनराव आपट्यांच्या मृत्यूपासून आगरकरांचे अंतःकरण अतिशय विव्हळ झाले होते. केळकरांच्या मृत्यूने ते आणखी दुःखी झाले. आगरकरांनी मृत्युलेख लिहिला (सुधारक, २०.५.१८९५). फर्ग्युसन कॉलेजमधील अध्यापकांचा मृत्युलेख लिहिण्याचा हा चौथा प्रसंग. केळकरांचा मृत्युलेख हा आगरकरांचा 'सुधारका'तील शेवटचा लेख! असे म्हणतात की त्यावेळी आपला मृत्यू फार दूर नाही हे त्यांनी ओळखले होते, पण त्यांनी कोणाला त्रास दिला नाही. आपल्यानंतर 'सुधारका'चे काय होईल याबद्दल त्यांना थोडी चिंता होती. सीतारामपंत देवधरांनी 'काही झाले तरी सुधारक असा पुढे चालू ठेवण्याबद्दल मी पराकाष्ठा केल्यावाचून राहणार नाही, याबद्दल तुम्ही निर्धास्त असा' असे आश्वासन दिले, त्याचबरोबर त्यांचे मामा दत्तोपंत भागवत यांनी 'तुमच्यामागे तुमच्या कुटुंबाचा सर्व भार मजवर आहे. त्यांना मी अंतर देणार नाही, त्यांची तुम्ही काळजी करू नका', अशी खात्री दिली.

शनिवारी आगरकरांनी जे रेचक औषध घेतले ते मोठे जबरे होते. त्या औषधामुळे त्यांचा शक्तिपात झाला असावा. रविवारी ते अशक्त-अस्वस्थ होते. रविवारी रात्री ते उठले, शौचाला जाऊन आले व झोपले ते कायमचेच! ता. १७ जून, १८९५ सोमवारी पहाटे त्यांच्या शरीराने महानिद्रा घेतली. तिकडे आर्यविजय छापखान्यात 'सुधारका'च्या सातव्या वर्षाचा ३६वा अंक छापला जात होता आणि

इकडे 'सुधारका'चे जनक आगरकर शेवटच्या घटका मोजत होते. सोमवार १७ जून रोजी मुळामुठेच्या तीरावर त्यांचा अंत्यविधी झाला. सर्व महाराष्ट्र हळहळला आणि त्यांच्याशी मतभेद असणाऱ्यांनाही पराकाष्ठेचे दु:ख झाले.

२४ जूनच्या 'सुधारका'त गोपाळराव गोखले यांनी लिहिलेल्या लेखात लिहिले -

"सर्व गुण ज्याच्या ठिकाणी असे एकवटले होते कीं सृष्टिदेवतेने उभे राहून सर्व दुनियेला जाहीर करावे की हा एक महापुरुष होऊन गेला.

"एका थोर पुरुषानें शेवटची विश्रांति घेतली... त्यांच्या मृत्यूने पुणे किंवा महाराष्ट्र येथेच नव्हे तर सर्व देशाला दैन्य आले आहे!

"... विदग्ध पंडित, यशस्वी त्याचप्रमाणे कळकळीचा शिक्षक, निस्सीम देशभक्त, त्यांचे धैर्य अत्यंत निर्भय, त्यांच्या शीलाचा जोर विलक्षण, असे आगरकर होते. समोर मोठ्या उच्च कल्पना ठेवावयाच्या व शक्य तितके त्यांना अनुसरून वर्तन ठेवावयाचा असा आगरकरांचा बाणा होता. त्यांची कर्तव्यनिष्ठा व सत्य आणि निग्रह याबद्दल भक्ति ही जशी कडकडीत होती, त्याचप्रमाणें त्यांचे धैर्य अभंग होते आणि त्यांची बुद्धि निश्चल होती. खासगी आयुष्यक्रमात आगरकर अतिशय साधे आणि प्रेमळ होते. त्यांच्यासारखी माणसे कित्येक वर्षांत एखादे वेळीच जन्माला येतात आणि त्यामुळे त्यांचा मृत्यू म्हणजे राष्ट्रीय आपत्ती होय."

आगरकरांच्या शेवटच्या काळात टिळकांशी त्यांचे खूप मतभेद झाले. एकेकाळचे घनिष्ठ मित्र सामाजिक, राजकीय मुद्यांवरील मतभेदांमुळे अक्षरश: शाब्दिक गुद्यांवर आले व अशोभनीय भाषेत टीका करू लागले, हे आपण पाहिले. पण त्याच टिळकांनी आगरकरांच्या मृत्युलेखात म्हटले,

"गेल्या पाच-सहा वर्षांत त्यांच्या व आमच्या दरम्यान असलेला मतभेद बराच लोकांपुढे आलेला आहे, पण मृत्यूचे स्वरूप इतके उग्र व भयंकर आहे की, त्यामुळें बारीकसारीक गोष्टी विसरून जाऊन प्रथमत: दृढनिश्चयाने त्यांनीं व आम्ही काही विशिष्ट लोकोपयोगी कार्ये करण्याचे मनात आणले व त्यानंतर ती कार्ये सिद्धीस नेण्याकरिता एकदिलाने घरी, दारी, कारागृही जे बेत व उद्योग केले त्यांचे तीव्र स्मरण पुन:पुन: जागृत होऊन आमची बुद्धी व लेखणी गोंधळून जाते! विद्येने आणि अंगच्या हुशारीने आपण इतर लोकांचाच क्रम स्वीकारल्यास चांगले यश संपादन करू अशी बहुतेक खात्री वाटत असता केवळ एक लोकोपयोगी हेतू मनात धरून त्याकरिता आजन्म दारिद्र्य, विपत्ति, उपेक्षा अगर निंदा सहन करण्यास तयार होण्याचे ज्यांनी धैर्य दाखविले आहे असे महाराष्ट्रात किंबहुना आमच्या या विपन्न देशात सध्या तरी थोडेच पुरुष निपजतात...."

प्रा. माधव दामोदर आळतेकर यांनी लिहिलेल्या आगरकर चरित्र ग्रंथाला रँग्लर र. पु. परांजपे यांनी प्रस्तावना लिहिली आहे, त्यात ते म्हणतात:

"१८९२मध्ये फर्ग्युसन कॉलेजात असताना माझ्या पहिल्याच वर्षात प्रि. आपटे वारले व आगरकर त्यांच्या जागी आले. आपट्यांच्या मृत्यूबद्दल दु:ख प्रदर्शित करण्याकरिता सर्व शिक्षकांची व विद्यार्थ्यांची जी सभा झाली त्यावेळी झालेले आगरकरांचे भाषण मला अजून आठवते. 'व्यक्ती दिवंगत होतात, पण संस्था चिरकालीन असतात' हे त्यांचे वाक्य माझ्या कानात अजून गुणगुणत आहे.

"...आगरकर खाजगी वर्तनातही फार सरळ, स्पष्ट, स्वतंत्र विचाराचे होते. परंतु दुसऱ्या कोणाचेही उसने घेणे त्यांना खपत नसे. अगदी अनपेक्षित अडचणींकरिता म्हणून ते आपल्या पेटीत दहा रुपये व एक रुपयाची मोड हात न लावता ठेवीत असत...

"राजकीय परिस्थिती हीच काय ती आपल्या अवनतीचे कारण नसून उलट ती बहुतांशी या दोषांचाच परिणाम आहे ही शिकवणूक हे आगरकरांचे मुख्य कार्य होय. ....राजकीय परिस्थिती बदलणे हे राष्ट्रसुधारणेचे फक्त एक अंग आहे. सामाजिक, नैतिक व बौद्धिक परिस्थिती बदलणे हे जास्त महत्त्वाचे, परंतु जास्त कठीण अंग आहे. यास आगरकरांनी हात घातला व आपल्या प्रतापशाली लेखणीने लोकांमध्ये जागृति उत्पन्न केली. दुष्ट मृत्यूने त्यांना एकोणचाळिसाव्या वर्षात लेखणी खाली ठेवावयास लावली हे आमच्या महाराष्ट्राचे दुर्दैव होय."

आगरकरांच्या मृत्यूनंतर गोखल्यांना त्यांच्या घरची पुढची व्यवस्था करण्याचा प्रसंग आला, त्यांचे कागदपत्र वगैरे पाहता त्यात काही रुपये ठेवलेली एक पुरचुंडी मिळाली. तिच्यावर एक चिठ्ठी लावली होती आणि तीवर लिहिले होते, 'माझ्या प्रेतदहनार्थ!' ती चिठ्ठी वाचून गोखल्यांना रडू कोसळले.

म्हणूनच म्हणावेसे वाटते,

"झाले बहु, होतील बहु,
आहेतही बहु, परंतु यासम हा!!"

सोसायटीच्या घटनेत महत्त्वाच्या दुरुस्त्या

प्राचार्य आगरकरांच्या निधनानंतर महादेव शिवराम गोळे हे फर्ग्युसनचे प्राचार्य झाले. एक स्वतंत्र विचारवंत म्हणून त्यांची ख्याती होती. फर्ग्युसन कॉलेजच्या शास्त्र विभागाची त्यांनी सुरुवात केली असे म्हणता येईल. त्यांच्या कारकीर्दीतच सोसायटीच्या घटनेत महत्वाच्या दुरुस्त्या घडून आल्या.

डेक्कन एज्युकेशन सोसायटीच्या १८९७-९८ या सालच्या अहवालात घटनेत कराव्या लागणाऱ्या बदलांचा विशेष उल्लेख आहे. आशय असा:

१८९७-९८ या सालात पुण्यात एक नैतिक भूकंप (Moral Earthquake)

झाला. या भूकंपाच्या धक्क्यातून डेक्कन एज्युकेशन सोसायटीच्या संस्थाही सुटू शकल्या नाहीत. काही दुर्दैवी घटनांमुळे सोसायटीच्या घटना-नियमांमध्ये काही महत्त्वाचे बदल करणे भाग पडले.

प्रा. म. शि. गोळे

सोसायटीच्या काही प्रमुख आजीव सदस्यांच्या सार्वजनिक कामातील नागरिक म्हणून केलेल्या कार्याचा संदर्भ लक्षात घेतला पाहिजे. पुणे शहराला त्या साली प्लेगच्या भयानक साथीने ग्रासले होते आणि ही साथ आटोक्यात आणण्यासाठी सरकारी उपाययोजना त्याहूनही भयंकर होत्या. वास्तविक प्लेग आटोक्यात आणणे ही अत्यंत अवघड जबाबदारी शासनाने कमालीच्या कौशल्याने आणि नाजूक पद्धतीने हाताळावयास हवी होती. दुर्दैवाने प्लेगविरोधी कारवाई करण्याचे काम ज्या अधिकाऱ्याकडे सोपविले होते त्याने पुण्यातील जनतेला पूर्ण विश्वासात घ्यावयास हवे होते. प्रत्यक्षात मात्र तसे घडले नाही. यातूनच रॅण्ड आणि त्याच्या सैनिकांच्या क्रूर कारवाया जनतेच्या क्षोभास कारणीभूत झाल्या. या कारवायांमध्ये ज्या कुटुंबात प्लेगने मृत्यू झाला आहे त्या सर्व कुटुंबाचा छळ करणे, संबंधित घराची स्वच्छता करण्याच्या निमित्ताने मालमत्तेचा विध्वंस करणे, कुटुंबातील व्यक्तींना अमानुष पद्धतीने प्लेग हॉस्पिटल्समध्ये हलविणे, घरातील देवदेवतांचा अवमान करणे, घरातील स्त्रियांना लांच्छनास्पद वागणूक देणे इत्यादी घटनांचा, कृत्यांचा समावेश होता.

१८९७च्या मे महिन्यात पुण्यातील सर्व थरांतील दोन हजारांहून अधिक नागरिकांनी सह्या केलेले निवेदन सरकारला सादर केले. या निवेदनात तथाकथित प्लेग समितीच्या घृणास्पद कार्याबद्दल तक्रारी नोंदविल्या होत्या. वास्तविक प्लेगसमितीमध्ये व त्यांच्या कार्यवाहीमध्ये जनमानस घडविणाऱ्या तत्कालीन मान्यवरांचा समावेश केला असता तर अफवा पसरविणारे अहवाल, गैरसमज निर्माण करणारी दुष्कृत्ये यांना आळा बसला असता आणि वस्तुस्थिती जनतेला समजू शकली असती. एका बाजूला अतिरंजित आणि असंयमी टीका आणि दुसऱ्या बाजूला अतिगुप्ततेचे संशयी वातावरण अशा वेढ्यात पुणेकर जनता अडकली होती.

अशा परिस्थितीत सुधारक वृत्तपत्राचे संपादक डेक्कन एज्युकेशन सोसायटीचे आजीव सदस्य असलेले सीताराम गणेश देवधर आणि वासुदेव बळवंत पटवर्धन आपल्या वृत्तपत्रीय बातम्यांत आणि लेखांत प्लेगनिवारणाचे कार्य करणाऱ्या लष्करी अधिकाऱ्यांविरुद्ध कारवाईसाठी लोकमत 'भडकावीत' होते. हे संपादक धोक्याची कसरत करीत होते. अधिकाऱ्यांच्या 'अतिरेकी' कारवायांबाबत निश्चित माहिती

घेऊन, कायदेशीर बाबी तपासून लिहिण्याऐवजी जनमत खवळेल अशा पद्धतीने लिहीत होते. (१८८२च्या कोल्हापूर प्रकरणात टिळक-आगरकर ज्या पद्धतीने लिहीत होते त्याचीच ही एक प्रकारे पुनरावृत्ती होती.)

या घटनांनंतर जवळजवळ वीस वर्षांनी खुद्द पटवर्धनांनी प्लेगच्या काळातील परिस्थितीचे वर्णन केले, ते असे -

''प्लेगच्या साथीला आळा घालण्यासाठी सरकारने जे धोरण ठरविले त्याच्या अंमलबजावणीसाठी सरकारने खास अधिकाऱ्यांची निवड केली होती, मात्र हे अधिकारी नवीन होते, अनुभवी नव्हते. अशा आपत्तीला तोंड देण्यासाठी जे नैतिक धैर्य लागते, सत्तेचा अतिरेक टाळून संयम पाळावा लागतो तो त्यांच्याकडे नव्हता. त्यांचा हेतू चांगला होता, सरकारचा उद्देशही चांगला होता, मात्र शेवटी ती माणसेच होती! सरकारी आदेशांचे पालन करताना त्यांनी संयम न पाळता खाजगी कुटुंबांच्या आयुष्यात ढवळाढवळ केली. एखाद दुसऱ्या अधिकाऱ्याच्या असंयमी कृतीने वातावरण भडकण्याची शक्यता होती. लोकमत नाजूक अवस्थेत असताना केवळ एखादे आततायी कृत्यही लोकक्षोभाला कारणीभूत होऊ शकले असते. काही मने घाबरलेली होती, काही दिङ्मूढ झाली होती, काही विमनस्क झाली होती, काही दु:खाने होरपळली होती, काही वेडीपिशी झाली होती, तर काही सूडाने पेटलेली होती आणि निवडक काही कसा सूड घ्यायचा याची आखणी करत होती. अशा मानसिक, नैतिक वैफल्याच्या पार्श्वभूमीवर २२ जून, १८९७ रोजी अघटित घडले.''

१८९७ हे इंग्लंडची राणी व्हिक्टोरिया यांच्या राज्यारोहणाचे रौप्यमहोत्सवी वर्ष होते. त्या वर्षी पुण्यात गणेशखिंड रस्त्यावर रॅण्ड आणि आयर्स्ट यांचा खून झाला. सारा महाराष्ट्र हादरला, भारत हादरला.

या खुनानंतर प्रक्षोभक लेख आणि भाषणे यांची सरकारकडून तपासणी सुरू झाली. सुधारकमधले लेख आणि १२ जून रोजी शिवाजीमहाराज राज्याभिषेकाच्या स्मृतिदिनी आजीव सदस्य भानू यांनी केलेल्या भाषणाचीही तपासणी झाली. भानू यांच्या भाषणाचा गोषवारा मुंबईच्या वृत्तपत्रांत 'हत्येचे नीतिशास्त्र' (Ethics of Assassination) या शीर्षकाखाली प्रकाशित झाला. डेक्कन एज्युकेशन सोसायटीच्या तीन आजीव सदस्यांचा - देवधर, पटवर्धन, भानू - संबंध आल्याने डेक्कन एज्युकेशन सोसायटीवर त्याचा परिणाम होणे अपरिहार्य होते. त्याचा पहिला दृश्य परिपाक म्हणजे सेल्बी यांनी परिषदेच्या अध्यक्षपदाचा जुलै, १८९७मध्ये राजीनामा दिला. सुधारकमधील लेखांचा परिणाम जनतेच्या भावना भडकवण्यात होत आहे, सरकारविरुद्ध वातावरण तयार होत आहे, त्यामुळे एक इंग्रज नागरिक आणि शिवाय सरकारी अधिकारी या दुहेरी भूमिकेतून हा राजीनामा देत असल्याची सेल्बी

यांची भूमिका होती. सेल्बी यांच्या राजीनामा देण्याने आजीव सदस्यांना आश्चर्याचा धक्का बसला. सेल्बी यांनी ज्या भूमिकेतून सोसायटीच्या परिषदेचे कार्य सांभाळले, आजीव सदस्यांच्या भूमिका समजून घेऊन सोसायटीची भूमिका सरकार दरबारी मांडली ते पाहता अडचणीच्या काळात सेल्बींचे मार्गदर्शन अत्यंत आवश्यक होते. देवधर आणि पटवर्धन या दोघांनी आपल्या भूमिकेमुळे सोसायटी अडचणीत येत आहे हे ओळखून राजीनामे दिले. ७ जुलैच्या बैठकीत आजीव सदस्यांनी सुधारकमधील लेखांबद्दल असंतोष व्यक्त केला, परंतु राजीनामे स्वीकारले नाहीत. लेख लिहिण्यामागे सरकारविरुद्ध असंतोष पसरविण्याचा हेतू नव्हता. सर्व आजीव सदस्यांनी राजकारणापासून दूर राहावे असे आश्वासन देऊन परिस्थिती निवळविण्याचा आणि सेल्बींना राजीनामा देण्यापासून परावृत करण्याचा हा प्रयत्न होता. या पेचप्रसंगात न्यायमूर्ती रानडे आणि डॉ. भांडारकर यांनी मध्यस्थीचे प्रयत्न केले. रानडे, भांडारकर आणि त्यावेळचे मुंबई हायकोर्टाचे न्यायाधीश न्या. फल्टन यांनी सुचविलेल्या तीन अटींवर सेल्बी यांनी राजीनामा परत घेण्याची तयारी दर्शविली.

एफ. जी. सेल्बी

१. आजीव सदस्यांनी एक वर्षभर राजकीय प्रश्नांवर वृत्तपत्रांमध्ये चर्चा करू नये.
२. देवधर आणि पटवर्धन यांनी सुधारक या पत्राचे स्वरूप अराजकीय ठेवावे.
३. देवधर आणि पटवर्धन यांनी सुधारकमध्ये लिहिलेल्या लेखांबद्दल दिलगिरी व्यक्त करावी.
४. पटवर्धन यांनी एक वर्षभर रजेवर जावे.

पटवर्धनांवर अधिक कडक कारवाई अशासाठी की ते स्वत: लेख लिहीत असत आणि देवधर संपादक या नात्याने छापण्यास परवानगी देत असत. या दोघांनी सदर अटी मान्य केल्याने सेल्बी यांची बाजू अधिक बळकट झाली आणि सोसायटीच्या घटनादुरुस्त्यांबाबत सरकारबरोबर चर्चा करणे त्यांना अधिक सुलभ झाले.

ऑगस्ट महिन्यात सेल्बी यांनी राजीनामा परत घेतला. मात्र दुष्काळात तेरावा महिना या नात्याने गोपाळ कृष्ण गोखले यांच्या या निवेदनाने परिस्थिती चिघळू लागली- रॅण्ड आणि आयर्स्ट यांनी प्लेग-निवारण प्रशासनामध्ये अतिरेक केल्याने

जनतेच्या भावना भडकल्या व त्यामुळे हत्या प्रकरण घडले. या घटनेआधी गोखले यांनी वेल्बी कमिशनपुढे अत्यंत उत्तम पद्धतीने भारताची बाजू मांडल्यामुळे इंग्लिश जनतेत त्यांच्याबद्दल आदराची भावना निर्माण झाली होती. त्याच गोखले यांनी रॅण्ड खुनाबाबत निवेदन दिल्याने मुंबई सरकार अडचणीत आल्यासारखी परिस्थिती निर्माण झाली. यातून सुटका होण्यासाठी सरकारने पुण्यातील पाचशे मान्यवरांना प्रश्नावली पाठवून प्लेग निवारण व्यवस्थेने केलेल्या अतिरेकी वर्तनाचे पुरावे देण्यास सांगितले. असे पुरावे कोणी न दिल्याने मुंबई सरकारने ब्रिटनमधील अधिकाऱ्यांना निवेदन देऊन गोखले यांच्या लेखातील उल्लेख 'आकसबुद्धीने लावलेल्या शोधासारखा' (malevolent invention) आहे असे कळविले. हा एकप्रकारे गोखले यांना धक्काच होता आणि गोखल्यांच्या निवेदनाने डेक्कन एज्युकेशन सोसायटीची परिस्थिती अधिक केविलवाणी झाली. अशा परिस्थितीत सेल्बी यांनी १५ जुलै रोजी न्या. रानडे यांना पत्र लिहिले आणि गोखले यांनी उल्लेखिलेले आक्षेप सिद्ध करावेत अन्यथा त्यांच्याबरोबर काम करणे अशक्य होईल, असे कळविले. गोखले इंग्लंडमधून परत यावयाचे असल्याने सेल्बी यांनी राजीनामापत्र स्थगित ठेवले. जुलैअखेर गोखले परत आल्यानंतर त्यांना स्वतःच्या निवेदनात दिलेले आरोप-आक्षेप पुराव्याने सिद्ध करणे शक्य झाले नाही आणि त्यांनी ताबडतोब बिनशर्त माफी जाहीर केली. एवढ्याने सेल्बींचे समाधान झाले. २६ ऑगस्टच्या सभेत वर उल्लेखिलेल्या चार अटी मान्य केल्या, तसेच देवधर आणि पटवर्धनांनी माफी मागण्यासंबंधी ठराव संमत केला, त्यामुळे सेल्बी यांनी अध्यक्षपदी काम करण्याचे मान्य केले. त्याच दिवशी मुंबई सरकारच्या शिक्षण संचालकांनी प्रदीर्घ पत्र पाठवून डेक्कन एज्युकेशन सोसायटीचा कारभार आणि घटना यांविषयी सूचना केल्या. या सर्वांचा परिपाक म्हणजे सरकार आणि डेक्कन एज्युकेशन सोसायटी यांच्यात चर्चा होऊन १८९८ची नवी घटना तयार झाली.

शिक्षण संचालकाच्या पत्रात देवधर, पटवर्धन, भानू आणि गोखले यांच्या लेखांचा विस्तृत उल्लेख केला आणि हे लेख अथवा निवेदने संस्थेच्या मूळ उद्दिष्टांशी अनुकूल नाहीत असे दर्शवून अशी संस्था अथवा तिचा कारभार सरकारच्या विश्वासास पात्र राहणार नाही व त्यामुळे सरकारकडून दिले जाणारे अनुदान कसे द्यावयाचे, हा प्रश्न उपस्थित केला गेला.

शिक्षण संचालकांनी आपल्या निवेदनात प्रामाणिकता (Integrity) या तत्त्वाकडे लक्ष वेधले होते. 'शिक्षणाच्या संदर्भात प्रामाणिकतेचा अर्थ कोणत्याही शैक्षणिक संस्थेने तरुण मनांची जडणघडण करताना राजकीय लेखन, राजकीय भाषणे, राजकीय सभा, राजकीय पक्ष यांच्याशी कोणत्याही परिस्थितीत संबंध ठेवता कामा नये. सध्याच्या डेक्कन एज्युकेशन सोसायटीच्या संस्था घटना-नियमांच्या अनुषंगाने

अपेक्षित प्रामाणिकता (तटस्थता) पाळू शकत नाहीत, प्लेगच्या संदर्भात घडलेल्या घटनांची पुनरावृत्ती टाळण्यासाठी सोसायटीने आपली भूमिका आणि व्यवस्थापकीय रचना यांमध्ये बदल करणे आवश्यक ठरले आहे.'

संचालकांच्या मते सोसायटीच्या घटनेमध्ये असलेली महत्त्वाची त्रुटी म्हणजे नियामक मंडळाची तरतूद नाही. सर्व व्यवस्थापन आजीव सदस्य करतात. आजीव सदस्य शिकवत असतात, व्यवस्थापन मंडळ ही महत्त्वाची अधिकार असलेली संरचना आहे आणि त्या मंडळातही फक्त आजीव सदस्यच असतात. परिषदेला सर्वसाधारण स्वरूपाचे बरेच अधिकार आहेत, मात्र शिस्तीच्या संदर्भात महत्त्वाचे, तातडीचे निर्णय घेण्याचे अधिकार नाहीत. परिषदेला व्यवस्थापन मंडळ बदलण्याचे, त्याचे अधिकार बदलणे तसेच आजीव सदस्यांना स्वीकृत करण्याचे वा काढून टाकण्याचे निश्चित अधिकार नाहीत. सध्याच्या घटनेनुसार आजीव सदस्यच आजीव सदस्यांचे नियंत्रण करतात. शिक्षण संचालकांच्या मते ही व्यवस्था समाधानकारक नाही, चुकीची आहे; कारण सदर व्यवस्थेत ज्यांच्यावर नियंत्रण करावयाचे त्यांच्याकडेच नियंत्रणाचे अधिकार आहेत; शिवाय आजीव सदस्यांचा दर्जा समान असतो, त्यामुळे ज्याच्यावर कारवाई करावयाची त्याचा दर्जा कारवाई करणाऱ्यासारखाच असल्याने; याचाच अर्थ संस्थाप्रमुख असलेल्या आजीव सदस्याला आपल्या बरोबरीचा दर्जा असलेल्या, परंतु प्रत्यक्ष व्यवस्थापनात दुय्यम अधिकार असलेल्या आजीव सदस्यावर कारवाई करणे आणि शिस्त टिकविणे अवघड जाते आणि त्यामुळे अर्थातच व्यवस्थापन दुर्बल ठरते, यासाठी सर्वोच्च अधिकार असलेली नियामक यंत्रणा आवश्यक ठरते– यावर उपाय म्हणून नियामक मंडळ (Governing Body) नेमण्याची तरतूद करावी.

नियामक मंडळाची रचना कशी असावी याबाबतही शिक्षण संचालकांनी सूचना केल्या -

१- चार सभासद देणगीदारांनी निवडलेले

२- दोन सभासद सोसायटीच्या संस्थांचे पुणे शहराशी हितसंबंध जोडले असल्याने पुणे नगरपालिकेने निवडलेले

३- सहा सभासद आजीव सदस्यांनी निवडलेले

४- तीन सभासद सरकारच्या शिक्षण खात्याने निवडलेले सहभागी सभासद एकूण १५ सभासद निवडलेले.

या नियामक मंडळाला खालील अधिकार असावेत –

१. कायम सेवकांच्या नेमणुका करणे, बडतर्फ करणे

२. सर्व निधींचे नियंत्रण करणे

३. फीसंबंधी सर्व निर्णय, इमारती, अभ्यासक्रम ठरविणे

४. व्यवस्थापनासंबंधी सर्व निर्णय घेणे

५. संस्थांचे अंतर्गत व्यवस्थापन नियामक मंडळाने निवडलेल्या संस्थाप्रमुखांकडे राहील आणि ते मान्य नियमांनुसार काम करतील.

शिक्षण संचालकांच्या निवेदनाने सोसायटीमध्ये खळबळ माजवली. एकप्रकारे डे. ए. सोसायटीच्या इतिहासात ही सर्वांत मोठी आपत्ती होती.

संचालकांनी केलेल्या सूचना जशाच्यातशा स्वीकारणे म्हणजे आपली स्वायत्तता घालविणे आणि विशेष महत्त्वाचे म्हणजे स्वार्थत्यागाच्या आधारावर उभारलेली, सर्वसामान्यांच्या सेवेसाठी स्थापन केलेली संस्था दुर्बल करणे.

दुसऱ्या बाजूला संचालकांनी सुचविलेल्या सर्व सुधारणा नाकारणे म्हणजे महत्प्रयासाने उभारलेल्या संस्थांच्या विसर्जनाला मान डोलावण्यासारखे होते. काही आजीव सदस्यांच्या लेख आणि भाषणांनी ही आपत्ती ओढवली होती. हे खरे असले, तरी अभिव्यक्तीच्या मूलभूत हक्कांवर पूर्ण पाणी सोडणे म्हणजे व्यक्तिमत्वाचा आत्मा गमावण्यासारखे होते. समझोत्याची आवश्यकता होती, मात्र काही मूलभूत आवश्यक गोष्टींचा त्याग करणे हे परवडणारे, मानवणारे नव्हते.

आलेल्या आपत्तीच्या संदर्भात तोडगा काढणे जरुरीचे असल्याने आजीव सदस्यांनी एक निवेदन तयार करून ते आजीव सदस्य नसलेल्या परिषदेच्या सभासदांकडे पाठविण्यात आले. त्यांच्या सूचनांचा विचार करून शिक्षण संचालकांकडे निवेदन पाठविण्यात आले -

"सोसायटीच्या एकूण व्यवस्थेत प्रामाणिकतेच्या तत्त्वाचे काटेकोर पालन केले जाते. सोसायटीच्या संस्थांमधील सेवकांचा राजकीय संस्था-संघटना यांच्याशी संबंध नसतो. राजकीय पक्षांचे ते सभासद नसतात. संस्थेची कोणतीही रक्कम राजकीय कार्यासाठी दिली जात नाही. सरकारकडून मिळणाऱ्या अनुदानाचा राजकीय हेतूसाठी दुरुपयोग केला जात नाही. सुरुवातीच्या काळात संस्थेच्या संस्थापक आजीव सदस्यांनी वृत्तपत्रे चालविली होती व त्यांमध्ये राजकीय मते व्यक्त होत होती. अशी मते व्यक्त करण्यात काही गैर होते, असे नाही. नुकत्याच प्लेगच्या संदर्भात घडलेल्या घटना व वृत्तपत्रीय टिप्पण्या अपवादात्मक मानल्या पाहिजेत व त्यासंदर्भात झालेल्या कारवाईला - क्षमायाचना, रजा, अशा स्वरूपात संबंधित सभासदांनी योग्य प्रतिसादही दिला आहे; असे असताना आजीव सदस्यांच्या स्वातंत्र्यावर कायम बंदी घालणे इष्ट नाही.

"ज्या कायद्याच्या आधारे सोसायटीला अधिमान्यता मिळाली आहे त्या अंतर्गत कोणतेही नियमबाह्य वर्तन होत नाही. सोसायटी ही एक जबाबदार संस्था आहे. संस्था म्हणून कोणतेही सामूहिक मत राजकीय स्वरूपाचे नसते. सोसायटीला शिक्षणाव्यतिरिक्त अन्य विषयावर सामूहिक मत नसते, बांधीलकी नसते, शिक्षणेतर

उद्दिष्ट नसते आणि सोसायटीच्या नोंदणीसाठी स्वीकारल्या गेलेल्या नियमांविरुद्ध कोणतेही पाऊल टाकले जात नाही. सोसायटीचे आजीव सदस्यपद स्वीकारताना कोणतीही व्यक्ती आपल्या व्यक्तिगत स्वातंत्र्याचा नागरिक म्हणून असलेल्या उत्तरदायित्वाचा त्याग करीत नाही; तशी अपेक्षाही नसते. ज्या कायद्याचा संचालक उल्लेख करतात त्यात व्यक्तीचे खाजगी हक्क हिरावून घेण्याची अथवा सामाजिक-राजकीय कार्यापासून पूर्णतया प्रतिबंधित राहण्याची अपेक्षा नाही.''

आजीव सदस्यांनी सर्वसाधारणपणे घेतलेली सामाजिक-राजकीय कामांसंबंधीची भूमिका परिषदेने मान्य केली, मात्र पुढील काळात राजकीय संबंधांविषयी अडचणी निर्माण होऊ नयेत म्हणून आजीव सदस्यांनी घ्यावयाच्या प्रतिज्ञेत खालील बाबींचा समावेश व्हावा असे सुचविले –

१. आजीव सदस्यांनी ज्या वृत्तपत्राचे स्वरूप राजकीय आहे अशा राजकीय वृत्तपत्राची मालकी अथवा व्यवस्थापन, प्रशासन स्वत:कडे ठेवू नये.
२. कोणत्याही आजीव सदस्याने कोणत्याही राजकीय संघटनेमध्ये पद घेऊ नये.
३. नियामक मंडळाने ज्या कृती आक्षेपार्ह ठरविल्या आहेत, अशा कृतींमध्ये भाग घेऊ नये.
४. सार्वजनिक जीवनातील वर्तनाबद्दल सर्व आजीव सदस्य नियामक मंडळास जबाबदार राहतील.

या प्रतिज्ञा म्हणजे पूर्वीच्या घटनेनुसार आजीव सदस्यांनी सार्वजनिक जीवनाबाबत सोसायटीला दिलेल्या प्रतिज्ञांची सुधारून वाढवलेली आवृत्ती होती.

संचालकांनी घटनेच्या दुरुस्त्यांबाबत ज्या बाबी सुचविल्या होत्या त्याबाबत अशी भूमिका घेण्यात आली की, सोसायटीच्या मतानुसार विद्यमान घटना समाधानकारक असून मूलगामी बदल करण्याची आवश्यकता नाही. सर्वसाधारणपणे सोसायटीच्या संस्थांमध्ये समाधानकारक शिस्त होती आणि संस्थाप्रमुखांना आपल्या बरोबरीचा दर्जा असलेल्या सहकारी आजीव सदस्यांवर नियंत्रण ठेवण्यात कधीही अडचण आली नाही. सोसायटीच्या नियमांनुसार परिषदेला आवश्यक तेवढे नियंत्रणाचे अधिकार होते. आवश्यकता कशाची असेल तर दोन आजीव सदस्य आणि आजीव सदस्य नसलेले तीन सभासद यांची, ५ सदस्यांची छोटी समिती नेमून नियंत्रण वाढविता येईल. ह्या समितीचे नाव 'नियामक मंडळ' किंवा तत्सम ठेवता येईल. या 'नियामक मंडळा'ला (Governing Body) व्यवस्थापन मंडळे, सुपरिंटेंडेंट, प्राचार्य या पदाधिकाऱ्यांवर देखरेख आणि नियंत्रण ठेवण्याचे अधिकार देता येतील.

आजीव सदस्य नसलेल्यांचे मत मात्र वेगळे होते. त्यांच्या मते परिषदेचे अधिकार नियंत्रण करण्यापेक्षा टीका करण्याचे, पुढाकार घेण्याऐवजी मान्यता

देण्याचे होते. परिषदेला आजीव सदस्यांच्या राजकीय वर्तनाची दखल घेण्याचे अधिकार नव्हते, तसेच सोसायटीच्या इतर सेवकांबाबत नियंत्रणाचे हक्क फारच मर्यादित होते. कोणत्याही संस्थेची अंतर्गत व्यवस्था आणि शिस्त यासंबंधीचे अधिकार बरेच मर्यादित होते. सोसायटीच्या कामकाजाच्या अनेक गोष्टी परिषदेच्या अधिकारकक्षेबाहेर होत्या आणि आजीव सदस्यांनी सुचविलेली पाच सदस्यांची समिती संचालकांना अपेक्षित असलेले नियंत्रण ठेवण्यास असमर्थ ठरेल.

वरील बाबी लक्षात घेऊन आजीव सदस्य नसलेल्या सभासदांनी पर्यायी सूचना केली. त्या सूचनेनुसार सध्याच्या नियमानुसार गठित झालेल्या परिषदेतूनच आठ सदस्यांची समिती बनवावी व त्या समितीला शिक्षण संचालकांनी सुचविलेले अधिकार द्यावेत. ही सूचना आजीव सदस्यांनाही अडचणीची वाटली नाही. संचालकांनी सुचविलेल्या दुरुस्त योजनेत नगरपालिका आणि शासन यांचे प्रतिनिधी नियामक मंडळात घ्यावेत; या दुरुस्तीला सोसायटीतील आजीव सदस्य आणि आजीव सदस्य नसलेल्या (पेट्रन/फेलो) सभासदांचा विरोध होता, कारण शिक्षणखात्याशी संबंधित नसलेल्या व्यक्तींचा नियामक मंडळात समावेश होणे हे अधिक अडचणीचे, अनावश्यक हस्तक्षेप करणारे ठरले असते. सरकारी प्रतिनिधींचा वाढता समावेश करणे हे सरकारच्या१८५४च्या शैक्षणिक विकेंद्रीकरणाच्या धोरणाशी विसंगत होते. एकवेळ सरकारी अनुदान मिळाले नाही तरी चालेल, मात्र सरकारी हस्तक्षेप नसावा ही भूमिका आजीव सदस्यांनी घेतली होती, परंतु तसेही न होता सुवर्णमध्य साधणारी ही आठजणांच्या नियामक मंडळाची योजना अधिक सामंजस्याची होती आणि विद्यमान परिषदेच्या उरलेल्या दोन वर्षांच्या कालावधीत या योजनेची चाचणी घ्यावी असे सुचविण्यात आले.

वर सुचविलेल्या योजनेने शिक्षण संचालकांचेही समाधान झाले आणि सदर योजना स्वीकारावी असे मत त्यांनी सरकारकडे कळविले. सरकारने १ डिसेंबर, १८९७च्या ठरावानुसार या योजनेला संमती दिली आणि मूळ घटनेत आवश्यक त्या दुरुस्त्या, नियम-पोटनियम तयार करून सरकारकडे पाठविण्यास सुचविले.

दरम्यानच्या काळात आणखी एक आपत्ती ओढवली आणि सरकारबरोबरीच्या चर्चेत अडथळा आला. आजीव सदस्य भानू यांनी मराठी इतिहासातील गोष्टींचे एक पुस्तक लिहिले आणि जून, १८९७पासून दुसऱ्या इयत्तेच्या विद्यार्थ्यांसाठी वाढीव वाचनासाठी सुचविले. रानडे यांनी या पुस्तकातील उतारे आक्षेपार्ह असल्याचे निदर्शनास आणले; दरम्यान भानूंनी हे पुस्तक शिक्षणसंचालकांकडे मान्यतेसाठी पाठविले. संचालकांनी ते पाठ्यपुस्तक समितीकडे पाठविले. समितीने हे पुस्तक आक्षेपार्ह असून यातील काही भाग सरकारविरुद्ध भावना, असंतोष फैलावणारा आहे, अशी खरमरीत टीका केली. भानूंच्या विरुद्ध कारवाई करण्याचा प्रसंग

ओढवला. आपत्तीत आणखी एक भर पडली, पण सरकारबरोबर वाटाघाटी चालू राहिल्या.

सरकारने जानेवारी, १८९८पर्यंत दुरुस्तनियम पाठविण्यास सांगितले होते.

मुख्य बदल नियामक मंडळाची रचना, कार्ये व अधिकार व तदनुषंगिक अन्य अधिकारमंडळासंबंधी दुरुस्त्या यासंबंधी होता.

नियामक मंडळात तीन आजीव सदस्यांनी निवडलेले, तीन पेट्रन-फेलो यांनी निवडलेले आणि दोन आजीव सदस्य नसलेल्यांनी निवडलेल्यापैकी संपूर्ण परिषदेने निवडलेले अध्यक्ष आणि उपाध्यक्ष अशी तरतूद होती. या नियामक मंडळाला सर्व चालू निधी (current funds) बाबत पूर्णाधिकार होते आणि खालील बाबींत मान्यता देण्याचे (sanctions) अधिकार होते -

१. सोसायटीच्या सर्व शाळा, महाविद्यालये यांतील नेमणुका, तसेच आजीव सदस्य नेमणुकीला मान्यता

२. पाठ्यपुस्तके, अभ्यासक्रमातील बदल यांना मान्यता

३. शुल्क, संस्थांची अंदाजपत्रके, आयव्यय पत्रके यांना मान्यता

येथे हे लक्षात येईल की वरील मान्यतेचे अधिकार पूर्वी परिषदेकडे (Council) होते, ते दुरुस्तीनुसार नियामक मंडळाकडे सोपविण्यात आले. नवा महत्त्वाचा उल्लेख म्हणजे शाळांचे सुपरिंटेंडेंट तसेच महाविद्यालयांचे प्राचार्य यांच्या नेमणुका यांना नियामक मंडळाची मान्यता लागेल. संस्थांच्या अंतर्गत कारभारातील शिस्तीची जबाबदारी संबंधित संस्थाप्रमुखांकडे राहील आणि संस्थाप्रमुख नियामक मंडळाला जबाबदार राहतील. इतर बाबतींतले नियम-पोटनियम पूर्वीप्रमाणेच राहतील.

सरकारला या सूचना समाधानकारक वाटल्या नाहीत. सरकारच्या मते नियामक मंडळाचे अधिकार वाढवून नेमणुका, अर्थव्यवहार, अभ्यासक्रम, पाठ्यपुस्तके यांबाबत अधिक स्वायत्त अधिकार हवेत. नियामक मंडळ म्हणजे केवळ परिषदेची पोटसमिती राहू नये. आजीव सदस्यांच्या सूचनांना केवळ 'मम' म्हणणे हे नियामक मंडळाचे काम राहता कामा नये. एका बाजूला परिषद आणि दुसऱ्या बाजूला व्यवस्थापक मंडळे यांच्यातील मध्यस्थ अशी व्यवस्था असल्यास नियामक मंडळ उपक्रमशील राहणार नाही आणि सरकारला संस्थांवर नियामक मंडळाकडून जे नियमनाचे अधिकार अपेक्षित आहेत तसे घडणार नाही. आजीव सदस्यांकडे बढती, बदली, निवृत्ती अथवा मुदतवाढ देण्याचे जे अधिकार आहेत ते नियामक मंडळास हवेत, अन्यथा नियामक मंडळ खऱ्या अर्थाने नियामक स्वरूपाचे न राहता 'नाममात्र' (Nominal) मंडळ राहील, यामुळे आवश्यक ते बदल करून प्रस्ताव पाठवावा असे सरकारने सुचविले.

२६ मार्चला परिषदेने सरकारला उत्तर पाठविले. त्यात म्हटले की, आजीव

सदस्यांकडून प्रस्ताव येत असले तरी ते प्रस्ताव तसेच स्वीकारणे नियामक मंडळावर बंधनकारक नाही. नियामक मंडळ अशा प्रस्तावात बदल करू शकेल. पर्यायी प्रस्ताव देऊ शकेल किंबहुना स्वत:चे प्रस्ताव सादर करू शकेल. सोसायटीच्या संस्थांवर नियामक मंडळाचे नियंत्रणासंबंधी अधिकार परिपूर्ण असतील. आजीव सदस्यांना बडतर्फ करण्याचे अधिकार सोडून अन्य सर्व अधिकार असतील. आजीव सदस्य आणि अन्य सेवक यांच्यातील भेद टिकविणे सोसायटीच्या प्रतिष्ठेसाठी आवश्यक आहे. याबाबत टिप्पणी करताना परिषदेने असा युक्तिवाद केला की "आजीव सदस्यांनी स्वार्थत्यागाने ही संस्था स्थापन केली आणि वाढविली असल्याने तो भेद जपला पाहिजे. असे जर केले नाही, तर पुढील काळात आजीव सदस्यपद स्वीकारण्यास कोणी तयार होणार नाही आणि त्यामुळे ते सोसायटीच्या प्रगतीला बाधक ठरेल."

परिषदेने पुढे असेही म्हटले, की नियामक मंडळाला नेमणुकांचे अधिकार असले तरी त्या नेमणुकांसाठी आजीव सदस्यांच्या शिफारशी असणे मार्गदर्शक ठरेल, त्यामुळे 'नेमणुका करणे' या शब्दप्रयोगाऐवजी 'नेमणुकांना मान्यता देणे' हा शब्दप्रयोग अधिक रास्त ठरेल. परंतु या मुद्यावर परिषदेने फार आग्रही भूमिका घेतली नाही. नियामक मंडळाच्या शिस्तभंगासंबंधी कारवाई करण्याच्या अधिकाराबाबत सरकारने ३ जूनच्या पत्रात कळविले की -

"नियामक मंडळ प्रामुख्याने संस्थेत शिस्त राखणे आणि सोसायटीच्या संस्थांतील शिक्षणाचे नियमन करणे यासाठी नेमलेली यंत्रणा असेल, त्यामुळे सोसायटीच्या सर्व संस्थांमध्ये आजीव सदस्यांसह सर्वांच्या नेमणुका करण्याचा, शिस्तभंग कारवाई करण्याचा, बढती देण्याचा, बदल्या करण्याचा, निवृत्त करण्याचा, रजा देण्याचा, सेवेत मुदतवाढ देण्याचा, त्याचबरोबर संस्थेत शिस्त टिकविण्याचा नियामक मंडळाला अधिकार असेल."

सोसायटीच्या परिषदेने सरकारची भूमिका मान्य केली. फक्त आजीव सदस्य नेमणुकीबद्दल एक परंतुक (proviso) सुचविला. आजीव सदस्य मंडळामध्ये अनावश्यक नेमणूक होऊ नये म्हणून, अनावश्यक सहकारी लादला जाऊ नये म्हणून त्याबाबतचा आजीव सदस्य मंडळाचा अधिकार अबाधित रहावा.

सरकारने वर सुचविलेली दुरुस्ती मान्य केली आणि २५ जुलै, १८९८च्या सरकारी परिपत्रकानुसार (GR) नवीन नियमांना मान्यता दिली, मात्र सरकारच्या पूर्वपरवानगीशिवाय नियमात बदल केला जाऊ नये, अशी अटही घातली.

अशाप्रकारे डे. ए. सोसायटीच्या इतिहासातील एक अवघड व अडचणीचे पर्व संपले. या घटनादुरुस्तीचा महत्त्वाचा परिणाम असा की पूर्वी आर्थिक अधिकार सोडले तर आजीव सदस्य हेच स्वत:चे सर्वत: मालक होते आणि आजीव सदस्य

नसलेले त्यांचे सहकारी केवळ मित्र, मार्गदर्शक व पाठीराखे होते. दुरुस्तीमुळे महत्त्वाचा फरक असा झाला की पुण्यामधील निवासी आजीव सदस्य नसलेल्या सभासदांची नियामक मंडळातील संख्या वाढली व त्यांचे अधिकारही वाढले; शिस्त आणि शिक्षण व्यवस्थेसंदर्भात त्यांना निर्णायक अधिकार प्राप्त झाले. नियामक मंडळातील सहभागामुळे प्रत्यक्ष व्यवस्थापनातील त्यांचा सहभाग वाढला. आजीव सदस्य आणि अन्य कायम शिक्षक यांच्या सार्वजनिक जीवनावरची देखरेख वाढली, चालू निधीवरील आजीव सदस्यांचे नियंत्रण कमी झाले, त्याचप्रमाणे कायम निधीमधून होणाऱ्या खर्चांवरचे नियामक मंडळाचे नियंत्रण वाढले. नियामक मंडळाच्या सभासदांना 'उपक्रमशीलता' वाढविण्याचा लाभ झाला; याचा अर्थ आजीव सदस्यांनी सुचविलेल्या उपक्रमांना केवळ मान्यता देण्याच्या अधिकारापेक्षा स्वत: उपक्रम सुचविण्याचा व तो मान्य करून घेण्याचा अधिकार प्राप्त झाला. एकूण दुरुस्त्यांचा विचार केला तर स्थूल मानाने पाहता आजीव सदस्यांचे अधिकार कमी झाले.

एक गोष्ट विशेषत्वाने लक्षात घेतली पाहिजे. ती अशी की नियामक मंडळ अस्तित्वात आल्याने आजीव सदस्य मंडळाचे व्यावहारिक वर्चस्व संपुष्टात येईल असे सरकारला वाटत होते. १३ ऑक्टोबर, १८९७च्या पत्रात शिक्षणसंचालकांनी असे मत व्यक्त केले होते की, नियामक मंडळ अस्तित्वात आल्याने डे. ए. सोसायटीच्या स्थानिक व्यवस्थापक मंडळाचे महत्त्व संपुष्टात येईल. किंबहुना व्यवस्थापक मंडळाच्या 'अवास्तव' अधिकारांमुळे सोसायटी अडचणीत येत असेल अशी शासनाची धारणा होती. प्रत्यक्षात तसे घडले नाही. औपचारिक दृष्ट्या नियामक मंडळाचे अधिकार वाढले असले तरी दैनंदिन व्यवस्थापन पाहणाऱ्या आजीव सदस्यांचे महत्त्व कमी झाले नाही. जेव्हा आर्थिक टंचाई भासे तेव्हा आजीव सदस्य खर्चकपात कशी होईल, अधिक देणग्या कशा उभारता येतील यासाठी प्रयत्नशील असत, त्यामुळे त्यांचे व्यावहारिक महत्त्व कमी झाले नाही. दुसरे असे, की शैक्षणिक व आर्थिक प्रस्तावांच्या बाबतीतही प्रत्यक्ष कारभार पाहणाऱ्या आजीव सदस्यांचे महत्त्व कमी झाले नाही. प्रत्यक्षात काही काळातच आजीव सदस्य आणि अन्य सभासद यांचे संबंध व कार्य परस्परांना पूरक ठरले. शासनाची अपेक्षा फोल ठरली.

सरकार आणि सोसायटी यांच्यात चर्चेच्या, पत्रव्यवहाराच्या ज्या फेऱ्या होत असत त्यावेळी आजीव सदस्यांच्या वतीने गोखले आणि सरकारच्या वतीने सेल्बी प्रमुख भूमिका बजावत असत. सेल्बी यांची भूमिका फार अवघड कामाची होती. एका बाजूला एक इंग्रज पदाधिकारी म्हणून खाजगी शैक्षणिक संस्थांचे हित पाहावयाचे व दुसऱ्या बाजूला ज्या संस्थेचे कार्याध्यक्षपद भूषवीत आहोत त्या

संस्थेचे हितही सांभाळायचे. या दोन्ही भूमिका सेल्बी यांनी इतक्या कौशल्याने निभावल्या की सर्व आजीव सदस्यांच्या आणि सोसायटीच्या हितचिंतकांच्या कौतुकास ते पात्र ठरले. सरकारची माफी मागावी लागणाऱ्या गोखले यांनी अधिक सावध आणि कौशल्यपूर्ण भूमिका घेत, दोन्ही बाजूंमध्ये समन्वय घडवून आणला. प्राचार्य भाटे यांच्या एका निवेदनावरून असे लक्षात येते की सेल्बी यांनी काही तरुण आजीव सदस्यांची एक बैठक बोलावली होती. या बैठकीत आजीव सदस्यांच्या शंकांना समर्पक उत्तरे देत त्यांनी असे मत व्यक्त केले की ज्यावेळी आजीव सदस्यांमध्येच तणाव निर्माण होतील तेव्हा सुधारित घटनानियम त्यांची सोडवणूक करतील. टिळक-आगरकरांच्या काळात दोन गटांत प्रचंड मतभेद झाल्यावर सोडवणुकीचा मार्ग उपलब्ध नव्हता, मात्र नियामक मंडळाच्या अधिकारामुळे ते शक्य होईल. आजीव सदस्यांच्या बाबतीत शिक्षेच्या तरतुदी अमलात आणण्याचे प्रसंग गंभीर आणि अपवादात्मक असतील, मात्र तशी शक्यता नाकारता येत नाही. सोसायटीला बाह्य धोक्यांपासून वाचविणे जितके महत्त्वाचे आहे तितकेच अंतर्गत संघर्षाच्या धोक्यांपासून वाचवावयास हवे.

एकीकडे नव्या घटनेच्या तरतुदींशी जुळवून घेण्याचे प्रयत्न चालू असताना, २८ फेब्रुवारी, १८९८च्या एका सरकारी परिपत्रकाने नवा वाद उद्भवला. सदर परिपत्रकाद्वारे असे कळविण्यात आले होते की, 'प्राध्यापक आणि विद्यार्थी यांनी राजकीय चळवळींमध्ये भाग घेऊ नये, या तत्त्वाच्या आधारे विद्यार्थ्यांना दिले जाणारे शिक्षण राजकारणापासून अलिप्त असले पाहिजे.' हे परिपत्रक सरकारी मालकीच्या आणि सरकारकडून अनुदान घेणाऱ्या सर्व शैक्षणिक संस्थांना लागू होते. या परिपत्रकातील आशय आजीव सदस्यांना मान्य नव्हता. अशा परिपत्रकात अपेक्षित असलेल्या अटींमुळे सरकारी अनुदान घेणे अपमानास्पद आहे, अशी त्यांची भूमिका होती. सुधारित घटनेनुसार आजीव सदस्यांनी आपण होऊन ज्या प्रतिज्ञा घेतल्या आहेत, त्यांमध्ये सरकारने परिपत्रकात उल्लेखिलेल्या अटींचा समावेश असल्याने अधिक बंधने लादून घेण्याची त्यांची तयारी नाही. आजीव सदस्यांची भूमिका लक्षात घेऊन परिषदेच्या अध्यक्षांनी सरकारला पत्र लिहून कळविले की आजीव सदस्यांच्या प्रतिज्ञापत्रकांमध्ये सरकारी परिपत्रकात उल्लेखिलेल्या अटींचा समावेश असल्याने वेगळ्या अटींची आवश्यकता नाही. या पत्राला उद्देशून सरकारने कळविले की प्रतिज्ञापत्रकात उल्लेखिलेल्या अटींना पूरक अटी परिपत्रकात आहेत, त्यामुळे फारशी अडचण उद्भवणार नाही.

परिपत्रकाचा प्रश्न आजीव सदस्यांनी प्रतिष्ठेचा बनविला. नियामक मंडळाने याची दखल घेतली.

१६ जून, १८९८ रोजी नियामक मंडळाच्या अध्यक्षांनी शिक्षण संचालकांना

खास पत्र लिहिले. मथितार्थ असा की, 'आजीव सदस्यांनी मान्य केलेल्या प्रतिज्ञापत्रातील अटी आणि सरकारी परिपत्रकातील अटी परस्परपूरक नसून विरोधी आहेत आणि फरक असा आहे की आजीव सदस्यांच्या मान्य प्रतिज्ञापत्रांनुसार त्यांना काही मर्यादित अटींवर सार्वजनिक जीवनात भाग घेता येईल, मात्र परिपत्रकांतील अटींनुसार त्यांना राजकीय सहभागापासून पूर्ण प्रतिबंध घातला जात आहे, हे योग्य नाही. नियामक मंडळ आजीव सदस्यांना राजकीय चळवळीपासून दूर राहा असे सांगू शकेल, परंतु व्यक्तिशः राजकीय सहभागापासून पूर्णतः अलिप्त राहा असे सांगू शकणार नाही. राजकीय चळवळी प्रायः शासनाविरुद्ध हालचाली, सरकारी कामात अडथळा किंवा अडचणी निर्माण करणे अशा स्वरूपाच्या असतात.' सोसायटीच्या वतीने राजकीय चळवळींचा लावलेला अन्वयार्थ शिक्षण संचालकांनी मान्य केला आणि आजीव सदस्यांनी घेतलेल्या प्रतिज्ञेमध्ये सरकारी धोरणाचे अनुशासन अथवा आज्ञापालन अभिप्रेत असल्याचे अप्रत्यक्षरित्या मान्य केले. यापुढे जाऊन संचालकांनी असाही खुलासा केला की, 'राजकीय संघटनेचे सभासद असणे गैर मानले जाणार नाही, मात्र संघटनेमध्ये पद भूषविणे आक्षेपार्ह असू शकेल. शिक्षकांनी राजकीय पक्षाचे नेतृत्व करणे म्हणजे एकप्रकारे स्वतःची मते सार्वजनिकरीत्या मांडून विद्यार्थ्यांवर राजकीय प्रभाव टाकण्यासारखे आहे, ते सहसा होता कामा नये.'

या पत्रव्यवहारावरून असे लक्षात येते की सोसायटीच्या आजीव सदस्यांनी आपला हक्क सुरक्षित ठेवण्यात यश मिळविले आणि त्याचबरोबर शैक्षणिक व्यवसायात 'राजकीय चळवळ' आणि 'कायदेशीर राजकीय कार्य' यातील फरक सरकारदरबारी मान्य करून घेतला.

स्थूलमानाने असे म्हणता येईल की १८९८मध्ये स्वीकारलेल्या घटनादुरुस्त्यांद्वारे आजीव सदस्यांनी सर्वसामान्य नागरिक म्हणून प्राप्त होत असलेले नेहमीचे हक्क सुरक्षित ठेवले आणि शिक्षक किंवा शैक्षणिक प्रबोधनकार म्हणून आपले कर्तव्य चोख बजावण्याच्या सीमाही मान्य केल्या. आजीव सदस्यांनी ज्या मर्यादा मान्य केल्या त्या शैक्षणिक दृष्ट्याही न्याय्य अशाच होत्या. हिंसात्मक राजकीय चळवळीपासून अलिप्त राहण्याचे तत्त्व मान्य करून आजीव सदस्यांनी फार काही गमावले असे म्हणता येणार नाही. ज्या काळात या मर्यादा स्वीकाराव्या लागल्या त्या काळचे राजकीय वातावरण पाहता शैक्षणिक संस्थेच्या विकासाच्या दृष्टीने हा स्वीकार अपरिहार्य होता, अशी सोसायटीची सर्वसाधारण भूमिका होती. घटनात्मक राजनीतीपासून आजीव सदस्यांना, पदाधिकाऱ्यांना वंचित ठेवले जात नव्हते. गोखले, परांजपे, काळे यांनी पुढील काळातील आपल्या वर्तनाने ते सिद्धही केले. नियामक मंडळाची तरतूद सरकारने सोसायटीवर लादली असा एक आक्षेप घेतला जात असे, त्यात तथ्य नव्हते. अनेक पातळ्यांवर विचारविनिमय करून ही घटना स्वीकारली होती

आणि ती स्वीकारण्यामुळे सोसायटीच्या परिषदेने खाजगी शैक्षणिक प्रयोगांना हानी पोहोचवली असेही म्हणता येणार नाही.

प्लेगची भयानक वर्षे

१८९७पासून जवळजवळ दरवर्षी प्लेगच्या भयंकर साथीचा पुण्यावर आघात होत असे, १९१०पर्यंत हे कमीअधिक प्रमाणात चालत असे. एकूण शिक्षणावर याचा परिणाम होणे अपरिहार्य होते.

साथ सुरू झाली की संपूर्ण गावच्या गाव बाहेर पडत असे. भयाण शांतता, मृत्यूचे तांडव आणि भविष्याची काळजी व चिंता यांनी शहर ग्रासले जाई. साथीच्या काळात व काही काळ नंतरही शिक्षणात खंड पडे. वर्गातली हजेरी रोडावत असे; खेड्यापाड्यातून येणारी मुले आपापल्या गावी जात व आपल्या जवळच्या संस्थेत शिकायचा प्रयत्न करीत; त्या संस्थाही सहकार्य करीत असत. हळूहळू साथीशी मुकाबला कसा करायचा हे लोक शिकू लागले, संस्थाचालकही त्यातून काही मार्ग काढू लागले. पुढील तक्त्यावरून याची काहीशी कल्पना येईल –

वर्ष	विद्यार्थी संख्या	वर्ष	विद्यार्थी संख्या
१८९६	२१३	१९०४	३०५
१८९७	३४८	१९०५	३६९
१८९८	१४९	१९०६	४७०
१८९९	२८२	१९०७	५००
१९००	२४३	१९०८	५२७
१९०१	२६७	१९०९	४९९
१९०२	२४३	१९१०	६१०
१९०३	२६३		

संस्थेच्या एकूण पसाऱ्याचा विचार करताना पुण्याच्या भौगोलिक रचनेवर दृष्टिक्षेप टाकायला हवा. पुण्याचा मुख्य भाग हा मुठा नदीच्या दक्षिणेला वसलेला होता. उत्तरेकडचा ओंकारेश्वर मंदिरासमोर नदीपलीकडचा भाग भांबुर्डा म्हणून ओळखला जाई. त्यास सध्या शिवाजीनगर म्हटले जाते. चतु:शृंगीचे पठार हा गावाबाहेरचा भाग असल्याने, मध्यपुण्यापासून दूर असल्याने मध्यभागातल्या प्लेगच्या संचारापासून अधिक सुरक्षित जागा म्हणून बरीचशी वस्ती झोपड्या उभारून राहण्याची व्यवस्था केली जाई.

शिकवण्याच्या बाबतीत एक अनुकूल गोष्ट अशी झाली की १९०१साली त्यावेळी गावाबाहेर असलेल्या फर्ग्युसनच्या इमारतीत शाळेचे वर्गही भरविता येत असत. नवीन मराठी शाळा व न्यू इंग्लिश स्कूलचे विद्यार्थी त्याचा लाभ घेऊ शकत असत. संस्थेने गावात सुरू केलेले वसतिगृह प्लेगच्या पहिल्या दणक्याच्या वेळी १८९९मध्ये बंद केले. १९०१च्या डिसेंबरमध्ये ते पुन्हा सुरू केले, ते कॉलेजच्या नव्या इमारतीच्या आसपास. वसतिगृहाच्या विद्यार्थ्यांसाठी तंबूही टाकले होते. संस्थेच्या परिसराबाहेर गावातल्या इतर लोकांचीही आपत्कालीन व्यवस्था होती. चतु:शृंगीच्या पायथ्याशी तंबूत राहणारी मुले पठार ओलांडत फर्ग्युसनमध्ये येत असत. एक लक्षणीय भाग असा की शाळा आणि कॉलेजचे वर्ग पाळीपाळीने भरत असल्याने उत्साही विद्यार्थी कॉलेजच्या तासांचे दुरून 'दर्शन' घेत, भाषणे ऐकत. सकाळी शाळेच्या तासाला आलेल्या इयत्ता चौथीतल्या विद्यार्थ्याने वर्गखोली तीच असल्याने रँग्लर परांजपे यांच्या खणखणीत आवाजातला गणिताचा तास ऐकला आणि ही घटना तो इतरांना अत्यंत अभिमानाने सांगत असे.

प्लेगच्या साथीचे खास परिणाम झाले. प्रत्येक आपत्तीतून, मग ती वैयक्तिक असो की सार्वजनिक असो, काही शिकता येते. किंबहुना आपत्ती व्यक्तीला वा समाजाला घडवीत असते. आपत्ती आत्मभान देते तसेच आत्मबळही देते. आपत्तीतून विपत्ती निर्माण होतात, त्याचप्रमाणे काही लाभही होतात.

अनुदानात कपात

प्लेगच्या साथीमुळे विद्यार्थ्यांची संख्या कशी रोडावली ते आपण पाहिले. त्यामुळे फीच्या रूपाने मिळणाऱ्या उत्पन्नामध्ये मोठी घट झाली. खर्च तितक्या प्रमाणात कमी करणे शक्य नव्हते. शाळेच्या फीच्या रूपाने १८९६-९७ या काळात १६,५०० रुपये मिळत असत. ती रक्कम १८९८-९९मध्ये ८,५०० रुपयांइतकी कमी झाली. त्याच काळात मिळणारे सरकारी अनुदान ८,१००रुपये पासून ५,८०० रुपये व नंतर ४,३०० रुपयांपर्यंत कमी झाले. फीचे उत्पन्न आणि अनुदान यांची सरकारी सांगड असल्याने असे घडले. या काळात फर्ग्युसनची भरीव आर्थिक मदत झाली. फर्ग्युसनकडून १८९७ ते १९०१-२ या काळात पुण्याच्या न्यू इंग्लिश स्कूलला १३,००० रुपये, सातारा न्यू इंग्लिश स्कूलला ३,८०० रुपये तर नवीन मराठी शाळेला ५५० रुपये आर्थिक साहाय्य झाले. १९०२-३ या काळात अनुदान संहितेत बदल झाला. फर्ग्युसनचे अनुदान रु. ३,०००हून रु. ७,०००पर्यंत वाढविण्यात आले. मात्र या सर्व संस्था एकाच व्यवस्थापनाच्या (डे.ए.सो.) असल्या तरी फर्ग्युसनला दिलेल्या अनुदान रकमेतून शाळांना रक्कम

वर्ग करता येणार नाही, अशी अटही घातली. एका संस्थेची वाढीव शिल्लक इतर संस्थेला देऊ नये ही त्यामागची भूमिका होती. वास्तवात फर्ग्युसनची शिल्लक ही खरी शिल्लकच नव्हती. कारण असे की सोसायटीने फर्ग्युसनला उपलब्ध करून दिलेली इमारत, साधनसामग्री या पोटी डे. ए. सोसायटी काही आकार घेत नसे. केवळ इमारतीचे भाडे सोसायटीने घेतले असते तर वरवर दिसणारी शिल्लकही दिसली नसती. जनतेने ज्या देणग्या दिल्या त्या एका संस्थेसाठी नसून सोसायटीच्या शैक्षणिक कार्यासाठी दिल्या असल्याने त्यांची वर्गवारी करणे हा सोसायटीचा अधिकार असे. दुसरा भाग असा की संस्थांच्या वाढीसाठी सोसायटीला वेळोवेळी कायमस्वरूपी व मोठ्या भांडवली खर्चासाठी कर्जे काढून त्यांचे व्याजही फेडावे लागे. ही सर्व परिस्थिती लक्षात घेऊन सोसायटीने १९०४ सालापासून सर्व संस्थांच्या इमारतींचे भाडे घेण्यास सुरुवात केली व ही भाड्यापोटी जमा होणारी रक्कम संस्थेच्या चालू निधीत (करंट फंड्समध्ये) जमा करण्यात येऊ लागली. उदाहरणार्थ, फर्ग्युसन कॉलेजकडून इमारतीच्या भांडवली खर्चाच्या ३ टक्के इतके म्हणजे दरवर्षी पाच हजार रुपये भाडे घेण्यात आले. १९०९-१०पर्यंत सर्व भाडे मिळून एकूण ३९,००० रुपये जमा झाले, त्यातील ३,००० रु. फर्ग्युसनला, १३,००० रु. न्यू इंग्लिश स्कूलला, १२,००० रु. सातारा न्यू इंग्लिश स्कूलला, ८,००० रु. नवीन मराठी शाळेला व २,५०० रु. वसतिगृहासाठी देण्यात आले.

प्लेगच्या साथीच्या काळात ज्या संकटांना, अडचणींना तोंड द्यावे लागले, त्यामुळे सोसायटीच्या एकूण अर्थव्यवस्थेबाबत गंभीर विचार सुरू झाला. १९०२ सालीच कायम राखीव निधी स्थापण्याची योजना आखण्यात आली. या निधीचे येणारे व्याज सोसायटीच्या संस्थांना आवश्यकतेनुसार उपलब्ध करण्याची योजना होती. असा निधी उभा करण्यासाठी नोव्हेंबर, १९०२मध्ये देणगीदारांसाठी खास आवाहन करण्यात आले. या निधीत अपेक्षेइतकी भर पडली नाही; १९०७-०८च्या दरम्यान हा निधी रु. २० हजारपर्यंत पोहोचला होता. अपेक्षेपेक्षा ही रक्कम खूपच कमी होती. यातील काही रक्कम नानावाड्याच्या बांधकामासाठी वापरावी लागली. त्यानंतर या निधीत फारशी भरही पडली नाही. १९१३मध्ये एका ठरावानुसार 'विशिष्ट' वापरासाठी नसलेल्या निधीतून २५% कायमनिधीत वर्ग करण्याची योजना होती, पण या ठरावाची अंमलबजावणी होऊ शकली नाही. १९३४मध्ये या निधीत केवळ १५,००० रुपयांची रक्कम होती. १९०१मध्ये 'विद्यार्थी निधी' सुरू करण्यात आला. माजी विद्यार्थ्यांकडून १ लक्ष रुपयांचा राखीव निधी उभारण्याची कल्पना होती. हा प्रयोगही फारसा यशस्वी झाला नाही. १९३४पर्यंत या निधीत साधारण ८,००० रुपये शिल्लक होते. या अल्प प्रतिसादामागे एक कारणमीमांसा अशी की देणगीदाराला विशिष्ट विकास योजनेसाठी किंवा खास प्रकल्पासाठी

देणगी देणे अधिक इष्ट वाटते. आजही असे अनुभव येत राहतातच.

या काळात आणखी दोन योजना सुरू झाल्या. १९०५-०६मध्ये निवृत्ती-निधी (पेन्शन फंड) सुरू करण्यात आला. दुसरी योजना म्हणजे आजीव सदस्यांचा खाजगी निधी! निवृत्ती-निधी योजनेनुसार आजीव सदस्याने वीस वर्षांची निर्धारित सेवा केली की त्याला पगाराच्या एकतृतीयांश निवृत्ती वेतन, कायम सेवकांना एकचतुर्थांश व तीस वर्षे पूर्ण झाल्यानंतर एकतृतीयांश निवृत्ती वेतन अशी योजना होती. संस्थांच्या विद्यमान उत्पन्नातून जी बचत होत असे त्यातून हा निधी उभारण्याची योजना होती. या निवृत्तीनिधीचे सर्व व्यवस्थापन आजीव सदस्य मंडळ करीत असे. आजीव सदस्य-खाजगी निधीची रक्कम वापरण्याचा अधिकारही आजीव सदस्यांकडे होता. १८८०मध्ये न्यू इंग्लिश स्कूलची स्थापना झाल्याने १९००मध्ये सेवकांच्या सेवेची वीस वर्षे पूर्ण झाली आणि अर्थात त्यांना पेन्शन देणे भाग होते. अन्य दुसरी योजना नसल्याने पेन्शनची-सेवानिवृत्ती वेतनाची रक्कम विविध संस्थांच्या पगारांच्या रकमेतून, ज्या संस्थेत काम केले असेल त्या संस्थेतून द्यावी लागली. ही व्यवस्था मुळीच समाधानकारक नव्हती, त्यामुळे नव्या योजनेनुसार कायम सेवकांच्या पगाराची १२ टक्के रक्कम पेन्शन फंडात जमा करण्यास सुरुवात झाली. ही योजना आजीव सदस्यांच्या दृष्टीने समाधानकारक ठरली.

आपत्कालीन आर्थिक तरतुदीच्या दृष्टीने 'आजीव सदस्य खाजगी निधी' सुरू करण्यात आला. हा निधी पूर्णत: आजीव सदस्यांकडून गोळा केला जात असे व व्यवस्थापनही तेच करीत. आजीव सदस्यांना दरमहा १५ रुपये वाहतूक भत्ता म्हणून दिला जाई. यातून आजीव सदस्य आपल्या इच्छेनुसार व कुवतीनुसार रक्कम खाजगी निधीत जमा करीत. नव्याने रुजू झालेल्या आजीव सदस्यांकडून फारशी रक्कम घेतली जात नसे, तर १५पेक्षा अधिक वर्षे सेवा झालेले सभासद दरमहा २५ रुपयांपर्यंत 'वर्गणी' देत असत. या निधीच्या योजनेमुळे आजीव सदस्यांना अडचणीच्या वेळी बरीच मदत होत असे.

र. पु. परांजपे रँग्लर झाले

प्लेगची साथ व त्या अनुषंगाने येणाऱ्या अनेक आपत्ती आणि अडचणी असूनही फर्ग्युसनची प्रगती चालूच होती १८९९मध्ये रघुनाथराव परांजपे रँग्लर झाले आणि कॉलेजच्या इतिहासात मोरपीस खोवले गेले. या घटनेचा केवळ महाराष्ट्रातच नव्हे तर अखिल भारतभर गौरव झाला. ब्रिटिश अमलाखाली असलेल्या एका भारतीय तरुणाने रँग्लरपदाची 'निळी रिबन' मिळविणे कौतुकाची बाब होती; संपूर्ण भारतात 'फर्ग्युसन'चा भाव वधारल्याची ही खूण होती. रघुनाथरावांचे सर्वत्र

सत्कार झाले. पुणेकर नागरिकांनी योजिलेल्या एका सत्कारसभेचे शिक्षण संचालक (Director of Public Instruction) मि. गाईल्स अध्यक्ष होते; व्हॉईसरॉय लॉर्ड कर्झन स्वत: ऑक्सफर्ड विद्यापीठाचे नामांकित विद्यार्थी होते; त्यांनी सभेसाठी परांजपे यांच्या अभिनंदनाचा ठराव पाठवला. त्यात एकूणच भारतीय बुद्धिमतेचा दर्जा आणि फर्ग्युसनचा दर्जा यांचे विशेष कौतुक केले होते.

धोंडो केशव कर्वे यांचे योगदान

रघुनाथराव परांजपे यांच्या तरुणपणच्या जडणघडणीत त्यांचे मामेबंधू धोंडो केशव कर्वे यांचा मोठा वाटा होता. रघुनाथरावांच्या बुद्धिमत्तेची चुणूक ओळखून तिला अधिक चमक दिली ती कर्वे यांनी! यापेक्षाही महत्त्वाचे म्हणजे कर्वे यांनी स्वत:च्या उदाहरणाने सेवा आणि त्याग या भावनांचे रोपण रघुनाथरावांच्या मनात केले आणि त्याचाच परिणाम म्हणजे रँग्लर झाल्यानंतरही, त्या काळच्या आजीव सदस्यांनी परांजपे यांना त्यांनी दिलेल्या आश्वासनातून मुक्त होण्याची परवानगी दिली. धोंडो केशव कर्वे यांचे रघुनाथरावांच्या जडणघडणीतले योगदान ओळखून १० जुलै, १८९९च्या सभेत त्यांचेही अभिनंदन करण्यात आले. परांजपे यांनीही सोसायटीस दिलेला शब्द पाळला आणि इंग्लंडहून परत आल्यावर ते सोसायटीच्या सेवेत रुजू झाले.

◆

प्रकरण चौथे

फर्ग्युसनचा नवा अध्याय: रँग्लर परांजपे कालखंड

१९०१ सालच्या अखेरीस परांजपे इंग्लडहून परतले आणि जानेवारी, १९०२मध्येच त्यांची फर्ग्युसनचे प्राचार्य म्हणून नेमणूक झाली.

रँग्लर परांजपे यांचा सुवर्ण कालखंड

रँग्लर परांजपे वीस वर्षे फर्ग्युसनचे प्राचार्य राहिले. हा काळ फर्ग्युसनच्या एकूण इतिहासात सुवर्णकाळ मानावयास हवा. हा काळ एका बाजूला भारतीय स्वातंत्र्य चळवळीच्या इतिहासातला अत्यंत वादग्रस्त कालखंड होता, तर दुसऱ्या बाजूला फर्ग्युसनचा शैक्षणिक लौकिक दिगंत पसरत होता. भारतीय स्वातंत्र्य चळवळीचे जहाल आणि मवाळ असे गट, यांच्यात वैचारिक झुंज चालू होती व क्रांतिकारकांच्या आक्रमक भूमिकेमुळे स्वातंत्र्यलढ्याला वेगळे परिमाण लाभत होते. एका बाजूला जहाल टिळकपंथीय तर दुसऱ्या बाजूला गोपाळ कृष्ण गोखले यांचे मवाळपंथीय यांच्यातल्या मतभेदांचा व प्रत्यक्ष कार्यपद्धतीचा फर्ग्युसनवर अपरिहार्य परिणाम होत होता.

परांजपे प्राचार्यपदी असताना सर्व बाजूंनी कॉलेजची वाढ होत होती. केवळ महाराष्ट्रातूनच नव्हे तर भारताच्या कानाकोपऱ्यातून हुशार विद्यार्थ्यांचा ओघ चालू होता. गणिताच्या दृष्टीने तर फर्ग्युसन ही 'गणिताची मक्का' मानली जाऊ लागली. या विषयाबाबत डेक्कन कॉलेजबरोबर स्पर्धा सुरू झाली. स्पर्धेत टिकण्यासाठी डेक्कन कॉलेजने ज्युनिअर रँग्लर प्रा. ए. सी. एल. विल्किनसन यांची खास गणित विभागाचे प्रमुख म्हणून नेमणूक केली. गणित विषयातील हुशार विद्यार्थ्यांची

रँग्लर परांजपे

श्रेयनामावली चकित करणारी होती. व्ही. बी. नाईक, एम. व्ही. भिडे, आर. डी. कर्वे, के. जी. खरे, एच. बी. भिडे, जे. सी. स्वामीनारायण, वाय. के. कुंटे, बी. के. भाटे, ए. बी. कंकतवाडी हे गणित विषयात नाव कमावीत होते. डेक्कन कॉलेजमधून प्रिन्सिपाल सेल्बी निवृत्त झाल्यानंतर त्यांच्या विषयाचे विद्यार्थी फर्ग्युसनकडे आकर्षित झाले. फर्ग्युसनचे प्रा. जी. सी. भाटे तर्कशास्त्र आणि नीती-तत्त्वज्ञान विषयाचे, भाषा व इतिहास या विषयांचे विद्यार्थी आकर्षून घेत. त्यांच्या निष्णात विद्यार्थ्यांमध्ये सर्वश्री पी. एस. चिपळूणकर, जी. जी. कानेटकर, के. एस. फिरोदिया, जी. जी. साने यांचा समावेश होता. प्रा. राजवाडे यांची अभिजातता, तर प्रा. पटवर्धन याची सौंदर्यदृष्टी भाषा विषयांच्या विद्यार्थ्यांचे प्रमुख आकर्षण होती. त्यांच्या हुशार विद्यार्थ्यांमध्ये सर्वश्री एस. एन. चापेकर, के. एन. द्रवीड, एल. आर. पांगारकर, आर. ए. कानेटकर, आर. के. लागू, जी. एच. केळकर, वाय. ए. गोडबोले आदींचा समावेश होता. इतिहास विषयाच्या विद्यार्थ्यांमध्ये सर्वश्री जी. आर. अभ्यंकर, एच. जी. लिमये यांचा समावेश होता. गोपाळ कृष्ण गोखले यांच्या निवृत्तीनंतर इतिहास-अर्थशास्त्र विषयातील अध्ययनात त्यांची अनुपस्थिती विशेष जाणवत असे. मात्र १९०५ साली एम. ए. उत्तीर्ण झालेल्या व्ही. जी. काळे यांनी अर्थशास्त्राच्या क्षेत्रात खास नाव कमावले. गोखले इन्स्टिट्यूट ऑफ पॉलिटिक्स अॅण्ड इकानॉमिक्स या संस्थेच्या उभारणीत त्यांचा महत्त्वाचा वाटा होता. शास्त्र विभागांचा विचार करता अध्यापन आणि प्रयोगशाळांमधील साधनसामग्री यांच्या कमतरतेमुळे उल्लेखनीय कार्य झाले नाही हे मान्य करावे लागते. मात्र अशा काळातही सर्वश्री के. आर. कानिटकर, ए. एस. कोटिभास्कर, एन. एन. गोडबोले, डी. एल. दीक्षित, पी. जी. दंडवते, पी. आर.

डॉ. एस. व्ही. काणे

आवटी, डी. बी. लिमये, एम. आर. परांजपे या विद्यार्थ्यांचा खास उल्लेख करता येईल. १९०४मध्ये मुंबईचे डॉ. एस. व्ही. काणे यांनी दिलेल्या १० हजार रुपयांच्या देणगीतून 'काणे प्रयोगशाळा' उभारण्यात आली. शास्त्र विभागाच्या विकासात हे महत्त्वाचे पाऊल होते.

संस्कृत हा फर्ग्युसनच्या सुरुवातीपासून अध्ययन-अध्यापनाचा मानबिंदू राहिला. भाऊ दाजी पारितोषिक, वरजीवनदास शिष्यवृत्ती, विनायकराव जगन्नाथ पारितोषिक, बाई दयाबाई मुरारभाई शिष्यवृत्ती— या शिष्यवृत्त्या/पारितोषिके फर्ग्युसनने अनेकवेळा मिळविली. नारायण वासुदेव शास्त्र शिष्यवृत्ती, गिब्ज फिजिक्स प्राईस, इंग्रजी भाषेचे 'हुगलिंग प्राईस' फर्ग्युसनने मिळविले. श्री. एच. जी. लिमये यांनी १९०० साली उपनिषदावरील निबंधाबद्दल विश्वनाथ नारायण मंडलिक पारितोषिक मिळविले तर श्री. बी. एस. सोनावणे यांनी त्याच दरम्यान एकनाथ-तुकाराम यांच्या वाङ्मयाबद्दल लिहिलेल्या मराठी निबंधावर महादेव परमानंद पारितोषिक मिळविले.

स्वातंत्र्यवीर विनायक दामोदर सावरकर हे चार वर्षे फर्ग्युसनचे विद्यार्थी होते. त्यांनी जे 'स्वतंत्रतेचे स्तोत्र' रचले (१९०३) ते या काळातच. ७ ऑक्टोबर, १९०५ रोजी त्यांनी लकडी पुलाच्या पलीकडे विदेशी कपड्यांची होळी केली. स्वातंत्र्यलढ्यातील हा रोमहर्षक प्रसंग कॉलेजला मात्र त्या काळी परवडणारा नव्हता! त्यामुळे प्राचार्य परांजपे यांनी सावरकरांना दहा रुपये दंड केला आणि वसतिगृह सोडण्याची शिक्षासुद्धा त्यांना झाली. आज मात्र वसतिगृहातील सावरकरांची खोली हे त्यांचे एक स्मारक बनले आहे.

इमारतींची भर

रँग्लर परांजपे यांच्या काळात शैक्षणिक प्रगतीबरोबर वाढत्या प्रपंचासाठी उत्तम आणि आवश्यक अशा इमारतींची भर पडली. काणे यांच्या देणगीतून उभारलेल्या प्रयोगशाळेचा उल्लेख वर आला आहे. १९०९मध्ये 'आगरकर मेमोरियल कमेटी'ने दिलेल्या रु. ३,१००च्या देणगीतून मुलींच्या वसतिगृहासाठी आठ मुलींची सोय होईल अशा खोल्या बांधण्यात आल्या. मुंबई प्रांतात मुलींच्या निवासासाठी महाविद्यालयाने वसतिगृह बांधल्याचे हे पहिले उदाहरण असावे. मुलांच्या वसतिगृहामध्ये भगवतसिंगजी क्वार्टर्सशेजारी दहा खोल्या बांधण्यात आल्या. १९०४-०५मध्ये उपलब्ध झालेली दहा हजार रुपयांची अनुदानाची रक्कम काही प्रमाणात अँम्फीथिएटरच्या दोन वर्गखोल्या A2 व A7 (१९०८-०९) बांधण्यासाठी वापरण्यात आली. वास्तविक पाहता फर्ग्युसनच्या सर्व विद्यार्थ्यांना विशेष कार्यक्रम, संमेलने यासाठी मोठे सभागृह हवे होते. सुरुवातीच्या काळात होस्टेल ब्लॉक क्र. एकच्या मधल्या

चौकात असे कार्यक्रम घेतले जात. मुख्य इमारतीजवळ असे मोठे सभागृह बांधण्याची कल्पना रँग्लर परांजपे यांच्या काळातली; पण पैशाअभावी ती पूर्ण होत नव्हती. वर उल्लेखिलेल्या दोन खोल्यांच्या दरम्यानच्या जागेत पैसे उभे होतील त्यानुसार सभागृह बांधण्याचा संकल्प होता. भानू या योजनेसाठी प्रयत्नशील होते. १९११मध्ये विशेष आवाहनवजा पत्रक काढण्यात आले व निवडक संभाव्य हितचिंतक देणगीदारांना पाठविण्यात आले व प्रत्येकी रु. १,००० रुपयांची देणगी देण्याची विनंती करण्यात आली. अपेक्षेपेक्षा अधिक चांगला प्रतिसाद लाभला. एन. एम. वाडिया चॅरिटी ट्रस्टने रु. २५,०००ची देणगी दिली व त्यामुळे या वास्तूला वाडिया ॲम्फीथिएटर असे नाव देण्यात आले. हिज हायनेस आगाखान यांनी ५,००० रु. ची देणगी दिली. मध्यभागी अर्धवर्तुळाकार सभागृहाची कल्पना परांजपे यांनी सोर्बोन (दक्षिण आफ्रिका) येथे पाहिलेल्या इमारतीवरून सुचली. भव्य दगडी व्यासपीठ, त्यासमोर सुमारे तीनशे विद्यार्थी बसू शकतील अशा उतरत्या दगडी पायऱ्या, अर्धवर्तुळाकार दगडी पायऱ्यांच्या दरम्यान उभारलेल्या लोखंडी गर्डर्सवर लाकडी पायऱ्या असलेला अर्धवर्तुळाकार पहिला मजला व त्यावर तसाच तिसरा मजला व वर पत्रा अशी बांधणी. सभागृहात व्यासपीठाला दोन व मुख्य सभागृहाच्या पहिल्या-दुसऱ्या मजल्याला दोन-दोन दरवाजे व वरच्या मजल्यांवर जाण्यासाठी दोन-दोन जिने अशी व्यवस्था होती. पूर्वी बांधलेल्या A2 व A7 या मोठ्या उतरत्या पायऱ्यांच्या वर्गखोल्या - सुमारे दीडशे विद्यार्थी बसू शकतील अशा एकूण वास्तुरचनेशी बेमालूमपणे जोडलेल्या, कॉरिडार आणि गोथिक पद्धतीच्या कमानी. मुख्य सभागृह A-1 म्हणून ओळखले जाते व दरम्यानच्या खोल्या A3, A4, A5, A6, A8, A9, A10, A11, A12, या क्रमांकांनी ओळखल्या जातात. या छोट्या खोल्या विद्यार्थीसंख्या कमी असलेल्या वर्गांसाठी व विभागीय कार्यालयासाठी वापरल्या जातात. सुरुवातीच्या काही काळात कायद्याचे व नंतरच्या काळात कॉमर्सचे वर्ग (पुढे BMCC) ॲम्फीथिएटरच्या इमारतीत भरत. मुख्य सभागृहात प्रमुख भाषणे, परिचर्चा, संमेलने भरत व आजही भरतात. रिचर्ड ॲटेनबरो यांच्या 'गांधी' चित्रपटाचे काही चित्रीकरण या वास्तूत झाले. प्रत्यक्षात महात्मा गांधींचे दक्षिण आफ्रिकेत झालेले भाषण दाखवावयाचे होते. ही वास्तू म्हणजे 'यासम हीच!' फर्ग्युसनच्या असंख्य माजी विद्यार्थ्यांचे भावबंध या वास्तूशी जोडलेले आहेत.

१९८५-८६ या फर्ग्युसनच्या शताब्दीवर्षात या वास्तूचे नूतनीकरण झाले. त्यावेळी विश्वनाथ प्रतापसिंग आणि राजीव गांधी आले होते. त्याचा विस्तृत वृत्तान्त पुढे येणार आहे.

ॲम्फीथिएटरच्या उद्घाटनप्रसंगी (१९२२) वाडिया ट्रस्टच्या वतीने सर

वाडिया ॲम्फीथिएटर

जमशेठजी जीजीभॉय यांनी भाषण केले व शिक्षणाच्या क्षेत्रात डे. ए. सोसायटीने चालविलेल्या कार्याचे कौतुक केले. एका पार्शी संस्थेने देणगी देत असताना उदार दृष्टी ठेवून एकप्रकारे धर्मनिरपेक्ष एकात्मतेचा आदर्श घालून दिला आहे व पुढेही आमचा सहकार्याचा हात असाच चालू राहील असे आश्वासनही दिले.

सर जॉर्ज क्लार्क यांनी उद्‌घाटन करताना म्हटले,

"भावी काळात फर्ग्युसन कॉलेज हे सच्च्या नेत्यांची पाठशाळा म्हणून कार्य करेल व ॲम्फीथिएटर हे व्यासपीठ असेल. या संस्थेतून असे नेते तयार व्हावेत की जे स्वत:साठी पैसा किंवा लोकप्रियता मिळविण्यासाठी कार्य करणार नाहीत, जे निर्धोकपणे सत्य तेच बोलतील; सत्य तेच लिहितील, जे ज्ञानावर आधारलेल्या तर्कावर विश्वास ठेवतील; भूतकाळाच्या आधारावर भविष्याचा अधिक विचार करतील आणि देशाच्या प्रगतीवर निश्चित ठसा उमटवतील. सर्व देशांची सुदृढ प्रगती सर्वोच्च बुद्धिमत्तेच्या स्वार्थत्यागी कार्यकर्त्यांनी केलेल्या निरलस सेवेवर अवलंबून असते हे लक्षात ठेवावयास हवे!"

सांगलीच्या राजेसाहेबांनी आभार मानले; सर जमशेठजी जीजीभॉय आणि डॉ. सर रामकृष्ण भांडारकर यांनी त्यांना अनुमोदन दिले. कार्यक्रमाच्या अखेरीस नारायण बाळकृष्ण वझे यांनी १५ हजार रुपयांची खास देणगी जाहीर केली.

स्वातंत्र्यपूर्व काळात सर. जे. सी. बोस, रवींद्रनाथ टागोर, पंडित मदनमोहन मालवीय, सर पी. सी. रे, श्रीनिवास शास्त्री, थोर शास्त्रज्ञ सी. व्ही. रामन यासारख्यांची भाषणे ऐकण्यासाठी ॲम्फीथिएटर तुडुंब भरत असे.

शास्त्रशाखेच्या प्रयोगशाळा

सवाई तुकोजीराव होळकर

सुरुवातीच्या काळात शास्त्र शाखेच्या विद्यार्थ्यांची संख्या कमी असली तरी भावी काळाच्या दृष्टीने प्रयोगशाळा वाढविण्याची नितांत गरज होती. १९१०च्या दरम्यान कला शाखेच्या विद्यार्थ्यांसाठी व्यावहारिक भौतिकी (Practical Physics) हा विषय सुरू करण्यात आला. त्याच वर्षी 'फिजिक्स लॅबोरेटरी'चे बांधकाम सुरू झाले व दोन वर्षांत २७,००० रुपये खर्चून पूर्ण करण्यात आले. काणे प्रयोगशाळा अपुरी पडत असल्याने १९१६मध्ये एक हॉल आणि प्रयोगशाळेच्या दोन खोल्या बांधण्यात आल्या. हे बांधकाम सरकारी अनुदानाच्या रकमेतून करण्यात आले. १९१५मध्ये इंदोरचे महाराज सवाई तुकोजीराव होळकर यांनी फर्ग्युसनला भेट दिली, त्यांनी दिलेल्या वीस हजार रुपयांच्या देणगीतून 'बायॉलाजी' (जीवशास्त्र) विभागासाठी १९१६मध्ये स्वतंत्र इमारत बांधण्यात आली. सर शापूरजी भरूचा यांनी दिलेल्या दहा हजार रुपयांच्या देणगीतून दोन मजली इमारत बांधण्यात आली; ग्रंथालय आणि वाचनालय यांसाठी इमारत वापरावयाची होती.* काही काळ तसा उपयोग झाला. १९१५-१६ सालात बांधल्या गेलेल्या या तिन्ही इमारतींचे उद्‌घाटन २१ जून, १९१६ रोजी त्यावेळच्या मुंबई प्रांताचे गव्हर्नर लॉर्ड वेलिंग्टन यांच्या हस्ते झाले.

पुढील अल्प काळात इमारतींची वाढीव बांधकामे झाली. रसायनशास्त्र प्रयोगशाळेच्या दोन इमारतींना जोडणारा व्याख्यानाचा हॉल ३० हजार रुपये खर्चून १९२८मध्ये बांधण्यात आला. फिजिक्स लॅबोरेटरीचा एकदा १९१७ साली व

---

* बाई जेरबाई वाडिया ग्रंथालयाची स्वतंत्र मोठी इमारत बांधल्यानंतर ह्या वास्तूचा विनियोग बदलला. अनेक वर्षे विद्यार्थी वाचनालय असलेल्या इमारतीत साधारण तीस वर्षांपूर्वी तळमजल्यावर सेंट्रल बँकेचे पूरक केंद्र (Extension Counter) सुरू झाले व पहिल्या मजल्यावर कॉलेज जिमखाना कार्यालय सुरू झाले. सध्या हीच व्यवस्था चालू आहे.

नंतर १९३४मध्ये वाढीव भाग बांधण्यात आला व ११ हजार रुपये खर्चून उत्तर विभागावर आणखी एक मजला वाढविण्यात आला. १९३३मध्ये जीवशास्त्र (बायॉलाजी) विभागात व्याख्यानाचा हॉल, एक तळघर आणि एक प्रयोगशाळेची खोली बांधण्यात आली; त्यासाठी १२ हजार रुपये खर्च आला.

वसतिगृहांचा विस्तार

भगवतसिंगजी वसतिगृहातील निवासी खोल्यांना विद्यार्थ्यांकडून दिवसेंदिवस मागणी वाढत होती; अनेक विद्यार्थ्यांचे अर्ज नाकारावे लागत असत. त्यामुळे वसतिगृह वाढीचा प्रश्न तातडीने हाती घ्यावा लागला. पहिल्या चतुष्कोनी भगवतसिंगजी इमारतीच्या उत्तरेला थोड्याच अंतरावर दुसरा त्याच धर्तीचा ब्लॉक बांधण्याची योजना आखण्यात आली. ७५ हजार रुपयांची रक्कम कर्जरोख्याद्वारे उभारून नवी इमारत उभारण्यात आली. या इमारतीत १०'× ८' आकाराच्या खोल्या बांधण्यात आल्या. १९१९मध्ये १ लक्ष रुपये खर्चून तिसरा ब्लॉक त्याच धर्तीवर बांधण्यात आला. या रकमेत शेठ तुळशीदास तेजपाल रु. ४५ हजार, सूरजी प्राणजी रु. ५ हजार, शेठ माधवजी हरिराम रु. ५ हजार अशा प्रमुख देणग्या होत्या. १९२५मध्ये मागास विद्यार्थ्यांसाठी काही खोल्या बांधण्यात आल्या; यात ८० विद्यार्थ्यांची सोय होती. १ लाख ४५ हजार रुपयांच्या एकूण खर्चापैकी निम्मी रक्कम सरकारकडून अनुदान रूपाने मिळाली तर ३० हजार रुपयांची रक्कम देणगी रूपाने मिळाली. या वसतिगृहाचे उद्घाटन त्यावेळचे गव्हर्नर सर लेस्ली विल्सन यांच्या हस्ते झाले. त्यांनी स्वत: रु. १५००ची व्यक्तिगत देणगीही दिली. डेक्कन एज्युकेशन सोसायटी मागासवर्गीयांसाठी करीत असलेल्या प्रयत्नांचे पाहुण्यांनी कौतुक केले. मागासवर्गीयांसाठी जनतेच्या, देणगीदारांच्या भावना अनुकूल करून हा प्रकल्प यशस्वी करण्यात महत्त्वाचा वाटा उचलणारे प्राचार्य कानिटकर यांचा पाहुण्यांनी खास उल्लेख केला. मागासवर्गीयांना समाजाच्या मुख्य प्रवाहात आणण्याच्या उद्दिष्टाचे कोल्हापूरच्या छत्रपती महाराजांनीही आनंदाने स्वागत केले.

शेठ तुळशीदास तेजपाल

नव्या होस्टेलच्या बांधणीनंतर एकूण निवासी विद्यार्थ्यांची संख्या ४२० इतकी वाढली. महाविद्यालयाचा विद्यार्थ्यांचा कालखंड हा साधारणत: १८ ते २४ वयापर्यंतचा

असतो; याच वयात विद्यार्थ्यांची वैचारिक, सामाजिक घडण होते. भिन्न भिन्न जाती-जमातींची, धर्मांची, भाषांची पार्श्वभूमी असलेल्या विद्यार्थ्यांना एकत्र सामूहिक जीवन जगण्याचे धडे मिळतात, वैचारिक कक्षा रुंदावतात, निधर्मी वृत्तींची जोपासना होते आणि एकूण परस्पर सहकार्याने जगण्याची वृत्ती बळावते.

विद्यार्थिनींचे वसतिगृह

१९३० सालापासूनच विद्यार्थिनींच्या वसतिगृहात वाढ होणे गरजेचे वाटत होते. ही गरज १९३४मध्ये सांगलीच्या राणीसाहेब सौ. सरस्वतीबाई पटवर्धन यांच्या उदार देणगीतून भागविता आली; त्या स्वत: फर्ग्युसनच्या विद्यार्थिनी होत्या. १९२१मध्ये बांधण्यात आलेल्या केसरबाई ब्लॉकशी समांतर आणि आगरकर ब्लॉकच्या पूर्वेस ही इमारत बांधण्यात आली.

मुलींच्या वसतिगृहांच्या बाबतीत दोन मनोरंजक आठवणी रँग्लर परांजपे यांनी सांगितल्या आहेत.

एक आठवण आहे हरी नारायण आपटे यांची. प्राचार्य आगरकर यांच्या निधनानंतर त्यांच्या स्मृतिप्रित्यर्थ काही रक्कम गोळा करण्यात आली होती व व्याजासह ही रक्कम तीन हजार रुपये झाली होती. या रकमेचे काय करावे असा हरी नारायण आपटे यांना प्रश्न पडला होता व त्यांना परांजपे यांचा सल्ला हवा

विद्यार्थिनींची वसतिगृहे- १. सरस्वती क्वार्टर्स २. आगरकर क्वार्टर्स ३. केसरबाई ब्लॉक

होता. परांजपे यांनी मुलींच्या वसतिगृहासाठी दोन खोल्या बांधण्याचा सल्ला दिला, तो प्रत्यक्षात आला आणि विशेष म्हणजे प्लेगच्या काळात कॉलेजवर राहण्यासाठी एका आजीव सदस्याने लोखंडी कांब्यांची शेड उभारली होती तिचा उपयोग मुलींसाठी बांधलेल्या खोल्यांनजीक स्वयंपाकघर म्हणून करता आला. मुलींच्या वसतिगृहाची सुरुवात झाली ती अशी.

दुसरी आठवण त्याहून मनोरंजक आहे.

एक दिवस परांजप्यांचा 'आर. पी. स्वामिनारायण' नावाचा माजी विद्यार्थी त्यांच्याकडे आला व त्याने एका गुजराथी विधवेच्या संपत्तीचे विश्वस्त होण्याची विनंती केली. या विधवा बाईंना आपली संपत्ती कोणाही नातलगाला न देता समाजोपयोगी कामासाठी द्यावयाची होती. परांजपे यांनी त्या बाईंना पाहिलेही नव्हते. 'सदर बाईंनी आपल्या संपत्तीतील काही रक्कम देणगी म्हणून देण्याची तयारी दर्शवली तर विश्वस्त होण्यास तयार होईन' असा निरोप दिला. परांजपे यांची अट मान्य झाली आणि मृत्युपत्रानुसार त्या विधवा बाईची २० हजार रुपयांची मिळकत फर्ग्युसनला मिळाली. ही सर्व रक्कम मुलींच्या 'केसरबाई ब्लॉक'च्या वसतिगृहासाठी वापरली गेली.

फर्ग्युसनमधले निवासी बंगले

परांजपे यांच्या काळात प्राध्यापकांसाठी बंगले बांधण्यात आले. योजना अशी होती की प्राध्यापकाने स्वत:च्या खर्चाने बंगला बांधावयाचा व प्राध्यापक निवृत्त होताना विशिष्ट रकमेत फर्ग्युसनला परत द्यावयाचा. प्रा. एच. जी. लिमये, प्रा. जी. सी. माटे, प्रा. के. आर. कानिटकर यांनी बंगले बांधले आणि प्रा. राजवाडे व नंतर काही काळ प्रा. कोल्हटकर आगरकरांच्या जुन्या घरात राहिले, त्यात त्यांनी वेळोवेळी असे बदल केले की मूळ बांधकाम व नंतरचे बांधकाम कोणते हे समजणे अवघड होते. एम. बी. चौबळ यांनी बांधलेल्या बंगल्यात प्रथम प्रा. एन. एस. पानसे राहिले आणि त्यांच्या निवृत्तीनंतर तो सोसायटीच्या मालकीचा झाला.

एके काळी लकडीपूल ओलांडला की पश्चिमेकडचा कर्वे रोड व सध्याचा उत्तरेकडचा गोखले रोड जो चुकीने फर्ग्युसन कॉलेज रोड म्हणून ओळखला जातो, त्या टोकापासून गवतांच्या गंजीच गंजी होत्या. वर उल्लेखिलेल्या बंगल्याच्या जागेत व मुलींच्या वसतिगृहाच्या जागेतही गंजी होत्या. या गंजीतून एकीकडे हिंगणे-पौड-कोथरूड व दुसरीकडे औंध-बाणेर गावांना जाणाऱ्या बैलगाड्या गवत विकत घेत. एके काळी संध्याकाळी बाहेर पडण्यासाठी भीती वाटावी असा हा प्रदेश होता. आगरकरांना दमा असल्याने अधिक मोकळ्या हवेसाठी या भागात राहण्यासाठी

सल्ला दिल्याने त्यांनी दोन खोल्या बांधल्या. टिळक-आगरकर वाद विकोपाला गेले व आगरकर गावाबाहेर राहायला आले तेव्हा एका लेखात टिळकांनी आगरकरांना 'गंजीवरचा कुत्रा' असे संबोधले होते. मी स्वत: काही वर्षे या बंगल्यात राहात होतो. आगरकर कोठे राहात होते याविषयी मतभेद आहेत. मुलींच्या वसतिगृहाला लागून असलेल्या बंगल्यात आगरकर राहात होते असे माझे मत आहे. याची कारणे अशी-

१. कॉलेजवर बांधलेल्या निवासी इमारतींत ही सर्वांत जुनी वास्तू आहे.

२. परांजपे यांनी आपल्या आठवणींमध्ये लिहिल्यानुसार या वास्तूत वेळोवेळी केलेले बदल, वाढीव रचना यांचा वास्तुशास्त्रदृष्ट्या विचार केला तरी ते बारकाईने अभ्यासल्यावर लक्षात येते.

३. दम्याच्या कारणास्तव आगरकर येथे राहावयास आले असा स्पष्ट उल्लेख आहे. खेळत्या हवेचा विचार केला तर बंगल्यातील पश्चिमेच्या दोन खोल्या (त्यापुढे वसतिगृह नसल्याने) सर्वांत योग्य होत्या.

४. मुख्य इमारत व इतर बांधकामावर लक्ष ठेवणे सर्वांत सोयीचे होते.

५. या दोन खोल्यांतील एकीत ब्रिटिश पद्धतीचे धुराडे आहे, हेही सर्वांत जुने असल्याचे लक्षात येते.

६. या वास्तूच्या पाठीमागे दक्षिणेस असलेल्या सेवकांच्या खोल्या व शौचालय यांची रचना या मताला पुष्टी देते. शौचाहून आल्यावर उलटी होऊन आगरकरांचे निधन झाले, या बाबतीत सर्व लेखकांत एकमत आहे; हे विचारात घेतले तर माझे निदान अधिक समर्थनीय ठरते.

७. शेजारील बंगल्यावर मूळ निवासी आजीव सदस्यांची नावे आहेत, तसे या बंगल्यावर नाही.

या बंगल्यांचे क्रमांक १ ते ५ असे आहेत. रँग्लर परांजपे प्राचार्य असताना (क्र. ५) ज्या बंगल्यात राहिले तो बंगला पुढे प्राचार्यांचा बंगला म्हणून ओळखला गेला. प्राचार्य महाजनी त्या बंगल्यात राहिले. महाजनींच्या नंतर प्राचार्य झालेले डॉ. डी. डी. कर्वे स्वत:च्या घरी राहात असल्याने उपप्राचार्य पारसनीस येथे राहात. प्राचार्य कोगेकर, माईणकर, ढवळे, पां. ल. गाडगीळ, श्री. व्यं. वकील, गं. ना. जोगळेकर या बंगल्यात राहिले, त्यानंतर आजपर्यंत कोणीही प्राचार्य या ५ क्रमांकाच्या बंगल्यात राहिले नाहीत.

पूर्वी पहिल्या दरवाजातून मुलींच्या वसतिगृहाकडच्या वाटेवर असणारे ५ बंगले व मुख्य दरवाजातून मुख्य इमारतीकडे जाणारे दोन बंगले प्रामुख्याने प्रमुख प्रशासक असलेले आजीव सदस्य वापरीत असल्याने या विभागाला मंत्रिमंडळाची आळी (West Minister Lane) असे संबोधत असत.

फर्ग्युसन आणि डेक्कन यांची तुलना

फर्ग्युसनच्या स्थापनेनंतर फर्ग्युसन आणि मातृसंस्था डेक्कन कॉलेज यांची काही काळ तुलना होणे अपरिहार्य होते. रँग्लर परांजपे यांनी आपल्या आठवणींमध्ये काही महत्त्वाच्या बाबींचा उल्लेख केला आहे.

जोपर्यंत फर्ग्युसन हे गावात गद्रेवाड्यात भरत होते त्यावेळी विद्यार्थ्यांची संख्या ३००च्या दरम्यान होती. प्रीव्हियसच्या दोन तुकड्या व पहिल्या वर्षीच्या (First year of College) काही विद्यार्थ्यांचा यात समावेश असे. दुसऱ्या वर्षाच्या अभ्यासक्रमासाठी बरेच विद्यार्थी डेक्कन कॉलेजला जात असत. १८९१पर्यंत बी. ए.साठी फर्ग्युसनला मान्यताच नसल्याने सर्वच विद्यार्थी 'डेक्कन'ला जात. मान्यता मिळाल्यानंतरही बरेच विद्यार्थी फर्ग्युसनपेक्षा 'डेक्कन'ला प्राधान्य देत; त्याला काही कारणेही होती. प्राचार्य सेल्बी आणि प्रा. बेन यांचा लौकिक फार मोठा, म्हणून हुशार विद्यार्थी आवर्जून तेथे जात.

डेक्कन कॉलेजकडे आकर्षित करणाऱ्या आणखी काही बाबी होत्या. गद्रे वाड्याची जागा छोटी तर 'डेक्कन'ची जागा खूप प्रशस्त; डेक्कनचे बहुतेक विद्यार्थी वसतिगृहात राहणारे तर फर्ग्युसनचे फक्त गावातलेच; डेक्कनला विस्तीर्ण मैदान, जवळच नदी व उत्तम बोट क्लब हे मोठे आकर्षण होते. फर्ग्युसनकडे यातले काहीच नव्हते; डेक्कनला मोठी ऐतिहासिक परंपरा, नामांकित शिक्षक – त्यातही बरेच इंग्रज, तर फर्ग्युसनची नुकती सुरुवात; येथे एकही शिक्षक इंग्रज नव्हता. डेक्कनला बऱ्याच शिष्यवृत्त्या, त्यातही सहा 'दक्षिणा फेलोशिप्स';* फर्ग्युसनला एकही दक्षिणा शिष्यवृत्ती नव्हती व ज्या होत्या त्यांची संख्या कमी व रक्कमही मर्यादित असे; डेक्कनमध्ये प्राध्यापकांचे पगार जास्त, त्यांचे अनुभव प्रदीर्घ तर फर्ग्युसनचे प्राध्यापक खुद्द डेक्कनचे माजी विद्यार्थी तरुण, अननुभवी, उत्साही, कार्यक्षम. या सर्व मुद्यांवरून तुलना होत असे. त्यामुळे सुरुवातीच्या काळात फर्ग्युसनला 'टिनपॉट कॉलेज' म्हणून हिणवीत असत. यामुळे फर्ग्युसनला आपल्या 'आई' असणाऱ्या कॉलेजच्या बरोबरीचे, मानाचे प्रतिष्ठेचे स्थान प्राप्त करून घेण्यासाठी खूप परिश्रम, संघर्ष, कष्ट करणे आवश्यक होते. छोट्या छोट्या

---

* पेशवाईच्या काळात विद्वान ब्राम्हणांना दक्षिणा देण्याची पद्धती होती. पेशवाईचा अस्त झाल्यावर ब्रिटिश काळात माऊंट स्टुअर्ट एल्फिन्स्टन यांनी या पद्धतीला संस्थात्मक स्वरूप देऊन दक्षिणा निधी (Daxina Fund) सुरू केला. त्यातून विद्वानांना शैक्षणिक उत्तेजन देण्यासाठी शिष्यवृत्ती देण्यास सुरुवात केली. ज्यांना ही शिष्यवृत्ती मिळे त्यांना 'दक्षिणा फेलो' म्हणत असत.

मुद्यांवरून आपल्या हक्कांच्या जपणुकीसाठी संयमाने काम करावे लागे. या प्रतिष्ठेच्या वाढीच्या प्रक्रियेला नव्या इमारतीपासून खऱ्या अर्थाने सुरुवात झाली व कॉलेजने खऱ्या अर्थाने नाव कमावण्यास पहिली पंचवीस वर्षे खर्ची पडली. विद्यार्थ्यांची संख्या १,२०० ते १,५००पर्यंत स्थिर होऊ लागली.

मुंबई विद्यापीठाशी बदलते संबंध

स्थापनेपासून फर्ग्युसन मुंबई विद्यापीठाशी संलग्न-संबंधित होते. लॉर्ड कर्झनच्या काळात विद्यापीठ कायद्यात दुरुस्ती झाली आणि विद्यापीठाचे महाविद्यालयांवरचे नियंत्रण अधिक कडक करण्यात आले. दर तीन वर्षांनी महाविद्यालयांची तपासणी सक्तीची होऊ नये म्हणून विद्यालयेही अधिक जागरूक आणि कार्यक्षम राहण्याचा प्रयत्न करू लागली. लॉर्ड सिडन्हॅमच्या काळातील धोरण फारसे उदारमतवादी नव्हते आणि त्यामागे राजकीय हेतू आणि दबाव प्रकटपणे जाणवत असे. अभ्यासक्रमातही बदल झाले. पूर्वीच्या बी. ए.च्या अभ्यासक्रमानुसार सर्वसाधारण संस्कृतीची विविधांगी ओळख करून देण्यात येत असे. नव्या धोरणानुसार सांस्कृतिक अभ्यासाचे महत्त्व कमी करण्यात आले आणि त्याबरोबरच पर्यायी विषयांचे अधिक सखोल ज्ञान देण्याचा उपक्रमही मंदावला. इतिहास, अर्थशास्त्र आणि दुसरी भाषा (Second Language) यांची सक्ती राहिली नाही आणि त्यामुळे बी.ए.चा अभ्यासक्रम पूर्ण करणाऱ्या अभ्यासाचा बोजा कमी झाला, सखोलता कमी झाली आणि एकूणच राजकीय जीवनात सहभाग घेण्याची इच्छा आणि क्षमता कमी झाली. किंबहुना विद्यार्थ्यांचा राजकीय सहभाग कमी व्हावा हा हेतू अंशत: सफल झाला.

१९०४ पूर्वी मुंबई विद्यापीठाच्या सीनेटवर फक्त आगरकर आणि गोखले फर्ग्युसनचे प्रतिनिधित्व करीत. नवीन कायद्यानुसार हे प्रतिनिधित्व मोठ्या प्रमाणावर वाढले व परिणामकारक सहभागही वाढला. कोणताही पक्ष स्थापन न करता विद्यापीठाच्या प्रश्नांचा सखोल, तटस्थ अभ्यास करून मते मांडण्याच्या पद्धतीमुळे फर्ग्युसनचा विद्यापीठ प्रशासनातील दरारा वाढला. विद्यापीठाच्या कोणत्याही महत्त्वाच्या समितीवर फर्ग्युसनचा प्रतिनिधी नाही असे झाले नाही; विशेष म्हणजे फर्ग्युसनचे प्रतिनिधीसुद्धा व्यक्तिगत, स्वार्थी, जातीय भूमिका न घेता शिक्षणाच्या एकूण प्रगतीच्या दृष्टीनेच विधायक सहभाग घेत असत. प्रा. एच. जी. लिमये यांच्या विद्यापीठ कायद्याच्या सखोल अभ्यासामुळे, सर्वसाधारण अनुभवामुळे आणि विधायक दृष्टिकोनामुळे एकूण विद्यापीठाच्या कारभारात त्यांच्या मताला मान दिला जात असे; फर्ग्युसनची विद्यापीठीय प्रतिष्ठा निश्चितच वाढत असे. विद्यापीठाच्या कामांमुळे काही प्राध्यापकांना विद्यालयाच्या तासांकडे लक्ष देता येत नसे, परंतु हेच प्राध्यापक

सुट्टीच्या दिवशी अगर अन्य वेळी जादा तास घेऊन आपला अभ्यासक्रम पूर्ण करीत असत आणि विद्यार्थी बिनतक्रार किंबहुना अधिक आवडीने जादा तासांना उपस्थित राहून सहकार्य करीत. विद्यापीठांच्या परीक्षांमध्येही फर्ग्युसनला अधिक महत्त्वाचे स्थान मिळू लागले. परिणामी संपूर्ण मुंबई प्रांतात फर्ग्युसनचे महत्त्व आणि प्रतिष्ठा यात लक्षणीय वाढ झाली.

नियामक मंडळाशी संबंध

रँग्लर परांजपे यांनी आपल्या नियामक मंडळाशी असलेल्या संबंधांचा गौरवपूर्ण उल्लेख केला आहे. ते म्हणतात :

"डेक्कन एज्युकेशन सोसायटी आणि फर्ग्युसन यांच्यातील संबंधांबाबत माझा अनुभव चांगला आहे. नियामक मंडळ आणि कौन्सिल यांच्या अध्यक्षांनी आम्हाला चांगले मार्गदर्शन केले; सहकार्य दिले. प्राचार्य सेल्बी आणि सर रामकृष्ण भांडारकर यांच्याबरोबर काम करणे हा सुखद अनुभव होता. मी आणि प्रा. लिमये सतत त्यांच्या संपर्कात असू आणि प्रत्येक प्रश्नाच्या सोडवणुकीत उचित मार्गदर्शन असे. या दोघांना सरकारदरबारी खूप मान होता आणि त्यामुळे वादग्रस्त प्रश्नांच्या बाबतीत एका बाजूला सरकार आणि दुसऱ्या बाजूला जनता यांच्यातील दरी दूर करणे शक्य होई. माझ्या प्राचार्यपदाच्या काळात बहुतेक काळ भांडारकर अध्यक्ष होते; ते स्वत: कडक परंपरावादी, मात्र मनापासून प्रेमळ असल्याने आमचे संबंध चांगले राहिले. दिवाण बहादुर गोडबोले आणि व्ही. टी. आगाशे या स्थापत्यशास्त्रातील दिग्गजांनी नव्या इमारत-विस्तार कार्यक्रमात सातत्याने आपल्या अनुभवाचा फायदा दिला. रावबहादुर सीताराम विश्वनाथ पटवर्धन यांनी अनेक शिष्यवृत्त्यांसाठी निधी मिळवून देण्यात मदत केली. सर महादेव चौबळ यांचा सल्ला नेहमीच साहाय्यकारी आणि योग्य, अभ्यासपूर्ण असे."

शिक्षकवर्ग

१९०१च्या अखेरीस प्रा. गोळे प्राचार्यपदावरून निवृत्त झाले. १९०२ साली रँग्लर परांजपे प्राचार्य झाले. १९०४ साली परांजपे कायम झाले; वस्तुत: इतर अनेक प्राध्यापकांच्या मानाने परांजपे तरुण व अननुभवी होते. मात्र गोखले यांनी परांजपे यांची प्रतिष्ठा अधिक उपयोगी पडेल या हेतूने प्राचार्यपदासाठी त्यांच्या नावाची शिफारस केली. परांजपे यांनी आपल्या आठवणीत स्पष्ट म्हटले आहे की प्राचार्यपदासाठी अधिक ज्येष्ठ आणि अनुभवी, पात्र प्राध्यापक असताना त्यांची

निवड न झाल्याने आपल्यासारख्या त्यांच्याहून तरुण व्यक्तीला सहकार्य कसे मिळेल याची शंका होती. प्रत्यक्षात मात्र त्यांना सर्वांकडून उत्तम सहकार्य मिळाले. राजवाडे यांचा अनुभव आणि ज्येष्ठता वादातीत होती, पण त्यांचे प्रत्येक बाबतीत मार्गदर्शन मिळत असे. ते प्राचार्यपदास पूर्णत: पात्र होते व दहा वर्षे प्राचार्यपद सांभाळल्यानंतर परांजपे यांनी राजवाडे यांना प्राचार्य व्हावे अशी विनंती केली. ही विनंती नाकारून दहा वर्षांच्या काळात झालेली प्रगती लक्षात घेता विद्यमान व्यवस्थाच पुढे चालू राहावी असे राजवाडे यांनी मत व्यक्त केले. १९०२ अखेरीस गोखले व्यवहारत: निवृत्त झाले, परंतु त्यानंतरही अनेक वर्षे फर्ग्युसनसाठी देणग्या मिळविण्यात आणि अन्य बाबींत गोखले यांचे मार्गदर्शन आणि साहाय्य मिळत होते.

१८९२पासून धों. के. कर्वे गणिताचा पूर्ण भार सांभाळत होते. हळूहळू त्यांनी आपला अध्यापनाचा भार परांजपे आणि व्ही. बी. नाईक यांच्याकडे सोपविला. कर्व्यांनी स्वत:चा विचार कधीच केला नाही. विधवा पुनरुत्थानाचे त्यांचे कार्य चालू असतानाही फर्ग्युसनच्या कोणत्याही कामात त्यांच्याकडून कसूर होत नसे. इंग्रजीचा विभाग सर्वश्री प्रा. राजवाडे, पटवर्धन, द्रवीड, केळकर, खाड्ये आणि अय्यर समर्थपणे सांभाळत असत. प्रा. राजवाडे इंग्रजीबरोबर संस्कृतही शिकवीत असत आणि एकूण प्राध्यापकमंडळी आणि विद्यार्थी यांच्यात त्यांचा दरारा असे. प्रा. पटवर्धन इंग्रजी व मराठी विषयांचे उत्तम अध्यापक होते. सामाजिक विषयांबाबत त्यांची मते आग्रही असत; मात्र शिकवण्याच्या पद्धतीमुळे ते बरेच विद्यार्थिप्रिय प्राध्यापक होते. शेक्सपिअर व इंग्रज कवी हे त्यांचे खास आवडीचे, अध्ययनाचे व अध्यापनाचे विषय होते. प्रा. पानसे, द्रवीड व गुणे संस्कृत विभाग सांभाळीत. गुणे यांनी भारत आणि जर्मनी या देशांत उत्तम शिक्षक म्हणून लौकिक संपादन केला; त्यांच्या अकाली निधनाने शिक्षणाची मोठी हानी झाली. पानसे यांची शिकविण्यातील शिस्त, त्याचबरोबर विनोदबुद्धी लक्षणीय होती. प्रा. आर. डी. रानडे यांची बौद्धिक उंची हा शिक्षकवर्गाचा मानबिंदू होता, मात्र तब्येतीच्या अडचणींमुळे ते आपला आजीव सदस्यपदाचा वीस वर्षांचा काळ पुरा करू शकले नाहीत; त्यांनी राजीनामा दिला. प्रा. भाटे अडतीस वर्षे आजीव सदस्य होते. त्यांनी प्रा. जोग आणि प्रा. एम. जी. दामले यांच्याबरोबर तत्त्वज्ञान हा विषय शिकविला. पुढे ते सांगलीच्या विलिंग्डन कॉलेजचे प्राचार्य झाले. त्यांच्या शिकविण्याच्या पद्धतीमुळे तत्त्वज्ञान विषय विद्यार्थीप्रिय झाला. गोखले यांच्या निवृत्तीनंतर व्ही. जी. काळे यांनी अर्थशास्त्र विषय सांभाळला. ते केवळ अर्थशास्त्राचे उत्तम प्राध्यापकच नव्हते तर त्यांनी ज्येष्ठ अर्थतज्ज्ञ म्हणूनही लौकिक संपादन केला.

प्रा. के. आर. कानिटकर यांनी पदार्थविज्ञान विषय जोपासला आणि प्रयोगशाळेतील प्रयोगांबाबत फर्ग्युसनची ख्याती वाढविली. प्रा. जी. बी. कोल्हटकर रसायनशास्त्राचे केवळ ख्यातनाम शिक्षकच नव्हते तर या विषयाची प्रयोगशाळा म्हणजे त्यांचे चिरंतन स्मारक होय. विद्यार्थ्यांमध्ये ते कमालीचे लोकप्रिय होते आणि कोल्हटकर सर सांगतील ते करण्यास विद्यार्थी तत्पर असत. महामहोपाध्याय वासुदेवशास्त्री अभ्यंकर हे कॉलेजच्या स्थापनेपासून संस्कृत शिकवीत असत. ते जुन्या, सनातन पठडीतले संस्कृतशास्त्री होते व निवृत्तीनंतरही संस्कृतचे शिक्षक व ज्येष्ठ विद्यार्थी त्यांचे मार्गदर्शन घेत असत. पाली हा विषय शिकविणारे फर्ग्युसन हे पहिले महाविद्यालय होते आणि या विषयातील आंतरराष्ट्रीय ख्यातीचे तज्ज्ञ प्रा. धर्मानंद कोसांबी हा विषय शिकवीत. जर्मन भाषा शिकविणारे पहिले महाविद्यालय हा लौकिकही फर्ग्युसनचा! श्री. के. पी. जोशी यांच्या विशेष देणगीतून हा विषय सुरू झाला आणि डॉ. के. के. जोशी यांना जर्मनीस पाठवून आवश्यक ती शैक्षणिक पात्रता संपादन करण्याची संधी दिली; त्यांनीच हा विषय पुढे काही वर्षे शिकविला.

प्रा. धर्मानंद कोसांबी

फर्ग्युसन आणि ब्रिटिश सरकार

डेक्कन एज्युकेशन सोसायटी आणि फर्ग्युसन कॉलेज यांचा राजकारणाशी संबंध नव्हता, मात्र संस्थेचा वैचारिक कल राजकीय बाबतीत रानडे-गोखले गटाकडे झुकणारा, तर सामाजिक सुधारणांच्या बाबतीत आगरकर-कर्वे यांच्या मताशी जुळणारा होता. रँग्लर परांजपे यांनी स्पष्टपणे म्हटले आहे की कोणत्याही व्यक्तीला आजीव सभासदत्व देताना याची स्पष्ट कल्पना दिली जाई आणि ही वैचारिक भूमिका मान्य असेल त्यांनाच आजीव सदस्यपद दिले जाई. फारच थोडे प्राध्यापक/सेवक राजकारणात किंवा सामाजिक सुधारणा चळवळीत प्रत्यक्ष रस घेत असत. संस्थेची ही भूमिका मध्यममार्गी असल्याने बऱ्याच वेळा सरकारचे व त्याचप्रमाणे जहाल गटवादी नेत्यांचे गैरसमज होत; ते दूर करण्यासाठी शर्थीचे प्रयत्न करावे लागत. उच्च पदावरच्या सरकारी अधिकाऱ्यांचे मत बऱ्याच अंशी कलुषित असे.

प्रमुख आधारस्तंभ- शिक्षकवर्ग

प्रा. धोंडो केशव कर्वे

प्रा. व्ही. बी. नाईक

के. पी. लिमये

के. एम. द्रवीड

पी. डी. गुणे

एन. एस. पानसे

इतक्या मोठ्या प्रमाणावर, इतके मोठे दिग्गज, इतक्या 'स्वार्थत्यागी' भूमिकेतून कार्य करतात यामागे त्यांचे राजकीय हेतू निश्चित असणार अशी सरकारी अधिकाऱ्यांची धारणा असे. एखाद्या मोठ्या चळवळीच्या वेळी तर संस्थेच्या प्राध्यापक/सेवक यांच्याकडे संशयाने पाहिले जाई.*

१९०८ साली सरकारचे रिस्ले परिपत्रक शैक्षणिक संस्थांना पाठविण्यात आले, त्यावेळी संस्थाचालकांना आपली भूमिका स्पष्ट करणे भाग पडले. या परिपत्रकानुसार सरकारी अनुदान मिळणाऱ्या संस्थांना, त्यांच्या शिक्षकांना, सेवकांना कोणत्याही प्रकारचा राजकीय सहभाग घेता येणार नाही असे स्पष्टपणे बजावण्यात आले होते. डे. ए. सोसायटीच्या वतीने 'आजीव सदस्य केवळ चरितार्थासाठी शिक्षक झाले नसून शैक्षणिक उत्थानासाठी स्वार्थत्यागाने प्रेरित होऊन कार्य करीत आहेत' हे स्पष्ट करण्यात आले. सरकारने ही भूमिका मान्य केली, मात्र १८९७-९८मध्ये घालण्यात आलेल्या अटी चालूच राहिल्या. 'कोणत्याही राजकीय संस्थेचे सभासद असता कामा नये आणि कोणत्याही राजकीय वृत्तपत्राचे संपादक अथवा व्यवस्थापक होता कामा नये' या दोन अटी होत्या.

एका प्रसंगात न्यू इंग्लिश स्कूलच्या एका विद्यार्थ्याने सुट्टीच्या काळात आपल्या गावातील सार्वजनिक राजकीय सभेत भाग घेतला, त्याबद्दल सोसायटीला जबाबदार धरण्यात आले व विद्यार्थ्यांवर कारवाई करण्याचे आदेश देण्यात आले. सदर बाबतीत सोसायटीला जबाबदार धरणे बरोबर नाही ही भूमिका ठामपणे मांडण्यात आली व ती शेवटी सरकारने मान्य केली. असे काही प्रसंग वगळता सरकारबरोबरचे संबंध चांगले राहिले. गव्हर्नर विलिंग्डन आणि सौ. विलिंग्डन दरवर्षी कॉलेजला भेट देत व गौरवोद्गार काढीत. पुण्यातील एका भेटीत दुपारी गव्हर्नर संघ आणि फर्ग्युसन संघ यांच्यात क्रिकेटचा सामना झाला. या सामन्यात प्रो. काळे यांनी गव्हर्नर साहेबांचीच 'विकेट' घेतली. हा खेळीमेळीचा प्रसंग सर्वांच्याच लक्षात राहिला.

---

* सर हारकोर्ट बटलर हे त्यावेळच्या भारत सरकारच्या शैक्षणिक आयोगाचे सदस्य होते, त्यांनी आपल्या पुणे भेटीच्या वेळी सर भांडारकर यांना खोदून खोदून विचारले, फर्ग्युसन आणि त्याचे आजीव सदस्य राजकीय विचारसरणीसंदर्भात विश्वासार्ह आहेत का? भांडारकर स्वत: फर्ग्युसनच्या स्थापनेपासूनचे मार्गदर्शक असल्याने त्यांनी काय भूमिका घेतली असेल ते वेगळे सांगावयास नको.

फर्ग्युसन आणि जनमत

सरकारपेक्षा जनतेला तोंड देणे अधिक अवघड होते, असे मत परांजपे यांनी व्यक्त केले आहे. त्यांच्या मते :

बाळ गंगाधर टिळक आणि अन्य सभासद यांच्यातील मतभेदांमुळे टिळकांनी राजीनामा दिल्याची घटना जनतेवर प्रभाव पाडणारी ठरली. टिळकांचे विरोधक गोपाळ कृष्ण गोखले १९१५पर्यंत हयात होते. गोखल्यांची विचारसरणी मान्य असलेले काही विद्यार्थी असले तरी बहुतांशी विद्यार्थीवर्ग टिळक भूमिकेचा पाठीराखा होता. सुरुवातीची काही वर्षे टिळकांचा 'केसरी' फर्ग्युसनमध्ये काहीही घडले तरी टीका करीत असे. बऱ्याच वेळा मूळ वस्तुस्थितीला बगल दिली जात असे आणि विचारमंथनापेक्षा व्यक्तिभंजनावर भर असे. परांजपे प्रभृती मंडळींची जी राजकीय, धार्मिक, सामाजिक मते स्पष्टपणे मांडली जात त्यांवर पुण्यातील त्यावेळची वृत्तपत्रे कठोर हल्ले करीत आणि त्या मतांचा विद्यार्थ्यांवर फार मोठा प्रभाव पडत असे. परांजपे यांची बाजू मांडणारे कोणतेही माध्यम उपलब्ध नव्हते, त्यामुळे कोणताही प्रश्न पुढे आला की फर्ग्युसनच्या व्यवस्थापनावर टीकेची झोड उठे. १९०५मधील बंगालची फाळणी, १९०७च्या सुरत अधिवेशनातील काँग्रेसची फूट, १९१४-१५च्या दरम्यान काँग्रेसमध्ये होत असलेले अंतर्गत बदल अथवा वाद आणि १९२०ची महात्मा गांधींची असहकार चळवळ या त्या काळातल्या महत्त्वाच्या राजकीय घटना! त्या प्रत्येक घटनेच्या वेळी फर्ग्युसनच्या प्रशासनावर टीका होत असे आणि शिस्त टिकविण्यासाठी काही कठोर निर्णय घेतले गेले तर प्राचार्यांना धमकीची पत्रे येत. पुढे हळूहळू मवाळ पक्षीयांविरुद्धची कटुता कमी होत गेली आणि गांधींची असहकार चळवळ सुरू होण्याच्या दरम्यान फारसा विरोधही राहिला नाही; इतकेच नव्हे तर स्वत:ला जहाल म्हणविणारी वृत्तपत्रेही फर्ग्युसन-प्रशासनाच्या भूमिकेची रास्त विधायक दखल घेऊ लागली. असहकार चळवळीच्या बाबतीत महाराष्ट्राने एकूण समजूतदार भूमिका घेतली.

१९२०च्या दरम्यान श्री. मोहनदास करमचंद गांधी यांनी पुण्यास भेट दिली आणि एका खाजगी बैठकीत डे. ए. सोसायटीने, विशेषत: फर्ग्युसनने 'गांधींच्या विचारांशी सहमती जाहीर करून सहकार्य करावे' अशी विनंती केली. 'फर्ग्युसनने स्वत:ला 'राष्ट्रीय संस्था' म्हणून जाहीर केले तर तो आमचा सर्वांत मोठा विजय ठरेल' असे मत व्यक्त केले. फर्ग्युसनच्या प्रशासकांनी असे स्पष्ट केले की, आमची संस्था खऱ्या अर्थाने दृढ राष्ट्रीय संस्था असून देशाच्या खऱ्या उद्धारासाठी स्थापन झालेली व त्यानुसार कार्य करणारी स्वार्थत्यागी कार्यकर्त्यांची संस्था आहे. सरकारने दिलेले अनुदान नाकारण्याचे कोणतेच कारण नाही, कारण हे अनुदानच मुळी

जनतेकडून गोळा केलेल्या रकमेतून दिले जात आहे; शिवाय हे अनुदान देताना कोणत्याही अपमानजनक अटी लादण्यात येत नाहीत. फर्ग्युसनने दर्शविलेल्या आग्रही भूमिकेमुळे गांधींनी आपली भूमिका पटविण्याचा नाद सोडून दिला; परिणामी फारच थोड्या विद्यार्थ्यांनी असहकार आंदोलनात भाग घेतला व ज्या मोजक्या संस्था राष्ट्रीय म्हणून जाहीर झाल्या त्यांची पुढे प्रगती कशी खुंटली हे सर्वज्ञात आहे. परांजपे म्हणतात:

"माझा असा विश्वास आहे की या पुढील काळात शैक्षणिक संस्थांना राजकीय द्वंद्वात ओढले जाऊ नये आणि त्यांना राष्ट्रीय उत्थानाचे शैक्षणिक कार्य हस्तक्षेप न करता शांतपणे करू द्यावे.

फर्ग्युसनचा विचार करायचा झाला तर टिळक, आगरकर, गोखले यांच्यातील मतभेद व वाद आता इतिहासजमा झाले असून हळूहळू वातावरण बदलते आहे. जुन्या वादांना वारंवार फुंकर घालून कोणतेही भले होणार नाही. राजकीय कल्पना सतत बदलत असतात; कालचा जहाल आज मवाळ होतो, तर तोच पुढे कदाचित उद्याचा परंपरावादी होऊ शकतो. समाजाचे धोरण बदलणाऱ्या लोकांबाबत असे म्हणता येईल की तीस वर्षांपूर्वी ज्यांचा सर्वांत जास्त तिरस्कार करण्यात आला त्यांना आज मान मिळू लागला आहे आणि एकूण समाज त्यांच्याबद्दल कृतज्ञता व्यक्त करतो आहे."

विद्यार्थी आणि राजकारण

परांजपे यांच्या मते :

"विद्यार्थी आणि राजकारण हा सतत सतावणारा प्रश्न असतो. विद्यालयाच्या पदाधिकाऱ्यांनी याबाबत घेतलेली भूमिका स्पष्ट आहे. विद्यार्थ्यांनी राजकीय प्रश्नांचा अभ्यास करावा, तो पुस्तके व नियतकालिके वाचून, वादविवाद मंडळात चर्चा करून आणि महत्त्वाच्या राजकीय व्यक्तींची भाषणे ऐकून; राजकारणात प्रत्यक्ष भाग घेऊन नव्हे. विद्यार्थ्यांना सार्वजनिक सभांना जाण्यापासून परावृत्त करणे केवळ अशक्य आहे, परंतु ते जेव्हा केवळ श्रोत्याची भूमिका सोडून अधिक चळवळे बनू लागतात तेव्हा अधिक जागरूक राहावे लागे आणि आक्षेपार्ह वर्तन असेल तर त्यांना धोक्याची सूचना देणे आणि जरूर पडल्यास शिस्तभंगाची कारवाई करणे हा मार्ग असे; मात्र मर्यादा ओलांडून शिक्षकांनी किंवा सेवकांनी विद्यार्थ्यांच्या वर्तनावर हेरगिरी करणे कधीच योग्य वाटले नाही. जेव्हा विद्यार्थ्यांना राजकीय नेत्याचे भाषण ऐकावयाचे असेल तेव्हा विद्यार्थ्यांना तशी परवानगी दिली जाई व अशा सभेला प्राध्यापक अध्यक्ष असत. पुण्यासारख्या शहरात विद्यार्थ्यांची संख्या बरीच मोठी

असताना राजकीय नेत्यांच्या सभा बोलावणे मुळीच अवघड नसे. जितका वक्ता जहाल व भाषणे भडक तितक्या 'टाळ्या' अधिक; त्याहून जास्त जहाल भाषण असेल तर त्याहून अधिक उत्तेजक टाळ्या मिळत. हळूहळू टिळकांच्याही हे लक्षात आले असावे; राजकीय चळवळीचे मद्य विद्यार्थ्यांच्या डोक्यात भिनवून फारसे साध्य होणार नाही; कारण शिवराम महादेव परांजपे यांची भाषणे सर्वांत प्रक्षोभक आणि टाळ्या घेणारी असत. एकूणच प्रशासकांचे धोरण विचारी जनतेला अधिक पसंत पडे आणि रास्त वाटे. हळूहळू विद्यार्थ्यांनाही विद्यालयाची भूमिका पटू लागे आणि त्यांचा आदर वाढत असे. विद्यार्थ्यांना राजकारणापासून अलग ठेवावयाचे असेल तर त्यांच्या उत्साहाला वळण देऊन खेळ, साहित्य, संस्कृती इत्यादी विषयांसंबंधी संस्थांच्या कार्यात मग्न ठेवावे लागेल; तर काहींना त्यांच्या इच्छेनुसार सामाजिक कार्यात सहभाग घेण्यास उद्युक्त करावे लागेल. केवळ जहाल भाषणे करणे म्हणजे राजकारण नव्हे. भविष्यकाळात विधायक राजकीय कार्यक्रम राबविणाऱ्या नवीन राजकीय संस्था निर्माण व्हायला हव्यात.''

शिक्षणातील धर्मनिरपेक्षता

परांजपे म्हणतात, ''डेक्कन एज्युकेशन सोसायटी आणि फर्ग्युसन कॉलेज सातत्याने धर्मनिरपेक्ष शिक्षणाच्या प्रसाराच्या बाजूने कार्यरत आहेत. धार्मिक शिक्षण (मग ते हिंदू, इस्लाम, ख्रिश्चन संस्थांतर्फे दिले जाणारे असो) लोकांच्या भावनांना आवाहन करते. आम्ही या भूमिकेचा पुरस्कार केला असता तर अधिक मोठ्या प्रमाणावर आर्थिक साहाय्य मिळाले असते, संस्थेचा फायदा झाला असता, परंतु आमचा दृढ विश्वास असा आहे की उच्च शिक्षणाच्या बाबतीत केवळ धर्मनिरपेक्ष शिक्षणानेच देशाची प्रगती साधू शकते. आमच्या शिक्षणसंस्थांमध्ये सर्व वर्गांना, जातींना, धर्मांना पूर्णत: समान वागणूक दिली जाते, आम्हाला जातीय आणि स्थानिक ग्रह जोपासावयाचे नाहीत. आम्ही काही विशेष सवलती दिल्या असतील तर त्या फक्त मागास आणि वंचित यांनाच! आमचे सेवक आणि विद्यार्थी एका विशिष्ट वर्गातून येतात अशी आमच्यावर टीका होते हे आम्हास माहीत आहे, मात्र याचा दोष आमच्या धोरणाचा नसून इतर वर्गांचे सेवक आणि विद्यार्थी प्रयत्न करूनही आमच्याकडे येत नाहीत ही वस्तुस्थिती आहे. आमची धोरणे, आमचे आदर्श भारतातील अनेक भागांतील शिक्षण संस्थांनी अनुसरले आहेत आणि त्याचा आम्हास सार्थ अभिमान आहे.''

१९१९ सालच्या विद्यापीठ परिवेक्षण समितीचे मत

"विद्यार्थी संख्या, शिक्षक संख्या, शैक्षणिक व अन्य इमारती आणि एकूण व्यवहार पाहता फर्ग्युसन कॉलेज ही मुंबई प्रांतातील सर्वांत मोठी शैक्षणिक संस्था मानावी लागेल. संस्थेला खेळांसाठी मोठे मैदान उपलब्ध असून बौद्धिक उपक्रमांचे तर ते एक मोहोळच आहे. या उपक्रमांमागे समर्थ संस्था असून शैक्षणिक विकासाच्या आणि वाढीच्या प्रयत्नांसाठी जे जे आवश्यक आहे ते संस्था करते. मुख्य इमारत साधारण आकाराच्या संस्थेसाठी पुरेशी होती. परंतु अलीकडच्या काळातील वाढ ही तशी अनपेक्षित होती. नव्या इमारती वाढत आहेत, प्रयोगशाळा, व्याख्यानांचे वर्ग, वसतिगृहे बांधली जात आहेत आणि ही विकासप्रक्रिया चालूच आहे.

संस्थेकडून ज्या अपेक्षा आहेत त्या पुऱ्या करण्यासाठी दिला जाणारा प्रतिसाद आणि नि:स्वार्थी शिक्षक-सेवक वर्गाने केलेली संस्थेची प्रगती याबद्दल अभिनंदन!"

◆

रँग्लर परांजपे यांच्या काळात विद्यार्थी असलेल्या (वीर) सावरकर, भाऊसाहेब फिरोदिया, आचार्य अत्रे, आचार्य कृपलानी, काका कालेलकर इत्यादींच्या आठवणी पुढे स्वतंत्र प्रकरणात दिल्या आहेत.

जागतिक कीर्तीच्या आध्यात्मिक, दार्शनिक विचारवंत माँ निर्मला देवी या एकेकाळी १९४२च्या महात्मा गांधींच्या प्रेरणेने चलेजाव आंदोलनात सहभागी झाल्या होत्या. त्यांच्या मातोश्री सुश्री कोर्नीलिया जाधव यांचा जन्म २० डिसेंबर, १८९२ रोजी राहुरीजवळ नन्दगाव, जिल्हा अहमदनगर येथे झाला. त्यावेळची मॅट्रिक परीक्षा उत्तीर्ण झाल्यानंतर पदवी अभ्यासक्रमासाठी त्या पुण्यात फर्ग्युसन कॉलेजमध्ये दाखल झाल्या. तेथे रँग्लर परांजपे यांच्या मार्गदर्शनाखाली त्यांनी गणित विषयातील पदवी संपन्न केली. त्या काळच्या गणित विषयात पदवी मिळविणाऱ्या त्या पहिल्या महिला विद्यार्थिनी होत्या.

संदर्भ : बाबा-मामा, **मेरे संस्मरण**, (माँ निर्मला चरित्र), पृ.२५.

फर्ग्युसनच्या पदार्थविज्ञान विभागाशी संलग्न प्रयोगशाळा

प्रकरण पाचवे

वादळी वाटचाल - सुवर्णमहोत्सवाकडे (१९२०-३५)

१९२० सालच्या डिसेंबरच्या अखेरीस रँग्लर परांजपे यांनी प्राचार्यपद सोडले. १९१९ सालच्या मोर्ले-मिंटो मॉर्टफर्ड सुधारणांनुसार प्रांतीय सरकारांमध्ये भारतीयांना मंत्रिपदे देण्याची योजना मान्य झाली; १९२१मध्ये ती अमलात आली. ब्रिटिश भारतात हे प्रथमच घडत होते. परांजपे यांची मुंबई प्रांताच्या सरकारमध्ये शिक्षणमंत्री म्हणून नेमणूक झाली; त्यांच्या शैक्षणिक कार्याचा हा एक प्रकारे गौरव होता, फर्ग्युसनचा अभिमान होता. त्यापूर्वीही त्यांनी उल्लेखनीय जबाबदाऱ्या पेलल्या होत्या. गोखलेप्रणीत उदारमतवादी भूमिकेचे ते प्रवक्ते होते. १९२३मध्ये मुंबई प्रांताच्या विधिपरिषदेचे सभासद म्हणून त्यांची नेमणूक झाली; त्यावेळी जनतेच्या प्रश्नांना वाचा फोडणारे निर्भय लोकप्रतिनिधी म्हणून त्यांची कारकीर्द गाजली. त्याचवर्षी लोकसेवा आयोगापुढे त्यांची साक्ष झाली. त्या साक्षीत त्यांनी 'आय.सी.एस.च्या सर्वोच्च प्रशासकीय स्पर्धा इंग्लंडप्रमाणे भारतातही घेण्यात याव्यात' असा आग्रह धरला, तसेच 'भारतीय शैक्षणिक सेवेमध्ये सर्वोत्तम शैक्षणिक पात्रता असणाऱ्यांची निवड करावी' असा आग्रह धरला. लोकसेवा आयोगाचे सभासद लॉर्ड इस्लिंग्टन यांनी फर्ग्युसनला भेट दिली आणि त्यांच्याबरोबर चर्चाही केली. १९१६ आणि १९१९मध्ये मुंबई विद्यापीठाच्या सीनेटने त्यांची विद्यापीठ प्रतिनिधी म्हणून मुंबई प्रांतिक विधिमंडळावर निवड केली होती; मंत्रीपदी नेमणूक हा एक अपरिहार्य स्तुत्य परिणाम होता. डे. ए. सोसायटीने त्यांचा गौरव केला आणि त्यांना विशेष रजा मंजूर केली. आपल्या पदाचा कार्यकाळ संपल्यानंतर ते जानेवारी, १९२४मध्ये परतले व सोसायटीने त्यांची प्राचार्यपदी फेरनिवड केली. नोव्हेंबर, १९२४मध्ये अधिक मोठ्या जबाबदाऱ्या पेलण्यासाठी त्यांनी प्राचार्यपद सोडले. मार्च, १९२७मध्ये

फर्ग्युसनच्या विद्यार्थिनी- १९२३

त्यांनी आजीव सदस्यपदही सोडले. इंग्लंडमध्ये इंडिया कौन्सिलचे सभासद म्हणून त्यांची नियुक्ती झाली. "रँग्लर परांजपे प्राचार्य नसते तर फर्ग्युसनची आज जी प्रगती झाली आहे ती झाली नसती," अशा स्पष्ट शब्दात वै. का. राजवाडे यांनी त्यांच्या अभिनंदनपर भाषणात गौरवोद्‌गार काढले.

वा. गो. काळे यांचा गौरव

परांजपे मंत्री झाले त्याचवेळी मुंबई प्रांताच्या विधिमंडळावर वा. गो. काळे लोकप्रतिनिधी म्हणून निवडून आले. १९१९च्या कायद्यानुसार मतदानाचा हक्क मर्यादित होता. मोठे जमीनदार आणि आयकर भरणारे शहरी मतदार यांच्या मतदारसंघातून ते निवडून आले होते. अर्थशास्त्र आणि वित्तीय प्रशासनातील तज्ज्ञ म्हणून १९२३मध्ये पहिल्या भारतीय कर आयोगावर (Indian Tariff Board) पाच वर्षांसाठी त्यांची नेमणूक झाली, त्यात ते जास्त रमले नाहीत आणि दोन वर्षे झाल्यावर ते पुन्हा फर्ग्युसनमध्ये प्राध्यापक म्हणून रुजू झाले.

ज्येष्ठांचे निधन

१९१९ ते १९२२ या काळात तीन ज्येष्ठ आजीव सदस्य कालवश झाले.

प्रा. एच. जी. लिमये यांचे १९१९मध्ये निधन झाले. प्रा. लिमये इतिहास आणि राज्यशास्त्र यांचे गाढे अभ्यासक होते, त्याचप्रमाणे उत्तम, कुशल संघटक व प्रशासकही होते. त्यांचे प्रश्न सोडविण्याचे कौशल्य, दृढ व्यवहारबुद्धी आणि

माणसांचे तसेच घटनांचे विस्तृत आकलन यांमुळे त्या वेळचे विद्यार्थी त्यांना 'फर्ग्युसनचे नाना फडणवीस' असे म्हणत असत. शेवटच्या काळात त्यांनी पूर्णत: कला विभागाला वाहून घेतले होते. मुंबई परिसरात डे. ए. सोसायटीचे महाविद्यालय काढण्याची त्यांची योजना होती. मुंबई विद्यापीठाच्या सीनेटमध्ये त्यांचा चांगलाच प्रभाव होता आणि प्रादेशिक अथवा मातृभाषांचे ते खंदे समर्थक होते. त्यांच्या अनेक शिक्षक मित्रांनी आणि विद्यार्थ्यांनी १२०० रुपयांचा निधी उभारला होता, त्यातून इतिहास किंवा राजकीय विषयावरच्या उत्तम निबंधाला हरी गोविंद लिमये स्मरणार्थ पारितोषिक देण्याची योजना सुरू केली होती.

प्रा. पी. डी. गुणे संस्कृतचे निष्णात विद्वान अभ्यासक - प्राध्यापक होते. संस्कृत विषयाबद्दल त्यांच्याकडून फार मोठ्या अपेक्षा होत्या, परंतु दुर्दैवाने त्यांना प्रकृतीने साथ दिली नाही आणि त्यांचे अकाली निधन झाले (१९२२).

प्रा. एस. जी. देवधर यांनी आजन्म संस्थेची विनम्रपणे तत्पर सेवा केली. संस्थेबद्दलच्या निष्ठेचे ते आदर्श प्रतीक होते, त्याचबरोबर मिशनरी वृत्तीचे समाजसुधारक होते व त्या सुधारणा प्रत्यक्षात आणण्यासाठी ते सतत प्रयत्न करीत. सातारच्या न्यू इंग्लिश स्कूलचा विस्तार ही त्यांची खास किमया होती; १९२६मध्ये त्यांचे निधन झाले.

प्रा. धोंडो केशव कर्वे १९१५मध्ये, तर प्रा. वै. का. राजवाडे १९१६मध्ये सोसायटीच्या आजीव सदस्यपदावरून निवृत्त झाले, परंतु पुढील काळात त्यांचा सल्ला सतत मिळत असे. प्रा. कर्वे सामाजिक सेवेचे आदर्श होते आणि पुढील आयुष्य त्यांनी वंचित स्त्रियांसाठी वेचले. प्रा. राजवाडे गंभीर प्रकृतीचे विद्वान संशोधक होते आणि संशोधनाचे कार्य त्यांनी आयुष्यभर चालू ठेवले. संशोधनक्षेत्रात त्यांनी दिगंत कीर्ती मिळविली.

रँग्लर परांजपे शिक्षणमंत्री झाल्यावर प्राचार्य म्हणून निवृत्त झाले व प्रा. वासुदेव बळवंत पटवर्धन फर्ग्युसनचे प्राचार्य झाले; त्याआधी अनेक वर्षे ते उपप्राचार्य होते. सेवेत ते सर्वांत ज्येष्ठ होते. दुर्दैवाने ते प्राचार्यपद फार काळ भोगू शकले नाहीत. ऑक्टोबर, १९२१मध्ये आतड्यातील अंतस्त्रावाने त्यांचे निधन झाले. प्रा. पटवर्धन इंग्रजीचे ख्यातनाम आणि विद्यार्थीप्रिय प्राध्यापक होते. इंग्रजी काव्य आणि नाटक व त्यातल्यात्यात शेक्सपियर हा त्यांचा खास विषय होता. सामाजिक सुधारणांच्या बाबतीत त्यांचे विचार उदारमतवादी होते व या सुधारणा अमलात याव्यात यासाठी ते फार आग्रही होते. ते

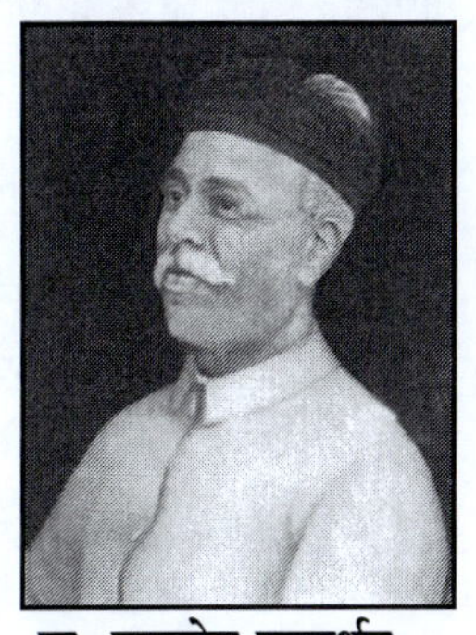

प्रा. वासुदेव पटवर्धन

प्रा. केशव रामचंद्र कानिटकर

मराठी साहित्याचे गाढे अभ्यासक व लेखक होते आणि पदवीपूर्व अभ्यासक्रमात मराठीला काही स्थान नसताना त्यांनी मराठी भाषेच्या प्रचारासाठी व प्रसारासाठी सतत कार्य केले.

पटवर्धनांच्या निधनानंतर त्यांच्या जागी प्रा. केशव रामचंद्र कानिटकर यांची नोव्हेंबर, १९२१मध्ये प्राचार्यपदी नेमणूक झाली. १० महिन्यांचा काळ वगळता ऑक्टोबर, १९२९पर्यंत ते प्राचार्यपदी होते. या पदापूर्वी त्यांनी प्रामुख्याने फर्ग्युसनच्या शास्त्र विभागात आणि नवीन मराठी शाळेत शिकविण्याचे कार्य केले. त्यांच्या काळातील कार्याचा पूर्वी उल्लेख आला आहे. थोडक्यात सांगावयाचे झाल्यास कानिटकरांच्या व्यक्तिमत्त्वाचा ठसा सर्व विभागांच्या कार्यावर पडत असे. प्रत्येक विभागाला ते आवश्यक तेवढी स्वायत्तता देत असत. त्यांच्या काळात फर्ग्युसनचे बाई जेरबाई वाडिया ग्रंथालय उभे राहिले. ग्रंथालयात खुले कप्पे (open shelf library) उभारण्याची त्यांनी व्यवस्था केली, मागासवर्गीय विद्यार्थ्यांसाठी वसतिगृहातील निवासासाठी खोल्या वाढविण्यात आल्या आणि शारीरिक शिक्षण सक्तीचे करण्यात आले.

आजीव सदस्यांत मतभेद

ऑक्टोबर, १९२९मध्ये प्राचार्य कानिटकर यांनी घरगुती कारणास्तव प्राचार्यपदाचा राजीनामा दिला. आजीव सदस्य मंडळाने प्रा. व्ही. के. जोग यांचे नाव बहुमताने प्राचार्यपदी सुचविले. ३ नोव्हेंबर रोजी सोसायटीच्या नियामक मंडळाने बहुमताने (२७ पैकी १७) आजीव सदस्य मंडळाची शिफारस फेटाळली आणि डॉ. गणेश सखाराम महाजनी यांचे नाव प्राचार्यपदासाठी सुचविले. प्रथा अशी होती की आजीव सदस्य मंडळाने सुचविलेली शिफारस नियामक मंडळ नाकारत नसे. आजीव सदस्य संस्थेचा दैनंदिन कारभार बघत व त्यांना वेगवेगळ्या संस्थांच्या कार्याचा, त्यांच्या गरजांचा, अपेक्षांचा जवळून परिचय असल्यामुळे कोणत्या जागी कोणास नेमावयाचे याची अधिक माहिती असे; यावेळी मात्र नियामक मंडळाने शिफारस डावलून डॉ. महाजनींची नेमणूक केली. नियामक मंडळाचे स्पष्टीकरण असे होते की प्रा. जोग आजीव सदस्य मंडळातील अंतर्गत वाद मिटविण्यात, महाविद्यालयाचे प्रशासक आणि विद्यार्थी यांच्यातील ताणलेले

संबंध सुधारण्यात यशस्वी होणार नाहीत. आजीव सदस्य मंडळातील बहुमतात असलेल्या १२ आजीव सदस्यांना नियामक मंडळाचा निर्णय पसंत नव्हता, त्यांनी नियामक मंडळाला आपला निषेध कळविला, त्यातील अकरा जणांनी ९ नोव्हेंबरपासून फर्ग्युसनमध्ये काम करणार नाही असे लेखी कळविले. 'आमच्यावर घटनाबाह्य पद्धतीने लादण्यात आलेल्या प्राचार्यांच्या हाताखाली काम करणे आम्हा आजीव सदस्यांच्या प्रतिष्ठा आणि स्थान यांना बाधक ठरत आहे,' अशा स्वरूपाचा पत्रात उल्लेख होता. याउलट नियामक मंडळाने लेखी उत्तरात असे म्हटले की, 'आपण केलेली प्राचार्यांची नेमणूक पूर्ण विचारांती आणि घटनेच्या नियमांचा पूर्ण, बारकाईने विचार करून केलेली आहे, यात अवैध आणि अविचारी काहीही नाही.' या पत्राबरोबर 'संबंधित आजीव सदस्यांनी तातडीने कामावर न येण्याचा अविचारी निर्णय मागे घ्यावा आणि घटनात्मक पद्धतीने आपला विचार बरोबर आहे असे पटवून द्यावे' असा सल्लाही दिला; इतकेच नव्हे तर 'कामावर हजर न राहणे ही कृती सोसायटीच्या नियमांविरोधी आहे व ती रजा न घेता कामावर गैरहजर राहण्याची नियमबाह्य कृती मानली जाईल,' असेही सुचविले, यानंतर ११ आजीव सदस्यांनी 'आपला निषेध व्यक्त करीत काम करण्याचा (under protest) आणि आपले मत घटनात्मक रीतीने मांडण्याचा मनोदय'ही कळविला.

डॉ. गणेश सखाराम महाजनी

संबंधित आजीव सदस्यांनी जवळजवळ एक वर्ष काही केले नाही, आपला निषेध मागे घेतला नाही व घटनात्मक मतही कळविले नाही. आजीव सदस्यांनी सदर बाबतीत महाधिवक्ता (Advocate General) यांचे मत मागविण्यासाठी होणाऱ्या खर्चास मंजुरीही घेतली होती, सल्लागार समितीही नेमली होती, प्रत्यक्षात काही कार्यवाही झाली नाही. १९२७ सालच्या एका घटनेनुसार नियामक मंडळाच्या १६व्या क्रमांकाच्या नियमानुसार* असलेल्या अधिकाराला आजीव सदस्यांनी संमती

---

* १६व्या कलमानुसार 'सोसायटीच्या संस्थांमध्ये शिस्त सांभाळणे व संस्थांच्या कारभाराचे नियमन करणे हे नियामक मंडळाचे मुख्य काम असून सोसायटीच्या सर्व संस्थांमध्ये पदाधिकाऱ्यांच्या नेमणुका करणे, बढती देणे, बदली करणे, सभासदाला निवृत्त करणे, कार्यकाल वाढविणे, रजा मंजूर करणे यासंबंधी अंतिम अधिकार आहेत'.

Sardargriha, Bombay
10-3-26

My dear Shakun

Your telephone about Mahajani almost me jump with joy and at least added two inches to my pride. It is indeed a grand success & I feel very proud of him as a pupil and a devoted friend. I have written an article about him in the Indian Daily Mail in the editorial columns which I may send to you this evening.

Yours affly
Appa

रँग्लर महाजनी यांच्या यशाबद्दल रँग्लर परांजपे
यांचे कन्येस पत्र १०.३.१९२६

11/8/26.

My dear Mahajani,

So brave man, you have hit the ~~mark~~ mark and outshone your "Sir." गुरुसे चेला सवाई झाला एकूण! जेव्हां तुम्ही येथून इंग्लंडला परत गेलांत — गेलांत कसले? जेव्हां तुम्हाला आम्ही, उचलबांगडी करून बोटींत घातलें — तेव्हां, सर्वांना वाटत होतें की "रडतराऊत घोड्यावर बसणार काय? आणि तरवार मारून देणार काय?" पण चांगलीच तरवार-बहादुरी गाजवलीत!

तुमच्या "सरांची" तार तुम्हाला मिळाली असेलच. पण त्यांनी मला लिहिलेलें पत्र तुम्हाला धाडतें कारण तें फारच गोड आहे. आणि तुम्हालाही जरा हरभऱ्याचे झाड चढायला उंच होईल.

तुमचं सगळं पत्र मला फारच आवडलें. पण त्याला उत्तर लिहायला आज वेळ नाहीं. आणखी तीन आठवड्यांनी उट्टें काढीन. मग बघाल how a "silly girl" can bury a fool like you in letters.

So you are not coming back soon. You are very naughty —

Goodbye till the 1st of April.

I hope you get this on the day and makes you ~~a~~ fool.

Yours [illegible]

शकुंतला परांजपे यांचे महाजनींना पत्र ११-८-१९२६

दिली होती. ज्याअर्थी एखाद्या आजीव सदस्यास निवृत्त करण्याचा अधिकार आहे, त्याअर्थी प्राचार्यपदावर नेमणूक करण्याचा नियामक मंडळास अधिकार आहे, याची नियामक मंडळाने संबंधित आजीव सदस्यांना कल्पना दिली होती. एक वर्ष वाट पाहून काही घडत नाही हे पाहता नियामक मंडळाने एक विस्तृत निवेदन जनतेसाठी प्रसारित केले. नियामक मंडळाची संपूर्ण कार्यवाही सोसायटीच्या १८९८च्या घटनेनुसार पूर्णतया वैध असल्याचा निर्वाळा निवेदनात दिला होता. ९ ऑक्टोबर, १९३०च्या सोसायटीच्या परिषदेने (Council of the society) 'नियामक मंडळाने घेतलेली भूमिका घटनेशी सुसंगत असून सोसायटीचे हितसंबंध सुरक्षित ठेवणारी आहे' असे मत लेखी स्वरूपात व्यक्त केले. समितीच्या ठरावानंतर संबंधित आजीव सदस्यांनी आपले निषेधपत्र मागे घेतले, परंतु त्याचबरोबर आपली भूमिका घटनेशी सुसंगत असल्याची पुस्ती जोडली.

निषेधपत्र मागे घेण्यात आले तरी आजीव सदस्यांमधील अंतर्गत भेद चालू राहिले, तसेच आजीव सदस्य मंडळ आणि नियामक मंडळ यांच्यातील वादही धुमसत राहिले. ही परिस्थिती निश्चितच सोसायटीच्या हिताला आणि विकासाला बाधक होती. अशा अशांत आणि वादग्रस्त परिस्थितीत जुलै, १९३१मध्ये खळबळजनक हॉटसन प्रकरण घडले आणि नवी संकटे उद्‌भवली.

हॉटसन प्रकरण आणि फर्ग्युसनमधले महाभारत (१९३१-३२)

१९३१-३२ हा कालखंड फर्ग्युसनच्या सत्त्वपरीक्षेचा कालखंड होय.

१९३१-३२या काळात काही उत्साहवर्धक घटना घडल्या. १९३० सालची असहकार चळवळ हळूहळू थंड होत होती. फर्ग्युसन कॉलेजच्या विरोधातले 'पिकेटिंग' मंदावले होते. डे. ए. सोसायटीच्या सर्व संस्थांनी या वादळाला समर्थपणे तोंड दिले होते, राजकीय वातावरण निवळत होते. वार्षिक परीक्षांचे निकाल समाधानकारक होते. मॅट्रिक परीक्षांच्या निकालात विद्यार्थी मोठ्या संख्येने गुणवत्ता यादीत येत होते. फर्ग्युसनची विद्यार्थीसंख्या मोठ्या प्रमाणावर वाढून मुंबई प्रांतातील सर्वांत मोठे विद्यालय म्हणून उच्चांक प्रस्थापित केला होता. अनेक देशी आणि परदेशी मान्यवरांनी फर्ग्युसनला भेट देऊन समाधान व्यक्त केले होते, विद्यार्थ्यांमधील शिस्तीचे कौतुक केले होते. नियामक मंडळाचे कार्यही समाधानकारक चालले होते. मध्यंतरी आजीव सदस्य- नियामक मंडळ यांच्यात उठलेले वादळ शमेल अशी आशा वाटत होती.

या पार्श्वभूमीवर पूर्वीच्या प्रथेनुसार मुंबई प्रांताचे प्रभारी गव्हर्नर सर अर्नेस्ट हॉटसन आणि लेडी हॉटसन यांना फर्ग्युसनला भेट देण्यासाठी निमंत्रण दिले गेले

फर्ग्युसनच्या वसतिगृहातील विद्यार्थ्यांसाठी दवाखाना १९३०

वाडिया ग्रंथालय बांधले जाण्यापूर्वीची ग्रंथालयाची इमारत पुढे या इमारतीत पहिल्या मजल्यावर जिमखाना कार्यालय झाले काही वर्षे तळमजल्यावर पाठ्यपुस्तकांचे वाचनालय व पुढे बँक होती

वाडिया ग्रंथालय

आणि २२ जुलै, १९३१ रोजी भेट निश्चित झाली. या भेटीतच एक नवे वादळ घोंघावत आले.

सर हॉटसन यांनी आपल्या भेटीत कार्यालय, शैक्षणिक वर्ग यांना भेट दिल्यानंतर ते वाडिया ग्रंथालयाच्या भेटीस जाताना पहिल्या मजल्याचा जिना चढून रीडिंग रूम (वाचन कक्ष)मध्ये प्रवेश करीत असताना दाराच्या उजव्या बाजूच्या दुसऱ्या बाकावर बसलेल्या वासुदेव बळवंत गोगटे* (यांना पुढे 'हॉटसन गोगटे' या नावाने ओळखले जाऊ लागले) या विद्यार्थ्याने आपल्या पिस्तुलातील गोळी झाडली. या गोळीचा हॉटसन यांच्या अंगावर चिलखत असल्याने काही विपरीत परिणाम झाला नाही. हॉटसन यांनी विचलित न होता आपली ग्रंथालयाची भेट पूर्ण केली. गोगटे या विद्यार्थ्याला पकडून जिन्यावरून खाली नेत असताना व हॉटसन गाडीतून निघत असताना काही विद्यार्थ्यांनी भडकपणाने घोषणा दिल्या. सदर विद्यार्थ्याची पुढे न्यायालयीन चौकशी झाली आणि त्याला दीर्घ कारावासाची शिक्षा झाली. चौकशी चालू असताना असे निदर्शनास आले की ही घटना म्हणजे दहशतवादी चळवळीचा, गुप्त संघटनेचा संघटित पूर्वरचित भाग नसून एका 'माथेफिरू' विद्यार्थ्याने 'असंतुलित मनाच्या अवस्थेत' केलेला प्रकार होता. पुढे गोगटे यांची शिक्षा कमी झाली व काही काळानंतर हॉटसन यांनी गोगटे यांना व्यक्तिगत पत्र लिहून

---

* गोगटे त्यांच्या उत्तरआयुष्यात पुण्याचे महापौर (१९५९-६०) झाले. हॉटसन प्रकरणाविषयीच्या तपशिलांसाठी त्यांचे पुढील लेखन पाहा :

१. वासुदेव बळवंत गोगटे, **हॉटसनवर रोखलेल्या पिस्तुलातून**, अ.वि.गृह प्रकाशन, पुणे, १९५०.

२. वासुदेव बळवंत गोगटे, **हॉटसन गोगटे आत्मवृत्त (१९७२)**, प्रकाशक : अनिल गोगटे, पुणे, पुनर्मुद्रण २००६.

त्यांना मार्गदर्शनही केले होते.*

वाचन कक्ष

हॉटसन प्रकरणाचे गंभीर पडसाद उमटले. हॉटसन ग्रंथालयाच्या इमारतीतून बाहेर पडत असताना काही विद्यार्थ्यांनी जो निषेधाचा गंभीर तमाशा केला त्याची फर्ग्युसनचे पदाधिकारी आणि नियामक मंडळ यांनी गंभीर दखल घेतली. खूप प्रयत्न करूनही त्या घटनेचे सूत्रधार सापडू शकले नाहीत. दोघांचा पत्ता लागला, त्यांना कॉलेजमधून काढून टाकण्यात आले.

गोळीबार आणि त्यानंतरच्या घटनांनंतर सरकारबरोबर जी बोलणी चालू होती त्यावेळी तरी सर्व आजीव सदस्य आपल्यातील मतभेद बाजूस ठेवून सोसायटीच्या कृतीला एकमुखी पाठिंबा देतील अशी आशा होती. प्रत्यक्षात घडले वेगळेच. काही आजीव सदस्यांनी गव्हर्नर हॉटसन यांना भेटीस बोलावून डॉ. महाजनींना स्वार्थ साधावयाचा होता व स्वत:ची मुंबई विद्यापीठाच्या सीनेटवर नेमणूक करून घ्यावयाची होती; विद्यार्थ्यांनी घातलेल्या गोंधळामागचे 'गुन्हेगार' शोधण्यात जाणूनबुजून टाळाटाळ केली असे आक्षेप घेणारी पत्रे चौकशी समितीकडे पाठविण्यात आली, नंतर ही पत्रे मागे घेण्याचा इरादा संबंधितांनी व्यक्त केला. त्यास नियामक मंडळानेच विरोध केला. एकूणच या संकटकाळात आजीव सदस्य मंडळातील बेकी सिद्ध झाली. अशा काळात 'गोखले-परांजपे' परंपरा चालू राहून कॉलेजची प्रगती होईल असा विश्वास राहिला नाही. अशा वातावरणात शिस्त राहणार नाही हे लक्षात घेऊन संबंधित आजीव सदस्यांनी एका महिन्यात राजीनामे द्यावेत असे कळविण्यात आले. या शेवटच्या प्रयत्नालाही प्रतिसाद लाभला नाही आणि 'नाइलाजाने' १७ जानेवारी, १९३२च्या ठरावाने नियामक मंडळाने सहा आजीव सदस्यांना काढून टाकण्याचा निर्णय घेतला. १८ जानेवारी, १९३२पासून खालील सदस्यांना सोसायटीच्या घटनेतील १६व्या नियमांनुसार निवृत्त करण्यात आले –

---

* श्री. लक्ष्मण गणेश दिनकर (जन्म - १८ सप्टेंबर, १९१३) हे हॉटसन - गोगटे प्रकरण घडले त्यावेळी फर्ग्युसन कॉलेजचे विद्यार्थी होते. वासुदेव बळवंत गोगटे हे सावरकरांचे निस्सीम भक्त होते आणि त्यांनी क्रांतिकारी प्रेरणेतून स्फूर्ती घेऊन हे कृत्य केले व त्याबद्दल त्यांना पश्चात्ताप वाटत नव्हता असे श्री. दिनकर यांनी आपल्या आठवणीत म्हटले आहे. (पत्र - दि. २७ जुलै, २००८).

१. प्रा. जी. व्ही. तुळपुळे, एम. ए.

२. डॉ. के. के. जोशी, एम. ए., पीएच.डी.

३. प्रा. एस. बी. बोंडाळे, एम. ए.

४. प्रा. व्ही. के. जोग, एम. ए.

५. प्रा. आर. एस. अय्यर, एम. ए.

६. प्रा. टी. जी. येवलेकर, एम. ए.

वरील सभासदांना एकूण दुरवस्थेबद्दल जबाबदार धरण्यात आले होते.

ठरावाच्या दुसऱ्या भागात आजीव सदस्यांच्या संयुक्त समितीने शिफारस केल्याप्रमाणे सक्तीने निवृत्त करण्यात आलेल्या आजीव सदस्यांची दीर्घ सेवा लक्षात घेऊन ज्यांनी १५ वर्षांची सेवा पूर्ण केली आहे त्यांना पूर्ण निवृत्तीवेतन (Pension) आणि ज्यांनी दहा ते पंधरा वर्षांची सेवा केली आहे त्यांना सेवेच्या वर्षांच्या प्रमाणात निवृत्तीवेतन द्यावे असे ठरविण्यात आले.

प्रा. के. एम. खाड्ये यांनी जून, १९३०मध्ये राजीनामा दिला होता, तर प्रा. पी. एल. वैद्य आणि एन. जी. सुरू यांनी अनुक्रमे जानेवारी, १९३२ व मार्च, १९३२ या काळात राजीनामे दिले. हे राजीनामे न स्वीकारण्याची आजीव सदस्यांची शिफारस होती, मात्र आपले आजीव सदस्य असलेले सहकारी आणि नियामक मंडळ यांची परवानगी न घेता ते दोघेही सोसायटीतून बाहेर पडले.

सरकारबरोबरील मतभेद

फर्ग्युसनमध्ये घडलेले हॉटसन प्रकरण गंभीर असले तरी सोसायटीच्या इतर संस्थांत तरी तसे वातावरण होते असे म्हणता येणार नाही. संपूर्ण भारतात या काळात अशा घटना घडत होत्या आणि एकूण राजकीय चळवळींचा तो भाग होता. त्यामुळे या संदर्भात संपूर्ण विद्यार्थीवर्गावर अतिकडक कारवाई करण्याची आवश्यकता वाटली नाही. मात्र एकूण वातावरणात अधिक शिस्त यावी यासाठी काही पावले उचलणे आवश्यक होते. सर्व परिस्थितीचा साकल्याने विचार करून ऑगस्ट महिनाअखेर काही निर्णय घेण्यात आले.

१. गृहपाठ (Tutorial) पद्धतीची सुरुवात करावी.

२. वसतिगृहात राहणाऱ्या विद्यार्थ्यांच्या वर्तनावर अधिक चांगली देखरेख व्हावी यासाठी वसतिगृह व्यवस्थापकांसाठी (Rectors) परिसरातच दोन बंगले बांधण्यात यावेत.

३. प्रत्येक वर्गातील विद्यार्थ्यांची संख्या जास्तीतजास्त दीडशे असावी.

या निर्णयांना ऑक्टोबर, १९३१मध्ये शिक्षणसंचालकांनी मान्यता दिली

आणि काही अधिक सूचना केल्या.

१. विद्यार्थी आणि शिक्षक यांच्यातील प्रमाण ३५:१ असे राहावे या हेतूने वरिष्ठ प्राध्यापकांची संख्या वाढवावी.

२. एकूण विद्यार्थ्यांची संख्या १२०० पर्यंत मर्यादित असावी.

३. विद्यार्थीसंख्या कमी केल्याने होणारा आर्थिक तोटा भरून येण्यासाठी विद्यार्थी-शुल्क वाढविण्यात यावे.

वरील पहिल्या दोन सूचना स्वीकारण्यात अडचणी नव्हत्या. विद्यार्थ्यांशी व्यक्तिगत संबंध आणि निकट देखरेख या सुधारणांनी वातावरण अधिक शिस्तीचे बनण्यात यश मिळणे शक्य होते. शासनाच्या एकूण विद्यार्थीसंख्येच्या कमाल मर्यादेवर मतभेद होते. विद्यार्थीसंख्या मर्यादित असेल तर देखरेख अधिक चांगली होते हे बरोबर असले तरी विशिष्ट १२००या मर्यादेने शैक्षणिक क्षमतेत वाढ होण्याची शाश्वती कशी देता येईल, याविषयी शंका व्यक्त करण्यात आली. कोणत्याही स्वरूपाची कमाल मर्यादा घालण्यास संस्थेचा विरोध होता.

विद्यार्थ्यांचे शुल्क आधीच दोन वेळा वाढविले असल्याने पुन्हा वाढविणे शक्य नव्हते, शुल्कवाढीला नियामक मंडळाने विरोध दर्शविला.

या सर्व विषयांवर चर्चा करण्यासाठी शिक्षणमंत्र्यांनी २७ नोव्हेंबर, १९३१ रोजी नियामक मंडळाला चर्चेस बोलावले.

२१ डिसेंबरच्या बैठकीत शिक्षणमंत्र्यांनी दोन महत्त्वाच्या सूचना केल्या -

१. युरोपियन, पार्शी, मुस्लीम या अल्पसंख्य समुदायाचा प्रतिनिधी नियामक मंडळ किंवा सोसायटीच्या समितीवर घ्यावा.

२. नियामक मंडळावर सरकारचा एक प्रतिनिधी घेण्यात यावा.

या सूचनांच्या बाबतीत नियामक मंडळाने पुढील आशयाचे विस्तृत उत्तर दिले :

सोसायटीच्या सुरुवातीपासून नियामक मंडळावर ब्रिटिश प्रतिनिधी-पदाधिकारी असत. सोसायटीच्या घटनेनुसार कोणत्याही अल्पसंख्य समाजाचा प्रतिनिधी यातून समिती/नियामक मंडळ यावर येऊ शकतो. त्यास कोणताही प्रतिबंध नाही किंबहुना नियामक मंडळावर १९१९-२०पासून १९२४ पर्यंत मि. अलि अकबर, एम. इन्स्ट, सी. इ. हे कार्य करीत होते आणि विशेष म्हणजे ते सलग १७ वर्षे समितीचे सभासद होते. १८८४पासून १९२७ या काळात युरोपियन, मुस्लीम अथवा पार्शी प्रतिनिधी नाही असे घडले नाही. १८९२पासून १९३२ पर्यंत एक किंवा दोन पार्शी प्रतिनिधी निवडणुकीच्या अथवा नेमणुकीच्या माध्यमातून काही वर्षांचा अपवाद वगळता समितीवर प्रतिनिधी म्हणून कार्यरत राहिले. महंमदभाई हाजीभाई हे मुस्लिम प्रतिनिधी १९२५-२६ या काळात होते, त्यांचे केवळ दोन वर्षांनी निधन झाले. विशेष बाब अशी की समितीवर एक

मुस्लीम प्रतिनिधी असावा यासाठी फेलो करून घेण्याचा जाणीवपूर्वक प्रयत्न झाला. यावरून असे लक्षात येईल की डेक्कन एज्युकेशन सोसायटीने अल्पसंख्याकांच्या प्रतिनिधित्वाची सरकारने जी सूचना केली आहे तिचा अंमल पहिल्यापासून केला आहे, त्यामुळे सदर सूचना लागू होत नाही. सक्तीने प्रतिनिधित्व लादण्यापेक्षा एखाद्या संस्थेने स्वत:च ते दिले असले तर त्याचे स्वागत व्हायला हवे. - सोसायटीच्या या उत्तराने सरकारचे समाधान झाले.

विद्यार्थ्यांची संख्या १२०० पर्यंतच मर्यादित ठेवावी ही अट वादग्रस्त होती व नियामक मंडळाला मान्य नव्हती. मात्र सरकारचा आग्रह लक्षात घेऊन व ही अट सर्वांनाच लागू करण्यात येत असल्याने ती नाकारण्यात हशील नव्हते. प्राप्त परिस्थितीत अन्य पर्याय नसल्याने आपली नापसंती कळवीत फर्ग्युसनची कमाल विद्यार्थीसंख्या १२०० राहावी ही अट मान्य केली गेली व जून, १९३३पासून ती अमलात येईल असे कळविण्यात आले.

अशा प्रकारे हॉटसन-गोगटे अध्यायाने निर्माण झालेल्या 'संकटातून' फर्ग्युसनची सुटका झाली. या काळात सोसायटीची एकूण कार्यपद्धती, व्यवहाराची पारदर्शकता आणि उच्च उद्दिष्टे लक्षात घेऊन सर्वसाधारण जनता, सरकारी आणि निमसरकारी अधिकारी वर्ग यांचा पाठिंबा मिळाला; त्यावेळी मुंबई विद्यापीठाचे कुलगुरू असलेले प्राचार्य मॅकेन्झी यांनी सोसायटीच्या भूमिकेला पाठिंबा दिला. मॅकेन्झी हे स्वत: एका खाजगी शिक्षणसंस्थेचे पूर्वप्राचार्य असल्याने संस्थांच्या स्वायत्ततेची भूमिका त्यांना अनुभवातून पटली होती. शिक्षणसंचालक श्री. बेकेट यांनी सरकार आणि सोसायटी यांच्यातील चर्चा चालू असताना सौजन्य, सहृदयता आणि संयम पाळून नि:स्पृह भूमिका घेतली आणि राजकारणाने कलुषित झालेल्या वातावरणात संस्थेची शैक्षणिक

दिवाण बहादुर के. आर. गोडबोले

बी. एस. कामत

भूमिका समजून घेण्याचे धैर्य दाखविले. याच काळात रँग्लर परांजपे पुण्यात परत आले होते आणि त्यांचा नैतिक पाठिंबा फार उपयोगी पडला. नियामक मंडळाचे अध्यक्ष दिवाण बहादुर के. आर. गोडबोले आणि उपाध्यक्ष बी. एस. कामत यांच्यावर सरकारबरोबरच्या चर्चेची मुख्य जबाबदारी होती. त्यांनी सोसायटीवरील निष्ठा आणि क्षमता यांच्या आधारे ती उत्तमपणे पार पाडली. कामत मुंबई राज्याच्या विधिमंडळाचे सदस्य असल्याने सरकारदरबारी सोसायटीबाबत असलेले गैरसमज दूर करण्यात मदत झाली.

या दोन-तीन वर्षांच्या संकटकाळात फर्ग्युसनच्या एकूण व्यवस्थापनावर प्रचंड ताण पडला होता. सोसायटीबद्दल गैरसमज पसरविणारे अनेक दबाव असतानाही संस्थेच्या प्रशासकांनी 'संस्थेचे हितसंबंध सुरक्षित राखण्यात आम्ही कमी पडणार नाही' असा विश्वास निर्माण केला.

१९२९ सालच्या वार्षिक कार्यक्रमात प्राचार्य महाजनी यांनी फर्ग्युसनची 'ट्रान्स अॅटलांटिक लायनर' या बोटीशी तुलना केली होती आणि स्वत: 'या जहाजाचा कप्तान या नात्याने सुकाणू व्यवस्थित सांभाळेन' असा आत्मविश्वास व्यक्त केला होता. जानेवारी १९३२मध्ये रँग्लर परांजपे यांचे स्वागत करताना अशीच भावना प्राचार्य महाजनी यांनी व्यक्त केली होती. आपल्या उत्तरादाखल परांजपे यांनी 'सध्याची व्यवस्थापक मंडळी फर्ग्युसनची आगरकर-गोखले परंपरा व्यवस्थित सांभाळतील' असे उद्‌गार काढले. परांजपे यांनी याच भाषणात 'आपण पुन्हा येथे शिकविणार आहोत' अशी ग्वाही दिली. ज्येष्ठ प्रा. जी. सी. भाटे यांनी आपली निवृत्ती एक वर्ष पुढे ढकलली, तसेच प्रा. के. एन. द्रवीड आणि प्रा. व्ही. जी. काळे यांनी निवृत्तीनंतरही आम्ही येथे शिकविण्यास तयार आहोत असे मत व्यक्त केले. या दिग्गजांच्या पाठिंब्याने फर्ग्युसनच्या एकूण व्यवस्थेला नैतिक बळ दिले.

१९३३-३५ या काळात दहा नवीन आजीव सदस्य नेमले गेले, फर्ग्युसनच्या दैनंदिन कार्यात अधिक सुसंवाद निर्माण झाला. १९३५मध्ये फर्ग्युसनचा सुवर्णमहोत्सव साजरा होणार होता, त्याची पूर्वतयारी सुरू करण्याच्या काळात 'वादळ' शांत झाले होते.

प्रतिष्ठेत भर

एकीकडे फर्ग्युसनला वादळी प्रसंगांना तोंड द्यावे लागत होते तर दुसरीकडे त्याच काळात विद्यार्थी परीक्षांमधील उज्ज्वल निकालांनी संस्थेच्या प्रतिष्ठेत भर घालीत होते.

एस. डब्ल्यू. शिवेश्वरकर

१९३०मध्ये व्ही. डी. थडानी बी. ए. च्या परीक्षेत सर्वप्रथम आले. बी. एस्सी. परीक्षेत एस. डब्ल्यू. शिवेश्वरकर (१९३२), व्ही. एम. जोशी (१९३४), एस. एस. शिराली (१९३५) यांनी नाव गाजविले. शिवेश्वरकर यांनी तर गणितात ९८ टक्के गुण मिळवून विद्यापीठात उच्चांक स्थापन केला. एस. एस. घरसे यांनी १९३४मध्ये फिजिक्समध्ये ८४ टक्के गुण मिळविले. १९३४ सालच्या परीक्षेत स. गो. बर्वे यांनी बी. ए. च्या परीक्षेत अनेक शिष्यवृत्त्या व पारितोषिके मिळविली. सक्तीच्या इंग्रजी विषयात एलिस शिष्यवृत्ती, अर्थशास्त्र आणि इतिहास या संयुक्त विषयात टेलर पारितोषिक, अर्थशास्त्र (विशेष विषय) यात सर्वोच्च गुण मिळवून कॉब्डेन क्लब मेडल जिंकले. एम. ए. परीक्षेत सर्वोच्च गुण मिळवून डब्ल्यू. बी. पाठक यांनी मराठी विषयाचे विष्णुशास्त्री चिपळूणकर पारितोषिक मिळविले. १९३०मध्ये व्ही. व्ही. केतकर यांनी एम. एस्सी. परीक्षेत पहिला वर्ग मिळविला आणि गणितात सर्वोच्च गुण मिळवून मूस मेडल पटकावले. जी. के. हेबाळकर (१९३३) व्ही. एम. जोशी (१९३३) एस. एस. शिराली (१९३५) यांनी गणित विषयातील गुणवत्तेबद्दल रँग्लर परांजपे मेमोरियल पारितोषिके मिळविली.

परदेशी शिक्षणातही फर्ग्युसनने गुणवत्ता दाखविली. थडानी (१९३२), शिवेश्वरकर (१९३४), जी. एल. चंदात्रेय (१९३५) ‘रँग्लर’ झाले. एस. बी. जोशी (१९३०), जी. व्ही. बेडेकर (१९३२), डी. एस. जोशी (१९३२) आय. सी. एस. परीक्षा उत्तीर्ण झाले. १९३०मध्ये इरावती कर्वे यांनी बर्लिन विद्यापीठाची पीएच्.डी. प्राप्त केली. (१९२६मध्ये त्यांनी फर्ग्युसनमधून पदवी घेतली होती.) डब्ल्यू. के. कात्रे यांनी १९३१मध्ये ‘नेव्हल इंजिनिअरिंग’ या विशेष विषयात शिष्यवृत्ती मिळविली, तर १९३५मध्ये एम. एच. परांजपे यांनी ‘एअरक्राफ्ट इंजिनिअरिंग’ या विषयात प्रावीण्य मिळविले. १९३३मध्ये डी. एन. ठकार यांनी ‘इंडियन मिलिटरी ॲकॅडमी’मध्ये प्रवेश मिळविला.

जी. एल. चंदात्रेय

या काळात काही महत्त्वाच्या व्यक्तींचे निधन झाले. आजीव सदस्य झालेल्या प्रा. सी. जी. भानू, ज्यांनी नानावाड्याच्या नूतनीकरणात महत्त्वाचे कार्य केले, त्यांचे १९२९मध्ये निधन झाले. के. एन. द्रवीड यांचे १९३३मध्ये निधन झाले.

एन. एस. पानसे हे संस्कृत विषयाचे प्राध्यापक. प्राचार्य वामन शिवराम आपटे यांच्या निधनानंतर वीस वर्षे त्यांनी संस्कृत विभाग सांभाळला, त्यांचे १९३४मध्ये निधन झाले. पानसे यांच्या निधनानंतर संस्कृत विभागात रा. ना. दांडेकर यांची नेमणूक झाली.

याच काळात व्ही. जी. काळे (१९३२), प्राचार्य के. आर. कानिटकर (१९३२), प्राचार्य जी. सी. भाटे (१९३३) निवृत्त झाले. या सर्वांनी आपापल्या परीने सोसायटीची सेवा केली होती. महामहोपाध्याय वासुदेवशास्त्री अभ्यंकर हे फर्ग्युसनमध्ये चाळीस वर्षांची सेवा करून १९३०मध्ये निवृत्त झाले. अभ्यंकर शास्त्रींना 'प्राध्यापकांचे प्राध्यापक' असे संबोधीत असत; यावरून त्यांच्या बौद्धिक दर्जाची कल्पना येते.

१९३५ : सुवर्णमहोत्सवी वर्ष

१९३५ हे साल डे. ए. सोसायटीच्या इतिहासातील समारंभांचे वर्ष म्हणून नोंदवावे लागेल. जानेवारी, १९३५मध्ये फर्ग्युसनला ५० वर्षे पूर्ण होणार होती, तर त्यापूर्वी ऑक्टोबर, १९३४मध्ये सोसायटीला अर्धशतक पूर्ण होत होते. हे दोन समारंभ सोयीनुसार कसे साजरे करता येतील याचा विचार सुरू होता आणि कार्यक्रमांची आखणी दोन वर्षे चालू होती. नाताळची सुटी दोन्ही कार्यक्रम एकत्र घेण्याच्या दृष्टीने सोयीची नव्हती, म्हणून मध्यम मार्ग स्वीकारला.

२४ ऑक्टोबर हा सोसायटीचा संस्थापना दिन असल्याने २४ ऑक्टोबर, १९३४ रोजी गद्रे वाड्यात 'पानसुपारी'चा कार्यक्रम योजला. त्या समारंभाला संस्थेचे पदाधिकारी, आजीव सदस्य, आश्रयदाते, देणगीदार, निमंत्रित मान्यवर यांचा स्नेहमेळावा भरला. न्यू इंग्लिश स्कूल, फर्ग्युसन आणि अन्य संस्थांच्या आजी आणि माजी विद्यार्थ्यांनी गद्रे वाडा सभागृह व फरशीचे पटांगण गच्च भरले होते. सर्वजण आपापल्या आठवणी सांगत गप्पांत रंगले होते. अनौपचारिकता आणि स्नेहभाव यांनी सर्व समारंभ खूप रंगला.

२ जानेवारी हा खरा फर्ग्युसनच्या स्थापनेचा दिवस! परंतु सर्वांना अधिक सोयीचे व्हावे म्हणून ४ जानेवारी, १९३५ हा सुवर्णजयंतीच्या अनौपचारिक समारंभाचा मुख्य दिवस ठरविण्यात आला. या कार्यक्रमासाठी व्ही. एस. श्रीनिवास शास्त्री हे प्रमुख पाहुणे, तर रँग्लर परांजपे हे अध्यक्ष म्हणून उपस्थित होते. हा समारंभ

ॲम्फी थिएटरमध्ये घेण्यात आला. सर्व सभागृह तुडुंब भरले होते.

आपल्या प्रास्ताविकात प्राचार्य महाजनी यांनी फर्ग्युसनच्या पन्नास वर्षांच्या कार्याचा थोडक्यात आढावा घेतला. डॉ. परांजपे यांनी आपल्या खणखणीत आवाजात खास शैलीत, टाळ्यांच्या गजरात 'फर्ग्युसन'चे रास्त कौतुक केले. सभागृहात निम्म्याहून अधिक उपस्थित श्रोते हे परांजपे 'सरांचे' विद्यार्थी होते आणि त्या सर्वांना परांजपे सरांच्या पूर्वीच्या तासांची आठवण झाल्याशिवाय राहिली नाही. परांजपे यांचे विद्यार्थी अक्षरश: जगभर पसरले होते आणि अर्थातच त्यांच्या देशविदेश दौऱ्यात विद्यार्थ्यांच्या भेटी होत, जुन्या स्मृतींना उजाळा मिळत असे आणि विद्यार्थ्यांच्या डोळ्यात फर्ग्युसनच्या कौतुकाची झलक दिसत असे. सर्व उपस्थितांना 'आपल्या 'फर्ग्युसन'ची प्रतिष्ठा वाढवा, परिस्थितीनुसार शैक्षणिक बदल करत चला आणि उज्ज्वल भविष्याची वाटचाल सुरू ठेवा' असा संदेश त्यांनी दिला.

श्रीनिवास शास्त्री

प्रमुख पाहुणे श्रीनिवास शास्त्री यांनी आपल्या प्रमुख भाषणात 'सार्वजनिक जीवनातील नैतिक अधिष्ठान' या विषयावर विचार मांडले. श्री. शास्त्री हे खऱ्या अर्थाने नामदार गोपाळ कृष्ण गोखले यांचे अनुयायी. आपल्या संपूर्ण जीवनात, सार्वजनिक कार्यात शुचिता (Integrity), प्रामाणिकपणा आणि चांगुलपणा यांचा त्यांनी आदर्श निर्माण केला होता आणि राजकारणाचे आध्यात्मीकरण व्हावे असा त्यांचा आग्रह होता. आपल्या आयुष्यातील अनेक अनुभवांतून कमालीच्या अडचणींच्या, आव्हानांच्या, परीक्षांच्या काळात, व्यक्तिगत जीवनात नैतिक मूल्ये जपण्याची कशी शिकस्त केली हे उदाहरणांसह स्पष्ट केले. सार्वजनिक जीवनात ही मूल्ये पाळणे तर त्याहून महाकठीण असते. व्यक्तिगत जीवनातील नैतिकता आणि सार्वजनिक नैतिकता यात कधी कधी भेदही केला जातो. आपले अहित होईल असे वागण्यास लोक कचरतात, परंतु तेच लोक सार्वजनिक जीवनात नैतिकतेचा बळी देण्यासाठी तयार होतात. हे वर्तनातील द्वैत समर्थनीय नाही. शिक्षणक्षेत्रात कार्य करणाऱ्यांनी हे द्वैत नष्ट करण्याचा प्रयत्न केला पाहिजे. समाजातील नैतिकता वाढविण्यासाठी व त्यासाठी आवश्यक ते जनप्रबोधन करण्याची जबाबदारी शिक्षकांची आहे. या प्रयत्नांत अडचणी येत असतातच, परंतु सत्य आणि सामाजिक न्याय यासाठी सतत प्रयत्न चालू ठेवलेच पाहिजेत, असे मत त्यांनी व्यक्त केले.

विद्यार्थ्यांना उद्देशून ते म्हणाले :

"युवा विद्यार्थी आणि विद्यार्थिनिंनो!

आपण आपल्या शिक्षणासाठी काही काळ या संस्थेत आला आहात. आपण लक्षात ठेवा की आपण एका पवित्र मंदिरात पाऊल ठेवले आहे. येथे उच्च आदर्शांशी तडजोड नको; येथे फक्त उच्च आदर्शांची पूजा होते, येथे सत्याची पूजा होते, येथे न्यायाची पूजा होते. सत्य कितीही कठोर असो, न्याय कितीही अवघड असो, त्याचीच कास धरावी लागते. येथे कशालाही, कुणालाही कमी लेखू नका, तुच्छ लेखू नका; सतत पावित्र्याची पूजा करा. उच्च ध्येयाकडे लक्ष ठेवा. ती सवय लावलीत की तुमचे आदर्शही अधिक उच्च होतील. मी तुम्हाला एवढे आश्वासन देतो की तुम्ही आदर्शांपासून ढळणार नाही; जर तुम्ही स्वत:ला बदलत गेलात; स्वत:ला सुधारत गेलात, सत्याच्या मंदिराचे पुजारी झालात तर त्याचा तुम्हाला निश्चितच लाभ मिळेल. मी, तुम्ही स्वत:, तुमचे प्राध्यापक, तुमची सदैव काळजी करणारे तुमचे पालक, येथे उपस्थित असलेले सर्व श्रोते-प्रेक्षक, तुम्हाला सदिच्छा देणारे हजारो पाठीराखे तुमचे कौतुक करतील. तुम्ही अशा पवित्र स्थानी आला आहात की तुम्ही खऱ्या अर्थाने सुशिक्षित व्हाल, सुसंस्कृत व्हाल! शुभेच्छा!"

श्रीनिवास शास्त्रींचे हे उद्‌गार तरुणांच्या हृदयाला भिडले; समारंभाची शुद्धता वाढली, भव्यता वाढली. बी. एस. कामत यांनी आपल्या आभाराच्या भाषणात म्हटले की, श्रीनिवास शास्त्रीचे हे भाषण पुढील पन्नास वर्षे मार्गदर्शक ठरेल.

४ जानेवारीच्या सायंकाळी फर्ग्युसनच्या मैदानावर विद्यार्थी आणि पाहुणे यांच्यासाठी अल्पोपाहाराची योजना केली होती. हजारांहून अधिक उपस्थितांनी ती रम्य संध्याकाळ गप्पा आणि गुजगोष्टींनी रंगवली असेल; चिरस्मरणात ठेवली असेल. एका संस्मरणीय दिवसाची ती सुखकारक समाप्ती होती.

सुवर्णमहोत्सवाचा मुख्य समारंभ : २१ एप्रिल, १९३५

२१ एप्रिल, १९३५ रोजी डेक्कन एज्युकेशन सोसायटी आणि फर्ग्युसन यांचा संयुक्त औपचारिक सुवर्णमहोत्सव साजरा करण्याचे ठरले आणि अनुषंगिक समित्या कार्यरत झाल्या. प्रा. कोल्हटकर, प्रा. परांजपे, प्रा. दामले, प्रा. बापट, प्रा. आपटे यांची समिती निधी संकलनासाठी नेमण्यात आली. सोसायटीचा इतिहास लिहिणे, माजी विद्यार्थ्यांची यादी करणे हे काम प्रा. परांजपे यांच्याकडे सोपविण्यात आले. नोबेल पारितोषिक विजेते सर चंद्रशेखर व्ही. रामन यांनी प्रमुख अतिथीपदाची विनंती स्वीकारली. सोसायटीचे अध्यक्ष छत्रपती राजाराम महाराज हे तब्येतीच्या

चंदावरकर पॅव्हेलियन

कारणास्तव उपस्थित राहणार नसल्याने उपाध्यक्ष इचलकरंजी संस्थानचे संस्थानिक यांच्या अध्यक्षतेखाली समारंभ साजरा करण्याचे ठरले.

या कार्यक्रमात आणखी एका हृद्य कार्यक्रमाचा समावेश करण्यात आला. 'सर्व्हंट्स ऑफ इंडिया' या संस्थेने फर्ग्युसनच्या टेकडीवर एक स्मृतिशिला बसविण्याचे ठरविले. या जागी १२ जून, १९०५ रोजी नामदार गोपाळ कृष्ण गोखले यांनी सर्व्हंट्स ऑफ इंडियाच्या पहिल्या तीन सभासदांना शपथ देवविली होती. फर्ग्युसनच्या इतिहासात अत्यंत लक्षणीय कार्य करणाऱ्या नामदार गोखले यांचा गौरव करण्याची ही सुवर्णसंधी होती, त्यामुळे या शिलान्यासाची व त्यानंतरच्या देखरेखीची जबाबदारी डेक्कन एज्युकेशन सोसायटीने आनंदाने स्वीकारली आणि हा कार्यक्रम २० एप्रिल १९३५ रोजी करण्याचे ठरले व शिलान्यासाचे मुख्य भाषण श्रीनिवास शास्त्री यांनी करावयाचे ठरले.

या सर्व कार्यक्रमासाठी फर्ग्युसनच्या मैदानावर चार हजार लोक बसू शकतील असा भव्य मंडप घालण्यात आला. चंदावरकर पॅव्हेलियनच्या पायऱ्यांवर एक हजार प्रेक्षक बसण्याची सोय होतीच. सभामंडपाचे प्रवेशद्वार पूर्वाभिमुख होते आणि व्यासपीठाची दिशा पश्चिमाभिमुख होती. जी. एच. दाते (फर्ग्युसनचे माजी विद्यार्थी) यांनी या ऐतिहासिक समारंभाचा मांडव घातला होता. जास्तीत जास्त लोक सामावले जावेत यासाठी पायऱ्या, रंगीत कापडाने गुंडाळलेले लाकडी रेखीव सजावटीचे खांब, मधूनमधून लटकत असलेली सुरेख झुंबरे, देखणे, आकर्षक व्यासपीठ, त्याचबरोबर फर्ग्युसनची मुख्य इमारत, ॲम्फी थिएटर, जेरबाई वाडिया ग्रंथालय यांवर रंगीत विजेच्या दिव्यांची रोषणाई... सर्वच काही अत्यंत मनोहारी!

टेकडीवरचा शिलान्यास : २० एप्रिल, १९३५

फर्ग्युसन टेकडीवरची गोखले स्मृतिशिलाः १९३५

फर्ग्युसन टेकडीवर स्मृतिशिला बसविण्याचा कार्यक्रम एकूण सुवर्णमहोत्सवाचाच भाग मानण्यात आला व सर्व व्यवस्थापन डेक्कन एज्युकेशन सोसायटीने आखले होते. २० एप्रिलच्या सकाळी ८ वाजता अनेक मान्यवर नामदार गोखले आणि सर्व्हंट्स ऑफ इंडिया सोसायटीला 'मानवंदना' देण्यासाठी जमले होते. पुण्याचे 'पुराणपुरुष' दिवाण बहादुर गोडबोले यांनी आपल्या प्रास्ताविकात 'सर्व्हंट्स ऑफ इंडिया' सोसायटीच्या स्थापनेमागचे किस्से मनोरंजक पद्धतीने सांगून 'जागा, फर्ग्युसन टेकडी व नामदार गोखले डे. ए. सोसायटीचे माजी आजीव सदस्य असा योग असल्याने सदर संस्था डे. ए. सोसायटीची शाखा मानावयास हवी' असा उल्लेख केला. अध्यक्ष इचलकरंजी संस्थानचे प्रमुख यांनी नामदार गोखले यांच्यासंबंधी स्वतःच्या सुखद आठवणी सांगून त्यांच्या व्यक्तित्वाची, देशभक्तीची स्तुती करीत श्रीनिवास शास्त्रींना स्मृतिशिला बसविण्याची विनंती केली.

श्रीनिवास शास्त्रींनी असे म्हटले, की 'सर्व्हंट्स ऑफ इंडिया' आणि डेक्कन एज्युकेशन सोसायटी या तांत्रिकदृष्ट्या दोन स्वतंत्र संस्था असल्या तरी यांत एक समान आत्मीयतेचा धागा आहे आणि तो म्हणजे नामदार गोपाळ कृष्ण गोखले! फर्ग्युसन महाविद्यालयाच्या संदर्भात ज्या स्वार्थत्यागाने गोखले यांनी शैक्षणिक कार्य केले तोच स्वार्थत्यागी वृत्तीचा, स्वावलंबनाचा व धर्मनिरपेक्ष समाजसेवेचा, त्यागाचा वसा ही नवी संस्था अधिक मोठ्या जोमाने चालविणार असल्याने 'सर्व्हंट्स ऑफ इंडिया सोसायटी' म्हणजे 'फर्ग्युसनची वारस संस्था' म्हणून कार्य करणार आहे. श्रीनिवास शास्त्रींनी ही शिला फर्ग्युसनच्या व्यवस्थापकांकडे सोपविली आणि शिला जपण्याचे, तिची काळजी घेण्याचे व तिची प्रतिष्ठा टिकविण्याचे कर्तव्य निष्ठापूर्वक सोपविले व 'फर्ग्युसन ही जबाबदारी पूर्ण आस्थेने आणि विश्वासाने पार पाडेल' असा विश्वासही व्यक्त केला.

शिलान्यास अनावरणाचा कार्यक्रम संपल्यानंतर लगेच त्याच सभामंडपात फर्ग्युसनच्या माजी विद्यार्थ्यांची सभा झाली आणि दुसऱ्या दिवशी डेक्कन एज्युकेशन सोसायटीकडे निवेदन देण्याचे ठरले. बी. एस. कामत, पी. एन. पाटणकर, एन. बी. चंद्रचूड आणि ज. स. करंदीकर यांची समिती नेमण्यात आली. या समितीने

निवेदनाचा मसुदा तयार करण्याचे ठरले. दुपारी वाद्यवादनाचा सुरेल कार्यक्रम सादर झाला व त्यानंतर फर्ग्युसन आणि इतर संस्थांच्या वेगवेगळ्या कालखंडांत विद्यार्थी असलेल्या माजी विद्यार्थ्यांचा मेळावा! या मेळाव्यात विद्यार्थ्यांनी आपल्या हृद्य आठवणी सांगितल्या आणि जणू फर्ग्युसनचा इतिहासच जागविला. सर्वांत ज्येष्ठ असणाऱ्या विद्यार्थ्यांनी संस्थेचे संस्थापक विष्णुशास्त्री चिपळूणकर, बाळ गंगाधर टिळक, गोपाळ गणेश आगरकर, प्राचार्य आपटे, नामजोशी यांच्या संदर्भातील आपल्या सहवासाचे मंतरलेले क्षण सांगितले. काहींनी आपल्या मैदानावरच्या साहसाच्या आठवणी सांगितल्या, कुणी वर्गातले शैक्षणिक कर्तृत्व तर काहींनी आपण केलेल्या खट्याळ गमती-जमतीही मोकळेपणाने सांगितल्या. या स्नेहमेळाव्यात सर्वश्री एस. पी. लिमये, व्ही. व्ही. रानडे, रावबहादुर जी. के. चितळे, रावसाहेब जी. के. देशपांडे, गोपाळराव भाटे, एन. एम. जोशी, ज. स. करंदीकर, एन. के. जोगळेकर, आर. एन. मंडलिक, कुंदनमल फिरोदिया, डी. पी. जोशी, एस. बी. हुदलीयार, प्रा. जी. आर. परांजपे इत्यादींचा प्रमुख सहभाग होता. या गप्पा रंगत असताना मंडपाच्या दुसऱ्या भागात डे. ए. सोसायटीच्या वतीने माजी विद्यार्थ्यांसाठी अल्पोपाहाराची योजना केली होती.

यानंतर ५ वाजण्याच्या सुमारास सर्व मंडळी गद्रे वाड्याकडे जायला निघाली. गद्रे वाड्यात माजी विद्यार्थ्यांनी तयार केलेल्या साहित्यिक, शास्त्रीय आणि कलात्मक कृतींचे प्रदर्शन आयोजित केले होते. फर्ग्युसनच्या पन्नास वर्षांच्या ऐतिहासिक वाटचालीची छायाचित्रे, उल्लेखनीय कागदपत्रे यांचा प्रदर्शनात समावेश होता. डॉ. व्ही. जी. परांजपे यांनी प्रदर्शनामागील उद्देश सांगितला आणि दिवाणबहादुर गोडबोले यांनी प्रदर्शनाचे उद्घाटन केले. माजी विद्यार्थ्यांच्या साहित्यकृती, संस्थापक आणि अन्य आजीव सदस्यांची हस्ताक्षरे, नामदार गोखले आजीव सदस्य झाल्याचे निवेदन, लोकमान्य टिळकांचे डे. ए. सोसायटीचे मूळ राजीनामा पत्र, आगरकरांनी आपल्या सुंदर हस्ताक्षरात लिहिलेली प्रतिवृत्ते, गोखल्यांची अनेक पत्रे, इंदूरचे रावबहादुर व्ही. के. मुळे यांनी टिळक आणि आपटे यांनी त्यांना पाठविलेली मूळ पत्रे यांचा प्रदर्शनात समावेश होता.

संध्याकाळी ७ वाजता फर्ग्युसनचे नामवंत माजी विद्यार्थी, रॉयल इन्स्टिट्यूटचे सन्माननीय पद भूषविणारे प्रा. जी. आर. परांजपे यांनी मॅजिक लॅटर्नच्या साहाय्याने 'टेलिव्हिजन' या विषयावार उद्‌बोधक व्याख्यान दिले.

अशाप्रकारे सुवर्णमहोत्सवाच्या मुख्य कार्यक्रमाची पूर्वसंध्या रम्य वातावरणात संपली.

२१ एप्रिल, १९३५ : मुख्य समारंभ

चंद्रशेखर रामन

२१ एप्रिलच्या उत्साही सकाळी 'इंडिया बँड'च्या तालावर सुवर्णमहोत्सवाच्या सभामंडपाकडे पाहुण्यांची पावले पडत होती. मुंबई व इतर प्रांतांतून आलेले माजी विद्यार्थी, आश्रयदाते, देणगीदार, स्नेही, हितचिंतक, पुण्यातील मान्यवर नागरिक, स्थानिक संस्थांचे प्रतिनिधी, सरकारी अधिकारी इत्यादींचे आगमन होत होते; प्राचार्य महाजनी, सौ. महाजनी, प्रा. एम. के. जोशी व स्वागतसमितीचे अन्य सभासद पाहुण्यांचे स्वागत करीत होते. साडेआठ वाजेपर्यंत सर्व मंडप पूर्ण भरला होता. ठीक साडेआठ वाजता समारंभाचे प्रमुख पाहुणे सर चंद्रशेखर रामन, सौ. रामन सभास्थानी आले. न्यू इंग्लिश स्कूलच्या बँड पथकाने स्वागतगीत वाजविले; पाहुणे व्यासपीठाकडे जात असताना सुमारे पाच हजारांच्या समुदायाने उत्थापन दिले, असंख्य कॅमेरे लकाकले. प्रभात फिल्म स्टुडिओचे कलावंत संपूर्ण समारंभाची चित्रफीत (फिल्म) घेण्यात गर्क होते.

व्यासपीठावर प्रमुख पाहुण्यांबरोबर माननीय श्रीनिवास शास्त्री, श्री. जी. के. देवधर, सांगलीच्या राणीसाहेब, श्रीमंत सरदार पंडित जगन्नाथ महाराज, श्री. बाबुराव साळवेकर, कर्नल घारपुरे विराजमान होते. दिवाण बहादुर गोडबोले यांनी डेक्कन एज्युकेशन सोसायटीच्या वतीने स्वागत केले; ते म्हणाले :

"मी गेली ६५ वर्षे या शहराच्या इतिहासाचा साक्षी आहे आणि शैक्षणिक क्षेत्रातील आजपर्यंतच्या प्रगतीने अक्षरश: भारावून गेलो आहे. आजच्या ऐतिहासिक समारंभाला जागतिक कीर्तीचे भारतीय शास्त्रज्ञ सर चंद्रशेखर रामन प्रमुख पाहुणे म्हणून हजर असणे हा दुग्धशर्करा योग आहे. त्यांच्या उपस्थितीने समारंभाची प्रतिष्ठा वाढणार आहे, पण त्यापेक्षाही महत्त्वाचे म्हणजे पुण्यासारख्या शहरात शास्त्रीय शिक्षणाला फार मोठे प्रोत्साहन मिळणार आहे." इचलकरंजीच्या संस्थानप्रमुखांनी पाहुण्यांना शुभेच्छा दिल्या. फर्ग्युसन कॉलेज ही संस्था आज जगभर माहीत होते आहे ही अभिमानाची गोष्ट आहे, असे सांगून आपल्या भाषणात फर्ग्युसनच्या माजी विद्यार्थ्यांना आवाहन केले आणि आपल्या मातृसंस्थेसाठी जास्तीतजास्त साहाय्य करावे अशी अपेक्षा व्यक्त केली.

प्राचार्य महाजनी यांनी समारंभासाठी आलेले निवडक संदेश वाचून दाखविले.

राजेसाहेबांच्या सूचनेनुसार सोसायटीचे कार्यवाह प्रा. एम. के. जोशी यांनी

सोसायटीच्या पन्नास वर्षांच्या इतिहासाचा, कार्याचा आढावा घेतला. सुमारे सत्तर हजार विद्यार्थ्यांनी संस्थेत शिक्षण घेतले, ३३ लक्ष रुपयांच्या देणग्या प्राप्त झाल्या, शिक्षकांची संख्या २५० असून सरासरी पाच हजार विद्यार्थी हजर असतात, असा उल्लेख केला. संस्थेच्या प्रगतीमध्ये देणगीदारांच्या, हितचिंतकांच्या साहाय्याचा कृतज्ञतापूर्वक उल्लेख करण्यात आला. ट्युटोरियल पद्धती, पदव्युत्तर अभ्यासक्रम, संशोधनाच्या विविध संधी, औद्योगिक-तांत्रिक शिक्षणातील पदविका अभ्यासक्रम यांचा भावी उपक्रमात समावेश असेल आणि संस्थापकांच्या इच्छेनुसार विद्यमान आजीव सदस्य ही धुरा समर्थपणे पेलतील अशी आशा व्यक्त केली.

यानंतरच्या कार्यक्रमात माजी विद्यार्थ्यांनी दिलेले निवेदन आणि जमा केलेल्या देणग्यांची थैली अर्पण करण्यात आली. १९३५च्या मार्च महिन्यात माजी विद्यार्थी संघटना औपचारिकदृष्ट्या स्थापन करण्यात आली. या स्थापनेत सर्वश्री एन. बी. चंद्रचूड, ज. स. करंदीकर, दत्तो वामन पोतदार, डी. सी. जोशी, एस. व्ही. कीर्तने, व्ही. के. भावे, व्ही. एन. दाते, आर. बी. फडके, जी. पी. एरंडे इत्यादींचा सहभाग होता. नाशिकच्या पी. एन. पाटणकर यांनी विद्यार्थ्यांनी तयार केलेले निवेदन आणि थैली चांदीच्या तबकात सोसायटीच्या कार्याध्यक्षांना सादर केली. निवेदनामध्ये माजी विद्यार्थ्यांनी सोसायटीच्या व विशेषत: फर्ग्युसनच्या सर्व भावी उपक्रमात सक्रिय पाठिंबा आणि सर्व प्रकारचे साहाय्य करण्याचे आश्वासन देण्यात आले होते. या कार्यक्रमामध्ये सहभागी सर्व माजी विद्यार्थी अक्षरश: भारावलेले होते.

श्री. एन. बी. चंद्रचूड यांनी आपल्या आभाराच्या भाषणात 'मी एका गरीब कुटुंबातून आलेला विद्यार्थी आहे. मला डे. ए. सोसायटीने, फर्ग्युसनने आयुष्यात उभे केले. या संस्था नसत्या व त्यांनी शैक्षणिक संस्कार केले नसते, तर मी फक्त एका खेड्यातला पुजारी राहिलो असतो', असे भावपूर्ण उद्गार काढले. सोसायटीचा इतिहास लिहिण्याचे कार्य ज्यांच्याकडे सोपविले होते त्या प्राध्यापक पी. एम. लिमये यांनी सुवर्णमहोत्सव स्मरणिका आणि सोसायटीच्या इतिहासातील छापील मजकूर प्रकाशनासाठी सादर केला. त्यावेळी ते म्हणाले, ''फर्ग्युसन कॉलेज हे श्रीमंतांनाही लाजवेल असे गरिबांचे कॉलेज आहे, श्रीमंतांनीही हेवा करावे असे शिक्षण आणि संस्कार आम्हाला मिळाले. आम्ही सदैव कृतज्ञ आहोत.''

सर चंद्रशेखर रामन श्रोत्यांच्या आनंदी उत्साहाच्या पार्श्वभूमीवर भाषणास उभे राहिले, तेच मुळी टाळ्यांच्या कडकडाटात! ते म्हणाले :

''महाराष्ट्राने अठराव्या शतकात ऐतिहासिक कामगिरी केली; तसाच इतिहास पन्नास वर्षांपूर्वी सुरू झाला. हा इतिहास होता स्वावलंबनाचा, स्वयंसेवेचा आणि विधायक रचनात्मक राष्ट्रीय प्रयत्नांचा. या प्रयत्नांचा भावी भारताच्या जडणघडणीमध्ये निश्चितच मोठा परिणाम होणार आहे. येथील शिक्षकांनी-संस्थापकांनी आखून

दिलेल्या मार्गावरून चालताना किती पगार मिळतो याची चिंता केली नाही. आपण उत्तम शिक्षणाची, संस्कारांची, उत्तम माणूस घडवीत आहोत याची काळजी केली. पुढच्या काळात बदलत्या परिस्थितीनुसार, सुधारणांनुसार विद्यमान शिक्षणपद्धतीतही बदल करावयास हवेत. सोसायटीच्या संस्थांनी केवळ उत्तम शैक्षणिक केंद्रे निर्माण करून, पढित पदवीधर तयार करून भागणार नाही तर ज्ञानाच्या विविध कक्षा खुल्या केल्या पाहिजेत. महाराष्ट्राच्या आणि पर्यायाने भारताच्या आर्थिक जीवनात नव्या उद्यमशील केंद्रांची उभारणी केली पाहिजे. एकेकाळी महाराष्ट्राने संपूर्ण भारतात गौरवाचे स्थान प्राप्त केले होते. आजही धैर्य आणि सामर्थ्य यांच्या जोरावर केवळ भौतिक प्रगतीचे मानदंड उभे करून न थांबता संपूर्ण भारतात बौद्धिक आणि आध्यात्मिक उत्थान साधण्यासाठी कार्य केले पाहिजे.

''संस्थेच्या संस्थापकांनी 'शिक्षण स्वस्त आणि सहज उपलब्ध करण्याचे ध्येय बाळगले होते. शिक्षण हे हवा आणि पाणी यासारखे 'मुक्त' असावे. लोकांना शिक्षणाचा मूलभूत हक्क असावा या वैचारिक व्यासपीठावर आपले कार्य सुरू केले. आपण शैक्षणिक शिखरे निर्माण केली पाहिजेत. हिमालयाचा भव्य पाया आपणाला आकर्षित करतो, परंतु त्यापेक्षाही चकाकणारी हिमशिखरे आपले लक्ष वेधून घेतात आणि ही शिखरे पादाक्रांत करण्यासाठी जगातील समर्थ, चैतन्यशील गिर्यारोहकांना ती आकर्षून घेतात. आपण अशी शिखरे गाठली पाहिजेत की केवळ आजच्या पिढ्यांनी त्यांचे कौतुक करून चालणार नाही तर भावी पिढ्यांनाही त्यांचा सार्थ अभिमान वाटला पाहिजे.''

टाळ्यांच्या कडकडाटात चंद्रशेखरांचे भाषण समाप्त झाले आणि तेथे उपस्थित असलेल्या प्रत्येकाने आनंदाचा आणि उत्साहाचा थरार अनुभवला. 'आपल्या आयुष्यात सतत जपावा असा सर्वोच्च क्षण आपण अनुभवला' अशी भावना सर्वांच्या चेहऱ्यावर दिसत होती.

आपल्या आभाराच्या भाषणात प्रा. बी. एस. कामत यांनी सर चंद्रशेखर यांच्या स्फूर्तिदायक भाषणाचे खास कौतुक केले आणि त्यांचा 'मद्रासहून आलेले दुसरे शास्त्री' म्हणून गौरवपूर्ण उल्लेख केला. समारंभात जाहीर झालेल्या देणग्या एक लाखापर्यंत पोहोचल्या हे जाहीर झाल्यावर टाळ्यांचा कडकडाट झाला. श्री. के. जी. लिमये यांनी विद्यार्थ्यांच्या वतीने आभार मानले, तर प्रा. डी. जी. कर्वे यांनी कार्यक्रमास उपस्थित असलेल्या मान्यवरांचे आभार मानले. संपूर्ण कार्यक्रम कमालीच्या शिस्तीत पार पडला. पानसुपारी वाटप आणि अत्तरगुलाबाच्या दरवळणाऱ्या सुगंधात मुख्य कार्यक्रम समाप्त झाला.

मुख्य कार्यक्रमाच्या समाप्तीनंतर दुपारी संस्थेच्या विद्यार्थ्यांनी मनोरंजनाचा बहारदार कार्यक्रम सादर केला. विद्यार्थ्यांचे वाद्यसंगीत व इतर कार्यक्रमही झाले.

रात्री कॉलेजच्या वसतिगृहात प्रमुख पाहुण्यांच्या बरोबर मान्यवर, शिक्षक व माजी विद्यार्थी यांच्यासाठी सुग्रास भोजन ठेवले होते. सर्व व्यवस्था प्रा. देवधर आणि त्यांच्या शिक्षक-विद्यार्थी सहकाऱ्यांनी उत्तम ठेवली होती.

भोजनोत्तर प्रा. के. जी. पंडित यांनी खास कार्यक्रमासाठी लिहिलेले मराठी नाटक 'सुधारक' आणि गडकऱ्यांचे 'भावबंधन' हे नाटक आजी व माजी विद्यार्थ्यांनी सादर केले. प्रा. जी. सी. भाटे यांनी नाटकात भाग घेणाऱ्यांचे कौतुक केले. प्राचार्य महाजनींनी संपूर्ण सुवर्णमहोत्सवाचा कार्यक्रम यशस्वी पार पडल्यावर सर्वांचे आभार मानले. रात्री १ वाजता व्यासपीठावरचा पडदा पडला आणि सुवर्णमहोत्सवाची सांगता झाली.

◆

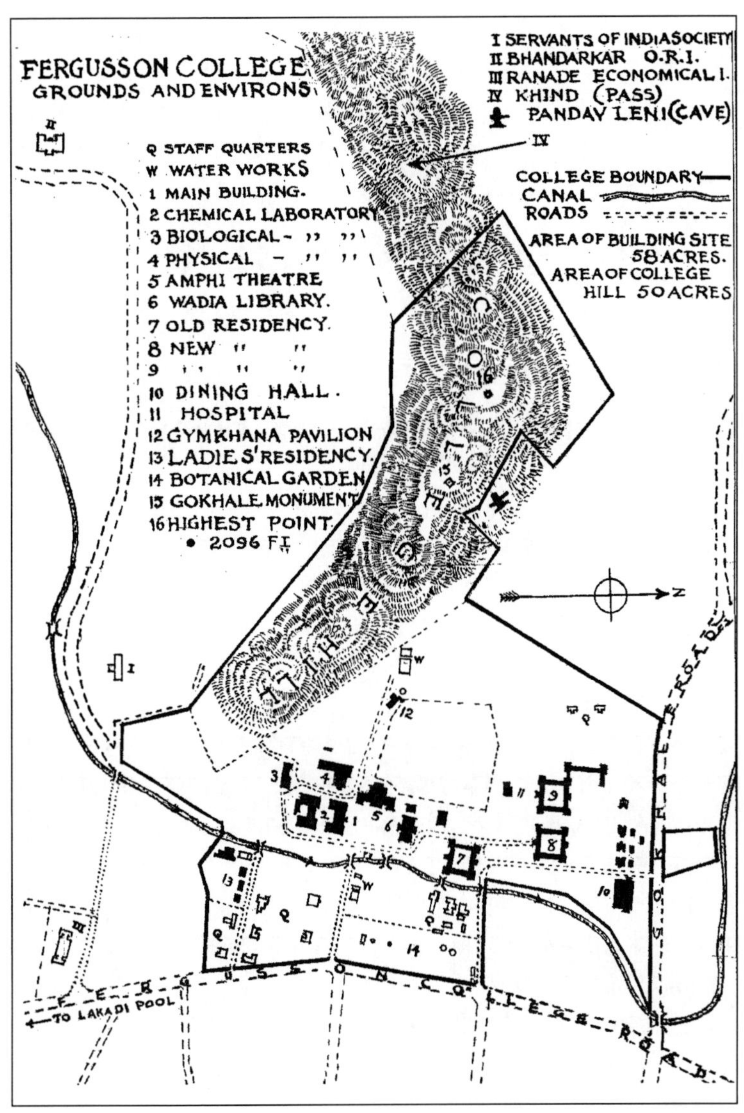
FERGUSSON COLLEGE
GROUNDS AND ENVIRONS
I SERVANTS OF INDIA SOCIETY
II BHANDARKAR O.R.I.
III RANADE ECONOMICAL I.
IV KHIND (PASS)
PANDAV LENI (CAVE)
Q STAFF QUARTERS
W WATER WORKS
1 MAIN BUILDING.
2 CHEMICAL LABORATORY
3 BIOLOGICAL " "
4 PHYSICAL " "
5 AMPHI THEATRE
6 WADIA LIBRARY.
7 OLD RESIDENCY.
8 NEW " "
9 " " "
10 DINING HALL.
11 HOSPITAL
12 GYMKHANA PAVILION
13 LADIES' RESIDENCY.
14 BOTANICAL GARDEN
15 GOKHALE MONUMENT
16 HIGHEST POINT
• 2096 FT
COLLEGE BOUNDARY
CANAL
ROADS
AREA OF BUILDING SITE 58 ACRES.
AREA OF COLLEGE HILL 50 ACRES
COLLEGE HILL
N
GOKHALE ROAD
FERGUSSON COLLEGE ROAD
TO LAKADI POOL

प्रकरण सहावे

फर्ग्युसनचे काही सेवक (१८८५-१९३५)

वामन शिवराम आपटे (१८५८-१८९२)

फर्ग्युसनचे पहिले प्राचार्य वामन शिवराम आपटे यांचा जन्म १८५८ साली सावंतवाडी संस्थानातील असोलीपाल येथे झाला. शिवरामपंतांचे कुटुंब सधन होते; घराणे पारंपरिक पंडित पठडीतले होते. वामनराव सात-आठ वर्षांचे असताना शिवरामपंतांची सर्व संपत्ती जामीनकीच्या औदार्यात संपुष्टात आली आणि सर्व कुटुंब अक्षरश: कफल्लक झाले. सर्व कुटुंब बेळगावमधील एका नातेवाइकांकडे आश्रयास आले व दुसऱ्याच वर्षी कोल्हापुरास आले. वामनराव व त्यांचे दोन बंधू यांनी आपल्या गुणांनी तेथील हायस्कूलचे मुख्याध्यापक कुंटे यांची मर्जी संपादन केली. दुर्दैवाने कुटुंबाची पाठ सोडली नाही. वामनराव केवळ अकरा वर्षांचे असताना सर्वांत थोरल्या बंधूंचे कॉलऱ्याने निधन झाले आणि हा धक्का सहन न झाल्याने केवळ पंधरा दिवसांत आईचे निधन झाले. वामनराव आणि थोरले बंधू माधवराव अक्षरश: उघड्यावर पडले. इथेच नियती साहाय्याला धावून आली. मुख्याध्यापक कुंटे यांची सहानुभूती आणि साहाय्य तसेच जवळपासच्या, शेजाऱ्यांच्या प्रेमामुळे दोन्ही मुलांचे शिक्षण चालू राहिले.

१८७३मध्ये वामनराव मॅट्रिकची परीक्षा उत्तीर्ण झाले आणि विशेष म्हणजे लेखी आणि तोंडी परीक्षांत ९० टक्क्यांहून अधिक गुण मिळवून पहिली जगन्नाथ शंकरशेठ शिष्यवृत्ती त्यांनी प्राप्त केली.

वामनरावांच्या बुद्धिमत्तेने प्रभावित झालेल्या प्राध्यापक कीलहॉर्न यांच्या इच्छेनुसार त्यांना डेक्कन कॉलेजमध्ये प्रवेश मिळाला, आर्थिक साहाय्यही मिळाले. तेथे ते

पहिल्याच वर्षी पहिल्या वर्गात पहिले आले. बी. ए.साठी त्यांनी गणित विषय निवडला, १८७७मध्ये बी.ए.ची पदवी परीक्षा पहिल्या वर्गात उत्तीर्ण केली, त्याचबरोबर त्यावेळी सक्तीचा विषय असलेल्या संस्कृत भाषेचे भाऊ दाजी पारितोषिकही मिळविले. १८७९मध्ये एम. ए. उत्तीर्ण होऊन भगवानदास शिष्यवृत्ती मिळवली. काही काळ मिशनरी शाळेत शिकवीत असताना मुंबई सरकारच्या शिक्षणखात्यात उत्तम नोकरी चालून आली, परंतु आपल्या वृत्तीला सुसंगत नाही म्हणून त्यांनी ती नाकारली आणि न्यू इंग्लिश स्कूलमध्ये शिक्षक म्हणून ते दाखल झाले. वास्तविक टिळक-आगरकरांपेक्षा दोन वर्षांनी वयाने लहान असूनही त्यांना 'न्यू इंग्लिश स्कूल'चे पहिले सुपरिंटेंडेंट म्हणून नेमण्यात आले. बुद्धिमता, व्यवस्थापनकौशल्य, शिस्त यांच्या जोरावर त्यांनी शाळेला प्रसिद्धी आणि प्रतिष्ठा प्राप्त करून दिली. १८८२ सालच्या हंटर कमिशनपुढील साक्षीमुळे त्यांना मुंबई प्रांतातील अग्रणी शिक्षणतज्ज्ञ म्हणून लौकिक लाभला. त्यामुळेच १८८५मध्ये फर्ग्युसन कॉलेज स्थापन झाले तेव्हा अर्थातच त्यांची पहिले प्राचार्य म्हणून नेमणूक झाली. त्यांनी शाळेप्रमाणेच कॉलेजलाही प्रतिष्ठा मिळवून दिली. ९ ऑगस्ट, १८९२ रोजी वयाच्या ३४व्या वर्षी त्यांचे निधन झाले. तेव्हापासून डेक्कन एज्युकेशन सोसायटीच्या सर्व संस्थांमध्ये ९ ऑगस्ट हा 'आपटे डे' म्हणून साजरा केला जातो. संस्कृत - इंग्रजी शब्दकोशामुळे ते सर्वत्र ओळखले जातात.

बाळ गंगाधर टिळक (१८५६-१९२०)

बाळ गंगाधर टिळक यांचा जन्म २३ जुलै, १८५६ रोजी रत्नागिरी येथे झाला. त्यांचे वडील गंगाधरपंत दुय्यम शिक्षणाधिकारी होते, ते बदलीमुळे पुण्यात आले आणि तेथे 'सिटी स्कूल' आणि नंतर पूना हायस्कूलमध्ये त्यांचे शिक्षण झाले. १८७२मध्ये मॅट्रिक परीक्षा उत्तीर्ण झाल्यानंतर उच्च शिक्षणासाठी त्यांनी डेक्कन कॉलेजमध्ये प्रवेश घेतला. १८७६मध्ये गणित विषय घेऊन ते बी.ए.ची परीक्षा पहिल्या वर्गात उत्तीर्ण झाले आणि तेथेच १८७९मध्ये एल. एल. बी. पदवी प्राप्त केली. या काळातच राष्ट्रीय सेवेच्या कल्पनांनी ते भारले गेले आणि तेथेच सरकारी नोकरी न करण्याचा निर्णय केला. शिक्षणाचा विस्तार झाल्याशिवाय राष्ट्रीय प्रगती शक्य नाही अशी त्यांची धारणा होती. डेक्कन कॉलेजमध्ये वसतिगृहातील त्यांच्याच खोलीत एकत्र राहणारे गोपाळ गणेश आगरकर (१८५६-१८९५)* बी. ए.चा अभ्यास करीत असताना टिळकांशी या विषयावर चर्चा करीत असत. विष्णुशास्त्री

* आगरकरांविषयी प्रकरण २ आणि ३मध्ये विस्तृत माहिती दिलेली आहे.

चिपळूणकरांनी (१८५०-१८८२) सरकारी नोकरी सोडून न्यू इंग्लिश स्कूल स्थापन करण्याचा निर्णय घेतला, तेव्हा टिळक-आगरकर त्यांच्या योजनेत सामील झाले. १ जानेवारी, १८८० रोजी शाळेची स्थापना झाल्यानंतर टिळकांनी तेथे शिकविण्यास सुरुवात केली आणि १८८४ साली डेक्कन एज्युकेशन सोसायटी स्थापन करून १८८५पासून फर्ग्युसन कॉलेजमध्ये गणित विषय शिकविण्यास सुरुवात केली. डेक्कन एज्युकेशन सोसायटीचे ते संस्थापक, आजीव सदस्य होते. संस्थेच्या प्रशासनासंबंधी काही मतभेद झाल्याने १४ ऑक्टोबर, १८९० रोजी त्यांनी आजीव सदस्यपदाचा राजीनामा दिला. यांनतरच्या काळात भारतीय स्वातंत्र्य चळवळीचे थोर नेते म्हणून लोकमान्य टिळक यांनी पार पाडलेली भूमिका सर्वज्ञात आहे.

महादेव बल्लाळ नामजोशी (१८५३-१८९६)

महादेव बल्लाळ नामजोशी यांचा जन्म १८५३मध्ये कोकणातील महाड गावाजवळ बिरवाडी येथे झाला. त्यांचे वडील गावातील शेठ जमनाभाई यांच्याकडे अत्यंत कमी पगारावर नोकरी करत असल्याने नामजोशी कुटुंब गरिबीत दिवस काढीत होते. महादेवरावांचे प्राथमिक आणि माध्यमिक शिक्षण पुण्यात सुरुवातीला 'बाबा गोखले' यांच्या शाळेत आणि नंतरचे पुणे कॅम्पमधील 'मिशन स्कूल' येथे झाले. १८७३ साली ते मॅट्रिक परीक्षा उत्तीर्ण झाले; विशेष म्हणजे 'लॅटिन' हा त्यांचा दुसरा भाषाविषय होता. कॉलेज शिक्षणाच्या फंदात न पडता त्यांनी सरळ सामाजिक कार्य सुरू केले. न्यू इंग्लिश स्कूल सुरू झाल्यानंतर न्यायमूर्ती महादेव गोविंद रानडे यांच्या खास शिफारशीवर ते संस्थेत दाखल झाले; त्यावेळी ते स्वत:च्या जबाबदारीवर 'किरण' आणि 'डेक्कन स्टार' ही पत्रे चालवीत होते व नंतर केसरी-मराठा या वृत्तपत्रांशीही त्यांचा संबंध आला. त्यांचा लोकसंग्रह प्रचंड होता, स्वभावात धडाडी होती. या गुणांच्या जोरावर त्यांनी दक्षिण मराठी संस्थानांकडून सुमारे ५०,००० रुपयांच्या देणग्या गोळा केल्या, त्यामुळे १८८५मध्ये फर्ग्युसन कॉलेज सुरू करणे शक्य झाले. ते शिकविण्याच्या फंदात पडत नसत, परंतु संघटनकौशल्यामुळे त्यांना 'डेक्कन एज्युकेशन सोसायटीचे परराष्ट्रमंत्री' म्हणत असत. भारताच्या औद्योगिक प्रगतीत त्यांना खास रस होता आणि त्यासाठी त्यांनी 'इंडस्ट्रियल रिव्ह्यू' व 'शिल्पकलाविज्ञान' ही पत्रे सुरू केली. पुण्यातील 'रे म्युझियम', 'इंडस्ट्रियल कॉन्फरन्स', १८८८ सालचे 'पूना इंडस्ट्रियल एक्झिबिशन' यांची कल्पना नामजोशींचीच. त्यांच्यामुळे शालेय अभ्यासक्रमामध्ये शास्त्रीय आणि तांत्रिक विषयांचा समावेश होऊ शकला. त्यांच्या प्रयत्नांमुळे न्यू इंग्लिश स्कूलमध्ये

१८८६मध्ये व्ही. एम. ओक यांचे विशेष चित्रकला वर्ग सुरू झाले, तसेच केमिस्ट्री, फिजिक्स, मेकॅनिक्स यांचे प्रात्यक्षिक वर्गही सुरू झाले. विद्यार्थ्यांच्या दृष्टीने हे महत्त्वाचे पाऊल होते. १८८६मध्ये महाबळेश्वर येथे मुंबई सरकारबरोबर डेक्कन कॉलेज आणि फर्ग्युसन कॉलेज यांच्या विलीनीकरणासंबंधी चर्चेच्या वेळी डेक्कन एज्युकेशन सोसायटीच्या वतीने जे शिष्टमंडळ पाठविण्यात आले होते त्या तिघांत नामजोशींचा समावेश होता. सोसायटीच्या वतीने लॉर्ड डफरिन यांच्या पुणे भेटीसंबंधी चर्चा करण्यासाठी त्यांना कलकत्त्याला पाठविण्यात आले. पुणे नगरपालिकेच्या कार्यात त्यांना विशेष रस होता व १८८५ नंतर पुण्याच्या व्यापारी प्रतिनिधींच्या वतीने त्यांची निवड झाली होती. पुण्यात 'कॉटन-सिल्क मिल' आणि 'पूना मेटल फॅक्टरी'च्या स्थापनेच्या प्रारंभिक चर्चेतही त्यांनी महत्त्वाचा भाग घेतला. डेक्कन एज्युकेशन सोसायटीमध्ये मतभेद सुरू झाले त्यावेळी ते टिळक गटात होते, परंतु त्यांनी टिळकांबरोबर राजीनामा दिला नाही; ते तटस्थ राहिले. ते कामही करेनात व राजीनामाही देत नव्हते, त्यामुळे जानेवारी १८९४मध्ये त्यांचे आजीव सदस्यत्व रद्द करण्यात आले. संस्थेत ते इंग्रजी, अंकगणित, इतिहास, भूगोल हे विषय शिकवीत. व्यापारी भूगोलावर ते ग्रंथलेखन करीत होते, परंतु तो ग्रंथ प्रकाशित होऊ शकला नाही. उत्तम व्यक्तिमत्त्व आणि संभाषणकौशल्य या त्यांच्या जमेच्या बाजू होत्या. महाराष्ट्राच्या औद्योगिक प्रगतीच्या आद्य शिल्पकारांपैकी आघाडीचे शिलेदार म्हणून ते ओळखले जातात. १३ जानेवारी, १८९६ रोजी त्यांचे निधन झाले.

वासुदेव बाळकृष्ण केळकर (१८६०-१८९५)

वासुदेव बाळकृष्ण केळकर हे डेक्कन एज्युकेशन सोसायटीच्या पहिल्या सात आजीव सदस्यांपैकी एक होत. १८६०मध्ये सातारा येथे त्यांचा जन्म झाला. १८७८मध्ये धारवाड येथून मॅट्रिक परीक्षा उत्तीर्ण झाल्यानंतर उच्च शिक्षणासाठी त्यांनी मुंबईच्या एल्फिंस्टन कॉलेजमध्ये प्रवेश घेतला. पहिल्या वर्षीच त्यांनी इंग्लिश विषयाचे हगलिंग्ज एलफिन्स्टन, पारितोषिक मिळवले. १८८१मध्ये पदवी परीक्षेत उत्तीर्ण होताना अर्थशास्त्राचे कॉब्डेन पारितोषिक मिळविले. पुढे मुंबईतच कायद्याचा अभ्यास करीत असताना आपले मार्गदर्शक रावबहादुर एन. जी. फाटक यांच्या सल्ल्यावरून ते न्यू इंग्लिश स्कूलमध्ये दाखल झाले. कोल्हापूर प्रकरणात टिळक-आगरकर शिक्षा भोगीत असताना शाळेला मातब्बर शिक्षकांची गरज होती, ती त्यांनी यशस्वीपणे पुरी केली. शाळेत उत्तम शिक्षक म्हणून लौकिक प्राप्त केल्यामुळे अर्थातच फर्ग्युसन कॉलेज सुरू झाल्यावर तेथे इंग्रजीचे प्राध्यापक म्हणून त्यांची नियुक्ती झाली. हे पद त्यांनी दहा वर्षे भूषविले. १८९५च्या मे महिन्यात

त्यांचे निधन झाले. प्राचार्य आगरकरांचे ते घनिष्ठ सहकारी होते.

न्यू इंग्लिश स्कूलचे शिक्षक असल्यापासून त्यांचा केसरी आणि मराठा या वृत्तपत्रांशी संबंध आला आणि ऑक्टोबर, १८८७ ते १८९१पर्यंत ते दोन्ही वृत्तपत्रांचे संपादक होते. या काळात फर्ग्युसनमधील प्रशासकीय जबाबदारीतून त्यांना सवलत देण्यात आली होती. इंग्रजी आणि मराठी या दोन्ही भाषांवर त्यांचे उत्तम प्रभुत्व होते. विलक्षण विनोदबुद्धी हे त्यांच्या लेखनाचे महत्त्वाचे वैशिष्ट्य होते. शेक्सपिअरच्या 'टेमिंग ऑफ द श्रू' या नाटकाचे 'त्राटिका' हे त्यांनी केलेले रूपांतर खूप गाजले. काही काळ त्यांनी 'इंग्लिश ओपिनियन ऑन इंडिया' या मासिकाचे संपादनही केले. इंग्रजी वृत्तपत्रे आणि मासिके भारताविषयी जे लेखन करीत असत त्याचे संकलन व त्यावरील केळकरांचे भाष्य असे मासिकाचे स्वरूप होते. 'नाट्य-कथार्णव' याचेही ते काही काळ संपादक होते. नाट्यक्षेत्रात त्यांनी जे कार्य केले, त्यामुळे 'शाहूनगरवासी' नाट्य कंपनीला चांगले यश मिळाले. ते स्वत: उत्तम शिक्षक होते आणि अध्यापनशास्त्रापेक्षा अध्यापनकलेवर त्यांचा भर होता. त्यांचे शिकवणे इतके प्रभावी होते की इंग्रज प्राध्यापकाची आवश्यकता वाटत नसे. त्यानंतरच्या काळात ही परंपरा उत्तम प्रकारे चालली. असे म्हणतात की डेक्कन कॉलेजमधील इंग्रज प्राध्यापकही केळकरांच्या शिकवण्यावर मनापासून खूश होते.

महादेव शिवराम गोळे (१८५९-१९०६)

महादेव शिवराम गोळे यांचा जन्म १८५९मध्ये सातारा जिल्ह्यातील मर्दे गावच्या इनामदार कुटुंबात झाला. त्यांच्या वडिलांना आपल्या कामांमुळे गावोगावी जावे लागत असल्याने महादेवाचे शिक्षण आईकडे पुण्यात झाले. बरेचसे प्राथमिक शिक्षण घरीच झाले आणि सहाव्या इयत्तेत त्यांनी शाळेत प्रवेश घेतला. १८७७ साली मॅट्रिक परीक्षा उत्तीर्ण झाल्यानंतर त्यांनी डेक्कन कॉलेजमध्ये प्रवेश घेतला आणि तेथून संस्कृत व तत्त्वज्ञान हे विषय घेऊन पदवी प्राप्त केली. तेथेच त्यांना दक्षिणा फेलोशिपही मिळाली. डेक्कन कॉलेजमध्ये ते आगरकरांच्या संपर्कात आले आणि त्यांच्या सूचनेवरून १८८३ साली ते न्यू इंग्लिश स्कूलमध्ये दाखल झाले. संभाव्य कॉलेजमध्ये शास्त्र विषयांच्या अध्यापकाची गरज आहे हे लक्षात आल्याने नैसर्गिक शास्त्रे हा विषय घेऊन १८८४मध्ये त्यांनी एम. ए.ची पदवी घेतली. डेक्कन एज्युकेशन सोसायटी स्थापन करणाऱ्या मूळ सात आजीव सदस्यांत त्यांचा समावेश होता. फर्ग्युसनमध्ये ते फिजिक्स विषय शिकवीत असत. १८९५मध्ये आगरकरांचे निधन झाल्यावर ते फर्ग्युसन कॉलेजचे प्राचार्य झाले. १९०१ सालापर्यंत काही काळ विश्रांती घेत त्यांनी प्राचार्यपदाचा राजीनामा दिला; अठरा वर्षांची सेवा

पूर्ण झाल्यानंतर त्यांनी निवृत्तीपूर्व रजा घेतली. मध्यप्रांतात हर्डा येथे त्यांनी काही जमीन विकत घेतली होती. निवृत्तीनंतर ते तेथे स्थायिक झाले. १९०६ सालच्या अखेरीस ते हवापालटासाठी नाशिक येथे गेले; तेथेच ८ डिसेंबर, १९०६ रोजी दम्याच्या विकाराने त्यांचे निधन झाले.

प्राचार्य गोळे स्वतंत्र कल्पनांचे विचारवंत होते आणि ते आपले विचार आगळ्या पद्धतीने मांडत. 'हिंदु धर्म आणि सुधारणा' या पुस्तकात त्यांनी आपली सामाजिक सुधारणांविषयी मते मांडली आहेत आणि त्याकाळच्या 'सुधारक' मतांविरोधी असल्याने समाजाच्या परंपरावादी सनातन्यांनी त्यांचे विशेष कौतुक केले. 'ब्राह्मण आणि त्यांची विद्या' या पुस्तकात त्यांनी 'शिक्षणाचे उद्दिष्ट आणि शिक्षणपद्धती' याविषयी आपले विचार व्यक्त केले आहेत. न्यू इंग्लिश स्कूलच्या विद्यार्थ्यांसाठी वसतिगृह असावे ही त्यांची मूळ कल्पना त्यांनी प्रत्यक्षात आणली. १८८७, १८९० आणि १८९४ या काळात त्यांनी न्यू इंग्लिश स्कूलचे सुपरिंटेंडेंट हे पद भूषविले. फर्ग्युसनमधील शास्त्र विभागाचे ते मूळ शिल्पकार म्हणून ओळखले जातात. ते मधूनमधून केसरीत लेखन करीत असत आणि त्यांच्या झोंबऱ्या विनोदांमुळे ते लोकप्रियही होत असे. किमान वीस वर्षांची सेवा करण्याचे वचन प्रत्येक आजीव सदस्याला द्यावे लागत असे. असे वचन पूर्ण करून सेवानिवृत्त होणारे ते पहिले आजीव सदस्य होत.

गोपाळ कृष्ण गोखले (१८६६-१९१५)

९ मे, १८६६ रोजी कोतलुक या रत्नागिरी जिल्ह्यातील छोट्याशा गावी गोखल्यांचा जन्म झाला. घरची परिस्थिती बेताची. वयाच्या १२व्या वर्षी वडिलांचे निधन झाल्यावर कागल येथे थोरल्या भावाच्या प्रोत्साहनामुळे त्यांचे शिक्षण चालू राहिले. १८८१मध्ये राजाराम हायस्कूलमधून मॅट्रिक झाल्यावर राजाराम कॉलेजमधून १८८२मध्ये प्रीव्हियस परीक्षा दिली. पुढे १८८४मध्ये मुंबईच्या एल्फिन्स्टन कॉलेजमधून गणित विषय घेऊन त्यांनी पदवी मिळविली. काही काळ त्यांनी इंजिनिअरिंग आणि कायद्याचा अभ्यास करण्याचा प्रयत्न केला. काय करावे अशा द्विधा मनस्थितीत असताना जानेवारी, १८८५मध्ये त्यांनी न्यू इंग्लिश स्कूलमध्ये शिक्षकाची नोकरी धरली आणि १८८६मध्ये ते डेक्कन एज्युकेशन सोसायटीचे आजीव सदस्य झाले. बी.ए.ला त्यांचा विषय गणित असला तरी फर्ग्युसनमध्ये पहिली पाच वर्षे ते इंग्रजी शिकवीत असत. टिळकांनी राजीनामा दिल्यानंतर काही काळ त्यांनी गणित शिकविले. पुढे १८९२मध्ये धोंडो केशव कर्वे यांनी गणिताची जबाबदारी स्वीकारल्यानंतर बराच काळ त्यांनी इतिहास आणि अर्थशास्त्र हे विषय

शिकविले. प्राचार्य आपटे यांच्या निधनानंतर डेक्कन एज्युकेशन सोसायटीचे प्रतिनिधी म्हणून त्यांची सामाजिक जबाबदारी वाढली. १८९२मध्ये फर्ग्युसनच्या नव्या इमारतीचे बांधकाम सुरू झाल्यानंतर गोखले यांनी निधी गोळा करण्यात महत्त्वाची भूमिका बजावली. १८९२ ते १८९६ या काळात ते सोसायटीचे कार्यवाह म्हणून काम पाहात होते. १८९७-९८च्या अडचणीच्या काळात आजीव सदस्यांच्या नेतृत्वाची जबाबदारी त्यांनी समर्थपणे पेलली. १९०२मध्ये त्यांनी निवृत्तिपूर्व रजा घेतली आणि १९०४ साली ते निवृत्त झाले. सोसायटीतून निवृत्त होण्यापूर्वीच भारताच्या राष्ट्रीय चळवळीच्या राजकारणात त्यांचे नाव गाजू लागले. १८९९मध्ये मुंबई विधानमंडळाचे ते सभासद झाले. तर १९०१मध्ये इंपीरियल लेजिस्लेटिव्ह कौन्सिलचे सभासद झाले. १९०५मध्ये भारतीय राष्ट्रीय काँग्रेसचे अध्यक्ष म्हणून त्यांची निवड झाली; आयुष्यातील हा सर्वोच्च बहुमान होता. १९०८मध्ये ते इंग्लंडला गेले आणि १९०९ सालच्या मोर्ले-मिंटो सुधारणांची पार्श्वभूमी त्यांनी तयार केली. १९१२मध्ये ते दक्षिण आफ्रिकेत गेले आणि तेथील भारतीयांचे हक्क मिळवून देण्याचा त्यांनी प्रयत्न केला. १९०५मध्ये त्यांनी 'भारत सेवक समाज' (Servants of India Society) स्थापना केली तर १९१०मध्ये रानडे इकॉनॉमिक इन्स्टिट्यूटची स्थापना केली. या काळातील धावपळीमुळे त्यांच्या तब्येतीवर परिणाम झाला. हृदयविकाराच्या त्रासाने १९ फेब्रुवारी, १९१५ रोजी त्यांचे निधन झाले. महात्मा गांधी त्यांना गुरू मानत असत. इतिहास, राजकारण, अर्थशास्त्र यांचा गाढा अभ्यास, इंग्रजी भाषेवरील प्रभुत्व आणि प्रश्न सोडविण्याची हातोटी यांमुळे ते डेक्कन एज्युकेशन सोसायटीमध्ये आणि भारतीय राजकारणातही खूप लोकप्रिय ठरले.

चिंतामण गंगाधर भानू (१८५६-१९१९)

चिं. गं. भानू

पेशवाईतील नाना फडणीस यांचा कौटुंबिक वारसा सांगणाऱ्या चिंतामणरावांचा जन्म सातारा जिल्ह्यातील दहिवडी येथे जुलै, १८५६मध्ये झाला. घरची आर्थिक परिस्थिती बेतास बात होती. तासगाव येथे व्ह. फा. परीक्षा पास झाल्यानंतर पुढच्या शिक्षणासाठी ते सातारला आले. १८७६ला मॅट्रिक उत्तीर्ण झाल्यानंतर वडिलांच्या आग्रहाखातर सबओव्हरसियर झाल्यानंतर त्यांनी मुठा उजव्या कॅनालच्या क्षेत्रात सर्व्हेयर म्हणून नोकरी केली. तेथे

वरिष्ठांशी न पटल्यामुळे नोकरी सोडून डेक्कन कॉलेजमध्ये १८८१ला प्रवेश घेतला. १८८२मध्ये प्रीव्हियस व नंतर १८८४मध्ये संस्कृत आणि तत्त्वज्ञान या विषयांत पदवी घेतली; विनायक शंकरशेठ पारितोषिकही मिळविले. पुन्हा वडिलांच्या इच्छेविरुद्ध त्यांनी डेक्कन एज्युकेशन सोसायटीत नोकरी पत्करली. १८८७मध्ये ते आजीव सदस्य झाले. ते फर्ग्युसनमध्ये इतिहास विषय शिकवीत तर शाळेतील वरच्या वर्गांना इंग्रजी शिकवीत असत. १८९४-९७ या काळात ते न्यू इंग्लिश स्कूलचे सुपरिंटेंडेंट होते, त्या काळात शाळेची लक्षणीय प्रगती झाली. १८९७मध्ये त्यांनी केलेली जहाल भाषणे आणि लेख यांमुळे त्यांना दोन वर्षे रजेवर जाण्यास भाग पाडण्यात आले. १९०९मध्ये निवृत्तीपूर्व रजेवर जाण्यापूर्वी न्यू इंग्लिश स्कूलच्या नवीन बांधकामावर त्यांनी देखरेख केली. निवृत्तीनंतर काही काळ त्यांनी 'इंदुप्रकाश'चे संपादकपद सांभाळले आणि त्याचबरोबर यंदे यांनी प्रकाशित केलेल्या उपनिषद चिकित्सा मालिकेत लेखनही केले. त्यांनी १९१८ ते १९२३ या काळात अंमळनेरच्या तत्त्वज्ञान मंदिराचे प्रमुख म्हणून काम पाहिले; शेठ मोतीलाल माणिकचंद यांच्या साहाय्याने या मंदिराची स्थापना भानू यांनीच केली होती. पुण्यात ३० डिसेंबर, १९२९ रोजी त्यांचे निधन झाले.

भानूंचे व्यक्तिमत्त्व आकर्षक होते आणि वक्तृत्व प्रभावी होते. भगवद्‌गीता, ब्रह्मसूत्रे, भागवत, महाभारत यांचे त्यांनी मराठीत भाषांतर केले. त्या काळच्या अनेक नियतकालिकांत त्यांचे लेख प्रसिद्ध झाले. काही कादंबऱ्यांचे लेखनही केले. ते मनस्वी देशभक्त होते आणि सामाजिक सुधारणांच्या बाबतीत पुरोगामी विचारवंत होते. डेक्कन एज्युकेशन सोसायटीची प्रतिष्ठा वाढविण्यात भानूंचे योगदान लक्षणीय होते. सोसायटीच्या कारभारात अनेक स्वार्थत्यागी तरुणांना सहभागी करून घेणे हे भानूंचे सर्वांत महत्त्वाचे कार्य होय.

धोंडो केशव कर्वे (१८५८-१९६२)

धोंडो केशव कर्वे यांचा जन्म १८ एप्रिल, १८५८ रोजी रत्नागिरी जिल्ह्यातील शेरवली गावात झाला. वडील एका जमीनदाराकडे नोकरीस होते; परिस्थिती गरिबीचीच होती. १८७२मध्ये मुरुडमधून ते व्हर्नाक्युलर फायनल झाले. परिस्थितीमुळे नेहमी शिक्षणात अडथळे येत. १८७८मध्ये मुंबईस 'रॉबर्ट मनी इन्स्टिट्यूट'मध्ये पाचव्या इयत्तेत दाखल झाले. शिष्यवृत्त्या आणि खाजगी शिकवण्या यांच्या आधाराने १८८१मध्ये मॅट्रिक पास झाले. प्रीव्हियसची परीक्षा विल्सनमधून तर पदवी परीक्षा एल्फिन्स्टनमधून १८८४मध्ये उत्तीर्ण झाले. पुढे त्यांनी एम.ए.चा अभ्यास केला पण यश मिळाले नाही. पुढे मुंबईतच मराठा हायस्कूलमध्ये नोकरी

आणि खाजगी शिकवण्या असा दिनक्रम चालू होता. १८९०मध्ये टिळकांनी डे. ए. सोसायटीचा राजीनामा दिल्यानंतर त्यांना फर्ग्युसनमध्ये नोकरीची संधी आली. एल्फिन्स्टन कॉलेजमध्ये गोपाळ कृष्ण गोखले वर्गमित्र होते आणि त्यांच्या शिफारशीचा उपयोग झाला. नोव्हेंबर, १८९१मध्ये ते फर्ग्युसनमध्ये गणिताचे अध्यापक झाले आणि १ एप्रिल, १८९२पासून आजीव सदस्य झाले. पुढे १० वर्षे गणिताची जबाबदारी त्यांच्याकडे होती. १९०२मध्ये र. पु. परांजपे आल्यानंतर कर्वे न्यू इंग्लिश स्कूलमध्ये गणित शिकवू लागले; १९०८मध्ये ते सुपरिटेंडेंट झाले, तेव्हापासून ते विद्यार्थिनिधी गोळा करू लागले; १९१४मध्ये निवृत्त होताना हा निधी ३८१६ रुपये होता. पुढे या निधीचे सोसायटीच्या ज्युबिली फंडात रूपांतर करण्यात आले. १९१४मध्ये निवृत्त झाल्यानंतर त्यांनी पुढील आयुष्य हिंदू विधवा आश्रम आणि एस. एन. डी. टी. विद्यापीठ यांच्या कार्यात व्यतीत केले. १९२९मध्ये त्यांनी जागतिक दौरा केला आणि महिला विद्यापीठासाठी निधी उभारला.

हर्बर्ट स्पेन्सरच्या 'बेनिफिसन्स' आणि 'इंडक्शन्स ऑफ एथिक्स' या ग्रंथांचे त्यांनी मराठीत भाषांतर केले. 'सिजविक' या राजकीय विचारवंताच्या 'एलिमेंट्स ऑफ पॉलिटिक्स' या ग्रंथाचे मराठीत भाषांतर करण्यास त्यांनी वासुदेव बळवंत पटवर्धन यांना साहाय्य केले. त्यांनी लिहिलेले आत्मचरित्र म्हणजे पूर्वीच्या समाजसुधारकांना कोणत्या अडचणींना तोंड द्यावे लागले याचा मनोज्ञ आलेखच आहे. कर्वे यांनी 'सुधारणे'चे भाष्य करताना स्वतःच्या कृतीने सुधारणा अमलातही आणल्या. त्यांनी स्वतः विधवेशी लग्न केले आणि आयुष्यभर विधवांसंबंधी विधायक कार्यही केले. स्वार्थत्यागाचे आणि समाजसुधारणेचे ते मूर्तिमंत उदाहरण होते. सडसडीत बांधा, सततची चाल आणि खळाळते चैतन्य यांमुळे ते दीर्घायुष्य जगले. महात्मा गांधी, पंडित नेहरू, राजेंद्रप्रसाद, राधाकृष्णन आदींनी त्याच्या पर्णकुटीस भेट देऊन आदर व्यक्त केला. 'भारतरत्न' हा सर्वोच्च बहुमान त्यांना लाभला.*

कृष्णाजी पांडुरंग लिमये (१८६७-१९२७)

कृष्णाजी पांडुरंग लिमये यांचा जन्म जानेवारी, १८६७मध्ये रामदुर्ग येथे झाला. त्यांचे शिक्षण पुण्यात झाले. पुणे इंजिनिअरिंग कॉलेजमधून १८९३मध्ये ते

* १९६०मध्ये फर्ग्युसनचा अमृतमहोत्सव साजरा झाला त्यावेळची त्यांची भेट अविस्मरणीय होती. त्यांचे चिरंजीव दिनकरराव कर्वे आम्ही विद्यार्थी असताना फर्ग्युसनचे प्राचार्य होते. भास्करराव कर्वे फर्ग्युसनच्या माजी विद्यार्थी संघटनेचे अध्यक्ष होते तर रघुनाथराव कर्वे यांचे कुटुंब नियोजनासंबंधी कार्य तर क्रांतिकारकच!

एल.सी.ई. उत्तीर्ण झाले. मुंबई सरकारच्या सार्वजनिक बांधकाम खात्यात त्यांना उत्तम आणि चांगल्या पगाराची नोकरी मिळत असताना ती नाकारून गोपाळ कृष्ण गोखले यांच्या सल्ल्यानुसार १८९४मध्ये ते डे. ए. सोसायटीत आले. न्यू इंग्लिश स्कूलमध्ये ते गणित व शास्त्र हे विषय शिकवीत; सातारच्या न्यू इंग्लिश स्कूलच्या स्थापनेत त्यांचा महत्त्वाचा सहभाग होता. १९११मध्ये त्यांना मुद्दाम पुण्यात बोलावण्यात आले आणि सोसायटीच्या बांधकामाची सूत्रे त्यांच्याकडे सोपविण्यात आली. पुण्यातील फर्ग्युसनचे वसतिगृह, विद्यार्थ्यांच्या वाचनालयाची इमारत, केमिस्ट्री, फिजिक्स, बायॉलॉजी या विषयांच्या प्रयोगशाळा, त्यांची वाढीव बांधकामे आणि रमणबागेची इमारत या सर्व इमारतींचे त्यावेळचे बांधकाम लिमये यांच्या मार्गदर्शनाखाली झाले. सलग २२ वर्षांच्या सेवेनंतर ते निवृत्त झाले. त्यानंतर काही काळ त्यांनी पुणे नगरपालिकेमध्येही शहर विकास अभियंता म्हणून काम पाहिले. २७ जानेवारी, १९२७ रोजी त्यांचे निधन झाले.

गोविंद चिमणाजी भाटे (१८७०-१९४६)

गोविंद चिमणाजी भाटे यांचा जन्म महाडजवळील एका खेड्यात १९ सप्टेंबर, १८७० रोजी झाला. १८८८मध्ये मॅट्रिक परीक्षा उत्तीर्ण झाल्यानंतर कॉलेजचे पहिले वर्ष (प्रीव्हियस) फर्ग्युसनमधून पास करून नंतर डेक्कन कॉलेजमध्ये दाखल झाले. तेथे बी. ए. व एम. ए. उत्तीर्ण झाले. त्या काळात 'एलिस स्कॉलरशिप', दक्षिणा फेलोशिप, इतिहास आणि तत्त्वज्ञान या विषयांचे 'काशिनाथ त्र्यंबक तेलंग मेडल' त्यांनी प्राप्त केले. गोपाळ कृष्ण गोखले यांच्या सूचनेवरून ते सोसायटीत दाखल झाले आणि १८९५मध्ये आजीव सभासद झाले. त्यांच्या सेवेतील बराच कालखंड सोसायटीच्या अन्य संस्थांत गेला; १९२८ पर्यंत ते विलिंग्डन कॉलेजचे प्राचार्य होते. १९३०मध्ये त्यांना फर्ग्युसनमध्ये शिकविण्यासाठी पाचारण करण्यात आले. १९३३मध्ये ते सोसायटीतून निवृत्त झाले. भाटे स्वत: मराठी भाषेचे खंदे समर्थक होते आणि त्या भाषेत लेखनही करीत असत. त्यांचे 'अर्थशास्त्राची मूलतत्त्वे' हे पुस्तक खूप गाजले. त्यांच्या काही पुस्तकांचे भारतातील अन्य भाषांत रूपांतर झाले आहे. तत्त्वज्ञान हा त्यांचा अध्ययन-अध्यापनाचा मुख्य विषय होता. विलिंग्डन कॉलेजच्या प्रगतीमध्ये त्यांचा सिंहाचा वाटा होता. सामाजिक सुधारणांच्या बाबतीत त्यांची मते बरीच प्रागतिक होती. प्रत्यक्षात त्यांनी प्रथम १८९९मध्ये विधवेशी विवाह केला आणि नंतर १९१३मध्ये मराठा जातीतील विधवेशी पुनर्विवाह केला. हिंदू समाजाची खरी प्रगती व्हावयाची असेल तर जातिसंस्था नष्ट झाली पाहिजे असे त्यांचे स्पष्ट मत होते आणि प्रत्यक्ष व्यवहारातही ते आपल्या

मताशी प्रामाणिक होते.

वासुदेव बळवंत पटवर्धन (१८७०-१९२१)

वासुदेव बळवंत पटवर्धन यांचा जन्म सातारा येथे १५ मे, १८७० रोजी झाला. त्यांचे वडील साताऱ्यात नगरपालिकेत नोकरीस होते, तेथेच वासुदेव यांचे प्राथमिक शिक्षण झाले. वासुदेव यांना त्यांच्या थोरल्या बंधूंनी नागपूर येथे नेले. तेथील सिटी स्कूलमधून १८८९मध्ये ते मॅट्रिक उत्तीर्ण झाले. त्यांनी नागपूरच्याच हिस्लॉप कॉलेजमधून १८९३मध्ये पदवी प्राप्त केली. १८९४मध्ये ते न्यू इंग्लिश स्कूलमध्ये दाखल झाले व १८९५मध्ये गोपाळ कृष्ण गोखले यांच्या शिफारशीवरून आजीव सदस्य झाले. १९००मध्ये न्यू इंग्लिश स्कूलचे सुपरिंटेंडेंट तर १९०७मध्ये डेक्कन एज्युकेशन सोसायटीचे कार्यवाह झाले. १९१४ ते १९२० या काळात ते फर्ग्युसनचे उपप्राचार्य होते. रँग्लर परांजपे मुंबई सरकारमध्ये शिक्षणमंत्री झाले तेव्हा पटवर्धन फर्ग्युसनचे प्राचार्य झाले. दुर्दैवाने काही महिन्यांतच पोटाचा विकार बळावला आणि २६ ऑक्टोबर, १९२१ रोजी त्यांचे निधन झाले. पटवर्धनांचे साहित्यिक पत्रकाराचे गुण ओळखून आगरकरांनी त्यांना लेखनाची संधी दिली; १८९५मध्ये आगरकरांचे निधन झाल्यावर 'सुधारक'चे ते उपसंपादक झाले, आगरकरी परंपरा त्यांनी समर्थपणे सांभाळली. पुण्यातील प्लेगच्या काळात सरकारविरोधी लेखन केल्यामुळे त्यांना १८९७मध्ये एक वर्षाच्या रजेवर जावे लागले होते. त्यांनी गोपाळ कृष्ण गोखले यांचे चरित्र लिहिले, तसेच आजची शिक्षणपद्धती व काव्य आणि त्याचा विकास या विषयांवरही लेखन केले. १९१७मध्ये त्यांनी भक्तिसंप्रदायावर 'विल्सन फिलालॉजिक लेक्चर्स' दिली. भांडारकरांच्या अध्यक्षतेखाली स्थापन झालेल्या 'तुकाराम' क्लबचे ते कार्यवाह होते आणि संतवाङ्मयामध्ये त्यांनी मोलाची भर घातली.

वैजनाथ काशिनाथ राजवाडे (१८६०-१९४४)

वैजनाथ काशिनाथ राजवाडे यांचा जन्म १८६०मध्ये पेणजवळील वरसई येथे झाला. त्यांचे प्राथमिक शिक्षण पुण्यातील शनिवारपेठेतील सरकारी शाळेत झाले तर माध्यमिक शिक्षण विश्रामबागेतील सिटी हायस्कूलमध्ये झाले. १८८०मध्ये नव्याने स्थापन झालेल्या न्यू इंग्लिश स्कूलमध्ये त्यांनी प्रवेश घेतला आणि तेथूनच ते मॅट्रिक परीक्षा उत्तीर्ण झाले. पुढची दोन वर्षे मुंबईतील विल्सन कॉलेजमध्ये शिकून बी. ए. प्रथम वर्ष १८८२मध्ये वरजीवनदास संस्कृत शिष्यवृत्ती मिळवून

उत्तीर्ण झाले. १८८३ला ते पुण्यात डेक्कन कॉलेजला आले, तेथूनच इंग्लिश आणि संस्कृत विषय घेऊन पहिल्या वर्गात बी. ए. उत्तीर्ण झाले. हेच विषय घेऊन एम. ए. झाल्यानंतर डी. जे. सिंध कॉलेजमध्ये त्यांनी दहा वर्षे इंग्रजीचे प्राध्यापक म्हणून काम केले. गोपाळ कृष्ण गोखले यांच्या सल्ल्यानुसार १८९५मध्ये ते पुण्यात आले. डेक्कन एज्युकेशन सोसायटीत दाखल झाले, आजीव सदस्य झाले आणि केळकरांच्या निधनानंतर फर्ग्युसनमध्ये इंग्रजी शिकवू लागले. १९१४मध्ये निवृत्त होईपर्यंत त्यांनी सोसायटीचे कार्यवाह (१८९८-१९०४), न्यू इंग्लिश स्कूलचे सुपरिंटेंडेंट (१९०७-१९१३) आणि प्राचार्य गोळे यांच्या अनुपस्थितीत काही काळ फर्ग्युसनचे प्रभारी प्राचार्य म्हणून काम केले. १९१७-१८ या काळात त्यांनी मराठीच्या ज्ञानकोशाचे काम केले. पुढे १९२१ पर्यंत सुरत येथील एम.टी.बी. हायस्कूलमध्ये प्रभारी प्राचार्य म्हणून काम केले, तेथूनच १९२५ साली ते निवृत्त झाले. निवृत्तीनंतर त्यांनी भांडारकर ओरिएंटल रिसर्च इन्स्टिट्यूटच्या परिषदेचे अध्यक्ष म्हणून काम पाहिले.

हरी गोविंद लिमये (१८७१-१९१९)

हरी गोविंद लिमये यांचा जन्म १७ ऑक्टोबर, १८७१मध्ये भोर संस्थानातील पाली गावात झाला, तेथेच प्राथमिक शिक्षण झाल्यानंतर १८८३मध्ये ते उच्च शिक्षणासाठी पुण्यात आले. न्यू इंग्लिश स्कूलमधून १८९१मध्ये मॅट्रिक झाल्यानंतर त्यांनी फर्ग्युसनमध्ये प्रवेश घेतला, तेथूनच ते १८९७मध्ये बी.ए. व १८९९मध्ये एम.ए. उत्तीर्ण झाले. एम.ए. परीक्षेत त्यांना मंडलिक पारितोषिक मिळाले. १९०१मध्ये आजीव सदस्य झाल्यानंतर ते इतिहास विषय शिकवू लागले. १९१०-१७ या काळात ते डे. ए. सोसायटीचे कार्यवाह होते. १९०३-१९०६ न्यू इंग्लिश स्कूलचे सुपरिंटेंडेंट होते. मुंबई विद्यापीठाचे फेलो असताना प्रादेशिक भाषांना प्रोत्साहन देण्याचे महत्त्वाचे काम त्यांनी केले. २६ फेब्रुवारी, १९१९मध्ये त्यांचे हृदयविकाराने निधन झाले. मराठ्यांचा इतिहास हा त्यांचा अभ्यासाचा आवडीचा विषय होता आणि त्यासंबंधी त्यांनी संशोधनात्मक विपुल लेखन केले.

केशव रामचंद्र कानिटकर

केशव रामचंद्र कानिटकर यांचा जन्म २५ ऑगस्ट, १८७६ रोजी वाईजवळील धोम गावात झाला. १८९२मध्ये न्यू इंग्लिश स्कूलमधून मॅट्रिक झाल्यानंतर पुढील शिक्षण फर्ग्युसनमध्ये झाले. १८९९मध्ये बी. एस्सी., १९००मध्ये बी. ए. आणि

१९०४मध्ये एम. ए. असा त्यांचा शैक्षणिक प्रवास होता. १९०५मध्ये ते आजीव सदस्य झाले व शास्त्र विषयांचा कारभार सांभाळू लागले. फिजिक्स विषयातील प्रात्यक्षिक शिक्षणात त्यांना विशेष रस होता आणि त्यासाठी त्यांनी या विषयाची कार्यशाळा उभी केली. १९०९मध्ये नानावाड्याच्या उद्‌घाटनप्रसंगी कानिटकरांनी फर्ग्युसनच्या कार्यशाळेत तयार करण्यात आलेली साधने प्रदर्शित केली. १९०९मध्ये ते फर्ग्युसनच्या वसतिगृहाचे प्रमुख झाले. विद्यार्थ्यांमध्ये खेळाबद्दल रस निर्माण करण्यात त्यांनी पुढाकार घेतला. फिजिक्स कार्यशाळेचे विकासकार्य चालूच होते. ऑक्टोबर, १९२१मध्ये वासुदेव बळवंत पटवर्धन यांचे निधन झाल्यानंतर त्यांची फर्ग्युसनचे प्रभारी प्राचार्य म्हणून रँग्लर परांजपे यांच्या अनुपस्थितीत नेमणूक करण्यात आली. १९२४मध्ये परांजपे यांनी प्राचार्यपद सोडल्यानंतर कानिटकर प्राचार्य झाले. १९२९मध्ये प्राचार्यपदावरून मुक्त होण्याच्या काळात फर्ग्युसनमधील प्रशासकीय सुधारणा, वाडिया ग्रंथालयाची नवी खुली मांडणी (Open Access System), विद्यार्थ्यांसाठी कॉलेजमध्ये पहिली दोन वर्षे शारीरिक शिक्षण सक्तीचे करणे, मागास विद्यार्थ्यांसाठी वसतिगृह बांधणे ही महत्त्वाची कामे केली. मुंबई विद्यापीठाच्या सिंडिकेटमध्ये त्यांनी काम केले. १९३२ साली ते आजीव सदस्य म्हणून २९ वर्षे सेवा करून निवृत्त झाले.

वामन गोविंद काळे (१८७६-१९४६)

वामन गोविंद काळे यांचा जन्म १० एप्रिल, १८७६ रोजी सांगली येथे झाला. त्यांचे प्राथमिक शिक्षण पुण्यात नगरपालिकेच्या शाळेत झाले. न्यू इंग्लिश स्कूलमधून १८९६मध्ये ते मॅट्रिक परीक्षा उत्तीर्ण झाले. १८९७ ते १९०० या काळात त्यांनी न्या. महादेव गोविंद रानडे यांचे साहाय्यक म्हणून काम केले. १८९७मध्ये त्यांनी फर्ग्युसन कॉलेजमध्ये प्रवेश घेतला, १९०३मध्ये पदवी घेतली आणि त्यांची कॉलेजमध्ये दक्षिणा फेलो म्हणून नेमणूकही झाली. १९०५मध्ये त्यांनी एम. ए. पदवी घेतली, १९०७मध्ये ते आजीव सदस्य झाले व फर्ग्युसनमध्ये त्यांनी इतिहास आणि अर्थशास्त्र हे विषय शिकविण्यास सुरुवात केली. त्यांना खेळांमध्ये खास रस असल्याने कॉलेजच्या जिमखान्याचे उपप्रमुख म्हणूनही त्यांनी कार्य केले. १९१४पासून १९२४ पर्यंत वसतिगृहाचे पर्यवेक्षक म्हणूनही त्यांनी कार्य केले.

१९२१मध्ये प्रा. काळे यांची कौन्सिल ऑफ स्टेटमध्ये नेमणूक झाली, १९२३मध्ये भारतीय टॅरिफ बोर्डावर त्यांची नेमणूक झाली. तेथील दोन वर्षांचे कार्य पुरे झाल्यानंतर ते पुन्हा फर्ग्युसनमध्ये शिकवू लागले. १९३२मध्ये ते निवृत्त झाले, परंतु त्यानंतरही अभ्यागत प्राध्यापक म्हणून ते अर्थशास्त्र शिकवीत असत.

अर्थशास्त्रीय विषयाचा गाढा अभ्यास आणि मूलभूत विवेचन हे काळे यांच्या लेखनाचे वैशिष्ट्य होय. त्यांनी या विषयावर भारतीय आणि विदेशी वृत्तपत्रे, नियतकालिके, संशोधनपत्रिका यांमध्ये विपुल लेखन केले. 'भारतीय अर्थशास्त्र' आणि 'भारतीय प्रशासन' ही त्यांनी लिहिलेली पुस्तके आजही महत्त्वाची मानली जातात. अर्थशास्त्रीय विषयाचा परामर्श घेण्यासाठी त्यांनी 'अर्थ' हे साप्ताहिक सुरू केले. मराठी पत्रकारितेमध्ये हे महत्त्वाचे ऐतिहासिक पाऊल ठरले. भारतीय अर्थशास्त्र परिषदेच्या दोन अधिवेशनांमध्ये त्यांनी अध्यक्षपद भूषविले. फर्ग्युसनच्या अध्यापक वर्गामध्ये त्यांनी प्रतिष्ठेचे स्थान मिळविले. निवृत्तीनंतर आर्थिक आणि व्यापारविषयक संस्थांमध्ये त्यांनी सल्लागार म्हणून महत्त्वाची भूमिका बजावली. विचारसरणी आणि व्यवहार यांचा सुरेख संगम त्यांनी साधला.

पांडुरंग दामोदर गुणे (१८८५-१९२२)

पांडुरंग दामोदर गुणे यांचा जन्म अहमदनगर जिल्ह्यातील राहुरी येथे १८८५मध्ये झाला. १९०४मध्ये बी.ए., १९०६मध्ये एम.ए. झाल्यानंतर सरकारी नोकरीत न जाता १९०८मध्ये ते डेक्कन एज्युकेशन सोसायटीत दाखल झाले व फर्ग्युसनमध्ये संस्कृत आणि इंग्लिश या विषयांचे प्राध्यापक झाले. १९१०मध्ये भारत सरकारच्या शिष्यवृत्तीमुळे त्यांनी जर्मनीमधील लिपझिग विद्यापीठात फिलॉलॉजी या विषयात पीएच. डी. प्राप्त केली. जर्मनीत ते डॉ. भांडारकर यांच्या संपर्कात आले आणि तेथून परत आल्यानंतर १९१७मध्ये त्यांनी भांडारकर ओरिएंटल रिसर्च इन्स्टिट्यूट स्थापन करण्यात महत्त्वाचा भाग घेतला. १९२२मध्ये त्यांचे निधन झाले.

कृष्णाजी केशव जोशी (१८८१-१९३३)

कृष्णाजी केशव जोशी यांचा जन्म १ जानेवारी, १८८१ रोजी कल्याण तालुक्यातील कुळगाव येथे झाला. १८९६मध्ये ते पुण्याच्या नूतन मराठी विद्यालयातून मॅट्रिक पास झाल्यानंतर फर्ग्युसन व एल्फिन्स्टन विद्यालयातून उच्च शिक्षण घेतले. एम. ए. झाल्यानंतर १९१०मध्ये त्यांना सोसायटीचे आजीव सदस्य करण्यात आले. १९११मध्ये जर्मनीतील बॉन विद्यापीठातून व नंतर १९१४ वुर्झबर्ग विद्यापीठातून त्यांनी पीएच. डी. प्राप्त केली. भारतात परत आल्यानंतर त्यांनी फर्ग्युसन कॉलेजमध्ये जर्मन विषय शिकविण्यास सुरुवात केली. फर्ग्युसनच्या जर्मन भाषा विषयाचे ते एकप्रकारे संस्थापकच होत. १९१७ ते १९२३ पर्यंत ते डे. ए. सोसायटीचे कार्यवाह होते, तसेच १९२८-२९मध्ये फर्ग्युसनचे उपप्राचार्य होते. १९३२मध्ये

त्यांना निवृत्त करण्यात आले. १२ ऑगस्ट, १९३३ रोजी त्यांचे निधन झाले.

महादेव रामचंद्र परांजपे

महादेव रामचंद्र परांजपे यांचा १८८२मध्ये जन्म झाला. फर्ग्युसनमधून १९०८मध्ये बी. एस्‌सी. आणि १९०९मध्ये केमिस्ट्री विषय घेऊन एम. ए. झाल्यानंतर १९११मध्ये ते सोसायटीचे आजीव सदस्य झाले. काही राजकीय मतभेदांमुळे जुलै, १९१७मध्ये ते निवृत्त झाले आणि नंतर पुण्यातील शिक्षण प्रसारक मंडळात दाखल झाले. नंतरच्या काळात शिक्षणतज्ज्ञ म्हणून ते ओळखले जाऊ लागले. शिक्षणाच्या प्रश्नांवर चर्चा करणाऱ्या 'प्रोग्रेस ऑफ एज्युकेशन' या नियतकालिकाचे ते संपादक होते.

गुरुदेव रामचंद्र दत्तात्रेय रानडे

रामचंद्र दत्तात्रय रानडे यांचा जन्म जमखंडी येथे झाला व तेथेच त्यांचे शिक्षण झाले. १९०२मध्ये मॅट्रिक उत्तीर्ण होताना जगन्नाथ शंकरशेठ शिष्यवृत्तीही मिळविली. १९०३मध्ये डेक्कन कॉलेजमध्ये दाखल होऊन गणित विषयात पदवी प्राप्त केली, तेथेच १९०८मध्ये दक्षिणा फेलो झाले. १९११मध्ये फर्ग्युसनमध्ये इंग्रजी शिकविल्यानंतर पुन्हा डेक्कन कॉलेजमध्ये संस्कृत शिकविले. कोणता विषय शिकवावा याविषयी संभ्रमात असताना त्यांनी तत्त्वज्ञान हा विषय महत्त्वाचा मानला व पुढे आयुष्यभर त्याचे अध्ययन व अध्यापन केले. १९१४मध्ये ते डे. ए. सोसायटीचे आजीव सदस्य झाले, त्याच वर्षी त्यांना एम. ए.च्या परीक्षेत फिलासॉफी विषयात कुलपती पारितोषिक मिळाले. तब्येतीच्या कारणांमुळे ते फार काळ शिकवू शकले नाहीत आणि १९२४मध्ये त्यांनी सोसायटीचा राजीनामा दिला. तत्त्वज्ञान विषयातील दिग्गज विचारवंत म्हणून रानडे यांचा उल्लेख केला जातो.

श्रीधर भिकाजी बोंडाळे

श्रीधर भिकाजी बोंडाळे हे कोल्हापूरचे. त्यांचे शिक्षण तेथेच राजाराम हायस्कूल आणि राजाराम कॉलेजमध्ये झाले. १९१०मध्ये ते एम. ए. झाले आणि १९१५मध्ये ते डेक्कन एज्युकेशनचे आजीव सदस्य झाले आणि फर्ग्युसनमध्ये गणित शिकवू लागले. काही काळ सांगलीमध्ये काम केल्यानंतर ते पुन्हा १९१७मध्ये पुण्यात परतले. १९२९ सालापासून फर्ग्युसन कॉलेजमध्ये उपप्राचार्य झाले; १९३२मध्ये

त्यांना आजीव सदस्य म्हणून निवृत्त करण्यात आले.

विश्वनाथ केशव जोग (१८८८-१९६३)*

विश्वनाथ केशव जोग यांचा १८८८मध्ये जन्म झाला. पुण्यात भावे स्कूल आणि फर्ग्युसन कॉलेजमध्ये त्यांचे शिक्षण झाले. १९१३मध्ये तत्त्वज्ञान विषय घेऊन बी. ए. पदवी घेताना त्यांनी इंग्लिशचे एलिस पारितोषिक मिळविले. १९१५मध्ये तत्त्वज्ञान विषयात त्यांनी एम. ए. पदवी मिळविली. १९१५मध्ये ते डेक्कन एज्युकेशन सोसायटीचे आजीव सदस्य झाले. ते इंटरच्या वर्गाला तर्कशास्त्र आणि बी. ए. च्या वर्गांना तत्त्वज्ञान विषय शिकवीत असत. १९२१ ते १९३२ या काळात ते नवीन मराठी शाळेचे सुपरिंटेंडेंट होते. मुंबईच्या वाडिया कुटुंबाकडून बाई जेरबाई वाडिया ग्रंथालयासाठी देणगी मिळविण्यात व या इमारतीचे बांधकाम व सामग्रीसंबंधी कार्य करण्यात जोगांचा सिंहाचा वाटा होता. १९३२मध्ये डे. ए. सोसायटीच्या नियामक मंडळाने त्यांना आजीव सदस्यपद सोडावयास लावले.

भालचंद्र गंगाधर सप्रे (१८९२-१९३०)

भा. गं. सप्रे

भालचंद्र सप्रे यांचा जन्म १८९२मध्ये झाला. लहानपणी आईवडिलांचे निधन झाले त्यामुळे आजोबा आणि काका यांनी त्यांचे संगोपन केले. १९०८मध्ये न्यू इंग्लिश स्कूलमधून ते मॅट्रिक झाले. फर्ग्युसन व विल्सनमध्ये शिक्षण घेऊन १९१३मध्ये फिजिक्स-केमिस्ट्री हे विषय घेऊन त्यांनी बी. ए. पदवी घेतली. इंग्लंडला पुढील शिक्षण चालू असताना पहिल्या महायुद्धामुळे त्यांना भारतात परत यावे लागले. मुंबई विद्यापीठातून अर्थशास्त्र विषयात एम. ए. उत्तीर्ण झाल्यानंतर १९१८मध्ये ते डेक्कन एज्युकेशन सोसायटीचे आजीव सदस्य झाले. फर्ग्युसनबरोबरच सोसायटीच्या अन्य संस्थांतही त्यांनी काम केले. काही काळ सांगलीला प्राचार्य म्हणून काम केल्यानंतर

---

* पुणे विद्यापीठाच्या वर्धापनदिनी (१० फेब्रुवारी) उत्कृष्ट अध्यापन व संशोधनासाठी दरवर्षी एका प्राध्यापकाला 'प्राचार्य वि. के. जोग पुरस्कार' देण्यात येतो.

१९३०मध्ये ते फर्ग्युसनला परत आले. अर्थशास्त्र विषयावरची त्यांची 'इकॉनॉमिक्स ऑफ अग्रिकल्चरल प्रोग्रेस', 'इसेंशियल्स ऑफ इंडियन इकॉनॉमिक्स', 'स्टुडंट्स कम्पॅनियन टू इकॉनॉमिक्स' ही पुस्तके खूप गाजली. १९३०मध्ये अल्पशा आजाराने त्यांचे निधन झाले.

माधव त्र्यंबक पटवर्धन (१८९४-१९३९)*

माधव त्र्यंबक पटवर्धन यांचा जन्म १८९४मध्ये झाला. १९०९मध्ये 'पर्शियन' ही दुसरी भाषा (second language) घेऊन ते मॅट्रिक झाले. १९१८मध्ये इंग्लिश आणि पर्शियन भाषा घेऊन ते एम. ए. झाले. १९१८पासून १९२५मध्ये निवृत्त होईपर्यंत त्यांनी प्रामुख्याने पर्शियन भाषेचे अध्यापन केले. ते संस्थेचे आजीव सदस्यही होते. कवी, विचारवंत व समीक्षक म्हणून त्यांचे कार्य खूप गाजले. मराठीतील ख्यातनाम 'रविकिरण मंडळा'चे ते सदस्य होते. विरहतरंग, सुधारक, गज्जलांजलि, स्वप्नरंजन हे काव्यसंग्रह, मराठीतील छंदोरचना आणि उमर खय्यामच्या रुबायांचे मराठी भाषांतर, तसेच पर्शियन मराठी शब्दकोश यांमुळे त्यांना साहित्यक्षेत्रात आगळे स्थान प्राप्त झाले.

परशुराम लक्ष्मण वैद्य

परशुराम लक्ष्मण वैद्य यांनी १९१२मध्ये न्यू इंग्लिश स्कूलमधून मॅट्रिक उत्तीर्ण होताना जगन्नाथ शंकरशेठ शिष्यवृत्ती मिळविली. १९१९ साली फर्ग्युसनमधून बी. ए. होताना त्यांनी भाऊ दाजी पारितोषिकही मिळविले. कलकत्त्याहून एम. ए. झाल्यानंतर १९२१मध्ये ते डेक्कन एज्युकेशन सोसायटीचे आजीव सदस्य झाले. १९२३मध्ये पॅरिस विद्यापीठाची डि.लिट. पदवी त्यांनी प्राप्त केली. १९२५मध्ये मुंबई विद्यापीठात विल्सन फिलॉलॉजी व्याख्याने दिली. १९३०-३२ या काळात फर्ग्युसनमध्ये शिकविल्यानंतर १९३२मध्ये ते सोसायटीतून निवृत्त झाले.

---

* माधव त्र्यंबक पटवर्धन तथा कवी माधव जूलियन यांची डे. ए. सोसायटी व फर्ग्युसनमधील कारकीर्द विविध कारणांनी वादग्रस्त ठरली. विशेषत: त्यांच्या व्यक्तिगत भावजीवनावरून जे वादळ उठले त्यांची परिणती अखेर आजीव सदस्यत्वाच्या त्यांच्या राजीनाम्यात (११ ऑक्टोबर १९२५) झाली. अधिक तपशीलांसाठी पाहा -

गोखले द. न., **डॉ. पटवर्धन ऊर्फ माधव जूलियन,** मौज प्रकाशन गृह, मुंबई, १९७८.

नरहर गोविंद सुरू

नरहर गोविंद सुरू १९१६मध्ये न्यू ंग्लिश स्कूलमधून मॅट्रिक उत्तीर्ण झाले, त्यावेळी त्यांनी जगन्नाथ शंकरशेठ शिष्यवृत्ती मिळविली. फर्ग्युसनमधून १९२०मध्ये बी. ए., १९२३मध्ये एम. ए. उत्तीर्ण झाल्यानंतर ते सोसायटीचे आजीव सदस्यही झाले. फर्ग्युसनमध्ये ते संस्कृत आणि अर्धमागधी शिकवीत असत. १९३२मध्ये त्यांनी आजीव सदस्यपदाचा राजीनामा दिला.

विठ्ठल बाळकृष्ण भाटे

विठ्ठल बाळकृष्ण भाटे यांनी १८८६मध्ये मुंबईच्या एल्फिन्स्टन कॉलेजमधून शास्त्र विषयांची बी. ए. पदवी मिळविली. नारायण वासुदेव शास्त्र शिष्यवृत्ती प्राप्त केली. काही काळ सरकारी नोकरी केल्यानंतर प्राध्यापक गोळे यांच्या सूचनेवरून ते डे. ए. सोसायटीत दाखल झाले आणि फर्ग्युसनमध्ये ते बॉटनी हा विषय शिकवू लागले, या विषयाचे ते पहिलेच प्राध्यापक होते. १९१५मध्ये हुबळी येथे त्यांचे निधन झाले. ते अत्यंत अभ्यासू, विद्यार्थिप्रिय प्राध्यापक होते. रमणबागेशेजारी कबुतरखान्याच्या जागेत त्यांनी वनस्पती उद्यान उभारले व सध्याच्या फर्ग्युसनच्या वनस्पती उद्यानाच्या (Botanical Garden) उभारणीत त्यांचे मोलाचे योगदान आहे.

मुन्शी महंमद खान (१८६२-१९३०)

मुन्शी महंमद खान यांचा जन्म १४ जून, १८६२मध्ये झाला. १ डिसेंबर, १८८७ रोजी फर्ग्युसनमध्ये फारशी आणि अरबी या भाषेचे कायम शिक्षक म्हणून नेमणूक. शांत, अभ्यासू, मनमिळाऊ शिक्षक म्हणून त्यांनी लौकिक संपादन केला. जून, १९२५मध्ये ते निवृत्त झाले. १९३० साली त्यांचे निधन झाले. आजीव सदस्य नसतानाही सलग ३७ वर्षांची प्रदीर्घ सेवा करणारे अल्पसंख्य समाजातले ते पहिलेच प्राध्यापक होत. संपूर्ण महाराष्ट्रातील मुस्लीम समाजात त्यांना अत्यंत आदराचे स्थान होते.

मुन्शी महंमद खान

वासुदेवशास्त्री अभ्यंकर

वासुदेवशास्त्री अभ्यंकर

सातारचे संस्कृतपंडित भास्करशास्त्री अभ्यंकर यांचे महामहोपाध्याय वासुदेवशास्त्री अभ्यंकर हे नातू होत. ४ ऑगस्ट १८६३मध्ये जन्म झालेल्या वासुदेवशास्त्री यांनी पारंपरिक पद्धतीने संस्कृतचे अध्ययन, अध्यापन केले. न्यायमूर्ती महादेव गोविंद रानडे यांच्या सूचनेनुसार १८९०मध्ये ते पुण्यात आले. १८९२ पासून वासुदेवशास्त्रींची फर्ग्युसनमध्ये 'संस्कृत शास्त्री' म्हणून नेमणूक झाली. १९२८मध्ये फर्ग्युसमधून ३८ वर्षांची सेवा करून ते निवृत्त झाले. 'प्राध्यापकांचे प्राध्यापक' म्हणून त्यांचा लौकिक होता. जैन वाङ्मयाचाही त्यांचा गाढा अभ्यास होता. न्याय आणि मीमांसा ही त्यांच्या अध्ययन-अध्यापनाची खास क्षेत्रे होत. आपल्या प्रदीर्घ सेवेत त्यांनी अनेक विद्वन्मान्य ग्रंथ लिहिले.

वर आपण डे. ए. सोसायटी, फर्ग्युसन कॉलेज व अन्य संस्थांतील आजीव सदस्य आणि कायम सेवक यांचा कार्यपरिचय करून घेतला; याशिवाय सेवेत नसलेल्या अन्य अनेकांचे वेळोवेळी सहकार्य लाभले, त्यातील काहींचा उल्लेख करणे आवश्यक आहे.

पुरुषोत्तम नारायण जोगळेकर यांनी गद्रे वाडा खरेदी करण्याच्या संदर्भात महत्त्वाची भूमिका निभावली. अन्य क्षेत्रांत दिगंत कीर्ती मिळविणाऱ्या फर्ग्युसनच्या माजी विद्यार्थ्यांनी काही काळ शिक्षक म्हणून काम केले. त्यात साहित्यिक कृष्णाजी केशव दामले (केशवसुत), इतिहासकार विश्वनाथ काशीनाथ राजवाडे, कवी आणि नाटककार राम गणेश गडकरी यांचा उल्लेख करता येईल. एके काळी न्यू इंग्लिश स्कूलमध्ये लेखनिक असलेले गोविंद महादेव वैद्य हे नंतर कंट्रोलर ऑफ मिलिटरी पेन्शन अकौंट्स या पदावर पोहोचले, त्यांनी रावबहादुर पदवी मिळविली आणि ते डे. ए. सोसायटीचे विश्वस्त झाले. प्राचार्य गोळे यांच्या कारकिर्दीत शास्त्र विभागात 'ऑफिस बॉय' म्हणून काम केलेले कोंडिबा अनपट पुढे प्रयोगशाळेचे मुख्य झाले

कोंडिबा अनपट

आणि त्यावेळी विद्यार्थी त्यांना विनोदाने आणि आदराने 'प्रोफेसर कोंडी' म्हणत असत.

वामनराव जोशी हे चिपळूणकरांच्या कारकिर्दीत लेखनिक म्हणून नोकरीस लागले. प्रशासनाचे आणि कायदेकानूंचे सखोल ज्ञान लाभल्याने फर्ग्युसन कॉलेजमध्ये त्यांनी अनेक वर्षे सेवा केली. संपूर्ण कॉलेजमध्ये आजीव सदस्य, शिक्षक, विद्यार्थी यांच्यात ते कमालीचे तिरसट परंतु तितकेच साहाय्यक जाणकार म्हणून ओळखले जात. सोसायटीच्या व फर्ग्युसन कॉलेजच्या कामात अनेक चतुर्थ श्रेणीच्या सेवकांनी कार्यालयात, वेगवेगळ्या विभागांत, क्रीडांगणावर, प्रयोगशाळेत मनोभावे काम केले. सर्वांचा उल्लेख शक्य नसला तरी सलग तीस वर्षे सफाई काम करणाऱ्या ग्यानू महार या सेवकाची अनेकांना आदर्श सेवक म्हणून आठवण येते. संत तुकारामांचे अभंग सतत गुणगुणत टोपली आणि झाडू घेऊन फर्ग्युसन परिसर स्वच्छ करताना दिवसाचे बारा तास हसतमुखाने विनम्रपणे काम करणारा ग्यानू ज्यावेळी निवृत्त झाला त्यावेळी सत्काराच्या कार्यक्रमात अनेकांना अश्रू आवरले नाहीत.

वामनराव जोशी

ग्यानू महार

सर जेम्स फर्ग्युसन (१८३२-१९०७)

ज्यांचे नाव फर्ग्युसन कॉलेजला देण्यात आले त्या सर जेम्स फर्ग्युसन यांचा जन्म एडिन्बर्ग (इंग्लंड) येथे ४ मार्च १८३२ रोजी झाला. १८४५मध्ये त्यांनी रग्बी येथे प्रवेश घेतला आणि तेथील वादविवाद मंडळामध्ये उत्तम नाव कमावले. १८५०मध्ये त्यांनी ऑक्सफर्डच्या युनिव्हर्सिटी कॉलेजमध्ये नाव दाखल केले, मात्र तेथे पदवी न घेता 'ग्रेनेडियर गार्ड्स'मध्ये प्रवेश घेतला. १८५४-५५ च्या क्रिमियन युद्धात प्रत्यक्ष भाग घेतला, मात्र १८५९मध्ये ब्रिटिश फौजेतून ते निवृत्त झाले.

इंग्लंडच्या संसदेमध्ये ते दोनदा निवडून आले. १८६६ साली ते भारतासाठी 'अंडर सेक्रेटरी' म्हणून नेमले गेले. १८६८मध्ये त्यांची प्रीव्हि कौन्सिलर म्हणून निवड झाली आणि ते न्यूझीलंडमध्ये नेमले गेले, मात्र १८७५ साली त्यांनी राजीनामा दिला व इंग्लंडच्या सक्रिय राजकारणात प्रवेश केला. संसदेत प्रवेश करण्याचा त्यांचा प्रयत्न असफल झाला. १८८०मध्ये मुंबई प्रांताचे गव्हर्नर म्हणून त्यांची नेमणूक झाली. शेतकऱ्यांसाठी मदतीच्या योजना, दुष्काळनिवारणासाठी केलेले कार्य व एकूण प्रशासन करताना सामंजस्याची भूमिका यामुळे ते प्रांतात लोकप्रिय झाले. शिक्षणप्रसारासंबंधी त्यांची भूमिका उदारमतवादी होती आणि न्यू इंग्लिश स्कूल, डेक्कन एज्युकेशन सोसायटी यांच्या कार्यात त्यांनी सक्रिय सहभाग घेतला, सोसायटीचे ते पहिले पेट्रन झाले. १८८५मध्ये इंग्लंडला परत गेल्यानंतर मँचेस्टर मतदारसंघातून ते संसदेत निवडून आले. १९०६ पर्यंत ते संसद सभासद होते. १८८६ ते १८९१ या काळात लॉर्ड सॅलिसबरी यांच्या काळात परराष्ट्र मंत्रालयात अंडर सेक्रेटरी म्हणून त्यांनी कार्य केले. १८९१-९२मध्ये ते इंग्लंडचे पोस्ट मास्टर जनरल हे पद भूषवीत होते. रॉयल मेल स्टीम पॅकेट कंपनी आणि नॅशनल टेलिफोन कंपनी या व्यावसायिक संस्थांमध्ये ते डायरेक्टर होते. जानेवारी १९०७मध्ये ब्रिटिश कॉटनग्रोनिंग असोसिएशनच्या बैठकीस गेले असताना १४ जानेवारी १९०७च्या जमेका येथील भूकंपात त्यांचे निधन झाले.

डॉ.रामकृष्ण गोपाळ भांडारकर (१८३७-१९२५)

रामकृष्ण गोपाळ भांडारकर यांचा जन्म ६ जुलै १८३७ रोजी मालवण येथे झाला. रत्नागिरीत प्राथमिक शिक्षण झाल्यानंतर मुंबईत एल्फिन्स्टनमधून माध्यमिक शिक्षण झाले. पुढे डेक्कन कॉलेजमधून १८६२मध्ये त्यांनी पदवी घेतली. ते साल डेक्कन कॉलेजमधून बी. ए. साठी बसलेल्या विद्यार्थ्यांचे पहिले वर्ष होते व त्यात त्यांनी पहिला वर्ग मिळविला. १८६६मध्ये ते एम. ए. झाले आणि त्याच वर्षी ते मुंबई विद्यापीठाचे फेलो झाले. रत्नागिरी, सिंध-हैदराबाद येथे नोकरी केल्यानंतर १८८२मध्ये डेक्कन कॉलेजमध्ये डॉ. कीलहॉर्न यांच्या जागी त्यांची संस्कृत विभागप्रमुख म्हणून नेमणूक झाली. १८६७मध्ये स्थापन झालेल्या प्रार्थना समाजाचे ते एक अग्रगण्य नेते होते. १८८६मध्ये व्हिएन्ना येथे भरलेल्या प्राच्यविद्या परिषदेत काठेवाडचे प्रतिनिधी म्हणून ते हजर राहिले. १८७३-१८८१ या काळात मुंबई विद्यापीठात सिंडिक म्हणून त्यांची नेमणूक झाली. १८९३मध्ये मुंबई विद्यापीठाचे कुलगुरू म्हणून त्यांची नेमणूक झाली. (पहिले भारतीय कुलगुरू)

डेक्कन एज्युकेशन सोसायटीच्या स्थापनेच्या सभेस ते उपस्थित होते. ते

सोसायटीचे सुरुवातीचे फेलो व नंतर सोसायटीच्या पहिल्या परिषदेचे (Council) सभासदही होते. परिषदेचे उपाध्यक्ष म्हणून १८८४-१९०६ व अध्यक्ष म्हणून १९०६ ते १९२५ असा सलग ४०हून अधिक वर्षे त्यांचा फर्ग्युसनशी संबंध राहिला. डेक्कन एज्युकेशन सोसायटीचे ते मार्गदर्शक, मित्र, तत्त्वज्ञ होते. (Guide, Friend, Philosopher) सोसायटीच्या अनेक कठीण प्रसंगांत त्यांचे मार्गदर्शन उपयुक्त ठरले.

◆

प्रकरण सातवे

माजी विद्यार्थ्यांच्या काही आठवणी

My Days in Fergusson College
Vitthal Ramji Shinde (1893)

Dear Alma Mater : that is the term I apply only to my college, the Fergusson, in as much as the Bombay University was not during my time a teaching but only an examining institution. I joined the Fergusson in 1893 and passed my B.A. and First LL.B. from it in 1898. I was among her early though not the earliest undergrads. I vividly remember how Kelkar tried to lead us to the humours of the Pride and Prejudice of Jane Austin, and how Abhyankar Shastri took us through the intricacies of the Tarkasangraha, while we on our part dozed on the rather uncomfortable benches on the dingy old halls of the Gadre Wada in the City of Poona. I

was only a commoner, a backbencher and never figured in the eyes of my dons. My name and my very existence was known only to the College clerk - a rather imposing figure who collected my fees and at time terrified me out of my wits. He sonorously called our names on the roll and if any one dared to omit the Sir from the conventional 'Present, Sir', Mr. Dixit was wrath itself. My first sight of the Principal, the inspired and the inspiring Agarkar was embarrassing. I expected him in boots and trousers, the inevitable symbols of a 'reformer', not to mention a hat and a tie of which I had no idea myself, a lad from the country-side that I was then. The present fine site and the stately buildings, the pomp and paraphernalia of a modern University my college then had not even so much as a dream of. While I was expecting a chaprasi, Agarkar himself stood out before me in a loose dhoti and orthodox underwear, frowning eye-brow and hanging moustache, sharp eyes and sunken voice, a sinking victim of asthma. I almost took him for his cook. No he was our Master, Superior and idol. I remember once, while he was teaching us Logic, how he explained anthropomorphism. - He sharply asked us, 'If the donkeys were to paint their own God, what do you think the picture would be like?' Without waiting for our reply he at once raised both his hands above his ears and shook them, suggesting the long shaky ears of a donkey God.

Before my time Tilak had left the staff as he scorned pedagogy and would be a God of the people. To him teachers and professors were mere cow boys on the ranches of the Chatushringi plains. His churn Agarkar, latterly an adversary, was called in Tilak's paper 'a dog on the neighbouring haystacks' to our mixed mirth and wrath. While we worshipped our teachers in the lecture rooms, both the teachers and the taught were mercilessly lashed by the then roaring journal. All that did us good : our souls thus grew between the spoon and the whip.

I once went to see Pandita Ramabai, then a very Prominent figure among Christian converts and a pious leader of the cause of women in India. In reply to her question about my connections

I had to introduce myself as a Fergussonian. Immediately there was a most significant scowl on her brow. 'Oh you come from that atmosphere of Atheism;' she cried. I had the audacity to take her exclamation and as a compliment to my teachers as much as to myself. Those were the days of renascent doubt and agnosticism.

Gole followed Agarkar in the chair the latter passing behind him the veil never to be lifted. Gole was rather a shy yet substantial man, a thinker not a speaker - some of his semi-sociological books were very provative of thought. They marked a silent reaction in our .thoughts and even in our life, putting us midway between Tilakism and Agarkarism. Finally in my time came Rajwade as the Principal, altogether a silent student. But Gokhale was then the star of the firmament both in the class room and in the administration, though never a principal. It was he who first brought the virus of politics, I mean party politics, within the precincts of higher education - not quite a legitimate injection, as some would put it. Before the summer of 1898, Gokhale, the disciple of Ranade, the huddling professor politician of the day, had just returned from a trip to England, burning with admiration on for the Western heaven. On the 16th of April he delivered a lecture on 'Education in England and India'. I gave the substance of an entry in my diary. Gokhale's masterly English, his sweet voice, his sweeter, almost lovable personality enchanted my youthful wits. I wonder how I could remember so much of the lecture as to enable me to fill pages of my diary with a critical report of that great treat. The speaker drew rather too rosy a picture of the Western methods and achievements and exaggerated the distance between the professors of English Universities and our own 'Cram mongets.' Such was my own comment then. Principal Rajwade was in the chair. Rather cowed down by the lecturer's high strained strictures, Rajwade, in his humorous concluding remarks confessed himself driven to resign his teachership and to retire into oblivion. Gokhale shouted, 'No, no.' We all raised a thunder of laughter and yet Rajwade had the loudest laugh. Such was the Fergusson in my time. At present she is the Deccan Queen of the colleges of the

Bombay University. But she was then scorned by her elder sisters for her juniority and poverty of means. If Sahyadri is the back bone of the physical Maharashtra, certainly the Deccan Education Society is the intellectual back-bone of our modern Maharashtra. Those that are fond of show may not admit this claim; yet it is solid substance that counts, not mere show.

First Lady Student of the College (1895)
Dr. Krishnabai Kelavkar

I passed my Matric in 1894 and my father who was a staunch believer in education for girls immediately went and saw Prof. G. K. Gokhale who was then on the College staff about my joining the College. Mr. Gokhale was desirous that I should join but the other professors raised objections - and if I had not stood high in the Matriculation results, I do not think they would have admitted me. After much discussion in their meeting, they agreed to give me a trial and I was admitted, then another girl, Mrs. Godubai Deshpande, also joined; but she had to leave soon on account of her illness to which she succumbed.

The College was being held in the city in Gadre Wada during the first term of my course. The Wada was very old and dilapidated and we were given seats in a corner of the hall near the professor's seat with chika curtains all round us. It was then that I experienced what a purdah lady felt. A separate stair-case was also kept for us, I think the one used by the professors. All these precautions, as it was found afterwards, were not at all necessary. We never had any occasion to complain about our fellow student's behaviour towards us. There was never any stamping or hissing when the girls entered and we were perfectly at home. That is one reason why these curtains disappeared in the next term, when we met in the new building (now the main building of the College). Moreover my father had also protested against this purdah system. On one occasion only I experienced a little boisterousness from the students. I had taken Marathi as my second language for the Matric. Naturally therefore I gave special attention to my Sanskrit text, the Vikramorvashiyam and learnt it almost by heart. In the terminal examination all the questions were based on the text and I stood first in Sanskrit. All the papers were heaped on the Professor's table to be distributed to the respective students. My paper was selected and examined by the students turn by turn and when I took my seat, the paper was hurled at me from a distance. I quietly took it up and I must say that after looking at the marks and the remarks of the Professor, I did not feel the outrage at all and was rather amused at the boys' spite. Prof. Chandorkar was our Sanskrit teacher. Prof.D.K. Karve taught us Mathematics and Mr. R.P. Paranjpye, a Fellow at that time took a few periods. Mr. Kelkar, the author of the Tratika, was a very brilliant scholar of English and we always looked forward to his lectures with great eagerness.

The late lamented Mr. Agarkar was our Principal. He was on his deathbed when we joined. We went to see him. His last words to us were that he would not live to see us graduates. We bowed reverentially and left his presence. He soon afterwards departed. Mr. Gokhale came to address the whole College, gathered together in the big hall. I believe he was going to give a discourse on Agarkar. But as soon as he ascended the platform and tried to speak, he burst into tears. What could be more eloquent than this outburst? The whole class shed tears with him and Gokhale abruptly left the hall without any address.

Mrs. Gokhale was very sympathetic towards me throughout my career.

वि. दा. सावरकर यांचे फर्ग्युसनमधील विद्यार्थीजीवन (१९०२-०६)

२८ मे, १८८३ रोजी नाशिकजवळील भगूर या क्षेत्री विनायक दामोदर सावरकरांचा जन्म झाला. शालेय जीवनापासून वीरवृत्ती कायम होती. भगूर येथे त्यांचे प्राथमिक तर नाशिक येथे माध्यमिक शिक्षण झाले. साहसी वृत्ती, अमोघ वक्तृत्व आणि संघटनकौशल्य यांच्या जोरावर शालेय जीवनातच त्यांनी एक सैनिकी मंडळ काढले. १८९९मध्ये 'राष्ट्रभक्त समूह' या नावाने गुप्तमंडळाची स्थापना केली. १९००मध्ये 'मित्रमेळा' या संघटनेचा जन्म झाला, यातूनच पुढे १९०४ साली 'अभिनव भारत' या जागतिक पातळीवरील संघटनेचा जन्म झाला.

वि. दा. सावरकर

१९०१मध्ये सावरकर मॅट्रीक परीक्षा उत्तीर्ण झाले आणि उच्च शिक्षणासाठी त्यांनी फर्ग्युसन कॉलेजमध्ये प्रवेश घेतला; १९०६ साली लंडनला जाईपर्यंत चार वर्षे ते फर्ग्युसनचे विद्यार्थी होते. सावरकरांचे चरित्रलेखक धनंजय कीर यांच्या शब्दात सांगायचे तर-

'पुणे हे महाराष्ट्राचे चैतन्यशील हृदयस्थान होते तर फर्ग्युसन कॉलेज हे महाराष्ट्राचे हॅरो होते.' (Poona was the heart and Fergusson college the Harrow of Maharashtra). वॉटर्लूच्या संग्रामाचे प्रात्यक्षिक ईटन आणि हॅरोच्या क्रीडांगणावर झाले तर भारताच्या राज्यक्रांतीचे प्रात्याक्षिक फर्ग्युसनच्या क्रीडांगणावर! सावरकर फर्ग्युसनच्या वसतिगृहात राहात होते. वसतिगृहातील त्यांची खोली क्रांतिकारी प्रवृत्तीच्या विद्यार्थ्यांचे केंद्र होते. तेथे विद्यार्थ्यांचे कृतिशील गट स्थापन झाले, हस्तलिखित निघाले, शिवरायांच्या छायाचित्रांचे पूजन झाले; आरती झाली. विद्यार्थीदशेतच १९०४मध्ये त्यांनी महाराष्ट्रातील शाखाप्रमुखांचा मेळावा घेतला. फर्ग्युसनच्या वास्तव्यात लोकमान्य टिळक, 'काळ'कर्ते शिवराम परांजपे यांचा त्यांना सहवास लाभला. स्वदेशीच्या प्रेमामुळे विदेशी कपड्यांची होळी करण्याचा त्यांनी चंग बांधला. १ ऑक्टोबर, १९०५ रोजी पुण्याच्या सार्वजनिक सभेच्या दिवाणखान्यात तात्यासाहेब केळकर यांच्या अध्यक्षतेखाली जाहीर सभा झाली. सभेत विद्यार्थी प्रतिनिधी म्हणून सावरकर

बोलले, तेथे त्यांनी विदेशी कपड्यांची होळी करण्याचा विचार मांडला. तात्यासाहेबांना हा विचार मान्य नव्हता, पण टिळकांनी त्यांना पाठिंबा दिला; ढिगावारी कपडे गोळा करून होळी करायला हवी अशी अट घातली. सावरकरांच्या प्रयत्नांमुळे गाड्या भरभरून कपडे गोळा करण्यात आले आणि ७ ऑक्टोबर, १९०५ या दिवशी लकडी पुलाच्या पलीकडे (कर्वे रस्त्यावर) कपड्यांची प्रचंड होळी झाली;* होळीभोवती सभा झाली. टिळक, शि. म. परांजपे, सावरकर यांची धगधगती भाषणे झाली. ही बातमी वाऱ्यासारखी भारतभर पसरली, परदेशीही पोहोचली, परिणामी सावरकरांना वसतिगृह सोडावे लागले. प्राचार्य रँग्लर परांजपे यांनी सावरकरांना १० रुपये दंड केला. फर्ग्युसनच्या अधिकाऱ्यांवर अवघ्या महाराष्ट्रात तिखट प्रतिक्रिया उमटल्या. 'हे आमचे गुरूच नव्हेत' या शीर्षकाखाली लो. टिळकांनी संस्थेच्या कृत्यावर कडक टीका केली. विशेष म्हणजे ज्या प्राचार्यांनी सावरकरांना दंड केला, ते रँग्लर परांजपे सावरकरांच्या हीरकमहोत्सवी समारंभास १९४३ साली अध्यक्ष होते आणि तेही सावरकरांच्या आग्रहास्तव! मुंबई विद्यापीठाने त्यांची पदवी काढून घेतली होती, ती स्वातंत्र्यप्राप्तीनंतर १३ वर्षांनी पुन्हा प्रदान केली. महाविद्यालयीन जीवनात सावरकरांनी कवने, पोवाडे, आरत्या, स्फूर्तिदायक गीते रचली. संस्मरणीय लेख लिहिले. विधवांची दु:खे व्यक्त करणारी कविता पहिल्या क्रमांकाचे पारितोषिक पटकावून गेली. ते म्हणतात:

"नेत्र जसे डबडबले कोमल मृदुगाल जाहले ओले गेले खोल कपोलहि क्षयसूचक पांडुरत्व बहु आले."

'ऐतिहासिक पुरुषांचे उत्सव का करावे' हा त्यांचा निबंधही गाजला. त्यांच्या 'विश्वात आजवरी शाश्वत काय झाले' या कवितेने इतिहास घडविला तर १९०३मध्ये त्यांनी रचलेले स्वतंत्रतेचे स्तोत्र -

जयोऽस्तु ते श्री महन्मंगले शिवास्पदे शुभदे
स्वतंत्रते भगवती त्वामहं यशोयुतां वंदे...

अक्षरश: अजरामर झाले. फर्ग्युसनमध्ये ते नाट्यमंडळाचे (Dramatic Club) सक्रिय सभासद होते. त्या काळात काढलेल्या समूहचित्रात रँग्लर परांजपे यांच्या पायाजवळ सतरंजीवर बसलेले सावरकर निश्चितच लक्ष वेधून घेतात.**

---

* लकडी (तथा संभाजी) पुलाच्या जवळ कर्वे रस्त्यावर, यशवंतराव चव्हाण दुचाकी पुलालगत आता या प्रसंगाचे स्मारक-शिल्प पाहायला मिळते.

** डॉ. आरती दातार यांच्या टिपणावर आधारित.

कुंदनमल सोभाचंद (भाऊसाहेब) फिरोदिया (१९०४-०८)

कुंदनमल फिरोदिया

कुंदनमल फिरोदिया यांचे आणि फर्ग्युसन कॉलेजचे जन्माचे वर्ष एकच असावे हा केवढा योगायोग! मॅट्रिक परीक्षा उत्तीर्ण झाल्यावर उच्च शिक्षणासाठी ते नगरहून पुण्यात आले. डेक्कन कॉलेजमध्ये प्रवेश मिळाला नाही म्हणून त्यावेळी 'टिनपाट' कॉलेज म्हणून ओळखल्या जाणाऱ्या फर्ग्युसनमध्ये त्यांनी प्रवेश घेतला. त्यानंतरच्या आठवणींमध्ये कुंदनमल म्हणतात*: 'त्यावेळी पुण्यात प्लेग होता. लोक आसपासच्या झोपड्यांत राहात. कॉलेजच्या खोल्या (ब्लॉक नं.१) भरलेल्या होत्या. होस्टेलच्या जवळ तंबू ठोकून राहावे असा विचार केला. त्यास प्रिन्सिपॉल परांजपे यांनी परवानगी दिली. कॅम्पात एक राहुटी भाड्याने टर्मपुरती ठरविली व हल्ली जेथे वाडिया लायब्ररी आहे त्या जागेवर आम्ही राहुटी टाकून राहिलो. मी आणि आवटे राहुटीत तरट टाकून थंडीच्या दिवसात राहू, इतर वेळ कॉलेजमध्ये व खेळण्यात जाई. जेवणाची सोय क्लब दोनमध्ये झाली. क्लबाचे जेवण चांगलेच रुचले. अभ्यास, व्यायाम व चांगले अन्न या सर्वांची जोड मिळाल्याने प्रकृती चांगलीच राहू लागली.

पहिल्या वर्षी आमचे इंग्लिश प्रोज प्रो.राजवाडे घेत असत, ते कधीही हसावयाचे नाहीत. नेहमीच तटस्थ वृत्तीने वागत, परंतु शिकवीत मोठे चांगले. इंग्रजी भाषेवर त्यांचे चांगलेच प्रभुत्व होते. इंग्लिश कविता प्रो. पटवर्धन शिकवीत. ते फार जलद बोलत व प्रथम प्रथम त्यांचे बोलणे समजण्यास अडचण पडे, परंतु पुढे पुढे समजू लागले. संस्कृत प्रो.पानसे घेत असत. त्या वर्षी भिडे, कानिटकर व कर्वे हे आमचे फेलो होते. कानिटकर संस्कृत कॉंपोझिशन घेत असत.

पहिल्याच टर्ममध्ये मी फुटबॉल खेळण्यास जाऊ लागलो. फुटबॉलची शाळेत चांगलीच प्रॅक्टिस झालेली होती. कानिटकर व कर्वे (आर.डी.) हे दोघेही फेलो फुटबॉल खेळत असत. फुटबॉलच्या मॅचेसमध्ये माझे नाव येऊ लागले. टर्म संपण्याच्या आतच माझे लग्न झाले. दुसऱ्या टर्मसाठी पुण्यात आल्यावर होस्टेलमध्ये खोली मिळाली.

पहिले वर्ष ओळखी-पाळखीतच गेले. प्रीव्हियसच्या परीक्षेत संस्कृतमध्ये

---

* **'मी कुंदनमल'**, आत्मचरित्र, प्रकाशक अभय फिरोदिया.

१०० पैकी ७७ मार्क मिळाले. थोडक्यात स्कॉलरशिप हुकली. मी क्रिकेटकडे मुळीच लक्ष दिले नाही. मधून मधून टेनिस खेळत असे. त्यावेळी रेसिडेंसीत व कॉलेजमध्ये फक्त दोनच कोर्ट्स होती. प्रीव्हियसच्या परीक्षेत चांगले मार्क मिळाले, दरमहा १५ रुपयांची कॉलेजची स्कॉलरशिप मिळाली. प्रीव्हियसमध्ये ताईमहाराज प्रकरणात टिळक निर्दोष सुटले म्हणून रेसिडेन्सीच्या मुलांनी 'मूनलाईट' फीस्ट केली.

इंटरचे साल १९०५. या सालात वंगभंगाची, बहिष्कार व स्वदेशीची चळवळ झाली. आम्ही स्वदेशी वापरण्याचा निश्चय केला; याचवेळी सावरकर आमच्याच कॉलेजमध्ये, सीनिअर बी.ए.च्या वर्गात होते. त्यांनी त्यावेळच्या स्वदेशी, बहिष्काराच्या चळवळीत चांगलाच भाग घेतला होता; त्यावेळेपासून ते नाणावलेले वक्ते होते; त्यावेळी त्यांची शिवराम महादेव परांजपे यांच्या अध्यक्षतेखाली सार्वजनिक सभेच्या दिवाणखान्यात जाहीर व्याख्याने होत असत. सावरकरांची कॉलेजमध्ये असताना 'गुप्त मंडळ' नावाची क्रांती करणारी अशी संस्था होती; त्यावेळी त्या संस्थेस विशेष महत्त्व नव्हते तरी पुढे बॅ. सावरकरांचे चरित्र कसे घडत गेले हे दाखविण्यास ते एक साधन आहे. सावरकरांच्या मनावर इटलीतील मॅझिनी आणि गॅरिबॉल्डी यांच्या चरित्राचा फार मोठा परिणाम झाला होता. कर्मधर्मसंयोगाने आमचे इंटरचे बुक (फ्रेंच रिव्होल्युशन - ब्रुक) हे होते. हे पुस्तक प्रो. भाटे आम्हास शिकवीत; या पुस्तकामुळेही राजकारणाकडे ओढा होऊ लागला.

इंटरपासून तेव्हा सायन्स विषय आम्हास असे. कोंडी या नावाचा सायन्स विभागात प्यून होता. तो प्रयोग करण्यात खूप तरबेज होता. एखाद्या वेळेस प्रोफेसराची चूक होईल, परंतु त्याची होत नसे, इतके त्याचे हात बसून गेले होते. त्यास 'प्रो. कोंडी' असे थट्टेने लोक म्हणत.

...आम्ही लोक 'घरचे जेवढे पैसे कमी खर्च करता येतील तेवढे करावे,' या मताचे होतो. कॉलेजमध्ये बिडी ओढणारे, चहा पिणारे, चहा न पिणारे, दूध पिणारे, चैनीत राहणारे, काटकसरीने परंतु व्यवस्थित राहणारे व अगदीच चिक्कूपणाने राहणारे असे निरनिराळ्या वृत्तीचे लोक असतात व जो तो आपल्यासारख्याकडे बहुधा ओढला जातो.

बी.ए.च्या वर्गापासून ऐच्छिक म्हणून मी लॉजिक, मॉरल फिलॉसॉफी हे विषय घेतले. ज्युनिअरचे वर्ष म्हणजे परीक्षा नसल्यामुळे अभ्यास न करण्याची मान्यता, तो नियम आम्हासही लागू झाला, तथापि आम्ही स्कॉलर असल्यामुळे स्कॉलरशिप चालू ठेवण्यासाठी काही अभ्यास आम्हाला करावाच लागे. ज्युनिअर बी.ए. करीत असताना मी फर्स्ट एल.एल.बी. पास झालो, कॉलेजच्या जिमखान्यात निवडून आलो.

१९०६ साली हिंदी राजकारणाची कमान वरवर चढत होती, त्याचा परिणाम

कॉलेज विद्यार्थ्यांवरही होत होता. दादासाहेब खापर्डे, नगरचे बाळासाहेब देशपांडे पुण्याला शिवराज्याभिषेक उत्सव प्रसंगी व्याख्यानास येत, तेव्हा आम्ही त्यांना कॉलेजमध्ये आमच्या क्लबात जेवणास बोलावत असू. त्यांच्याबरोबर राजकारणावर चर्चा होत असत. मधूनमधून राजकारणावरील व्याख्यानास आम्ही गावात जात असू. गोखले व टिळक अशा महाराष्ट्रात ज्या दोन विचारसरण्या होत्या, त्यापैकी टिळकांच्या बाजूस आमचा ओढा असे. पुष्कळसे विद्यार्थी त्याच मताचे होते.

आमच्यावेळी काकासाहेब कालेलकर हेही कॉलेजमध्ये होते. आमच्या रेसिडेन्सीच्या पश्चिमेस सिंधी क्लबात दोन झोपड्या बांबूच्या केल्या होत्या, त्याच झोपड्यांमध्ये आचार्य कृपलानी त्यावेळी राहात होते.

बी.ए.च्या परीक्षेत दुसऱ्या नंबरचा विद्यार्थी म्हणून मला फर्ग्युसन कॉलेजची फेलोशिप मिळाली, ती स्वीकारली. कॉलेजने कॉलेजच्या कम्पाउंडबाहेरचा बंगला रेसिडेन्सीसाठी घेतला व तेथे माझी फेलो म्हणून नेमणूक झाली. प्रो.भाटे रेक्टर झाले. १९०७च्या सुमारास सुरत कॉंग्रेसमध्ये बखेडा झाला, कॉंग्रेसची छकले झाली. फेलोशिप टिकावी म्हणून एम.ए.ला इतिहास व राजकारण हे विषय घेतले. प्रो.भाटे व लिमये मार्गदर्शन करीत. अभ्यास आम्हालाच करावा लागे.

ह्या सुमारास लाल-बाल-पाल यांचा जयजयकार होत होता. बिपिन पाल यांना भाषणासाठी बोलावले. कॉलेजच्या इमारतीमध्ये सत्कार होऊ दिला नाही. रेसिडेन्सीमध्ये कार्यक्रम झाला. यावेळी भाटे यांच्याबद्दल खूप नाराजी झाली.’

फर्ग्युसन टेकडीवरच्या प्रसंगाबद्दल कुंदनमल विस्ताराने लिहितात :

“आमच्या कॉलेजपाशी असलेल्या टेकडीवर महादेवाचे देऊळ आहे. त्या देवळात एक गोसावी येऊन राहिला होता. त्याच्याशी बोलताना सदरचा गोसावी उलटसुलट, एकमेकांशी विसंगत गोष्टी सांगे. तो कोणीतरी डिटेक्टिव असावा अशी भुमका उठली; त्याला आम्ही विद्यार्थी त्रास देत असू. एकदा तर त्याला भरपूर चोपही दिला. त्याने प्रिन्सिपल परांजपे यांच्याकडे तक्रार दिली. रेसिडेन्सीत शोध सुरू झाला. चुकून गोसाव्याने ओक नावाच्या विद्यार्थ्याचे नाव दिले. प्रिन्सिपॉल परांजपेंनी नीट चौकशी न करता त्या विद्यार्थ्याला ५० रुपये दंड केला आणि रस्टिकेट केले.

...आम्ही १२० विद्यार्थ्यांपैकी ११० लोकांनी सह्या करून तक्रार केली. परांजपे सरांनी सर्व ऐकून ओकचा दंड रद्द केला व रस्टिकेशनही रद्द केले. प्रो. कानिटकर आमच्यावर चिडून होते. ‘हे लोक कॉलेजमधून गेल्याशिवाय कॉलेजची शिस्त वाढणार नाही,’ असे ते म्हणत.

एकदा आम्ही कॉलेजमध्ये देशभक्तीचा आव आणणाऱ्यांना चोपायचे ठरवले. याचा झटका काका कालेलकर यांनाही बसला. थोडक्यात वाचले.”

अशा अनेक रंगतदार कथा कुंदनलाल फिरोदिया यांनी आपल्या आत्मचरित्रात

लिहिल्या आहेत. १९३५ सालच्या फर्ग्युसनच्या सुवर्णमहोत्सवात काही आठवणी त्यांनी सांगितल्या.

शिक्षणानंतर कुंदनलाल फिरोदियांनी वकिली केली. काँग्रेसच्या वतीने विधानसभेपर्यंतच्या निवडणुका लढविल्या, निवडून आले. विधानसभेचे पहिले सभापती झाल्यावर समाजकार्यही चालू ठेवले. स्वातंत्र्यपूर्व आणि स्वातंत्र्योत्तर काळ त्यांनी अनुभवला.*

श्री. काकासाहेब कालेलकर**

पूज्य राष्ट्रपतीजी, फर्ग्युसन कॉलेज के साथ जिनका पुराना या नया संबंध है ऐसे हम दिल्ली में रहनेवाले 'फर्ग्युसोनियन' आज इकट्ठा हुए हैं। आज आपको हमारे बीच अतिथि के रूप में पा कर हमें बडी खुशी होती है। थोडे ही दिनों में आप हमारे विद्यातीर्थ में उसके ७५ वर्ष के उत्सव के लिए जा रहे हैं। मेरी उम्र हमारे कॉलेज के जितनी ही है, और शायद यहाँ मैं सबसे पुराना फर्ग्युसोनियन हूँ। हमारी बिरादरी कुछ अजीब है। भिन्न भिन्न विचारों के और भिन्न भिन्न क्षेत्रोंमें काम करनेवाले हम, अपनी संस्था के प्रति उत्कट निष्ठा होने के कारण परस्पर विशेष एकता का अनुभव करते हैं। डॉ. महाजनी ने महात्मा गांधी का वह संदेश सुनाया जो गांधीजी ने हमारे कॉलेज को भेजा था। गांधीजी का फर्ग्युसन कॉलेज से किस प्रकार का संबंध रहा, यह भी उन्होंने कहा। गांधीजी का हमारे कॉलेज के साथ और भी एक घनिष्ठ संबंध है। फर्ग्युसन कॉलेज के श्रेष्ठ संस्थापकों और सेवकों के दो चित्र आप यहाँ देख रहे हैं, एक लोकमान्य तिलक का और दूसरा नामदार गोखले का। गांधीजी

---

* डेक्कन एज्युकेशन सोसायटीशी फिरोदिया कुटुंबाचे नाते कसे जोडलेले आहे, याबाबत अलीकडच्या काळातील एक उदाहरण नमूद करण्याजोगे आहे. संस्थेच्या नर्सिंग ॲण्ड फिजिओथेरपी इमारतीत नव्या सभागृहाचे नामकरण 'कुंदनमल सोभाचंद फिरोदिया सभागृह' असे करण्यात आले. दि. ९ सप्टेंबर, २०११ रोजी या सभागृहाचे उद्घाटन डॉ. अभय फिरोदिया यांच्या हस्ते झाले. संस्थेच्या विधी महाविद्यालयाचे नामकरण 'नवलमल फिरोदिया विधी महामंडळ' असे करण्याची घोषणा यावेळी संस्थेचे अध्यक्ष डॉ. अजित पटवर्धन यांनी केली. फिरोदिया कुटुंबातील पाचवी पिढी संस्थेत शिक्षण घेत असल्याचे या समारंभात नमूद करण्यात आले.

** आचार्य काकासाहब कालेलकर यांनी नवी दिल्ली येथे 'फर्ग्युसोनियन्स'च्या मेळाव्यात केलेल्या भाषणातून - (४ डिसेंबर, १९६०). तत्कालीन राष्ट्रपती डॉ. राजेंद्रप्रसाद यांच्या उपस्थितीत हे भाषण झाले.

गोखले के राजनीतिक शिष्य थे और लोकमान्य तिलक की स्वराज्यसेवा के उत्तराधिकारी थे। महात्मा जी आदर के साथ कहते थे कि पूना सार्वजनिक सेवा का एक प्रधान भारतीय तीर्थ है। स्पृहणीय निष्ठा से अनेक संस्थाएँ चलानेवाले निष्ठावान सेवकों की परंपरा पूना में पाई जाती है। ऐसी संस्थाओं में हमारे कॉलेज का मानार्ह स्थान है। लोकमान्य तिलक, भारत सेवक समाज , गोपाळराव गोखले, वामन शिवराम आपटे, आगरकर, रैंग्लर परांजपे आदि के नाम डॉ. महाजनी ने लिए। मैं मानता हूँ कि गोळे जी का नाम भी उसमें लेना चाहिए। और डॉ. महाजनी का नाम भी लेना चाहिए। शालीनता के कारण उन्होंने अपना नाम नहीं लिया ।

मैं तो हमारे कॉलेज को राष्ट्रीय शिक्षा का उद्‌गमस्थान मानता हूँ। शिक्षा सस्ती बनाना इतना ही डेक्कन एज्युकेशन सोसायटी का उद्देश्य नहीं था। उस जमाने में भी शिक्षा का तंत्र किसी न किसी रूप में त्यागी स्वराज्य सेवकों के हाथ में आ जाए, यह जरूरी था। फर्ग्युसन कॉलेज के एक संस्थापक लोकमान्य तिलक ने ही अध्यापक विजापूरकर की मदद से समर्थ विद्यालय की स्थापना की । उसी परंपरा को आगे चलाके हम लोगों ने गुजरात में गुजरात विद्यापीठ की स्थापना की और राष्ट्रपती जी, आपने बिहार विद्यापीठ की स्थापना की। अलिगढ, बनारस, कलकत्ता, मद्रास, मछलीपट्टम और पूना आदि स्थानों में राष्ट्रीय शिक्षा का जो विकास हुआ, उसका उद्‌गम हमारे कॉलेज से ही था।

आज ७५ साल के बाद हम देखते हैं कि राष्ट्र के अनेक क्षेत्रों में फर्ग्युसोनियन लोगों ने अच्छी सेवा की है। कभी बुरे काम भी किए हैं लेकिन वे सब हमारे ही हैं।

जब मैं पूना में पढता था तब मैंने डॉ. परांजपे के पास से बुद्धिवाद की दीक्षा ली। उसके पहले मेरी धर्मनिष्ठा में वह चैतन्य न था, जो बुद्धिवादी की दीक्षा के बाद आया। हृदय की भूमी पर बुद्धिवाद का हल चलाने से ही वह भूमि जानदार बनती है। उसके बाद ही धर्मनिष्ठा जीवित और तेजस्वी बनती है। मैं डॉ. परांजपे की इस सेवा के लिए उनका हमेशा कृतज्ञ हूँ।

फर्ग्युसन कॉलेज की सबसे बडी देन है बुद्धिस्वातंत्र्य की। हम उस कॉलेज के विद्यार्थी किसी एक पंथ, रूढ्ढी या फिरके में फँसे हुए नहीं हैं। परस्परविरोधी सिद्धांतों को भी हमें अपने कॉलेज में पोषण मिलता आया है। इसी लिए विरोधी क्षेत्र में काम करते हुए भी हम अनेक लोग आपस में एकता का अनुभव कर सकते हैं और एक दूसरे के प्रति आदर रखने की वृत्ति की उदारता फर्ग्युसन कॉलेज से हमें मिली है। अपने फर्ग्युसोनियन परिवार के इतने लोगों को यहाँ देखकर आनंद होता है। और आपको हमारे बीच पाकर हम धन्यता अनुभव करते हैं।

Acharya J. B. Kripalani, 1907

It will not be out of place to record here how I joined the Fergusson College in the final year of my B.A. studies. For the first three years, I was a student of Wilson College, Bombay, a missionary institution. On an important Ekadashi, holy day, while all other institutions were closed, the missionary authorities refused to close the College. The overwhelming number of students were Hindus. They decided to go on strike for the day. This infuriated the authorities. Those days in India even the Christian missionaries considered themselves as part of the white bureaucracy and behaved as Burra Shahibs. I was considered the Chief leader of the strike. I knew I would not again be admitted in the College next term. I, therefore, joined D.J. Sind College at Karachi.

Unfortunately, here too trouble arose. The Principal, an Englishman, was a Burra Sahib. He was easily upset. There should be no noise whatsoever in his class. One day in the first year class while he was lecturing, some boy's pencil fell down. It disturbed the sacred silence of the class. In anger he asked, 'Who made that noise?' Nobody owned up. This made him furious. He thundered, 'You Indians are liars.' This story, insulting to the nation, was brought to us, the seniors. We thought it necessary to lodge a protest. We drafted a letter asking the Principal to withdraw his words. He did not. He learnt that I had recently joined the College and was the organiser of the protest. One thing and other happening. I was rusticated. The College was managed by a popular Board. My rustication had created a public agitation. At the Board's intervention the Principal withdrew the rustication order, but, instead of giving me a clean leaving certificate, he gave me a letter addressed to the Principal of the College I might join, to admit me on probation. I would get my leaving certificate only when the Principal of the College I joined gave a certificate of my good behaviour at the end of the term. With such a damaging letter, which college would admit me? The Principals of all the colleges in the Bombay Presidency, at that time, were Englishmen, except of the Fergusson College. I could only try my luck there. Paranjape was the Principal. I gave him the letter. He became a little thoughtful and told me that he would admit me but I would have to be careful about my behaviour. I said, 'Sir, my quarrel was with English men, What quarrel can I have with Indians?' He dismissed my talk with a smile and said, 'Be careful!' This is how I joined in my B.A. at the Fergusson College in 1907, about seventy years back.

Here I was as it were in a new World. In Sindh, as soon as anyone joined college, he put on the English dress. All the professors in the college, wore English dress as their official dress. Here, everybody, the students and the teachers, wore the Indian dress. In the Sindh College, students travelled by second class (equivalent to the 1st class of today). Here they travelled by third class. From the station to the College, a distance of more than two miles, they walked on foot. They carried their own luggage. It consisted of a bundle wrapped in a piece of cloth, containing their few clothes and books. Most of them walked bare feet. Only a few wore chappals. In the monsoons they dispensed with chappals even. Their mess charges came to about rupees twelve per month; while those of the Sindhi students came to no less than thirty rupees per month. They were all vegetarians; the Sindhis were non-vegetarians. There were a few Sindhi students in the College. They had a separate mess of themselves. They could not take the Maharashtrian food. In those days every province had its own food habits, which it could not change!

Above all, the Maharashtrian students of those days took keen interest in the political life of the country. Poona, with Tilak and Gokhale and many other patriots in its midst was, at that time, more politically alive than any other province, except Bengal after the Partition. With my nationalist ideas, I found the atmosphere in the Fergusson College congenial and exhilerating. I freely mixed with the Maharashtrian students and even joined one of their messes, though I had not become a vegetarian. Also, I joined their Akhara, for Indian excercises. I thus made many Maharashtrian friends. The chief among them was Dattatreya Kalelkar, who is now known as Kaka Saheb, one of the Chief Followers of Gandhiji and a noted writer both in Marathi and Gujarati. This friendship has continued till today.

For more than a year, engaged in student agitations, I had neglected my regular studies. But I had made a study of the political situation in the country. I had read the abridged life of Ramakrishna Paramahamsa, written by his lay disciple Mohendra Nath Gupta, and some of the works of Swami Vivekanand and Ram Tirtha. This was the time of the Hindu cultural and religious renaissance. Political awareness was greatly influenced by this, I also at the time subscribed for the Daily Bande Mataram, even though it was available in the College reading room. In those days, it was unusual for students with their limited allowance to subscribe for a daily newspaper. I economised on other items of personal expenditure, to be able to subscribe for the Daily. The editor was Aurobindo Ghosh. He made patriotism into a religion. India was the Motherland, whose image, as described in our National Anthem, is installed in every Indian Temple, 'TOMARI PRATIMA GARI MANDIRE MANDIRE'. Bande Mataram poured out from day to day an eloquent and impassioned plea for the freedom of the sacred Motherland. This was when the partition agitation was in full swing in Bengal. It had its exhilarating influence over the whole of India. I and some of my friends were so eager to read to the paper that we would walk a mile in the afternoon sun, to meet the postman on his way. We would then squat on the ground and read the paper from page to page.

I thought I would have a peaceful time in the Fergusson College. The professors were patriotic; they had sacrificed much in the cause of the nation and its education. The students also were nationalists. But I soon discovered a difference between the teachers and the taught. While all the professors were moderates, “liberals” as they called themselves, the follwers of Gokhale, the students were by and large extremists or ‘nationalists’ as they called themselves the Followers of Tilak. Soon a conflict arose between the students and the professors.

In a hillock behind the College there is a small cave. In this lived a sanyasi. He often passed through the College compound. The students suspected him as a spy. In those days, spies often assumed the sanyasi's garb. It gave them easy access to people's homes. People also would place confidence in them. One day when this sanyasi was passing through the compound a group of students caught hold of him and gave him a sound beating. This incident upset the College authorities. Though they themselves might have suspected the sanyasi to be a spy, they thought that this unfortunate incident would affect their relations with the authorities. The Fergusson College was always looked upon by the latter with suspicion. Every institution that worked for education and reform was the object of suspicion by the foreign Government. They held with justice, that an educated and reformed India would be a free India. The College authorities, therefore, decided to take action against the offending students. They wanted them to make amends to the sanyasi and express regret for their conduct. The students instead signed a protest against the proposed action. This protest was signed also by the Hostel Warden, who was a Fellow of the College, getting a stipend. I was prevented from signing the protest by my colleagues. Their argument was that as I was admitted to the College on probation, it would be easy for the authorities to take drastic action against me. They said, they knew that I was with them. This Maharashtrian shrewdness enabled me to continue my studies undisturbed. The authorities could not take action against all the students who had signed the letter of protest, but their wrath fell upon the Warden. He was deprived of his charge and of his Fellowship, which carried a stipend of Rs. 50 per month, a lot in those days and also considering that the professors were drawing only Rs. 75 per month, including the Principal, a Senior Wrangler.

We, the students in our enthusiasm could not understand the awkward position, we had created for the authorities. Though the liberals were not in favour of any radical changes in the govenrment of the country, they loved it and had sacrificed much for it. We also failed to see that if the students were suspect, the teachers too were not free from suspicion in the eyes of the authorities.

Besides Kalelker, I made many other friends. It appeared to me then that these friendships would last for long. They were based on our common love of the country. But the enthusiasm of youth did not last long. Many started life with an ideal, as soldiers of a cause, but most of them fell by the way, oppressed by life's strenuous struggle. I passed many happy days in the Fergusson College; but I could make no progress in the prescribed course of my studies. However, I added to my knowledge of the political situation in the country and the differences that divided the two major political groups in the Congress. I and my friends were great admirers of Tilak. Gokhale was for us a moderate and a friend of the British. He considered British Rule on the whole advantageous to India. We were too young to see that he was serving his country at great personal sacrifice, in a way which he thought would be, for its advance and growth. We could not understand how freedom could come without some struggle. We had no idea of what kind of struggle it would be. We had no doubt that it would be of a violent nature. The question whether this was possible in a disarmed country like ours did not bother us. We were happy when a bomb was thrown or a pistol fired at an Englisman or any of his Indian agents, who carried out the Government's repressive policy.

Whenever Tilak was in Poona, we paid a visit to him. He was easily approachable. No formal engagement was necessary. One could walk into his study-room. He would be squatting on the ground. A table full of books and newspapers and chair would be in the room. He would talk freely. He would ask us questions. He would explain to us his position and that of his followers in the Congress. The two groups had not yet formally divided. Both were in the Congress. His criticism of his political opponents, the 'liberals' was trenchant.

All in all, this was the happiest time of my life. Even today I am proud of the fact that I graduated from the Fergusson College and got my M.A. degree from there. Alas, those times are not more. No more are the Maharashtrians simple in their lives as they used to be in those days. We have all changed but the change of the life-style of the middle and intellectual classes of Maharashtra appears to me to be more rapid and radical than it need have been.

But every older generation feels like that. One does not know where the truth lies. But, I fondly hope that something of the old simplicity and scholarship will yet prevail among the students and teachers of the Fergusson College, in memory of those who started and nourished it at great personal sacrifice and hard work.

राम गणेश गडकरी

कोकणातल्या कर्जत तालुक्यातील सांगवी हे गडकऱ्यांचे मूळ गाव. वडील नोकरीनिमित्त गुजरातेत नवसारी येथे असताना २६ मे, १८८५ रोजी राम गणेशांचा जन्म झाला. १८९३मध्ये पितृछत्र हरपल्याने राम गणेश आपल्या मातुश्री व धाकटे बंधू यांसह कर्जतला आले. या काळात केवळ दहा वर्षांचे असताना त्यांना वाचनाचे वेड लागले. वयाच्या बाराव्या वर्षी त्यांनी एक नाटकही लिहिले. १९००च्या सुमारास गडकरी कुटुंब पुण्यात येऊन राहिले. उपजीविकेसाठी त्यांनी लाकडे-भाजीपाला विक्री अशीही कामे केली. १९०४मध्ये मॅट्रिक झाल्यानंतर फर्ग्युसन कॉलेजमध्ये प्रवेश घेतला. त्यावेळीच आईच्या आग्रहास्तव त्यांचे पहिले लग्न झाले. कॉलेजमध्ये शिकत असताना वाङ्मयाच्या वेडाने पछाडल्याने घरात संघर्षाचे वातावरण निर्माण झाले. १९०६मध्ये किर्लोस्कर नाटक मंडळीत दिवसा नटांच्या मुलांना ते शिकवायचे आणि रात्री नाटक असल्यावर द्वारपालाचे काम करायचे. त्यापूर्वीच त्यांच्या कविता वाग्वैजयंतीमध्ये प्रकाशित झाल्या. श्रीपाद कृष्ण कोल्हटकरांना ते नाट्यगुरू मानीत असत. त्यांच्या मार्गदर्शनाखाली नाट्यकलेसंबंधी त्यांनी काही लेखनही केले. काही काळानंतर किर्लोस्कर नाटक मंडळी सोडून ते विदर्भात शिक्षक म्हणून रुजू झाले, पण कंटाळून पुन्हा कंपनीत परतले. मासिक

मनोरंजनात 'रिकामपणची कामगिरी' हे सदर 'बाळकराम' या टोपण नावाने ते लिहीत. अन्य नियतकालिकांत 'गोविंदाग्रज' या नावाने त्यांच्या कविता प्रसिद्ध होऊ लागल्या. १९११मध्ये त्यांनी 'प्रेमसंन्यास' हे नाटक लिहिलं. या नाटकानं त्यांना नाटककार म्हणून प्रतिष्ठा मिळाली, त्यानंतर त्यांनी पुन्हा फर्ग्युसनमध्ये प्रवेश घेतला, त्यानंतर त्यांचे 'पुण्यप्रभाव' हे नाटक रंगमंचावर आले, यशाची चढती कमान सुरू झाली. गडकऱ्यांच्या विनोदी आणि मनमिळाऊ स्वभावाने मित्रपरिवार वाढला. स्वत:च्या आवडीनुसार १९१७मध्ये त्यांनी दुसरे लग्नही केले, संसारात रमण्याचा प्रयत्न केला, पण आतून ते कमालीचे दु:खी होते. जून, १९१६ ते एप्रिल, १९१८ हा दोन वर्षांचा काळ म्हणजे त्यांच्या प्रतिभेच्या कलात्मक निर्मितीचा काळ! १९१७ साली त्यांनी 'एकच प्याला' हे नाटक लिहून पूर्ण केले. याच काळात 'भावबंधन' आणि 'राजसंन्यास' याही दोन नाटकांचा ते विचार करीत असावेत.

'एकच प्याला'च्या अपूर्व यशाने मराठी वाङ्मयातले त्यांचे स्थान अढळ झाले.

गडकऱ्यांनी लिहून ठेवले आहे की -

'माझे स्मारकच उभारावयाचे असेल तर ते फर्ग्युसन कॉलेजच्या परिसरात उभारा म्हणजे जाणाऱ्या येणाऱ्या विद्वत्‌जनांच्या पायाची धूळ माझ्या मस्तकी पडेल.'

हे स्मारक ग्रंथालयात पुतळ्याच्या रूपाने उभारले आहे.

काव्य, नाटक आणि विनोद या तिन्ही वाङ्मयप्रकारातील गडकऱ्यांचे लेखन खूप लोकप्रिय ठरले.

२३ जानेवारी, १९१९ रोजी विदर्भात सावनेर येथे वयाच्या अवघ्या चौतिसाव्या वर्षी त्यांचे निधन झाले.*

---

* संदर्भ : डॉ. भीमराव कुलकर्णी, **संपूर्ण गडकरी**; वि. स. खांडेकर, **गडकरी व्यक्ती आणि वाङ्मय**; डॉ. रा. शं. वाळिंबे, **गडकऱ्यांचे अंतरंग. गडकऱ्यांविषयी टिपण** – प्रा. श्रीनिवास पेंडसे.

शकुंतला परांजपे*

एकाच संस्थेच्या महाविद्यालयात शिक्षण घेणाऱ्या चार पिढ्या आढळणे हीच मुळात दुर्मीळ गोष्ट आहे. त्यातून त्या स्त्रियांच्या चार पिढ्या असतील तर ते

शकुंतलाबाईंच्या आई-सईबाई, शकुंतलाबाई व रँग्लर परांजपे

अप्रूपच! परंतु माझी आई सई, मी स्वत:, माझी मुलगी सई आणि सईची मुलगी अश्विनी अशा चार पिढ्यांच्या प्रतिनिधींची नावे फर्ग्युसन कॉलेजच्या विद्यार्थीपटावर

---

* डॉ. शशिकला गोरे यांच्या मुलाखतीवर आधारित (फर्ग्युसन कॉलेजच्या शताब्दी स्मरणिकेतून).

आजही आढळतील. चार पिढ्यांपैकी पहिली प्रतिनिधी माझी आई! ती दोन वर्षांची असतानाच तिचे वडील वारले. आईची आई त्यावेळी सतरा-अठरा वर्षांची असेल. पंचहौद मिशनच्या चहा घेतलेल्या कुलंगड्यावर लोकमान्य टिळकांना प्रायश्चित्त घ्यायला लावणाऱ्या गोपाळराव जोशांची (डॉ. आनंदीबाई जोशांचे यजमान) माझी आई सई ही सख्खी पुतणी. गोपाळराव पोस्टमास्तर होते. त्यांनी माझ्या आजीला 'हुजूरपागे'त शिक्षणासाठी ठेवली, आणि तिची दोन वर्षांची मुलगी सई हिलाही शाळेतच ठेवण्यात आले. शाळा हेच अशा रीतीने माझ्या आईचे माहेर झाले. अर्थातच 'हुजूरपागे'वर तिचे अपरंपार प्रेम असे. तेथेच तिने मॅट्रिकपर्यंतचे शिक्षण पुरे केले आणि संस्कृतात सर्व मुलींत पहिली आल्याबद्दल यमुनाबाई दळवी शिष्यवृत्ती मिळवून ती मॅट्रिक झाली.

मॅट्रिकनंतर तिला फर्ग्युसन कॉलेजात घालण्यात आले. गोपाळरावांना पगार किंवा पेन्शन कितीसे असणार? तिला लागणारी कॉलेजची पुस्तके ते नामदार गोखले इत्यादी प्रागतिक पुढाऱ्यांकडून भीक मागून आणीत. आपल्या पुतणीने शिकावे, ही त्यांची मनोमन इच्छा. आनंदीबाईंना नाही का त्यांनी जंग जंग पछाडून शिकवले होते! त्या गेल्यावर मग सगळी भिस्त पुतणीवर!

माझी आई कॉलेजच्या पहिल्या किंवा दुसऱ्या वर्षात असतानाच, इंग्लंडमध्ये अद्वितीय कीर्ती मिळवून आलेले रँग्लर परांजपे, हे प्रिन्सिपल म्हणून फर्ग्युसन कॉलेजात रुजू झाले. आईशी त्यांचे लग्न व्हावे म्हणून खटपटी सुरू झाल्या. गोपाळराव आईला लग्नाच्या निर्णयापासून परावृत्त करू पाहात होते. 'शिकून शहाणी हो, लग्न कशाला करायचं?' असे त्यांचे सांगणे असे. असे अप्रतिम स्थळ चालून आले असता, असला उपदेश एक गोपाळरावच करू जाणोत! परंतु आईने मात्र त्यांचे ऐकले नाही. आणि लग्न ठरले – रंगपंचमीला झालेही! त्या दिवशीसुद्धा गोपाळरावांनी आईला कॉलेज बुडवू दिले नाही. ती अप्पांच्या (रँ. परांजप्यांच्या) तासाला गेली होती - हे खरे तरी वाटेल का कोणाला? वर्गात बिचारीचे लक्ष तरी लागले असेल का? पहिले वर्ष पदरात पडलेच होते. इंटरही झाली. नंतर एका वर्षानेच माझा अवतार झाला आणि त्यानंतर दीड वर्षाच्या आतच माझा भाऊ अशोक जन्मला, पण वर्षाचा व्हायच्या आतच तो गेला. त्याच्या दु:खाने आईची प्रकृती ढासळली, ती कायमची! पुष्कळ उपाय झाले पण काही काही उपयोग झाला नाही.

आईमध्ये गोपाळराव जोशांचा विक्षिप्तपणा पुरेपूर होता. एकदा ती शिडीवरून फर्ग्युसन कॉलेजच्या मुख्य इमारतीच्या कौलांवर चढली. तेथे अगदी शेंड्याला फुलासारखे काहीतरी नक्षीदार बांधकाम आहे. त्या बांधकामाच्या दोन्ही बाजूंना पाय टाकून ती बसली होती. मी त्यावेळी पाच-सहा वर्षांची होते. खाली जमिनीवर उभी राहून मी तिच्याकडे

बघत होते, असे आताही आठवते आहे.

मुलांना जमवायची तिला भारी हौस. सगळ्या प्रोफेसरांच्या मुलांना ती गोळा करायची. प्रिन्सिपलची बायको. तेव्हा तिला विरोध तरी कोण करणार? नाना समारंभांमध्ये तिला सामील व्हावे लागे. त्यावेळी ती अगदी सहजपणे वावरत असे.

- फर्ग्युसन कॉलेजशी निगडित असलेल्या ह्या माझ्या आईच्या आठवणी!

दुसरी पिढी

माझे सगळे बालपण फर्ग्युसन कॉलेजच्या प्रिन्सिपलच्या बंगल्यात गेले. म्हणजे मी 'जन्मजात फर्ग्युसोनियन'च! कारण माझे वडील रँग्लर र. पु. परांजपे फर्ग्युसन कॉलेजचे प्रिन्सिपल होते. ह्या कॉलेजच्या कितीतरी इमारती पायापासून पार छपरापर्यंत वर आलेल्या मी पाहिल्या आहेत. माझ्या जन्मापूर्वी कॉलेजची फक्त प्रमुख इमारतच अस्तित्वात होती. बांधकामे सुरू झाल्यावर रेतीचे ढीगच्या ढीग आवारात पडलेले असत; मी त्यात मनसोक्त खेळले आहे.

बी.ए. ला बसणारे प्रत्येक विषयाचे विद्यार्थी, कॉलेजचे शेवटचे वर्ष म्हणून आपला ग्रुप-फोटो काढून घेत. प्रिन्सिपल अर्थात प्रत्येक फोटोत पाहिजेतच! त्यांच्याबरोबर आईला आमंत्रण असे; आणि मला तर अगदी खास आमंत्रण! अप्पा असतील प्रिन्सिपल, पण कोणताही कार्यक्रम माझ्याशिवाय पारच पडणार नाही अशीच माझी भावना असे. कॉलेजला जेव्हा मुंबईचे त्यावेळचे गव्हर्नर लॉर्ड विलिंग्डन यांनी भेट दिली, तेव्हा त्यांचे ॲम्फीथिएटरमध्ये एक व्याख्यान झाले. त्यावेळी मी लेडी विलिंग्डन यांच्या मांडीवर मोठ्या मजेत बसलेली होते.

अप्पांची विद्यार्थ्यांना फार भीती वाटे, म्हणून पुष्कळ वेळा, मला पुढे करून ते अप्पांना सामोरे जात. होस्टेलमधील विद्यार्थी मला सायकलवर पुढे बसवून कितीतरी हिंडवीत. मला काय काय आणून देत. केवलरामाणी हा त्यावेळचा गणिताचा विद्यार्थी अप्पांचा फार लाडका होता; तो तर आमच्या कुटुंबातला घटकच झाला होता. त्याने आपले अक्षर हुबेहूब अप्पांसारखे घटवले होते.

अभ्यासाला व्यायामाची आणि खेळाची जोड असली पाहिजे असा अप्पांचा आग्रह असे. क्रिकेटच्या पुष्कळ स्पर्धा त्यावेळी होत असत. कॉलेजचे सगळे खेळाडू माझे मित्र. तेव्हा स्पर्धांना आमची स्वारी नेहमी हजर असे. दुपारी स्पर्धा असली की कॉलेज सकाळी ठेवण्यात येई.

शेजारच्या प्रोफेसरांच्या मुलांशी माझी गट्टी-कट्टी नेहमीची चालू असे. प्रोफेसर गुणे आसपासच्या मुलांना गोळा करून त्यांच्यात खेळाच्या शर्यती लावीत. ते आम्हाला गाणीही म्हणायला शिकवायचे. प्रोफेसर पानसे मोठे गमतीचे बोलत, पण

स्वत: हसत नसत. एकदा ते मला म्हणाले, ''शकू, अप्पा रिटायर झाले, म्हणजे त्यांना कुठेतरी गव्हर्नर करतील; मग तुझी आई गव्हर्नेस होईल.'' सगळी मंडळी हसली, पण ती गंमत कळायला मला पुष्कळ वेळ लागला.

इरावतीचे (पुढे इरावती कर्वे) वडील ब्रह्मदेशात होते; म्हणून शाळेत असल्यापासूनच ती आमच्याकडे असे. इरावती दिसायला सुंदर होती. गोरी-गोरी आणि नाक तरतरीत. पुढे कॉलेजात गेल्यावर मुले तिच्यावर कविता करीत, प्रेमपत्रे लिहीत. ती पत्रे पोहोचवण्याचे काम मात्र माझ्यावर सोपवीत. त्यावेळी माझ्यावरही पुष्कळ मुले खूश असत, असे पन्नाशी उलटून गेल्यावर मला कळले, पण तेव्हा कळून काय उपयोग? कॉलेजात कळते, तर मूठभर मांस तरी चढले असते! त्यावेळी अप्पांचा दराराच असा असे की मुलांना आपल्या भावना व्यक्त करण्याची भयंकर भीती वाटे.

अप्पांना स्वत:ला टेनिस खेळण्याची फार आवड होती. कॉलेजातील विद्यार्थ्यांबरोबरही ते पुष्कळदा खेळत. खेळताना चेंडू आला की जोराने धावून जाऊन, तो मारीत. घाई केल्यामुळे कधी कधी तो जाळ्यात पडे किंवा बाहेर जाई. मग - 'काय गद्धयासारखा खेळलो मी!' हा आहेर आपला आपल्यालाच केला जाई. एकदा खेळ पाहात असलेली दोन वात्रट मुले 'खरं आहे' असं पुटपुटली, त्यावर प्रिन्सिपल त्यांच्या तोंडाकडे पाहून तोंडभर हसले मात्र!

एकदा आचार्य अत्रे शिमग्याच्या वेळी, दोन-चार विद्यार्थ्यांना बरोबर घेऊन प्रिन्सिपलकडे होळी पेटवण्याची परवानगी मागण्यासाठी आले, त्यावेळी अत्रे वसतिगृहात राहात असत. अप्पांनी सांगितले, 'होळी पेटवा; मात्र ती कवित्वशून्य असायला हवी.'

कॉलेजमधील एका क्रिकेट खेळाडूने एका परीक्षेत कॉपी केली, त्याला दहा रुपये दंड झाला. वडिलांकडे पैसे मागितले तर त्यांना कळेल आणि ते घरातून घालवून देतील; अशी त्याला भीती वाटली, रडू लागला. प्रिन्सिपल अप्पांनी आपल्या खिशातून दहा रुपये काढून त्याला ऑफिसात दंड भरायला दिले, पण शिक्षेत सवलत दिली नाही.

स्वातंत्र्यवीर सावरकर वसतिगृहात असताना, त्यांनी पुण्यात विलायती कपड्यांची होळी केली. ब्रिटिशांची कारकीर्द असल्याने त्यांना कॉलेजातून काढून टाकावे लागले; पण ह्या प्रसंगामुळे सावरकरांचा प्रिन्सिपॉलबद्दलचा आदर कमी झाला नाही. पुढे स्वत:च्या एकसष्ठीनिमित्त झालेल्या समारंभाचे अध्यक्ष रँ. परांजपेच हवेत असा आग्रह त्यांनी धरला होता. पुण्यात आले की, ते अप्पांना भेटायला आल्याशिवाय राहात नसत.

विद्यार्थ्यांच्या आग्रहामुळे मोतीलाल नेहरूंचे व्याख्यान कॉलेजात ठेवल्याचे मला आठवते. प्रिन्सिपलनी सांगितले, 'त्यांना बोलवा, पण सभेचा अध्यक्ष मात्र मी

असेन.' शेवटी व्याख्यान संपता संपता मोतीलालनी सभेला प्रश्न केला : 'ब्रिटिशधार्जिणे परांजपे चांगले, की ब्रिटिशांना असहकार करणारे मोतीलाल चांगले?' अध्यक्षपदावर असलेल्या प्रिन्सिपलांनी आपल्या भाषणात अगदी सहजपणे मोतीलालांचा आहेर त्यांना परत केला, ते म्हणाले, 'परांजपे आणि मोतीलाल यांच्यात निवड करताना कोणत्या भूमिकेतील मोतीलाल विद्यार्थ्यांनी गृहीत धरावयाचे आहेत? विलायती संस्कृतीने भारलेले एकेकाळचे तरुण मोतीलाल, की नेमस्तांचे पुढारी मोतीलाल? की ब्रिटिशांना पाण्यात पाहणारे आजचे मोतीलाल?' त्यावेळी कॉलेजात असलेले विद्यार्थी आजही प्रिन्सिपलच्या त्या समयसूचक उत्तराची आठवण विसरलेले नाहीत.

ज्यांना 'चालताबोलता विश्वकोश' म्हणावे अशा आर. एन. जोशांच्या अध्यापन-कौशल्यामुळेच मी शास्त्रशाखा निवडली. कोणत्याही विषयावर प्रोफेसर जोशी अस्खलितपणे बोलू शकत असत. दुसरे एक उत्कृष्ट प्राध्यापक जी. बी. कोल्हटकर यांना मी 'बापू' म्हणत असे. सिनेटच्या सभांमुळे बुडलेली आपली व्याख्याने, ते सुट्टीच्या दिवशी येऊन भरून काढीत असत.

प्राध्यापक म्हणून अप्पांनी मला फार थोडा काळ शिकवले, कारण मी कॉलेजात गेल्यावर त्यांची मंत्रिपदावर निवड झाली. एकदा भूमिती शिकविताना त्यांनी फळ्यावर इतक्या सहजपणे आणि बिनचूक अशी वर्तुळाकृती काढली, की कोणत्याही कंपासने त्याहून चांगले वर्तुळ काढता आले नसते! त्यांचे हस्ताक्षरही नेटके आणि सुंदर होते.

प्रा. के. आर. कानिटकर जेव्हा प्रिन्सिपल होते, तेव्हा एका स्नेहसंमेलनाच्या प्रमुख पाहुण्यांना आमंत्रण देताना त्यांनी विद्यार्थ्यांशी विचारविनिमय केला नाही, म्हणून विद्यार्थ्यांनी सत्याग्रह केला. मी त्यात पुढाकार घेतला होता; म्हणून इतर विद्यार्थ्यांबरोबर माझीही कॉलेजातून हकालपट्टी झाली. पुढे ती आज्ञा मागे घेतली गेली.

प्रोफेसर व्ही. ए. आपटे यांचा उल्लेख केला नाही तर मला कृतघ्नच म्हणावे लागेल. अभ्यासातला सर्व रस मी शेवटच्या परीक्षेच्या वेळी गमावून बसले होते. नापास झाले नाही तर आश्चर्यच - अशी वेळ येऊन ठेपली होती, परंतु प्रोफेसर आपट्यांच्या मनाला 'रँग्लर परांजप्यांची मुलगी प्रथम वर्गात येऊ शकत नाही' हा विचारही सोसण्यासारखा नव्हता. मला प्रथम वर्ग मिळणे ही जणू त्यांचीच जबाबदारी होती. ते दररोज घरी येत आणि तासन् तास विद्यापीठाच्या प्रश्नपत्रिका सोडवायला मला भाग पाडीत. मी त्या परीक्षेत पहिल्या वर्गात आले खरी, पण त्याचे श्रेय प्रोफेसर आपट्यांचेच आहे!

आचार्य प्रल्हाद केशव अत्रे

('फर्ग्युसन'च्या ॲम्फीथिएटरमधील भाषणाचा सारांश)

"प्राचार्य कर्वे, प्राचार्य महाजनी, प्राध्यापक बंधू आणि फर्ग्युसन कॉलेजातील भयंकर उत्साही विद्यार्थी-विद्यार्थिनींनो,

आज जवळजवळ एकतीस वर्षांनंतर मी आपल्या भेटीला येत आहे... त्या काळात मी कॉलेजमध्ये याच ॲम्फीथिएटरमध्ये त्या तिथे (बोट दाखवून) बसत होतो. त्यावेळी पहिल्या वर्षाच्या वर्गात दीड वर्ष मुक्काम करून राहण्याचा हुकूम मुंबई युनिव्हर्सिटीने आम्हाला केलेला होता. कारण त्यावेळी जानेवारीचा वर्षारंभ त्यांना जूनमध्ये करावयाचा होता. त्या त्यांच्या नवीन व्यवस्थेच्या तंत्रात आम्ही त्यावेळी नेमके अडकलो. त्यावेळची गमतीची गोष्ट आठवते. रघुनाथ परांजपे हे त्यावेळी 'सर' नव्हते. नुसतेच प्रिन्सिपल परांजपे होते. ते त्यावेळी आम्हाला गणित शिकवीत होते. मी ज्या बाकावर बसत होतो त्याच्या पुढे एक प्रौढ विद्यार्थी बसत असे. त्यावेळी मनगटाच्या घड्याळाचा काळ नव्हता. हा विद्यार्थी वर्गात येताना गजराचे एक मोठे घड्याळ हातात घेऊन येई आणि तास चालू असता तो ते आपल्या बाकाखाली ठेऊन देई. मी एकदा परांजप्यांचा तास चालू असता ते घड्याळ मागून हळूच उचलले आणि त्यात दोनाचा गजर लावून दिला. वर्ग ऐन रंगात आला होता; अशावेळी 'घण-ण-ण' असा जो काही गजर त्या घड्याळातून निघाला! खूपच गंमत झाली त्यावेळी!

आणखीन एक मौजेची आठवण तुम्हाला सांगतो. त्यावेळी आम्हाला प्रा. वासुदेव वळवंत पटवर्धन नावाचे एक इंग्रजीचे नामांकित प्रोफेसर शिकवीत होते. काय सांगू! एवढा हुषार आणि उत्कृष्ट प्रोफेसर पुन्हा या कॉलेजात पाहायला सापडणार नाही! एकदा ते वर्गात येण्यापूर्वी आम्ही मुलांनी काय केले की या कॉलेजच्या बाहेरून जाणाऱ्या कालव्याच्या कडेने जी शिवरीची झाडे आहेत, त्या शिवरीच्या झाडांची बोंडे आम्ही तोडली. त्यातला कापूस जमा केला आणि या ॲम्फीथिएटरच्या तिसऱ्या मजल्यावर जाऊन तो कापूस वरून चोहीकडे उधळून दिला! त्यामुळे एखादे पांढरे धुके पसरावे तसे या ॲम्फीथिएटरात होऊन गेले. प्रो. पटवर्धन वर्गात येऊन पाहतात तो काय, आत चोहीकडे म्हाताऱ्याच म्हाताऱ्या! प्रो. पटवर्धनांनी चोहीकडे पाहिले आणि समोर नजर टाकली. आम्ही जणू त्या गावचेच

नाही अशा आविर्भावाने गंभीर चेहरे करून आणि छातीवर हात बांधून देवासारखे बसलेले होतो. क्षणभर थांबून पटवर्धन म्हणाले:

'यंग मेन शुड नेव्हर प्ले विथ ओल्ड विमेन' तुमच्यासारख्या तरुणांनी म्हाताऱ्यांशी खेळ खेळू नये!' अशी आमची फजिती केली की काही विचारू नका!

मुलांनो, खरे सांगू तुम्हाला? मी या कॉलेजमध्ये ज्यावेळी होतो, तेव्हा तुमच्यासारखाच उडाणटप्पू होतो. खरेच सांगतो, माझे त्यावेळी कॉलेजच्या अभ्यासाकडे मुळी लक्षच नव्हते आणि कॉलेजच्या ठरावीक अभ्यासक्रमाचा आयुष्यात काही तितकासा फायदा होत नाही, असाच माझा अनुभव आहे. नेमलेल्या अभ्यासाव्यतिरिक्त तुम्ही या चार वर्षांत जे काही कराल, तेच तुमच्या भावी आयुष्यात उपयोगी पडणार आहे, त्यावरच तुमच्या भावी आयुष्याची इमारत उभी करता येणार आहे. मी माझ्यापुरते सांगतो. मी काही फार मोठा हुषार माणूस नाही आणि फारसा विद्वानही नाही. कॉलेजमध्ये असताना मी ज्या इतर गुणांचा माझ्या आवडीप्रमाणे विकास केला तोच मला आयुष्यात उपयोगाचा ठरला! वक्तृत्वाची जी जोपासना मी त्या काळात केली, ती आज मला उपयोगी पडली. जे मला माझ्या शिक्षणाच्या आणि पदवीच्या जोरावर करता आले नाही, ते मी माझ्या वक्तृत्वाच्या बळावर केले, करू शकलो.

तुम्ही या कॉलेजचे विद्यार्थी आहात हे केवढे तुमचे भाग्य आहे! या कॉलेजच्या परंपरा फार थोर आणि उज्ज्वल आहेत, त्या तुम्ही राखल्या पाहिजेत, जोपासल्या पाहिजेत. लोकमान्य टिळक, प्रिन्सिपल आपटे, प्रिन्सिपल आगरकर, गोपाळ कृष्ण गोखले, धोंडो केशव कर्वे, प्रिं. महाजनी अशा एकाहीपेक्षा एक कर्तृत्ववान आणि बुद्धिमान कार्यकर्त्यांच्या परंपरा कॉलेजच्या इतिहासात चालत आलेल्या आहेत. या परंपरांची तुम्ही जाणीव ठेवायला पाहिजे, त्यांचा तुम्ही अभिमान धरायला पाहिजे.

लोकमान्य टिळक यांचे प्रभावी वक्तृत्व मी ऐकलेले आहे. लोकमान्य टिळक बोलत नसत, ते सिंहासारखे गर्जत असत. सिंहामध्ये आणि त्यांच्यामध्ये काहीतरी विलक्षण साम्य होते. बोलताना त्यांच्या करड्या मिशा खालीवर हलत असत आणि त्यांचा जबडा थरथर कापत असे... लोकमान्य टिळक इथे पुण्यात बोलले की तिथे सारा हिंदुस्थान हादरे! किंबहुना त्यांच्या वक्तृत्वाचे हादरे तिकडे लंडनमध्ये ब्रिटिश साम्राज्यशाहीला बसत.

टिळकांच्याच पठडीतले फर्ग्युसनच्या पहिल्या बॅचचे विद्यार्थी शिवराम महादेव परांजपे यांच्यासारखा वक्ता पुन्हा होणार नाही. त्यांचे वक्तृत्व म्हणजे काव्याची आणि विनोदाची एक बादशाही मेजवानीच होती. त्यांचे भाषण ऐकताना हजारो लोक मंत्रमुग्ध होऊन बसत. त्यांच्या एकेका वाक्यात काव्यमय कल्पनांची आणि प्रतिभेच्या विलासाची तेजस्वी कारंजी उचंबळत असत! त्यांच्या विनोदाची तऱ्हाच

मुळी निराळी! लावून, खोचून, टोचून बोलण्याच्या बाबतीत त्यांचा हात धरणारा वक्ता मिळावयाचा नाही. त्यांचे बोलणे अगदी जिव्हारी लागे, काळजाला कोणीतरी चिमटा घेते आहे असे वाटे आणि डोळ्यात टचकन पाणी येई.

त्यावेळी मवाळ आणि जहाल असे दोन पक्ष असत. जहाल हे सरकारचे कट्टे विरोधक तर मवाळ हे सरकारचे साहाय्यक! म्हणून जहाल लोक मवाळांवर कठोर टीका करीत असत. शिवरामपंत मवाळांचा उपहास अशा परिणामकारक तऱ्हेने करीत असत की विचारता सोय नाही.

नामदार गोखले यांचे इंग्रजी वक्तृत्व आम्हाला फारसे ऐकायला मिळाले नाही, परंतु इंग्रजी भाषेवर प्रभुत्व मिळविण्यासाठी त्यांनी जगड्व्याळ तयारी केली होती. म्हणूनच ते साऱ्या हिंदुस्थानमधले पहिल्या प्रतीचे वक्ते होऊन बसले होते... इंग्लंडमध्येही गोखले यांचे भाषण इंग्रज लोक कौतुकाने ऐकत असत.

आज स्वातंत्र्यासाठी गोळ्या खाण्याचा काळ आला आहे. तुमची गोळ्या खाण्याची तयारी आहे काय? --- आज तुमच्यावर जी जबाबदारी पडलेली आहे तिची जाणीव धरा. महाराष्ट्राची बुद्धिमत्ता ही सांस्कृतिक बुद्धिमत्ता आहे. त्या सांस्कृतिक बुद्धिमत्तेचा वारसा आपणाला आपल्या थोर पुढाऱ्यांकडून मिळाला आहे. तो वारसा सांभाळा, त्याची जपणूक करा, तरच तुम्हाला आणि तुमच्या महाराष्ट्राला या देशाच्या राजकारणात स्थान आहे!''*

गनीमहंमद बुधनभाई शेख-संगमनेर (१९०९-१९१४)

ग. बु. शेख

फर्ग्युसनमध्ये त्या काळात धार्मिक एकतेची इच्छा प्रकर्षाने जाणवत असे. १९११ साली हिज हायनेस आगाखान यांनी कॉलेजला भेट दिली तेव्हा त्यांचे सौहार्दपूर्ण स्वागत करण्यात आले. हिंदू-मुस्लीम ऐक्याची चर्चा नेहमी चालत असे. त्यावेळी हिंदू-मुस्लीम विद्यार्थ्यांनी एकत्र जेवावे व हिंदू-मुस्लीम विवाहांना उत्तेजन द्यावे अशा सूचना येत असत. कॉलेजच्या स्नेहसंमेलनामध्ये सर्व धर्मियांचे सहभोजन असावे अशी एक सूचना आली, त्यावेळी काहींनी विरोध केला. डॉ. पी.डी. गुणे यांनी हस्तक्षेप करून सांगितले, ''मित्रांनो, युरोपमध्ये/परदेशामध्ये जेव्हा आपण जातो तेव्हा ब्राह्मण,

---

* फर्ग्युसनच्या 'विवाद मंडळाचे' उद्घाटप्रसंगाचे हे भाषण खूप गाजले.

मराठा, मुस्लीम म्हणून ओळखले जात नाही; आपण फक्त भारतीय म्हणूनच ओळखले जातो.'' डॉ. गुणे यांच्या वक्तव्यावरून सहभोजनाला असलेला विरोध मावळला. माझ्या दृष्टीने आनंदाची गोष्ट म्हणजे मी न्यू इंग्लिश स्कूलमध्ये विद्यार्थी असताना सुपरिटेंडंट असलेल्या प्रो. के. एन. द्रवीड यांच्या शेजारी माझे ताट वाढले होते; तो प्रसंग मी कधीच विसरू शकत नाही.

१९११ सालच्या स्नेहसंमेलनात मराठीचे प्रा. ना. सी. फडके यांच्याबरोबर 'त्राटिका' या नाटकात मी काम केले होते. कॉलेजमधल्या गप्पा, चेष्टामस्कऱ्या खेळ, मनोरंजन यामुळे आमचे जीवन खूप समृद्ध झाले आणि ते आमच्या आयुष्यात खूप उपयोगी पडले.

विश्वासराव आनंदराव सत्रलकर, मिरज , (१९१३-१९१७)

वि. आ. सत्रलकर

मी मुळात ख्रिश्चन होतो. एका ख्रिश्चन मिशनऱ्याने मला पंधरा रुपये महिना पगारावर नोकरी देऊ केली, ती नाकारल्यामुळे त्याने मला 'मूर्ख' म्हणून हाकलून दिले; परिणामी ख्रिश्चन समाजात वाळीत टाकल्यासारखी वागणूक दिली गेली. कोणीही भारतीय ख्रिश्चन माझ्याजवळ येत नसे; हिंदूही मला जवळ करीत नसत. अशा परिस्थितीत मी पुण्यात शिक्षणासाठी आलो. कुठे राहायचे, कुठे जेवायचे अशा विमनस्क अवस्थेत रस्त्याने जाताना सायकलची घंटा वाजली. सायकलवरचे गृहस्थ होते प्रो. एम. आर. परांजपे. त्यांनी आस्थेने माझी चौकशी केली. मी एक 'अनाथ' विद्यार्थी शिकण्यासाठी पुण्यात आलो आहे असे सांगितले. माझ्याजवळ पैसे नव्हते, पुस्तके नव्हती, त्यांनी मला त्यांच्या घरी नेले. ते ब्राह्मण, मी ख्रिश्चन असतानाही त्यांच्या घरी राहू दिले. हे उपकार मी कसे विसरू शकेन?

दुसरी एक घटना आठवते. पोटाच्या विकाराने मी त्रासलो होतो; खूप थकलो होतो; त्राण नव्हते. अशा वेळी डॉ. डी. के. गोरे या ख्रिश्चन डॉक्टरांनी मला टांग्याचे भाडे दिले. त्यावेळी मी आवटे क्वार्टर्समध्ये राहात होतो. खोलीवर येऊन पाहतो तो माझे सर्व सामान खोलीबाहेर काढले होते. मी ख्रिचन असल्याचे समजल्याने असे घडले होते. अशा अवस्थेत मी फर्ग्युसनच्या वसतिगृहात आलो. त्यावेळी श्री साठे यांनी जेऊ घातले; पण पुढे काय? मी सरळ डॉ. पी. डी. गुणे यांच्याकडे

जाऊन सर्व हकिकत सांगितली. त्यांनी अत्यंत प्रेमाने माझे शिक्षण पूर्ण होईपर्यंत त्यांच्या घरी राहू दिले. डॉ. गुणे यांची आर्थिक परिस्थिती नसतानाही त्यांनी फी, पुस्तके यासाठी खूप मदत केली. एवढा बुद्धिमान माणूस पण कमालीचा स्वार्थत्यागी, मायाळू आणि समाधानी. अशा माणसांमुळेच संस्था उभ्या राहतात, याची मला जाणीव झाली; आजही त्या आठवणी ताज्या आहेत.

अशीच एक विलक्षण आठवण; प्रिन्सिपल परांजपे यांची. वसतिगृहातल्या एका विद्यार्थ्याला उलट्या होत होत्या. मी धावत प्रिन्सिपल परांजपे यांच्या बंगल्यावर गेलो. त्यावेळी ते जेवत होते. त्यांनी मला त्यांच्या जेवणाच्या खोलीत बोलावले. मी त्यांना घडलेले सांगितले. त्यांनी तातडीने हात धुतले व जेवण अर्धवट सोडून माझ्याबरोबर वसतिगृहात आले. त्या गरीब विद्यार्थ्याची सर्व औषधपाण्याची सोय करून, त्याला बरे वाटल्यानंतरच ते बंगल्यावर गेले.

प्रा. भाटे आणि प्रा. रानडे हे आमचे आवडते गुरू. दोघांच्या शिकवण्याच्या पद्धती वेगळ्या पण दोघेही आमचे लाडके.

प्रा. पटवर्धन एक विलक्षण व्यक्तिमत्त्व! लालबुंद चेहरा, सडपातळ बांधा, काळ्या पगडीच्या बाहेर डोकावणारे भुरे केस, काळपट गाऊन, डुलत डुलत चालणारे प्रा. पटवर्धन अजूनही आठवतात! धबधब्यासारखे वाहते बोलणे विद्यार्थ्यांना विलक्षण पकडीत ठेवत असे. त्यांच्या थोरल्या मुलाचे निधन झाले त्या दिवशीही त्यांनी आमचा तास घेतला. लोकविलक्षण कर्तव्यदक्षता!

अशी फर्ग्युसन आमची माता! कसे विसरू आम्ही तिला?

कु. वेणूबाई पानसे, एम.ए.
(१९१९-१९२६)

त्या काळातले आमचे कॉलेजचे दिवस आजही आठवतात. कॉलेजची ती भव्य मुख्य इमारत, तिची आकर्षक वास्तुरचना डोळ्यात भरत असे; अँम्फीथिएटरचेही तसेच! मुलांचे घोळके पाहून सुरुवातीला आम्ही दबकूनच असायचो. कुठल्याही तासाला जाताना प्राध्यापक वर्गात जाण्यापूर्वी थोडा वेळ आधी वर्गात जाणे आणि तास संपला की प्राध्यापकांपाठोपाठ वर्गाबाहेर पडणे हे आमचे 'कॉलेज लाईफ.' बाह्यत: तरी त्यावेळच्या आम्हा विद्यार्थिनींना 'कॉलेज लाईफ' हा शब्द ज्या अर्थाने वापरला जायचा तसे जीवन अनुभवता येत नव्हते. आम्ही फक्त 'शांत श्रोते' आणि 'शांत प्रेक्षक'च होतो, तरी आम्हाला कॉलेजच्या सर्व कामात - व्याख्याने, वादविवाद, वक्तृत्वस्पर्धा, संमेलने इत्यादी - चांगलाच रस होता. इतर विद्यार्थी जे कॉलेजजीवन आनंदाने, उत्साहाने अनुभवत ते पाहात राहणे हे पंख कापलेल्या

पक्ष्यासारखे आमचे आयुष्य होते. नैसर्गिक अलिप्तता, धैर्याचा अभाव आणि इतरांनी टोमणे मारण्याची भीती ही कारणे त्यामागे असावीत.

कु. वेणूबाई पानसे

प्रा. डब्ल्यू. बी. पटवर्धन यांनी प्रथम विशेष लक्ष देऊन आम्हा विद्यार्थिनींमध्ये धैर्य आणि आत्मविश्वास वाढविण्याचे जाणीवपूर्वक प्रयत्न केले; ते विद्यार्थी आणि विद्यार्थिनी असा फरक करीत नसत. त्यांच्या वर्गात खरी समानता होती. ते आम्हालाही प्रश्न विचारीत आणि आमच्याकडून उत्तर मिळेपर्यंत थांबत. एकदा एका विद्यार्थिनीने परवानगी न घेता वर्गात प्रवेश घेतला, म्हणून त्यांनी तिला बाहेर जायला सांगितले तेव्हापासून आम्ही कधीही उशीर करत नव्हतो. आम्ही पटवर्धन सरांना खऱ्या अर्थाने मित्र आणि मार्गदर्शक मानत होतो.

प्रा. पटवर्धनांची व्याख्याने परीक्षेच्या दृष्टीने फारशी उपयोगी नसली तरी ती ऐकणे हा एक वेगळाच अनुभव होता. ते स्वत: खऱ्या अर्थाने साहित्यप्रेमी होते आणि आम्हाला तसे बनवत होते. कवितेवरचे आमचे प्रेम त्यांच्यामुळेच निर्माण झाले. त्यांचा तास म्हणजे आनंदाचा ठेवा होता.

विद्यार्थीजगातल्या सामाजिक आणि शैक्षणिक कार्यक्रमांचा आत्मा म्हणजे पटवर्धन सर. एकदा त्यांच्याच अध्यक्षतेखाली 'स्त्री दुर्बल आहे काय?' या विषयावर वादस्पर्धा ठेवली होती. आम्हाला सरांचे विचार ऐकावयाचे होते, पण विद्यार्थीवर्गाने गोंधळ घातल्याने त्यांनी सभाच बरखास्त केली.

दुसऱ्या दिवशी वर्गात त्यांनी Marmion मधल्या पंक्ती वाचल्या :

'This wretch was clad in frock and cowl,
And shamed not loud to moan and howl,
His body on the floor to dash,
And crouch, like hound beneath the lash;
While his mute partner, Standing near,
Waited her doom without a tear.'

वाचल्यानंतर ते गंभीरपणाने म्हणाले,

"Now, Judge for yourself. Is woman the weaker sex?"

यावर विद्यार्थीवर्गात खळबळ माजली तर आम्ही विद्यार्थिनिंनी आनंद व्यक्त केला. पटवर्धन सर कडक शिस्तीचे; त्यांच्याबद्दल आम्हाला खूप आदर होता

आणि सर्व विद्यार्थीवर्ग त्यांच्यावर खूप प्रेम करीत असे. माझ्यासाठी तर ते एक ऊर्जास्रोतच होते; त्यांची कर्तव्यदक्षता तर अपवादात्मक होती; ते कधीही गैरहजर राहिले नाहीत. त्यांच्या थोरल्या मुलाचे निधन झाले आणि दुसऱ्या दिवशी 'सोहराब आणि रुस्तुम' मधील तो अत्यंत दुःखद प्रसंग शिकवीत होते. रुस्तुमने चुकीने आपल्याच मुलाचा वध केला होता. शिकवताना ते नेहमीसारखेच वाटत होते, पण त्यांच्या अंत:करणात किती खळबळ असेल याची आम्ही कल्पनाच करू शकत नव्हतो. हे धैर्य, ही शक्ती त्यांनी कुठून मिळवली असेल, असा आजही प्रश्न पडतो. त्यांचा १९२१ साली झालेला मृत्यू आम्हाला मोठा धक्का देऊन गेला. आम्हाला आमचे कॉलेजच हरवल्यासारखे वाटले.

सुरुवातीला आमचे वसतिगृहातले जीवन समाधानी नव्हते. खाण्यापिण्याच्या सोयी समाधानकारक नव्हत्या. नवीन वसतिगृह झाल्यावर आमच्या अडचणी दूर झाल्या. बॅडमिंटन कोर्ट सुरू झाले, सोयी वाढल्या. वसतिगृहातल्या विद्यार्थी-विद्यार्थिनींनी 'भ्रमण' हे नियतकालिक सुरू केले – दुसऱ्या वर्षी त्याचे नाव बदलून 'विकास' असे ठेवले. आम्ही गणेशोत्सवही सुरू केला. अभिनय आणि संगीत फुलवणारे कार्यक्रमही केले. वसतिगृहातली कुणी मैत्रीण आजारी पडली तर आम्ही सर्वजणी तिची काळजी घेत असू.

माझे कॉलेजचे जीवन म्हणजे एक प्रकारची आठवणींची फूलमाळच आहे, ते आयुष्य पुन्हा अनुभवावे असे वाटते, पण 'परतीच्या तिकिटा'ची सोय नसल्यानं आठवणींवर जगणं एवढाच मार्ग आहे!

रा. श्री. जोग (१९१९-१९२६)

१९१९ या वर्षी मी न्यू इंग्लिश स्कूलमधून मॅट्रिक झालो; तेव्हापासून ते १९२६मध्ये एम.ए. होऊन बाहेर पडेपर्यंत मी फर्ग्युसन कॉलेजचा विद्यार्थी होतो. एम.ए.चा विद्यार्थी म्हणण्यात काही अर्थ नव्हता. कारण टर्म भरणे, फी देणे, व्याख्याने ऐकणे हा भाग त्यावेळी नसे. बी.ए.नंतर दोन वर्षांनी एम.ए.ला बसवायचे एवढाच नियम होता. बहुतेक अभ्यास स्वत:च किंवा सहाध्यायांच्या बरोबर करावा लागे. अधूनमधून काही प्राध्यापकांना काही पुस्तके आमच्याबरोबर वाचावयास लावावी, तेवढाच अध्यापनाचा भाग असे. हे अध्यापन घरगुती पद्धतीने बहुधा त्यांच्या घरीच होई, पण हेही सातत्याने आणि नियमितपणे होत नसे.

कॉलेजमधील बहुतेक विद्यार्थी धोतरच नेसत असत. टाय-पँटवाला 'हजारातून एखादा'च असे. असहकारिता युगात काळ्याऐवजी पांढरी टोपी दिसू लागली होती; पण केवळ पांढरी टोपी नसे, काळीही होती. इतर रंग नव्हते; तथापि टोपीच्या रंगास

तेव्हापासून काही अर्थ येऊ लागला, असे वाटते. मुलींची संख्या अल्पच होती. सबंध कॉलेजात १०-१५ मुली असतील. नऊवारी, काही इरकली साड्या आणि लांब बाह्याची पोलकी असाच बहुधा वेष असे. वर्गात बाजूच्या आडव्या बाकांवर त्यांची जागा व बहुधा प्राध्यापकांबरोबर वर्गात त्यांचे गमनागमन असे. मुले आणि मुली यांचे संभाषण वा संवाद क्वचितच होई. सहशिक्षणाचा अर्थ एका वर्गात बसून एकाच वेळी प्राध्यापकांची व्याख्याने ऐकणे एवढाच होता.

मुले व मुली यांना अलग राखण्याचा प्रयत्न कॉलेज-अधिकारीही करीत असावेत, असे वाटते. मुलींच्या होस्टेलच्या व्हरांड्यास उंच, जाड रंगीत सळ्यांची एक भिंत असल्याने काही मुले त्यास तुरुंग संबोधीत. होस्टेलमध्ये मुली ७-८च असत. एकदा मुलांच्या होस्टेलमध्ये काही मुलांत पैज लागली की रथसप्तमीच्या दिवशी एका मुलीस भेटून त्याने तिला तिळगूळ देऊन यावे. एका मुलाने ती पैज जिंकलीही, पण बहुधा त्या मुलीने तक्रार केल्यावरून दुसरेच दिवशी त्यास प्राचार्यांनी रु.२५ दंड केल्याची नोटीस कॉलेज बोर्डावर लागली. कारण अर्थात दिले नव्हते. मोघम अयोग्य वर्तनाचा उल्लेख होता, कारण अर्थात विद्यार्थ्यांच्या मार्फत सर्वांस कळलेच.

पैजेवरून दुसरी एक आठवण होते. पैज हरल्यामुळे 'लाल' या पारशी विद्यार्थ्याने बी.ए.ला ऑनर्सची परीक्षा न देता नुसती पासचीच परीक्षा दिली. तो हुषार होता, एलएल.बी परीक्षेत पहिला वर्ग मिळवून त्याने ते सिद्ध केले. हा होस्टेलमधील मराठी विद्यार्थ्यांशी समरस होऊन राहिला होता. गॅदरींगमध्ये जेवण हा महत्त्वाचा कार्यक्रम असे; त्यावेळी आपल्या एका ब्राह्मण मित्राचा पीतांबर नेसून, गंध लावून, अर्थात उत्तरीय-विरहित अंगाने यजमानाप्रमाणे सर्वांस 'सावकाश होऊ द्या' असे म्हणत पंक्तीतून हिंडत होता. 'लाल' हे पुढे केंद्रीय सेवेत उच्च पदावर चढले.

कॉलेज मॅगझीन हे वर्षातून चार वेळा निघे, त्यात विद्यार्थ्यांचा लेख वा कविता येणे अभिमानाचे वाटे. आम्ही इंटरमध्ये असताना डॉक्टर महाजनी हे दक्षिणा फेलो व मॅगेझीनचे असिस्टंट एडिटर असत. एकदा अंकात निशिगंधास उद्देशून लिहिलेली व 'तुझी विमलता मला शिकव' अशा आशयाची एक कविता टोपणनावाने प्रसिद्ध झाली, ती मला सामान्य वाटल्याने त्याला उत्तर म्हणून मी ४-५ श्लोकांची 'शिकवूनी विमलत्व न येतसे' ही कविता लिहून त्यांना दिली, तीही त्यांनी छापली. पहिली कविता एका सहाध्यायिनीने लिहिली आहे व तिचे नावही विमल आहे हे मला आधी माहीत असते, तर ती देण्याचे धाडस मला झाले नसते. महाजनींना त्या कवितेतील हा श्लोक आजही मुखोद्गत आहे असे अगदी अलीकडे त्यांनी ती एकदा म्हणून दाखविल्यामुळे कळले, त्यानंतर मी एखादीच कविता मॅगझीनमध्ये

दिली असेल. पण बी.ए. झाल्यावर एक इंग्रजी लेख लिहिला होता. बी.ए.ला आम्हाला कार्लाईलचे Heros and hero-worship हे पुस्तक अभ्यासाला होते. त्याचे अनुकरण करून The hero as lover हा लेख, अगदी विडंबन म्हणून नव्हे, पण काहीसा विनोदाकरिता लिहिला. तोही त्यावेळचे संपादक खाड्ये यांनी मॅगझीनमध्ये छापला होता. त्या वेळी मॅगझीनमध्ये आर. एल. राव म्हणून एक कर्नाटकीय विद्यार्थी From the Crow's Nest अशा नावाने कॉलेजजीवनविषयक लेख लिहीत.

आम्ही इंटरमध्ये असताना असहकारयुग सुरू झाले होते, पण आधीच्या टिळकांच्या प्रतिसहकारविषयक धोरणाचा ठसा मनावर पक्का उमटलेला असल्याने 'कॉलेज सोडा', 'वकिली सोडा', 'नोकऱ्या सोडा' इत्यादी आदेश माझ्या मनाला पटले नव्हते; त्याविषयी कवी टिळक यांच्या 'का मग बोंबाबोंब' या कवितेचे शीर्षक घेऊन मी एक चार-पाच कडव्यांची कविता वर्गातील बोर्डावर लिहून ठेवली होती. वर्गात आल्यावर प्रा. वा. ब. पटवर्धन यांनी ती वाचून पाहिली, पण काही न बोलता शिकवण्यास प्रारंभ केला. काही दिवसांनी जेधे मॅन्शन कंपूपैकी कोणातरी विद्यार्थ्याने 'त्या गटाची सभा त्या दिवशी मॅन्शनमध्ये व्हावयाची आहे' एवढेच नोटीसवजा बोर्डावर लिहून ठेवले. प्रा. पटवर्धन आल्याबरोबर ते पाहून संतापाने 'What business has this to be here?' असे त्यांनी ओरडूनच विचारले. विद्यार्थी अर्थात चपापून गप्प बसले. पहिली कविता होती व दुसरी सभेची नोटीस होती म्हणून असे झाले, की पहिलीमधील आशय त्या दिवसात त्यांच्या मनासारखा होता व दुसरीच्या पाठीमागच्या गटाबद्दल मनात अढी होती म्हणून असे झाले, ते नकळे!

अशा आणखी आठवणी कदाचित सांगता येतील, परंतु येथेच पुरे करतो. ते दिवस आणि आजचे दिवस यात पडलेले अंतर मात्र मनास जाणवल्यावाचून राहात नाही. मुला-मुलींचे वेष, त्यांचे संवाद, ग्रंथालयाची सोय, कार्यक्रमांची गर्दी, खेळांचे विविध प्रकार व सोयी, नाट्यप्रयोग अशा कितीतरी बाबींत पडलेले जमीन-अस्मानाचे अंतर थक्क करून सोडल्याशिवाय राहात नाही.

नवलमल फिरोदिया (१९२७-१९२९)

भाऊसाहेब फिरोदिया यांचे पुत्र नवलमल. ते १९२५ साली पुण्यातील टिळक महाराष्ट्र विद्यापीठाच्या नगर येथील विद्यालयातून प्रवेशपरीक्षा उत्तीर्ण झाले. १९२७ साली नगरच्याच शाळेतून मॅट्रिक परीक्षा उत्तीर्ण झाले; शाळेत पहिला क्रमांक मिळविला. १९२७च्या जूनमध्ये, ते फर्ग्युसन कॉलेजमध्ये दाखल झाले. १९२७-

२९ या काळात ते फर्ग्युसनचे विद्यार्थी होते. १९२८ साल 'सायमन गो बॅक' या चळवळीने भारलेले होते. पुण्यात त्यावेळी सर्वश्री एस. एम. जोशी, ना. ग. गोरे, र. के. खाडिलकर इत्यादी तडफदार तरुण काँग्रेसमधल्या 'यूथ लीग'चे काम करीत होते, ते फर्ग्युसनचेच विद्यार्थी! नवलमल राष्ट्रीय संस्कारात वाढल्याने तेही यूथ लीगचे सभासद झाले. फर्ग्युसनच्या मैदानावर त्यांनी लाठीकाठीचे वर्ग घेण्यास सुरुवात केली. या वर्गाच्या संदर्भात नवलमल म्हणतात :

नवलमल फिरोदिया

"त्यावेळी आमच्या कॉलेजमध्ये नव्यानेच प्रोफेसर म्हणून रँग्लर महाजनी आले होते. एकदा ते संध्याकाळी येऊन म्हणाले, 'मलाही लाठी शिकायची आहे.' त्यांच्या इच्छेनुसार मी त्यांना मधूनमधून अर्धा-पाऊण तास लाठी शिकवीत असे, त्यामुळे त्यांच्याशी निकटचा संबंध आला, तो पुढेही टिकला. नंतर काही वर्षांनी रँग्लर महाजनी उदयपूर विद्यापीठाचे कुलगुरू झाले; त्यावेळी तेथील मित्राबरोबर महाजनींना भेटायला गेलो. महाजनींकडे गेल्यावर त्यांची ओळख करून देताना मी त्या सद्‌गृहस्थांना म्हणालो, 'रँग्लर महाजनी हे मला गुरुजी होते. त्यांच्याकडून मला चांगले शिक्षण मिळाले'.... यावर महाजनी हसत विनोदाने म्हणाले, 'अहो, मी यांचा गुरुजी नाही, हेच माझे गुरुजी! यांच्याकडून मी लाठी शिकलो आहे!' महाजनींच्या मनाचा मोठेपणा आणि त्यांची निर्मळ बुद्धी या प्रसंगाने माझ्या अनुभवास आली."

फर्ग्युसन कॉलेजमध्ये असताना राष्ट्रीय, जहाल वृत्तीचे विद्यार्थी आणि मवाळ पक्षाचे प्राचार्य-प्राध्यापक यांच्यामध्ये संघर्षाचे प्रसंग उभे ठाकले होते. त्यांपैकी एक-

श्री. कानिटकर नावाचे प्राचार्य त्यावेळी होते. ते आणि काही विद्यार्थी यांच्यात कॉलेजच्या स्नेहसंमेलनाला मुख्य पाहुणा म्हणून कोणाला निमंत्रित करायचे, ही निवड करण्याचा हक्क कोणाचा, यावरून वाद निर्माण झाला होता. कानिटकरांच्या म्हणण्यानुसार हा अधिकार प्राचार्यांचा आहे, तर विद्यार्थ्यांचे म्हणणे असे की हा अधिकार आमचा आहे. या वादावरून १९२४ साली विद्यार्थ्यांनी प्राचार्य कानिटकरांच्या विरुद्ध रागाने निदर्शनेही केली होती. या निदर्शनात विद्यार्थ्यांनी भाग घेतला होता आणि त्याचे नेतृत्व श्रीमती परांजपे, पारशी तरुण लाल व अकोल्याचे लेले आदी तरुणांनी केले होते. हे प्रकरण पुढे धुमसतच राहिले होते.

आम्ही विद्यार्थी असताना १९२८ सालच्या स्नेहसंमेलनाच्यावेळी हा वाद

पुन्हा उफाळून आला; त्यावेळी प्राचार्य कानिटकरांनी वर्गावर्गात निवडणुका घेऊन विद्यार्थी-प्रतिनिधी निवडले. या निवडणुकीत 'यूथ लीग'वाल्या विद्यार्थ्यांनी चौदापैकी आपले तेरा प्रतिनिधी निवडून आणले. एक विद्यार्थिनी मात्र मवाळ पक्षाची होती, तिने मी 'तुम्हाला विरोध करणार नाही' असे सांगितले होते. विद्यार्थ्यांनी आयरिश देशभक्त डी. व्हॅलेरा, रॅमसे मॅकडोनल्ड आणि वीर नरीमन यांच्या नावांचे पॅनेल दिले. पहिले दोन येणार नाहीत आणि वीर नरीमन यांना निमंत्रित करणे कानिटकरांना भागच पडेल अशी आमची योजना होती, परंतु तसे काही घडले नाही. प्राचार्यांनी ते संमेलनच रद्द केले. पुढे ॲम्फीथिएटरमध्ये लहानसे संमेलन घ्यायचे ठरले. पुण्यातील जुने प्रागतिक पक्षाचे रावबहादुर चिन्मुळगुंद यांना अध्यक्ष म्हणून बोलावले. यूथ लीगवाल्या जहाल विद्यार्थ्यांनी हे संमेलन गोंधळ करून बंद पाडले. चार-पाचशे विद्यार्थ्यांनी घेराव घातला, मवाळ पक्षाच्या विद्यार्थ्यांच्या सायकली जहालांनी कॉलेजजवळच्या कालव्यात टाकून दिल्या. रात्री आठ वाजता प्राचार्य कानिटकरांनी सर्व फेलोजना बोलावून 'गैरहजर विद्यार्थ्यांची नावे द्या' असे सांगितले.

बिचारे फेलो! जहालांविरुद्ध काय करणार? जहालांनी दडपण आणून सगळे विद्यार्थी हजर आणि फक्त कानिटकरांचा मुलगा - ए. के. कानिटकर - हाच तेवढा गैरहजर असा रिपोर्ट द्यायला लावला. कानिटकरांच्या मुलाला एक रुपया दंडाची नोटीस लावण्यास प्राचार्यांना भाग पाडले.

नाराज यूथ लीगवाल्या विद्यार्थ्यांनी महाराष्ट्र मंडळाच्या आवारात स्नेहसंमेलन भरविले, वीर नरीमन यांना पाहुणे म्हणून बोलावण्यात आले. मुंबईच्या बॅक बे रेक्लमेशनच्या वादामुळे ते खूप प्रसिद्ध झाले होते. नरीमन यांनी आमंत्रण स्वीकारले, मात्र ते येऊ शकले नाहीत; अशावेळी तात्यासाहेब केळकरांच्या अध्यक्षतेखाली संमेलन झाले, त्याला एकूण बाराशेपैकी सुमारे नऊशे विद्यार्थी उपस्थित होते.

त्या काळात हिंदू-मुस्लीम वाद होत असत. कॉलेजमध्ये पाच-सहा मुस्लीम विद्यार्थी आणि इतरांत हाणामारी झाली, विद्यार्थी खवळले. एकाने कॉलेजवर दंगल झाल्याचा पोलिसांना फोन केला. ताबडतोब कॉलेजवर पोलीस पार्टी आली. प्रा. डी. जी. कर्वे वसतिगृहात विद्यार्थ्यांची समजूत काढत होते. दुसऱ्या दिवशी मुंबई प्रांताचे शिक्षणमंत्री रफिउद्दीन यांना बातमी कळली. त्यांनी प्राचार्य कानिटकरांना बोलावून घेतले व कॉलेज तसेच वसतिगृह बंद करण्याची कडक सूचना केली.

परीक्षा दीड महिन्यावर आली असताना वसतिगृह बंद करण्याची नोटीस लागली. या प्रसंगाच्या संदर्भात नवलमल लिहितात:

"वसतिगृहाच्या तिसऱ्या ब्लॉकमधील खालच्या चौकात खुर्ची टाकून प्रा. कर्वे बसले होते; ते म्हणाले :

'आपले फर्ग्युसन कॉलेज हे राष्ट्रीय वृत्तीचे कॉलेज आहे, त्याच्यावर सध्या सरकारचा डोळा आहे, तेव्हा या कॉलेजचे वाटोळे करण्याची संधी आपण सरकारला देऊ नये, एवढीच मला तुम्हाला विनंती करावयाची आहे.' प्रा. कर्वे यांचे डोळे पाणावले होते, स्वर गदगदले होते.

प्रा. कर्वे यांच्या बोलण्याचा आमच्यावर खूप परिणाम झाला, आम्ही वसतिगृह खाली करण्याचा निर्णय घेतला.''

नवलमल इंटर सायन्स पास झाले, पण प्रा. कानिटकरांच्या रोषामुळे त्यांना फर्ग्युसनमध्ये प्रवेश मिळू शकला नाही, तेव्हा ते मुंबईच्या रॉयल इन्स्टिट्यूटमध्ये दाखल झाले. पूर्वीच्या कॉलेजचे कॅरेक्टर सर्टिफिकीट असल्याशिवाय प्रवेश पक्का होत नसे. प्रा. कानिटकरांनी लीव्हिंग सर्टिफिकीटचा कॉलम रिकामा ठेवला होता, तेव्हा रॉयल इन्स्टिट्यूटचे प्रिन्सिपॉल मेल्ड्रम यांनी नवलमल यांना सांगितले - 'अनलेस यू गेट अ क्लिअर कॅरेक्टर सर्टिफिकेट आय काण्ट ॲडमिट यू...' पुन्हा फर्ग्युसनमध्ये येऊन कानिटकरांच्या विनवण्या! त्यांनी बरेच काही सुनावले; मुकाट ऐकून घेतले, मग चांगल्या वर्तणुकीचे प्रमाणपत्र दिले. नवलमलजींचे अखेरपर्यंत फर्ग्युसनवर नितान्त प्रेम राहिले.

My Days in Fergusson (1929 - 30)

Babubhai J. Patel

(Ex-Chief Minister, Gujarat)

I was a Fergussonian 55 years back. Way back in 1929, I was a student of the Inter Arts Class. In those days, my Principal was Shri Kanitkar in the first term and Dr. Mahajani in the 2nd term. After passing the Inter Arts I joined for my Jr. B .A. in 1930, but could not proceed with my studies as I was impelled to join the national independence struggle in 1930. It was in the early weeks of the 1st term of the academic year 1930-31 that after paying my fees for the terms both for the Hostel and the College, I decided to give up the studies and join the National Struggle.

My first arrest was in Poona when early in July 1930, I went to picket at the residence of the Minister for Education Diwan Bahadur Harilal Desai. I wanted to dissuade him from continuing his ministership and membership of the Legislative Council. I had a short interview with him in which he summarily brushed me aside and subsequently got me arrested by a British Sergent, who came on a horseback to 16, Queen's gardens and arrested me from there and marched me to a lock up in Camp area from which I was released in the evening after the Council sitting for the day was over. That was my first encounter with the British rule as a young boy of 19 years in those days.

We organized a Students' Conference in Poona wherein a decision to join the National Struggle when called upon by the Congress was taken. In that Conference, I moved an amendment to the main resolution, demanding immediate giving up of studies and joining the struggle in view of the fact that Mahatma Gandhiji was already behind the bars since May 1930 and the struggle was mounting But the majority of students were not in a mood to forsake their academic career. I, however, for myself decided to give up my studies and join the struggle. We decided to observe a three-day strike in the College to express our solidarity with the National Struggle.

The Law College in those days was occupying the amphitheatre building of the Fergusson College. It was having morning classes. I went on the stage and appealed to the law students to join the struggle and observe strike, which they did.

Subsequently, I gave up my studies and joined as a Congress Volunteer in Bombay and occupied a corner in the Morarbaug Central Camp of Volunteers at C P Tank, Bombay.

It was again at the Fergusson College in December, 1930, when on the occasion of the social gathering the Gujarati students contributed a drama styled 'Pravana.' For the first time in that drama I played the role of the heroine, as in those days lady students did not come forward on the stage to take up female roles. I remember that my role was appreciated and I received the 1st prize as also 4 medals on that occasion. : It was the Fergusson College where as a student of Inter Arts, I gave up Sanskrit to pass out the examination with comparatively less ardous studies and Pro. Suru taught us Ardha Magadhi, which enabled me to get through the Inter Arts Examination in the year. The Sanskrit course included 'Uttara-Ramcharita' and passages from 'Kadambari' I thought they were difficult and therefore, I gave up Sanskrit. Subsequently after 10 years, during my imprisonment in the Nasik Road Central Prison, I came across 'Raghuvansha', 'Kumar Sambhava' and 'Megha doota' of Kalidasa in original Sanskrit with Mallinath's annotations only. I was so charmed with these master pieces of literature that I felt very sorry, that during my college days I did not devote more time towards the study of this great language, and I committed to memory certain passages during my jail term.

During those days, Professors included Prof. Jog of Logic, Prof, Kale for Administration, Prof. Lagu for English and Prof. Suru for Ardha-Magadhi. I remember them all with great reverence. Prof. Mahajani and I came in contact with each other some 15 years after that as fellows of the Bombay University, where I used to be a little critical of the working of University Authorities. I hold in high esteem Prof. N.M. Shah and Prof. Mahajani, who had both returned from England with tripos in the year 1929 and who devoted best of their life on a paltry salary to serve the cause of education.

The Deccan Education Society is held by me in a very great esteem because it attracted eminent scholars who devoted their life as volunteers on a meagre amount of some Rs. 50 P.M. in those days in spite of their having enviable qualifications, which would enable them to earn fat salaries elsewhere. My main attraction in joining the Fergusson College was this system of great academicians volunteering their life in the cause of education. But I could continue only for a year in the Fergusson College. Thereafter, I suffered imprisonment and after release, I preferred to join the Wilson College in Bombay, since my association with the Struggle had been with Bombay more than with Poona. All the same the memories of the spacious grounds, campus, hostels, games, amphitheatre, the Fergusson Hills etc. are everlasting and inspiring.

On the occasion of this great Institute completing its century, I send my respectful felicitations to this great Institution which has shaped many young people in many walks of life. Shri Bedekar, a Fergussonian, whom we gave a send off when he went to U.K. for his I.C.S subsequently returned as I.C.S. And later on became the Collector of my district viz. Kheda. It was exciting to receive from him the order of my detention in 1942.

हरी नारायण आपटे (१८८५-८६)*

हरी नारायण आपटे यांचा ८ मार्च, १८६४ रोजी खानदेशात पाटोळे येथे जन्म झाला. त्यांचे कुटुंब विदर्भ, मुंबई करत करत पुण्यात शेवड्यांच्या बोळात जानोरीकर यांच्या वाड्यात स्थिरावले. पूना हायस्कूलमध्ये त्यांचे शिक्षण झाले तेव्हा 'निबंधमाला'कार विष्णुशास्त्री चिपळूणकर, शाळेचे सुपरिंटेंडेंट महादेव मोरेश्वर कुंटे, संस्कृतचे प्रा. जिनसीवाले यांच्या ते संपर्कात आले. विष्णुशास्त्रींचा त्यांच्यावर कमालीचा प्रभाव पडला होता आणि त्यांच्यासारखे लेखक होण्याचे त्यांनी ठरविले. इंग्रजी, संस्कृत, मराठी या भाषा विषयांमध्ये त्यांना सर्वोच्च गुण मिळत; तेव्हाच त्यांना इंग्रजी-मराठी कादंबऱ्या वाचण्याचा नाद लागला. १ जानेवारी, १८८० रोजी मोरोबादादा वाड्यात सुरू झालेल्या 'न्यू इंग्लिश स्कूल'मध्ये प्रवेश घेतला, त्यावेळी हरिभाऊ इंग्रजी सहावीच्या वर्गात शिकत होते. चिपळूणकर, टिळक, आगरकर, नंदर्गीकर यांचे ते लाडके शिष्य बनले.

शास्त्रीबुवांच्या निधनाने ते कमालीचे दुःखी झाले. त्यातून 'शिष्यजनविलाप' या काव्यरत्नाचा जन्म झाला. मॅट्रिकच्या वर्गात असताना लिहिलेली ८९ श्लोकांची कविता, तर आगरकरांनी केलेल्या हॅम्लेटच्या भाषांतरावर हरिभाऊंनी लिहिलेली ७२ पानी टीका म्हणजे त्यांच्या विद्यार्थीजीवनातील साहित्याचे उत्कृष्ट आविष्कार होत. आपल्या नाटकावर विद्यार्थ्याने लिहिलेला टीकालेख आगरकरांना आावडला आणि त्यांनी हरिभाऊंचे अभिनंदन केले.

१८८३मध्ये हरिभाऊंनी डेक्कन कॉलेजमध्ये प्रवेश घेतला. अभ्यासापेक्षा कॉलेजच्या इतर चळवळींत त्यांना जास्त रस होता.

---

* कु. वेणुताई पानसे (फर्ग्युसनच्या माजी विद्यार्थिनी) लिखित - **हरी नारायण आपटे (चरित्र व वाङ्मय विवेचन)**, १९३१.

टिपण : **प्रा. श्रीनिवास पेंडसे.**

२ जानेवारी, १८८५ रोजी स्थापन झालेल्या फर्ग्युसन कॉलेजमध्ये पहिल्या दिवशी ते विद्यार्थी म्हणून दाखल झाले. भाषा विषयांमध्ये उत्तम गुण पडूनही गणितात गती नसल्याने ते अपयशी ठरले. १८८६च्या अखेरीस त्यांनी फर्ग्युसनला रामराम ठोकला.

हरिभाऊ आपटे यांनी मराठी वाङ्मयात अर्थपूर्ण भर टाकली. ३ मार्च, १९१९ रोजी त्यांचे निधन झाले.

◆

परिशिष्ट १

फर्ग्युसन कॉलेजच्या सुवर्णमहोत्सवप्रसंगी आलेले शुभेच्छासंदेश

१. हिज एक्सेलेन्सी - लॉर्ड विलिंग्डन - व्हाईसरॉय आणि हिंदुस्तानचे गव्हर्नर जनरल, न्यू दिल्ली
२. एक्सेलेन्सी-लॉर्ड ब्रेबॉर्न - मुंबई प्रांताचे गव्हर्नर, मुंबई
३. ले. कर्नल छत्रपती राजाराम महाराज, कोल्हापूर, डे. ए. सोसायटीचे अध्यक्ष
४. यशवंतराव होळकर बहादुर, इंदूरचे महाराज
५. श्रीमंत चिंतामणराव धुंडिराज (अप्पासाहेब) पटवर्धन, सांगलीचे राजे, डे. ए. सोसायटीचे उपाध्यक्ष
६. मे. राजे खेम सावंत भोसले बहादुर, सावंतवाडीचे राजे
७. श्रीमंत रघुनाथराव शंकरराव (बाळासाहेब) पंडित पंतसचिव, भोरचे राजे
८. श्रीमंत भवानराव श्रीनिवासराव - बाळासाहेब पंडित पंतप्रतिनिधी, औंध
९. श्रीमंत मालोजीराव मुधोजीराव नाईक निंबाळकर, फलटणचे राजे
१०. श्रीमंत चिंतामणराव भालचंद्रराव पटवर्धन, कुरुंदवाड
११. युवराज्ञी कमलादेवी बाईसाहेब गायकवाड, बडोदा
१२. राजा लक्ष्मणगौडा बसवप्रभु सरदेसाई, वंतमुरी
१३. खानबहादुर धनजीशहा बोमनजी कूपर, अर्थसचिव, मुंबई सरकार
१४. मा. रॉबर्ट डंकन बेल, गृहसचिव, मुंबई सरकार

१५. मा. दिवाणबहादुर एस.टी. कांबळी, शिक्षणमंत्री, मुंबई सरकार
१६. ले. कर्नल जे. सी. ताटे, दखखन राज्यांचे प्रतिनिधी
१७. सर जगदीशचंद्र बोस, कलकत्ता
१८. श्री. विठ्ठल नारायण चंदावरकर, कुलगुरू, मुंबई विद्यापीठ, मुंबई
१९. सर कावसजी जहांगीर, मुंबई
२०. प्रो. इ. कनिंगहॅम सेंट जॉन कॉलेज, केंब्रिज, इंग्लंड
२१. महात्मा मोहनदास करमचंद गांधी
२२. महात्मा हंसराज, दयानंद अँग्लोवेदिक कॉलेज, लाहोर
२३. सर अकबर हैदरी, मंत्री अर्थव्यवहार, हैदराबाद
२४. सर मिर्झा एम इस्माइल, दिवाण, म्हैसूर
२५. मा. मुकुंद रामराव जयकर, बार अॅट लॉ, मुंबई
२६. श्रीक्षेत्र जगद्‌गुरू शंकराचार्य, कोल्हापूर
२७. दिवाण बहादुर अण्णासाहेब बाबाजी लठ्ठे, बेळगाव
२८. फ्रॉन्सिस लो, संपादक टाइम्स ऑफ इंडिया, मुंबई
२९. डॉ. हॅरोल्ड एच. मान, माजी प्राचार्य, अॅग्रीकल्चर कॉलेज, पुणे
३०. रे. जी पॅलासिओस, प्रिन्सिपल, सेंट झेविअर कॉलेज, मुंबई
३१. डॉ. रघुनाथ पुरुषोत्तम परांजपे, कुलगुरू, लखनौ
३२. सर सर्वपल्ली राधाकृष्णन, कुलगुरू, आन्ध्र विद्यापीठ, व्हॉल्टेर
३३. सर प्रफुल्लचंद्र राय, कलकत्ता
३४. सर तेजबहादुर सप्रु, अलाहाबाद
३५. सर चिमणलाल हरिलाल सेटलवाड, मुंबई
३६. सर फिरोज कुरसेठजी सेठवा, मुंबई
३७. सर मोक्षगुंडम विश्वेश्वरैय्या, बंगलोर
३८. सर दिनशा एडलजी वाच्छा, मुंबई
३९. सर खुसरौ एन. वाडिया, मुंबई

◆

परिशिष्ट २

शास्त्र विषयांचे शिक्षण

१८९० साली बी.ए.च्या पर्यायी विषयांमध्ये शास्त्र विषय अभ्यासक्रमात समाविष्ट झाला. तत्पूर्वी कॉलेजमध्ये प्रीव्हीयसच्या विद्यार्थ्यांना नैसर्गिक शास्त्र (Natural Science) हा विषय शिकविला जात असे. प्रा. गोळे पदार्थविज्ञान आणि रसायनशास्त्र शिकवीत; त्यांना श्री. जावडेकर साहाय्य करीत. प्रा. माटे जीवशास्त्र शिकवीत. १८९२मध्ये कॉलेजला शास्त्र शाखेच्या पहिल्या वर्षाचे वर्ग शिकवण्याची परवानगी मिळाली. बी.ए. परीक्षेत शास्त्र विषय घेणारे बी. बी. सरदेसाई हे पहिले विद्यार्थी होत. त्यांना १८९२च्या विद्यापीठाच्या परीक्षेत दुसरा वर्ग मिळाला. त्याच वर्षी एन. व्ही. सप्रे या विद्यार्थ्याने प्रथम वर्ष शास्त्र परीक्षेत पहिला वर्ग मिळविला, तर १८९३मध्ये र. पु. परांजपे यांनी पहिला वर्ग मिळविला. त्याच वर्षी २००० रुपयांची प्रयोग-उपकरणे खरेदी करण्यात आली. त्यामुळे द्वितीय वर्ष शास्त्राची परवानगी मिळाली. १८९४मध्ये र. पु. परांजपे यांनी शास्त्र शाखेची (B.Sc.) पदवी परीक्षा पहिल्या वर्गात पहिल्या क्रमांकाने उत्तीर्ण केली. १९०१ सालापर्यंत शास्त्र विभागातील विद्यार्थ्यांची संख्या फार मर्यादित होती.

१९०२ साली परांजपे प्राचार्य झाल्यानंतर शास्त्र विभागाकडे अधिक लक्ष पुरविले गेले व विद्यार्थ्यांची संख्या वाढू लागली. १९०३ साली के. आर. कानिटकर पदार्थविज्ञान विषय घेऊन एम.ए. झाले आणि त्यांच्याकडे पदार्थविज्ञान आणि रसायन या दोन्ही विभागांची जबाबदारी सोपविण्यात आली. १९०५ साली डी. एल. दीक्षित शास्त्र शाखेची पदवी उत्तीर्ण झाले, त्यांना आजीव सदस्य करण्यात आले आणि त्यांच्याकडे जीवशास्त्र विभागाचे प्रमुखपद सोपविण्यात आले. या सर्व काळात कॉलेजच्या मुख्य इमारतीतच शास्त्रविषय शिकविले जात. ही जागा शास्त्र शाखेचे विषय शिकविण्यास योग्य नव्हती.

१९०३मध्ये डॉ. काणे यांच्या देणगीमुळे 'काणे रसायन-प्रयोगशाळे'ची इमारत बांधली गेली. बेदरकर यांच्या देणगीमुळे गॅस प्लँट व अन्य खोल्या बांधल्या गेल्या. १६ विद्यार्थ्यांची सोय झाली. मात्र पदार्थविज्ञान, जीवशास्त्र या विषयांच्या विद्यार्थ्यांची सोय समाधानकारक नसल्याचे १९०६मध्ये मुंबई विद्यापीठ तपासणी समितीने निदर्शनास आणले. योगायोगाने त्याच वर्षापासून प्रतिवर्षी दहा हजार रुपये असे पाच वर्षांसाठी सरकारी अनुदान मिळाले. त्यातून प्रयोगशाळा व वर्गांची संख्या वाढविण्यात आली. १९०७मध्ये प्रा. जी. बी. कोल्हटकर रसायनशास्त्र विभागाचे प्रमुख झाले. १९०९ सालच्या मुंबई विद्यापीठ समितीने तीन वर्षांत फर्ग्युसन कॉलेजने शास्त्र विषय शिकविण्याच्या सोयींचे कौतुक केले. त्याच दरम्यान निवृत्त सहजिल्हाधिकारी यांनी शास्त्र विभागांसाठी तीस हजार रुपयांची खास देणगी दिली व इंटरसायन्स बी.एस्सी.च्या विद्यार्थ्यांना उत्तेजन म्हणून शिष्यवृत्या व पारितोषिके देण्यासाठी वेगळी देणगी दिली. या दरम्यान बंगलोर येथे स्थापन केलेल्या टाटा इन्स्टिट्यूट ऑफ सायन्समध्ये विशेष संशोधन करण्यासाठी कोल्हटकरांना पाठविण्यात आले. ते त्या संस्थेचे खास सभासदही झाले. १९१३मध्ये निवृत्त सहन्यायाधीश श्री. नानासाहेब ब्रह्मे यांनी दिलेल्या पंधरा हजार रुपयांच्या देणगीमधून शास्त्र विभागांसाठी स्वतंत्र ग्रंथालयाची तरतूद करण्यात आली; पदव्युत्तर अध्ययनासाठी ही सोय फार उपयोगी पडली.

१९१५मध्ये इंदोरचे महाराज सवाई तुकोजीराव शिंदे यांच्या वीस हजार रुपयांच्या देणगीतून जीवशास्त्र विभागासाठी स्वतंत्र इमारत बांधण्यात आली. याच वर्षी सरकारी अनुदानातून रसायनशास्त्र विभागाची प्रयोगशाळा वाढविण्यात आली व तिचे उद्घाटन मुंबई प्रांताचे गव्हर्नर लॉर्ड विलिंग्डन यांच्या हस्ते करण्यात आले.

१९१६ सालच्या दरम्यान इंजिनिअरिंग कॉलेजमध्ये प्रवेश घेण्यासाठी इंटर सायन्स परीक्षा उत्तीर्ण होण्याची अट घालण्यात आली. १९२२ साली मेडिकल कॉलेजच्या प्रवेशासाठी इंटरसायन्सला जीवशास्त्र विषय घेऊन उत्तीर्ण असण्याची अट घालण्यात आली. याचा परिणाम शास्त्र शाखेच्या विद्यार्थ्यांची संख्या वाढण्यात झाला. १९१८मध्ये फर्ग्युसनमधून इंटरसायन्स उत्तीर्ण होणाऱ्या विद्यार्थ्यांची संख्या फक्त पन्नास होती, ती केवळ दहा वर्षांत ३८५पर्यंत वाढली. परिणामी या वर्गाच्या तीन तुकड्या सुरू झाल्या व प्रयोगशाळांचा वापर योग्य पद्धतीने होण्यासाठी पाळ्या वाढवण्यात आल्या. १९२८पासून पुण्यातील इतर महाविद्यालयांना ही परवानगी देण्यात आल्याने फर्ग्युसनची संख्या घटली तरी १९३५पर्यंत ती २५०च्या खाली गेली नाही. बी. एस्सी.ची विद्यार्थीसंख्या १९१८मध्ये १८ होती, ती १९२७मध्ये ११५पर्यंत वाढली. १९२९मध्ये रसायनशास्त्र विभागाच्या वर्गखोल्या आणि प्रयोगशाळा विस्तृत करण्यात आल्या. १९२५मध्ये प्रा. डी. डी. कर्वे यांची

रसायनशास्त्र विभाग प्रमुख म्हणून नेमणूक झाली.

१९३०मध्ये पदार्थविज्ञान शास्त्राचे प्रा. कानिटकर निवृत्त झाले आणि प्रा. बर्वे, प्रा. ढवळे, प्रा. जोग यांच्या नेमणुकांमुळे हा विभाग समृद्ध झाला. विद्यार्थी संख्या वाढल्यामुळे या विभागाला जागा अपुरी पडू लागली. १९३४मध्ये नवी मोठी वर्गखोली बांधण्यात आली, त्यादरम्यान सवाई तुकोजीराव इमारत वाढवून भूशास्त्र विभागाचीही सोय करण्यात आली. १९३५च्या सुवर्णमहोत्सवी वर्षात वनस्पतीशास्त्र, प्राणिशास्त्र आणि भूशास्त्र या तीन विकसित होणाऱ्या विभागांना अधिक मोठे वर्ग, मोठ्या प्रयोगशाळा, संग्रहालय यांची नितान्त गरज वाटत होती व ती पुरी करण्यासाठी आवश्यक ती पावले पडू लागली.

भूशास्त्र (Geology)

भूशास्त्र या विषयाची शिकविण्याची सुरुवात १९०८मध्ये झाली. सुरुवातीला हा विषय शास्त्र शाखेच्या दुसऱ्या वर्षाला (inter science) पर्यायी विषय म्हणून होता. काही वर्षांनी हा पदवीपातळीवर शिकविला जाऊ लागला. मुंबई विद्यापीठाच्या एम.ए. अभ्यासक्रमात नैसर्गिक शास्त्रांच्या तीन विषयांमधील एक म्हणून हा विषय घेता येत असे. १९२३पर्यंत हा विषय घेणाऱ्यांची संख्या फारच मर्यादित (५-६) होती. १९२३पासून शास्त्र शाखेच्या दुसऱ्या वर्षासाठी १५ आणि पदवीसाठी १५ विद्यार्थी शिकविण्याची सोय होती. १९२०पूर्वी हा विषय स्वतंत्रपणे शिकविण्याची सोय नव्हती, स्वतंत्र प्राध्यापक नेमला जात नसे. रसायनशास्त्र विभागाचे प्राध्यापक खनिजे आणि संबंधित विषय शिकवीत. Paleontology हा विषय प्राणिशास्त्र आणि वनस्पतीशास्त्र या विषयांचे प्राध्यापक शिकवीत असत. प्रा. जी. जी. नारके हे भूशास्त्र विषयात खास रस असलेले प्राध्यापक बी. एस्सी. वर्गासाठी विनामूल्य शिकवीत असत.

१९२३मध्ये के. व्ही. केळकर फर्ग्युसनमध्ये प्रो. येवलेकर यांचे साहाय्यक शिक्षक म्हणून रुजू झाले आणि १९२३पासून भूशास्त्र हा विषय पदवीसाठी विशेष विषय म्हणून शिकविण्यास मान्यता मिळाली. १९३२मध्ये केळकर यांची भूशास्त्र विषयाचे प्रमुख प्राध्यापक आणि विभागप्रमुख म्हणून नेमणूक झाली आणि नंतरच्या काळात आर. डी. गोडबोले, वाय. व्ही. आपटे, आर. व्ही. साठे, एल. व्ही. आगाशे, आर. बी. गुप्ते आणि एस. वाय. दाते यांची विभागात सहप्राध्यापक म्हणून नेमणूक झाली आणि भूशास्त्र विभाग संपन्न झाला.

◆

परिशिष्ट ३

ग्रंथालयाचा विकास

रावसाहेब मंडलिक

'ग्रंथ हे खरे गुरू होत' या उक्तीचा विचार केला तर कोणत्याही शैक्षणिक संस्थेचे मूल्यमापन करताना त्या संस्थेचे ग्रंथालय कसे समृद्ध आहे, किती आणि कोणती पुस्तके उपलब्ध आहेत, ग्रंथांची मांडणी कशी आहे ह्या गोष्टींना महत्त्व प्राप्त होते. आज फर्ग्युसन कॉलेजचे ग्रंथालय फार समृद्ध मानले जाते. त्याची सुरुवात कशी झाली, विस्तार आणि विकास कसा झाला हे समजून घेणे आवश्यक ठरेल.

१८८२मध्ये वऱ्हाडातील अकोला गावातील चार सद्‌गृहस्थांनी न्यू इंग्लिश स्कूलच्या ग्रंथखरेदीसाठी १२०० रुपयांची देणगी दिली. त्यांच्या निधनानंतर त्यांची इतिहास विषयासंबंधी ग्रंथसंपदा कॉलेजला मिळाली.

१९०७ साली रावसाहेब वि.ना.मंडलिकांचे सबंध ग्रंथालयच त्यांचे सुपुत्र श्री.ना.वि.मंडलिक यांनी फर्ग्युसन महाविद्यालयाला दिले. सुमारे ८००० ग्रंथांच्या या संग्रहात अनेक हस्तलिखिते, दुर्मीळ जुनी पुस्तके, नियतकालिकांच्या फाइली असे विविध प्रकारचे ज्ञानसाहित्य होते; या संग्रहाची किंमत पन्नास ते साठ हजार होती. त्यावेळी ह्यातील पुस्तकांची व हस्तलिखितांची एक विषयवार यादी (Catalogue of Mandlik Collection) छापून त्याच्या प्रती भारतातील सर्व विद्यापीठांकडे व विद्वज्जनांकडे पाठवल्या होत्या. या संग्रहातील हस्तलिखिते किंवा पुस्तकातील संदर्भ पाहण्यासाठी भारतातूनच नव्हे तर परदेशातूनही अनेक संशोधक, विद्वान आणि विद्यार्थी ग्रंथालयात येतात व अनेक दिवस थांबून त्यांचे वाचन व सूक्ष्म

अभ्यास करतात. १९३२मध्ये रँगलर परांजपे यांनी आपल्या खाजगी ग्रंथालयातील तीन हजारहून अधिक ग्रंथ दिले. त्यात गणित विषयावरची सर्वांत जास्त पुस्तके होती. रावसाहेब मंडलिक, सर महादेव चौबळ, नाशिकचे रावबहादुर गुप्ते, सर्वश्री एफ. एम. दस्तुर, एल. आर. गोखले, प्रा. राजवाडे, बी. व्ही. वासुदेवजी, व्ही. डी. फाटक यांची पुस्तके होती. वाडिया समूहाने दिलेल्या मोठ्या देणगीतील दहा हजार रुपयांची रक्कम संशोधनासंबंधी नियतकालिकांसाठी होती. १९२५ ते १९३५ या दहा वर्षांच्या कालखंडात ग्रंथालयावर ७५ हजार रुपयांची रक्कम खर्च करण्यात आली, त्यातील ४/५ रक्कम ३४ हजार पुस्तकांच्या खरेदीसाठी वापरण्यात आली. या पुस्तकांची विभागणी 'ड्यूई डेसिमल सिस्टिम'नुसार करण्यात आली. फर्ग्युसनचे ग्रंथालय नावारूपाला आणण्यामध्ये दीर्घकाळ ग्रंथपाल (१९२२ ते १९५१) म्हणून काम केलेल्या रघुनाथ शतानंद पारखी यांचा मोलाचा वाटा होता.

देणगीदाखल दिलेल्या ग्रंथांव्यतिरिक्त ग्रंथांची १९३५ सालची ग्रंथसंख्या ३४,५१५ एवढी होती.

रीडिंग हॉल

ग्रंथालयाच्या इमारतीचे दोन भाग होते. तळमजल्यावर व मॅझेनिन फ्लोअरवर उत्कृष्ट लाकडी कपाटांमध्ये पुस्तकांची कपाटे व्यवस्थित विभागवार ठेवलेली असत. त्या काळात ग्रंथालयाच्या प्रमुख प्रवेशद्वारानजीक विद्यार्थ्यांच्या वस्तू ठेवल्या जात व टोकन दिले जात असे. बरीच वर्षे विद्यार्थ्यांसाठी मुक्तद्वार योजना होती. याचा अर्थ विद्यार्थी स्वत: कपाटातून आपणास हवे ते पुस्तक घेत असे व त्याची नोंद करून ते दिले जात असे. कालांतराने ही पद्धत बंद झाली. वरच्या मजल्यावर मोठ्या हॉलमध्ये केवळ विद्यार्थ्यांना लागणारी पाठ्यपुस्तके ठेवण्याची व तेथेच वाचण्याची सोय होती. त्या भागाला रीडिंग हॉल असे म्हणत असत. काही काळ विद्यार्थिनींची बसण्याची स्वतंत्र व्यवस्था होती.

तळमजल्यावर प्रवेशद्वारातून आत गेल्यावर लाकडी भव्य टेबले व त्या भोवती खुर्च्या अशी व्यवस्था असल्याने व तेथेच टिळक, गोखले, आगरकर यांचे पुतळे असल्याने छोट्या प्रमाणावरची चर्चासत्रे घेतली जात व आजही होतात. तळमजल्यावरील भिंतींवर संस्थापक, दिग्गज प्राध्यापक, विद्यार्थी, नियामक सदस्य,

देणगीदार यांची छायाचित्रे-तैलचित्रे लावलेली आहेत.

बाई जेरबाई वाडिया

विद्यार्थ्यांची संख्या वाढल्यावर आणि अनेक विषयांचे विभाग विकसित झाल्यावर प्रत्येक विषयाच्या विभागामध्ये स्वतंत्र ग्रंथालये उभी राहिली. या ग्रंथालयांमध्ये त्या त्या विषयाची पाठ्यपुस्तके ठेवण्याची प्रथा सुरू झाली, पण आजही सर्व विषयांचे मुख्य संदर्भग्रंथ बाई जेरबाई वाडिया ग्रंथालयात ठेवलेले आढळतात. सुवर्णमहोत्सवापूर्वी ग्रंथपाल म्हणून दाखल झालेल्या पारखी यांचे योगदान पुढे येणार आहे.

◆

परिशिष्ट ४

फर्ग्युसन कॉलेज मॅगेझीन

विद्यार्थ्यांच्या दृष्टीने एक महत्त्वाचा शैक्षणिक उपक्रम कॉलेजच्या वार्षिक संमेलनाच्या दिवशी २७ मार्च, १९१० रोजी सुरू झाला. हा उपक्रम म्हणजे 'फर्ग्युसन कॉलेज मॅगेझीन'ची सुरुवात. प्रा. वा. गो. काळे मॅगेझीनचे पहिले संपादक होते. पहिल्या अंकाच्या संपादकीयात या उपक्रमाचा उद्देश स्पष्ट करण्यात आला-

''गेली पंचवीस वर्षे फर्ग्युसन कॉलेज हे मुंबई प्रांताचे एक महत्त्वाचे शैक्षणिक केंद्र राहिले आहे. कॉलेजमधून हजारो विद्यार्थी पदव्या घेऊन बाहेर पडले आहेत. अशावेळी प्राध्यापकांच्या आणि विद्यार्थ्यांच्या मनात आपले विचार व्यक्त करण्यासाठी एक माध्यम असावे ही कल्पना घोळत होती, ती मॅगेझीनच्या स्वरूपात आज प्रत्यक्षात येत आहे.

''शाळा अथवा कॉलेजमधून बाहेर पडणाऱ्या प्रत्येक विद्यार्थ्याच्या मनात आपले या शिक्षणसंस्थेत घालविलेले क्षण घोळत असतात आणि त्या आठवणी तो सतत जपत असतो. या आठवणी पुनरुज्जीवित करण्यासाठी त्याला माध्यम हवे असते आणि शिवाय फर्ग्युसनबाहेर पसरलेला प्रचंड जनसमुदाय कॉलेजमध्ये काय घडत आहे हे समजण्यासाठी उत्सुक असतो, डेक्कन एज्युकेशन सोसायटी आणि तिच्या संस्थांबद्दल जाणून घेण्यासाठी प्रयत्नशील असतो. सोसायटीच्या संस्थांमागे एक महत्त्वाची कल्पना आहे. प्रत्येक विद्यार्थ्याच्या मनात स्वावलंबनाचे प्रात्यक्षिक रुजावे आणि त्या रूपाने देशाचे भले होण्यासाठी प्रयत्न करावे हा उद्देश असतो. काही ठिकाणी, काही बाबतीत गैरसमज असले तरी स्थूल मानाने डेक्कन एज्युकेशन सोसायटीच्या कार्याबद्दल मोठी आस्था आहे, कार्याला पाठिंबाही आहे. मॅगेझीनच्या रूपाने हा पाठिंबा वृद्धिंगत करता येईल.

''या मॅगेझीनमध्ये कॉलेजमध्ये घडणाऱ्या महत्त्वाच्या घटनांची नोंद असेल आणि विद्यार्थ्यांमध्ये संगठन भावना जोपासता येईल.

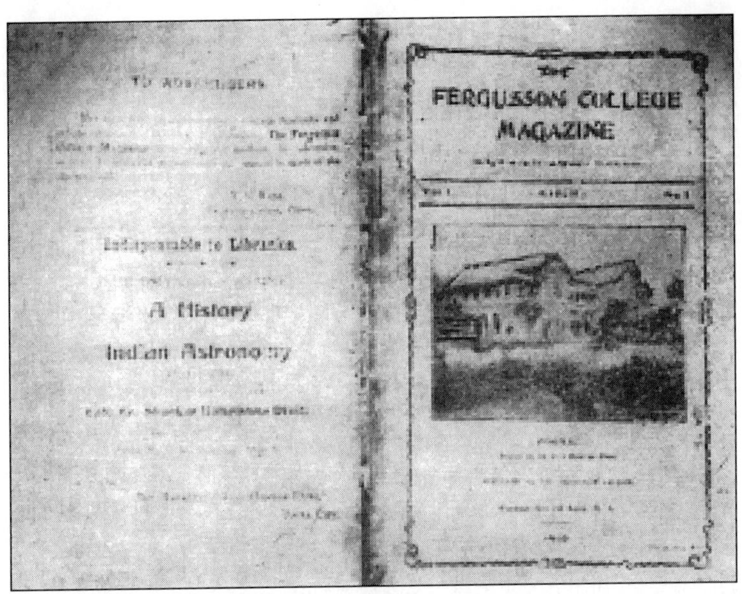

फर्ग्युसन कॉलेज मॅगेझीनच्या पहिल्या अंकाचे मुखपृष्ठ - १९१०

"हे मॅगेझीन आजी आणि माजी विद्यार्थ्यांबरोबर प्राध्यापकांसाठीही खुले व्यासपीठ असेल. जबाबदारीने कसे लिहावे याची विद्यार्थ्यांना प्रेरणा मिळेल आणि त्यांच्या ऐतिहासिक अथवा साहित्यिक संशोधनालाही उत्तेजन मिळेल."

या मॅगेझीनमध्ये कॉलेजमध्ये घडणाऱ्या घटनांच्या संपादित नोंदी होत्याच, पण त्याचबरोबर अनेक तरुणांच्या साहित्यिक ऊर्मींचाही आविष्कार घडत असे. या मॅगेझीनमध्ये द. वा. पोतदार, श्री. म. माटे, ना. सी. फडके, आचार्य प्र. के. अत्रे, पी. वाय. देशपांडे, वि. स. खांडेकर, एन. जी. कमतनूरकर या नंतरच्या काळात प्रथितयश झालेल्या साहित्यिकांच्या विद्यार्थीदशेतील कलाकृतींना, लेख-निबंधांना, संशोधनांना स्थान मिळाल्याचे लक्षात येईल. विद्यार्थ्यांबरोबर शिक्षकांनी केलेल्या कायमस्वरूपी लेखनाची नोंद घेणारे हे मॅगेझीन अल्पावधीत अत्यंत लोकप्रिय झाले. सुरुवातीस फक्त ६० पृष्ठे असलेले हे मॅगेझीन होते. इंग्रजी, मराठी, गुजराती, कानडी विभागांचा, विविध विद्यार्थी संघटनांच्या कार्यांचा, निवेदनांचा समावेश होत गेल्यामुळे त्याची पृष्ठसंख्या तिपटीने वाढली. कालांतराने हे फर्ग्युसन आणि विलिंग्डन महाविद्यालयांचे संयुक्त प्रकाशन ठरले. काही काळ या मॅगेझीनचे वर्षात दोन तर कधी तीन भागही प्रकाशित होत. प्रकाशनाचा खर्च भरून निघण्यासाठी किंमत ठेवली जाई. विद्यार्थ्यांच्या फीमधून ती वसूल केली जाई. इतरांना ते विकत मिळत असे व काही जाहिरातीही घेतल्या जात. या जाहिरातींमध्ये कॉलेजच्या

कार्यक्रमाचे छायाचित्रण करणारे मेसर्स एस. एन. दाते, गोडबोले, विद्यार्थ्यांच्या पोशाखांसाठी सुयोग्य कापड पुरविणारी कापडदुकाने, शिलाईकाम करणारे 'टेलर्स-कटर्स', पुस्तक विक्रेते इत्यादींच्या जाहिराती असत.

साधारणत: छायाचित्रणाची कला एकोणिसाव्या शतकाच्या मध्यात विकसित झाली असली तरी ते चित्रण व्यक्तिचित्रण किंवा समूहचित्रण यापुरते मर्यादित असे. कलात्मक छायाचित्रण हे थोडे उशिरा सुरू झाले. निसर्गदृश्य चित्रण, रचनाचित्रण, कलात्मक व्यक्तिचित्रण यांचे काही आविष्कार मॅगेझीनच्या अंकात आर्टपेपरवर छापलेले आढळतात. रंगीत छायाचित्रण बरेच उशिरा सुरू झाले, परंतु रंगीत चित्रे ब्लॉक पद्धतीने छापली जात असत. ही बहुरंगी छपाई महाग असे, परंतु फर्ग्युसनने मॅगेझीनमध्ये छापलेले बहुरंगी चित्रण दुर्मीळ असले तरी उठावदार असे. १९३० सालानंतरच्या काळात कलामंडळाचे संस्थापक भुर्के यांची चित्रे मनोवेधक होती. आपला लेख, कविता, निबंध, छायाचित्र छापण्यात आले की, विद्यार्थी-प्राध्यापक इतके खूश असत की विचारू नका. आयुष्याच्या उत्तरार्धात आपल्या कॉलेजजीवनातले आठवणींचे पुरावे दाखवताना बहरलेले वृद्धांचे चेहरे खरोखरीच त्यांच्या तरुणाईची आठवण देत राहतात. उद्याचे वृद्ध असेच करणार आहेत...!

◆

परिशिष्ट ५

डेक्कन एज्युकेशन सोसायटीचे व तिच्या परिषदेचे अध्यक्ष (१८८४-१९३५)

डेक्कन एज्युकेशन सोसायटीचे अध्यक्ष

कर्नल हिज हायनेस सर श्री. शाहू छत्रपती, कोल्हापूरचे महाराज जी. सी. एस. आय., जी. सी. व्ही. ओ., एल. एल. डी., एम. आर. ए. एस. १८८४

ले. कर्नल हिज हायनेस सर श्री. राजाराम छत्रपती कोल्हापूरचे महाराज, जी. सी. एस. आय., जी. सी. आय. इ. १९२२-४०

डे. ए. सोसायटीच्या परिषदेचे अध्यक्ष

१८८४ - सर विल्यम वेडरबर्न

१८८७ - प्रिन्सिपल डॉ. विल्यम वर्डस्वर्थ

१८८७ - प्रिन्सिपल आर. जी. ओक्झेनहॅम, एम. ए.

१८९० - प्रिन्सिपल डॉ. फ्रान्सिस सेल्बी, एम. ए.

१९०१ - डॉ. रामकृष्ण गोपाळ भांडारकर एम. ए., पीएच.डी., सी. आय. इ.

१९०३ - प्रिन्सिपल एफ. जी. सेल्बी, एम. ए.

१९०६ - डॉ. सर रा. गो. भांडारकर

१९२४ - सर महादेव भास्कर चौबळ, के. सी. आय. इ.

१९२७ - दिवाण बहादुर काशीनाथ रामचंद्र गोडबोले, बी. ए., एम. सी. इ., सी. बी. इ. (१९३७ पर्यंत अध्यक्ष).

◆

भाग दुसरा

१९३५ - १९८५

सुवर्णमहोत्सव ते शताब्दी

फर्ग्युसन कॉलेजची इमारत

प्रकरण पहिले

प्राचार्य महाजनी यांचा कालखंड (१९३५-१९४६)

१९३५ साली फर्ग्युसन कॉलेजचा सुवर्णमहोत्सव साजरा झाला. हे साल हिंदुस्तानाच्या राजकीय इतिहासात महत्त्वाचे ठरले. कारण म.गांधीजींची असहकार चळवळ, इंग्लंडमध्ये भारताचे भवितव्य ठरविण्यासाठी भरलेल्या तीन गोलमेज परिषदा यांचे फलस्वरूप असलेला भारत सरकारविषयक १९३५चा कायदा संमत झाला. कायद्याने प्रथमच भारत हे संघराज्य बनले, केंद्रात मर्यादित द्विदल पद्धतीचे सरकार, प्रांतांना स्वायत्तता आणि संघराज्य न्यायव्यवस्था, वाढते संसदीय अधिकार या महत्त्वाच्या सुधारणा करण्यात आल्या. १९३७ साली या कायद्याचा अंमल सुरू झाला. मुंबई इलाख्यात बाळ गंगाधर खेर यांच्या नेतृत्वाखाली काँग्रेसचे सरकार अधिकारावर आले. फर्ग्युसनच्या माजी विद्यार्थी-प्राध्यापक-नियामक सदस्य यांना नव्या केंद्र आणि प्रांतीय सरकारांमध्ये महत्त्वाच्या भूमिका निभावता आल्या. मुंबई विद्यापीठाशिवाय महाराष्ट्रात वाढीव विद्यापीठांची मागणी जोर धरू लागली. यासंबंधी पहिला वैधानिक प्रस्ताव रँग्लर महाजनी यांनी मांडला आणि समितीचे गठनही झाले. रँग्लर महानजींची 'राजवट' स्थिरावली, अंतर्गत विरोध कमी झाले. १९४२-४५ च्या चलेजाव आंदोलनात फर्ग्युसनच्या आजी-माजी विद्यार्थ्यांनी मोलाची कामगिरी बजावली. फर्ग्युसनचा हीरकमहोत्सव महाजनींच्या कारकिर्दीत पार पडला. फर्ग्युसनच्या प्रगतीमध्ये महत्त्वाची भूमिका बजावणारी काही दिग्गज मंडळी काळाच्या पडद्याआड गेली, तर नवी पिढी आपल्या परीने फर्ग्युसनची गौरवशाली परंपरा चालू ठेवण्याचा प्रयत्न करू लागली. मॅट्रिक असो, पदवीपरीक्षा असो, पदव्युत्तर परीक्षा असो अथवा प्रशासनाच्या स्पर्धापरीक्षा असोत, डे. ए. सोसायटी-फर्ग्युसन कॉलेज यांच्या विद्यार्थ्यांचे यश आणि माजी विद्यार्थ्यांनी केलेली कामगिरी एकूण भारतात

चमकू लागली. परप्रांतातून येणाऱ्या विद्यार्थ्यांची संख्या वाढू लागली. कला आणि शास्त्र शाखांतील विद्यार्थ्यांच्या विषयवार संघटना अधिक दृढ झाल्या. हीरकमहोत्सवानंतर प्राचार्य महाजनींची फर्ग्युसनमधील कारकीर्द संपून ते अधिक मोठ्या जबाबदाऱ्या पार पडू लागले. प्रस्तुत प्रकरणात प्राचार्य महाजनींच्या उत्तर खंडातील फर्ग्युसनच्या कार्याचा आढावा घ्यावयाचा आहे.

किंग जॉर्ज यांचे निधन

फर्ग्युसन कॉलेजचा सुवर्णमहोत्सव झाल्यानंतर थोड्याच अवधीत, २१ जानेवारी १९३६ रोजी ब्रिटिश साम्राज्याचे सम्राट किंग जॉर्ज पाचवे यांचे निधन झाले. राजनिष्ठ प्रथेप्रमाणे २२ जानेवारी १९३६ रोजीच डेक्कन एज्युकेशन सोसायटीने दुखवट्याचा ठराव केला, त्याचा आशय असा :

'फर्ग्युसन कॉलेजचे अध्यापक आणि विद्यार्थी, सम्राट किंग जॉर्ज पाचवे यांच्या निधनामुळे झालेले आपले दु:ख प्रदर्शित करून त्यांना श्रद्धांजली अर्पण करीत आहेत. किंग जॉर्ज यांनी आपल्या पंचवीस वर्षांच्या कारकिर्दीत ब्रिटिश साम्राज्य आणि अखिल जगाच्या इतिहासात मोलाची कामगिरी केली आहे. विशेषत: पहिल्या महायुद्धाच्या आणि तद्नंतरच्या संकटकाळात साम्राज्याचे समर्थ नेतृत्व केले आणि ब्रिटिश कॉमनवेल्थच्या अंतर्गत सर्व देशांत जागृती, पुनर्बांधणी आणि प्रगतीच्या दिशेने वेगाने वाटचाल केली आहे. आम्ही सर्व, सम्राटांच्या कुटुंबीयांच्या दु:खात सहभागी होत आहोत.'

'राजा कधीही मरत नाही' या ब्रिटिश उक्तीनुसार सम्राटपदाची सूत्रे पंचम जॉर्ज यांचे वारस किंग एडवर्ड आठवे यांनी हिंदुस्थानचे सम्राट म्हणून हाती घेतली. ऑक्सफर्ड विद्यापीठात शिकलेले एडवर्ड हे त्या विद्यापीठाची परंपरा पुढे चालवतील आणि हिंदुस्थानच्या प्रगतीत भर पडेल असा शुभेच्छादर्शक ठरावही फर्ग्युसनतर्फे संमत करून पाठविण्यात आला.

ब्रिटिश सम्राटाच्या निधनाची दखल घेण्यात तत्परता दाखविणाऱ्या फर्ग्युसनने स्वातंत्र्यचळवळीत बलिदान करणाऱ्या स्वातंत्र्यवीरांच्या योगदानाबद्दल मात्र तटस्थता दाखवली, हे लक्षात येते.

रँग्लर परांजपे यांचा ६१वा वाढदिवस

फर्ग्युसनचे वैभव, प्राचार्यांचे प्राचार्य, आदर्श प्राचार्य मानले जाणारे रँग्लर र. पु. परांजपे यांनी एकसष्टाव्या वर्षात पदार्पण केले, त्यानिमित्त त्यांचे अभिनंदन

करणारी सभा बाई जेरबाई वाडिया ग्रंथालयात घेण्यात आली. या सभेस डेक्कन एज्युकेशन सोसायटीची परिषद, नियामक मंडळाचे सदस्य, कॉलेजचा सेवकवर्ग यांची उपस्थिती लक्षणीय होती. सभेत न.चिं.केळकर, प्रा.राजवाडे, प्रा.धोंडो केशव कर्वे, प्रा.काळे इत्यादींची परांजपे यांचे अभीष्टचिंतन करणारी भाषणे झाली. प्राचार्य रँग्लर महाजनी सभेच्या अध्यक्षस्थानी होते. सभेनंतर परांजपे यांचे अभिनंदन करणारा ठराव संमत करून त्यांना पाठविण्यात आला.

डेक्कन कॉलेजसंबंधी ऐतिहासिक निर्णय

डेक्कन एज्युकेशन सोसायटीने डेक्कन कॉलेज ताब्यात घ्यावे यासंबंधी १८८६ साली झालेल्या घडामोडींचा आढावा आपण पूर्वी घेतला आहे. बरोबर ५० वर्षांनंतर १९३६मध्ये ९ फेब्रुवारी रोजी डेक्कन कॉलेज व्यवस्थापनासंबंधी न्यायमूर्ती श्री. डी. डी. नानावटी, आय.सी.एस. (पुण्याच्या जिल्हा आणि सत्र न्यायालयाचे न्यायाधीश) यांनी एक ऐतिहासिक निर्णय दिला. फर्ग्युसन कॉलेजच्या संस्थापकांची मातृसंस्था असलेल्या डेक्कन कॉलेजच्या भवितव्याबद्दल सर्व महाराष्ट्राचे लक्ष त्या निकालाकडे लागले होते. डेक्कन कॉलेजसारखी ऐतिहासिक प्रतिष्ठित संस्था बंद करण्याच्या विरोधात सदर निर्णय होता.

'डेक्कन कॉलेजची मालमत्ता विकता येणार नाही, कारण ही विश्वस्त संस्थेची मालमत्ता असून ती विकू नये आणि संस्थेच्या व्यवस्थापनासाठी विश्वस्त नेमण्यात यावेत', असा त्या निकालाचा गाभा होता.

न्या.नानावटी हे गुजराथी होते, त्यांना महाराष्ट्रीय जनतेबद्दल अपार आदर होता. निकालातील त्यांच्या विधानावरून हे लक्षात येते. ते म्हणतात : 'डेक्कन कॉलेजसारखी संस्था चालू ठेवावयाची असेल तर महाराष्ट्रातील आणि विशेषत: पुण्यातील जनतेचा शिक्षणाबद्दलचा जिव्हाळा आणि जिद्द कुठे कमी पडणार नाही आणि प्राप्त परिस्थितीला तोंड देण्यासाठी आवश्यक तो त्याग करण्यास ते तयार असतील.'

डेक्कन एज्युकेशन सोसायटीने डेक्कन कॉलेज ताब्यात घेऊन ते चालविण्याच्या क्षमतेबद्दल नानावटी म्हणतात-

'डेक्कन कॉलेज चालविण्यासाठी तयारी दर्शविणारी डेक्कन एज्युकेशन सोसायटी ही संस्था 'त्याग आणि अद्वितीय सेवावृत्ती' या बाबतीत अर्धशतकाची समर्थ वाटचाल करणारी संस्था आहे. अत्यंत तुटपुंज्या बळावर सुरुवात करून या संस्थेने गेल्या पन्नास वर्षांत ३४ लाखांची उलाढाल असणारी पहिल्या दर्जाची दोन महाविद्यालये (फर्ग्युसन आणि विलिंग्डन), अनेक शाळा उभारल्या असून चाळीस

प्राध्यापक संस्थेच्या सेवेत आहेत, यापैकी सुमारे आठ ते दहा प्राध्यापकांना भारताबाहेरील विद्यापीठात शिकविण्याचा अनुभव आहे आणि काही प्राध्यापकांनी आपापल्या अध्ययन-अध्यापन विषयात सर्वोच्च पदे भूषविली आहेत. मनुष्यबळ आणि पैसा यांचा विचार करता सदर संस्था (डेक्कन कॉलेज) चालविण्याची क्षमता डेक्कन एज्युकेशन सोसायटीत सर्वांत जास्त समाधानकारक आहे.'

न्यायमूर्ति नानावटी यांच्या निकालातून फर्ग्युसनबाबत असलेला विश्वासच व्यक्त होत होता. या निकालामुळे डेक्कन कॉलेज बंद करण्याचा विचार मागे पडला व नवी व्यवस्था करण्यात आली.

नव्या वर्षाचे स्वागत

नेहमीप्रमाणे २० जून, १९३७ रोजी ॲम्फीथिएटरमध्ये प्राचार्य महाजनींचे, नव्या विद्यार्थ्यांचे स्वागत करणारे भाषण झाले. या भाषणात संस्थापकांचे पुण्यस्मरण करून 'सर्व विद्यार्थ्यांनी शैक्षणिक वाटचालीत त्यांचा आदर्श ठेवावा' असे आवाहन त्यांनी केले. त्याचबरोबर भावी आयुष्यात यशस्वी वाटचाल करण्यासाठी कठोर बौद्धिक परिश्रम, नैतिक शिस्त व सामाजिक कर्तव्याचे भान ठेवणे कसे आवश्यक आहे या संबंधी मार्गदर्शन केले. बुद्धिमत्तेचे रहस्य उलगडून सांगताना प्रत्येकाने अभ्यासासाठी एकाग्रता जपणे जसे आवश्यक आहे तसे समाजजीवनात सहभागी होऊन विधायक काम करीत राहणे हेही कसे आवश्यक आहे याचे मनोज्ञ विवेचन त्यांनी केले. लष्करी शिक्षण देणाऱ्या 'युनिव्हर्सिटी ट्रेनिंग कोअर' (UTC)मध्ये जास्तीतजास्त विद्यार्थ्यांनी सहभागी व्हावे असे आवाहनही केले.

गृहपाठ योजना (Tutorial System)

१९३७ साली प्रा. महाजनी यांनी स्वाध्यायाची एक नवी योजना सुरू केली. कॉलेजमध्ये प्रवेश घेणाऱ्या पहिल्या वर्षाच्या विद्यार्थ्यांचे गट पाडून प्राध्यापकांशी संबंध वाढविण्याची ही योजना होती. संबंधित प्राध्यापक आपल्या गटातील विद्यार्थ्यांना वारंवार भेटतील, त्यांना अभ्यासाबद्दल मार्गदर्शन करतील, त्याबरोबर त्यांच्या अडचणी समजून घेतील, मार्ग सुचवतील अशी स्वाध्याय-वर्गाची योजना होती. शिस्त आणि संस्थेबद्दलचे प्रेम वाढविण्यात या योजनेचा चांगला फायदा झाला असे उद्गार पुढे अनेकांनी काढले आहेत. ही पद्धती कालांतराने बंद झाली.

तंत्र निकेतन (Technical Institute)

१९३७ सालचे एक महत्त्वाचे योगदान म्हणजे फर्ग्युसन कॉलेजच्या आवारातच फर्ग्युसनशी संलग्न अशी तांत्रिक शिक्षणाची संस्था डे. ए. सोसायटीने सुरू केली (DES Technical Institute). विविध रसायनांच्या निर्मितीसाठी लागणारे तांत्रिक आणि प्रायोगिक ज्ञान देणे हे संस्थेचे उद्दिष्ट होते. विशेषत: रंग बनविणाऱ्या उद्योगांसाठी लागणाऱ्या शिक्षणावर संस्थेचा भर होता. कालांतराने ही सोसायटीची विशेष संस्था बनली. विशेष नोंदीची गोष्ट म्हणजे या संस्थेत शिकलेल्या विद्यार्थ्यांनी रंग बनविणारे मोठे कारखाने उभारले किंवा उच्चपदस्थ अधिकारी म्हणून कार्य केले. या संस्थेच्या उभारणीसाठी फर्ग्युसनमधील प्रा. जी. बी. कोल्हटकर आणि प्रा. एन. जी. दामले यांनी खूप मेहनत घेतली, आर्थिक निधी उभारला.

नवी प्राध्यापक मंडळी

१९३७ साली श्रीमती इरावती कर्वे, एम.ए., पीएच.डी. यांची फर्ग्युसनमध्ये जर्मन भाषा आणि तत्त्वज्ञान या विषयांच्या व्याख्यातापदी निवड झाली. त्या स्वत: फर्ग्युसनच्या बुद्धिमान विद्यार्थिनी होत्या. समाजशास्त्र हा खरा त्यांचा आवडता, अभ्यासाचा आणि अध्यापनाचा विषय होता; त्यात त्यांनी पुढे जागतिक कीर्तीचे संशोधनही केले. डॉ. एम. एम. वैद्य, बी.एस्सी.(लंडन), पीएच.डी.(लंडन) यांची फिजिक्सचे प्राध्यापक म्हणून नेमणूक झाली. प्रा. एच. डी. केलावाला, एम.ए., एल.एल.बी. यांची इतिहास विभागाचे प्रमुख म्हणून निवड झाली. फर्ग्युसनचे माजी विद्यार्थी असलेल्या व्ही. के. कोठूरकर एम.ए.(तत्त्वज्ञान) यांची तर्कशास्त्र या विषयाचे व्याख्याते म्हणून निवड झाली.

वर उल्लेखिलेल्या चारही प्राध्यापकांनी पुढे आपापल्या विषयात फर्ग्युसनमध्ये व पुणे विद्यापीठामध्ये अध्यापक आणि संशोधक म्हणून उल्लेखनीय कामगिरी केली.

काही उल्लेखनीय विद्यार्थी

एम. आर. यार्दी यांनी बी.ए. परीक्षेत पहिल्या वर्गात पहिला क्रमांक पटकावला आणि आपल्या गणित या वैकल्पिक अभ्यासविषयात विशेष प्रावीण्य मिळवून सर जेम्स फर्ग्युसन शिष्यवृत्ती मिळविली. बी.ए.परीक्षेत इंग्रजी या विषयात सर्वोच्च गुण मिळवून एलिस प्राईझही पटकावले.

बी.एस्सी. उत्तीर्ण होणारे श्री. एम. पी. साठ्ये यांनी गणित या पर्यायी/दुय्यम विषयात ९७ टक्के गुण मिळवून उच्चांक प्रस्थापित केला. मराठी हा विशेष विषय घेऊन बी.ए.परीक्षेत सर्वोच्च गुण मिळवून दादोबा पांडुरंग तर्खडकर सुवर्णपदक मिळविले, विशेष म्हणजे पहिले तीनही विद्यार्थी फर्ग्युसनचे होते.

व्ही. एम. जोशी, आय. सी. एस. या फर्ग्युसनच्या माजी विद्यार्थ्याने केंब्रिज विद्यापीठाचा गणित विषयातला ट्रॉयपास मिळविला. फर्ग्युसनमधून बी.ए.आणि एम.एस्सी. उत्तीर्ण झालेले माजी विद्यार्थी टी. एस. महाबळे यांनी जीवशास्त्र-वनस्पतीशास्त्र या विषयात विशेष संशोधन करून उत्तर प्रदेशच्या शास्त्रज्ञ परिषदेत खास लौकिक प्राप्त केला.

फर्ग्युसनमधून बी.एस्सी. आणि बनारसमधून एम.एस्सी.(वनस्पतीशास्त्र) पदव्या प्राप्त केलेल्या प्रा. व्ही. व्ही. आपटे यांना आजीव सदस्य करण्यात आले. कॉलेजच्या वसतिगृहाचे रेक्टर असणाऱ्या आपटे यांनी यू.टी.सी.मध्ये सहभाग घेतला होता.

वर्षाच्या अखेरीस प्रा.महाजनी यांची पदवीधर मतदारसंघातून मुंबई विद्यापीठाच्या सीनेटवर निवड झाली, तसेच यू.टी.सी.मध्ये त्यांना कॅप्टनपदावर बढती मिळाली, म्हणून त्यांचा विशेष सत्कार करण्यात आला.

दिवाणबहादुर काशीनाथ रामचंद्र गोडबोले यांचे निधन

दिवाणबहादुर काशीनाथ रामचंद्र गोडबोले यांचे २५ जून, १९३७ रोजी वयाच्या ८९व्या वर्षी दु:खद निधन झाले. ६ फेब्रुवारी, १८४८ रोजी जन्मलेल्या गोडबोले यांनी स्थापत्यशास्त्रातील उच्च पदव्या मिळविल्यानंतर सरकारी खात्यात नोकरी करून १९०३ साली निवृत्ती घेतली. मोर्ले-मिंटो सुधारणांच्या अंतर्गत स्थापन झालेल्या मुंबई राज्याच्या विधिमंडळात अनेक प्रश्नांच्या चर्चेत त्यांनी मोलाचा सहभाग घेतला. मुंबई प्रांतात आणि अन्य प्रांतांतही अनेक औद्योगिक आणि आर्थिक संस्थांना महत्त्वाचे मार्गदर्शन केले. १९०३ सालीच गोडबोले यांची डेक्कन एज्युकेशन सोसायटीच्या परिषदेवर सभासद म्हणून निवड झाली. १९१८ ते १९२२ या काळात ते परिषद आणि नियामक मंडळाचे उपाध्यक्ष होते आणि १९३७ पासून अध्यक्ष होते. १९३१-३२ सालच्या हॉटसन-गोगटे प्रकरणाच्या काळात त्यांचे मार्गदर्शन मोलाचे ठरले. सोसायटीच्या विविध इमारतींच्या बांधकामाच्या बाबतीत मानद सल्लागार म्हणून त्यांनी काम पाहिले. फर्ग्युसन महाविद्यालयाच्या अ‍ॅम्फीथिएटर आणि फिजिक्स प्रयोगशाळा यांचे वास्तु-शिल्प गोडबोले यांचे होते व या दोन्ही इमारतींचे बांधकामदेखील त्यांच्या देखरेखीखाली झाले. डेक्कन

एज्युकेशन सोसायटी आणि फर्ग्युसन कॉलेज यांच्या संयुक्त सुवर्णमहोत्सव समारंभात त्यांनी संस्थेचे प्रमुख कार्यकारी अध्यक्ष म्हणून पाहुण्यांचे स्वागत केले. साधी, स्वच्छ राहणी, प्रचंड अनुभव, दीर्घोद्योग आणि समंजस, समन्वयी भूमिका या गुणविशेषांमुळे ते एकूण डे. ए. सोसायटी परिवारात खूप लोकप्रिय होते.

दिवाणबहादुर गोडबोले यांच्या नेतृत्वाखाली डेक्कन एज्युकेशन सोसायटीला फर्ग्युसनच्या बाबतीत महत्त्वाचा संघर्ष करावा लागला. त्या संघर्षाचे फल त्यांच्याच अंतकाळात पाहायला मिळाले, ही समाधानाची बाब होती. हॉटसन प्रकरणाच्या काळात फर्ग्युसनवर ज्या अटी लादण्यात आल्या होत्या, त्यातील एक अट विद्यार्थ्यांच्या संख्येवर होती. विद्यार्थ्यांची कमाल संख्या १२०० असणे या अटीवर सरकार ठाम होते आणि एकूण परिस्थितीच्या पार्श्वभूमीवर ती मर्यादा सोसायटीने नाइलाजाने मान्य केली होती. १९३३ साली तत्कालीन शिक्षणमंत्री सिद्दप्पा कांबळी यांनी थोडा दिलासा दिला. ही संख्या १२३० पर्यंत वाढविली आणि विशेष म्हणजे पदव्युत्तर अभ्यासक्रमाच्या विद्यार्थ्यांची गणना या कमाल मर्यादेतून वगळली. कूपर मंत्रिमंडळाने विद्यार्थ्यांच्या कमाल संख्येची अट विनाशर्त रद्द केली. या प्रश्नासंबंधीच्या सर्व चर्चेत दिवाणबहादुर गोडबोले यांना श्री. बी. एस. कामत यांनी महत्त्वाचे सहकार्य केले होते. गोडबोले यांच्या निधनानंतर मुंबई प्रांताच्या विधिमंडळावर प्राचार्य महाजनी यांची निवड झाली, ही एक महत्त्वाची बाब होती.

विद्यार्थ्यांच्या संख्येवरचे बंधन हटले तरी विद्यार्थीसंख्या अमर्याद असावी असे संस्थाचालकांचे मत कधीच नव्हते. कोणतीही शैक्षणिक संस्था उपलब्ध जागा, इमारती, सोयीसुविधा, कार्यक्षम शिक्षक-सेवक यांच्या उपलब्धतेवर विद्यार्थीसंख्या ठरवू शकते; ही भूमिका फर्ग्युसन प्रशासनाने स्वीकारली होती. विद्यार्थीसंख्येवरचे बंधन हटणे म्हणजे शिक्षणसंस्थेची स्वायत्तता पुन्हा मिळणे एवढा रास्त लाभ समजून संस्थेची पुढची वाटचाल सुरू झाली.

दिवाणबहादुर गोडबोले यांच्या निधनानंतर श्री. बी. एस. (आबासाहेब) कामत यांची सोसायटीच्या परिषद आणि नियामक मंडळ यांच्या अध्यक्षपदी निवड झाली. गोपाळ कृष्ण गोखले यांना आदर्श मानणाऱ्या कामतांनी प्रांतपातळीवरच्या विधिमंडळात मोलाची कामगिरी केली. 'रॉयल कमिशन फॉर ॲग्रिकल्चर' या सरकार नियुक्त आयोगामध्ये त्यांना तत्कालीन व्हॉईसरॉय लॉर्ड लिनलिथगो यांच्या बरोबर काम करण्याची संधी मिळाली; अर्थातच कामत यांच्या उपाध्यक्षपदाची जागा रिकामी झाली. त्या पदावर सरदार जी. के. तथा बापूसाहेब काळे यांची निवड झाली. नियामक मंडळावर अनेक वर्षे काम करण्याचा अनुभव गाठीशी असल्यामुळे त्यांचे मार्गदर्शन महत्त्वाचे ठरले. रँग्लर परांजपे यांचे एक ज्येष्ठ सहकारी जी. एच. घारपुरे यांची नियामक मंडळाचे सभासद म्हणून, त्याचप्रमाणे ले. कर्नल के. जी. घारपुरे,

खान बहादुर एस.जातमोहंमद आणि मोतीचंद शहा यांची परिषदेचे सभासद म्हणून नेमणूकही महत्त्वाची ठरली. फर्ग्युसनचे माजी विद्यार्थी असलेले एल. एम. पाटील, बी.ए. एल.एल.बी. यांची मुंबई प्रांताच्या सरकारमध्ये स्थानिक-स्वराज्य संस्था या खात्याचे मंत्री म्हणून निवड झाली. पी. जे. चिन्मुळगुंद हे फर्ग्युसनचे माजी विद्यार्थी आय.सी.एस. उत्तीर्ण झाले, त्यांचे सर्व शिक्षण-प्राथमिक, माध्यमिक आणि महाविद्यालयीन- डेक्कन एज्युकेशन सोसायटीच्या संस्थांत झाले, ही विशेष आनंदाची गोष्ट ठरली, त्यांचे वडील जे. एच. चिन्मुळगुंद हे फर्ग्युसनचे विद्यार्थी टेनिसपटू म्हणून विख्यात होते तर आजोबा एच. व्ही. चिन्मुळगुंद हे उदारमतवादी नेते होते आणि त्यांनी सोसायटीच्या परिषदेवर सदस्य म्हणून कामही केले होते.

एक संस्मरणीय समारंभ : बापूसाहेब चापेकर यांची षष्ट्यब्दिपूर्ती

फर्ग्युसन महाविद्यालयातील मराठी विषयाचे ज्येष्ठ प्राध्यापक श्री. नी.तथा बापूसाहेब चापेकर यांचा ६०वा वाढदिवस ३ ऑगस्ट, १९३७ रोजी ॲम्फीथिएटरमध्ये अत्यंत उत्साहात साजरा झाला. कॉलेजमधील ‘महाराष्ट्र वाङ्मय मंडळ’, ‘मराठी अभ्यास मंडळ’, ‘खानदेश विद्यार्थी संघ’ आणि ‘गुजरात गौरव मंडळ’ या चार संस्थांतर्फे हा समारंभ साजरा झाला. फर्ग्युसन कॉलेज मॅगेझिनमध्ये प्रसिद्ध झालेल्या वृत्तान्तात म्हटल्यानुसार -

‘समारंभाचे अध्यक्षस्थान साहित्याचार्य श्री. न. चिं. केळकर यांनी मंडित केले असून उपस्थित असलेल्या मंडळींत प्रा. वा. म. जोशी, प्रा. द. वा. पोतदार, प्रा. श्री. म. माटे, प्रा. के. ना. वाटवे, प्रा. शं. के. कानेटकर, श्री. प्र. के. अत्रे, स.प.कॉलेजचे प्रा. रा. वि. ओतूरकर... पुण्यातील ठळक साहित्यिक व इतर प्रमुख महाराष्ट्र भाषाभिमानी मंडळी हजर होती...

या सर्वांच्या भाषणांमध्ये रवि-किरण मंडळाचे एक सदस्य प्रा. शं. के. कानेटकर व श्री. प्र. के. अत्रे या दोघांची भाषणे विशेष महत्त्वाची होती. प्रा. कानेटकर यांनी बापूसाहेबांच्या प्रदीर्घ व्यासंगाबद्दल व मराठी भाषेची त्यांनी जी आस्थापूर्वक सेवा केली त्याबद्दल धन्योद्‌गार काढिले व त्यांना दीर्घायु चिंतिले. श्री. प्र. के. अत्रे यांनी आपल्या नेहमीच्या विनोदजन्य पद्धतीने श्री. बापूसाहेबांचे व त्यांचे असलेले सख्य (?) प्रगट केले व म्हणाले की, बापूसाहेबांवर आजपर्यंत मी केलेले आघात साहित्यिक या नात्याने केले होते. मराठी भाषेचा कोणीही खरा उत्कर्षेच्छु त्यांच्या कार्याबद्दल कधीही अनुदार उद्‌गार काढणार नाही, कारण बापूसाहेबांनी मराठी भाषेच्या अभ्युदयार्थ जे अविश्रांत प्रयत्न केले आहेत ते कोणाही मराठीच्या उपासकाला नजरेआड टाकताच येणार नाहीत. पुढे ते असेही बोलून गेले की,

बापूसाहेबांना आम्ही इतके दीर्घायु चिन्तितो की, आम्ही जिवंत असल्यास त्यांचा शताब्दिपूर्तिदिन साजरा करू! ईश्वरी कृपेने ही गोड अतिशयोक्तीही खरी ठरण्याची पर्वणी आम्हा विद्यार्थीवर्गास लाभो!

...शेवटी प्रा.चापेकर यांचे आभारप्रदर्शक भाषण झाले... त्यांचे हृदय भरून आले होते-- आणि त्यांचे भाषण चालू असताना कारुण्यमिश्रित आनंदाचे गंभीर वातावरण काही काळ सभागृहात पसरले होते. ... मानवी आयुष्यातील घडामोडींतून दृढभाजक व लघुत्तम साधारण-विभाज्य पद्धतीने काय उत्तर येते ते प्रत्येक विचारी माणसाने स्वत:शी पडताळून पाहिले पाहिजे.', असे सांगून स्वत:च्या आयुष्यातील चढउतारांचा त्यांनी निर्देश केला.

चापेकरांची सानंद कृतज्ञता*(शार्दूलविक्रीडित)

वर्षाकालि जशा सरीवर सरी त्या पावसाच्या पहा।
देती हर्षसमृद्धिही कृषिवला स्वोदारशीले महा।।
तेवी छात्र-सुहृज्जनादिकृत हा वर्षाव सद्वृत्तीचा।
देई मोद कृतज्ञतायुक्त मला षष्ट्यब्दिसंपूर्तिचा।।

पुणे : ३१-८-३७ सर्वांचा नम्र
श्रीकृष्ण नीलकंठ चापेकर

मुंबई प्रांतातील वाढीव विद्यापीठे**

मुंबई प्रांतात सिंध, गुजरात, कर्नाटक आणि महाराष्ट्र हे चार विभाग मोडत असत. त्या सर्व भौगोलिक विभागांसाठी मुंबई विद्यापीठ हे एकमेव विद्यापीठ होते. शिक्षणाच्या वाढत्या व्यापाबरोबर अपेक्षित उद्दिष्टे सफल करण्यासाठी मुंबई इलाख्यात आणखी विद्यापीठे स्थापन झाली पाहिजेत अशी मागणी होत होती. या मागणीला फर्ग्युसनचे प्राचार्य रँग्लर महाजनी यांचा पूर्ण पाठिंबा होता. मुंबई विधिमंडळाचे

---

* संदर्भ - फ.कॉ.,मॅगेझीन. त्या काळातील मराठी भाषेचे व अत्र्यांच्या वक्तृत्वाचे स्वरूप समजावे म्हणून मूळ स्वरूपात वृत्त छापले आहे.

** काळानुसार भारताच्या भागांची ओळख वेगवेगळ्या नावांनी होऊ लागली.

भारतीय घटनेच्या अंमलापूर्वी	Presideney	इलाखा
	Province	प्रांत
संघराज्य स्थापनेनंतर (१९५०)	State	राज्य

सभासद झाल्यापासून सामाजिक-शैक्षणिक प्रश्नांवर ते अभ्यासपूर्ण भाषणे करीत असत. त्यांचे सर्वांत महत्त्वाचे योगदान म्हणजे २० सप्टेंबर, १९३७ रोजी सरकारच्या अंदाजपत्रकावर भाषण करताना त्यांनी मुंबई इलाख्यात आणखी विद्यापीठे स्थापन करण्याची गरज व्यक्त करणारा ठराव मांडला. ठरावाचा गोषवारा असा :

१. सरकारने मुंबई इलाख्यात आणखी काही विद्यापीठांची स्थापना करण्यासंबंधी ताबडतोब आणि स्पष्ट धोरणात्मक तत्त्व जाहीर करावे.

२. सरकारने विद्यापीठाच्या नित्य-नैमित्तिक खर्चासाठी वाढीव रक्कम देण्याचे मान्य करावे.

३. नव्या संकल्पित विद्यापीठांची स्थापना करण्यासाठी आवश्यक ती कायदेशीर तरतूद करावी.

विद्यापीठांची संख्या वाढविण्यास काहींचा विरोध होता. त्यांच्या मते स्थानिक आणि भाषिक विद्यापीठे संकुचित विचारांची, वर्णभेदांची, भाषिक भेदांची बनतील; मुंबई विद्यापीठाला जे सर्वसमावेशक स्वरूप आहे तसे संकल्पित विद्यापीठांना राहणार नाही; राष्ट्रीय संस्कृती, राष्ट्रीय एकात्मता जोपासण्याऐवजी भेदाभेद पोसणारी केंद्रे बनतील. विरोधकांच्या आक्षेपांना उत्तर देताना महाजनींनी मुंबई विद्यापीठ सुधार समितीने केलेल्या सूचनांचा आधार घेतला आणि योग्य वेळी अशा विद्यापीठांची गरज असल्याचे लक्षात आणून दिले. काही आक्षेपकांनी संभाव्य विद्यापीठांमध्ये काही विशिष्ट पुढारलेल्या गटांचा हितसंबंधीयांचा प्रभाव वाढेल अशी शंका व्यक्त केली होती. या बाबतीत महाजनींनी दोन बाबींकडे विशेष लक्ष वेधले -

१. महाराष्ट्र विद्यापीठ संघटना (Maharashtra University Association) आणि महाराष्ट्र विद्यापीठ समिती यांच्या वतीने मुंबई इलाख्याच्या पंतप्रधानांना भेटलेल्या शिष्टमंडळात सर्व जाती-जमातींचे प्रतिनिधी होते आणि माजी शिक्षणमंत्री बी. व्ही. जाधव यांनी उपरोक्त आक्षेपांना सडेतोड उत्तर देऊन शंका दूर करण्याचा प्रयत्न केला आहे.

२. १९२९ साली मुंबई विद्यापीठाचे माजी कुलगुरु मिर्झा अली अकबर खान यांनी फर्ग्युसनला भेट दिली होती. त्यावेळी त्यांनी पुण्यासाठी स्वतंत्र विद्यापीठाची नितान्त गरज असल्याचे आपल्या भाषणात स्पष्टपणे म्हटले होते. वाढीव विद्यापीठाची गरज स्पष्ट करताना प्रा. महाजनी म्हणाले -

विद्यापीठांची संख्या वाढल्याने काही लाभ होतील.

१. प्रादेशिक विद्यापीठांद्वारे आधुनिक भारतीय भाषांचा विकास साधण्याचे कार्य आणि प्रौढ शिक्षणासाठी निरंतर व्याख्यानमाला सुरू करणे शक्य होईल.

२. मुंबई विद्यापीठाच्या विद्यार्थ्यांची संख्या इतक्या प्रचंड वेगाने वाढते आहे की त्यांच्या शैक्षणिक गरजांचे समाधान योग्य पद्धतीने होत नाही. (आपल्या

मुद्याच्या समर्थनार्थ प्रा. महाजनींनी विद्यार्थ्यांची विस्तृत आकडेवारी सादर केली.)

भाषणाच्या समारोपाच्या वेळी 'सरकारने तातडीने आर्थिक व्यवस्था करावी असे मी म्हणणार नाही, मात्र सरकारने या बाबतीतले आपले धोरण तरी जाहीर करावे आणि इतरांनी प्रस्तावाला पाठिंबा व्यक्त करावा', असे आवाहन त्यांनी केले.

महाजनींच्या ठरावावर भाषण करणाऱ्या सर्वांनी ठरावाला पाठिंबा व्यक्त केला, त्यात शिक्षणखात्याच्या संसदीय सचिव श्रीमती हंसा मेहता यांचाही समावेश होता. ठरावाच्या उत्तरादाखल बोलताना नामदार खेर यांनी 'उच्च शिक्षणाच्या आणि संशोधनाच्या संधी वाढल्या पाहिजेत, या मताशी मी अनुकूल आहे. कॉंग्रेसने भाषावर प्रांतरचनेचा तत्त्वश: स्वीकार केला आहे. प्रादेशिक विद्यापीठांची संख्या वाढविण्यास सरकारचा विरोध नाही, मात्र त्यासाठी आवश्यक ती परिस्थिती आणि संरचना यांची गरज आहे, त्यामुळे सरकार प्राप्त परिस्थितीत नवी जबाबदारी स्वीकारू शकत नाही,' असे सांगून महाजनी यांनी आपला ठराव मागे घ्यावा अशी विनंती केली. महाजनींनीही सरकारच्या धोरणाच्या वक्तव्यातून आपले समाधान झाले आहे, असे सांगून ठराव मागे घेतला. १९३९ साली दुसऱ्या महायुद्धामुळे प्रांतिक स्वायत्तता रद्द झाली, त्यामुळे हा प्रयत्न मागे पडला.

एक ऐतिहासिक स्नेहसंमेलन (१९३७)

१९३५ सालच्या भारत सरकारविषयक कायद्यान्वये (The Government of India Act - 1935) भारतातील प्रांतांना स्वायत्तता देण्यात आली; त्यानुसार १९३७ साली कायद्याची प्रत्यक्ष अंमलबजावणी सुरू झाली. विधानसभांच्या निवडणुका घेण्यात आल्या; काही राज्यांत कॉंग्रेस पक्षाने निवडणुका जिंकल्या व लोकनियुक्त सरकारे-मंत्रिमंडळे अधिकारावर आली. मुंबई प्रांतात ना. बाळ गंगाधार खेर यांच्या नेतृत्वाखाली सरकार बनले. २४ सप्टेंबर रोजी झालेल्या फर्ग्युसनच्या वार्षिक स्नेहसंमेलनाला पंतप्रधान* बाळ गंगाधर खेर प्रमुख पाहुणे होते. अॅफीथिएटर तुडुंब भरलेल्या या मुख्य कार्यक्रमात बाळासाहेब खेरांच्या बरोबर मुंबई विधिमंडळाचे अध्यक्ष नामदार गणेश वासुदेव मावळंकर,** विधानपरिषदेचे अध्यक्ष नामदार मंगळदास पक्वासा, महसूलमंत्री ना. मोरारजी देसाई*** हेही उपस्थित होते.

आपल्या स्वागतपर भाषणात प्राचार्य रँग्लर महाजनी यांनी '१९१० साली

---

* आजच्या भाषेत मुख्यमंत्री.

** स्वातंत्र्योत्तर काळातले लोकसभेचे सभापती.

*** स्वातंत्र्योत्तर काळात मुंबई इलाख्याचे/प्रांताचे मुख्यमंत्री आणि नंतर भारताचे पंतप्रधान.

नामदार गोपाळ कृष्ण गोखले यांनी सुरू केलेले निरक्षरतेविरुद्धचे युद्ध नामदार खेर जोमाने चालू ठवेतील' अशी आशा व्यक्त केली.

नामदार खेरांनी भाषणाच्या सुरुवातीसच 'पुण्यात आपण नामदार गोखले यांच्या घरात राहात होतो आणि न्यू इंग्लिश स्कूलचे विद्यार्थी होतो' असा भावपूर्ण उल्लेख केला.

वामन शिवराम आपटे यांच्या हंटर आयोगापुढील साक्षीचा उल्लेख करून खेर म्हणाले -

''जेव्हा विद्यार्थी स्वयंशिस्तीने आणि योग्य शिक्षण घेऊन जीवनाच्या सर्व क्षेत्रांत पूर्ण क्रान्ती करू शकतील तेव्हाच भारत जगाच्या नकाशात स्वतंत्र आणि सुधारलेल्या देशांच्या मांदियाळीत आपले वैशिष्ट्यपूर्ण स्थान मिळवू शकेल. भारतामध्ये शिक्षित पिढीला करता येतील अशी असंख्य कामे आहेत, परंतु दुर्दैवाने भारतातच सुशिक्षित बेरोजगारांसाठी काय करावे याचा अभ्यास करण्यासाठी आयोग नेमावे लागत आहेत. आपल्याला आज सेवा आणि स्वार्थत्याग या गुणांनी भारलेल्या तरुणांनी मोठ्या संख्येने पुढे येण्याची गरज आहे. असे तरुण स्वयंप्रेरणेने कार्य करण्यास तयार झाले तर उच्च शिक्षणाचे खरे उद्दिष्ट गाठता येईल.

''सत्य आणि अहिंसा यांचे मुख्य प्रतीक म्हणजे आपले राष्ट्रीय निशाण आहे, त्यापासून प्रेरणा घेऊन आपण सर्वांनी अज्ञान, दारिद्र्य आणि दास्य यांच्याविरुद्ध लढा देण्यासाठी तयार राहिले पाहिजे. जेव्हा आपले राष्ट्र हाक देईल तेव्हा वाटेल तो त्याग करण्याची; आशा, धैर्य, निष्ठा आणि निश्चय यांच्या बळावर काम करण्याची तयारी ठेवली पाहिजे.

नामदार गोपाळ कृष्ण गोखले यांच्या पुतळ्याचे अनावरण

फर्ग्युसन कॉलेजच्या सुवर्णमहोत्सवी वर्षात फर्ग्युसन टेकडीवर नामदार गोखले यांची स्मृतिशलाका बसविल्याचा उल्लेख यापूर्वी आला आहे. १३ जून, १९३८ रोजी फर्ग्युसनच्या बाई जेरबाई वाडिया ग्रंथालयात नामदार गोखले यांच्या पुतळ्याचे अनावरण माननीय श्रीनिवास शास्त्री यांच्या हस्ते करण्यात आले. वयोवृद्ध शास्त्रींची उपस्थिती औचित्यपूर्ण होती. कारण राजकारणाचे अध्यात्मिकरण व्हायला हवे असे मानणाऱ्या आणि त्याप्रमाणे प्रत्यक्ष कार्य करणाऱ्या नामदार गोखले यांचे ते खऱ्या अर्थाने अनुयायी होते. शास्त्री 'सर्व्हण्ट्स ऑफ इंडिया सोसायटी'त दाखल झाले, त्याचवेळी त्यांना डेक्कन एज्युकेशन सोसायटीबरोबरचे गोखले यांचे ऋणानुबंध लक्षात आले. फर्ग्युसन शेजारी असलेल्या या सोसायटीची भौगोलिक समीपता हेच केवळ लक्षण नव्हते, तर दोन्ही संस्थांमधील शैक्षणिक आदानप्रदान लक्षणीय होते;

फर्ग्युसनचे प्राचार्य रँग्लर परांजपे आणि रँग्लर महाजनी या संस्थेचेही सहसभासद होते. फर्ग्युसनच्या अडचणीच्या काळात सर्व्हण्ट्स ऑफ इंडिया सोसायटीच्या सभासदांनी मोलाचे सहकार्य केले होते, असा प्राचार्य रँग्लर महाजनींनी प्रास्ताविकात उल्लेख केला, त्याचा संदर्भ देऊन शास्त्रींनी फर्ग्युसनने सदर सोसायटीबरोबरची देवाणघेवाण वाढवावी, कॉलेजच्या अभ्यासक्रमेतर कार्यातही सहभागी करून घ्यावी असे सुचविले.

अनावरणाच्या छोट्याशा समारंभाला अनेक मान्यवर उपस्थित होते, त्यात रँग्लर परांजपे, कु. शकुंतला परांजपे, सरदार जगन्नाथ महाराज पंडित, रावबहादुर चिन्मुळगुंद, न. चिं. केळकर, के. एस. जठार, प्रा. कपाडिया, न्यायमूर्ति ढवळे, फलटणच्या राणीसाहेब, सरदार जी. के. काळे, बी. एस. कामत, डे. ए. सोसायटीचे कार्यवाह प्रा. लिमये, पुण्यातील शैक्षणिक संस्थांचे प्रमुख इत्यादींचा समावेश होता. गोपाळ कृष्ण गोखले यांच्या कन्या श्रीमती ढवळे यांनी गोखले यांच्या पुतळ्यास हार घातला, गोखले यांचे जामात आणि नातू यांनी पुष्पांजली वाहिली.

गोखले यांच्या पुतळ्याचे वैशिष्ट्य हे की लोकमान्य टिळकांचा अर्धपुतळा ज्या शिल्पकार तालीम यांनी बनविला, त्यांनीच गोखले यांचा पुतळा बनविला. श्री.तालीम यांनी गोखले यांना प्रत्यक्षात कधीही पाहिले नव्हते, मात्र केवळ त्यांच्या छायाचित्रांच्या आधारावर तयार केलेल्या या पुतळ्याचे व्यक्तिसादृश्य कौतुकास्पद होते. कार्यक्रमाच्या वेळी टिळकांच्या पुतळ्याशेजारीच हाही पुतळा बसविला होता. परस्परविरोधी भूमिका घेणाऱ्या या दिग्गजांचे पुतळे शेजारी असणे हे सोसायटीतील 'लोकशाही'चे दर्शन होते, असा उल्लेख व्याख्यानात करण्यात आला. कालांतराने गोखले यांच्या पुतळ्याची जागा बदलण्यात आली. हे दोन्ही पुतळे शुभ्र संगमरवरी आहेत. सध्या गोखले यांच्या पुतळ्यासमोर आगरकरांचा पुतळा आहे; त्याच्या उभारणीस साठ वर्षे लागली, याची खंत वाटते.

१९३८ सालच्या काही महत्त्वाच्या घटनांचा उल्लेख आवश्यक आहे.

वर्षारंभाच्या कार्यक्रमासाठी ज्येष्ठ विचारवंत आणि शिक्षणतज्ज्ञ पंडित हृदयनाथ कुंझरू यांचे विशेष भाषण ठेवले होते. 'शैक्षणिक आदर्श आणि विद्यार्थ्यांची कर्तव्ये' या व्यासंगपूर्ण भाषणात त्यांनी वर्धा- शिक्षणपद्धतीवर कठोर टीका केली आणि विद्यार्थ्यांनी फर्ग्युसनमधील शिक्षणाच्या सोयी, साधनसामुग्री आणि विद्वान प्राध्यापकांचे अध्यापन यांचा आकंठ लाभ घ्यावा, सर्वांगीण प्रगती करावी आणि लष्करी शिक्षणाच्या सोयीचा लाभ घेऊन देशाच्या रक्षणासाठी सदैव तयार राहावे, असे आवाहनही केले.

बॅरिस्टर एम. आर. जयकर, एम.ए.; एल.एल.बी., बार अॅट लॉ हे अनेक वर्षे सोसायटीच्या परिषदेचे सभासद होते आणि त्यांचे मोलाचे मार्गदर्शन सतत लाभत

असे. १९३५च्या भारत सरकारविषयक कायद्यानुसार १९३७ साली भारतात प्रथमच संघराज्याचे सर्वोच्च न्यायालय (फेडरल कोर्ट) स्थापन झाले, त्यात त्यांची न्यायाधीश म्हणून नेमणूक झाली. ऑक्सफर्ड विद्यापीठाने जयकर यांना डी.सी.एल.ही मानद पदवी देऊन त्यांचा गौरव केला. उच्च कोटीची विद्वत्ता आणि कायदेविषयक पांडित्य याबरोबरच त्यांच्या निरलस समाजसेवेचा हा गौरव होता. जयकरांच्या गौरवात फर्ग्युसनही सामील झाले. भावी काळात पुणे विद्यापीठाच्या स्थापनेत त्यांचा महत्त्वाचा सहभाग होता. त्यामुळे विद्यापीठाचे पहिले कुलगुरू म्हणून १९४८ साली त्यांची नेमणूक झाली.

प्रा. व्ही. के. गोकाक हे इंग्रजीचे निष्णात प्राध्यापक सोसायटीचे आजीव सदस्य होते व फर्ग्युसनच्या इंग्रजी भाषा विषयाचे प्रमुख होते. त्यांनी ऑक्सफर्डच्या इंग्लिश ऑनर्स स्कूलची पदवी प्रथम वर्गात प्राप्त केली, म्हणून रँग्लर परांजपे यांच्या अध्यक्षतेखाली अँम्फीथिएटरमध्ये प्राध्यापक आणि विद्यार्थी यांच्या वतीने त्यांचा सत्कार करण्यात आला आणि त्यांना शुभेच्छा देण्यात आल्या.

प्रा. जी. बी. कोल्हटकर यांची मुंबई विद्यापीठाच्या सीनेटवर प्राध्यापक मतदारसंघातून फेरनिवड झाली, म्हणून त्यांचे अभिनंदन करण्यात आले. कोल्हटकर यांच्या नेतृत्वाखाली २५ जुलै, १९३८ रोजी शास्त्र शाखांच्या शिष्टमंडळाने मुंबईत मंत्रिमंडळाची भेट घेतली. या शिष्टमंडळाने मुंबई इलाख्यात एक प्रांतिक आणि औद्योगिक संशोधनमंडळ नेमण्यात यावे आणि या मंडळाने 'औद्योगिक संशोधनाचे मार्गदर्शन, औद्योगिक आणि तांत्रिक शिक्षणाचे मूल्यमापन, तांत्रिक शिक्षणासंबंधी साहाय्य आणि मार्गदर्शन, शास्त्रीय माहिती केंद्र आणि शास्त्रीय-तांत्रिक ग्रंथालय स्थापना इत्यादी संबंधात विशेष धोरण ठरवून कार्यवाही करावी,' अशी शिफारस केली.

महामहोपाध्याय वासुदेवशास्त्री अभ्यंकर यांचा अमृतमहोत्सव

महामहोपाध्याय वासुदेवशास्त्री अभ्यंकर यांच्या वयाला ७५ वर्षे पूर्ण झाली, त्यानिमित्त फर्ग्युसनमध्ये २१ ऑगस्ट, १९३८ रोजी मुंबई सरकारचे पंतप्रधान ना. बा. गं. खेर यांच्या अध्यक्षतेखाली शास्त्रीबोवांचा जाहीर सत्कार करण्यात आला. समारंभास पुण्यातील आणि अन्य प्रदेशांतील विद्वान शास्त्री मंडळी, प्राध्यापक व विद्यार्थी मोठ्या संख्येने हजर होते.

न. चिं. केळकर यांनी आपल्या प्रास्ताविकात म्हटले, "आज ज्यांचा सत्कार करण्यात येत आहे त्यांच्यासारखा महापंडित गेल्या अर्धशतकात झाला नाही, म्हणून समारंभाला मी अपूर्व म्हणतो... जुन्या संस्कृत वाङ्मयात ज्ञानाचे एवढे मोठे

भांडार भरलेले आहे की, ते खुले करून जनतेपुढे ठेवणे हे पंडितांचे कर्तव्य आहे, यासाठी शास्त्री-पंडितांनी मराठीचा आश्रय करावा... संस्कृत विद्येचे पुनरुज्जीवन करावे.''

संदेशवाचनानंतर प्रा.के.ना.वाटवे यांनी संस्कृतमधील मानपत्र वाचून दाखविले. सदर मानपत्राची प्रत ना. बाळासाहेब खेर यांनी चांदीच्या नलिकेत घालून ती शास्त्रीबोवांना अर्पण केली. प्रा. वा. गो. परांजपे यांनी वासुदेवशास्त्रींनी तयार केलेल्या पतंजलीप्रणित व्याकरणभाष्याच्या मराठीतील भाषांतराचा पहिला भाग प्रसिद्ध करण्याची ना. खेर यांना विनंती केली. प्रा.पिंपळखरे यांनी काढलेले वासुदेवशास्त्रींचे तैलचित्र फर्ग्युसनला देण्यात आले. पिंपळखरे यांचाही सत्कार करण्यात आला.

यानंतर शास्त्रीबोवांचा सत्कार करताना प्राचार्य रँग्लर महाजनी यांनी आपल्या भाषणात 'महामहोपाध्याय वासुदेवशास्त्री हे प्राध्यापकांचे प्राध्यापक आहेत,' या शब्दांत त्यांचा गौरव केला.

आपल्या उत्तरादाखल केलेल्या संस्कृत भाषणात वासुदेवशास्त्रींनी आपल्या कार्याचा आढावा घेतला आणि सर्वांचे आभार मानले. वासुदेवशास्त्री १८९८साली पुण्यात आले, त्यावेळी न्यायमूर्ती म. गो. रानडे यांनी त्यांच्या योगक्षेमाची व्यवस्था केली. रानडे आणि गोपाळराव गोखले यांचे त्यांना सतत साहाय्य व मार्गदर्शन झाले, याचा शास्त्रींनी भावपूर्ण उल्लेख केला. फर्ग्युसनमध्ये ३६ वर्षांची सेवा करून ते १९२८ साली निवृत्त झाले, मात्र त्यानंतरही ते प्राध्यापक आणि विद्यार्थ्यांना सतत मार्गदर्शन करत राहिले. ते म्हणाले,

''व्याकरण, वेदांत, धर्मशास्त्र, मीमांसाशास्त्र वगैरे शास्त्रांतील ग्रंथसंपादनाचे व नवीन ग्रंथ व प्रबंध लिहिण्याचे काम मी केले; ते करण्यात मी माझे कुलात परंपरागत आलेले अध्यापनाचे कर्तव्यच बजावले असे मी मानतो. आजचा माझा गौरव सरस्वतीदेवीचाच गौरव आहे. सरस्वतीदेवीबद्दलची भक्ति आपल्या मनात अशीच कायम राहो.'' या शब्दांत वासुदेवशास्त्रींनी 'विद्या विनयेन शोभते' या उक्तीचा प्रत्यय आणून दिला.

बाळासाहेब खेर यांनी समारोपाच्या भाषणात म्हटले, ''कोणत्याही विषयात पारंगतता मिळवायची म्हणजे त्याकरिता गुरुचरणाचाच आश्रय घ्यावयास पाहिजे. गुरु कसा असावा याचे प्रात्यक्षिक ज्याला पाहावयाचे असेल त्याने अभ्यंकरशास्त्री यांच्याकडे पाहावे.... जास्ती पैसा मिळावा ही अपेक्षाच त्यांना नाही. विद्येच्या ठिकाणी जी एकांतिक भक्ति, तीच त्यांना कार्यप्रवृत्त करते.... व्याकरणासारख्या नीरस व अवघड विषयात शास्त्रीबोवांचा फार मोठा अधिकार आहे. पूर्वी व्याकरणाला अतिशय महत्त्व दिले जात असे. खरोखर ज्या पद्धतीने संस्कृतचा अभ्यास

व्हावयास पाहिजे त्या पद्धतीने आज शाळा-कॉलेजांमधून संस्कृत शिकविले जात नाही. परदेशांतील संस्कृत पंडित येथे येतात आणि अभ्यास करून, संशोधन करून, आपली विद्या ते परदेशात नेतात आणि आपल्यामधील विद्यार्थ्यांना संस्कृत पंडित होण्याकरिता परदेशी जावे लागते; ही स्थिती काही चांगली नाही, ती बदलावयास पाहिजे. वासुदेवशास्त्रींनी ज्या भक्तीने संस्कृतचा अभ्यास केला... तसेच आपण सर्वांनी त्याच भक्तीने, चिकाटीने व निरपेक्ष बुद्धीने संस्कृत भाषेची सेवा केली तर आपल्या येथे परदेशीय अभ्यासक अध्ययनात येतील व आजची उलटी स्थिती सुलटी होईल.''

प्रा. गोपाळ बाळकृष्ण कोल्हटकर यांची निवृत्ती

फर्ग्युसनच्या रसायनशास्त्र विभागाच्या विकासामध्ये प्रा.कोल्हटकरांचे योगदान सर्वांत महत्त्वाचे मानावे लागेल. तीस वर्षांची सक्रिय सेवा करून १ सप्टेंबर १९३८ रोजी ते निवृत्त झाले. अनेकांच्या स्मरणात राहील असा कोल्हटकरांचा षष्ट्यब्दिपूर्ती सोहळा संपन्न झाला. १८७८ साली सातारा जिल्ह्यात छोट्याशा खेडेगावात जन्मलेल्या कोल्हटकरांचे माध्यमिक शिक्षण मुंबईच्या राजारामशास्त्री भागवतांनी स्थापन केलेल्या 'मराठी हायस्कूल'मध्ये झाले. धोंडो केशव कर्वे या संस्थेत काही काळ शिकवीत होते; रँग्लर परांजपे येथेच,(कोल्हटकरांच्या पुढे तीन वर्षे) विद्यार्थी होते. १८९४ साली गणित आणि शास्त्र या विषयांत प्रावीण्य मिळवून ते मॅट्रिक उत्तीर्ण झाले. १८९९मध्ये सेंट झेवियर कॉलेजमधून फिजिक्स-केमिस्ट्री हे विषय घेऊन ते बी.ए.झाले. काही काळ 'आर्यन एज्युकेशन सोसायटी'मध्ये अध्यापन केल्यानंतर ते तेथे उपप्राचार्यही झाले. १९०६साली एल्फिन्स्टन कॉलेजमधून रासायनशास्त्र घेऊन, मुंबई विद्यापीठाची एम.ए.पदवी सर्वोच्च गुण मिळवून ते उत्तीर्ण झाले. फर्ग्युसनमध्ये प्रा. गोळे यांच्या निवृत्तीमुळे रिक्त झालेल्या जागेवर प्रा. लिमये यांच्या शिफारशीवरून मोठ्या पगाराची आमिषे नाकारून १९०८ साली ते डे. ए. सोसायटीचे आजीव सदस्य झाले. प्राध्यापक म्हणून ते दाखल झाले, त्यावेळी एक वर्गखोली आणि छोटीशी काणे प्रयोगशाळा त्यांच्या दिमतीला होती. सुरुवातीला ते एकटेच सर्व काम पाहात, नंतर त्यांना प्रा. एम. आर. परांजपे, प्रा. एम. के. जोशी, प्रा. डी. डी. कर्वे यांच्यासारखे उत्तम सहकारी लाभले. तीस वर्षांत त्यांनी विभागाचा मोठा विकास केला. एका वेळी २५० विद्यार्थी प्रयोग करू शकतील अशा तीन मोठ्या प्रयोगशाळा, व्याख्यानांसाठी मोठा वर्ग, पदव्युत्तर अभ्यासकांसाठी स्वतंत्र संशोधनशाळा, स्टोअर्स गॅस प्लँट इत्यादींची उभारणी त्यांच्या काळात झाली. १९१९ पासून निवृत्तीपर्यंत त्यांनी मुंबई विद्यापीठात अनेक

पदे भूषविली. १९३४-३५मध्ये साजऱ्या झालेल्या फर्ग्युसनच्या सुवर्णमहोत्सवात त्यांचे योगदान कौतुकास्पद होते; किंबहुना सोसायटीच्या टेक्निकल इन्स्टिट्यूटच्या उभारणीसाठी मोठ्या प्रमाणावर त्यांनी देणग्या मिळविल्या,सत्कारणी लावल्या.

विविध क्षेत्रांत नाव कमाविणारे कर्तबगार विद्यार्थी हे उत्तम शिक्षकाचे सर्वांत महत्त्वाचे योगदान असते. ही नामावली बरीच मोठी आहे. बनारस विद्यापीठाचे प्रा. परांजपे, डॉ. एस. एस. जोशी, शेती महाविद्यालयाचे प्राचार्य ताम्हाणे, सरकारचे सल्लागार डॉ. दाजी, धारवाडचे व्ही. एम. दीक्षित व आर. एम. जोशी, कलकत्त्याचे डॉ. आर. आर. राव, काश्मीरचे उद्योग-संचालक कोटिभास्कर, न्यूयॉर्कचे डॉ. व्ही. आर. कोकटनूर, इंडियन इन्स्टिट्यूट ऑफ सायन्सचे प्रा. एस. के. के. जतकर, अहमदाबादचे डॉ. नरगुंद, बंगलोरचे डॉ. एम. के. जोशी, कलकत्त्याचे एस. के. दातार, इंपिरियल ॲ.कॉन्सिलचे डॉ. डी. व्ही. करमरकर यांचा उल्लेख अपरिहार्य आहे.*

कोल्हटकरांच्याच सूचनेवरून पुढे फर्ग्युसनचे प्राचार्य झालेले प्रा. डी. डी. कर्वे १९२५ साली सोसायटीचे आजीव सदस्य झाले.

१९३८च्या उत्तरार्धातील काही घटनांचा उल्लेख करावयास हवा.

मुंबई विद्यापीठाच्या त्रैवार्षिक मूल्यमापन समितीने ३ डिसेंबर रोजी फर्ग्युसनची 'तपासणी' केली. या समितीमध्ये प्राचार्य मॅकेन्झी, प्राचार्य एन. एम. शहा, प्राचार्य टी. के. साहनी यांचा समावेश होता. आपल्या भेटीत त्यांनी कॉलेजचे कामकाज पाहिले. ग्रंथालय, वसतिगृहे, जिमखाना येथील सोयींची पाहणी केली. समितीने कॉलेजच्या एकूण प्रगतीबद्दल समाधान व्यक्त केले.

नेहमीप्रमाणे कॉलेजच्या माजी विद्यार्थ्यांचे सामाजिक, राजकीय कार्य चालू राहिले. १९३२ साली कॉलेजमधून बी.ए.पदवी घेतलेल्या श्री. के. एन. शिरोळे यांची पुणे नगरपालिकेचे अध्यक्ष म्हणून निवड झाली. श्री शिवाजी मराठा सोसायटीचे ते आजीव सदस्य व त्याच संस्थेच्या माध्यमिक शाळेचे सुपरिटेंडेंटही होते. साहित्यिक, नाट्यलेखक, प्रभावी वक्ते म्हणून प्रसिद्ध असलेले माजी विद्यार्थी (आचार्य) प्र. के. अत्रे, बी.ए.,बी.टी.,टी.डी.(लंडन) यांची पुणे नगरपालिकेच्या स्थायी समितीचे अध्यक्ष म्हणून निवड झाली. या दोघांचे अभिनंदन करण्यात आले आणि पुणे शहर ते अधिक सुंदर करतील अशी आशा व्यक्त करण्यात आली.

माजी विद्यार्थी कु. सप्तर्षी, सौ. टिळक (कु. गंगुबाई भिडे) आणि श्री. आर. एच. करमरकर यांनी इंग्लंडमधील एफ.आर.सी.एस.परीक्षेत स्पृहणीय यश संपादन करून फर्ग्युसनच्या गौरवात भर घातली, म्हणून त्यांचे अभिनंदन करण्यात आले.

---

* डॉ. डी. डी. कर्वे यांच्या टिपणावर आधारित.

माजी विद्यार्थी आणि नियामक मंडळाचे सदस्य सरदार जी. के. काळे यांचे चिरंजीव एस. जी. काळे यांना केंब्रिज विद्यापीठाची संशोधन छात्रवृत्ती मिळाली म्हणून त्यांचे अभिनंदन करण्यात आले. १९२७-३२ या काळात विद्यार्थी असलेले, वादविवाद आणि फुटबॉलपटू, महाराष्ट्र फुटबॉल असोसिएशनचे संस्थापक, यू.टी.सी. व कॉलेज जिमखाना गाजविणारे श्री. एस. जी. चाफेकर यांची लष्करात निवड झाली तर सर्वश्री जी. एस. जोशी, एम. एम. जोशी, सी. एन. एकबोटे, एल. व्ही. केळकर यांची नाशिकच्या पोलीस प्रशिक्षण केंद्रात निवड झाली.

आंतरमहाविद्यालयीन स्पर्धांमध्ये फर्ग्युसनच्या विद्यार्थिनी चीमा, प्रधान, घारपुरे, मायदेव, भाटे यांनी स्पृहणीय यश मिळवून कॉलेजसाठी चॅम्पियन ट्रॉफी मिळवून दिली; विशेष म्हणजे बहुतेक महत्त्वाच्या खेळांमध्ये हॉकी, खोखो, आट्यापाट्या, टेनिस, कुस्ती, पोलव्हॉल्ट, ॲथेलेटिक्समध्ये फर्ग्युसनच्या विद्यार्थी-विद्यार्थिनींनी मैदान गाजविले. जिमखाना विभागातर्फे आयोजिलेल्या कार्यक्रमात या सर्व खेळाडूंचे कौतुक करण्यात आले.

छत्रपती राजाराम महाराजांचे निधन

डेक्कन एज्युकेशन सोसायटीच्या स्थापनेपासून कोल्हापूरचे राजघराण्याचे वारसदार छत्रपती हे सोसायटीचे अध्यक्ष असत. पहिले अध्यक्षपद छत्रपती शाहू महाराजांनी भूषविले. त्यांच्या निधनानंतर छत्रपती श्री. राजाराम महाराजांची अध्यक्षपदी निवड झाली. २६ नोव्हेंबर, १९४० रोजी राजाराम महाराजांचे निधन झाले; त्यानिमित्त सोसायटीने श्रद्धांजलीचा ठराव संमत केला व कोल्हापूर दरबारी पाठविला, तो असा-

‘महाराजांच्या निधनामुळे महाराष्ट्रातील उदारमतवादी प्रागतिक संस्थानिक आणि डेक्कन एज्युकेशन सोसायटीचे मार्गदर्शक हरपले आहेत. राजाराम महाराजांच्या अठरा वर्षांच्या काळात पुढील महत्त्वाच्या घटना घडल्या: विलिंग्डन कॉलेजच्या इमारतीची उभारणी, फर्ग्युसनशी संलग्न टेक्निकल इन्स्टिट्यूटची स्थापना, वाई आणि उंबरगाव येथील शाळांचे व्यवस्थापन स्वीकारणे, डेक्कन एज्युकेशन सोसायटीचा व फर्ग्युसनचा सुवर्णमहोत्सव व न्यू इंग्लिश स्कूलचा हीरक महोत्सव साजरा होणे, इत्यादी घटना होत. विलिंग्डनच्या उद्‌घाटनप्रसंगी राजाराम महाराज सोसायटीचे अध्यक्ष म्हणून उपस्थित होते आणि त्यांनी दिलेल्या रु.३० हजारांच्या देणगीतून विद्यार्थ्यांसाठी वसतीगृह उभारण्यात आले, त्यास महाराजांचे नाव देण्यात आले.’

इतिहास आणि अर्थशास्त्र संघटनेचा रौप्यमहोत्सव

२ फेब्रुवारी, १९४१ रोजी फर्ग्युसन कॉलेजच्या इतिहास आणि राज्यशास्त्र संघटनेचा रौप्यमहोत्सव साजरा झाला. १९१५ साली प्रा. व्ही. जी. काळे आणि प्रा. एच. जी. लिमये यांनी या संघटनेची स्थापना केली. न्या. महादेव गोविंद रानडे यांच्या स्मृतिदिनी संघटना स्थापन करण्यात विशेष औचित्य होते. न्या. रानडे यांचा डेक्कन एज्युकेशन सोसायटी आणि फर्ग्युसन कॉलेज यांचा काय संबंध होता याचा पूर्वी उल्लेख आला आहे. रानडे यांचे नाव भारताच्या बौद्धिक पुनरुत्थानाशी जोडले जात असे आणि भारताच्या सामाजिक आणि आर्थिक प्रश्नांबाबतचे त्यांचे चिंतन, मनन आणि लेखन इतके प्रभावी होत असे की महाराष्ट्रातील बुद्धिवादी वर्ग त्यांना 'राष्ट्रोद्धारक' मानत असे. या पार्श्वभूमीवर दर वर्षी त्यांचा स्मृतिदिन 'रानडे डे' म्हणून पाळला जात असे.

संघटनेच्या उद्दिष्टांमध्ये 'ऐतिहासिक आणि आर्थिक प्रश्नांचा व्यापक आणि मूलगामी अभ्यास करणे', हे नमूद केले असल्याने संघटनेचे वैचारिक स्वरूप लक्षात येते. १०० ते १५० विद्यार्थ्यांच्या वर्गात विद्यापीठाच्या अभ्यासक्रमानुसार अध्ययन-अध्यापन होत असल्याने काही मर्यादा पडतात; क्रमिक विषयांपेक्षा अनेक महत्त्वाचे प्रश्न जाणून घेणे, त्यांचा अभ्यास करणे आणि आपल्या परीने उत्तरे शोधण्याचा प्रयत्न करणे यासाठी अशा संघटनांमधील सहभागाचा उपयोग होत असे. संबंधित विषयांचे ज्येष्ठ अभ्यासक यांचे विचार, त्यांचे संशोधनपर मार्गदर्शन, अध्यापकांना आणि विद्यार्थ्यांनाही उपयुक्त ठरे. याचाच एक भाग म्हणून संघटनेतर्फे १९२६ पासून वार्षिक अंकही प्रकाशित होत असे; अंकाच्या माध्यमातून आजी आणि माजी विद्यार्थ्यांमध्येही संवाद साधता येत असे. संघटनेच्या माध्यमातून विद्यार्थी-प्राध्यापक यांनी संयुक्तपणे केलेला संशोधन प्रकल्पांचा आढावाही घेता येत असे. संस्थापक प्रा. एच. जी. लिमये यांचे १९१९मध्ये निधन झाल्यानंतर प्रा. वा. गो. काळे यांनी या संघटनेचे समर्थ नेतृत्व केले; याचा परिणाम म्हणजे रौप्य महोत्सवाचे आयोजन!

रौप्य महोत्सव समारंभाला पंजाब प्रांताचे अर्थमंत्री मनोहरलाल प्रमुख पाहुणे म्हणून उपस्थित होते. मा. मनोहरलाल हे केंब्रिज विद्यापीठात रँग्लर परांजपे यांचे समकालीन विद्यार्थी होते. समारंभात प्रो. लिमये आणि प्रो. काळे यांच्या गौरवाप्रीत्यर्थ तयार करण्यात आलेल्या विशेषांकाचे प्रकाशन करण्यात आले. या अंकात संघटनेच्या सभासदांनी लिहिलेल्या ऐतिहासिक, आर्थिक आणि राजकीय विषयांवरील अभ्यासपूर्ण लेखांचा समावेश होता. प्रा. डी. जी. कर्वे यांनी प्रास्ताविक भाषण केले. प्रा. स. वा. कोगेकर यांनी संघटनेच्या कार्याचा आढावा घेतला. रँग्लर परांजपे

यांनी प्रा. काळे यांच्या एकूण कार्याचा गौरवपूर्ण उल्लेख केला. प्रा. पी. एम. लिमये, प्रा. बेरी, प्रा. स. गो. बर्वे यांची भाषणे झाली. मा. मनोहरलाल यांनी संघटनेच्या कार्याचे कौतुक करून भारताच्या भवितव्याच्या दृष्टीने औद्योगिकीकरणाची नितान्त आवश्यकता असल्याचे सोदाहरण स्पष्ट केले. प्राचार्य महाजनी यांनी कार्यक्रमाच्या समारोपाचे अध्यक्षीय भाषण केले. प्रा. एस. आर. शर्मा आणि एच. जी. अभ्यंकर यांनी आभार मानले. अशा प्रकारे 'गुरुदक्षिणे'चा संस्मरणीय समारंभ समाप्त झाला.

कॉलेज जिमखान्याच्या वार्षिक पारितोषिक वितरणास ज्येष्ठ क्रिकेटपटू विजय मर्चंट प्रमुख पाहुणे म्हणून उपस्थित होते. फर्ग्युसनचे ज्येष्ठ क्रिकेटपटू प्रो. डी. बी. देवधर यांचा त्यांनी खास गौरव केला. आपल्या भाषणात त्यांनी 'क्रिकेट खेळाची मानसिकता तयार करण्यासाठी शिस्त, सहकार्य आणि चिकाटी आवश्यक असते; कप्तान कोणीही असला तरी संघातील प्रत्येक खेळाडूने आपला सर्वोत्तम खेळ केला पाहिजे; कॉलेजने वेगवेगळ्या खेळांच्या प्रगतीसाठी उत्तम प्रशिक्षक नेमणे गरजेचे असून त्यासाठी कॉलेजने राखीव निधी उभारावा,' असे प्रतिपादन केले.

यू.टी.सी.

फर्ग्युसनच्या युनिव्हर्सिटी ट्रेनिंग कोअरच्या 'अे' कंपनीने नेहमीप्रमाणे कॅप्टन जी. एस. महाजनी यांच्या नेतृत्वाखाली आणि ले. आर. के. खांडेकर यांच्या सहकार्याने वार्षिक कॅम्पमध्ये गौरवशाली परंपरा कायम राखली. ड्रिल, शूटिंग, क्रॉस कंट्री, बास्केटबॉल, बॉक्सिंग, कुस्ती इत्यादी विभागांमध्ये कौतुकास्पद यश संपादन केले.

प्राध्यापकांच्या बदल्या

विलिंग्डन कॉलेज हे डे. ए. सोसायटीचे उच्च शिक्षणातले दुसरे महत्त्वाचे अपत्य. या कॉलेजच्या विकासासाठी विशेष प्रयत्न करण्यात आले. या कॉलेजला लाभलेली जागा सर्वांत मोठी, इमारतीही फर्ग्युसनप्रमाणेच दगडी गोथिक पद्धतीच्या, खेळाचे मैदानही भव्य. शैक्षणिक दर्जा वाढविण्यासाठी डे. ए. सोसायटी आधिक अनुभवी, प्रशासकीय अनुभव असलेल्या प्राध्यापकांच्या बदल्या करीत असे. १९४०-४१ च्या दरम्यान काही महत्त्वाच्या बदल्या झाल्या.

पाच वर्षे विलिंग्डन कॉलेजच्या प्राचार्यपदाची धुरा यशस्वीपणे सांभाळल्यानंतर प्रा. डी. जी. कर्वे फर्ग्युसनला परत आले. त्या जागी पुण्याहून अर्थशास्त्राचे नामवंत

प्राध्यापक टी. एम. जोशी यांची नेमणूक झाली. प्रा. एन. ए. मावळणकर फर्ग्युसनला परत आल्यामुळे इतिहास आणि अर्थशास्त्र या महत्त्वाच्या विभागांचा लाभ होणे अपरिहार्य होते. प्रा. रा. श्री. जोग यांचीही सांगलीहून फर्ग्युसनला बदली झाली. जोगांच्या 'अभिनव काव्यप्रकाश' आणि कविता यांचे मराठी वाङ्मयात कौतुक होत असल्याने त्यांची बदली स्वागतार्ह होती. प्रा. जी. एच. रानडे हे विज्ञानाचे विशेष प्राध्यापक. त्यांनी विलिंग्डनमध्ये वीस वर्षे सेवा केल्यानंतर त्यांची फर्ग्युसनला बदली झाली. आपल्या फिजिक्स या खास अभ्यासविषयाबरोबर त्यांचा भारतीय संगीताचाही अभ्यास होता. या दोन्ही विषयांचा परस्पर संबंध स्पष्ट करणारा 'हिंदुस्तानी म्युझिक ॲन औटलाईन ऑफ इट्स फिजिक्स ॲण्ड ॲस्थेटिक्स' हा ग्रंथ प्रकाशित झाला. या ग्रंथाच्या प्रकाशनासाठी मुंबई विद्यापीठाने खास अनुदान दिले होते. मान्यवर संशोधक, अभ्यासक आणि प्रतिष्ठित नियतकालिकांनी या ग्रंथाची मोठी प्रशंसा केली होती; त्यांची फर्ग्युसनला बदली अर्थातच स्वागतार्ह होती.

एका वर्षात तीन आय.सी.एस.

१९४०-४१मध्ये तीन विद्यार्थ्यांनी आय.सी.एस.परीक्षा उत्तीर्ण केली.

एम. आर. यार्दी यांनी आय.सी.एस.च्या स्पर्धात्मक परीक्षेत सर्वोच्च गुण मिळवून भारतात पहिला क्रमांक पटकावला आणि फर्ग्युसनच्या गौरवात भर घातली. यापूर्वी जगन्नाथ शंकरशेठ शिष्यवृत्ती, सर जेम्स फर्ग्युसन शिष्यवृत्ती, एलिस शिष्यवृत्ती, 'चॅन्सेलर मेडल' आणि सर लॉरेन्स जेनकिन्स शिष्यवृत्ती त्यांनी मिळवली होती. फर्ग्युसनच्या अभ्यासेतर उपक्रमांतही त्यांचा मोठा सहभाग होता. कॉलेज जिमखान्याचे जनरल सेक्रेटरी व कॉलेज पार्लमेंटचे पंतप्रधान ही दोन्ही पदे त्यांनी समर्थपणे सांभाळली. स्वच्छ चारित्र्य आणि स्वतंत्र बाणा यांमुळे ते कॉलेजच्या शिक्षकांमध्ये आणि विद्यार्थ्यांमध्ये खूप लोकप्रिय होते.*

आर. सी. जोशी विलिंग्डनचे विद्यार्थी! १९३८मध्ये त्यांनी बी.ए.परीक्षेत अर्थशास्त्र विषयात प्रथम येऊन कॉब्डेन क्लब मेडल व जेम्स टेलर पारितोषिक मिळविले. काही काळ त्यांनी फर्ग्युसनच्या अर्थशास्त्र विभागात ट्यूटर म्हणून अध्यापन केले. यार्दींबरोबर आय.सी.एस. परीक्षा उत्तीर्ण करून जोशीही प्रशासकीय सेवेत दाखल झाले.

---

* यार्दी यांनी प्रशासकीय सेवेत अत्यंत महत्त्वाची पदे भूषविली. निवृत्तीनंतर भांडारकर प्राच्य विद्या संस्था, भारतीय विद्याभवनच्या पुणे केंद्राचे अध्यक्ष व आळंदी येथील ज्ञानेश्वर महाराज संस्थानमध्ये विश्वस्तपदही सांभाळले.

ए. एस. नाईक यांनी बी.एस्‌सी.परीक्षा गणित विषय घेऊन प्रथम वर्ग विशेष प्रावीण्यासह उत्तीर्ण केली, त्यानंतर पुढील शिक्षणासाठी ते इंग्लंडला गेले. आय.सी.एस.परीक्षेत त्यांनीही उत्तम यश संपादन केले.

एका वर्षात फर्ग्युसनचे तीन विद्यार्थी आय.सी.एस.होणे ही कौतुकाची बाब होती. या निकालामुळे संपूर्ण फर्ग्युसन परिसरात उत्साहाचे वातावरण होते. ही परंपरा पुढेही चालू राहावी अशी अपेक्षा व्यक्त होत होती.

एस. एस. शिराली हे फर्ग्युसनचे अत्यंत हुशार विद्यार्थी होते. त्यांनी इंडियन ऑडिट सर्व्हिसेस या परीक्षेत दुसरा क्रमांक पटकावला. कु. लीला फाटक या माजी विद्यार्थिनीने लंडनची एफ.आर.सी.एस. परीक्षा उत्तीर्ण होऊन फर्ग्युर्सनच्या गौरवात भर घातली. व्ही. के. कोठुरकर हे फर्ग्युसनचे व मुंबई विद्यापीठाचे बुद्धिमान विद्यार्थी. तर्कशास्त्र आणि तत्त्वज्ञान विषयात बी.ए. व एम.ए.परीक्षा त्यांनी उच्च श्रेणीत उत्तीर्ण केल्या. काही काळ कॉलेजात तत्त्वज्ञान विभागात अध्यापक म्हणून काम केले, त्यानंतर त्यांनी केंब्रिज विद्यापीठाची 'मॉरेल सायन्सेस ट्रायपॉस' ही पदवी 'प्रायोगिक मानसशास्त्र' हा विषय घेऊन प्राप्त केली. गोवर्धन पारीख हे इतिहास आणि अर्थशास्त्र विषयांचे फर्ग्युसनचे विद्यार्थी; त्यांनी दोन वर्षे नागररिकशास्त्र विषयाचे ट्यूटर म्हणूनही काम पाहिले. त्यांची मुंबईच्या रामनारायण रुईया कॉलेजमध्ये इतिहास-अर्थशास्त्र या विषयांचे प्राध्यापक म्हणून निवड झाली. त्यांनी पुढे रॉयिस्ट चळवळीचे वैचारिक नेतृत्व केले. मुंबई विद्यापीठाचे रेक्टर हे पदही त्यांनी भूषविले.

तत्त्वज्ञान मंडळाचा रौप्य महोत्सव

फर्ग्युसनच्या तत्त्वज्ञान मंडळाचा रौप्यमहोत्सव २६ जुलै, १९४१ रोजी उत्साहात साजरा झाला. बनारस हिंदु विद्यापीठाचे कुलगुरु डॉ.सर्वपल्ली राधाकृष्णन हे समारंभाचे प्रमुख पाहुणे होते. तत्त्वज्ञान विषयाचे गाढे अभ्यासक, भारतीय आणि पाश्चात्त्य तत्त्वज्ञानाची समीक्षा करणाऱ्या अनेक ग्रंथांचे लेखक, प्रभावी वक्ते म्हणून राधाकृष्णन यांनी जागतिक लौकिक संपादन केला होता. स्वामी विवेकानंद यांच्यानंतर हिंदु जीवनदृष्टि किंवा हिंदु तत्त्वज्ञानाचा अर्थ अधिकारवाणीने जगापुढे मांडणारे दुसरे थोर तत्त्वचिंतक म्हणून ते ओळखले जात. किंबहुना भारतीय संस्कृतीचे लोकमान्य प्रतिनिधी म्हणून त्यांचा जगाला परिचय झाला होता. पुढे ते भारताचे राष्ट्रपती झाले.

अँम्फीथिएटरमध्ये झालेल्या कार्यक्रमास प्रचंड गर्दी लोटली होती. प्राचार्य जी. सी. भाटे, प्रा. आर. डी. रानडे आणि डॉ. एन. जी. दामले या फर्ग्युसनमधील तत्त्वज्ञान विभागाच्या ज्येष्ठ प्राध्यापकांच्या चित्रकार ज. द. गोंधळेकर यांनी काढलेल्या तैलचित्रांचे अनावरण प्रमुख पाहुण्यांच्या हस्ते करून ती तत्त्वज्ञान विभागाला भेट

देण्यात आली. डॉ. राधाकृष्णन यांनी आपल्या भाषणात रानडे-दामले-भाटे या तिघांच्या विद्वत्तेचा, सूक्ष्म अभ्यासाचा, अभ्यासपूर्ण मांडणीचा गौरवपूर्ण उल्लेख केला.

आपल्या भाषणात डॉ. राधाकृष्णन यांनी महाभारतातील एका वचनाचा उल्लेख करून 'सुसंस्कृत माणूस स्वत:चे समंजस नियंत्रण करतो, शिस्त पाळतो आणि उत्तम वागतो' असे सांगितले.

तत्त्वज्ञानाच्या अभ्यासाचे महत्त्व आणि त्याची व्यावहारिक मांडणी विशद करताना ते म्हणाले :

''खऱ्या तात्त्विक दृष्टिकोनामुळे जीवनातील अनेक कठीण समस्या सोडविण्यात मदत होते आणि मानसिक समाधानही अनुभवता येते. थोर ग्रीक तत्त्वज्ञ प्लेटो याच्या मतानुसार खरा तत्त्वचिंतक अनंत काळचा साक्षी असतो. राजकीय सामर्थ्य पुरे पडत नाही, आर्थिक प्रगती पुरी पडत नाही; संपूर्ण मानवी समाजाचा पाया दृढ करावयाचा असेल तर सर्वोच्च नैतिक-आध्यात्मिक मूल्यांच्या आधारेच मानवी परिवर्तन साधले पाहिजे. सध्याच्या काळात संपूर्ण जग ज्या विद्वेषी, दुर्भाग्यपूर्ण संघर्षातून जात आहे, त्यापासून वाचण्यासाठी नैतिक कल्पनांचाच आधार घेतला पाहिजे. जे लोक स्वत:ला विवेकवादी समजतात ते खऱ्या अर्थाने विवेकी नसतात. त्यांचे स्वत:चे काही भ्रम, दुराग्रह असतात; विवेकाच्या मर्यादा सांभाळण्यात ते कमी पडतात. मानवी जीवनच इतके गुंतागुंतीचे असते की केवळ विवेकाच्या आधारे ते समजू शकत नाही. आध्यात्मिकतेचा स्पर्श असलेले जीवनच खऱ्या

या छायाचित्रात प्रमुख पाहुणे डॉ. राधाकृष्णन हे मध्यभागी

अर्थाने सर्वोत्तम जीवन असते, ते स्वातंत्र्यपूर्ण जीवन असते, सेवेचे जीवन असते, ते समाधानाचे, आनंदाचे आणि निर्मितीचा आनंद देणारे जीवन असते.''

प्रा. आर. डी. रानडे हे त्यावेळी अलाहाबाद विद्यापीठाचे तत्त्वज्ञानाचे प्राध्यापक होते; परंतु प्रकृति अस्वास्थ्यामुळे ते कार्यक्रमास उपस्थित राहू शकले नाहीत. त्यांनी पाठवलेला संदेश प्रा. दामले यांनी वाचून दाखविला. 'सध्याच्या युद्धाच्या भयपूर्ण, हिंसक, विद्वेषी वातावरणापासून मुक्तता मिळवायची असेल तर तत्त्वज्ञान आणि आध्यात्मिकता यांचा आधार घेण्याची नितान्त गरज आहे', असे रानडे यांनी संदेशात म्हटले होते.

तत्त्वज्ञान मंडळाच्या अहवालानुसार पंचवीस वर्षांच्या काळात ५०० हून अधिक विद्यार्थ्यांनी तत्त्वज्ञान विषय घेऊन पदवी घेतली. पदवी घेणाऱ्या विद्यार्थ्यांमध्ये सुमारे दीडशे विद्यार्थ्यांनी परीक्षेत विशेष प्रावीण्यासह पहिला वर्ग मिळविला आणि अनेकांनी विद्यापीठाची बक्षिसेही मिळविली. भारताच्या अनेक प्रांतांतून विद्यार्थी येत असत; येथून पदवी घेऊन बाहेर पडलेल्यांनी धारवाड, सांगली, कोल्हापूर, मुंबई, नाशिक, सुरत, जुनागढ, कराची, शिकारपूर येथील विद्यालयांमध्ये तत्त्वज्ञान विषयाचे प्राध्यापक म्हणून काम केले. महात्मा गांधी, श्रीमती ॲनी बेझंट, लाला लजपतराय, प्रा. दासगुप्ता, प्रा. व्ही. व्ही. नारळीकर यांनी तत्त्वज्ञान मंडळास भेटी देऊन भाषणे केली.

कार्यक्रमाच्या अखेरीस प्राचार्य महाजनी यांनी आभार मानले. भरगच्च कार्यक्रमांनी भरलेल्या रौप्यमहोत्सवी कार्यक्रमाची सांगता मास्तर कृष्णराव फुलंब्रीकर यांच्या गायनाने संपन्न झाली.

न्यायमूर्ती रानडे यांची जन्मशताब्दी (१८ जानेवारी, १९४२)

न्यायमूर्ती महादेव गोविंद रानडे यांची जन्मशताब्दी संपूर्ण भारतात भव्य प्रमाणात साजरी झाली. डे. ए. सोसायटीच्या संदर्भातील त्यांच्या योगदानाचा उल्लेख पूर्वी आला आहे; अर्थातच फर्ग्युसनमध्ये रानडे जन्मशताब्दी समारंभ भव्य प्रमाणात साजरा झाला. गोपाळ कृष्ण गोखले रानडे यांना गुरुस्थानी मानीत असत. भारताच्या बौद्धिक प्रगतीचे एक महत्त्वाचे शिल्पकार म्हणून त्यांचा लौकिक होता. रानडे यांचे निस्सीम अनुयायी श्रीनिवास शास्त्री यांच्या मतानुसार 'रानडे हे एक प्रचंड व्यक्तिमत्त्व होते, त्यांचा व्यासंग दांडगा होता. न्यायमूर्ती म्हणून त्यांचा लौकिक मोठा होताच; पण इतिहास, राजनीति, अर्थशास्त्र, संस्कृत वाङ्मय, मराठी वाङ्मय इत्यादी अनेक विषयांवर त्यांनी भाषणे दिली, लेखनही केले; त्यांचे ज्ञान आणि अनुभव यांचा सरकारी आणि बिगर सरकारी क्षेत्रात अनेकांनी लाभ

घेतला. छत्रपती शिवाजी महाराजांची प्रतिमा त्यांनी नव्या अर्थाने पुन:स्थापित केली; अर्थशास्त्र परिषदेची स्थापना करून शेतीसंबंधी अनेक प्रश्नांवर - जमीन महसूल, शेतसारा पद्धती, शेतजमिनीचा विकास - त्यांनी मार्गदर्शन केले; भारताच्या वित्तीय प्रश्नांवर अधिकारवाणीने लेखन केले, भारतीय राष्ट्रीय काँग्रेसच्या अधिवेशनांमध्ये त्यांच्या राजकीय आणि घटनात्मक विषयावरील मतांना मान दिला जात असे. १८८७ साली त्यांनी भारतीय सामाजिक परिषद स्थापन केली व त्याद्वारे सामाजिक प्रश्नांवर सतत मार्गदर्शन केले.' रानडे यांच्या बहुआयामी व्यक्तिमत्त्वाचे पैलू जन्मशताब्दी समारंभात स्पष्ट करण्यात आले.

चलेजाव चळवळीची पार्श्वभूमी

१९३७ साली सुरू झालेल्या प्रांतिक स्वायत्ततेचा प्रयोग अनेक प्रान्तिक सरकारांनी यशस्वीपणे राबविला; त्यात काँग्रेसचे सरकार असलेले प्रांत आघाडीवर होते. काँग्रेसने आपल्या वेगवेगळ्या अधिवेशनांत संमत केलेले ठराव प्रत्यक्ष अमलात आणण्याची ही सुवर्णसंधी होती. प्रांतिक स्वायत्त सरकारांचे कार्यक्षेत्र कायद्यानेच मर्यादित केले होते पण त्यातही पुरोगामी कार्यक्रम राबविण्याचे काँग्रेसचे धाडस या प्रयोगात निदर्शनास आले. आर्थिक क्षेत्रात शेतीविषयक जमीन धारणा, सावकारी निर्मूलन, पतपुरवठा नियंत्रण, सामाजिक क्षेत्रात अस्पृश्यता निर्मूलन, शिक्षण सुधारणा अशा अनेक विषयांसंबंधी कायदे करण्यात आले. माँटफर्ड सुधारणा कायद्यानंतरच्या जवळ जवळ वीस वर्षांत जे साधता आले नाही ते प्रांतिक स्वायत्ततेच्या केवळ दोन वर्षांत करता आले. दुसऱ्या महायुद्धाच्या सुरुवातीच्या निमित्ताने १९३५चा कायदाच स्थगित झाला. प्रांतिक स्वायत्ततेचा प्रयोग रद्द झाला. स्वातंत्र्य चळवळीत एक प्रकारची शांतता पसरली; पण ती एक प्रकारे मोठ्या वादळापूर्वीची शांतता ठरली. १९४२च्या चलेजाव चळवळीची नांदी सुरू झाली. 'आम्ही आमचे बघून घेऊ, ब्रिटिशांनो तुम्ही भारत सोडा (भारत छोडो-') असा चळवळीमागचा आशय होता. ब्रिटिशांना असे कोंडीत पकडणे मान्य नसलेले काही गट तटस्थ राहिले; राष्ट्रीय स्वयंसेवक संघ, हिंदू महासभा चळवळीपासून दूर राहिले; काही क्रांतिकारी गट आपल्या परीने स्वातंत्र्यप्राप्तीसाठी प्रयत्न करीतच होते. १९४२पर्यंत काहीसे तटस्थ असलेले साम्यवादी १९४२च्या दरम्यान कम्युनिस्ट रशिया युरोपातील दोस्त राष्ट्रांच्या बाजूने युद्धात उतरल्याने चलेजाव चळवळीला साथ देत होते. काही खास कॉम्रेड आपल्या पद्धतीने कार्य करीतच राहिले. भारतीय राष्ट्रीय काँग्रेसचे महात्मा गांधी-नेहरूंचे अनुयायी, अधिक उदारमतवादी, काहीसे जहाल असलेले समाजवादी, तर भूमिगत सरकार - प्रतिसरकार (पत्री-

सरकार) चालविणारे - या सर्वांचे तीर्थक्षेत्र बनलेला येरवड्याचा तुरुंग हा अख्ख्या भारताचे केंद्र बनला. या चळवळीत फर्ग्युसनच्या माजी आणि आजी विद्यार्थ्यांनी अत्यंत महत्त्वपूर्ण भूमिका बजावली. एस. एम. जोशी, ना. ग. गोरे, र. के. खाडिलकर, कुंदनमल फिरोदिया, काकासाहेब गाडगीळ, नवलमल फिरोदिया,* हस्तिमल फिरोदिया, कॉलेजमध्ये नव्याने दाखल होऊन ८ ऑगस्टला मैदानावरच्या सभेला हजर राहणारे मोहन धारिया हे त्यांमध्ये होते; तसेच त्यातल्यात्यात तरुण असलेले ग. प्र. प्रधान होते. फर्ग्युसन कॉलेजची संस्थात्मक भूमिका तटस्थतेची, अलिप्ततेची असल्याने फारशा औपचारिक नोंदी आढळत नाहीत. प्राचार्य महाजनींना या कालखंडात फार मोठी तारेवरची कसरत करावी लागत होती. मनात असूनही चळवळीला आणि चळवळीत भाग घेणाऱ्या फर्ग्युसोनियन्सना उत्तेजन, प्रोत्साहन देता येत नव्हते, त्याचबरोबर नियमभंग करून कॉलेजमध्ये प्रवेश करणाऱ्या सरकारी अधिकाऱ्यांना - विशेषत: पोलीसांना समजही द्यावी लागत होती. चळवळीत भाग घेतलेल्या फर्ग्युसनच्या विद्यार्थ्यांच्या आठवणींमध्ये** चलेजाव चळवळीतले फर्ग्युसनचे योगदान समजू शकते.

विशेष वार्षिक स्नेहसंमेलन

१९४३च्या दरम्यान बंगाल प्रांतात भीषण दुष्काळ पडला होता. सर्व ठिकाणांहून मदतीचा ओघ चालू होता. कॉलेजने विद्यार्थ्यांच्या संमतीने त्या वर्षाचे स्नेहसंमेलन अत्यंत गांभीर्याने आणि काटकसरीने साजरे केले. प्रा. जी. एल. चंद्रात्रेय जिमखाना कमिटीचे अध्यक्ष होते. अल्पोपाहारासाठी होणारा खर्च वाचवून ती रक्कम रु. ६३४.१० पैसे विद्यार्थ्यांनी दुष्काळ निधीसाठी पाठविली.

स्नेहसंमेलनाला ‘गोखले स्कूल ऑफ पॉलिटिक्स ॲण्ड इकॉनामिक्स’चे प्राचार्य धनंजयराव गाडगीळ प्रमुख पाहुणे होते. त्यांनी आपल्या छोट्याशा भाषणात ‘आव्हानांना प्रतिसाद’ या विषयावर आपले विचार मांडले.

‘सध्याच्या काळात शहरी, सुशिक्षित आणि व्यावसायिक वर्ग आपल्यापुढील सामाजिक, आर्थिक आणि राजकीय आव्हानांना समाधानकारक प्रतिसाद देण्यात अपयशी ठरत आहे. आमचा प्रतिसाद कृत्रिम, अपूर्ण आणि असंगत ठरत आहे. आपल्या देशातील सामान्य, गरीब आणि ग्रामीण जनतेच्या गरजा समर्थपणे, समाधानकारक रीतीने पुऱ्या करू शकत नाही, ही वस्तुस्थिती आहे.’

---

* **नवलमल फिरोदिया,** प्रका. अभय फिरोदिया.

** सविता भावे, **प्रधान मास्तर,** (चरित्र ग्रंथ), अमेय प्रकाशन, पुणे, १९९९.

आपल्या भाषणात गाडगीळांनी डेक्कन एज्युकेशन सोसायटीने ठेवलेल्या आदर्शांची आधुनिक गरजांशी तुलना केली. साठ वर्षांपूर्वी फर्ग्युसनचे प्राचार्य गोळे यांनी लिहिलेल्या 'मध्यम वर्गाचे शिक्षण' आणि त्रिं. ना. अत्रे यांनी लिहिलेल्या 'गावगाडा' या पुस्तकांतील ग्रामीण समाजशास्त्राचा प्रत्ययकारी अभ्यास यांचे संदर्भ देत त्यांनी तत्कालीन प्रश्नांचे विवेचन केले.

आपल्या भाषणाच्या अखेरीस प्रा. गाडगीळांनी महाराष्ट्राच्या जाज्वल्य इतिहासाचा आधार देत प्रोत्साहक, आशावादी समारोप केला : 'महाराष्ट्राने नेहमी नैसर्गिक, धाडसी आणि समाधानकारक रीतीने आपल्यापुढे आलेल्या आव्हानांना तोंड दिले आहे, त्याच पद्धतीने आजची पिढीसुद्धा त्याच विश्वासाने आणि धैर्याने काम करील अशी पूर्ण खात्री आहे.' या वाक्याला टाळ्यांचा प्रचंड कडकडाट करून विद्यार्थ्यांनी त्यांचा 'विश्वास' सार्थ असल्याची पावती दिली.

व्ही. एस. शास्त्रींचे व्याख्यान

व्ही. एस. शास्त्रींचे व्याख्यान म्हणजे अभ्यास आणि अमोघ वक्तृत्व यांची अनोखी मेजवानी असे. १५ ऑगस्ट, १९४३ रोजी असेच एक व्याख्यान योजले होते. विषय होता 'ब्रिटिश नेते आणि भारताच्या राजकीय सुधारणा.' भारतात संसदीय लोकशाही रुजवण्याचे प्रयत्न करणारे मोर्ले-मिंटो, माँटेग्यू-चेम्सफर्ड, अमेरी, लॉईड जॉर्ज, आयर्विन, मॅकडोनल्ड, विन्स्टन चर्चिल-स्ट्रफोर्ड क्रिप्स यांच्या योगदानाचे नर्मविनोदी ढंगात शास्त्रींनी केलेले विवेचन ॲम्फीथिएटरमध्ये झालेल्या अविस्मरणीय भाषणांपैकी एक असे होते.

संमेलने आणि परिषदा

संमेलने, परिषदा, परिसंवाद म्हणजे देशाच्या बौद्धिक जीवनाची जडणघडण करणारी शांत आंदोलनेच होत. शैक्षणिक संस्थांनी केवळ वर्गखोल्यांतील अभ्यासक्रमी अध्ययन-अध्यापनावर मर्यादित न राहता अनेक अंगी खुल्या चर्चांमध्ये भाग घेतला पाहिजे अशी फर्ग्युसनची नेहमीची भूमिका; १९४३-४४ या काळातही प्राध्यापकांच्या लक्षणीय सहभागाने ती चालूच राहिली.

१९४३च्या ऑक्टोबर महिन्यामध्ये मराठी नाट्याची शताब्दी साजरी झाली. प्रा. रा. श्री. जोगांनी साहित्य संमेलन गाजविले. प्राचार्य डी. डी. कर्वे दिल्लीच्या इंडियन सायन्स काँग्रेसला उपस्थित होते, तर बनारसला भरलेल्या प्राच्यविद्या परिषदेत डॉ. पी. व्ही. बापट (पाली-बुधिस्ट विभाग अध्यक्ष), व्ही. जी. परांजपे,

डॉ. रा. ना. दांडेकर, प्रा. एन. व्ही. वैद्य यांनी सहभाग घेतला. प्राचार्य डी. जी. कर्वे मद्रास येथे भरलेल्या अर्थशास्त्रीय परिषदेत सहभागी झाले होते, तर वालचंदनगरच्या शेतीविषयक अर्थशास्त्रीय परिषदेत प्रा. स. वा. कोगेकर उपस्थित होते. श्री. डी. आर. बेंद्रे शिमोगा (कर्नाटक) येथील कन्नड साहित्य संमेलनाचे अध्यक्षपद भूषवून आले.

काही ज्येष्ठांचे निधन

१९४३ साली फर्ग्युसनशी संबंधित काही ज्येष्ठ काळाच्या पडद्याआड गेले.

प्रा. एस. जी. बेरी यांनी १९१८ साली एम.ए.पदवी मिळविली. कॉलेजच्या इतिहास आणि अर्थशास्त्र मंडळाचे ते पहिले कार्यवाह होते. २१ एप्रिल, १९४३ रोजी त्यांचे निधन झाले.

१८८५ साली न्यू इंग्लिश स्कूलमधून मॅट्रिक उत्तीर्ण झालेले प्रा. व्ही. जी. आपटे फर्ग्युसनच्या प्रीव्हियसच्या पहिल्या तुकडीचे विद्यार्थी होते. न्यू पूना (नंतरचे सर परशुरामभाऊ कॉलेज) कॉलेजचे ते प्राचार्य होते. वयाच्या ७७व्या वर्षी- २१ ऑक्टोबर, १९४३ रोजी ते निवर्तले.

१९०३ साली फर्ग्युसन कॉलेजमधून पदवी घेतलेले श्री. द. वि. तथा दत्तोपंत आपटे फर्ग्युसनच्या इतिहास आणि अर्थशास्त्र मंडळाचे सक्रिय सभासद होते. शिवचरित्र कार्यालय,आनंदाश्रम, भारत इतिहास संशोधक मंडळ या संस्थांशी त्यांचा घनिष्ठ संबंध होता; मराठ्यांचा इतिहास हे त्यांचे संशोधनाचे खास क्षेत्र होते. २७ ऑक्टोबर, १९४३ रोजी त्यांचे निधन झाले.

डेक्कन एज्युकेशन सोसायटीचे एक आधारस्तंभ इचलकरंजी संस्थानचे प्रमुख बाबासाहेब घोरपडे १९१० सालापासून सोसायटीचे उपाध्यक्ष होते. त्यांच्या अध्यक्षतेखाली फर्ग्युसनचा सुवर्णमहोत्सव साजरा झाला. सोसायटीच्या जवळजवळ सर्व संस्थांना त्यांनी देणग्या दिल्या होत्या. १८ डिसेंबर, १९४३ रोजी त्यांचे निधन झाले.

महर्षि विठ्ठल रामजी शिंदे यांचे निधन

संपूर्ण आयुष्य ज्यांनी दलित आणि वंचित यांच्या सेवेसाठी वेचले आणि ज्यांना समाजाने 'महर्षि' पदवी दिली ते विठ्ठल रामजी शिंदे वयाच्या ७१व्या वर्षी २ जानेवारी, १९४४ रोजी निधन पावले. १८९१ साली त्यांनी फर्ग्युसनमधून पदवी प्राप्त केली. रघुनाथराव परांजपे आणि केशवराव कानिटकर (जे दोघे पुढे फर्ग्युसनचे प्राचार्य झाले) यांचे, त्याचप्रमाणे फर्ग्युसनची पहिली विद्यार्थिनी कृष्णाबाई केळवकर यांचे ते सहाध्यायी होते. १९०३ साली ऑक्सफोर्डहून परत आल्यानंतर

त्यांनी पुण्यात सामाजिक सेवेला सुरुवात केली. ऑल इंडिया डिप्रेस्ड क्लासेस मिशन आणि अहिल्याश्रम या संस्था स्थापन करून त्यांनी फार मोठी समाज सेवा केली. समाजसुधारणावादी आणि स्वातंत्र्याचे कट्टर समर्थक म्हणून 'कर्मवीर अण्णासाहेब शिंदे' म्हणूनही ते ओळखले जात. प्रसिद्धी पराङ्‌मुख, नि:स्वार्थी समाजसेवक म्हणून ते पुढच्या पिढीला मार्गदर्शक ठरले.

नवे कॉमर्स कॉलेज

१९४३ सालच्या पूर्वार्धात डे. ए. सोसायटी नवे कॉमर्स कॉलेज सुरू करेल व या कॉलेजच्या प्राचार्यपदी प्रा. द. गो. कर्वे यांची नियुक्ती झाली आहे, असे सोसायटीने जाहीर केले. नव्या कॉलेजसाठी संस्थेने 'सर्व्हंट्स ऑफ इंडिया सोसायटी'च्या लगत फर्ग्युसन टेकडीच्या पश्चिमेस सुमारे बारा एकर जागा खरेदी केली. इमारती व अन्य सुविधांसाठी चार लक्ष रुपयांची गरज असल्याचेही स्पष्ट केले. नव्या कॉलेजमध्ये केवळ पुस्तकी ज्ञानावर भर न देता व्यापारक्षेत्रातील अनुभवावरही भर राहील असे स्पष्ट करण्यात आले. दुसऱ्या महायुद्धाच्या समाप्तीनंतर आणि भारताला स्वातंत्र्य मिळाल्यानंतर नव्या भारताची जडणघडण करताना अशा व्यावसायिक शिक्षण देणाऱ्या संस्थेची गरज आणि आणि पुणे विद्यापीठाची स्थापना करण्यासंबंधी चालू असलेल्या चर्चेच्या पार्श्वभूमीवर नव्या कॉमर्स कॉलेजच्या कल्पनेचे सर्व क्षेत्रांतून सहर्ष स्वागत होईल, अशी आशा व्यक्त करण्यात आली.

कॉलेजच्या मार्गदर्शनासाठी उद्योग आणि व्यापार क्षेत्रातील अनेक मान्यवरांची समिती नेमण्यात आली. या समितीत सर्वश्री चुनिलाल मेहता, आर. जी. सरैय्या, जे. सी. सेटलवाड, व्ही. के. एस. अय्यर, फझल इब्राहिम रहिमतुल्ला, माणिकलाल प्रेमचंद, व्ही. एल. मेहता, प्रा. व्ही. जी. काळे, एम. एल. डहाणूकर, जी. एस. मराठे इत्यादींचा समावेश करण्यात आला.

डेक्कन एज्युकेशन सोसायटीच्या कॉमर्स कॉलेजची सुरुवात जून, १९४३मध्ये झाली. कॉलेजसाठी स्वतंत्र इमारत नसल्याने वर्ग फर्ग्युसनच्या ॲम्फीथिएटरमध्ये भरत असत. उद्योगपती चंद्रशेखर आगाशे यांच्या बृहन्महाराष्ट्र शुगर सिंडिकेटने कॉमर्स कॉलेजच्या इमारतीसाठी २ लक्ष रुपयांची देणगी दिली. त्यामुळे सोसायटीने सदर कॉलेजचे नाव 'बृहन्महाराष्ट्र कॉलेज ऑफ कॉमर्स' (B.M.C.C.) असे ठेवले. २४ जुलै, १९४३ रोजी नव्या कॉलेजचा उद्‌घाटन सोहळा साजरा झाला. उद्‌घाटन सोहळ्याचे प्रमुख अतिथी सर अर्देशिर दलाल हे होते.

नव्या कॉमर्स कॉलेजच्या स्थापनेमुळे सोसायटीच्या एकूण अध्यापनविषयक व्यवस्थेत बदल करणे अपरिहार्य झाले. फर्ग्युसनच्या इतिहास आणि अर्थशास्त्र

विभागाचे प्रमुख प्राध्यापक द. गो. कर्वे कॉमर्स कॉलेजचे प्राचार्य झाले व फर्ग्युसनचेच अर्थशास्त्र-राज्यशास्त्र विषयाचे प्राध्यापक स. वा. कोगेकर यांच्याकडे कॉमर्स कॉलेजचे उपप्राचार्य पदही आल्याने इतिहास विषयासाठी इतिहास आणि राज्यशास्त्र या दोन्ही विषयांची स्वतंत्र एम.ए.पदवी असलेले प्रा. के. गो. नित्सुरे यांची नव्याने नेमणूक करण्यात आली. प्रा. शंकर सीताराम मुरडेश्वर हे फर्ग्युसन आणि कॉमर्स या दोन्ही संस्थांमध्ये इंग्रजी विषयाच्या अध्यापनाची जबाबदारी सांभाळू लागले. प्राचार्य रँग्लर महाजनी यांची केंद्र सरकारच्या महत्त्वाच्या पदावर नेमणूक झाल्याने प्रा. दि. धों. कर्वे यांची फर्ग्युसनचे प्रभारी प्राचार्य म्हणून नेमणूक झाली. गणित विभागाचे प्रा. आर. पी. शिंत्रे यांच्या निवृत्तीमुळे प्रा. डी. जी. काळे, प्रा. व्ही. एस. कुलकर्णी आणि एन. आर. कुलकर्णी या तिघांची गणित विभागात नेमणूक झाली. फर्ग्युसनच्या पदार्थविज्ञान शास्त्राचे विभाग प्रमुख प्रा. आर. एन. जोशी यांची सांगलीला प्रभारी प्राचार्य म्हणून नेमणूक झाली; त्याऐवजी प्रा. आर. व्ही. बर्वे यांची पुण्यात त्याच विभागात बदली झाली. तत्त्वज्ञान विभागाचे ज्येष्ठ प्रा. दे. द. वाडेकर यांचीही पुण्यात बदली झाली. प्रा. जी. बी. कोल्हटकर यांनी रसायनशास्त्र विभागाचे प्रमुखपद सोडले तरी त्यांनी विभागात शिकविण्याचे काम चालू ठेवले. आणखी एक महत्त्वाचा बदल म्हणजे कॉमर्स कॉलेजसाठी ॲम्फीथिएटरच्या वर्गखोल्या द्याव्या लागल्याने कला विभागाचे सर्व वर्ग सकाळी भरविण्यास सुरुवात झाली. कला विभागांच्या विद्यार्थ्यांनी या बदलाचे स्वागतच केले.

स्वाध्याय (ट्युटोरियल) विभाग

रँग्लर महाजनी यांनी प्राचार्य झाल्यानंतर स्वाध्याय पद्धती सुरू केली, याचा पूर्वी उल्लेख आला आहे. कला विभागातील विद्यार्थ्यांच्या स्वाध्यायात सुसूत्रता आणण्यासाठी संस्कृतचे प्राध्यापक आर. डी. वाडेकर यांनी स्वाध्याय विभाग सुरू केला. कॉलेजच्या मुख्य इमारतीच्या खोली क्रमांक सोळाच्या पूर्व बाजूची बाल्कनी बंदिस्त करून सर्व वर्गांसाठी सर्व विषयांच्या पूर्वपरीक्षांच्या प्रश्नपत्रिका, काहींची आदर्श उत्तरे, अद्ययावत माहितीची अवतरणे असलेली कात्रणे तेथे उपलब्ध असत. अत्यंत नाममात्र किमतीत, फक्त खर्च घेऊन हे साहाय्य उपलब्ध असे. काही विशिष्ट वेळी प्रा.वाडेकर स्वत: सल्ला देण्यासाठी उपलब्ध असत. या कामासाठी ते स्वत: काही वेगळे वेतन घेत नसत; तसेच या कार्यात गरीब आणि गरजू विद्यार्थ्यांचे ते साहाय्य घेत. हे विद्यार्थीही विनामोबदला स्वयंसेवकाप्रमाणे काम करीत असत. प्रस्तुत लेखकानेही या योजनेत कार्य केले आहे. प्रा. वाडेकर अविवाहित होते. विद्यार्थ्यांच्यावर ते कमालीचे प्रेम करीत. कित्येक वर्षांनी भेटलेल्या विद्यार्थ्यासही ते

नावानिशी ओळखत. त्यांच्याजवळ नेहमी गोळ्या-चॉकलेट्स असत. स्वखुशीने विद्यार्थ्यांच्या हातावर त्यातल्या गोळ्या ते ठेवत. खुशाली-प्रगतीची चौकशी करून त्यांच्या नेहमीच्या पद्धतीने तुरु-तुरू चालत मार्गस्थ होत. त्यांची ती ढब आजही आठवल्याशिवाय राहात नाही.

पु. लं.चा नियतकालिकात लेख

फर्ग्युसनमध्ये बी.ए.च्या शेवटच्या वर्गात शिकणारे पु. ल. देशपांडे यांचा 'नव नाट्यतंत्र' या शीर्षकाचा लेख कॉलेजच्या नियतकालिकात १९४४ साली प्रसिद्ध झाला.* या लेखाच्या समारोपात पु.ल. म्हणतात, "आज मराठी रंगभूमीचा ऱ्हास होत आहे अशी हाकाटी केली जात आहे. त्याचे मुख्य कारण उत्तम नाटकांची उणीव हेच आहे. नाटकांत सिनेमापेक्षाही जिवंतपणा अधिक, अभिनयाला वाव अधिक असे असल्यामुळे बोलपटाची चढाओढ उत्तम नाटके रंगभूमीवर आल्यास भासणार नाही आणि मराठी वाङ्मय आणि मराठी रंगभूमी ह्या दोहोंची प्रगती होईल."

फर्ग्युसन कॉलेजचा हीरक महोत्सव

फर्ग्युसन कॉलेज आणि डेक्कन एज्युकेशन सोसायटी यांचा संयुक्त हीरक महोत्सव सोहळा १७ नोव्हेंबर, १९४५ रोजी सर तेजबहादुर सप्रू यांच्या अध्यक्षतेखाली मोठ्या दिमाखात साजरा झाला.

सकाळी साडेआठ वाजता संस्थेचे 'पितामह' ८७ वर्षांचे आदरणीय डॉ. अण्णासाहेब कर्वे यांच्या हस्ते 'हीरक महोत्सव वृक्षा'चे रोपण करण्यात आले. 'आपण लावीत असलेला हा वृक्ष भावी काळात संस्थेच्या सुदृढतेचे प्रतीक म्हणून वाढत राहील. संस्थेस आणि या वृक्षासही दीर्घायुरारोग्य लाभो अशी प्रार्थना करूया', अशा भावपूर्ण शब्दांत, टाळ्यांच्या कडकडाटात महर्षि कर्वे यांनी अभीष्टचिंतन केले.

सोसायटीचे ज्येष्ठ उपाध्यक्ष सांगलीचे राजेसाहेब यांनी प्रमुख पाहुणे सर तेजबहादुर सप्रू यांचे स्वागत करून ओळख करून दिली – "व्हाईसरॉय यांच्या दिमाखी निवासापासून 'पर्णकुटी' पर्यंत सहज वावरणारे सप्रू यांनी राष्ट्रीय संकटांच्या काळात शांतिदूताची भूमिका बजावली आहे. सर सी. व्ही. रामन यांच्या शब्दात सांगायचे झाल्यास 'आज पुण्यात इतिहास पुन्हा लिहिला जात आहे. हा इतिहास स्वयंशासनाचा,

* पु.ल.देशपांडे (सी.बी.ए.), फर्ग्युसन कॉलेज मॅगेझिन, १९४४, मराठी विभाग, पृ. १४-१७.

स्वार्थत्यागाचा, स्वावलंबनाचा आणि राष्ट्रीय पुनरुत्थानाचा इतिहास आहे. फर्ग्युसन कॉलेजचे ऐतिहासिक मोठेपण ही परंपरा पुढे चालविण्याची मोठी जबाबदारी आपणावर येऊन पडत आहे; ती आपण समर्थपणे पार पाडू. १९३७साली रँग्लर महाजनी यांनी मुंबई प्रांताच्या विधिसभेत मांडलेल्या ठरावात अपेक्षित दुसरे विद्यापीठ पुण्यातच असेल. विद्यार्थ्यांची संख्या, शिक्षणाच्या सोयी, शिक्षणप्रक्रियेत असणारा नैसर्गिक सहभाग, देशभर कीर्ति मिळविणाऱ्या संस्थांचे आगर, सामाजिक-शैक्षणिक मानसिकता या सर्वांचा विचार करता मुंबई विद्यापीठानंतरचे दुसरे प्रादेशिक विद्यापीठ पुण्यात स्थापन होणे अपरिहार्य आहे आणि या विद्यापीठाच्या उभारणीत डेक्कन एज्युकेशन सोसायटी आणि फर्ग्युसन कॉलेज यांना महत्त्वाची भूमिका बजावावी लागणार आहे.''

हीरक महोत्सवासाठी महात्मा गांधी, पंडित जवाहरलाल नेहरू यांचे शुभसंदेश आले होते; त्याप्रमाणेच व्हाईसरॉय, मुंबई प्रांताचे गव्हर्नर, जेम्स फर्ग्युसनचे वारस जनरल फर्ग्युसन, ब्रिगेडियर फर्ग्युसन इत्यादींचे संदेश आले होते.

सोसायटीचे कार्यवाह यांनी संस्थेच्या इतिहासाचा संक्षिप्त आढावा घेऊन भावी काळात तांत्रिक शिक्षणाच्या क्षेत्रात संस्था भरीव कार्य करील आणि संशोधनाच्या क्षेत्रातही आपला वेगळा ठसा उमटवेल, असे मत व्यक्त केले.

प्रमुख पाहुणे तेजबहादुर सप्रू यांच्या भाषणाचा आशय असा :

'मी मोकळेपणाने मान्य करतो की तरुणपणी मी नामदार गोखले यांच्या प्रभावाखाली होतो. त्यापूर्वी मी बाळ गंगाधार टिळक आणि न्यायमूर्ति रानडे यांनाही भेटलो होतो. या तिघांनी, मराठी नेत्यांनी, जी देशसेवा केली ती केवळ अद्वितीय होय. नामदार गोखले यांचा निकट संबंध आल्याने वैचारिक प्रगल्भता, वैचारिक स्पष्टता, वैचारिक प्रामाणिकता या बाबतीत गोखल्यांची जागा दुसरा कोणी घेऊ शकेल असे वाटत नाही.'

शेजारीच बसलेल्या महर्षि अण्णासाहेब कर्वे यांच्याकडे निर्देश करून सप्रू म्हणाले -

''टिळक, रानडे, गोखले, कर्वे यांच्यासारखे नेतृत्व लाभल्याने पुण्याचे स्थान इतिहासात अढळ आहे. १६व्या, १७व्या आणि १८व्या शतकात शिवाजी महाराज आणि पेशवे यांनी भारतात केवढी बुद्धिमत्ता आणि ताकद आहे हे दाखवून दिले आहे. गेल्या शतकातील आठव्या दशकात अनेक प्रश्नांनी भारताला वेढले होते आणि त्यात शिक्षणाचा प्रश्न गंभीर स्वरूपाचा होता, त्यावेळी डेक्कन एज्युकेशन सोसायटीने मार्ग दाखविला आणि आपले अस्तित्व न्याय्य ठरविले. आता आपण एका नव्या वळणावर आहात, नव्या विद्यापीठाची अपेक्षा करीत आहात. मला अशी आशा वाटते की आपणाला स्वत:चे विद्यापीठ मिळेल.

''मला स्वत:ला विद्यापीठ शिक्षणाबद्दल एक-दोन प्रश्न सतावतात; हे प्रश्न मांडताना मी काही शिक्षणतज्ज्ञांना दुखवीत तर नाही ना?

“आपण आपल्या विद्यार्थ्यांना परकीय भाषेत शिकवावे का? माझा वेश आणि माझ्या सवयी इंग्लिश पद्धतीच्या असल्या तरी मी भारतीय भाषांचा पुरस्कर्ता आहे. महाराष्ट्रीयन लोकांनी आपली स्वत:ची (मराठी) भाषा विकसित करावी. इतर परकी भाषेपेक्षा आपण स्वत: स्वकीय भाषेत सर्वोच्च विकास साधू शकाल असे वाटते.

“दुसरा प्रश्न असा पडतो की आपण शिकवून तयार केलेल्या असंख्य पदवीधरांचे पुढे काय होणार आहे? जर एखाद्या पालकाला आपल्या पाल्याच्या शिक्षणासाठी दरमहा ५० ते ७० रुपये खर्च करावे लागणार असतील आणि शिक्षणानंतर तो २५ ते ३० रुपये कमावणार असेल तर? मला वाटते की पैसा वाया जात आहे. मला स्पष्टपणे असे सांगावसे वाटते की शिक्षणाचा सांस्कृतिक उद्देश लक्षात घेऊनही त्या शिक्षणाचा आर्थिक संबंध, जीवनाची आर्थिक बाजू महत्त्वाची नाही काय? काव्य आपल्या परीने महत्त्वाचे असले तरी ते तुम्हाला ‘भाकरी’ देणार आहे काय? आपण सर्वोच्च तत्त्वचिंतक असाल तरी आपणाला भाकरीची आवश्यकता आहेच ना?”

यानंतर सप्रू यांनी ‘सार्जंट रिपोर्ट’चा उल्लेख केला आणि ते म्हणाले, “तो खरेच इंग्रज माणसाने लिहिला आहे काय? असा मला प्रश्न पडतो. मला तर तो अहवाल पुण्यातीलच एखाद्या जाज्वल्य राष्ट्रप्रेमी माणसाने लिहिलेला असावा असे वाटते. जरी सार्जंट साहेबाने शिक्षणासाठी कोट्यवधी रुपये खर्च करण्याची आवश्यकता व्यक्त केली असली तरी आपणाला आपल्या तरुण पिढीला उत्तम शिक्षण देऊन उपयुक्त नागरिक तयार करण्यासाठी आवश्यक निधी उभारणे गरजेचे आहे. दुसरा प्रश्न शिक्षकांचा शास्त्रीय उपयोग करणे हा तितकाच महत्त्वाचा आहे.”

सार्जंट अहवालाचे स्वागत करून “डेक्कन एज्युकेशन सोसायटी आणि फर्ग्युसन कॉलेज या संस्थांनी शिक्षित भारतीयांमध्ये स्वार्थत्यागाची फार मोठी शक्ती असल्याचे सिद्ध केले आहे,” असे उद्‌गार त्यांनी काढले.

आपल्या भाषणाचे समापन करताना सप्रू म्हणाले :

“मी स्वत:ला क्रांतिकारी मानीत नाही, पण मला स्पष्टपणे सांगावेसे वाटते, की काळाच्या गरजा न ओळखून त्यांना विरोध करणाऱ्या प्रतिगामी वृत्तीचाही मी नाही. ज्या शिक्षकांनी, प्राध्यापकांनी हे विद्यापीठ घडविले आहे त्यांनी स्वत:ला एक प्रश्न ठामपणे विचारला पाहिजे. ते सध्या भारतात असलेल्या विद्यापीठांमध्ये तशाच एका नव्या विद्यापीठाची भर घालणार आहेत की नव्या संकल्पित विद्यापीठाची काही खास वैशिष्ट्ये असणार आहेत? मला आशा आहे की काळाच्या गरजा ओळखून ते काय करतील; दुय्यम तिय्यम दर्जाचे पदवीधर तयार करण्यापेक्षा वास्तवाचा विचार करतील. आता अशी वेळ आली आहे की कार्यक्षमता आणि मूलभूत ज्ञान यांच्यावर अधिकाधिक भर द्यावा लागेल; केवळ पुस्तकी ज्ञानाने आता भागणार

नाही. आता स्वातंत्र्याच्या आशा सफल होण्याचा काळ आला आहे आणि अशा काळात तरुण पिढीकडून आणि ज्येष्ठांकडूनही नव्या अपेक्षा आहेत. आता अशी वेळ आली आहे की विद्यापीठाचे कार्य, कर्तृत्व आणि हेतू यांचा विचार करता असे शिक्षण दिले पाहिजे की नवा विद्यार्थी स्वतंत्र भारताच्या गरजा पूर्ण करण्यास समर्थ ठरेल.''

प्राचार्य रँग्लर महाजनी आपल्या भाषणात म्हणाले :

''तुम्ही संपत्ती गमावलीत तर फार काही गमावले नाही, तुम्ही आरोग्य गमावलेत तर काही गमावले नाही, पण तुम्ही चारित्र्य गमावलेत तर तुम्ही सर्व काही गमावलेत. चारित्र्य हे गुणांवर अवलंबून असते आणि हे गुण सातत्याच्या वर्तनाने साधता येतात, मिळवता येतात. तुम्ही खेळ खेळाल, तुम्ही निवडणुका लढवाल, तुम्ही वादविवादात भाग घ्याल, तुम्ही सामाजिक सेवेची कामे कराल, तुम्ही संघर्ष करा, लढा पण शत्रू निर्माण न करता लढा; तुम्ही हरलात तरी त्याबद्दल पश्चात्ताप करू नका, तुम्ही जिंकलात तरी आत्मप्रौढी मानू नका! शिस्त, संयम आणि दुसऱ्याच्या हक्कांबद्दल आदर इत्यादी गुणांमुळे स्वत:वर नियंत्रण मिळवू शकाल आणि हेच सुसंस्कृत मनाचे लक्षण आहे.''

पंडित जवाहरलाल नेहरू यांचे भाषण

१५ सप्टेंबर, १९४५ रोजी फर्ग्युसनच्या फर्ग्युसनच्या विद्यार्थ्यांसाठी पंडित जवाहरलाल नेहरूंचे भाषण आयोजित केले होते, मात्र हे भाषण ऐकण्यासाठी अक्षरश: हजारोंच्या संख्येने लोक जमले होते. फर्ग्युसनच्या इतिहासात मैदानावर अशी गर्दी कधी जमली नव्हती.*

पंडितजी प्रामुख्याने हिंदीत बोलले, पण हिंदी न समजणाऱ्यांसाठी इंग्रजीतही बोलले; त्यांनी आपल्या भाषणात आधुनिक जीवनात शिस्तीचे महत्त्व काय ते स्पष्ट केले. – ''अलीकडच्या दुसऱ्या महायुद्धाच्या काळात भारतीय जनतेने जी सहनशक्ती आणि क्षमता यांचे दर्शन घडविले ते अवर्णनीय आहे आणि आगामी काळात तरुणांनी स्वतंत्र भारताच्या जडणघडणीत अधिक क्षमतेने आणि शिस्तीने काम करून नव्या भारताला जागतिक नकाशात मानाचे पान मिळवून द्यावयाचे आहे, अक्षरश: अधिक वेगाने क्रांतिकारक कार्य करावयाचे आहे.

---

* १९६० साली अखिल भारतीय राष्ट्रीय काँग्रेसचे एक अधिवेशन फर्ग्युसन परिसरात भरले होते. पंडितजींनी वाडिया ग्रंथालयास भेटही दिली होती. शेवटच्या दिवशी सामान्य जनतेसाठी केलेल्या भाषणाच्या वेळी अलोट गर्दी लोटली. त्या सर्व घटनांचा तपशील पुढे येणार आहे.

"विद्यार्थ्यांनी नव्या युगात पक्षीय राजकारणात भाग घ्यायचा नाही आणि बाहेरील राजकारणाचा आपल्या विद्यार्थी दशेतील कार्यावर परिणाम होऊ द्यावयाचा नाही. नव्या भारताच्या उभारणीसाठी अक्षरश: हजारोंच्या संख्येने तज्ज्ञ स्थापत्य विशारद, डॉक्टर्स, संशोधक यांची गरज भासणार आहे, ती जबाबदारी पेलण्यास आपण तयार राहिले पाहिजे".

फर्ग्युसनला जागा देणाऱ्या राजारामपंतांचे नातू एस. एम. व बी. जी. शिरोळे हे दोघेही फर्ग्युसनचे विद्यार्थी होते. बी. जी. शिरोळे तर फर्ग्युसनमध्ये जीवशास्त्राचे प्राध्यापक होते. हे दोघेही व अहमदाबादला डी.एस.पी.आर.टी.ओ. असलेले डी. ए. शिरोळे, बडोद्याच्या लष्करात मेजर असलेले के. एम. शिरोळे फर्ग्युसनच्या हीरक महोत्सवाला हजर होते. शिरोळे कुटुंबीयांचा समारंभात गौरवपूर्ण उल्लेख करण्यात आला होता.

फर्ग्युसन : माजी विद्यार्थीसंघटना
(Old Fergussonians' Association)

फर्ग्युसन कॉलेजच्या सुरुवातीपासून माजी विद्यार्थ्यांनी कॉलेजसाठी महत्त्वाचे योगदान दिले आहे. फर्ग्युसनमधून शिकून बाहेर पडणारा प्रत्येक विद्यार्थी कॉलेजचे ऋण फेडण्यासाठी तत्पर असे. प्राचार्यांच्या आवाहनानुसार माजी विद्यार्थी वैयक्तिकरित्या किंवा सामूहिकपणे आर्थिक किंवा अन्य रूपाने साहाय्य करीत असत. १९३५ साली कॉलेजच्या सुवर्णमहोत्सव प्रसंगी माजी विद्यार्थ्यांनी संघटित प्रयत्न करून कॉलेजला एक लक्ष रुपयांचा निधी अर्पण केल्याचा उल्लेख पूर्वी आला आहे. हीरक महोत्सवाच्या निमित्ताने संघटित प्रयत्नांना कायम स्वरूप देण्याचा प्रयत्न झाला आणि त्यातून माजी विद्यार्थी संघटनेचा जन्म झाला.

हीरक महोत्सवानिमित्त १७/१८ नोव्हेंबर रोजी माजी विद्यार्थ्यांतर्फे कार्यक्रम सादर झाले. समारंभास सुमारे ३५० विद्यार्थी हजर होते. अण्णासाहेब कर्वे यांच्या हस्ते वृक्षारोपण केल्यानंतर उपस्थित विद्यार्थ्यांची समूह छायाचित्रे काढण्यात आली. कॉलेजच्या वयोगटानुसार काढलेल्या या पहिल्या छायाचित्र गटात कॉलेजच्या स्थापनेच्या वेळचे १८८५ साली विद्यार्थी असलेले काही माजी विद्यार्थी उपस्थित होते. वयाची ८० पार केलेल्यांचा त्यात समावेश होता. साधारणत: दहा वर्षांच्या अंतराने ६ ते ७ गट पाडण्यात आले होते; त्यावेळी काढलेली छायाचित्रे स्मृति म्हणून अनेकांनी अभिमानाने, आनंदाने जपून ठेवली आहेत.

माजी विद्यार्थ्यांची साधारण सभा पत्रकार न. चिं. केळकर यांच्या अध्यक्षतेखाली झाली. अध्यक्षीय भाषणानंतर रावबहादुर जी.एस.सरदेसाई, वामनराव पोतदार या

पहिल्या वर्षीच्या विद्यार्थ्यांनी आपल्या आठवणी सांगितल्या. रावसाहेब एन. डी. अभ्यंकर यांनी फर्ग्युसन कॉलेज आणि माजी विद्यार्थ्यांचे कायमस्वरूपी संबंध दृढ करण्याच्या हेतूने संघटना स्थापना करण्याची योजना जाहीर केली. यासंबंधी नेमलेल्या समितीने संघटनेची उद्दिष्टे स्पष्ट केली :

१. फर्ग्युसन कॉलेजमधून बाहेर पडल्यानंतर आयुष्यात कोणत्या संधी उपलब्ध आहेत याची समग्र माहिती विद्यार्थ्यांना देण्यासाठी माहिती केंद्र उभारणे,
२. फर्ग्युसन कॉलेज आणि माजी विद्यार्थी यांच्यात सततचे संपर्क साधण्यासाठी स्नेहसंमेलने आयोजित करणे,
३. माजी विद्यार्थ्यांची माहिती असलेली अद्ययावत नोंदनिशी तयार करणे आणि शक्य झाल्यास फर्ग्युसनचे माजी शिक्षक आणि विद्यार्थी यांच्या आठवणी संग्रहित करून प्रकाशित करणे,
४. मे, १९४६मध्ये एक सभा बोलवून तीत चर्चा करण्यासाठी सूचना मागविणे.

सर्वश्री एम. डी. साठे, न. का. घारपुरे, पी. एम. लिमये., के. व्ही. साने, व्ही. एच. नित्सुरे, वाय. आर. दाते, व्ही. के. जोशी यांनी संघटनेची संकल्पना विशद केली. सभेच्या शेवटी अध्यक्ष न. चिं. केळकर यांनी माजी विद्यार्थीसंघटना स्थापन झाल्याचे जाहीर केले.

विशेष आनंदाची गोष्ट म्हणजे फर्ग्युसनच्या प्रशासनाने माजी विद्यार्थीसंघटनेचे आणि माजी विद्यार्थीनिकेतनच्या कल्पनेचे आनंदाने स्वागत केले व संघटनेच्या पुण्याबाहेरून येणाऱ्या विद्यार्थ्यांसाठी वसतिगृहातील एक खोली उपलब्ध करून देण्याचे आश्वासन दिले. मे, १९४६च्या बैठकीच्या वेळी उपस्थित राहू इच्छिणाऱ्या माजी विद्यार्थ्यांसाठी वसतिगृहातील खोल्या उपलब्ध करून देण्याचेही मान्य केले. संघटनेच्या विद्यार्थ्यांसाठी कॉलेजचे नियतकालिक सवलतीच्या दरात उपलब्ध करून देण्याचे (दीड रुपयाऐवजी एक रुपया) मान्य केले.

पुण्यामध्ये फर्ग्युसन कॉलेजचा हीरक महोत्सव साजरा होत असताना अन्य गावीही तो साजरा झाला. दिल्ली येथील समारंभात भुलाभाई देसाई, तर सांगलीच्या समारंभास कन्हैय्यालाल मुन्शी प्रमुख पाहुणे म्हणून उपस्थित होते; याशिवाय अमरावती, जळगाव, धुळे, धारवाड येथेही समारंभ साजरे झाले.

संघटनेची वार्षिक वर्गणी दोन रुपये ठेवण्यात आली. संघटनेची आजीव सदस्य वर्गणी रु.५० ठरविण्यात आली. (यात मॅगेझीन शुल्क समाविष्ट असे; मॅगेझीन न घेणाऱ्यांना रु.२५ वर्गणी ठरली.) माजी विद्यार्थ्यांना संघटनेचे आजीव सदस्य होण्याचे आवाहन करण्यात आले.

प्रा. एन. आर. देशपांडे आणि श्री. एम. डी. साठे यांच्याकडे सहसचिवपदाची

जबाबदारी सोपविण्यात आली; सर्व पत्रव्यवहार प्रा. देशपांडे यांच्या नावावर करण्याचेही जाहीर करण्यात आले.

ओल्ड फर्ग्युसोनियन्स असोसिएशनचे आवाहन

माजी विद्यार्थीसंघटनेच्या वतीने आवाहनपत्रक काढण्यात आले, त्यात 'सर्व माजी विद्यार्थ्यांनी आपल्या जीवनाच्या जडणघडणीत फर्ग्युसन कॉलेजच्या योगदानाची आठवण ठेवून कॉलेजचे ऋण फेडण्याचा प्रयत्न करावा', असे सुचविले होते. अनेक माजी विद्यार्थ्यांना कॉलेजने आर्थिक साहाय्य, शिष्यवृत्त्या देऊन मदत केली होती. कमीतकमी शुल्क ठेवून जास्तीतजास्त विद्यार्थ्यांना शिक्षणाच्या प्रवाहात आणण्यासाठी स्वार्थत्यागाने प्रेरित झालेल्या संस्थापकांनी आणि त्यानंतरच्या प्राध्यापक-प्रशासकांनी सतत प्रयत्न केले, याची जाणीव ठेवून आपण सर्वांनी कार्य केले पाहिजे. सर्वच गरीब विद्यार्थ्यांना संस्था आर्थिक साहाय्य करू शकत नाही, त्यामुळे माजी विद्यार्थ्यांनी निधी जमवून डेक्कन एज्युकेशन सोसायटीकडे सुपूर्त करावा व काही अटींवर त्याचे वाटप करावे, असे ठरले :

१. जमा झालेला निधी कायमस्वरूपी सरकारी रोख्यांत गुंतवावा. मूळ निधीतून मदत न देता तो वाढविण्याचा प्रयत्न करावा,
२. कायम निधीच्या येणाऱ्या व्याजातून गरजू विद्यार्थ्यांना आर्थिक साहाय्य करावे,
३. मदत देताना जात, वंश, लिंग या मुद्द्यांवरून भेद करू नये,
४. मदत देऊन राहिलेली रक्कम मूळ निधीत जमा करण्यात यावी.

या देणग्या आणि इतर सर्व संबंधित पत्रव्यवहार 'प्रा. व्ही. ए. आपटे, फर्ग्युसन कॉलेज, पुणे ४' या पत्त्यावर करावा असे जाहीर करण्यात आले.

शास्त्र प्रदर्शन (Science Exhibition)

फर्ग्युसनच्या हीरक महोत्सवाचे खास वैशिष्ट्य म्हणजे शास्त्र शाखेच्या वेगवेगळ्या विभागांनी आयोजित केलेले शास्त्रीय प्रगती दर्शविणारे प्रदर्शन. या प्रदर्शनात कॉलेजचे शास्त्र शाखेचे विद्यार्थी वेगवेगळे प्रयोग दाखवीत असत आणि प्राध्यापक मंडळी मार्गदर्शन करीत असत.

फिजिक्स विभागातर्फे आयोजिलेल्या प्रयोगांमध्ये वीजनिर्मिती, प्रकाशकिरणांची रचना, आधुनिक रंगीत छायाचित्रण पद्धतीचा उदय आणि विकास, विजेची वैशिष्ट्ये, दूरदर्शनची कार्यपद्धती, विजेची विविध उपकरणे मापनाची उपकरणे, इत्यादींचा समावेश होता.

प्राणीशास्त्र विभागाने अनेक प्राण्यांचे (विशेषत: विविध प्रकारच्या किड्यांच्या

रचनेची गुंतागुंत) नमुने सादर केले होते.

भूशास्त्र विभागाने निसर्गाच्या भूशास्त्रीय किमया, हजारो-लाखो वर्षांत निसर्गाने घडविलेले चमत्कार, त्यांची कारणपरंपरा आणि परिणाम इत्यादींची मनोरंजक माहिती सादर केली होती.

चार दिवसांसाठीचे हे प्रदर्शन लोकांना इतके आवडले की खास लोकाग्रहास्तव त्याची मुदत आठवड्यापर्यंत वाढविण्यात आली. या प्रदर्शनामुळे सर्वसामान्य जनांत शास्त्रीय अभ्यासाची मानसिकता तयार होण्यास मदत झाली, भारताच्या भावी प्रगतीची दिशा समजू शकली आणि विशेष म्हणजे कायमस्वरूपी शास्त्रीय-संग्रहालयाच्या कल्पनेला उत्तम प्रेरणा मिळाली.

प्रा. वा. गो. काळे यांचे निधन

१९४६ सालची दुःखद घटना म्हणजे प्रा. वामन गोविंद काळे यांचे २७ जानेवारी रोजी झालेले निधन. इतिहास व अर्थशास्त्राचे प्राध्यापक, डे. ए. सोसायटीचे कार्यवाह, 'हिस्टरी-इकॉनॉमिक असोसिएशन'चे व कॉलेज मॅगेझिनचे संस्थापक, इंडियन इकॉनॉमिक कॉन्फरन्सचे अध्यक्ष, 'अर्थ' या मराठी साप्ताहिकाचे संस्थापक इ. विविध नात्यांनी त्यांनी मोठी कामगिरी बजावली होती. काळे यांचे बहुव्यासंगी, बहुआयामी व्यक्तिमत्त्व अनेक वर्षे स्मरणात राहील याची जाण सर्वांना होती.

बी. एस. कामत यांचे निधन

११ जुलै, १९४५ रोजी सोसायटीचे कार्याध्यक्ष बी. एस. कामत यांचे निधन झाले. कामतांचे शिक्षण न्यू इंग्लिश स्कूल, फर्ग्युसन कॉलेज आणि डेक्कन कॉलेज येथे झाले. १९१३ साली मुंबई प्रांताच्या विधानपरिषदेवर त्यांची निवड झाली. १९१९ सालच्या माँटफर्ड सुधारणांनंतर त्यांची 'लिबरल पार्टी'च्या वतीने केंद्रीय विधिमंडळात निवड झाली. १९२३ साली भारत सरकारने केनियातील भारतीयांच्या समस्यांचा अभ्यास करणाऱ्या शिष्टमंडळावर सभासद म्हणून त्यांची नेमणूक केली, त्यानंतर त्यांची 'रॉयल कमिशन ऑन ॲग्रिकल्चर' या आयोगावरही नेमणूक झाली. भारताच्या सहकारी आणि बँकिंग चळवळींचा त्यांचा गाढा अभ्यास होता. न्यू इंग्लिश स्कूलच्या पहिल्या वर्षी विद्यार्थी असलेल्या कामत यांनी सोसायटीशी सातत्याने संबंध ठेवला. १९१४ साली डे. ए. सोसायटीच्या परिषदेचे ते सभासद झाले, १९२४ साली उपाध्यक्ष झाले आणि १९३७पासून परिषद आणि नियामक मंडळ यांचे अध्यक्षपदही त्यांनी सांभाळले. अनेक अडचणींच्या प्रसंगी त्यांनी

सोसायटीला मार्गदर्शन केले. फर्ग्युसनचा हीरक महोत्सव ते पाहू शकले नाहीत याची खंत सर्वांना वाटत होती.

समारोप

रँग्लर महाजनींचा प्राचार्यपदाचा उत्तराखंड संपला त्यावेळी हीरक महोत्सव पार पडून एक महत्त्वाचे पर्व संपले. परांजपे-महाजनी या रँग्लरद्वयीने स्वत:ची बुद्धिमत्ता, प्रशासनक्षमता, लोकप्रियता, विद्यार्थीप्रियता, ब्रिटिशांची साम्राज्यशाही आणि स्वातंत्र्याचे जनआंदोलन यांच्यातील द्वैताने कॉलेजची घडी विस्कटू नये म्हणून कराव्या लागणाऱ्या कसरतीचे कौशल्य, फर्ग्युसनला जागतिक नकाशावर नेण्याची सफल वृत्ती यांमुळे फर्ग्युसनची पुढची वाटचाल सुकर झाली.

◆

प्रकरण दुसरे

प्राचार्य दिनकर धोंडो कर्वे कालखंड (१९४५-१९५७)

प्रास्ताविक

१९४५मध्ये फर्ग्युसन कॉलेजचा हीरक महोत्सव प्राचार्य रँग्लर महाजनी यांच्या नेतृत्वाखाली यशस्वीपणे संपन्न झाला. महाजनींच्याच भाषेत सांगावयाचे झाल्यास 'अत्यंत वादळी वातावरणात फर्ग्युसनच्या जहाजाचे तारू सांभाळण्याची अत्यंत अवघड जबाबदारी' त्यांच्यावर येऊन पडली आणि जनमताचा विचार करता 'महाजनींनी ही जबाबदारी अत्यंत समर्थपणे सांभाळली.' त्यांच्या कारकिर्दीच्या अखेरच्या टप्प्यात जागतिक आणि राष्ट्रीय पातळीवर ऐतिहासिक महत्त्वाच्या घडामोडी अनुभवास येत होत्या. १९४५ साली फॅसिस्ट-नाझी युतीचा पाडाव झाला तरी आशियात जपानी विस्तारवाद सहजासहजी माघार घेत नसल्याने अखेर अतिसंहारक अण्वस्त्रांचे हिरोशिमा-नागासकी विभागात प्रचंड स्फोट घडविल्याने जपानलाही माघार घेणे भाग पडले. युद्धोत्तर काळात नवी राष्ट्रमांडणी व सत्ताविभागणी होत असताना सहा वर्षे चाललेल्या युद्धात प्रचंड जीवित-वित्तहानी झाल्याने साम्राज्ये पुढे चालविणे अवघड होत जाणार अशी चिन्हे दिसू लागली; भारताचे स्वातंत्र्य दृष्टिपथात आल्याची चिन्हे दिसू लागली. १९४६ सालीच कॅबिनेट मिशनची भारत भेट, घटनासमितीची निवड या प्रमुख घटना घडल्या. घटनासमितीच्या पहिल्या बैठकांमध्ये भारताच्या भावी घटनेच्या उद्दिष्टांविषयी व स्वरूपाविषयी चर्चा सुरू झाली, पंडित नेहरूंनी मांडलेला उद्दिष्टांचा ठराव मंजूरही झाला. १५ ऑगस्ट, १९४७ रोजी फाळणीची दु:खद झालर असलेला भारत स्वतंत्र झाला.

३० जानेवारी, १९४८ रोजी महात्मा गांधींची हत्या झाली, त्याचा महाराष्ट्राच्या राजकारणावर अपरिहार्य परिणाम झाला. २६ नोव्हेंबर, १९४९ रोजी भारताची राज्यघटना मान्य करण्यात आली आणि २६ जानेवारी, १९५० रोजी भारत सार्वभौम प्रजासत्ताक राष्ट्र बनले; १९५२ साली केंद्रात व सर्व राज्यांत सार्वत्रिक निवडणुका होऊन भारत हे जगातील सर्वांत मोठे लोकशाही राष्ट्र बनले. भारताच्या इतिहासातील हा संक्रमणकाळ होता. १९५७ साली दुसऱ्या सार्वत्रिक निवडणुका झाल्या, राष्ट्रीय आणि प्रांतिक पातळीवरच्या या निवडणुका विधिवत आणि व्यवस्थित पार पडल्याने भारतात लोकशाही रुजत असल्याचे स्पष्ट झाले आणि भारतातील लोकशाहीच्या प्रयोगाविषयी शंका व्यक्त करणाऱ्यांना चोख उत्तर मिळाले. आर्थिक बाबतीत पंचवार्षिक योजना राबविल्या जात होत्या, तर सामाजिक सुधारणांच्या बाबतीतही उदारमतवादी, सुधारणावादी कायदे करण्याचे प्रयत्न चालू होते. १९४७ ते १९५७ हे दशक फर्ग्युसनच्या बाबतीतही आवश्यक त्या बदलांना प्रतिसाद देणारे दशक ठरले. प्रस्तुत प्रकरणात आपण हा कालखंड अभ्यासणार आहोत. योगायोग असा की प्राचार्य दिनकर धोंडो अर्थात डी. डी. कर्वे म्हणजेच विद्यार्थ्यांच्या भाषेत 'डॅडीं'चा कालखंड हाच होय.

खांदेपालट - महाजनी ते दि.धों.कर्वे

रँग्लर महाजनी यांनी आपल्या प्राचार्यपदाच्या काळात अनेक जबाबदाऱ्या सांभाळल्या; मुंबई इलाख्याच्या विधिमंडळाचे सभासद, मुंबई विद्यापीठाचे 'सिंडिक', यू.ओ.टी.सी.मध्ये 'मेजर' तसेच इंग्लंडला भेट देण्यासाठी गेलेल्या राष्ट्रीय छात्र सेना समितीचे ते सभासद होते. महाजनींच्या गैरहजेरीत डी. डी. कर्वे प्राचार्यपदाचा कारभार सांभाळीत असत. महाजनींच्या जबाबदाऱ्या वाढत गेल्या, तसतशी पूर्णवेळ प्राचार्यपद भूषविणारी व्यक्ती शोधण्याची निकड भासू लागली. अगदी सहजपणे आणि नैसर्गिक पद्धतीने प्राचार्यपद कर्वे यांच्याकडे आले. फर्ग्युसनमध्ये रसायनशास्त्र हा अगदी सुरुवातीपासूनचा महत्त्वाचा विभाग होता. कोल्हटकरांच्या निवृत्तीनंतर कर्वे यांनी विभागाच्या विकासात महत्त्वाची जबाबदारी पेलली होती. ज्येष्ठता, विद्वत्ता आणि कर्तृत्व या तिन्ही बाबतीत कर्वे यांची निवड सर्वमान्य झाली.

दिनकरराव कर्वे फर्ग्युसनचेच हुषार विद्यार्थी होते, सर्व परीक्षांमध्ये त्यांनी पहिल्या वर्गात विशेष प्रावीण्य मिळविले होते. मुंबई विद्यापीठाच्या सीनेट आणि अन्य समित्यांचे ते सक्रिय सभासद होते. नुकताच डे. ए. सोसायटीने कार्यवाहपदाचा भार महाजनींकडे सोपविला होता, मात्र सोसायटीच्या सर्वांत महत्त्वाच्या नियामक मंडळाचे कार्यवाह म्हणूनही दि. धों. कर्वेच काम पाहात होते. विचारांची स्पष्टता,

प्रा. दि. धो. कर्वे

उद्दिष्टपूर्तीवर भर देण्याची पद्धती आणि निर्णय घेण्याची दृढता हे त्यांचे गुणविशेष सहज लक्षात येत आणि शिस्तीच्या बाबतीत कठोर असले तरी त्यांच्या वागण्यात योग्य ठिकाणी मार्दवही जाणवत असे. त्यांची विनोदबुद्धी वातावरणातील तणाव दूर करीत असे. सोसायटीचे पदाधिकारी, कॉलेजमधले सहकारी आणि विद्यार्थी या सर्वांत ते आदरणीय आणि प्रिय ठरले. त्यांचा आदरयुक्त धाक कसा होता, यांचा आमच्या पिढीने उत्तम अनुभव घेतला आहे.

पाश्चात्त्य जगाची खिडकी

उच्च शिक्षणासाठी भारतातून परदेशी जाणाऱ्यांची संख्या लक्षणीय असे. १९४६-४७मध्ये हा ओघ चालूच राहिला. विद्यार्थ्यांच्या संदर्भात बोलावयाचे झाल्यास श्री. महेन्द्र देसाई अर्थशास्त्रातील ट्रायपॉस मिळविण्यासाठी केंब्रिजला गेले; तर श्री. पी. जी. पाटील आणि व्ही. जी. जोशी कायद्याच्या क्षेत्रातील 'बॅरिस्टर' ही पदवी मिळविण्यासाठी लंडनला गेले.

प्रा. टी. एम. जोशी उच्च अभ्यासासाठी फिलाडेल्फियाला गेले. त्यांचा अभ्यासाचा विषय 'रोजगारावर वित्तीय धोरण'(Fiscal Policy in relation to Employment) असा होता. आपल्या मित्राला लिहिलेल्या पत्रात जोशी लिहितात :

'सध्या हा विषय अत्यंत विवाद्य असून आपण भारतात नियोजनासंबंधी जो विचार करीत आहोत त्याच्या तात्त्विक आणि तांत्रिक बाजूंचा विचार करताना हा अभ्यास फार महत्त्वाचा आहे. भारतात मी परत आल्यावर याच अभ्यासावर अधिक लक्ष केंद्रित करणार आहे. एक शिक्षक या नात्याने मी माझ्या विद्यार्थ्यांना विश्वासात घेऊन सांगू इच्छितो की येथील माझ्या अभ्यासामुळे मी अधिक चांगला शिक्षक होऊ शकेन; माझ्या विद्यार्थ्यांच्या मनावर आणि आत्म्यावर अधिक चांगले संस्कार करू शकेन. माझ्या अध्ययनाच्या कष्टांमागे हीच मुख्य प्रेरणा आहे.'

वातुमल फौंडेशनच्या अर्थवृत्तीवर प्रा. जोशी अमेरिकेत शिकावयास गेले होते, त्या फौंडेशनच्या प्रमुख श्रीमती वातुमल या स्वत: एक संपन्न परंतु त्याचबरोबर देशाच्या शिक्षणपद्धतीचा डोळस, व्यावहारिक विचार करणाऱ्या महिला होत्या. या फौंडेशनच्या वतीने अनेक भारतीय परदेशात विविध अभ्यासक्रम शिकण्यासाठी जात असत. त्यांची संख्या दिवसेंदिवस वाढत असताना श्रीमती वातुमल यांनी

मांडलेले चिंतन लक्षणीय आहे, त्यांच्या मते :

'आज आपण भारतात अत्यंत महत्त्वाच्या आर्थिक, राजकीय सामाजिक संक्रमणातून जात आहोत. अशा काळात आपल्या भावी शैक्षणिक योजनांचा गंभीर विचार करण्याची गरज आहे. यापुढील काही काळ भारतातील युवकांना तांत्रिक आणि शास्त्रीय अभ्यासासाठी परदेशी पाठविणे आवश्यक असले तरी जास्तीतजास्त लवकर अमेरिका-इंग्लंडच्या धर्तीवर शैक्षणिक संस्था भारतातच स्थापन करण्याचा प्रयत्न केला पाहिजे. भारताला शास्त्रीय जगात पाश्चात्त्य देशांच्या बरोबरीचे स्थान मिळवावयाचे असेल तर आपल्या देशातील विद्यापीठांचा दर्जा उंचावून आपली विद्यापीठे परदेशी विद्यापीठांशी स्पर्धा करू शकतील अशी सुसज्ज आणि सक्षम बनविली पाहिजेत. जे विद्यार्थी भारताच्या शास्त्रीय आणि तांत्रिक प्रगतीत स्पृहणीय योगदान देऊ शकतील अशा निवडक विद्यार्थ्यांना परदेशात पाठविले पाहिजे. आज परदेशी शिक्षणासाठी लक्षावधी रुपये खर्च होत आहेत, त्यातील मोठा वाटा, कदाचित निम्म्याहून अधिक, भारतातील विद्यापीठांचा दर्जा सुधारण्यासाठी खर्च केला पाहिजे.'

भारताच्या स्वातंत्र्याच्या पूर्वसंध्येला व्यक्त केलेले हे विचार किती समर्पक होते हे वेगळे सांगावयास नको. व्यक्तिगत प्रगतीपेक्षा राष्ट्रीय गरजेला प्राधान्य देणारे हे चिंतन आज साठ वर्षांनंतरही तितकेच किंबहुना अधिक प्राधान्याने लागू पडते. आज भारतातील उच्च शिक्षणासंबंधी ज्येष्ठ शिक्षणतज्ज्ञ जे विचार व्यक्त करीत आहेत त्या विचारांचा गाभा श्रीमती वातुमल यांनी मांडला, हे लक्षणीय आहे.

रसायनशास्त्र संघटनेची स्थापना

१० मार्च, १९४६ रोजी फर्ग्युसन कॉलेजच्या रसायनशास्त्र विभागाच्या विद्यार्थ्यांच्या संघटनेची स्थापना (Chemistry Students' Association) झाली. कॉलेजमधील आजी व माजी विद्यार्थ्यांचा संपर्क वाढविणे, आजी विद्यार्थ्यांना आवश्यक ती माहिती पुरविणे, चर्चासत्रे आयोजित करणे, शैक्षणिक सहली आयोजित करणे ही संघटनेची उद्दिष्टे होती. प्राचार्य डी. डी. कर्वे यांच्या अध्यक्षतेखाली व बनारस हिंदू युनिव्हर्सिटीच्या प्रा. डॉ. एन. एन. गोडबोले यांच्या नेतृत्वाखाली चर्चासत्र योजिले होते. डॉ. डोळे, डॉ. तळपदे यांनी त्यात महत्त्वाचा भाग घेतला.

संघटनेतर्फे आयोजित केलेले प्रदर्शन मोठ्या प्रमाणावर यशस्वी ठरले. अशा पद्धतीने पुण्यात भरलेले हे बहुधा पहिले प्रदर्शन असावे. जवळ जवळ तीन हजार लोकांनी हे प्रदर्शन पाहिले. रसायनशास्त्रासंबंधी उपकरणे, प्रयोगपद्धती, विविध धातू व रसायने, रसायनांच्या साहाय्याने निर्माण होणाऱ्या विविध प्रकारच्या आगी,

रसायन मिश्रणातून घडणारे चमत्कार- The fastiding Lady changing the Dress, fortune telling, bottling the egg, chemical volcano – यांसारख्या प्रयोगांनी प्रेक्षकांना मंत्रमुग्ध केले. रंगीत धूर, रंगीत ज्वाळा, सूर्यास्त यांसारख्या प्रयोगांना मनसोक्त प्रतिसाद मिळाला. कॉलेजच्या स्नेहसंमेलनाचे अध्यक्ष काकासाहेब कालेलकर यांनी प्रदर्शनास खास भेट देऊन प्राध्यापक आणि विद्यार्थी यांचे मुक्त कंठाने कौतुक केले.

माजी विद्यार्थीसंघटनेची वाटचाल : पहिले स्नेहसंमेलन

मागील प्रकरणात फर्ग्युसन कॉलेजच्या माजी विद्यार्थीसंघटनेच्या स्थापनेचा (१८ नोव्हेंबर, १९४५) उल्लेख आला आहे. संघटनेची घटना आणि कार्यपद्धती ठरविण्यासाठी नेमण्यात आलेल्या समितीमध्ये भालबा केळकर आणि सौ. सुमतीबाई गोरे यांचा नव्याने समावेश करण्यात आला. सुमतीबाई त्यावेळी विधानसभेच्या आमदार होत्या.

संघटनेच्या कार्यकारी मंडळाने काही महत्त्वाच्या सूचना केल्या. कॉलेजच्या माजी विद्यार्थ्यांची वारंवार संमेलने भरविणे ही महत्त्वाची सूचना होती; त्यानुसार माजी विद्यार्थ्यांचे पहिले स्नेहसंमेलन २२ सप्टेंबर, १९४६ रोजी मुंबई विधिमंडळाचे सभापती कुंदनमल तथा भाऊसाहेब फिरोदिया यांच्या अध्यक्षतेखाली भरले. या संमेलनास २५० माजी विद्यार्थी उपस्थित होते. एन. डी. अभ्यंकर कार्यकारी मंडळाचे अध्यक्ष होते. संघटनेच्या घटनेसंबंधी डॉ. न. का. घारपुरे यांनी सादर केलेल्या प्रस्तावाला मान्यता देण्यात आली. नव्या मान्य झालेल्या घटनेनुसार कार्यकारी मंडळाची निवड करण्यात आली. रावसाहेब एन. डी. अभ्यंकर, प्रा. एन. एम. आठवले, प्रा. एन. आर. देशपांडे, श्री. एम. डी. साठे, डॉ. कमलाबाई चितळे, सौ. सुमतिबाई गोरे, डॉ. न. का. घारपुरे, श्री. एन. टी. ठाकोर आणि फर्ग्युसनचे प्राचार्य यांचा कार्यकारी मंडळात समावेश करण्यात आला. कार्यकारी मंडळाची मुदत तीन वर्षांची ठरविण्यात आली. प्रा. डी. डी. वाडेकर यांनी कार्यकारी मंडळाच्या अभिनंदनाचा ठराव मांडला, तो एकमताने संमत करण्यात आला.

संमेलनाचे औपचारिक कामकाज संपल्यानंतर संमेलनाचे अध्यक्ष श्री. कुंदनमल फिरोदिया यांचे भाषण झाले. आपल्या भावपूर्ण भाषणात त्यांनी आपल्या कॉलेजजीवनातील आठवणी सांगितल्या, त्याचप्रमाणे कॉलेजच्या ध्येयवादी शिक्षण परंपरेचा, टिळक, आगरकर, गोखले, धोंडो केशव कर्वे, रँग्लर परांजपे व महाजनी यांचा 'फर्ग्युसनच्या परंपरेचे पाईक' असा गौरवपूर्ण उल्लेख केला. डॉ. डी. डी. कर्वे यांनी आभार मानले.

सभेनंतर झालेल्या मनोरंजनाच्या कार्यक्रमात पु. ल. देशपांडे यांचे गायन आणि श्री. भोंडे यांच्या नकलांचा समावेश होता. महाराष्ट्रातील अनेक लोकप्रिय नेत्यांच्या आणि फर्ग्युसनच्या प्राध्यापकांच्या नकलांनी सर्व उपस्थित मंडळी हास्यरसात न्हाऊन निघाली. पु.ल. आणि नकलाकार भोंडे यांनी पुढे मराठी सारस्वतात कशी मर्दुमकी गाजवली, हे सगळे सांगावयास नको.

कुंदनमल फिरोदिया यांची अध्यक्षपदी आणि हरिभाऊ पाटसकर व चंद्रशेखर आगाशे यांची उपाध्यक्षपदी निवड झाल्याचे जाहीर करून कार्यक्रमाची सांगता झाली.

योगायोग असा की फिरोदियांचे समकालीन काका कालेलकर कॉलेजच्या वार्षिक स्नेहसंमेलनास प्रमुख पाहुणे म्हणून उपस्थित होते. आपल्या हिंदुस्तानी भाषेत केलेल्या जोशपूर्ण भाषणात त्यांनी फर्ग्युसन कॉलेजच्या टेकडीवर वीर सावरकर, आचार्य कृपलानी यांच्यासह केलेल्या चर्चेचा उल्लेख केला. आणखी एक योग असा की थोड्याच दिवसांत आचार्य जे.बी.कृपलानी यांची राष्ट्रीय सभेच्या अध्यक्षपदी निवड झाली. वेगवेगळ्या विचारप्रणाली अनुसरणारे हे चार दिग्गज एकाच काळात समवयस्क विद्यार्थी होते ही खास उल्लेखनीय बाब होय. काका कालेलकरांनी आपल्या भाषणात 'देशभक्ती, सेवा, एकता आणि संयम' या चतु:सूत्रीचा उल्लेख केला. पाश्चात्त्य देशांनी केलेल्या शास्त्रीय आणि तांत्रिक प्रगतीचा ध्यास घेणे हे नव्या पिढीला आवश्यक आहे, परंतु त्याचबरोबर आपल्या देशाची सांस्कृतिक परंपरा आणि नैतिक मूल्ये जपण्याचीही तितकीच आवश्यकता आहे असे प्रतिपादन त्यांनी केले. 'पूर्व आणि पश्चिम, परंपरा आणि नवता यांचा समन्वय साधल्याशिवाय आधुनिक जगाचा चेहरा बदलता येणार नाही', असा संदेश देत कालेलकरांनी टाळ्यांच्या कडकडाटात आपल्या भाषणाचा समारोप केला.

परदेशी विद्यापीठातील अनुभव

वातुमल फौंडेशनच्या वतीने फिलाडेल्फियाला गेलेले प्रा.टी.एम.जोशी परतले आणि त्याच फौंडेशनच्या वतीने प्रा.एन.आर.देशपांडे राज्यशास्त्राच्या विशेष अभ्यासासाठी कोलंबिया विद्यापीठात दाखल झाले. देशपांडे यांनी आपल्या अनुभवाच्या नोंदी कळविल्या, त्या लक्षात घेण्यासारख्या आहेत; ते म्हणतात -

"शैक्षणिक संस्था सकाळी ९ ते रात्री १० पर्यंत खुल्या असतात, सुट्ट्यांची संख्या आपल्यापेक्षा खूपच मर्यादित असते. प्रत्येक विद्यार्थ्याला दिवसाकाठी तब्बल ६ ते ८ तास ठाशीव काम करावे लागते. केंब्रिज, ऑक्सफर्डमध्ये परिस्थिती तशीच असते. प्रत्येक आठवड्याला जे काम अपेक्षित असेल ते नेमलेले प्राध्यापक, गृहपाठनिरीक्षक यांच्या मार्गदर्शनाखाली करावे लागते. वर्गतासांची टाळाटाळ

करून चालत नाही. शिक्षणाच्या संदर्भात बेशिस्त खपवून घेतली जात नाही. विद्यार्थ्यांना आपली शारीरिक ऊर्जा (मस्ती) मैदानावर दाखवण्याच्या अनेक संधी उपलब्ध असतात, मात्र वर्गातली शिस्त कठोरपणे पाळावी लागते.'' याचे एक आदर्श उदाहरण त्यांनी पत्रात लिहिले आहे :

''राज्यशास्त्राचे विख्यात प्राध्यापक मॅकीव्हर हे मॅकियाव्हेली आणि त्याचा राजपुत्र या विषयावरचा तास घेत होते. वर्ग गच्च भरला होता. तास सुरू झाल्यावर थोड्या वेळाने एक अंध विद्यार्थिनी आपल्या कुत्र्यासमवेत वर्गात आली. अंधांना मार्गदर्शन करायला खास शिकविलेले कुत्रे होते. वर्गाचे लक्ष गेले, पण कोणताही व्यत्यय आला नाही. संपूर्ण तासभर कुत्रे शांत बसून राहिले, व्याख्यान ऐकले; नाही म्हणायला मध्येच ते भुंकायचे! भुंकण्याने ते मॅकिव्हेलीचा निषेध तर करत नव्हते?''

डॉ. देशपांडे म्हणतात-

''अमेरिकेतील परीक्षापद्धतीही खूप वेगळी. आपल्याकडील परीक्षांसारखी औपचारिकही नव्हती, क्लिष्टही नव्हती. विद्यार्थ्यांच्या ज्ञानाचा कस तपासणारी होती. प्राध्यापकांकडून विद्यार्थ्यांबद्दल गोपनीय अहवाल मागवले जात. आपापल्या विषयातील परिचर्चांमध्ये विद्यार्थ्यांना भाग घ्यावा लागे; त्यावेळीही प्राध्यापकांकडून मूल्यमापन होत असे. विद्यार्थ्यांच्या अथवा शिक्षकाच्या प्रामाणिकतेवर शंकाही घेतली जात असे.''

याच काळात प्रा. वि. ना. ढवळे ऑक्सफर्डमध्ये इंग्रजीसाठी आणि प्रा. एस. आर. पारसनीसांचे चिरंजीव डी. एस. पारसनीस भूविज्ञानशास्त्रासाठी उच्च अभ्यासक्रम शिकत होते.या दोघांनीही पाठवलेल्या पत्रांमध्ये अशा प्रकारची वर्णने लिहिली आहेत. प्रत्येक विद्यापीठाचे शिक्षणाचे प्रारूप वेगळे पण कसदार शिक्षणावर भर सर्वत्र. पुणे विद्यापीठाच्या स्थापनेच्या संक्रमणकाळातली ही पत्रे आपल्या नव्या विद्यापीठाकडून काय अपेक्षा आहेत हे सुचवीत तर नव्हती?

डी. एस. पारसनिसांच्या पत्रात शास्त्र शाखांच्या अभ्यासामध्ये प्रात्यक्षिकाला केवढे महत्त्व होते हे कळविले होते. ते म्हणतात, ''पदार्थविज्ञान विभागामध्ये कार्यशाळेत फोल्डिंग व वेल्डिंग यावरही भर असे. विभागात दोन ट्रक्स असत आणि या ट्रक्समधून आम्ही सामान नेत असू, त्यासाठी प्रत्येक विद्यार्थ्याला ट्रक चालविण्याचे शिक्षण घ्यावेच लागे. विद्यार्थ्यांच्या 'ट्यूटर'ला स्वत:च्या निवासाच्या जागेशिवाय दोन मोठ्या खोल्या असत. त्यांचा वापर चर्चेसाठी असे; शिवाय प्रत्येकाची स्वत:ची ग्रंथसंपदाही असे. प्रत्येक व्याख्यात्याला आठवड्याला दोन तास असत. तीन टर्म्सपैकी दोन शिकविण्यासाठी आणि एक पूर्ण टर्म स्वत:च्या वैयक्तिक संशोधनासाठी घ्यावी लागते.' पारसनीस म्हणतात, 'नव्या पुणे विद्यापीठात

अभ्यागत प्राध्यापकाला गृहपाठांचे तास वगळता आठवड्यात किमान तेरा व्याख्याने घ्यावी लागतील; असे करून आम्ही शिक्षण 'स्वस्त' करणार की मूलभूत अध्यापनावर भर देणार हे समजत नाही.

"परदेशी विद्यापीठांमध्ये उच्च शिक्षणासाठी किती मोठ्या प्रमाणावर खर्च होतो याची आकडेवारी थक्क करणारी आहे. स्वातंत्र्यप्राप्तीनंतर आपले सरकार काही चिंतन करणार आहे की नाही? उदाहरणार्थ, मुंबई सरकार स्वतःच्या अखत्यारीतील पाच आर्ट्स /सायन्स सरकारी महाविद्यालयांसाठी वर्षाकाठी ९,१२,०१५ रुपये (१९४७-४८) खर्च करते, याउलट जवळजवळ २५ खाजगी महाविद्यालयांसाठी त्याच काळात २५,७००/- रुपये अनुदानापोटी खर्च करते. ही अनुदानपद्धती शिक्षणक्षेत्रातील खाजगी प्रयत्नांना मारक ठरणार नाही का?

"खाजगी महाविद्यालयांचे प्रशासन करणाऱ्या संस्थांना विद्यार्थ्यांकडून प्राप्त होणारे शुल्क महत्त्वाचे उत्पन्नाचे साधन असते. युद्धोत्तर परिस्थितीमुळे जी किंमतवाढ झाली आहे ती पाहता वाढीव फी देण्याची ऐपत नसते; ऐपत असली तर तयारी नसते, कारण शिक्षण ही एक 'वस्तू' आहे, जी कमीतकमी किमतीत मिळावी अशी अपेक्षा असते. डॉ. देशपांडे म्हणतात, 'इकडे आपण जी किंमत देऊ तसे शिक्षण मिळते अशी मूलभूत भावना असते, त्यामुळे उत्तम शिक्षण मिळण्यासाठी जादा मोल देण्याची पालकांचीही तयारी असते. आपल्याकडे ही मानसिकता तयार व्हायला किती काळ लागणार आहे कुणास ठाऊक?"

आंतरराष्ट्रीय बौद्धिक देवाणघेवाण

फर्ग्युसनचे संस्कृत विभागाचे प्रमुख प्राध्यापक डॉ. रा. ना. दांडेकर यांनी पॅरिसमध्ये भरलेल्या २१व्या जागतिक प्राच्यविद्या परिषदेत भाग घेतला. मुंबई सरकारच्या वतीने त्यांना पाठविण्यात आले होते आणि पुण्यातील भांडारकर प्राच्यविद्या संशोधनसंस्था आणि अखिल भारतीय प्राच्यविद्या परिषदेचे ते प्रतिनिधित्व करीत होते. जागतिक परिषदेत प्रायः युरोप, आशिया विभागतील तज्ज्ञ भाग घेत आणि त्यांच्या वैचारिक आणि संशोधनात्मक आदानप्रदानाचा लाभ फर्ग्युसनला होत असे.

दांडेकरांच्या भेटीचे एक फलित म्हणजे पॅरिस विद्यापीठाचे सुविख्यात प्राध्यापक लुई रेनॉय यांनी भारत दौरा केला. पुणे विद्यापीठाने त्यांची काही व्याख्याने आयोजित केली – त्यामध्ये एक व्याख्यान Indian and General Linguistics या विषयावर फर्ग्युसनमध्ये आयोजिले होते; त्याला विद्यार्थी, प्राध्यापक व अन्य क्षेत्रांतील जाणकार मोठ्या संख्येने उपस्थित होते. दांडेकर कार्यवाह असलेल्या १४व्या

अखिल भारतीय प्राच्यविद्या परिषदेचे अधिवेशन दरभंगा येथे भरले. या अधिवेशनात दांडेकरांबरोबर फर्ग्युसनच्या प्रा. सी. आर. देवधर, एन. व्ही. वैद्य, पी. व्ही. बापट यांनीही भाग घेतला. सदर अधिवेशनामध्ये नेहमीप्रमाणे होणाऱ्या चर्चेबरोबर दोन महत्त्वाचे ठराव संमत झाले. एका ठरावानुसार भारतीय संविधान समितीकडे देवनागरी लिपीमध्ये लिहिल्या जाणाऱ्या हिंदी भाषेचा भारताची राष्ट्रीय भाषा म्हणून स्वीकार करण्यात यावा अशी सूचना होती आणि दुसऱ्या ठरावानुसार भारत सरकारने भारतीय रसायन आणि पदार्थविज्ञान संशोधनसंस्थांच्या धर्तीवर 'Central Academy of Indological Research' या नावाची संस्था स्थापन करावी अशी सूचना होती.

दरभंगा अधिवेशनाच्या दरम्यान प्रा. व्ही. व्ही. गोखले यांची तिबेटमधील ल्हासा येथे 'इंडियन कमिशन'चे सभासद म्हणून नेमणूक झाली. ही एक प्रकारे सरकारी किंवा राजकीय पातळीवरची नेमणूक असली तरी फर्ग्युसन परिवाराला याचा विशेष आनंद होता, कारण असे की प्रा. गोखले फर्ग्युसनच्या वसतिगृहाचे प्रमुख पर्यवेक्षक (रेक्टर) म्हणून अनेक वर्षे काम करीत होते. विद्यार्थ्यांवर माया करणारे शिस्तीचे भोक्ते पर्यवेक्षक म्हणून ते विद्यार्थीवर्गात खूप लोकप्रिय होते.

महात्मा गांधींची हत्या (३० जानेवारी, १९४८)

भारतीय स्वातंत्र्याच्या कायद्यावरची शाई वाळते न वाळते तोच ज्यांना 'स्वतंत्र भारताचा पिता' म्हणून गौरविले, त्या महात्मा गांधींची निर्घृण हत्या झाली. स्वातंत्र्याच्या प्राप्तीसाठी भारतातल्या प्रत्येकाने आपल्या कुवतीनुसार योगदान दिले. 'स्वराज्य हा माझा जन्मसिद्ध हक्क आहे' हे ठासून सांगत तीन वेळा बंदिवास भोगणारे लोकमान्य टिळक असोत, 'ने मजसी ने परत मातृभूमीला' या काव्यात देशभक्ती व्यक्त करणारे व अंदमानचा कारावास भोगणारे वीर सावरकर असोत, स्वातंत्र्यासाठी जीवनदान देणारे भगतसिंग, राजगुरु, सुखदेव यांच्यासारखे असंख्य क्रांतिकारक असोत अथवा होमरूलचा नारा देणारे विचारवंत असोत; असहकार, बहिष्कार या अहिंसक मार्गांनी १९२० सालापासून जनसामान्यांपर्यंत स्वातंत्र्याची प्रेरणा पोहोचविणारे, १९४२पासून 'चलेजाव' चळवळीत सामील होऊन सरकारवर दडपण आणणारे, राष्ट्रीय सभेच्या छत्राखाली आंदोलन करणारे जननेते आणि त्यांचे लक्षावधी अनुयायी असोत, त्यांची भूमिका न मानणारे विरोधक असोत; त्या सर्व विविध मार्ग अनुसरणाऱ्यांना हा धक्का होता.

'बंदुकीच्या गोळ्या झेलत असतानाही सत्याचाच पाठपुरावा करायला हवा; सत्य हेच अंतिम ध्येय आहे आणि ते शोधण्यासाठी त्यागाची कमाल सीमा

गाठण्याची तयारी हवी' असे सतत सांगणाऱ्या गांधींनी प्रत्यक्ष कृतीने ते सिद्ध केले; 'महात्मा' पद सार्थ केले.

महात्मा गांधींबद्दल या आणि अशा प्रकारच्या अनेक प्रतिक्रियांमधून फर्ग्युसनच्या प्राध्यापक-विद्यार्थी-सेवक यांनी लिखित-अलिखित स्वरूपात आपल्या भावना व्यक्त केल्या. १९४८ सालच्या मॅगेझीनमध्ये संपादक प्रा.एस.आर.शर्मा यांनी संपादकीय प्रतीकात्मक उल्लेख केला आणि त्यांनी स्वत: रेखाटलेल्या गांधींच्या रेखाचित्राचा समावेश केला. आजही हे चित्र फर्ग्युसनच्या वाडिया ग्रंथालयात लावले आहे. 'आपल्या बुद्धिमत्तेने प्राप्त केलेले स्वातंत्र्य आपल्याच मूर्खपणाने आपण धोक्यात आणू शकतो', हे शर्मा सरांचे विधान आजही बरेच काही सांगून जाते.

'आपली विद्यापीठे म्हणजे पाश्चात्त्य विद्यापीठांचे टिपकागद होत' (Our Universities are the blottingsheets of the west) असे गांधींनी म्हटले आहे. 'आपण केवळ पाश्चात्त्य विद्यापीठांचे अनुकरण करता कामा नये. पाश्चात्त्यांच्या चांगल्या गोष्टींचा स्वीकार व्हावा. आपण आपल्या पूर्वीच्या सर्वच गोष्टींचे अंधानुकरण करू नये. आपल्याला प्रगती करायची असेल तर आपण इतिहासाची पुनरावृत्ती करून चालणार नाही. आपण आपला नवा इतिहास घडविला पाहिजे. (If we are to make progress, we must not repeat history, but we must make new history)'. संभाव्य पुणे विद्यापीठाच्या संदर्भात हे साधणे आवश्यक आहे, असे मत प्रा. शर्मा यांनी व्यक्त केले. ते म्हणतात :

'पुणे विद्यापीठाच्या शिल्पकारांनी पूर्वीच्या विद्यापीठांच्या रचनेतील महत्त्वाचे दोष कमी करण्याचा प्रयत्न केला आहे, परंतु विद्यापीठाचे यश आपल्याच हाती आहे. प्रत्यक्ष व्यवहाराचा विचार केला तर आपण काय शिकवतो हे जसे महत्त्वाचे आहे तसेच किंबहुना कसे शिकवतो हे जास्त महत्त्वाचे आहे. भारताच्या मध्यवर्ती सरकारने भारताच्या उच्च शिक्षणाच्या अभ्यासासाठी तज्ज्ञांची विशेष समिती नेमली आहे; तिचा अहवाल पुढे येईलच, पण किमान सांगायचे तर आपली क्षमता वाढवली पाहिजे, शैक्षणिक विशेषीकरणाने हे शक्य आहे; हे खरे असले तरी उदारमतवादी शिक्षणाचा त्याग करून हे साधावे अशी अपेक्षा नाही. शिक्षणाच्या योजनाबद्ध आखणीसाठी, अर्थव्यवस्थेसाठी आणि प्रशासनासाठी सरकार आणि जनता यांची जशी संयुक्त जबाबदारी आहे तितकीच किंबहुना त्याहूनही अधिक जबाबदारी प्रत्यक्ष लाभार्थी-विद्यार्थी आणि त्यांना ज्ञान देणाऱ्या शिक्षकांची आहे. आधुनिक प्रागतिक समाजांमध्ये हे कसे घडते ते पाहण्याची व अनुसरण्याची केवळ शैक्षणिक दृष्ट्याच नव्हे तर प्रत्यक्ष व्यवहाराच्या दृष्टीनेही गरज आहे.'

वार्षिक स्नेहसंमेलन, १९४८

१९४८ सालच्या वार्षिक स्नेहसंमेलनाला मुंबई विद्यापीठाचे कुलगुरु महामहोपाध्याय डॉ. पी. व्ही. काणे प्रमुख पाहुणे म्हणून उपस्थित होते. प्राचार्य कर्वे यांनी आपल्या प्रास्ताविकात नव्याने स्थापन होत असलेल्या पुणे विद्यापीठाची जडणघडण आणि भावी काळाच्या अपेक्षा व्यक्त केल्या; तर डॉ. काणे यांनी डेक्कन एज्युकेशन सोसायटी आणि फर्ग्युसन कॉलेज यांनी पुणे विद्यापीठाच्या स्थापनेमागे जी भूमिका बजावली त्याचे कौतुक केले. उच्च शिक्षणाच्या बाबतीत सरकारने अधिकाधिक उदारमतवादी धोरण स्वीकारावे अशी अपेक्षा व्यक्त करताना 'पुण्यातील (महाराष्ट्रातील) लोकांमध्ये धाडस, ऊर्जा, प्रयत्न, स्वार्थत्याग या बाबतीत मुळीच कमतरता नाही; सरकारने नव्या प्रयोगाला उत्तम साथ द्यायला हवी' असेही सुचविले.

दरम्यानच्या काळात पुणे विद्यापीठाच्या निवडणुकांमध्ये प्रा. ए. आर. कामत, प्रा. डी. डी. वाडेकर, प्रा. स. वा. कोगेकर यांची कोर्टावर, प्रा. वाडेकर यांची अभ्यासमंडळावर निवड झाली आणि प्राचार्य कर्वे यांची कोर्ट आणि कौन्सिल यांवर पदसिद्ध सभासद म्हणून नेमणूक झाली.

पुणे विद्यापीठाच्या मराठी भाषेच्या आग्रहाच्या पार्श्वभूमीवर फर्ग्युसनच्या नियतकालिकाचे नाव 'फर्ग्युसन कॉलेज मॅगेझीन' बदलून 'विद्या' असे ठेवावे अशी सूचना प्रा. शर्मा यांनी संपादकीयात व्यक्त केली.*

विद्यार्थी जगत

आंतरमहाविद्यालयीन क्रीडा स्पर्धा हा विद्यार्थीजगतातला एक आनंदाचा, जोशाचा क्षण असतो; विद्यार्थी बदलत असले तरी स्पर्धांचा जोश बदलत नाही. ९ डिसेंबरच्या आंतरमहाविद्यालयीन स्पर्धांच्या पारितोषिक वितरण समारंभाला पुण्याच्या इंजिनिअरिंग कॉलेजचे माजी प्राचार्य जे. ए. तारापोरवाला प्रमुख पाहुणे म्हणून उपस्थित होते. फर्ग्युसनच्या मैदानावर भरलेल्या या कार्यक्रमात पाहुण्यांनी केलेला उपदेश म्हणजे विनोद आणि स्पष्टवक्तेपण यांचे सुरेख मिश्रण होते. या भाषणात फक्त गौरव नव्हता तर संदेशही होता. त्यांच्या मते 'खिलाडू वृत्ती आणि यश' यांचा संगम होणे महत्त्वाचे आहे. खेळांमुळे केवळ शारीरिक क्षमता वाढते असे नव्हे, तर त्यामुळे

---

* अशा प्रकारच्या सूचना नेहमी येत असत, ती पोटनावे म्हणून वापरलीही जात असत, पण तात्पुरती! फर्ग्युसन कॉलेज मॅगेझीनला २०१०मध्ये शंभर वर्षे पूर्ण झाली; मुख्य नाव अजून तेच आहे.

सामाजिक आणि नैतिक जबाबदाऱ्यांची जाणीवही होते. दैनंदिन जीवनातील नेहमीची कर्तव्ये कौशल्याने पार पाडण्याची क्षमताही लाभते.

यंदाच्या खेळांमध्ये फर्ग्युसनचा सहभाग काही बाबतींत कौतुकास्पद होता. उदाहरणार्थ, चीमा या खेळाडूने १०० मीटर अडथळ्यांच्या शर्यतीत प्रथम क्रमांक मिळवताना दोन वर्षांपूर्वीचा स्वत:चाच उच्चांक मोडला. विद्यार्थीनींचा सहभागही कौतुकास्पद होता. मुलींच्या चमूने राणी चंपावती प्रतापगिरी चषक जिंकला. श्री. पद्माकर दुभाषी आणि श्री. नेने यांनी प्रथमच भरत असणाऱ्या रानडे वक्तृत्व स्पर्धेमध्ये पहिली दोन्ही बक्षिसे मिळविली.

इतिहास आणि अर्थशास्त्र संघटना

संघटनेच्या उद्घाटनासाठी भारत सरकारच्या संख्याशास्त्र विभागाचे सल्लागार श्री. डब्ल्यू. आर. नातू प्रमुख पाहुणे म्हणून उपस्थित होते. संघटनेच्या वतीने दोन प्रमुख चर्चासत्रे आयोजिली होती; एका सत्रात 'स्वातंत्र्यानंतरचे पहिले वर्ष' या विषयावर प्राध्यापक आणि विद्यार्थी यांनी आपली मनोगते व्यक्त केली. दुसरे सत्र अधिक महत्त्वाचे होते. भारताची नवी घटना कशी असावी या विषयावरही सखोल चर्चा झाली. एक वादग्रस्त प्रश्न भाषावार प्रांतरचना हा होता. त्यावर अक्षरश: वादळी चर्चा झाली; भाषावार प्रांतरचनेच्या संभाव्य परिणामांची अनेक अंगांनी चर्चा झाली. आज साठ वर्षांनंतर आपण जे फायदे-तोटे अनुभवत आहोत तशा सूचना त्या काळच्या विद्यार्थ्यांच्या मतांतून सूचित होत होत्या; विद्यार्थ्यांचा अभ्यास आणि दूरदृष्टि यांचे कौतुक व्हावे अशी सर्वसाधारण भावना होती. प्राध्यापक आणि विद्यार्थी यांनी दोन छोटे सर्वेक्षण प्रकल्प राबविले; एका सर्वेक्षणात कॉलेजच्या वसतिगृहातील विद्यार्थ्यांच्या आर्थिक-सामाजिक परिस्थितीचा अभ्यास केला गेला, तर दुसऱ्या सर्वेक्षणात विद्यार्थ्यांच्या 'नागरी विवेकबुद्धी'चा अभ्यास करण्यात आला होता. दोन्ही सर्वेक्षणांचे मुख्य नेतृत्व प्रा. स. वा. कोगेकर यांचेकडे होते. या दोन्ही सर्वेक्षणांचे निकाल विस्तृत रूपात प्रकाशित करण्यात आले.

शास्त्रविभागांचे कार्य

रसायनशास्त्र विभागाची संघटना नेहमीप्रमाणे कार्यरत होती. विभागाच्या वार्षिक कार्याचे उद्घाटन डॉ. सी. आर. तळपदे यांनी केले. प्राचार्य कर्वे, श्री. व्ही. व्ही. कोगेकर, वाडिया कॉलेजचे प्रा. भिडे इत्यादींची व्याख्याने आयोजित करण्यात आली होती. भारतातील अनेक ठिकाणच्या रासायनिक प्रयोगशाळांना भेटी देण्याचा

उपक्रम उत्तम प्रकारे राबविण्यात आला. २२ ते २५ डिसेंबर या काळात विभागाचे चौथे प्रदर्शन भरविण्यात आले. पुण्याच्या नॅशनल केमिकल लॅबोरेटरीचे असिस्टंट डायरेक्टर डॉ. बी. डी. लारोइया यांच्या हस्ते प्रदर्शनाचे उद्‌घाटन झाले. रसायनशास्त्रासंबंधी होत असलेल्या अनेक प्रयोगांचे दृश्य स्वरूप पाहायला मिळत असल्याने सर्वसामान्य नागरिकांचा प्रतिसाद उत्तम मिळू लागला.

युनिव्हर्सिटी इकॉनॉमिक्स असोसिएशन

फर्ग्युसनची अर्थशास्त्र आणि इतिहास या विषयांची संघटना चाळीसहून अधिक वर्षे कार्यरत होती. पुणे विद्यापीठाच्या स्थापनेनंतर विद्यापीठातील अर्थशास्त्राच्या विद्यार्थ्यांनी ‘युनिव्हर्सिटी इकॉनॉमिक्स असोसिएशन’ स्थापन केली. या संघटनेत पुण्यातील त्यावेळच्या महाविद्यालयांतील अर्थशास्त्र विषयाचे प्राध्यापक व विद्यार्थी एकत्र येऊन अर्थशास्त्रासंबंधी भाषणे व परिचर्चा आयोजित करीत. विशेष म्हणजे या संघटनेतही फर्ग्युसनच्या विद्यार्थ्यांचा सहभाग सर्वांत जास्त होता.

कॉलेज जिमखाना - आंतरमहाविद्यालयीन स्पर्धा

विद्यापीठाच्या स्थापनेनंतर पहिल्याच वर्षी सुरू झालेल्या आंतरमहाविद्यालयीन स्पर्धेत फर्ग्युसन जनरल चॅम्पियनशिप मिळवू शकले नाही, तरी बहुतेक सर्व खेळांमध्ये कॉलेजचे विद्यार्थी चमकले.

कॉलेजच्या पातळीवर सर्वांत जास्त काळ गाजवणारा खेळ म्हणजे क्रिकेट. गोपाळ कृष्ण गोखले फर्ग्युसनच्या क्रिकेट चमूचे सूत्रधार होते, याचा पूर्वी उल्लेख आला आहे. बरीच वर्षे या खेळाची मक्तेदारी फर्ग्युसनकडे होती. फर्ग्युसनच्या क्रिकेटपटूंना भारताचे ज्येष्ठ खेळाडू श्री. जे. जी. नवले यांचे मार्गदर्शन लाभत असे. नागपूर येथे खेळल्या गेलेल्या अखिल भारतीय बॅडमिंटन स्पर्धांमध्ये श्री. करेकट्टी, कोतवाल यांनी बाजी मारली.

वादस्पर्धा

फर्ग्युसनची ‘डिबेटिंग युनियन’ हे पुण्यातील वादस्पर्धांचे खास आकर्षण असे. प्रा. अनंत काणेकर या प्रथितयश मराठी साहित्यिकाने ‘देशाच्या जीवनात भाषेचे महत्त्व’ या विषयावर प्रभावी भाषण करून वादविवाद मंडळाचे उद्‌घाटन केले (२९-७-१९५०). पुण्यातील महाविद्यालयांच्या संयुक्त विद्यमाने आयोजिलेल्या

कार्यक्रमात ज्येष्ठ कम्युनिस्ट नेते कॉम्रेड डांगे यांचे 'तिसऱ्या महायुद्धाची शक्यता' या विषयावर ॲम्फीथिएटरमध्ये अत्यंत अभ्यासपूर्ण, शैलीदार व्याख्यान झाले; याच विषयावर फर्ग्युसनचे माजी विद्यार्थी केंद्रीय ऊर्जामंत्री नामदार न. वि. गाडगीळ यांचे व्याख्यान झाले. फर्ग्युसनचा क्रिकेट विभाग आणि वादविवाद मंडळ यांच्या संयुक्त विद्यमाने भारतीय क्रिकेट टीमचे कप्तान विजय मर्चंट यांचे 'भारतात क्रिकेटचे स्थान' या विषयावर व्याख्यान झाले. पुण्यातील सर्व वादविवाद मंडळांना एकत्र आणून Inter Collegiate Debating Society स्थापन करण्याचे श्रेय फर्ग्युसनच्या वादविवाद मंडळाचे कार्यवाह श्री. एस. पी. रानडे यांना जाते. पुणे विद्यापीठाचे कुलगुरु मा. एम. आर. जयकर यांना ही कल्पना आवडली व त्यांनी अध्यक्षस्थानही स्वीकारले.

न्यायमूर्ति रानडे वक्तृत्व स्पर्धेत श्री. बी. एस. बाविसकर आणि श्री. डब्ल्यू. एम. देशपांडे यांनी चषक जिंकला. बाविसकर यांनी गोगटे ढाल जिंकली. १५ ते १८ डिसेंबर या काळात झालेल्या वक्तृत्व स्पर्धेत मराठी, इंग्रजी, हिंदी या भाषांमध्ये ५० विद्यार्थ्यांनी भाग घेतला, त्यात श्री. बी. एस. बाविसकर यांनी जास्तीतजास्त बक्षिसे मिळवून व्यक्तिगत चषकही जिंकला.

अभ्यासमंडळ (Study Circle)

पुणे विद्यापीठाच्या स्थापनेच्या वर्षी फर्ग्युसनमध्ये अभ्यासमंडळाची स्थापना झाली. पहिल्या वर्षीचा प्रतिसाद समाधानकारक नव्हता. सुरुवातीला अभ्यासमंडळ साहित्य विषयापुरते मर्यादित होते, नंतर मानसशास्त्र, इतिहास, अर्थशास्त्र, राज्यशास्त्र, समाजशास्त्र यांचाही समावेश करण्यात आला, घटना बनविण्यात आली. एच. आर. पाटणकर आणि कुंदा साठे यांची कार्यवाहपदी निवड झाली. फर्ग्युसनचे माजी विद्यार्थी जी. एन. हर्षे यांच्या हस्ते मंडळाचे उद्‌घाटन झाले. प्राध्यापकांच्या अध्यक्षतेखाली विद्यार्थ्यांनी बोलावयाचे व नंतर चर्चा करावयाची ही प्रथा होती. प्रा. प्रधान, प्रा. दाभोळकर, प्रा. शर्मा, प्रा. खांडेकर यांचे अध्यक्षीय मार्गदर्शन लाभले. विषयांची निवडही उत्तम होती. भारत आणि चीन यांच्यातील सांस्कृतिक संबंध (एच. आर. पाटणकर), भारताच्या स्वातंत्र्याचा स्त्रीवर्गाच्या उत्थानावर होणारा परिणाम (कु. सिक्वेरा) इंग्रजी साहित्याने आमच्या मानसिकतेवर केलेला परिणाम (कु. नानल), जागतिक सरकार (अरविंद पुराणिक) लोकसंख्येचा प्रश्न आणि भारतातील लोकसंख्या नियोजन (शरद पुरंदरे), कोरियन आक्रमण (कु. कर्णिक) या व्याख्यानांबरोबरच डेक्कन कॉलेजच्या पुरातत्त्व विभागाचे प्रमुख डॉ. सांकलिया यांचे 'Indian Civilization' या विषयावर व प्रा. शर्मा यांचे 'Ancient World

History' या विषयावर स्लाईडसह व्याख्यान झाले. अभ्यासमंडळाचे अध्यक्ष प्रा. एम. जी. भाटे यांचे मार्गदर्शन आणि उत्साही विद्यार्थ्यांचे सहकार्य यांमुळे अभ्यासमंडळाच्या कार्याचे कॉलेजमध्ये कौतुक झाले.

अभ्यास मंडळाच्या १९५१-५२ या वर्षात डॉ. व्ही. व्ही. गोखले यांचे 'तिबेट' या विषयावर, कु. मालती बर्वे यांचे 'कादंबरीतील वातावरणनिर्मिती', कॉम्रेड दि. के. बेडेकर यांचे 'विरोधाविकासा'वर आधारित 'भौतिकवाद' (Diatectical Materialism) या विषयावर, प्रा.जी.एस.दीक्षित यांचे 'इतिहासामध्ये पुरातत्त्व विभागाचा उपयोग', अरविंद पुराणिक यांचे 'जागतिक शांतता टिकविण्यामध्ये यूनोचे स्थान' या विषयावर भाषण झाले. प्रा. प्रधान, प्रा. भाटे, प्रा. शर्मा इत्यादींचे मार्गदर्शन लाभले. श्री. अरविंद पुराणिक आणि कु. सुमती फाटक यांनी कार्यवाह म्हणून काम पाहिले.

इतिहास मंडळ (History Union)

२६ फेब्रुवारी, १९५० रोजी पुण्यातील महाविद्यालयांच्या इतिहास विषयांच्या विद्यार्थ्यांना एकत्र आणून 'इतिहास मंडळ' स्थापन करण्यात आले. प्रा. एस. आर. शर्मा यांनी या संदर्भात पुढाकार घेतला. फर्ग्युसनचे ज्येष्ठ माजी विद्यार्थी दत्तो वामन पोतदार यांनी उद्‌घाटनाच्या भाषणात 'इतिहासातील सत्यशोधनाचा व्यावहारिक उपयोग' या विषयावर विचार मांडले. त्यानंतर विद्यार्थ्यांनी निबंध सादर केले. प्रा. कोगेकर यांनी लखनौ येथे भरलेल्या पॅसिफिक क्षेत्रातील संबंध या विषयावरील अधिवेशनातील अनुभव कथन केले. स.प.महाविद्यालयाचे प्राचार्य दांडेकर, फर्ग्युसनचे प्रा. दीक्षित, प्रा. ओतुरकर यांचे यावेळी सहकार्य लाभले. विद्यार्थ्यांची उपस्थिती उत्साहवर्धक होती.

गुजराती साहित्य मंडळ

१९५० साली प्रा.शशिन ओझा यांच्या मार्गदर्शनाखाली गुजराती साहित्य मंडळाचे कार्य सुरू झाले. या मंडळात प्रामुख्याने गुजराती विषय घेणाऱ्यांचा सहभाग असला तरी गुजराती भाषेचे जाणकार, इतर महाविद्यालयांतील विद्यार्थी व प्राध्यापक सहभागी होत असल्याने उपस्थिती चांगली असे.

मुंबईच्या सेंट झेवियर कॉलेजचे प्राध्यापक व गुजराती साहित्याचे नामवंत चिकित्सक व कवी श्री. एम. एम. झवेरी यांचे 'आपणुं कविता साहित्य' या विषयावर उद्‌बोधक भाषण झाले. प्राचार्य टी. एम. जोशी अध्यक्षस्थानी होते. ते

स्वतः उत्तम गुजराती बोलत असत आणि मंडळाला नेहमी मार्गदर्शन करीत असत.

पुण्याचे पहिले कमिशनर स. गो. बर्वे यांची कारकीर्द : पुणे विकासाची नांदी

श्री.स.गो.बर्वे हे फर्ग्युसनचे नामवंत विद्यार्थी. आय.सी.एस.उत्तीर्ण होऊन ते भारतीय लोकप्रशासनसेवेत दाखल झाले, याचा पूर्वी उल्लेख आला आहे. ज्या पुण्यात आपण वाढलो, त्या पुण्याची सेवा करण्याची त्यांना उत्तम संधी मिळाली. पुणे नगरपालिकेचे १५ फेब्रुवारी १९५० रोजी महानगरपालिकेत रूपांतर झाले आणि बर्वे महानगरपालिकेचे पहिले कमिशनर झाले. कमिशनर म्हणून त्यांची कारकीर्द फक्त काही महिन्यांचीच होती. पण पुण्याच्या नागरी प्रश्नांची जाण, मार्ग शोधण्याची तीव्र इच्छा, छोट्या-मोठ्या प्रश्नांकडे लक्ष देण्याची वृत्ती आणि प्रश्न सोडविण्यासाठी लागणारी धमक इत्यादी गुणवैशिष्ट्यांमुळे त्यांची छोटी कारकीर्द मोठी गाजली. 'पुण्याचा कमिशनर कसा असावा, तर बर्व्यांसारखा' असे म्हणण्याचा प्रघातच पडला. पुण्याच्या सल्लागार समितीने 'बर्वे यांनी आपल्या कारकिर्दीच्या अल्प काळात महानगरपालिकेच्या सेवक वर्गात अक्षरशः चैतन्य निर्माण केले' असा उल्लेख आपल्या अहवालात केला आहे. गेल्या साठ वर्षांत पुणे खूप वाढले, बदलले, विकसले तरी आजही लक्ष्मीरोड ही पुण्याची शान वाटते; मुख्य धमनी म्हणून ओळखली जाते. १९५०च्या जून महिन्यात मी पुण्यात दाखल झालो. जोगेश्वरी बोळात राहात होतो. बोळाच्या एका तोंडाला लक्ष्मीरोडवर गणपती चौकातले गणपती मंदिर होते; रहदारीला फार मोठा अडथळा होता. हिंदुबहुल वस्तीतले हे मंदिर 'कोण हलवणार व कसे' हा प्रश्न होता, पण रात्री दोन ते पहाटे पाच याकाळात मंदिर हलवले गेले व रस्ता डांबरी झाला हे अप्रुप प्रस्तुत लेखकाने स्वतः पाहिले आहे.

कला मंडळ (Art Circle)

फर्ग्युसनच्या हीरक महोत्सवाच्या काळात कला मंडळ स्थापन झाले. केवळ सात वर्षांत या मंडळाने चांगलेच बाळसे धरले. १९५०सालच्या कारकिर्दीची सुरुवात सुप्रसिद्ध सिनेकलावंत दिग्दर्शक राजा परांजपे यांच्या हस्ते झाली. 'प्रत्येकाने कुठली तरी कला हस्तगत करण्याचा प्रयत्न करावा; ते जमलेच नाही तर किमान कलारसिक बनावे' असे श्री. परांजपे यांनी सांगितले. त्या काळात परांजपे कमालीचे लोकप्रिय होते. ज्याला आपण सिनेमात बघतो तो प्रत्यक्षात कसा आहे, हे

पाहण्यासाठी खूप गर्दी झाली होती; त्यांच्या विनोदगर्भ आणि अभिनयपूर्ण भाषणाने खूप रंगत आणली, हे स्वत: मी विद्यार्थी म्हणून अनुभवले आहे. याच वर्षात अनेक रंगतदार कार्यक्रम - श्री. सौदागर ऊर्फ छोटा गंधर्व यांचे गायन; स्व.गुरुदेव रवीन्द्रनाथ टागोर स्मृतिदिनानिमित्त गोपीनाथ तळवलकर यांचे भाषण, ज्येष्ठ अभिनेते दीनानाथ टाकळकर यांचे नाट्यकलेवर अभिनयपूर्ण भाषण, प्रभात फिल्म कंपनीतले वादक होनबळ यांचे फ्लूटवादन, भावगीतलेखक पी.सावळाराम, कोलंबिया रेकॉर्ड कपंनीचे वसंत प्रभु; गंधर्व कंपनीतील विनोदी नट श्री. राम काळे यांचे 'एकच प्याला' नाटकातील काही प्रसंगदर्शन इत्यादी कार्यक्रम झाले. स्नेहसंमेलनाच्या जोडीने कलाप्रदर्शन भरविण्यात आले होते. श्री. प्रभाकर फुटाणे आणि श्री. वि. मा. बाचल यांच्या रंगीत निसर्गचित्रांनी प्रदर्शनाला विशेष शोभा आणली होती. ही चित्रे मॅगेझीनमध्ये छापण्यात आली होती. रांगोळीचे स्वतंत्र प्रदर्शन भरविण्यात आले होते.

१९५१-५२चे कलाप्रदर्शन एखाद्या कलामहाविद्यालयाच्या तोडीचे प्रदर्शन होते. मॅगेझीनच्या संपादकीयात बाचल-फुटाणे यांच्या कलाकृतींचे खास कौतुक करण्यात आले होते. १९५३च्या कलाप्रदर्शनामध्ये सुमारे ३५० कलाकृती ठेवल्या होत्या. त्यात चित्रकला, रंगकला, निसर्गचित्रे, पोर्ट्रेट, सिल्क पेंटिंग, एँब्रॉयडरी, छायाचित्रण, हस्ताक्षरनमुने इत्यादींचा समावेश होता. न्यायमूर्ति पी. बी. गजेंद्रगडकर हे वार्षिक स्नेहसंमेलनाचे प्रमुख पाहुणे होते, त्यांनी प्रदर्शनाचे उदघाटन केले. श्री. बाचल यांच्या कलाकृतींच्या स्वतंत्र विभागाचे न्या.गजेंद्रगडकर आणि प्रदर्शनाचे परीक्षक यांनी विशेष कौतुक केले. प्रदर्शनातील सर्वोत्कृष्ट चित्र म्हणून बाचल यांच्या चित्राची निवड झाली. प्रदर्शनातील उल्लेखनीय चित्रांना पारितोषिके देण्यात आली. प्रदर्शनाचे आकर्षण एवढे होते की त्याची मुदत वाढवून गावातील लोकांसाठीही ते खुले ठेवण्यात आले.

कलामंडळाच्या अन्य कार्यक्रमासंबंधी उल्लेख आवश्यक आहे. १९५१-५२च्या कलामंडळाच्या कार्यक्रमांची सुरुवात सुप्रसिद्ध सिनेदिग्दर्शक श्री. दत्ता धर्माधिकारी यांच्या हस्ते झाली. त्यावेळी कलामंडळाचे कलावंत बाळ गोठसकर (व्हायोलिन) आणि अनंत सप्रे (हार्मोनियम) यांचा बहारदार कार्यक्रम झाला. ऑगस्ट महिन्यात सुप्रसिद्ध गायक सुरेश हळदणकर यांच्या शास्त्रीय गायनाचा कार्यक्रम झाला. रवींद्रनाथ ठाकूर स्मृतिदिनाचे भाषण ज्येष्ठ मराठी साहित्यिक-समीक्षक श्री. के. क्षीरसागर यांनी गुंफले. यावेळी शांतिनिकेतनमधील कार्याच्या चित्रफिती दाखविण्यात आल्या. २२ सप्टेंबर रोजी कॉलेजमधील नवोदित गायक अशोक जोगळेकर यांच्या भावगीत गायनाचा कार्यक्रम झाला. पुढील काळात गजाननराव वाटवे, सुधीर फडके, बबनराव नावडीकर यांच्या तोडीचे गायक म्हणून अशोक जोगळेकर यांनी नाव कमावले. स.प.महाविद्यालयाचे प्राचार्य सोनोपंत दांडेकर

यांचे प्रवचन हा एक आगळावेगळा कार्यक्रम विद्यार्थीवर्गात खूप लोकप्रिय ठरला.

या वर्षीचे खास वैशिष्ट्य म्हणजे फर्ग्युसन कॉलेजच्या दोन विद्यार्थ्यांना आकाशवाणीने मान्यता दिली. त्यामुळे बाळ गोठसकर (व्हायोलिन) व शरद साठे (शास्त्रीय गायन) यांचे नाव महाराष्ट्रभर गाजू लागले. यशवंत (बाळ) फाटक आणि सुधा भिडे यांनी कलामंडळाचे कार्यवाह म्हणून काम पाहिले.

१९५३ सालच्या कलामंडळाच्या कार्याचे उद्‌घाटन ज्येष्ठ अभिनेते श्री. गजानन जागीरदार यांच्या हस्ते झाले; त्यांनी या प्रसंगी दोन नाट्यप्रवेश साभिनय सादर केले. विद्यार्थ्यांपैकी शरद साठे यांनी शास्त्रीय गायन आणि बाळ गोठसकर यांनी व्हायोलिन वादन हे कार्यक्रम सादर केले. संपूर्ण कार्यक्रम अविस्मरणीय, बहारदार झाला. ॲम्फीचे तिन्ही मजले तुडुंब भरले होते, तरी जागा नसल्याने बाहेर लाऊडस्पीकर लावण्याची पाळी आली.

३ ऑगस्टच्या कार्यक्रमात सुप्रसिद्ध संगीत दिग्दर्शक सुधीर फडके यांचे भावगीत गायन झाले आणि पुढच्याच महिन्यात पंडित डी. व्ही. पलुसकर यांचे शास्त्रीय गायन झाले. व्ही. डी. पंडित यांच्या नकला आणि डी. के. दातार यांच्या व्हायोलिन वादनाचा कार्यक्रमही गाजला.

शरद साठे यांनी चिटणीस आणि रत्नकांत फडे व सुमति अभ्यंकर यांनी सहचिटणीस म्हणून काम पाहिले.

नाट्यमंडळ

रोटरी क्लबतर्फे दरवर्षी नाट्यस्पर्धा घेतल्या जात असत. फर्ग्युसनने सतत चार वर्षे (१९५० ते ५४) एकांकिका स्पर्धांमध्ये पहिला क्रमांक मिळविला व करंडक जिंकला. कु. सई परांजपे यांना अभिनयाचे वैयक्तिक पारितोषिक मिळाले. एकांकिका इंग्रजी भाषेतील असत आणि श्रीमती शकुंतला परांजपे मार्गदर्शन करीत असत.

नाट्यमंडळातर्फे १९५४ साली पु. ल. देशपांडे यांच्या 'अंमलदार' या नाटकाचा प्रयोग झाला. कु. इंदुमती मेहता, प्रभाकर साठे यांच्या अभिनयाचे कार्यक्रमास उपस्थित असलेले श्री. पु. ल. देशपांडे आणि श्री. राजा परांजपे यांनी विशेष कौतुक केले. वासुदेव पाळंदे यांनी प्रयोगाचे दिग्दर्शन केले. श्री. बाळ फाटक व श्री. शरद साठे यांनी मंडळाचे कार्यवाह म्हणून काम पाहिले.

विशेष म्हणजे कला मंडळ आणि नाट्य मंडळ या स्वतंत्र असल्या तरी दोन्ही संघटना परस्परांशी उत्तम सहकार्य करीत असत.

नॅशनल युनियन ऑफ स्टुडंट्स (NUS)

भारताच्या स्वातंत्र्यचळवळीत विद्यार्थ्यांनी लक्षणीय सहभाग घेतला होता. स्वातंत्र्यप्राप्तीनंतर तरुणांच्या ऊर्जेचा विधायक उपयोग कसा करून घेता येईल आणि देशाच्या विकासासाठी तिचा कसा वापर करून घेता येईल हा महत्त्वाचा प्रश्न होता. १९५० साली भारत गणराज्य झाल्यानंतर या कल्पनेला वेग आला. भारतातील कॉलेजमधील विद्यार्थी संघटनांचे संघराज्य स्थापन करणे हा हेतू होता. या बाबतीत मुंबईच्या सेंट झेवियर कॉलेजचे रेव्हरंड एच. बेलागूर यांनी पुढाकार घेऊन मुंबईत भारतातील अनेक शैक्षणिक संस्थांच्या विद्यार्थ्यांचा मेळावा आयोजित केला. फर्ग्युसन कॉलेजची एकमेव विद्यार्थी संघटना नसल्याने जिमखाना मॅनेजिंग कमिटीतर्फे विद्यार्थी प्रतिनिधी पाठविण्यात आले. एखाद्या नव्या संघटनेच्या स्थापनेच्या वेळी येणाऱ्या अडचणी, वाद, नियोजनातील गोंधळ यांचा अनुभव येथेही आला. एकूण पाच दिवस चाललेल्या या मेळाव्याला सुमारे पाचशे विद्यार्थी उपस्थित होते. भारताचे पंतप्रधान पंडित जवाहरलाल नेहरू आणि ज्येष्ठ नेते जयप्रकाश नारायण यांनी मेळाव्याला संबोधित केले. विद्यार्थ्यांनी कोणत्याही संघटनेचा सभासद म्हणून नव्हे तर व्यक्तिशः राजकारणाचा अभ्यास करावा, सहभागीही व्हावे असे पंडित नेहरूंनी सांगितले. जयप्रकाशजींनी महात्मा गांधींच्या संघटनात्मक विचारांवर भर दिला. मेळाव्यात संघटनेची घटना मान्य करण्यात आली. शेवटच्या दिवशी अनेक महत्त्वाचे ठराव संमत झाले आणि त्यानुसार आर्थिक, राजकीय, सामाजिक क्षेत्रात विकासाची कोणती कामे करता येतील याची आखणी करण्यात आली. संघटनेची प्रांतिक परिषद निवडण्यात आली. फर्ग्युसनचे सहा सभासद मेळाव्याला उपस्थित होते. सर्वश्री बी. एस. बाविसकर, एच. आर. पाटणकर, सुधा रानडे, सारडा, कुंदा साठे यांपैकी श्री. बाविसकर यांची प्रांतिक परिषदेवर निवड झली. मेळाव्यानंतर फर्ग्युसनमध्ये घेण्यात आलेल्या सभेत विद्यार्थ्यांच्या बौद्धिक, नैतिक आणि शारीरिक विकासासाठी पोषक कार्य करणाऱ्या बिगरराजकीय संघटनेला पाठिंबा व्यक्त करण्यात आला.

दुसऱ्या वर्षी २१ सप्टेंबर, १९५१ रोजी नॅशनल स्टुडंट्स युनियनच्या पुणे विभागाचे संमेलन घेण्यात आले. मुंबई राज्याचे गृहमंत्री मोरारजी देसाई संमेलनाचे प्रमुख पाहुणे होते. फर्ग्युसनमध्ये भरलेल्या या संमेलनात भारतातील कल्याणकारी राज्याची कल्पना या विषयावर चर्चा झाली. प्राचार्य दि. धों. कर्वे अध्यक्षस्थानी होते. युनियनच्या कल्पनेस पाठिंबा देण्यात आला. कॉलेजच्या वादविवाद मंडळाने महत्त्वाचे सहकार्य केले; एच. आर. पाटणकर संमेलनाचे संयोजक होते. पहिली बिगरराजकीय संघटना म्हणून विद्यार्थी जगतात या कल्पनेचे चांगले स्वागत झाले.

१९५२ साली भारताच्या सार्वत्रिक निवडणुका अपेक्षित होत्या. त्या पार्श्वभूमीवर कॉंग्रेस, भारतीय कम्युनिस्ट पक्ष, प्रजासमाजवादी पक्ष, शेतकरी कामगार पक्ष आणि जनसंघ या प्रमुख राजकीय पक्षांनी आपापल्या तरुण विद्यार्थी गटांच्या स्थापना केल्या. त्यामुळे एकप्रकारे राजकीय क्षेत्रापासून दूर राहू इच्छिणाऱ्या 'नॅशनल युनियन'चे विघटन होत गेले. कालांतराने तिचे अस्तित्वही राहिले नाही.

पुणे विद्यापीठाचे शैक्षणिक प्रयोग

पुणे विद्यापीठाच्या स्थापनेनंतर विद्यापीठाच्या विविध विभागांना पूर्ण वेळ प्राध्यापकांच्या नेमणुका होईपर्यंत काही अस्थायी स्वरूपाची योजना आवश्यक होती. त्या काळाच्या पुण्यातील तीन प्रमुख महाविद्यालयांचे– फर्ग्युसन कॉलेज, एस.पी.कॉलेज, वाडिया कॉलेज– यांच्या कला व शास्त्र विभागांतील ज्येष्ठ प्राध्यापकांचे साहाय्य घेणे आवश्यक होते. फर्ग्युसन कॉलेज चालविणाऱ्या डेक्कन एज्युकेशन सोसायटीमध्ये शिक्षकवर्गासाठी आजीव सदस्य पद्धती अस्तित्वात होती. आजीव सदस्यांना वीस वर्षे सेवा पुरी करण्याचे बंधन होते. या सदस्यांना उच्च शिक्षणासाठी अथवा एखाद्या उच्च दर्जाच्या संस्थेत तात्कालिक मार्गदर्शनासाठी आजीव सदस्यांची सेवा उपलब्ध करून देता येत असे. संस्कृत विभागाचे डॉ. रा. ना. दांडेकर यांना पुणे विद्यापीठाच्या संस्कृत अध्यासनाचे प्राध्यापक म्हणून आणि प्रा. डी. जी. ढवळे यांना पदार्थविज्ञान विभागाच्या अध्यासनाचे प्राध्यापक म्हणून नेमण्यात आले. प्रा. स. वा. कोगेकर यांना राज्यशास्त्र विभागाचे प्राध्यापक म्हणून नेमण्यात आले. विद्यापीठाच्या नियमांनुसार नेमलेल्या निवड समितीद्वारा या नेमणुका करण्यात आल्या होत्या. सदर आजीव सदस्यांना नियमानुसार 'रजा' देण्यात आली होती.

या दरम्यान ऑक्सफर्ड विद्यापीठात उच्च शिक्षणासाठी दाखल झालेले डॉ. वि. ना. ढवळे इंग्रजी साहित्यातील डी.फिल. पदवी प्राप्त करून परतले, तसेच ल्हासा येथे तात्पुरत्या नेमणुकीवर गेलेले प्रा. व्ही. व्ही. गोखले परराष्ट्र मंत्रालयातील कामगिरी करून परत आले. या दोघांचा कॉलेजतर्फे सत्कार करण्यात आला. कुमारी पद्मिनी अय्यंगार या न्यू इंग्लिश स्कूल आणि फर्ग्युसनच्या बुद्धिमान विद्यार्थिनी. १९४९-५०या काळात त्यांनी फर्ग्युसनमध्ये व्याख्याता म्हणूनही काम केले; त्यांना अमेरिकेत पदव्युत्तर शिक्षणासाठी विशेष छात्रवृत्ती मिळाली. शुद्ध गणित या विषयाच्या अभ्यासासाठी त्या अमेरिकेस रवाना झाल्या.

प्रा. देवदत्त वाडेकर यांची नागपूर विद्यापीठात आधुनिक मानसशास्त्र या विषयावर विशेष व्याख्यानमाला आयोजित करण्यात आली. वाडेकरांनी तर्कशास्त्र

आणि मानसशास्त्र या विषयांवर भारतीय शब्दकोशाचे महत्त्वाचे काम सुरू केले होते.

फर्ग्युसनचे ग्रंथपाल पारखी यांना मुंबई विद्यापीठाने ग्रंथालयशास्त्रावर व्याख्याने देण्यासाठी आमंत्रित केले होते; याच दरम्यान पारखी यांचे कोलोन आणि डेसिमल वर्गीकरणावर 'Principles of Library Classification' हे पुस्तक प्रकाशित झाले. ग्रंथालयशास्त्राचे मेरुमणि डॉ. एस. आर. रंगनाथन यांनी पारखींच्या या ग्रंथाचे ग्रंथालयशास्त्रावरचे उत्तम मार्गदर्शक पुस्तक म्हणून कौतुक केले.

श्री. पारखी १९५२ साली तीस वर्षांची सेवा करून फर्ग्युसनमधून निवृत्त झाले आणि भारतातील एक अग्रगण्य ग्रंथालय रॉयल एशियाटिक सोसायटीच्या ग्रंथालयात सेवा करण्यास रुजू झाले. सुरुवातीला ते ग्रंथालयात केवळ ग्रंथालयाची देखभाल करणारे लेखनिक म्हणून दाखल झाले. मात्र अत्यंत परिश्रमपूर्वक अभ्यास, जिद्द यांच्या जोरावर त्यांनी डॉ. रंगनाथन यांच्या मार्गदर्शनाखाली ग्रंथालयशास्त्राचे जाणकार म्हणून लौकिक मिळविला.

१९५३चे स्नेहसंमेलन; केंद्रीकरणावर टीका

१९५३ सालच्या स्नेहसंमेलनाला न्यायमूर्ति गजेंद्रगडकर हे प्रमुख पाहुणे म्हणून उपस्थित होते.

आपल्या प्रास्ताविक भाषणात प्राचार्य कर्वे यांनी विद्यापीठाच्या केंद्रीकरणाच्या धोरणावर कठोर टीका केली. ते म्हणाले :

"पाच वर्षांपूर्वी विद्यापीठ स्थापन झाले त्यावेळी पुण्यातील महाविद्यालयांनी काही अपेक्षा व्यक्त केल्या होत्या. विविध महाविद्यालये आणि संशोधनसंस्था यांच्याकडील बौद्धिक सामग्री एकत्र आणून, वाया जाणारी बौद्धिक ऊर्जा व क्षमता वाचवून शिक्षक आणि विद्यार्थी यांच्या जास्तीतजास्त सोयीचा व लाभाचा प्रयोग राबविता येईल अशी अपेक्षा होती. काही काळ बी.ए.च्या शिक्षणाच्या दृष्टीने काही प्रमाणात केंद्रीकरण करण्याचे प्रयोग राबविले गेले, पण त्यात समाधानकारक यश मिळाले नाही, त्यात भर म्हणून की काय बी.ए.च्या सर्व शिक्षणाचे गणेशखिंडीतील विद्यापीठाच्या इमारतीत केंद्रीकरण करण्याचा निर्णय घेण्यात आला. या निर्णयाला शिक्षक, विद्यार्थी आणि शिक्षणसंस्थांच्या प्रशासकांनी कडाडून विरोध केला, त्यामुळे ही योजना बारगळली; त्याऐवजी तथाकथित विद्यापीठाचे बी.ए.शिक्षणाचे केंद्र स.प.महाविद्यालयात आणण्यात आले. केंद्रीकरण पद्धतीचे काही दोष टाळून आठवड्यातील चार दिवस केंद्रित पद्धतीने वेळापत्रक चालेल व उरलेले दोन दिवस विद्यार्थ्यांना आपापल्या कॉलेजमध्ये गृहपाठ, ग्रंथालय व अभ्यासेतर उपक्रमांसाठी

देता येतील. याशिवाय विद्यार्थ्यांना वेगवेगळ्या कॉलेजेसमध्ये जाण्यायेण्यासाठी वाहतूकखर्चात सवलतही मिळू शकेल. इतके असूनही विद्यमान व्यवस्था समाधानकारक राहात नाही. अनेक विषयांच्या बाबतीत शिकविण्याची द्विरुक्ती टाळता येत नाही. तसेच एकाच विषयाच्या वेगवेगळ्या तुकड्यांना वेगवेगळे शिक्षक शिकवीत आहेत. अनेक विद्यार्थ्यांच्या दृष्टीने केवळ चार दिवसांत केंद्रित शिक्षण झाल्याने वेळापत्रक गैरसोयीचे व वेळेचा अपव्यय करणारे झाले आहे. दुसरे असे की शिक्षकांनाही एका कॉलेजमधून दुसऱ्या कॉलेजमध्ये जाण्यासाठी वेळ वाया घालवावा लागत आहे, याचा विचारही झाला नाही. माझ्या कॉलेजमधील (फर्ग्युसन) काही प्राध्यापकांना वाहतुकीत अनेक तास वाया घालवावे लागत आहेत. काही प्राध्यापकांना तर एकाच दिवशीच्या शिकविण्याच्या दोन तासांमध्ये अडीच ते साडेतीन तास बसून राहावे लागते; त्या वेळेचा सदुपयोग करता येत नाही. एक उदाहरण तर असे आहे की त्या प्राध्यापकांना आठवड्यातील तीन तासांसाठी साडेसात ते आठ तास वाया घालवावे लागत आहेत. प्राध्यापकांना ठिकठिकाणी नेण्यासाठी पंचवीस हजार रुपयांहून अधिक खर्च येत आहे. हा खर्च म्हणजे पैशाचा अपव्ययच आहे. शिवाय विद्यापीठाच्या केंद्रासाठी कॉलेजच्या जागांवर नव्या इमारतींसाठी खर्च करावा लागत आहे, तो वेगळाच. या ऐवजी हा पैसा कॉलेजमध्ये ट्यूटर्सची संख्या वाढवून आणि काही विशिष्ट विषयांसाठी विद्यार्थ्यांची प्रवेशसंख्या मर्यादित ठेवून शिक्षणाचा दर्जा वाढविता येईल. माझे हे विद्यापीठाच्या प्रशासकांसाठी अरण्यरुदन ठरेल याची मला कल्पना आहे. कारण त्यांच्या दृष्टीने व्याख्यानांचे भौगोलिक केंद्रीकरण म्हणजे समन्वय हा गैरअर्थ मानला गेला आहे.

''कॉलेजला लवकरच सत्तर वर्षे पूर्ण होत आहेत. कॉलेजच्या आणि विद्यापीठ पातळीवरच्या परीक्षांमध्ये व खेळामध्ये तसेच अभ्यासेतर उपक्रमांमध्ये फर्ग्युसनचे विद्यार्थी चमकत आहेत ही आनंदाची गोष्ट आहे.''*

संमेलनाचे प्रमुख पाहुणे न्या. गजेंद्रगडकर यांनी 'लोकशाहीचे आव्हान' या विषयावर मनोगत व्यक्त केले. या मनोगतात न्यायाधीशांच्या भाषेची क्लिष्टता नव्हती, तर विद्यार्थीवर्गाला थोरला भाऊ समजून सांगेल असे आर्जव होते. विद्यार्थ्यांमधील निराशाजनक वृत्ती, बेशिस्त या दोषांवर त्यांनी नेमके बोट ठेवले आणि स्वतंत्र भारताच्या प्रगतीसाठी अभ्यासाचे गांभीर्य, वृत्तीमधील तेज आणि कष्ट करण्याची तयारी यांवर भर देण्याचे आवाहन केले. भारताच्या लोकशाहीने व्यक्तिगत स्वातंत्र्य आणि आर्थिक, सामाजिक समता यांचा समन्वय साधण्याचे उद्दिष्ट ठेवले आहे आणि विद्यार्थीवर्गाला या बाबतीत बरेच काही करता येईल, असा आशावादही

---

* सविता भावे, **प्रधान मास्तर (चरित्र ग्रंथ),** अमेय प्रकाशन, पुणे, १९९९.

त्यांनी व्यक्त केला.

प्राचार्य कर्वे यांनी आपले दुखणे फर्ग्युसनच्या स्नेहसंमेलनात मांडले, त्याच दरम्यान त्यांच्या पत्नी डेक्कन कॉलेजमधील प्राध्यापिका डॉ. इरावती कर्वे यांनी पुण्यातील महाविद्यालयांच्या प्राध्यापकांच्या मेळाव्यात असेच मत व्यक्त केले. आपल्या मनोगतात कॉलेजच्या प्राध्यापकांसाठी कोणत्या सुविधा असाव्यात हे सांगितले आणि दुर्दैवाने पुणे विद्यापीठाच्या सध्याच्या शैक्षणिक प्रशासनात त्या उपलब्ध नाहीत, याबद्दल खेद व्यक्त केला; त्याबाबत इरावतीबाई म्हणतात, ''विद्यापीठ पुण्यातील महाविद्यालयांबद्दल कमालीच्या संशयी वृत्तीने वागते. वास्तवात पुणे विद्यापीठ आणि पुण्यातील महाविद्यालये यांच्यात उत्तम संवाद साधला तर संपूर्ण विद्यापीठाच्या कार्यात महत्त्वाचा बदल होईल. यासाठी एक मार्ग असा की विद्यापीठाचे सर्व विभाग महाविद्यालयांमध्ये स्थापन करावेत आणि विद्यापीठाचे ग्रंथालय सर्व शिक्षक आणि विद्यार्थी यांना सोयीचे होईल अशा मध्यवर्ती ठिकाणी उभारावे.'' श्रीमती कर्वे यांच्या भाषणाला प्राध्यापकांनी उत्तम प्रतिसाद दिला आणि काहींनी विद्यापीठाच्या कारभाराबद्दल व विद्यापीठ-विद्यालये यांच्या संबंधांबाबत निराशा, अगतिकता आणि नाराजी व्यक्त केली.

प्रा. डी. डी. वाडेकर यांनी विद्यापीठ-विद्यालये संबंध या विषयावर अत्यंत कडक टीका केली; ते म्हणाले, ''शिक्षणाचा उच्च दर्जा राखण्यासाठी प्राध्यापक आणि विद्यार्थी या दोन्ही महत्त्वाच्या घटकांमध्ये उत्तम सुसंवाद असायला हवा. सध्याच्या पद्धतीमध्ये तो साधला जात नाही. विद्यार्थ्यांमध्ये ज्या 'केंद्रा'त शिकायचे त्या केंद्राबद्दल आस्था नाही; केंद्राबाहेरच्या विद्यार्थ्यांमध्ये आपण संबंधित केंद्रामध्ये उपरे ठरत आहोत अशी भावना वाढत आहे. प्राध्यापकांचे यापेक्षा वेगळे मत नाही. केंद्राबाहेरच्या प्राध्यापकांना केंद्रात असलेली तथाकथित 'कॉमन रूम' वाटत आहे. विद्यापीठाने पुण्यातील कॉलेजांमध्ये पूर्वापार चालत असलेली 'आध्यात्मिक शान' बऱ्यापैकी संपुष्टात आणली आहे आणि त्याऐवजी निर्माण केलेली यंत्रणा चांगले काही घडवीत नाही; काही सुधारणा होण्याची चिन्हेही दिसत नाहीत. विद्यापीठाच्या यंत्रणा अशा प्रकारे वागत आहेत की पुण्यातील विद्यालये जणू विद्यापीठाचे शत्रूच आहेत. पुण्याबाहेरील विद्यालयांना पदवी-शिक्षणाची जी स्वायत्तता आहे तीही पुण्यातील विद्यालयांना नाही. काही आशादायक घडण्याची चिन्हे दिसत तर नाहीतच, उलट विद्यापीठातच अशैक्षणिक सत्ताकेंद्रे तयार होत आहेत, वाढत आहेत. एकूण सर्व शैक्षणिक वातावरण गढूळ होत असून विद्यार्थी, शिक्षक, जनता यांच्या दृष्टीने विद्यापीठ हे 'विनोदस्थळ' बनले आहे.''

फर्ग्युसनच्या स्नेहसंमेलनाच्या निमित्ताने पुणे विद्यापीठाच्या केंद्रीकरणाच्या धोरणावर जी कडक टीका झाली तिचे विद्यार्थ्यांनी स्वागत केलेच; शिवाय ज्या

शिक्षकांना या प्रयोगामुळे हाल सोसावे लागत होते त्यांनीही सहमती व्यक्त केली.

हिंदी विभाग आणि हिंदी विद्यार्थी सभा

प्रा. बी. डी. वर्मा यांच्या निवृत्तीमुळे काही दिवस हिंदी विषय शिकविण्यात खंड पडला होता. रिक्त जागेवर श्री. एस. जी. राजवाडे (एम.ए.हिंदी; आग्रा हिंदी साहित्यरत्न प्रयाग) यांची हिंदी विभागाचे प्रमुख प्राध्यापक म्हणून नेमणूक करण्यात आली. पदग्रहण केल्यापासून राजवाडे यांनी विभागाला चांगली दिशा दिली. हिंदी विद्यार्थी सभा स्थापन करून हिंदी विषय घेणाऱ्या विद्यार्थ्यांना व्यासपीठ उपलब्ध करून दिले व हिंदी विभागाचे स्वतंत्र ग्रंथालयही सुरू केले. हिंदी विद्यार्थी सभेतर्फे सुदेश सिंग याची कार्यवाह म्हणून निवड करण्यात आली. सभेतर्फे एक निबंध स्पर्धा घेण्यात आली; याशिवाय सभेतर्फे एक परिसंवाद आणि सहल आयोजित करण्यात आली.

विद्यापीठ अर्थशास्त्र संघटना - फर्ग्युसन केंद्र

विद्यापीठ पातळीवर विषयवार संघटना स्थापन करण्यात आलेल्या संघटनांची महाविद्यालय पातळीवर केंद्रे स्थापन करण्यात आली. प्रा. कोगेकर यांच्या अध्यक्षतेखाली स्थापन झालेल्या केंद्राचे कार्यवाह म्हणून टी. एम. पिसे यांची निवड झाली; पहिल्याच सभेत त्यांनी 'भारतातील बेरोजगारी' या विषयावर निबंध सादर केला. निबंधात ग्रामीण रोजगारीवर विशेष भर होता. वर्षभर कार्यरत असलेल्या संघटनेत विविध विषयावर विद्यार्थ्यांनी निबंध सादर केले. भारतातील प्रख्यात अर्थतज्ज्ञ श्री. एम. ए. मास्टर यांनी 'आपला आर्थिक प्रश्न' या विषयांवर मनोगत व्यक्त केले. प्रा. सर्वश्री कोगेकर, मावळणकर, ग. का. वागदरीकर यांनी चर्चासत्रांना मार्गदर्शन केले.

साहित्य सहकार

१९५४मध्ये फर्ग्युसनच्या साहित्य सहकारने १६व्या वर्षांत पदार्पण केले. या वर्षीचे वैशिष्ट्य म्हणजे 'महाराष्ट्र वाङ्मय मंडळ' आणि साहित्य सहकार यांचे संयुक्त वार्षिक संमेलन एम्प्रेस गार्डनमध्ये डॉ.कमलाबाई देशपांडे यांच्या अध्यक्षतेखाली यशस्वीरित्या पार पडले. कमलाबाईंनी 'लोकवाङ्मय' या विषयावर मनोगत व्यक्त केले. विशेष अतिथी म्हणून उपस्थित असलेले पं. महादेवशास्त्री जोशी यांनी मार्गदर्शन केले.

१५ जुलै रोजी नामवंत समीक्षक दि. के. बेडेकर यांनी 'साहित्य समीक्षेचा हेतू' या विषयावर उद्बोधक भाषण केले. दुसऱ्या सहामाहीत आकाशवाणी केंद्राचे सल्लागार प्रा. श्री. ना. बनहट्टी, प्रा. के. नारायण काळे, प्रा. श्री. के. क्षीरसागर या तीन ज्येष्ठ मान्यवरांनी 'साहित्य आणि नभोवाणी' या विषयावर सभासदांबरोबर जवळ जवळ दोन अडीच तास सांगोपांग चर्चा केली.

वर्षातले दुसरे संमेलन पुणे विद्यापीठाच्या उद्यानात साजरे झाले, त्यास राजकवी यशवंत प्रमुख पाहुणे म्हणून उपस्थित होते. प्रसिद्ध कवी श्री. शांताराम आठवले आणि श्री. हबीब सिद्दिकी यांनी मार्गदर्शन केले. प्रा. रा. श्री. जोग, प्रा. श्री. रा. पारसनीस, डॉ. द. न. गोखले व प्रा. ग. प्र. प्रधान यांचे संस्थेस बहुमोल मार्गदर्शन लाभले. साहित्य सहकार ही केवळ विद्यार्थीसंघटना न राहता साहित्य चळवळ बनत असल्याचा उल्लेख सहकारचे कार्यवाह शिवदास वायचळ आणि कु. उषा गोंधळेकर यांनी समारोपात केला.

ज्येष्ठांच्या विदेश भेटी

स्वतंत्र भारताच्या मध्यवर्ती सरकारने स्थापन केलेल्या इंडियन कॉन्सिल फॉर कल्चरल रिलेशन्स या संस्थेतर्फे डॉ. पी. व्ही. बापट यांना १६ मार्च, १९५३ ते ४ जुलै, १९५३ या साडेतीन महिन्यांच्या दीर्घ काळासाठी बुद्ध धर्म, भाषा-संस्कृती इत्यादींच्या अभ्यासासाठी पाठविले होते. या काळात ब्रह्मदेश, थायलंड (सयाम), फ्रेंच इंडोचायना (व्हिएटनाम, कम्बोडिया, लाओस) या दुसऱ्या महायुद्धानंतरच्या शीत युद्धाने ग्रासलेल्या विभागातील दौरा लष्करी दृष्ट्याही अवघड होता; अनेक अडचणींतून त्यांनी दौरा पूर्ण केला आणि धार्मिक, समाजशास्त्रीय, भाषाशास्त्रीय, शैक्षणिक दृष्टीने या प्रदेशातील बुद्ध धर्माची काय परिस्थिती आहे यांचा अभ्यास केला; ठिकठिकाणी भाषणे दिली, चर्चा केल्या व आपला अहवाल सादर केला. या अहवालाचे सर्वत्र कौतुक झाले; फर्ग्युसनच्या लौकिकात भर पडली.

प्रा. स. वा. कोगेकर यांचा युरोप दौरा

प्रा. स. वा. कोगेकर हे जागतिक राज्यशास्त्र परिषदेच्या कार्यकारी मंडळावर भारताचे प्रतिनिधित्व करीत होते. परिषद युनेस्कोने प्रायोजित केलेले कार्यक्रम आखीत असे. 'भारतातील राज्यशास्त्र विषयाचे शिक्षण' या विषयावर केंब्रिज विद्यापीठातील गोलमेज परिषदेत त्यांनी आपले विचार मांडले. यानंतर त्यांनी फ्रान्स, इटली, ऑस्ट्रिया, पश्चिम जर्मनी, स्वित्झर्लंड, बेल्जियम या देशांचाही दौरा

केला; तेथील विद्यापीठात भाषणे दिली. त्याच्या दुसऱ्याच वर्षी अखिल भारतीय लोकप्रशासन संस्थानच्या वतीने पॅरिस येथील जागतिक गोलमेज परिषदेमध्ये ‘अविकसित देशांमधील- विशेषत: भारतीय- लोकप्रशासनापुढील प्रश्न’ या विषयावर आपला निबंध सादर केला. फर्ग्युसन आणि पुणे विद्यापीठ येथे शिकवीत असलेल्या विषयांच्या विद्यार्थ्यांना याचा निश्चित फायदा झाला.

डॉ. न. का. घारपुरे यांचा म्युनिच (जर्मनी) दौरा

जर्मन भाषेचे ज्येष्ठ प्राध्यापक डॉ. न. का. घारपुरे यांनी पश्चिम गणराज्याच्या सरकारच्या वतीने आमंत्रित केलेल्या म्युनिचच्या गोएथे इन्स्टिटयूटमध्ये भरलेल्या जर्मन भाषेच्या अभ्यासपरिषदेत सक्रिय भाग घेतला. पुणे विद्यापीठाच्या क्षेत्रातील महाविद्यालयांमध्ये असलेल्या जर्मन भाषा अभ्यासाच्या केंद्रांना डॉ. घारपुरे यांच्या दौऱ्याचा उपयोग झाला.

भारतीय पातळीवरील परिषदा

पुणे विद्यापीठ अथवा फर्ग्युसन यांच्या वतीने अनेक प्राध्यापक आपापल्या विषयाच्या भारतीय पातळीवरच्या परिषदांमध्ये नेहमी भाग घेत असत. प्रा. डॉ. डी. डी. कर्वे (रसायन) – म्हैसूर, डॉ. के. के. डोळे, प्रा. व्ही. व्ही. आपटे, डॉ. सी. आर. तळपदे - इंडियन सायन्स कॉंग्रेस हैदराबाद, प्रा. एन. ए. मावळणकर (अर्थशास्त्र) - जयपूर, प्रा. जी. एस. दीक्षित (इतिहास) - वाल्टेर; प्रा. स. वा. कोगेकर (राज्यशास्त्र), सागर, प्रा. डी. डी. वाडेकर (तत्त्वज्ञान) बडोदा; डॉ. पी. व्ही. बापट व प्रा. एन. व्ही. वैद्य (प्राच्यविद्या) - अहमदाबाद; प्रा. जी. एल. चंद्रात्रेय (गणित) - दिल्ली यांनी भाग घेऊन आपापल्या विषयातील निबंध सादर केले.

विद्यार्थ्यांचे सुयश

फर्ग्युसनच्या दोन विद्यार्थिनींनी मिळवलेल्या खास यशाचा येथे उल्लेख करावयास हवा. १९५२ साली प्राचार्य कर्वे यांची कन्या जाई कर्वे १९५२मध्ये बी.ए. परिक्षेत पुणे विद्यापीठात प्रथम वर्गात सर्वप्रथम आल्या आणि त्यांची ‘दक्षिणा फेलो’ म्हणून त्यांची नेमणूक झाली. १९५४ साली अमेरिकेतील अरिझोना विद्यापीठातून त्या एम.ए. झाल्या. त्यांच्या पाठोपाठ कु. कुंदा साठे १९५३ साली बी.ए. च्या परिक्षेत सर्वप्रथम आल्या आणि १९५५ साली त्यांनी पॅरिस विद्यापीठाची पीएच.डी. पदवी

प्राप्त केली. त्यांच्या यशाचे पॅरिस विद्यापीठाने विशेष कौतुक केले. त्या दोघी भारतात परतल्यानंतर कॉलेजने त्यांचे अभिनंदन करण्यासाठी खास समारंभ आयोजिला होता.

१९५५ सालीच कॉलेजचे संस्कृत विषयातील बुद्धिमान विद्यार्थी श्री.एस.डी.जोशी यांनी हार्वर्ड विद्यापीठात पदव्युत्तर उच्च शिक्षणासाठी प्रवेश घेतला. ('Theories of Language and Meaning') या विषयावर त्यांना संशोधन करावयाचे होते; विद्यार्थी दशेतच संस्कृत ग्रामर आणि तर्कशास्त्र या विषयांत त्यांनी विशेष प्राविण्य मिळविले होते. त्याचप्रमाणे पारंपरिक अभ्यासात व्याकरण, तर्क, साहित्य आणि मीमांसा या विषयांतील अनेक परीक्षा उत्तीर्ण केल्या होत्या. काही वर्षे त्यांनी पुण्यातील संस्कृत विद्यालयाचे प्रमुख म्हणून कार्य केले होते. बी.ए.ची पदवी त्यांनी पुणे विद्यापीठातून प्राप्त केली होती.

फर्ग्युसनमधले कलाविष्कार (कलामंडळ)

फर्ग्युसनमध्ये अभ्यासेतर उपक्रमांनासुद्धा नेहमीच महत्त्वाचे स्थान राहिले आहे. साहित्य आणि नाट्य, संगीत आणि वक्तृत्व-वादविवाद यांची मोठी परंपरा फर्ग्युसनला लाभली. त्याचे काही आविष्कार तत्कालीन स्नेहसंमेलनात इतर कार्यक्रमांत आढळत. छायाचित्रणाची (हल्लीच्या भाषेत प्रकाशचित्रणाची) कला प्रगत होत होती. विद्यार्थी-प्राध्यापक इत्यादींनी काढलेली छायाचित्रे एका रंगात - काळा, सेपिया, ब्ल्यू इ. अथवा तीन चित्रे ब्लॉक पद्धतीने छापलेली मॅगेझिनमध्ये आढळत. प्राध्यापक डी. डी. कोसांबी हे उत्तम छायाचित्रकार होते, त्यांचीही छायाचित्रे छापलेली आढळतात. पण एकूणच हे सर्व प्रयत्न वैयक्तिक पातळीवरचे असत, सांघिक स्वरूप नव्हते. सातारचे भालचंद्र गणेश भुर्के यांना चित्रकलेची आवड होती. त्यांना मुंबईच्या सर जे.जे.स्कूलमध्ये जाऊन जी.डी.आर्ट व्हायचे होते, पण आजोबांचा आग्रह होता वकील होण्याचा. म्हणून १९३२ साली त्यांनी फर्ग्युसनमध्ये प्रवेश घेतला आर्ट्सकडे. त्यांच्यातला कलावंत स्वस्थ बसला नाही. त्यांनी पुढाकार घेऊन १९३३मध्ये फर्ग्युसनमध्ये पहिले कलाप्रदर्शन भरवले, म्हणून त्यांना कलामंडळाचे संस्थापक कार्यवाह म्हणून मानले जाते. पहिलेच प्रदर्शन असल्याने कलाकृतींची संख्या मर्यादित होती. १९३४मध्ये दुसऱ्या प्रदर्शनात रंगकला, नखचित्र, छायाचित्रे यांची संख्या लक्षणीय (२२५) होती. चित्रकलाचार्य ना. ई. पूरम यांनी प्रदर्शनाचे उद्घाटन केले.

फर्ग्युसनच्या हीरक महोत्सवाच्या काळात (१९४४-४५) कलामंडळाची व्याप्ती वाढविण्यात आली. नाट्य, संगीत, नृत्यकला यांचाही समावेश करण्यात

आला. प्रा. एन. ए. मावळणकर यांची अध्यक्ष व विद्यार्थी शरदचंद्र गोखले यांची कार्यवाह, कु. द्वारका जोशी यांची सहकार्यवाह म्हणून निवड करण्यात आली. हिंदी चित्रपटसृष्टीत नायकाची भूमिका करणारे अभिनेते श्री. शाम हे कलामंडळाच्या उद्‌घटनासाठी प्रमुख पाहुणे होते. मंडळाच्या अनेक सांस्कृतिक कार्यक्रमांबरोबरच प्रा. एन. जी. दामले यांच्या अध्यक्षतेखाली श्री. व्ही. एल. चिपळूणकर यांचे 'सौंदर्यशास्त्र' या विषयावर व्याख्यान झाले. माधवराव जोशी यांची नाट्यसंमेलनाचे अध्यक्ष म्हणून निवड झाल्याबद्दल कलामंडळाने त्यांचा खास सत्कार केला. फर्ग्युसनच्या हीरक महोत्सवात बी. जी. भुर्के यांचे विशेष भाषण झाले. श्री. गोंधळेकर व ना. ई. पूरम या कार्यक्रमास उपस्थित होते.

एस. के. कोपरकर, एस. एच. गोडबोले, सौ. महाजनी आणि सौ. पंडित यांनी परीक्षक म्हणून काम पाहिले. ज्येष्ठ चित्रकार जे. डी. गोंधळेकर* यांनी कलाकारांना मार्गदर्शन केले आणि स्वत: उत्तम चित्र कसे काढावे याबद्दल मार्गदर्शनही केले. प्रदर्शनाचे कार्यवाह बी. जी. भुर्के यांची नखचित्रे, छायाचित्रे, जलरंगातील चित्रे विशेष लक्षणीय होती. के. एम. भडभडे, बी. व्ही. देशमुख, जे. डी. जाधव, बी. डब्ल्यू. सोहोनी यांची छायाचित्रे, कुमारी ठानावाला, कु. पत्की यांचे विणकाम-भरतकाम, श्री. तेरेदेसाई, कु. विमल भट यांची जलरंगातील चित्रे यांनी पारितोषिके मिळविली.

विद्वत्तेच्या परंपरेतील तिसरी पिढी : मीरा कोसांबी

रँग्लर परांजपे यांच्या काळातील पाली भाषेचे तज्ज्ञ प्राध्यापक श्री. धर्मानंद कोसांबी; त्यांचे चिरंजीव दामोदर धर्मानंद तथा डी. डी. कोसांबी यांची विद्वत्तेची

* चित्रकार जे. डी. गोंधळेकर यांनी १९४० साली फर्ग्युसन कॉलेज मॅगेझिनचे मुखपृष्ठ काढले होते; कलामंडळातील कलाकृतींसाठी त्यांनी पारितोषिकही ठेवले. तत्त्वज्ञान विषयातील प्रा. आर. डी. रानडे व प्रा. एन. जी. दामले यांची उत्तम तैलचित्रे रंगविली. प्राचार्य व्ही. के. गोकाक यांनी गोंधळेकरांच्या गौरवार्थ काव्य रचले होते. गोंधळेकरांनी सर जे.जे.स्कूल ऑफ आर्टमध्ये चित्रकलेचे उच्च शिक्षण घेतले, तिथे शिक्षक झाले, तेथे 'डीन' हे पद भूषविले. वाई विश्वकोशात त्यांनी काम केले. फर्ग्युसनच्या कलामंडळाला त्यांचे मार्गदर्शन चालूच होते. २००८-०९ हे त्यांचे जन्मशताब्दी वर्ष होय.

चित्रकलाचार्य ना. ई. पूरम यांनी १९३७ सालच्या दरम्यान पुण्यात जोगेश्वरी मंदिराशेजारी 'इन्स्टिट्यूशन ऑफ मॉडर्न आर्ट'ही संस्था स्थापन केली. तीच पुढे अभिनव कला विद्यालय म्हणून नावारूपास आली आहे. त्याच संस्थेत मी चित्रकलेचे अध्ययन-अध्यापन केले. गुरुवर्य पूरम आणि गोंधळेकर यांचे मार्गदर्शन मला लाभले.

परंपरा त्यांच्या मुलीने - मीरा कोसांबीने पुढे चालविली. इंटर आर्ट्सच्या परीक्षेत पुणे विद्यापीठात पहिला क्रमांक पटकावून गुणांचा उच्चांक केला व दांडेकर पारितोषिक, वेडरबर्न पारितोषिक आणि एच. व्ही. कोल्हटकर पारितोषिक मिळवून फर्ग्युसनच्या लौकिकात त्यांनी भर घातली. ही परंपरा पुढे चालवून नंतर तिने स्टॉकहोम विद्यापीठाची पीएच.डी.पदवीही प्राप्त केली. मीरा कोसंबी यांची थोरली बहीण माया कोसंबी हीसुद्धा फर्ग्युसनची विद्यार्थिनी होती. डॉ. मीरा कोसंबी या १९६१मध्ये फर्ग्युसनमध्ये इंग्रजीच्या प्राध्यापक झाल्या. दोन वर्षे त्या या पदावर होत्या. पुढे बरीच वर्षे त्यांनी परदेशात अध्यापन व संशोधन केले.

प्रा. वाय. के. सोहोनी फ्रेंच सरकारच्या आमंत्रणावरून तेथील शैक्षणिक परिषदा आणि परिसंवाद यात भाग घेण्यासाठी फ्रान्सला रवाना झाले. आपल्या दीड महिन्याच्या दौऱ्यामध्ये 'Centre International d'Etudes Pedagogiques' या केंद्रात संशोधन केले. प्रा. स. वा. कोगेकर यांनी युनेस्कोने आयोजित केलेल्या स्टॉकहोम येथील राज्यशास्त्र परिषदेमध्ये 'राज्यशास्त्र आणि शांततापूर्ण सहजीवन' या विषयावरील चर्चेत आपला निबंध सादर करून त्यावर भाष्य केले. स्टॉकहोमबरोबरच जीनिव्हा, झुरिच, कोपनहेगन, लंडन या शहरांनाही भेटी दिल्या, तेथील परिसंवादात भाग घेतला. त्यांच्या अभ्यासपूर्ण सहभागामुळे जागतिक परिषदेत त्यांना विशेष सन्मान मिळत गेले आणि जागतिक संघटनेच्या कार्यकारिणीमध्ये त्यांची तीन वर्षांसाठी फेरनिवड झाली. अखिल भारतीय राज्यशास्त्र परिषदेतही त्यांचा सहभाग कौतुकास्पद होता, त्यामुळे तेथेही त्यांनी संस्थेचे उपाध्यक्षपद, तसेच नियतकालिकाचे संपादन या महत्त्वाच्या जबाबदाऱ्या सांभाळल्या. प्रा. जी. एच. रानडे हे पदार्थविज्ञान विभागात प्राध्यापक होते, त्याचबरोबर त्यांचा संगीतशास्त्राचा गाढा अभ्यास होता. प्रा. बी. आर. देवधर, श्री. पी. बी. सांबमूर्ती यांच्याबरोबर मनिला (फिलिपीन्स) येथे भरलेल्या आग्नेय आशियातील देशांच्या पहिल्या प्रादेशिक संगीत सभेत रानडे यांनाही भाग घेता आला.

फर्ग्युसनची सत्तरी

१९५५ सालात फर्ग्युसनला सत्तर वर्षे पूर्ण होत होती; त्या दृष्टीने काही हालचाली होणे स्वाभाविक होते; त्यानिमित्त घेण्यात आलेल्या बैठकीत प्राचार्य डॉ. कर्वे, प्रा. पारसनीस, पत्रकार ज. स. करंदीकर, रँग्लर परांजपे, श्री. एन. के. जोग, श्री. जी. एम. वैद्य आणि विशेष अतिथी म्हणून पुणे विद्यापीठाचे कुलगुरु डॉ. एम. आर. जयकर उपस्थित होते. शिक्षणमहर्षि डॉ. धोंडो केशव कर्वे यांच्या हस्ते फर्ग्युसनचे पहिले प्राचार्य वामन शिवराम आपटे यांच्या तैलचित्राचे अनावरण

करण्यात आले. जवळजवळ पंधरा वर्षांच्या काळात कॉलेजमध्ये एकही नवी इमारत उभी राहिली नाही, याची खंत व्यक्त करण्यात आली. विद्यार्थ्यांसाठी रिक्रिएशन हॉल, वाडिया ग्रंथालयाच्या इमारतीत वाढ आणि विद्यार्थ्यांच्या वाढत्या संख्येमुळे आवश्यक असलेले आधुनिक सायकल स्टँड या योजनांना संमती देण्यात आली. या तीन योजना तीन-चार वर्षांत पुऱ्या होतील अशी अपेक्षा व्यक्त करण्यात आली.* सत्तरीचा समारंभ शानदार पद्धतीने साजरा झाला. त्यावेळी केंद्रीय मंत्री कैलासनाथ काटजू हे प्रमुख पाहुणे होते.

सत्तरीच्या निमित्ताने १९५५ च्या अखेरीस फर्ग्युसनच्या मैदानावर एक शानदार समारंभ झाला. केंद्रीय मंत्री कैलासनाथ काटजू समारंभाचे मुख्य पाहुणे होते. मा. यशवंतराव चव्हाणही समारंभास उपस्थित होते. काटजूंचे अत्यंत स्फूर्तिदायी व्याख्यान झाले.

कैलासनाथ काटजू समारंभाला जात असताना

---

* रिक्रिएशन हॉलचा पहिला मजला बांधण्याचे काम चालू असताना प्रा. कोगेकर व प्रा. पारसनीस यांच्या पुढाकाराने आजी-माजी विद्यार्थ्यांनी श्रमदान करावे असे ठरले. या श्रमदानात आम्ही सहभागी होतो याची आठवण आजही आनंद देते. आमच्या काळात (१९५०-५४) ॲम्फीथिएटरच्या समोरच्या मोठ्या वडाच्या झाडाखाली श्री.गोरे सायकल स्टॅण्ड चालवीत होते. प्रत्येक विद्यार्थ्याला ते नावाने ओळखत. विद्यार्थी बेशिस्त आढळल्यास ते जितके तापट असत, तितकेच गरीब विद्यार्थ्यांना मायाळूपणाने मदतीचा हातही पुढे करीत असत. सदरा-पायजम्यातले टोपी न घातलेले गोरे हे एक अविस्मरणीय व्यक्तिमत्त्व होते.

१८ एप्रिल, १९५७ रोजी 'रिक्रिएशन हॉल' या इमारतीचा भूमीपूजन समारंभ झाला. डॉ. धोंडो केशव कर्वे (अण्णासाहेब) यांच्या हस्ते नारळ वाढविण्यात आला. या इमारतीच्या बांधकामासाठी जे सरकारी अनुदान मंजूर झाले होते, त्यामध्ये काही खर्च विद्यार्थ्यांच्या श्रमदानातून व्हावा अशी अट होती, त्यानुसार प्राचार्य कर्वे यांनी विद्यार्थ्यांना आवाहन केले. विद्यार्थ्यांचा उत्तम प्रतिसाद लाभला. प्राध्यापक विद्यार्थी-विद्यार्थिनी, पदाधिकारी या सर्वांनी उत्स्फूर्त श्रमदान केले. विद्यार्थ्यांच्या श्रमदानाला उत्साहाबरोबर शिस्तीची जोड देण्यामध्ये कॉलेजचे पी. टी. डायरेक्टर दिवाणजी यांनी महत्त्वाचे मार्गदर्शन केले.

मान्यवरांच्या भेटी

फ्रेंच कॉन्सल जनरल मॉसियर हेन्री ड्यूमाँ यांनी ३ जूनला कॉलेजला भेट दिली. फ्रेंच विभागाच्या समृद्ध ग्रंथालयाचे त्यांनी कौतुक केले.

मुंबई राज्याचे राज्यपाल श्री. श्रीप्रकाश यांची जुलै महिन्यातील भेट केवळ औपचारिक नव्हती. वाडिया ग्रंथालयात त्यांनी प्राध्यापकांबरोबर चर्चा केली. तातडीच्या शैक्षणिक सुधारणांवर त्यांचा भर होता. वर्गातील विद्यार्थीसंख्या मर्यादित असावी; विद्यार्थी-शिक्षक प्रमाण अधिक सोयीचे असावे अशी त्यांची सूचना होती. सरकारने अधिक अनुदान दिल्यास ही सूचना जरूर अमलात अणण्याचे प्राचार्यांनी आश्वासन दिले.

भारत सरकारच्या योजना आयोगाचे शिक्षणविषयक सदस्य डॉ. जे. सी. घोष यांची भेट म्हणजे उत्तम वैचारिक उद्‌बोधन होते. ॲम्फीथिएटरमधील भाषणात ते म्हणाले:

''भारतीय परंपरेमध्ये भौतिक गरजांपेक्षा आध्यात्मिक अनुभव यांना अधिक महत्त्व दिले गेले आहे. आता मात्र आपला समृद्ध आध्यात्मिक ठेवा आणि आधुनिक जगातील शास्त्रीय प्रगतीमुळे मानवजातीने साधलेला विकास यांचा समन्वय साधण्याची नितान्त गरज आहे. शास्त्र म्हणजे ज्ञानाचा मागोवा आणि तार्किक दृष्टिकोनातून वास्तव आणि मूलभूत तत्त्वांचा अभ्यास होय. उत्पादनाच्या आधुनिक पद्धतीमुळे पृथ्वीच्या नैसर्गिक साधनांचा अधिक लाभदायक उपयोग करणे शक्य झाले आहे. अमेरिकेत शास्त्रज्ञांनी आपल्या देशाला जगाचे धान्य-कोठार बनविले आहे, तसेच युद्धाच्या काळात शस्त्रास्त्रांनी समृद्धही बनविले आहे. शास्त्रांचा योग्य उपयोग करून मानवजातीला समृद्ध करणे शक्य होईल. आपण या बाबतीत मागे पडून चालणार नाही. आयुष्य म्हणजे meditation यात शंका नाही, परंतु त्यापेक्षाही आयुष्य हे कृतिप्रधान आणि लाभदायीही असले पाहिजे हे अधिक महत्त्वाचे आहे.'' एक प्रकारे स्वत: शास्त्रज्ञ असलेल्या डॉ. बोस यांनी आपल्या भाषणातून 'योग-

कर्मसु कौशलम्' हा संदेश दिला.

१९५७ च्या पूर्वार्धात भारत सरकारने अमेरिकेतील विद्यापीठातील शिक्षणपद्धतीचा अभ्यास करण्यासाठी २५ शिक्षणतज्ज्ञांची निवड केली, त्यात प्रा.स.वा.कोगेकर यांचा समावेश होता. साडेचार महिन्यांच्या या दौऱ्यात त्यांनी सहा आठवडे हार्वर्ड विद्यापीठात सर्वसाधारण शिक्षण General Education पद्धतीचा परिचय करून घेतल्यानंतर अमेरिकेतील अनेक राज्यांतील सुमारे वीस विद्यापीठांचा दौरा केला; शिक्षणतज्ज्ञांशी अनौपचारिक चर्चा केल्या, त्याचबरोबर फिलाडेल्फियातील राज्यशास्त्र विषयाच्या प्राध्यापकांबरोबर, तसेच बोस्टन विद्यापीठातील आशियाविषयक अभ्यासपरिषदेत भाग घेतला. मिशिगन, ओहिओ, विस्कॉन्सिन, पेनसिल्व्हानिया, इंडियाना, कॅलिफोर्निया (बर्कले) या विद्यापीठांच्या भेटींमध्ये तेथील प्राध्यापक व शिक्षक यांच्याशी चर्चा करण्यात आली. अलाबामा राज्यातील अश्वेतवर्णीयांच्या प्रश्नांचा अभ्यास हे एक वेगळे वैशिष्ट्य ठरले. टेनिसी व्हॅली अथॉरिटी, ओकरिज येथील अटॉमिक म्युझियम आणि अमेरिकेत स्थायिक झालेल्या भारतीयांच्या वसाहतींनाही भेटी देणे शक्य झाले. स्वातंत्र्योत्तर काळातील अत्यंत प्रतिष्ठेचा हा शैक्षणिक दौरा असल्याने त्यात फर्ग्युसनला स्थान असणे हा प्रा.कोगेकर यांचा व्यक्तिश: आणि संस्थात्मक सहभाग ही गौरवाची बाब होती.

प्रा. आर. एन. जोशी यांची निवृत्ती

पदार्थविज्ञान विभागाचे ज्येष्ठ प्राध्यापक आर. एन. जोशी निवृत्त होत असताना त्यांचे सहकारी, मित्र आणि विशेष म्हणजे असंख्य विद्यार्थी यांनी एकत्र येऊन जोशी यांच्या नावाने विशेष पारितोषिक देण्यासाठी निधी जमा करून डे. ए. सोसायटीकडे सुपूर्त केला. गौरव समारंभात ज्येष्ठ साहित्यिक वि. स. खांडेकर, डॉ. लागू, श्री. भाऊसाहेब गोसावी आणि प्राचार्य डी. डी. कर्वे, प्रा. डी. जी. ढवळे इत्यादींची भाषणे झाली.

जर्मन सांस्कृतिक संमेलन

पुणे विद्यापीठाच्या स्थापनेनंतर विद्यापीठाच्या पुणे शहर क्षेत्रातील महाविद्यालयांच्या- फर्ग्युसन, स.प., वाडिया कॉलेज, एम.इ.एस.कॉलेज, डेक्कन कॉलेज- यांच्या संयुक्त सहकार्याने 'पूना युनिव्हर्सिटी जर्मन असोसिएशन' स्थापन करण्यात आली. जर्मन कॉन्सुलेटच्या सहकार्याने स.प.महाविद्यालयात पाच दिवसांचे सांस्कृतिक संमेलन भरविण्यात आले (फेब्रुवारी, १९५७).

फर्ग्युसनच्या जर्मन भाषा विभागाचे प्रमुख प्रा. न. का. घारपुरे हे संमेलनाचे प्रमुख संयोजक होते. संमेलनाच्या भरगच्च कार्यक्रमात जर्मन इतिहास, जर्मन भाषा विकास, जर्मन साहित्य, जर्मन संगीत-नाट्य, चित्रपट इत्यादींचा समावेश होता. व्याख्याने, चित्रपट, ध्वनिफिती, प्रत्यक्ष सांगीतिक कार्यक्रम यांच्याद्वारा जर्मन संस्कृतीचा परिचय करून देण्यात आला. पुणे विद्यापीठ आणि इतर महाविद्यालयांतील शिक्षक-विद्यार्थ्यांच्या सहकार्याने संमेलन उत्तम प्रकारे पार पाडले. जर्मन चित्रे, छायाचित्रे, रंगचित्रे यांच्या प्रदर्शनाला उत्तम प्रतिसाद मिळाला. जर्मन कॉन्सुलेटच्या वतीने ट्रेड कमिशनर, कल्चरल सेक्रेटरी, व्हाईस कॉन्सल इत्यादींच्या भाषणांनी संमेलनाला वेगळी प्रतिष्ठा प्राप्त झाली. पुण्यात भरलेले अशा प्रकारचे हे पहिले संमेलन होते. त्यास जर्मन भाषा रसिकांचा, अभ्यासकांचा उत्तम प्रतिसाद लाभला.

पुणे विद्यापीठातील खांदेपालट

१७ एप्रिल, १९५६ रोजी बॅरिस्टर डॉ. एम. आर. जयकर पुणे विद्यापीठाच्या कुलगुरु पदावरून निवृत्त झाले आणि फर्ग्युसनचे माजी प्राचार्य रँग्लर र. पु. परांजपे यांनी कुलगुरुपदाची सूत्रे हाती घेतली (१८ एप्रिल, १९५६). विद्यापीठाच्या स्थापनेपासून डॉ. जयकर कुलगुरु असल्याने आणि विद्यापीठाच्या स्थापनेमागे त्यांचे मोठे योगदान असल्याने विद्यापीठाची शैक्षणिक आणि प्रशासनिक घडी बसविण्यात त्यांचे योगदान कौतुकास्पद होते. परांजपे यांच्याकडे सूत्रे सोपवताना जयकरांचे डोळे पाणावले होते असे प्रत्यक्ष हजर असलेली मंडळी सांगतात; विद्यापीठावर त्यांनी अक्षरशः पुत्रवत् प्रेम केलं होतं! वास्तविक बॅरिस्टर जयकरांसारखे कीर्तिवान विधिज्ञ विद्यापीठाला कुलगुरु लाभणे हा योगच मुळी लक्षणीय होता. महाराष्ट्रात आणि विशेषतः पुण्यात विद्वानांची कमतरता कधीच नव्हती; विद्वत्तेबरोबर कधीकधी डोकावणारा अहंभावही कमी नव्हता; किंबहुना पुणे विद्यापीठाचे पहिले कुलगुरुपद पुण्यातल्याच व्यक्तीला मिळायला हवे असे प्रामाणिकपणे, आग्रहाने मांडणारे महाभाग होतेच. अशातल्या काहींचा वास्तविक किंवा काल्पनिक विरोध कौशल्याने हाताळून जयकरांनी विद्यापीठाचे तारु यशस्वीपणे सांभाळले. कर्तबगार, विद्वान प्रशासकांची फळी तयार करून त्यांनी विद्यापीठाच्या कार्याचा पाया व्यवस्थित रचला. अविरत परिश्रम, दुर्दम्य उत्साह, उदारमतवादी बुद्धिवाद आणि माणसे जोडण्याची वृत्ती यांमुळे पुणे विद्यापीठाच्या इतिहासात जयकरांचे नाव सुवर्णाक्षरांनी लिहावे लागले. जयकरांची जागा भरून काढणे तसे सोपे नव्हते, मात्र रँग्लर परांजपे यांची एकमताने कुलगुरु म्हणून निवड झाली. शिक्षणक्षेत्रात समाधान पसरले आणि फर्ग्युसनचे माजी प्राचार्य पुणे विद्यापीठाचे कुलगुरु झाल्याने कॉलेजमध्ये तर

आनंदोत्सव साजरा झाला. उच्च कोटीची बुद्धिमत्ता, व्यवस्थापकीय क्षमता, प्राचार्य, मुंबई विद्यापीठाच्या विविध पदांवरचा अनुभव, मुंबई इलाख्याच्या विधिमंडळाचा, मंत्रिपदाचा, शासकीय व बिगरशासकीय समित्यांवरचे कार्य यांचा प्रदीर्घ आणि प्रचंड अनुभव गाठीशी असल्याने भारदस्त व्यक्तिमत्त्वाचे रघुनाथराव परांजपे जयकरांची जागा समर्थपणे भरून काढतील असा विश्वास होता. नवीन अभ्यासक्रम, संलग्न महाविद्यालयांचे परस्परांशी आणि विद्यापीठाशी संबंध, विद्यार्थीवर्गाच्या वाढत्या अपेक्षा, शिक्षणाचा दर्जा वाढविणे, विद्यापीठाच्या परीक्षांमध्ये पारदर्शी व्यवहार सांभाळणे, मुख्य म्हणजे विद्यापीठाच्या जीवनात चारित्र्य-वर्धन साधणे असे अनेक प्रश्न सोडविण्याचे जटिल काम परांजपे यांना करावयाचे होते. हे एक नवे आव्हान होते आणि ते नवे कुलगुरु समर्थपणे पेलतील अशी खात्री होती.

सी. डी. देशमुख : विद्यापीठ अनुदान आयोगाचे अध्यक्ष

१९५६ सालची एक लक्षणीय घटना म्हणजे भारत सरकारचे माजी अर्थमंत्री श्री. सी. डी.(चिंतामणराव) देशमुख यांनी विद्यापीठ अनुदान आयोगाचे अध्यक्षपद स्वीकारले आणि तेही नाममात्र दरमहा एक रुपया वेतनावर! एक जागतिक अर्थतज्ज्ञ म्हणून त्यांचा विशेष लौकिक होता. देशमुखांनी उच्च शिक्षणक्षेत्रातील सर्वोच्च संस्थेचे, आयोगाचे अध्यक्षपद स्वीकारल्यामुळे अपेक्षा खूप वाढल्या होत्या. विद्यार्थी, शिक्षक, शिक्षणसंस्था, विद्यापीठे, संशोधनसंस्था यांच्यात योग्य समन्वय साधून राष्ट्रीय जीवनात नवे आदर्श निर्माण होतील अशी अपेक्षा होती. १९६० साली फर्ग्युसन कॉलेजचा अमृतमहोत्सव साजरा झाला, त्यावेळी माननीय राष्ट्रपती राजेंद्रप्रसाद प्रमुख पाहुणे म्हणून उपस्थित होते. त्यांच्याबरोबर डॉ. देशमुख व सौ. दुर्गाबाई देशमुख उपस्थित होते. देशमुखांनी आपल्या भाषणात डेक्कन एज्युकेशन सोसायटी आणि विशेषत: फर्ग्युसन कॉलेज यांच्या शैक्षणिक योगदानाचा गौरवपूर्ण उल्लेख केला.

विद्यापीठाच्या केंद्रीकरणाच्या धोरणाचा अस्त

१९५७ सालची महत्त्वाची, आनंदाची गोष्ट म्हणजे पुणे विद्यापीठाने आपल्या स्थापनेपासून आठ वर्षे राबविलेली शैक्षणिक केंद्रीकरणाची योजना मागे घेतली आणि त्याऐवजी 'कार्यात्मक समन्वय' योजना सुरू केली. अनेक वर्षांची चर्चा, मतभेद, सातत्याची आवाहने, अनेक ठिकाणी होणारी निदर्शने, कुतूहल वाढविणारे विद्यापीठ कायद्यासंबंधी अन्वयार्थ, वृत्तपत्रांचा आव्हानात्मक प्रचार या सर्वांमुळे

विद्यापीठाला आपली योजना मागे घ्यावी लागली. कागदावर कितीही चांगली वाटणारी योजना प्रत्यक्षात राबविताना अतिशय गैरसोयीची आणि व्यवहारात तापदायक ठरू शकते. योजनेचे तोटे फायद्यापेक्षा जास्त असतील तर ती बदलणे रास्त ठरते. ज्यांच्यासाठी एखादी योजना राबवायची त्यांनाच ती कष्टकारक ठरत असेल आणि त्यांचे अपेक्षित सहकार्य मिळत नसेल तर अपयश अपरिहार्य ठरते. मुंबई अथवा पुणे यांसारख्या सतत व्याप्ती वाढणाऱ्या महानगरांमध्ये सुरू झालेली महाविद्यालये त्यावेळच्या शहरी गरजांनुसार वाढत गेली. त्यामुळे विद्यापीठ परिसर ही कल्पना अव्यवहार्य ठरते. महानगरांमध्ये अंतरांचा प्रश्न महत्त्वाचा ठरतो आणि स्थानिक जवळिकांचे तात्काळ तथाकथित व्यापक भूमिकेत रूपांतर करणे अवघड ठरते. जवळीक ही निसर्गत: निर्माण व्हावी लागते; ती लादता येत नाही. कार्डिनल न्यूमन यांनी म्हटल्याप्रमाणे ‘शिकविणे, शिक्षण आणि आपल्या विषयासंबंधी प्रेम’ या गोष्टी तांत्रिक नियम करून लादता येत नाहीत. परस्पर आदरभाव असल्याशिवाय परिणामकारक शिक्षणप्रक्रिया अवघड आहे. आपण जेथे शिकतो ते आपले घर आहे अशी भावना असल्याशिवाय ‘तादात्म्य होणे’ म्हणजे काय हे समजणार नाही. विद्यापीठाने आपला केंद्रीकरणाचा प्रयोग मागे घेतला. या निर्णयाचे पुण्यातील महाविद्यालयांनी स्वागत केले. नव्याने स्वीकारलेल्या ‘कार्यात्मक समन्वय’ योजनेनुसार इंटरनंतरच्या पदवीपर्यंतच्या - विशेषत: बी.ए. - सक्तीचा इंग्रजी विषय आणि पदवीचे प्रमुख विषय शिकविण्याची सोय आपापल्या महाविद्यालयात करण्याची मुभा मिळाली. विद्यापीठाच्या या महत्त्वपूर्ण निर्णयामागे नव्याने सूत्रे हाती घेतलेल्या कुलगुरु रँग्लर परांजपे यांची भूमिका महत्त्वाची होती, ही विशेष आनंदाची गोष्ट होती.

काय योग आहे पाहा! रँग्लर परांजपे यांच्या प्राचार्यपदाच्या कारकिर्दीच्या उत्तरार्धात प्रादेशिक विद्यापीठांची कल्पना पुढे आली. रँग्लर महाजनी यांनी यासंबंधी मुंबई इलाख्याच्या विधानसभेत प्रस्ताव मांडला, त्यासंबंधी पाठपुरावा केला. परिणामी पुणे विद्यापीठाची स्थापना झाली. ‘प्रथमग्रासे मक्षिकापात:’ या न्यायाने विद्यापीठाने ‘केंद्रीकरण’ योजना राबविली. या योजनेवर प्रा. वाडेकर, डॉ. कर्वे, प्रा. कोगेकर इत्यादींनी टीका केली, घटनात्मक मार्गांनी विरोध केला. रँग्लर परांजपे यांच्या कुलगुरुपदाच्या काळात ती रद्द झाली; वर्तुळ पुरे झाले!.

प्राचार्य डी. जी. कर्वे यांचा शैक्षणिक विदेश दौरा

फर्ग्युसनमधील अर्थशास्त्राचे माजी ज्येष्ठ प्राध्यापक आणि बी.एम.सी.सी.चे माजी प्राचार्य डी. जी. कर्वे यांची फोर्ड फौंडेशनतर्फे शैक्षणिक विशेष विदेश

दौऱ्यासाठी निवड झाली. ब्रह्मदेश, जपान, अमेरिका, युरोप इत्यादी देशांचा दौऱ्यात समावेश होता. अर्थतज्ज्ञ या नात्याने त्यांनी आपल्या दौऱ्यात संबंधित देशातील ग्रामीण विकास कार्यक्रम, जमीन-सुधार योजना, छोट्या उद्योगांची प्रगती, ग्रामीण सहकारी आणि पतयोजना यांचा अभ्यास केला. अमेरिका-युरोपमधील विद्यापीठातील तज्ज्ञांबरोबर, संशोधकांबरोबर महत्त्वाच्या आर्थिक प्रश्नांवर आणि भावी योजनांबाबत चर्चा केल्या. जवळजवळ चार महिन्यांच्या या दौऱ्यात आपल्या ज्ञानात आणि अनुभवात जी भर पडली तिचा उपयोग भारताच्या औद्योगिक-आर्थिक प्रगतीसाठी करणे हा दौऱ्याचा प्रमुख उद्देश होता. याचा दृश्य परिणाम म्हणजे भारत सरकारने नव्याने स्थापन केलेल्या अखिल भारतीय आयुर्विमा महामंडळाचे संचालक म्हणून त्यांची नेमणूक झाली. कालान्तराने भारताच्या रिझर्व्ह बँकेचे गव्हर्नर म्हणूनही त्यांनी काम पाहिले. फर्ग्युसनच्या गौरवात हा एक मानाचा तुरा होता आणि त्याबद्दल त्यांचे अभिनंदनही करण्यात आले. योग कसा आहे बघा! सी. डी. देशमुखांनी भारताचे अर्थमंत्री असताना 'आयुर्विम्या'चे राष्ट्रीयीकरण केले, राष्ट्रीकृत महामंडळाचे कर्वे संचालक झाले, रिझर्व बँकेचे गव्हर्नर म्हणून देशमुखांनी कार्य केले, तेथे कर्वेही पोहोचले. देशमुख फर्ग्युसनचे विद्यार्थी-प्राध्यापक नव्हते, मात्र या अर्थतज्ज्ञ जोडगोळीचा उभ्या महाराष्ट्राला अभिमान होता. फर्ग्युसनच्या अमृतमहोत्सवाला हे दोघेही हजर होते.

टिळक-आगरकर शताब्दी

बाळ गंगाधर टिळक आणि गोपाळ गणेश आगरकर या दोघांचा जन्म १८५६च्या जुलै महिन्यातला, दोघेही डेक्कन कॉलेजमध्ये समवयस्क विद्यार्थी, वसतिगृहाच्या एकाच खोलीतले निवासी आणि दोघेही फर्ग्युसन कॉलेजचे प्रमुख संस्थापक! पुढे दोघांमध्ये मतभेद झाले तरी दोघांबद्दल आदर कायमचा. 'स्वातंत्र्याचा मूलमंत्र' देणारे, भारतीय 'असंतोषाचे जनक' लोकमान्य टिळक यांना जागतिक कीर्ति लाभली. त्यांची जन्मशताब्दी सर्वत्र मोठ्या दिमाखाने साजरी झाली. डे. ए. सोसायटी, फर्ग्युसन आणि अन्य संस्थांच्या वतीने जेथे सोसायटी व फर्ग्युसनची स्थापना झाली त्या गद्रे वाड्यात लोकमान्य टिळक शताब्दीचा कार्यक्रम साजरा झाला. आगरकरांनी सामाजिक सुधारणा आणि उच्च शिक्षण या विषयांवर उदारमतवादी सुधारक मते मांडली. त्यांचे कार्यक्षेत्र मर्यादित असले तरी त्यांच्या कार्याचे मोल कमी होत नाही. आगरकरांची शताब्दी फर्ग्युसनच्या आवारात साजरी झाली. वाडिया ग्रंथालयात आगरकरांच्या तैलचित्राचे अनावरण झाले. कुलगुरु रँग्लर परांजपे यांचे प्रमुख भाषण झाले. सोसायटीचा इतिहास लिहिणारे प्रा. पी. एम. लिमये यांचे

'लोकमान्यांचे शिक्षणविषयक विचार' यावर गद्रे वाड्यात अभ्यासपूर्ण भाषण झाले. कॉलेजच्या मॅगेझीनमध्ये दोघांच्या कार्याबद्दल लेख प्रसिद्ध झाले.

दिग्गजांची निवृत्ती : सी. आर. देवधर / एस. आर. शर्मा

प्रा. सी. आर. देवधर ६ ऑगस्ट, १९५६ रोजी निवृत्त झाले. 'इंग्लिश' हा विशेष विषय घेऊन १९१७ साली ते मुंबई विद्यापीठातून पहिल्या क्रमांकाने बी.ए.उत्तीर्ण झाले; १९२० साली एम.ए.झाल्यानंतर ते डेक्कन एज्युकेशन सोसायटीत प्राध्यापक म्हणून रुजू झाले. कॉलेजमध्ये संस्कृत शिक्षकाची अधिक गरज असल्याने त्यांनी संस्कृत अध्ययन-अध्यापन यांवर अधिक लक्ष केंद्रित केले. संस्कृत वाङ्मयात रुची आणि इंग्रजी भाषेवरील प्रभुत्व यांमुळे अल्पावधीत त्यांनी नामांकित प्राध्यापक म्हणून लौकिक संपादन केला. त्यांच्या भासाच्या नाट्याविषयीच्या निबंधास मंडलीक सुवर्णपदक मिळाले. कालिदास, भवभूति, श्रीहर्ष यांच्या अभिजात टीकात्मक भाष्यांची देवधरांची पुस्तके प्राध्यापक आणि विद्यार्थीवर्गात खूप लोकप्रिय होती. काही काळ त्यांनी भांडारकर प्राच्यविद्या संस्थेच्या नियतकालिकांचे संपादन केले, संस्थेच्या कार्यकारी मंडळावरही कार्य केले. १९२९-३१च्या काळात सांगलीच्या विलिंग्डन कॉलेजमध्ये शिकविल्यानंतर ते फर्ग्युसनमध्ये परत आले. उत्तम शिक्षक म्हणून त्यांचा लौकिक होताच, पण त्याव्यतिरिक्त वसतिगृहाचे व्यवस्थापक, जिमखान्याचे अध्यक्ष, सहा वर्षे उपप्राचार्य आणि सोसायटीचे कार्यवाह या नात्याने प्रशासकीय जबाबदाऱ्याही त्यांनी समर्थपणे सांभाळल्या. त्यांचा भारतीय संगीताचा अभ्यासही कौतुकास्पद होता. अभ्यासू वृत्ति, चौकस बुद्धी, विनम्र स्वभाव आणि वागण्यातील सभ्यता इत्यादी गुणांमुळे फर्ग्युसन परिवारात त्यांना खास स्थान होते.
प्रा. एस. आर. शर्मा २ सप्टेंबर, १९५६ रोजी निवृत्त झाले. मंगलोरच्या सेंट अलोयसिस कॉलेजमधून पदवी घेतल्यानंतर मुंबईच्या सेंट झेवियर कॉलेजमधून इतिहास विषय घेऊन ते एम.ए.झाले. १९३२ साली ते सोसायटीत इतिहासाचे प्राध्यापक म्हणून रुजू झाले. विलिंग्डन आणि फर्ग्युसन या दोन्ही महाविद्यालयांत त्यांनी प्राध्यापक म्हणून काम केले. कमालीचे व्यापक वाचन, अभ्यासविषयाचे सखोल चिंतन, इंग्रजी भाषेवरचे प्रभुत्व, न बोचणारी विनोदबुद्धी, शांत स्वभाव यामुळे त्यांची व्याख्याने ही विशेष मेजवानीच असायची. त्यांनी इतिहासावर अनेक ग्रंथ लिहिले. प्राध्यापक आणि विद्यार्थीवर्गात त्यांची पुस्तके पाठ्यक्रमासाठी आदर्श मानली जात. 'मोगल एम्पायर', 'द् क्रिसेण्ट इन इंडिया' (हे पुस्तक पाकिस्तानमध्येही पाठ्यपुस्तक म्हणून नेमले गेले होते), 'एन्शंट इंडियन हिस्टरी ॲण्ड कल्चर', 'सर्व्हे ऑफ ह्यूमन हिस्टरी', 'मराठी पीरियड', 'द मेकिंग ऑफ मॉडर्न इंडिया',

'इंडिया अॅज आय सी हर' ही त्यांची गाजलेली पुस्तके होत.* सुमारे सहा वर्षे ते फर्ग्युसन कॉलेज मॅगेझीनचे संपादक होते. फर्ग्युसन कॉलेजच्या हीरक महोत्सवानिमित्त त्यांनी लिहिलेले 'एज्युकेशनल एफर्ट थ्रू सिक्स्टी इयर्स' आजही फर्ग्युसनच्या धावत्या इतिहासाचे प्रभावी दर्शन घडविते. त्यांच्या वाक्चातुर्याचा, संभाषणकौशल्याचा लाभ घेतलेल्या त्यांच्या सहकाऱ्यांनी त्यांच्या व्यक्तिमत्त्वाचा 'शर्माइझम' (Sharmaism) या टोपण नावाने उल्लेख केला आहे.

चंद्रशेखर गोविंद आगाशे यांचे निधन

उद्योगपती चंद्रशेखर गोविंद आगाशे** यांचे ९ जून, १९५६ रोजी दु:खद निधन झाले. फर्ग्युसनमधील आपल्या गुरुंच्या आदरापोटी त्यांनी डे. ए. सोसायटीच्या कॉमर्स कॉलेजच्या इमारतीसाठी २ लक्ष रुपयांची देणगी दिली. त्यांनीच स्थापन केलेल्या बृहन्महाराष्ट्र शुगर सिंडिकेटद्वारे ही देणगी दिल्याने कॉलेजचे नाव 'बृहन्महाराष्ट्र कॉलेज ऑफ कॉमर्स' असे देण्यात आले. सोसायटीच्या विलिंग्डन कॉलेज, अहिल्यादेवी हायस्कूल, नवीन मराठी शाळा, रानडे बालक मंदिर या संस्थांनाही त्यांच्या देणग्यांचा लाभ झाला. त्यांच्या रूपाने एक उदार दाता गमावला म्हणून शोकसभा झाली व श्रद्धांजली वाहण्यात आली.

ले. कर्नल के. जी. घारपुरे यांचे निधन

ले. कर्नल के. जी. घारपुरे यांचे ६ मार्च, १९५६ रोजी निधन झाले. डे. ए. सोसायटीच्या नियामक परिषदेवर १९२० ते १९२९ आणि १९३७ ते १९५६ या काळात क्रियाशील सदस्य म्हणून त्यांनी मोलाचे काम केले. फर्ग्युसनच्या शास्त्र विभागांच्या प्रगतीकडे त्यांचे खास लक्ष होते. विविध जातींच्या सर्पांबाबत त्यांचा गाढा अभ्यास होता, त्या विषयावर त्यांनी पुस्तकही लिहिले. दुर्मीळ, मौल्यवान सर्पखजिना त्यांनी फर्ग्युसन कॉलेजच्या प्राणिशास्त्र विभागास दिला आणि आजही कॉलेजला भेट देणारी मंडळी या संग्रहालयास भेट दिल्याशिवाय राहात नाहीत.

---

* शर्मा सर उत्तम चित्रकारही होते. त्यांनी काढलेली महात्मा गांधी आणि वल्लभभाई पटेल यांची 'पेस्टल' चित्रे ग्रंथालयात लावली आहेत. माझी चित्रकलेतील गती पाहून १९५०-५१मध्ये त्यांचा विद्यार्थी असताना त्यांनी माझ्याकडून काढून घेतलेली रेखाचित्रे 'द मेकिंग ऑफ मॉडर्न इंडिया' या पुस्तकात छापली आहेत.

** चंद्रशेखर आगाशे यांचे थोरले चिरंजीव जगदीश हे फर्ग्युसनचे विद्यार्थी होते व कॉलेजच्या कलामंडळाचे कार्यकारी सभासद होते.

बा. सी. मर्ढेकर यांचे निधन

फर्ग्युसनचे एक नामवंत माजी विद्यार्थी बा. सी. मर्ढेकर यांचे २० मार्च, १९५६ रोजी दिल्ली येथे निधन झाले. १९२८ साली त्यांनी इंग्लिश विषयात पदवी प्राप्त केली. आय.सी.एस.ची लेखी परीक्षा ते भारतात प्रथम क्रमांकाने उत्तीर्ण झाले, परंतु इतर परीक्षांत यश न मिळाल्याने ते सनदी सेवेत रुजू होऊ शकले नाहीत. काही काळ त्यांनी मुंबईत टाईम्स ऑफ इंडियामध्ये साहाय्यक संपादक म्हणून काम केले आणि नंतर मुंबई सरकारच्या शिक्षणखात्यात काही काळ नोकरी केली. काही वर्षे आकाशवाणीवर पदाधिकारी म्हणून काम केले. त्यांनी इंग्रजी आणि मराठी भाषेमध्ये विपुल लेखन केले. त्यांचे Arts & Man हे पुस्तक खूप गाजले. लंडन टाईम्सच्या साहित्यिक पुरवणीत पुस्तकांचे कौतुक झाले. सौंदर्यशास्त्र आणि साहित्यिक चिकित्सा या विषयांवरही त्यांनी लेखन केले. त्यांचे चिरंतन लक्षात राहणारे कार्य म्हणजे मराठी काव्यक्षेत्रात नवे पर्व सुरू केले; 'मर्ढेकरी कविता' म्हणून ते लोकप्रिय झाले* आणि आजही आधुनिक मराठी काव्यावर त्यांचा प्रभाव जाणवतो.

काही नेमणुका

भूशास्त्र विभागातील व्याख्याता प्रा. प्र. वि. सोवनी यांना त्याच विभागात साहाय्यक प्राध्यापक म्हणून बढती मिळाली. श्री. स. म. परळीकर यांची प्रा. एस. जी. राजवाडे यांच्या जागी हिंदी विभागाचे व्याख्याता व विभागप्रमुख म्हणून नेमणूक झाली. श्री. व्ही. एम. दामले यांनी अनेक वर्षे फर्ग्युसनमध्ये शारीरिक शिक्षणप्रमुख म्हणून काम केले. त्यांची पुणे विद्यापीठात Secretary, Board of Sports म्हणून नेमणूक झाल्याने रिक्त पदावर श्री. व्ही. डी. दिवाणजी यांची नेमणूक झाली. फर्ग्युसनमध्ये (मेजर) वाय. जी. जोशी यांनी शारीरिक शिक्षणाची सुरुवात केली आणि दामले यांनी त्याला खास स्वरूप दिले. ते फक्त पी.टी.शिकवून थांबले नाहीत, तर त्यांच्या मार्गदर्शनाखाली अनेक आंतरमहाविद्यालयीन व राष्ट्रीय पातळीवरचे खेळाडू तयार झाले. त्यांनी फक्त फर्ग्युसनच्या खेळाडूंपर्यंत आपले कार्य मर्यादित ठेवले नाही, तर मैदानी खेळात रस असणाऱ्या इतर महाविद्यालयातील

* बाळ सीताराम मर्ढेकर, **मर्ढेकरांची कविता,** मौज प्रकाशन गृह, मुंबई, फेब्रुवारी, १९५९. (अनेक पुनर्मुद्रणे यानंतर झाली). – हा (मरणोत्तर) संग्रह एकत्रित करण्याचे व प्रकाशित करण्याचे श्रेय श्री. पु. भागवत यांचे होते.

विद्यार्थ्यांनाही तयार केले. ते सर्व विद्यार्थी-खेळाडू आजही 'दामले सरां'चे नाव काढल्याशिवाय राहात नाहीत. त्यांच्याच काळात आंतरमहाविद्यालयीन वैयक्तिक आणि सांघिक 'चॅम्पियन'शिप फर्ग्युसनने मिळविली. सतत फर्ग्युसनच्या मैदानावर मार्गदर्शनात रमणारे मायाळू दामले यांना कोण विसरेल?

अशा प्रकारे 'डॅडीं'चा प्राचार्यपदाचा कालखंड संपला आणि आमच्या पिढीला हुरहुर लावून गेला. कर्वे सरांची शारीरिक आणि बौद्धिक उंची, रुबाबदार चाल, नुसत्या नजरेत व्यक्त होणारा दरारा, आवश्यकतेनुसार कठोर अथवा मृदू निर्णय घेण्याची क्षमता विद्यापीठाच्या संलग्नतेमुळे निर्माण झालेले द्वंद्व हाताळण्याचे कौशल्य यांमुळे कर्वे-दशक अविस्मरणीय ठरले.

◆

परिशिष्ट

विद्यापीठाचे नवीन अभ्यासक्रम (१९४७)

वर्षाच्या सुरुवातीपासून मुंबई विद्यापीठाने नवीन अभ्यासक्रम लागू केले. जून १९४७ पासून सुरू झालेल्या अभ्यासक्रमांच्या परीक्षा १९४८मध्ये व १९४८मध्ये सुरू झालेल्या अभ्यासक्रमांच्या परीक्षा १९४९मध्ये अशी योजना होती.

नव्या प्रथम वर्षाच्या विद्यार्थ्यांसाठी तीन गट पाडले होते.

अ गटात शुद्ध कला विभाग इंटरपर्यंत (आर्ट्स)

ब गटात शुद्ध शास्त्र विभाग इंटरपर्यंत (सायन्स)

क गट मिश्र कला आणि शास्त्र यांच्या विद्यार्थ्यांसाठी

इंटर आर्ट्स अथवा इंटर सायन्स

वरील अभ्यासक्रमातील फक्त 'अ' आणि 'ब' गटांसाठी सोय करण्यात येईल असे फर्ग्युसन कॉलेजने जाहीर केले.

I

गट 'अ' चा अभ्यासक्रम

सक्तीचे विषय

१. इंग्लिश गद्य आणि पद्य क्रमिक पुस्तकानुसार
   एक पेपर - दोन तास- ५० गुण
२. इंग्लिश निबंध क्रमिक अभ्यास
   एक पेपर - दोन तास - १५० गुण
३. आधुनिक भारतीय भाषा (मराठी, उर्दू) किंवा इंग्लिश क्रमिक अभ्यास
   एक पेपर - दोन तास - ५० गुण

४. अभिजात भाषा (संस्कृत, पाली, अर्धमागधी, पर्शियन) किंवा आधुनिक युरोपीय भाषा - क्रमिक अभ्यास एक पेपर - तीन तास - १०० गुण

पर्यायी विषय (खालीलपैकी एकूण तीनशे गुण होतील असे विषय निवडणे)

१. भारतीय प्रशासन (एक पेपर-तीन तास-७५गुण)
२. नागरिकशास्त्र (एक पेपर-तीन तास -७५ गुण)
३. प्राचीन भारतीय इतिहास आणि संस्कृती (एक पेपर- तीन तास -७५ गुण)
४. भूगोल (एक पेपर-तीन तास - ७५ गुण)
५. गणित (दोन पेपर्स - प्रत्येकी तीन तास- प्रत्येकी ७५ गुण)

प्रथम वर्ष गट ब अभ्यासक्रम

१. इंग्लिश गद्य (composition) आणि क्रमिक अभ्यास (एक पेपर-तीन तास - १०० गुण)
२. आधुनिक भारतीय भाषा (मराठी, उर्दू) किंवा इंग्लिश क्रमिक अभ्यास
३. पदार्थविज्ञान (एक पेपर- तीन तास- १०० गुण) एक प्रात्यक्षिक ५० गुण
४. रसायनशास्त्र (एक पेपर- तीन तास- १०० गुण) एक प्रात्यक्षिक ५० गुण
५. जीवशास्त्र (एक पेपर- तीन तास- १०० गुण) एक प्रात्यक्षिक ५० गुण
६. गणित (दोन पेपर्स- प्रत्येकी तीन तास ७५ गुण)

II

इंटर आर्ट्स (द्वितीय वर्ष कला) अभ्यासक्रम

१. इंग्लिश गद्य आणि पद्य (क्रमिक) एक पेपर- तीन तास- १५० गुण
२. इंग्लिश निबंध (composition) (क्रमिक) एक पेपर- दोन तास- ५० गुण
३. आधुनिक मराठी भाषा (मराठी, उर्दू) किंवा इंग्रजी-क्रमिक
४. अभिजात भाषा (संस्कृत, पाली, अर्धमागधी, पर्शियन) किंवा आधुनिक युरोपीय भाषा (फ्रेंच, जर्मन) क्रमिक - एक पेपर - तीन तास- १०० गुण
५. जागतिक इतिहास (एक पेपर - तीन तास - १०० गुण)
६. अर्थशास्त्र (एक पेपर - तीन तास - १०० गुण)
७. गणित (दोन पेपर्स - प्रत्येकी तीन तास- प्रत्येकी १०० गुण)

किंवा

७. तर्कशास्त्र (दोन पेपर्स - प्रत्येकी तीन तास- प्रत्येकी १०० गुण)

III

द्वितीय वर्ष शास्त्र (Inter Science) **अभ्यासक्रम**

१. इंग्लिश (composition) क्रमिक (एक पेपर-दोन तास-५० गुण)
२. आधुनिक भाषा (मराठी, उर्दू किंवा इंग्लिश) क्रमिक (एक पेपर-दोन तास-५० गुण)
३. पदार्थविज्ञान (दोन पेपर्स- प्रत्येकी दोन तास- प्रत्येकी ६० गुण एक प्रात्यक्षिक- ८० गुण)
४. रसायनशास्त्र (दोन पेपर्स - प्रत्येकी दोन तास- प्रत्येकी ६० गुण एक प्रात्यक्षिक- ८० गुण)
५. (अ) गणित (दोन पेपर्स-प्रत्येकी दोन तास- प्रत्येकी १०० गुण)

किंवा

५. (ब) जीवशास्त्र (दोन पेपर्स- प्रत्येकी दोन तास- प्रत्येकी ६० गुण आणि प्रत्येकी एक प्रात्यक्षिक- ८० गुण)

किंवा

५. (क) भूशास्त्र (दोन पेपर्स- प्रत्येकी दोन तास- प्रत्येकी ६० गुण आणि प्रत्येकी एक प्रात्यक्षिक- ८० गुण)

IV

बी.ए.साधारण (General) आणि विशेष (Honours) पदवीपरीक्षेसाठी अभ्यासक्रम-

बी.ए.जनरल आणि ऑनर्ससाठी नव्या पदवी अभ्यासक्रमानुसार दोन्हीसाठी प्रत्येकी १०० गुणांचे दहा पेपर्स असतील आणि त्या प्रत्येकासाठी तीन तासांचा अवधी असेल. (पूर्वीची कमी पेपर्स असलेली 'उत्तीर्ण' (Pass) या ऐवजी नवी साधारण (General) आणि अधिक अभ्यास असलेली 'विशेष' (Honours) असा फरक राहील. या दोन्ही पदव्या समकक्ष असतील, मात्र 'विशेष' पदवीसाठी निवडक विषयांच्या अधिक सखोल अभ्यासाची अपेक्षा असेल.)

दोन्ही पदव्यांसाठी खालीलप्रमाणे पेपर्स असतील :

१.'इंग्लिश'चे सक्तीचे दोन पेपर्स साधारण आणि विशेषसाठी सारखेच असतील.

२.चार ऐच्छिक विषयांतले आठ पेपर्स : प्रत्येक विषयाचे प्रत्येकी दोन याप्रमाणे. विषयांचे सहा गट (अ) ते (फ) यातील साधारणसाठी किमान तीन गटांपैकी आणि विशेष अभ्यासासाठी एका गटातील किमान तीन विषय-

विषयांचे गट खालीलप्रमाणे :

गट (अ) भाषा

अ) आधुनिक युरोपीय - (१) इंग्लिश (२) फ्रेंच (३) जर्मन

ब) आधुनिक भारतीय - (४) मराठी (५) उर्दू

क) अभिजात - (६) संस्कृत (७) पाली (८) अर्धमागधी (९) पर्शियन

विशेष सूचना -

१. भाषांमधील साधारण अभ्यासक्रमात एक विषय - दोन पेपर्स आणि त्यातील विशेष अभ्यासक्रमासाठी तीन विषयांचे सहा पेपर्स; त्यात साधारण मधील विषयाचा समावेश असेल; याचा अर्थ असा की साधारण अथवा विशेष अभ्यासक्रमात कोणत्याही भाषेतील पर्याय उपलब्ध असणार नाहीत.

२. दोनपेक्षा अधिक भाषा घेता येणार नाहीत, तसेच एकाच भाषेतील सर्व चार ऐच्छिक विषय नसतील.

३. फर्ग्युसनमध्ये फ्रेंच आणि उर्दू या भाषांचे साधारण किंवा विशेष अभ्यासक्रम शिकविले जातील.

४. संस्कृत, पर्शियन, फ्रेंच, जर्मनी हे पर्यायी विषय असतील, सहविषय नसतील.

गट (ब) तत्त्वज्ञान

साधारण

(१) तत्त्वज्ञानाचा इतिहास

(२) मानसशास्त्र

(३) नीतिशास्त्र आणि सामाजिक तत्त्वज्ञान

विशेष

वरीलप्रमाणे (१) ते (३); (४) प्रगत मानसशास्त्र

(प्रगत मानसशास्त्र घेणाऱ्यांनी 'मानसशास्त्र' हा विषय घेणे सक्तीचे आहे.)

गट (क) इतिहास

साधारण

(१) आधुनिक युरोप

(२) आधुनिक भारत

(३) घटनात्मक इतिहास

विशेष

वरीलप्रमाणे (१) ते (३); (४) भारतीय संस्कृति

विशेष सूचना : भारतीय संस्कृति हा विशेष घेणाऱ्यांसाठी 'आधुनिक भारत' विषय घेणे अनिवार्य आहे.

गट (ड) अर्थशास्त्र

साधारण

(१) अर्थशास्त्राची मूलतत्त्वे

(२) आर्थिक इतिहास

(३) राज्यशास्त्र

विशेष

(१) ते (३) वरीलप्रमाणे; (४) भारतीय आर्थिक प्रश्न

विशेष सूचना : अर्थशास्त्राच्या प्रत्येक विद्यार्थ्याने 'अर्थशास्त्राची मूलतत्त्वे' हा विषय घेणे अनिवार्य आहे.

गट (इ) गणित

साधारण

(१) शुद्ध गणित (Pune Mathematics)

(२) उपयोजित गणित (Applied Mathematics)

(३) संख्याशास्त्र (Statistics)

विशेष

(१) आल्जिब्रा आणि जॉमेट्री

(२) Analysis

(३) तंत्रशास्त्र (Mechanics and अवकाशशास्त्र)

(४) कल्क्युलस

(५) संख्याशास्त्र

गट (फ) शास्त्र

फर्ग्युसनमध्ये सोय नाही.

पुणे विद्यापीठाच्या स्थापनेच्या काळात मुंबई विद्यापीठाने अभ्यासक्रमात बदल केले; अर्थातच हेच अभ्यासक्रम पुणे विद्यापीठाला काहीही बदल न करता राबवावे लागले. पुणे विद्यापीठाला स्थैर्य लाभल्यानंतर अभ्यासक्रमात बदल करण्याचा विचार होऊ लागला.

◆

प्रकरण तिसरे

प्राचार्य कोगेकर कालखंड (१९५७-१९६४)

प्राचार्य दिनकर धोंडे कर्वे १९५७ सालच्या मध्यात सेवानिवृत्त झाले आणि प्रा. स. वा. कोगेकर यांची प्राचार्यपदी निवड झाली. कोगेकर सुरुवातीपासून डेक्कन एज्युकेशन सोसायटीचे विद्यार्थी. फर्ग्युसनमधून अर्थशास्त्र, राज्यशास्त्र हे विषय घेऊन ते उच्च श्रेणीत पदवीधर झाले. इंग्लंडमधील लंडन स्कूल ऑफ इकॉनॉमिक्समधून बी.एस्सी.(इकॉनॉमिक्स) ही पदवी त्यांनी प्राप्त केली. कोगेकरांना विद्यार्थीदशेतील काळात इंग्लंडच्या लेबर पार्टीचे अध्यक्षपद भूषविणारे प्रा. हॅरॉल्ड लास्की यांचे मार्गदर्शन लाभले आणि त्यांच्या समाजवादी विचारसरणीचा कायमचा प्रभाव त्यांच्यावर पडला. १९४४ साली ते डेक्कन एज्युकेशन सोसायटीचे आजीव सदस्य झाले; अर्थशास्त्र, राज्यशास्त्र विषय शिकवू लागले. लोकप्रशासन हाही त्यांचा अत्यंत आवडीचा विषय होता आणि पदव्युत्तर विद्यार्थ्यांना तो ते शिकवीत असत. राज्यशास्त्रातील राजकीय तत्त्वप्रणाली, सिद्धांत हे त्यांच्या अध्ययनाचे आणि अध्यापनाचे आवडीचे विषय. १९३७ साली अखिल भारतीय राज्यशास्त्र परिषद स्थापन झाली; कोगेकर तिचे संस्थापक सदस्य होते. प्रतिवर्षी भरणाऱ्या या परिषदेच्या अधिवेशनात ते सक्रिय सहभाग घेत. परिषदेचे अध्यक्षपदही त्यांनी भूषविले. त्याप्रमाणेच जागतिक राज्यशास्त्र परिषदेतही त्यांचा सहभाग असे, तेथे उपाध्यक्षपदही त्यांनी भूषविले. डेक्कन एज्युकेशन सोसायटीच्या प्रशासकीय जबाबदाऱ्या त्यांनी यशस्वीपणे सांभाळल्या, बृहन्महाराष्ट्र कॉलेज ऑफ कॉमर्सचे प्राचार्यपदही त्यांनी सांभाळले. पुणे विद्यापीठ स्थापन झाल्यावर तेथील राज्यशास्त्र विभागाची प्राथमिक जडणघडण करण्यासाठी फर्ग्युसनच्या नोकरीत 'लीन' ठेवून त्यांनी पुणे विद्यापीठात राज्यशास्त्र विभागप्रमुख म्हणून काम केले व पुन्हा ते फर्ग्युसनला परतले. या सर्व पार्श्वभूमीवर प्रा. कोगेकरांची १९५७ साली प्राचार्यपदी झालेली

निवड सार्थ होती. १९६४ साली आजीव सदस्यपदाचा वीस वर्षे सेवा करण्याचा करार संपल्यावर (अनपेक्षितपणे) त्यांनी राष्ट्रीय सरकारने नेमलेल्या वायदेबाजार संघटनेवर (Forward Markets Commission) समितीसदस्य म्हणून नेमणूक स्वीकारली, आजीव सदस्यपदाचा राजीनामा दिला; अर्थात प्राचार्यपदातूनही ते मुक्त झाले. अशा प्रकारे १९५७ ते १९६४ हा त्यांच्या प्राचार्यपदाचा काळ होय.

प्राचार्यपदाचा कालखंड मर्यादित असला तरी महत्त्वाच्या घडामोडींचा, आव्हानांचा होता. १९५९ साली अखिल भारतीय काँग्रेसचे अधिवेशन फर्ग्युसन परिसरात भरणे, पंडित नेहरुंची कॉलेजला खास भेट, १९६०मध्ये फर्ग्युसनचा अमृतमहोत्सव साजरा होणे, १९६१मध्ये पानशेतचा प्रलय व त्यामुळे 'निर्वासितां'ची सोय करणे, १९६२मध्ये चीनने भारतावर आक्रमण केल्यामुळे उद्‌भवलेल्या प्रसंगांना तोंड देणे, नवे विकासप्रकल्प राबविणे ही आव्हाने होती. हे सर्व कसे साधले याचा आढावा या प्रकरणात घ्यावयाचा आहे.

विद्यार्थी-स्वागताचा नवा पायंडा

प्राचार्य स. वा. कोगेकर यांनी नवीन वर्षाच्या विद्यार्थ्यांना संबोधित करताना नवा पायंडा पाडला. २०जून रोजी दुपारी बारा वाजता एस.एस.सी. उत्तीर्ण होऊन कॉलेजमध्ये प्रथम प्रवेश घेणाऱ्या विद्यार्थ्यांसाठी एक व इतर विद्यार्थ्यांसाठी दुपारी दोन वाजता दुसरे अशी दोन स्वतंत्र भाषणे त्यांनी केली. पहिल्या भाषणात नव्या विद्यार्थ्यांना कॉलेजचा इतिहास व परंपरा, वास्तू, निसर्गरम्य वातावरण यांचा परिचय त्यांनी करून दिला. या विद्यार्थ्यांसाठी गृहपाठाची नवी व्यवस्था कशी असेल याची माहिती दिली. कॉलेजमध्ये पहिल्या वर्षात प्रवेश घेणाऱ्या विद्यार्थ्यांचे प्रत्येकी वीस विद्यार्थ्यांचा एक असे गट पाडण्यात येतील व प्रत्येक गटासाठी एक प्राध्यापक मार्गदर्शक असेल व तो विद्यार्थ्यांचे इंग्रजी सुधारण्यासाठीही मदत करेल अशी अपेक्षा होती. इंग्रजी भाषेच्या अभ्यासासाठी (1) A Guide to English Composition by Bartley and Bannerjee (O.U.P.), (2) Selected English Prose edited by G. S .Qusus and A. M. Nashif (Longman) ही दोन पुस्तके नेमण्यात आली होती.

पदवीपूर्व नवीन अभ्यासक्रम

मुंबई विद्यापीठापासून चालत आलेला चार वर्षांचा पदवी अभ्यासक्रम- फर्स्ट इयर, इंटर, ज्युनिअर व सीनिअर बी.ए.अथवा बी.एस्सी.- पुणे विद्यापीठाने तसाच

चालू ठेवला होता. बरीच चर्चा होऊन १९५८ पासून नवा अभ्यासक्रम सुरू झाला. पूर्वीचे फर्स्ट इयर (आर्ट्स) अथवा (सायन्स) हे नामकरण बदलून त्याऐवजी पदवीपूर्व वर्ष असे करण्यात आले व त्यानंतरची तीन वर्षे पदवी अभ्यासक्रमाची असे ठरविण्यात आले. पदवीच्या तीनही वर्षांच्या वार्षिक परीक्षा कॉलेजने न घेता विद्यापीठाने घ्यावयाच्या असा महत्त्वाचा बदल करण्यात आला. १९५९ सालापासून पदवीक्रमाचे पहिले वर्ष व तदनंतर पुढे दुसरे व तिसरे अशी योजना होती. १९६१ सालापर्यंत जुना आणि नवा हे दोन्ही अभ्यासक्रम राबविण्याची योजना होती.

ज्यांना 'मेडिकल' अथवा 'इंजिनिअरिंग' साठी प्रवेश घ्यावयाचा आहे त्यांना पहिल्या वर्षाच्या अखेरची इंटरच्या समकक्ष परीक्षा द्यावी लागेल अशी अपेक्षा होती. ज्यांना बी.ए. अथवा बी.एस्सी.पदवी घ्यावयाची आहे त्यांच्यासाठी महत्त्वाचा बदल म्हणजे प्रत्येक वर्षातील हजेरी, गृहपाठ, प्रयोगपरीक्षा आणि कॉलेजची अंतर्गत परीक्षा यात मिळालेल्या गुणांचाही विचार केला जाईल.

दुसरा महत्त्वाचा बदल म्हणजे तीन वर्षांसाठी असलेले पेपर्स एकूण तीन वर्षांच्या काळात (पुढे-मागे) करण्याची परवानगी होती. पदवी परीक्षेचा अंतिम निकाल हा तिन्ही वर्षांच्या एकूण प्रगतीची बेरीज करून घेतला जाईल. थोडक्यात म्हणजे तिन्ही वर्षांचा अभ्यासक्रम संयुक्त असेल व तो सावडीनुसार पूर्ण करता येईल, याचा अर्थ 'इंटरमिजिएट' हा टप्पा रद्द झाला. बॅकलॉग ठेवणे, पूर्ण करणे ही सोय उपलब्ध झाली. विषयांची विविधता वाढली. हा नवीन प्रयोग विद्यार्थ्यांना अधिक सोयीचा, अधिक चांगले यश देणारा ठरावा अशी आशा करण्यात आली. पुढे १०+२+३ हा नवीन प्रयोग सुरू होईपर्यंत ही पद्धती चालू होती.

नव्या नेमणुका

प्रत्येक प्राचार्याला आपले सहकारी ठरविण्याचा अधिकार होता, त्यानुसार प्राचार्य कोगेकर यांनी प्रा. एम. व्ही. पटवर्धन* (आर्ट्स) आणि प्रा. डी. जी. ढवळे (सायन्स) या दोघांची उपप्राचार्यपदी नेमणूक केली. प्रा. व्ही. ए. पटवर्धन वसतिगृहांचे मुख्य पर्यवेक्षक** आणि डॉ. टी. जी. माईणकर यांची जिमखाना चेअरमन म्हणून नेमणूक झाली.

---

* पटवर्धन यांच्या पूर्वी गुरुवर्य एस. आर. पारसनीस उपप्राचार्य होते. त्यांना २९ जुलै रोजी केळकर रस्त्यावर गंभीर अपघात झाला. मेंदूला जखम झाल्याने ते नऊ दिवस बेशुद्धावस्थेत होते. आम्ही प्राध्यापक आळीपाळीने ससूनमध्ये मदतीसाठी जात होतो.

** एक नवीन पायंडा म्हणजे मुलींच्या वसतिगृहासमोर प्राचार्यांचा बंगला असे. सौ. कोगेकर यांनी मुलींच्या वसतिगृहाचे काम पाहणे सुरू केले.

श्री. पी. जी. कुलकर्णी यांची तत्त्वज्ञान विभागात, श्री. वि. मा. बाचल यांची राज्यशास्त्र-अर्थशास्त्र विभागात व श्री. जे. बी. कुमठेकर यांची भूगोल विभागात व्याख्याता म्हणून नव्याने नेमणूक झाली. श्री. हेर्लेकर आर. के. यांची संख्याशास्त्र विभागात व्याख्याता म्हणून नेमणूक झाली.

कु. विजया फाटक बी.ए.परीक्षेत विद्यापीठात पहिल्या आल्या– त्यांना धोंडो विश्वनाथ निगुडकर पारितोषिक व महर्षी कर्वे पारितोषिक मिळाले. सौ. विद्या बाळ (सध्याच्या स्त्रीमुक्ती आंदोलनाच्या नेत्या) यांना अर्थशास्त्र विषयाचे देवल-आपटे-आगरकर पारितोषिक मिळाले. श्री. आर. दोशी यांना एस. के. शिंदे पारितोषिक मिळाले.

फर्ग्युसन टेकडीवर श्रमदान आणि वनमहोत्सव

रिक्रिएशन हॉलच्या बांधकामामध्ये विद्यार्थ्यांनी श्रमदान केले होते. या वास्तूच्या पायाभरणीचे काम ज्यांच्या हस्ते झाले त्या अण्णासाहेब कर्व्यांच्या हस्तेच २७ जून, १९५८ रोजी इमारतीचे उद्घाटन झाले. श्रमदानाने विद्यार्थ्यांमध्ये कसा मानसिक बदल घडतो हे पाहून दुसऱ्याच दिवशी आणखी एक नवीन योजना सुरू झाली. फर्ग्युसनच्या टेकडीच्या दोन्ही उतारांवर फर्ग्युसन आणि बृहन्महाराष्ट्र कॉमर्स कॉलेजचे विद्यार्थी-शिक्षक यांच्या सहकार्याने झाडे लावण्याचा उपक्रम हाती घेण्यात आला. दोन्ही कॉलेजेसचे प्राचार्य कोगेकर-मावळणकर यांनी पुढाकार घेतला. मुंबई सरकारचे प्रमुख वनसंरक्षक डॉ. सिंग आणि त्यांच्या विभागातील तज्ज्ञ अधिकाऱ्यांनी तांत्रिक मार्गदर्शन करून प्रत्यक्ष सहभागही घेतला. दोन्ही महाविद्यालयांच्या मुली आणि शिक्षकवर्गाच्या सहचारिणी यांनी श्रमदानात भाग घेतल्याने रंगत वाढली. एका उत्साही विद्यार्थ्याने ध्वनिक्षेपकाची योजना करून उत्तमोत्तम गाणी वाजवण्याची पार्श्वभूमी तयार केल्याने उत्साह आणखी वाढला. पावसाळ्याच्या तोंडावर हे कार्य झाल्याने झाडे जगण्याचे प्रमाणही चांगले राहिले.

प्रा. व्ही. के. जोग यांचा गौरव

प्रा. व्ही. के. जोग हे तत्त्वज्ञान विषयाचे ज्येष्ठ प्राध्यापक! प्रा. डी. डी. वाडेकर हे त्यांचे विद्यार्थी, तत्त्वज्ञान विभागाने 'सॉक्रेटिक असोसिएशन' स्थापन केली होती. या संघटनेच्या विद्यमाने प्रा.जोगांचे तैलचित्र लावण्याचा एक मनस्वी कार्यक्रम झाला. विशेष म्हणजे जोगांचेच एके काळचे विद्यार्थी केरळचे राज्यपाल डॉ. बी. रामकृष्णराव हे प्रमुख पाहुणे होते. कार्यक्रमास जोगांचे माजी विद्यार्थी, सहकारी व

कॉलेजचे विद्यार्थी-शिक्षक मोठ्या संख्येने उपस्थित होते. एक प्रकारे गुरुदक्षिणेचाच हा कार्यक्रम होता. प्रा. जोग यांनी आपल्या भाषणात फर्ग्युसन कॉलेजमधल्या आपल्या आठवणी सांगितल्या.

तारादेवी (सिमला) युवा नेतृत्व शिबिर

भारत सरकारच्या शिक्षण मंत्रालयाने १५ दिवसांचा युवा-नेतृत्व शिबिराचा कार्यक्रम आखला. भारतातील सात विद्यापीठांच्या सुमारे पस्तीस प्राध्यापकांनी सिमल्याच्या तारादेवी पर्वतराजींवर भरविलेल्या या शिबिरात भाग घेतला. त्यात प्रा. ग. प्र. प्रधान यांचा प्रमुख समावेश होता. शिबिरार्थींचे गट पाडून त्यांना विषय देण्यात आले होते. त्यांवर सखोल अभ्यास करून निबंध सादर करायचे व त्यांवर सर्वांगीण चर्चा करायची, अशी योजना होती. निवडक तज्ज्ञांची भाषणेही झाली. विद्यार्थ्यांचे नेतृत्वगुण, मानसिक आरोग्य, नाट्य आणि मनोरंजन हे व्याख्यानांचे विषय होते. व्याख्याने आणि चर्चा यांमध्ये सैद्धांतिक मांडणीपेक्षा विद्यार्थी आणि प्राध्यापक यांना तोंड द्यावे लागणारे अवघड प्रश्न आणि त्यांची सोडवणूक करण्याचे मार्ग यांवर अधिक भर होता. प्रशिक्षणार्थी प्राध्यापकांनी आपापल्या प्रदेशातील लोकसंस्कृतीचे दर्शन घडविणारे कार्यक्रम सादर केले. प्रा. प्रधानांबरोबर शिबिरात सामील झालेल्या प्रा. एस. जी. निकम, प्रा. कु. सबनीस, श्रीमती लाटकर इत्यादींनी शिबिरातले अनुभव सांगितले. ते ऐकण्यातही एक वेगळा आनंद होता.

काही लक्षणीय घडामोडी

निवृत्त प्राचार्य डी. डी. कर्वे यांची भारत सरकारने बनारस हिंदु विद्यापीठाच्या सभेवर नेमणूक केली. त्यांचे चिरंजीव, फर्ग्युसनचे माजी विद्यार्थी श्री. आनंद कर्वे यांना जर्मनीतील टूबिन्जेन विद्यापीठात Plant Physiology या विषयावर अभ्यास करण्यासाठी Alexander Von Humbolt Scholarship मिळाली. विशेष म्हणजे बरोबर तीस वर्षांपूर्वी आनंद कर्वे यांच्या मातोश्री इरावती कर्वे यांना बर्लिन विद्यापीठात या विषयाच्या अभ्यासासाठी हीच शिष्यवृत्ती मिळाली होती.

श्री. वाय. एस. साठे यांची कॅनडातील अल्बर्टा विद्यापीठात या विषयात पीएच.डी. पदवीअभ्यासक्रमासाठी निवड झाली. साठे यांनी प्रा. ए. आर. कामत यांच्या मार्गदर्शनाखाली आपला अभ्यास सुरू केला होता. कॅनडात प्रा. इ. एस. कीपिंग यांच्या मार्गदर्शनाखाली त्यांना अभ्यास करावयाचा होता.

कु. उषा ओसवाल यांचे निधन

कु. उषा ओसवाल यांनी मॅट्रिकच्या परीक्षेत गणितात २०० पैकी १९७ गुण आणि इतर विषयांत विशेष प्रावीण्य मिळवून तसेच गणित आणि संख्याशास्त्र या विषयांत पुणे विद्यापीठात दुसरा क्रमांक मिळवून गुरुवर्य कर्वे पारितोषिक मिळवून आपला ठसा उमटविला होता. वयाच्या केवळ १४व्या वर्षी त्यांनी गायनविशारद ही पदविका मिळविली होती. जून, १९५७मध्ये त्यांची कॉलेजच्या फेलो व मुलींच्या वसतिगृहाच्या पर्यवेक्षक म्हणून नेमणूक झाली. आतड्यांच्या अंतस्त्रावाने त्यांचे अकाली निधन झाले. विद्यार्थीवर्गात अत्यंत लोकप्रियता मिळवणाऱ्या गुणी विद्यार्थिनीचे निधन सर्वांनाच चटका लावून गेले.

रँग्लर महाजनींची निवृत्ती (२७ नोव्हेंबर, १९५८)

१९४७ सालच्या नोव्हेंबर महिन्यात प्राचार्यपदी असताना महाजनींची राजस्थानात नव्याने स्थापन होत असलेल्या जयपूर विद्यापीठाच्या कुलगुरुपदी नेमणूक झाली. एक प्रकारे हा फर्ग्युसनचाही सन्मान होता. आजीव सदस्यपदाची २० वर्षांची सेवा करण्याची अट पूर्ण झाली असल्याने ते नवे पद स्वीकारू शकत होते, डे. ए. सोसायटीतून ते निवृत्तही होऊ शकत होते; परंतु सहकाऱ्यांचा आग्रह एवढा जबरदस्त की ते कॉलेजच्या पटावर राहिले आणि रजेवरील सभासद म्हणून त्यांची नोंद राहिली. पुण्याबाहेर असूनही त्यांचा कॉलेजशी संबंध राहिला. जयपूर विद्यापीठाचे कुलगुरुपद सलग दोनदा भूषविल्यानंतर त्यांची दिल्ली विद्यापीठाचे कुलगुरु म्हणून नेमणूक झाली. तेथेही पाच वर्षांची यशस्वी कारकीर्द पार पाडल्यानंतर त्यांची विद्यापीठ अनुदान आयोगाचे सभासद म्हणून नेमणूक झाली. दरम्यानच्या काळात २७ नोव्हेंबर, १९५८ रोजी त्यांची वयाची साठ वर्षे पूर्ण झाली आणि नियमानुसार त्यांना डे. ए. सोसायटीतून निवृत्त व्हावे लागले. २८ नोव्हेंबर रोजी प्राचार्य कोगेकर यांना लिहिलेल्या पत्रात ते म्हणतात :

'...ॲम्फीथिएटर.... ध्वनिक्षेपक नसतानाही विद्यार्थ्यांशी संपर्क साधण्याच्या संधी.... त्यांची इतर कशाशीही तुलना होऊ शकत नाही. ॲम्फीथिएटरमध्ये आपण खऱ्या भारताचा शोध घेतो.... ॲम्फीथिएटरच्या भिंती आयुष्यात बरेच काही बोलून जातात.'

१९३० ते १९४६ या आव्हानांच्या काळात प्राचार्य महाजनींनी फर्ग्युसनचे तारु समर्थपणे सांभाळले; भरकटू दिले नाही. असहकार, भारत छोडो आंदोलन अशा गंभीर समस्यांना एखाद्या बिनसरकारी महाविद्यालयाने तोंड देणे तसे सोपे

नव्हते, पण ते त्यांनी उत्तम पार पाडले, त्यामुळे विद्यार्थी, सहकारी, सेवक या सर्वांच्या मनातले ते ताईत बनले. मनाने ते कायम फर्ग्युसनच्या परिसरातच वावरत होते. निवृत्त झाल्यानंतर ते ज्या ज्या वेळी फर्ग्युसनमध्ये येत तेव्हा त्यांचे उत्स्फूर्त स्वागत होई. त्यांचे मार्गदर्शन महत्त्वाचे ठरे.

विद्यापीठ स्थापन दिन (१० फेब्रुवारी, १९५९)

पुणे विद्यापीठाची स्थापना १० फेब्रुवारी १९४९ रोजी झाली. त्यामुळे १० फेब्रुवारी हा दिवस 'विद्यापीठ स्थापना दिन' म्हणून साजरा होत असे. या वर्षीच्या समारंभाचे विशेष म्हणजे विद्यापीठाच्या स्थापनेला दहा वर्षे पूर्ण होत होती आणि दुसरे अधिक महत्त्वाचे म्हणजे विद्यापीठाच्या केंद्रीकरणाच्या प्रयोगाने पुणे विद्यापीठ आणि पुण्यातील महाविद्यालये यांच्यात जे शैक्षणिक द्वन्द्व व अविश्वासाचे वातावरण निर्माण झाले होते ते संपुष्टात आल्याने पुण्यातील महाविद्यालयांनीही विद्यापीठ स्थापनादिनात उत्साहाने भाग घेतला. विद्यापीठाच्या सूचनेनुसार महाविद्यालयांनी सुट्टी जाहीर केली होती आणि महाविद्यालयांच्या संघटनांनी सांस्कृतिक-शैक्षणिक कार्यक्रम साजरे केले. फर्ग्युसनमधल्या कार्यक्रमाला अर्थातच रँग्लर परांजपे प्रमुख पाहुणे होते, हे वेगळे सांगायला नको.

काही ठळक घटना

पुणे विद्यापीठाच्या सभेवर प्राचार्य कोगेकर आणि विद्यापीठाच्या कार्यकारिणीवर प्रा. ग. प्र. प्रधान यांची निवड झाली. प्रा. प्रधानांची निवड ही प्राध्यापकांच्या मतदारसंघातून झाली. विद्यार्थीदशेपासून चळवळीत पुढे असणारे आमचे आवडते गुरुवर्य 'प्रधान मास्तर' यांच्या निवडीमुळे आमच्यासारख्या तरुण प्राध्यापकांत खूप उत्साहाचे वातावरण होते.

प्रा. डी. डी. वाडेकर यांची मानस-नीति-सामाजिकशास्त्र विभागांचे अधिष्ठाता (Dean) व प्रा. एन. आर. कुलकर्णी यांची शास्त्र विभागाचे अधिष्ठाता; माजी प्राध्यापक डॉ. आर. एन. दांडेकर यांची कलाविभागाचे अधिष्ठाता म्हणून निवड झाली.

पुण्याचे महापौर राम तेलंग

श्री. राम तेलंग हे विद्यार्थी चळवळीत नेहमी भाग घेत असत. १९४० साली ते फर्ग्युसनमध्ये विद्यार्थी म्हणून दाखल झाले. भारत छोडो आंदोलनात सहभागी

झाल्याने त्यांनी तीन वर्षे तुरुंगवास भोगला. त्यानंतरच्या काळात त्यांनी साने गुरुजींचे अनुयायी म्हणून पंढरपूरच्या विठ्ठल मंदिरात हरिजन प्रवेश आंदोलनात भाग घेतला. १९५२ साली ते पुणे महानगरपालिकेत निवडून आले. स्थायी समितीचे सभासद म्हणून त्यांनी यशस्वी कारकीर्द पुरी केली आणि १९५८-१९५९मध्ये त्यांची महापौरपदी निवड झाली.

वादस्पर्धांत विशेष सहभाग व यश हे फर्ग्युसनचे खास वैशिष्ट्य. माधव शर्मा आणि प्रकाश गोगटे यांनी आंतरमहाविद्यालयीन वादस्पर्धांत गोखले चषक; कमलाकर नाईक यांनी विद्यापीठ वादस्पर्धांत जयकर चषक तर कुमारी सरोज सावंत यांनी लक्ष्मीबाई कुलकर्णी स्पर्धांत यश मिळविले. दया मोडक यांनी रोटरी क्लबच्या नाट्यस्पर्धेत यश मिळविले, तर अरुणा शिंदे यांनी पुणे विद्यापीठाच्या आंतरमहाविद्यालयीन क्रीडा स्पर्धांत व्यक्तिगत नैपुण्य चषक (Individual Championship) मिळविला.

खानापूर येथील समाजसेवा शिबिर

राष्ट्रीय सेवा योजनेची सुरुवात होण्यापूर्वी विद्यार्थ्यांना ग्रामीण जीवनाचा परिचय व्हावा, तेथे त्यांनी अभ्यास शिबिर घ्यावे, ग्रामस्थांना उपयोगी पडेल असे काम करावे, या कामात ग्रामस्थांना सहभागी करून घ्यावे अशा काही योजना आखल्या जात. फर्ग्युसनच्या प्लॅनिंग फोरमतर्फे १९५९ साली २ ते ६ जानेवारीच्या दरम्यान खडकवासला धरणानजीकच्या खानापूर या खेड्यात शिबिर आयोजिले होते. प्रा. वि. मा. बाचल यांच्या नेतृत्वाखालील या शिबिरात सुमारे १५ विद्यार्थी सहभागी झाले होते. गावकऱ्यांच्या मदतीने सुमारे ६५ फूट लांब, ४ फूट रुंद आणि ४ फूट उंच असा बंधारा बांधण्यात आला. याबरोबरच गावातील निवडक कुटुंबांचे सर्वेक्षण करण्यात आले व सरकारी विकास योजनांच्या बाबतीत त्यांच्या प्रतिक्रियांचा अभ्यासही करण्यात आला. हे सर्व शिबिर खानापूर येथील थोर समाजसेवक डॉ. मोडक यांच्या मार्गदर्शनाखाली पार पडले.

कलामंडळाचे विसर्जन (१९५९)

फर्ग्युसन कॉलेजच्या सुवर्णमहोत्सवाच्या काळात विद्यार्थ्यांनी पुढाकार घेऊन कलामंडळ स्थापन केले होते. वास्तवात ही संस्था स्वायत्त होती. प्राध्यापकांच्या मार्गदर्शनाखाली कार्यकारी मंडळाची निवड होत असे. या निवडीत निवडणुकांना फाटा देण्यात आला होता. जुने कार्यकारी मंडळ नव्या कार्यकारी मंडळाची निवड

करीत असे व कलाकारांचा उत्साह आणि प्रत्यक्ष कामगिरी पाहून निर्णय घेतले जात. प्राध्यापक, अध्यक्ष व माजी-आजी विद्यार्थी काम करीत असत. कार्यक्रमांचा दर्जा राखल्यामुळे प्रतिसादही चांगला असे. सभासदांची वर्गणी आणि कार्यक्रमानुसार ठेवलेले मूल्य हे उत्पन्नाचे साधन असे. कमी मानधनात कलावंत कार्यक्रम सादर करीत; कधी देणगीही देत असत. वसंतराव देशपांडे यांच्यासारखे दिग्गज कलावंत 'हजेरी' लावून गेले होते. ठरलेल्या १०० रु. बिदागीतली निम्मी रक्कम त्यांनी देणगी दिली.

कधीकधी अतिउत्साही कार्यकर्ते अडचणी निर्माण करतात. त्या काळात इनॉक डॅनियल्स आणि व्हॅन शिप्ले हे पाश्चात्त्य वाद्यवादनाचा कार्यक्रम करीत. कलामंडळातर्फे ॲम्फीथिएटरमध्ये त्यांचा कार्यक्रम ठरला होता. दुर्दैव असे की आसनसंख्येपेक्षा जास्त पासेस दिले गेले; इतर कॉलेजचे विद्यार्थी आत आणि फर्ग्युसनचे बाहेर अशी परिस्थिती झाली. त्यांनी कॉलेजच्या प्राचार्यांकडे तक्रार केली. जादा स्पीकर्स लावून कार्यक्रम पार पाडला, मात्र प्राचार्य कोगेकर संतापले होते. त्यांनी 'उद्यापासून कलामंडळ बंद' असे सुनावले. कार्यवाहकाकडून चूक झाली होती. शिक्षा कलामंडळाला भोगावी लागली! यातून एक मार्ग काढण्यात आला. तो म्हणजे 'कलामंडळ' विसर्जित झाले आणि कलामंडळाचे सर्व काम जिमखान्यामध्ये नव्याने कलाविभाग स्थापन करून त्याकडे सोपविण्यात आले. काम तेच; यंत्रणा बदलली; नवा अंकुश आला. मी कलाविभागाचा मार्गदर्शक झालो. मात्र ज्या संघटनेत आपण सात वर्षे काम केले, त्या कलामंडळाचे आपल्याच कारकिर्दीत विसर्जन झाले, याची खंत मात्र आजही जाणवते.

कलाविभाग

नव्या स्वरूपात स्थापन झालेल्या कलाविभागाने (१९५९) आपले कार्य जोमात चालू ठेवले. अस्मादिकांची कलाविभागाचे सल्लागार म्हणून नेमणूक झाली, तर एच. आर. चौधरी कार्यवाह झाले. ते उंच, धष्टपुष्ट होते आणि त्यांना टक्कल होते. त्यामुळे विद्यार्थी असले तरी सर्वजण त्यांना 'चाचा चौधरी' म्हणत असत.

कलाविभागाचे उद्घाटन भालबा केळकर यांच्या 'द प्लेस ऑफ आर्ट इन लाइफ' या विषयावरील व्याख्यानाने झाले. लोकप्रिय कलावंत राम काळे यांचे बहारदार नाट्यप्रवेश सादर झाले. म्हैसूर येथे भरलेल्या सहाव्या आंतरविद्यापीठीय युवक महोत्सवात विद्यार्थ्यांनी भाग घेतला. दिवाळीच्या सुट्टीत उत्तर भारताची शैक्षणिक सहल आयोजित करण्यात आली. वास्तविक मूळ सहलीमध्ये चंदीगढ-

सिमला भेटीचा समावेश नव्हता; परंतु अचानक ठरलेली चंदीगढ भेट अक्षरश: अविस्मरणीय ठरली. त्याचे असे झाले. त्यावेळी पंजाब प्रांताचे राज्यपाल न. वि. (काकासाहेब) गाडगीळ होते. नव्याने उभारले जाणारे शहर चंदीगढ ही राजधानी होती. काकांची कन्या क्रान्ती (१९४२चा जन्म म्हणून हे नाव) फर्ग्युसनमध्ये शिकत होती. तिने काकांचा खाजगी फोन नंबर दिला; 'चंदीगढला जायचे झाले तर नुसता फोन करा' असे सांगितले. अचानक ठरवून केवळ फोनच्या आधारावर काकांनी पन्नास विद्यार्थी-विद्यार्थिनींची सरकारी गेस्टहाऊसमध्ये सोय केली, इतकेच नव्हे तर सकाळी ९ वाजता सर्व विद्यार्थ्यांना राजभवनवर चहापानालाही बोलावले. नुकत्याच बांधलेल्या राजभवनवर शाही थाटाचे चहापान आणि काकांबरोबरच्या विद्यार्थ्यांच्या बहुभाषी गप्पा रंगल्या. काका स्वत: फर्ग्युसनचे विद्यार्थी असल्याने त्यांनी जुन्या आठवणी सांगितल्या. काकांच्या ड्रायव्हरने एक किस्सा सांगितला. काकांना भजी फार आवडायची (हे सर्व पुणेकरांना माहीत होते). दौऱ्यात कुठे ढाबा दिसला, गरम भज्यांचा वास आला की काका दूर गाडी थांबवायला सांगून ड्रायव्हरला भजी आणायला सांगायचे. काकांनी सत्तेचा डौल कधी माजवला नाही. सरकारी सेवकांबरोबरचे त्यांचे वागणेही प्रेमाचे असायचे.

आणखी एक मजेदार किस्सा– आम्ही उतरलो होतो ते गेस्टहाऊस गावात मध्यवर्ती ठिकाणी होते. राजभवनहून परतलो तर आमच्यापैकी एक विद्यार्थिनी उमा नंदा ही एका रहिवाशाला चपलेने मारत होती. गर्दी जमली. प्रसंग बाका. तो माणूस आमच्या विद्यार्थिनींची पंजाबी भाषेत आक्षेपार्ह टिंगल करीत होता. उमा पंजाबी असल्यानं ते तिला समजलं. गर्दी जमलेली पाहून गेस्ट हाऊसचा दरवान धावत आला आणि मोठ्यानं ओरडला, 'ये लोग गव्हर्नरसाब के गेस्ट हैं।' पंजाबीतल्या त्या वाक्यानं वातावरण एकदम बदललं. तिथल्या सर्वांनी टिंगल करणाऱ्यासह माफी मागितली. काकासाहेबांबद्दल केवढा दरारा आणि आदर होता याची जाणीव झाली.

खेळांमधील यश

११, १२, १३ डिसेंबर या काळात पुणे विद्यापीठाच्या क्रीडा स्पर्धा फर्ग्युसनच्या मैदानावर भरल्या होत्या. मैदान खेळाडूंनी आणि पॅव्हेलियन दणाणून उत्तेजन देणाऱ्या विद्यार्थी-प्राध्यापकांनी भरगच्च होते. (वडारवाडीचे सुज्ञ प्रेक्षकही कमी नव्हते!) सर्वांच्या सहकार्यामुळे सर्व स्पर्धा सुरळीत पार पडल्या. आंतरमहाविद्यालीयन स्पर्धांमधील बरेच जुने विक्रम मोडले गेले, नवे प्रस्थापित झाले. पुण्याचे कलेक्टर एस. बी. कुलकर्णी यांच्या हस्ते बक्षीससमारंभ पार पडला. आशा आगटे हिने

वैयक्तिक स्पर्धांत प्रथम क्रमांक मिळवून चषक जिंकला. मुलींनी इतरही अनेक पारितोषिके मिळवली.

फर्ग्युसनच्या क्रिकेट चमूने आंतरमहाविद्यालयीन स्पर्धांमध्ये (लीग मॅचेस)– शाम मानवी, सुरेश डांगे यांनी– शतके ठोकली. मधु गुप्ते उत्तम खेळले. या तिघांची विद्यापीठ चमूंमध्ये निवड झाली. शाम मानवी याची देवधर ट्रॉफी चमूचा उपकप्तान म्हणून निवड झाली. विजय माने यांच्या नेतृत्वाखालील व्हॉलीबॉल टीमने आंतरमहाविद्यालयीन स्पर्धा जिंकली.

डॉ. व्ही. एल. प्रधान यांची निवृत्ती

रसायनशास्त्र विभागाचे व्याख्याता श्री.व्ही.एल.प्रधान वयाची साठ वर्षे पूर्ण झाल्याने निवृत्त झाले. १ जुलै, १९२४ रोजी फर्ग्युसनमध्ये रसायनशास्त्र विभागात प्रयोगशाळा निरीक्षक म्हणून त्यांनी नेमणूक स्वीकारली. त्याचा विशेष म्हणजे आपल्या वडिलांच्याच क्षेत्रातील अधिक पगाराची नोकरी सोडून ही नोकरी पत्करली. त्या काळात शास्त्र शाखेत पदवी वर्गांसाठी प्रयोगशाळा निरीक्षक नेमण्याची पद्धती नुकतीच सुरू झाली होती. श्री. प्रधान यांनी आपल्या शिस्तबद्ध आणि अभ्यासपूर्ण अध्यापनपद्धतीने निरीक्षकपदाला दर्जा प्राप्त करून दिला. त्यांच्या 'Notes on Qualitative and Quantitative Anaylsis' या पुस्तकाने अनेक विद्यापीठांतील अनेक विद्यार्थ्यांना अनेक वर्षे बहुमोल मार्गदर्शन केले. त्यांच्या निरलस कार्यपद्धतीमुळे त्यांची व्याख्यातापदी नेमणूक झाली. तेथेही त्यांच्या मार्गदर्शनाखाली अनेक हुशार विद्यार्थी तयार झाले; आपल्या क्षेत्रात त्यांनी मोठे नाव कमावले. विद्यार्थ्यांवर आणि सहकाऱ्यांवर सोपविलेली कामे करून घेण्यात त्यांचा हातखंडा होता. आपली वैयक्तिक हुषारी, कार्यकुशलता, विनम्र वागणूक आणि सर्वांना मदत करण्याची प्रवृत्ती या गुणांमुळे ते सर्व विद्यार्थी आणि अध्यापकवर्गामध्ये कमालीचे लोकप्रिय होते.

वार्षिक स्नेहसंमेलन

१९५९चे वार्षिक स्नेहसंमेलन २२ डिसेंबर, १९५९ रोजी साजरे झाले.

मुंबई प्रांताचे राज्यपाल श्री. श्रीप्रकाश हे संमेलनाचे प्रमुख पाहुणे होते. मूळ भाषावार प्रांतरचनेनुसार मुंबई हे द्वैभाषिक - मराठी आणि गुजराथी - संयुक्त राज्य बनविण्यात आले होते. या राज्याच्या दोन्ही विभागांत असंतोष खदखदत होता. मराठी भाषिकांसाठी स्वतंत्र राज्य असावे या मागणीसाठी संयुक्त महाराष्ट्र समिती व स्वतंत्र गुजराथच्या मागणीसाठी महागुजराथ समिती या दोन्ही समित्या समांतर

आंदोलन करीत होत्या. कधी कधी दोन्ही भागांत आंदोलन हिंसक रूप धारण करीत होते. ही दोन स्वतंत्र राज्ये करावीत यासाठी जे ज्येष्ठ नेते काम करीत होते, त्यामध्ये श्रीप्रकाश यांचा प्रमुख सहभाग होता. प्राचार्य कोगेकर यांनी आपल्या स्वागतपर भाषणात या गोष्टींचा उल्लेखही केला होता. राज्यपालांच्या भाषणाबद्दल कमालीची उत्सुकता होती. सुरुवातीला श्रीप्रकाश यांनी भारताची भाषिक, वांशिक यांच्या आधारावर उभी राहिलेली एकात्म संस्कृती, सामाजिक आणि भौगोलिक विविधता असूनही ही एकात्मता कशी जपली गेली याचे विस्तृत विवेचन केले. संकल्पित भाषिक राज्यांच्या निर्मितीमुळे कोणती नवी प्रशासकीय आव्हाने निर्माण होतील, प्रादेशिकतेचा अतिरेक झाला तर मूळ एकात्मतेला कसा धोका निर्माण होईल व तो टाळण्यासाठी काय खबरदारी घ्यायला हवी, तरुण वर्गाने हे नवे आव्हान पेलण्यासाठी कोणती पथ्ये पाळली पाहिजेत याचेही विवेचन केले.

संमेलनाच्या जोडीला फर्ग्युसनच्या कला विभागाने विद्यार्थी-प्राध्यापक यांच्या कलाकृतींचे प्रदर्शन भरविले होते. जीवशास्त्र विषयासंबंधीचे प्रदर्शन विभागाच्या इमारतीमध्ये भरविले होते.

संमेलनाच्या निमित्ताने विविध मनोरंजनाचे दोन कार्यक्रम व Mock Parliament हे कार्यक्रम आयोजिले होते. सर्वांत उल्लेखनीय बाब म्हणजे राम गणेश गडकरी यांच्या 'भावबंधन' या नाटकाचा प्रयोग. या नाटकाच्या प्रयोगाचे वैशिष्ट्य म्हणजे कॉलेजचे माजी विद्यार्थी वासुदेव पाळंदे यांनी खूप मेहनत घेऊन या प्रयोगाचे दिग्दर्शन केले होते व नाटकातील धुंडिराज ही भूमिकाही उत्तम वठवली होती. हा प्रयोग इतका लोकप्रिय झाला की त्याचे ॲम्फीथिएटरमध्ये तीन दिवस तीन खेळ करावे लागले व तीनही दिवस ॲम्फीथिएटर तुडुंब भरले होते.

कॉलेजच्या नाट्य विभागाने आंतरमहाविद्यालयीन नाट्य स्पर्धेमध्ये चषक मिळविला. शैलजा भालेराव व माधव वझे यांनी वैयक्तिक गुणवत्ता पारितोषिके मिळविली. प्रोग्रेसिव्ह ड्रॅमॅटिक असोसिएशनतर्फे आयोजिलेल्या आंतरमहाविद्यालयीन नाट्यवाचन स्पर्धेमध्ये पहिला क्रमांक मिळविला, चषक जिंकला.

नंबुद्रिपादांचे ऐतिहासिक भाषण : (१९५९)

१९५९मध्ये घडलेल्या एका महत्त्वाच्या प्रसंगाचा उल्लेख करावयास हवा.

वक्तृत्व-वादविवाद मंडळातर्फे कार्यवाह अनिल सुपनेकर यांनी केरळचे मुख्यमंत्री ई. एम. एस. नंबुद्रिपाद यांचे व्याख्यान आयोजित केले होते. भारतातले बिगर काँग्रेसचे पहिले व कम्युनिस्ट पक्षाचे असे हे सरकार असल्याने एकूणच सर्वांना मोठे आकर्षण होते. व्याख्यान ठरले त्यावेळी ते मुख्यमंत्री होते; पण दरम्यानच्या

काळात सरकार बरखास्त झाले. अशावेळी नंबुद्रिपाद येणार की नाही याची उत्कंठा होती. त्यांच्याशी संपर्क झाल्यावर त्यांनी आपण निश्चित येणार असे कळविले. ही बातमी वेगाने पसरल्याने उत्कंठा आणखी वाढली. नेमके त्याचवेळी काही कामानिमित्त प्राचार्य कोगेकरांना मुंबईस जावे लागले. उपप्राचार्य माईणकर व जिमखान्याचे अध्यक्ष डॉ.कारेकर यांच्याकडे मुख्य सूत्रे होती. त्यात आमच्या गनिमांनी बातमी आणली की पुण्यातल्या कम्युनिस्टांना विरोध करणाऱ्या मूलतत्त्ववादी संघटना कार्यक्रम होऊ देणार नाहीत; त्यातल्या काहींनी ॲम्फीथिएटरमध्ये प्रवेशही केला होता. मोठा बाका प्रसंग उद्‌भवला होता. ऐनवेळी निर्णय घेऊन घुसखोरांना बाहेर काढण्यासाठी आम्ही काही प्राध्यापक मंडळी व 'वजनदार' विद्यार्थ्यांनी कडे करून संबंधितांना बाहेर काढले. झटापटीत आम्हालाही काही तडाखे बसले, पण नंतर व्याख्यानाचा मुख्य कार्यक्रम सुरळीत पार पडला. अतिशय उत्तम भाषण झाले, मात्र नंबुद्रिपाद यांनी मुख्यमंत्रीपदाच्या बडतर्फीवर टीका करणारा चकार शब्दही काढला नाही. प्राध्यापकांच्या चहापानाच्या वेळी मात्र त्यांनी दिलखुलास चर्चा केली.

साहित्य सहकार

साहित्य सहकारचे कार्यक्रम नेहमीप्रमाणे गाजले. सुप्रसिद्ध कथालेखक दि. बा. मोकाशी यांच्या स्वानुभव कथनाने सहकारच्या कार्यक्रमाला प्रारंभ झाला. य. गो. जोशी यांच्या उपस्थितीत 'जाईजुई' कथासंग्रहावर, तर प्रा. बाळ गाडगीळ यांच्या 'बहीण' या कथेवर चर्चा झाली. कवी यशवंत यांच्या अध्यक्षतेखाली झालेल्या कवी संमेलनात संजीवनी मराठे, पद्मा गोळे, सरिता पदकी, प्रा. अरविंद कुलकर्णी, अंबादास माडगूळकर, राजा मंगळवेढेकर यांच्यासारख्या दिग्गजांनी भाग घेतला. प्रसिद्ध ग्रामीण कथाकार शंकर पाटील यांच्या अध्यक्षतेखाली 'मायदेशी माणसे' या पुस्तकावर चर्चा झाली. सहकारच्या सभासदांपैकी अविनाश जोशी, प्रभाकर परांजपे यांच्या कविता, भालचंद्र नेमाडे यांचा ललितनिबंध, सुधा महाबळेश्वरकर यांची कथा, अरविंद कुलकर्णी यांचे कवितावाचन, तसेच वा. ल. कुलकर्णी यांच्या अध्यक्षतेखाली स्नेहसंमेलन झाले. प्रा. रा. श्री. जोग, प्रा. गाडगीळ, श्री. पारगावकर, प्रा. प्रधान यांचे मार्गदर्शन लाभले.

महाराष्ट्र वाङ्‌मय मंडळ

साहित्य सहकारच्या स्थापनेपूर्वी महाराष्ट्र वाङ्‌मय मंडळ कार्यरत होते. सहकारच्या कार्याची व्याप्ती वाढत गेली तसे मंडळाचे कार्य मर्यादित होत गेले. काही कार्यक्रम

दोन्ही संस्थांच्या वतीने संयुक्तरित्या राबविले जाऊ लागले. उत्तम पुस्तके सभासदांना उपलब्ध करणे हे मंडळाचे काम चालू राहिले.

सॉक्रेटिक असोसिएशन

डॉ. ग. ना. जोशी यांची सांगलीला बदली झाल्याने सॉक्रेटिक असोसिएशनची सूत्रे प्रा. पी. जी. कुलकर्णी यांच्याकडे आली. विद्यार्थ्यांमध्ये तत्त्वज्ञान या विषयासंबंधी गोडी निर्माण करणे, तत्त्वज्ञानाच्या विविध अंगांवर अभ्यासपूर्ण भाषणे, विद्यार्थ्यांनी लिहिलेले निबंध वाचन यांवर भर असे. साधारणत: प्रत्येक आठवड्याला चर्चा असे. ज्येष्ठ प्राध्यापक डी. डी. वाडेकर यांचे मार्गदर्शन असे.

सोशल सायन्सेस असोसिएशन

या वर्षी विद्यार्थ्यांनी अभ्यासपूर्ण निबंध सादर केले. 'प्लॅनिंग फोरम' आणि सोशल सायन्सेस असोसिएशनच्या संयुक्त विद्यमाने प्रा. टी. एम. जोशी यांचे 'भारतीय करपद्धती' या विषयावर तर प्रा. पां. ल. (बाळ) गाडगीळ यांचे 'दुसऱ्या पंचवार्षिक योजनेतील दोष' या विषयावर अशी व्याख्याने आयोजिली होती.

८ जानेवारी, १९६० रोजी अमेरिकेच्या येल विद्यापीठाच्या अर्थशास्त्र विभागाचे प्रमुख आणि पदवी अभ्यासाचे संचालक, ज्येष्ठ अर्थशास्त्रीय विचारवंत आणि सरकारी धोरणाचे प्रमुख सल्लागार डॉ. जॉन. पी. मिलर यांनी अमेरिकेच्या धोरणासंबंधी अत्यंत उद्बोधक व्याख्यान दिले आणि नंतर विद्यार्थ्यांच्या प्रश्नांना उत्तरे दिली, मनमोकळी चर्चाही केली.

केमिस्ट्री असोसिएशन

केमिस्ट्री असोसिएशन नेहमीप्रमाणे उत्साहाने कार्यरत राहिली. डॉ. एम. डब्ल्यू. चिपळूणकर यांच्या 'रात्रिप्रकाश' या विषयावरील व्याख्यानाने कार्यास सुरुवात झाली. लॉर्ड रे म्युझिमय, ब्रिटिश कौन्सिल, अमेरिकन कॉन्स्यूलेट, भारत सरकारच्या माहिती आणि नभोवाणी मंत्रालयातर्फे शास्त्रीय विषयांवरच्या चित्रफिती दाखविण्यात आल्या.चाळीस विद्यार्थ्यांनी मुंबई, पनवेल, खोपोली येथील रासायनिक व अन्य उत्पादन करणाऱ्या संस्थांना भेटी दिल्या. प्रा. जे. बी. कुमठेकर यांच्या नेतृत्वाखाली दिल्ली-कलकत्ता सहलीमध्ये ग्वाल्हेर, आग्रा, कानपूर, बनारस, टाटानगर, रुरकेला, हिराकूद धरण इत्यादी प्रकल्पांना भेटी दिल्या.

भूशास्त्र विभाग

भूशास्त्र विभागाचे कार्य कौतुकास्पद होते. प्रा. सोवनी यांची ॲडव्हान्स पेट्रोलाजी विषयाच्या खास अभ्यासासाठी कोलोरॅडो विद्यापीठात फुलब्राईट स्कॉलर म्हणून निवड झाली. श्री. डी. आर. गाडेकर यांनी मुंबई सरकारच्या शिष्यवृत्तीवर 'ऑईल जिऑलाजी' या विषयाच्या अभ्यासासाठी कॅलिफोर्निया विद्यापीठात प्रवेश घेतला. श्री. के. व्ही. पेशवा यांची रांची येथील नॅशनल कोल डेव्हलपमेंट कॉर्पोरेशनमध्ये 'जिऑलाजिस्ट' म्हणून नेमणूक झाली. फर्ग्युसनच्या भूशास्त्र विभागाच्या माजी विद्यार्थ्यांचे हे यश गौरवास्पद होते.

१९५९-६० हे साल भूशास्त्र संघटनेच्या दृष्टीने एक अत्यंत महत्त्वाचे, ऐतिहासिक साल होते. भूशास्त्र विभागाच्या नव्या इमारतीचे उद्घाटन व त्यानिमित्त भूशास्त्रविषयक प्रदर्शन भरले (५ सप्टेंबर, १९५९) होते. म्हैसूरच्या सरकारच्या भूशास्त्र विभागाचे आणि भारतीय खाण प्रभागाचे (Bureau of Mines) भूतपूर्व संचालक-प्रमुख डॉ. बी. राम राव यांच्या हस्ते उद्घाटन झाले. भूशास्त्रविषयक साधनसामग्री, विविध प्रकारचे दुर्मीळ खडक, खनिजे, भित्तिचित्रे, आलेख, नकाशे यांचे प्रदर्शन भरविण्यात आले. हजारांहून अधिक प्रेक्षकांनी, विद्यार्थ्यांनी चार दिवसांच्या प्रदर्शनास भेट दिली. खडकवासल्याच्या सेंट्रल वॉटर अॅण्ड पॉवर रिसर्च (CWPRS) आणि हवामान संशोधन या संस्थांनी भूकंपमापन यासारखी अनेक यंत्रे पुरविली होती.

सॉक्रेटिक असोसिएशन

१९५९-६० सालात फर्ग्युसनची तत्त्वज्ञान विषयाची संघटना नेहमीप्रमाणे उत्साहाने कार्यरत होती. याचे श्रेय प्रा.डी.डी.वाडेकर यांच्याकडे जाते. खळाळत्या उत्साहाने ते प्रतीक होते. त्यांचे व्याख्यान असले तर प्राध्यापकमंडळीही आवर्जून ऐकत असत. साधारणत: दर आठवड्याला एक निबंध विद्यार्थ्याने लिहायचा आणि सर्वांनी त्याच्यावर चर्चा करायची. वर्षातून किमान बारा ते पंधरा निबंध वाचले जातील याबद्दल त्यांचा कटाक्ष होता. वर्षाचे वेळापत्रक ठरायचे. प्लेटोचा साम्यवाद, प्लेटोची आदर्श प्रजासत्ताक पद्धती, धर्माचा ऐतिहासिक विकास, नैतिक स्वातंत्र्याचे महत्त्व, जैन/बुद्ध संप्रदाय, ईश्वराच्या अस्तित्वाचे पुरावे, ईश्वर न मानणाऱ्या चार्वाकाचे तत्त्वज्ञान, उपनिषदांचे स्थान, व्यक्तिमत्त्व आणि स्वभाव, अलपोर्टचा सिद्धांत, भारतीय तत्त्वज्ञानातील अधिकार आणि तार्किकता ही विषयांची यादी बरेच काही सांगून जाते. या वर्षाची दोन वैशिष्ट्ये म्हणजे फर्ग्युसनची तत्त्वज्ञान विषयाची

विद्यार्थिनी श्रीमती सुजाता श्रोत्रीय ही पुणे विद्यापीठाच्या बी.ए.पदवी परीक्षेत पहिल्या वर्गात पहिली आली. तिचा संस्थेने सत्कार केला. मुंबईच्या कीर्ती कॉलेजचे प्रा. मे. पुं. रेगे तत्त्वज्ञान विषयाच्या विशेष अभ्यासासाठी इंग्लंडला जाणार होते. त्यांचाही विशेष सत्कार करण्यात आला.

छंद वर्ग (Hobby Workshop)

विद्यापीठ अनुदान आयोगातर्फे कॉलेजमधील विद्यार्थ्यांमध्ये विविध छंद वर्ग यासाठी खास अनुदान प्राप्त झाले. हे वर्ग वर्षातून सहा महिने सायंकाळी ५.३० ते ७.३० व रविवारी सकाळ-दुपार मिळून आठ तास असे चालविण्यात आले. या छंद-वर्गात छायाचित्रण, काचकाम, धातूकाम, इलेक्ट्रॉनिक या विषयांत रस असणाऱ्या विद्यार्थ्यांना प्रशिक्षण देण्यात आले. प्रशिक्षणासाठी आवश्यक मार्गदर्शन करणारा अध्यापक-वर्ग आणि सामग्री, यंत्रे यांची सोय करण्यात आली. पदार्थविज्ञान विभागाचे प्रा.डी.व्ही.बडवे या प्रशिक्षण विभागाचे व्यवस्थापन पाहात असत. यातील छायाचित्रण व इलेक्ट्रॉनिक्स या विषयांचे पदवी, पदव्युत्तर अभ्यासक्रम कालांतराने सुरू झाले.

निवृत्ती आणि नव्या नेमणुका

डॉ. व्ही. ए. पटवर्धन (रसायनशास्त्र विभाग), प्रा. के. व्ही. केळकर (भूशास्त्र), प्रा. डी. डी. वाडेकर (तत्त्वज्ञान) हे ज्येष्ठ प्राध्यापक वयाची साठ वर्षे पूर्ण झाल्याने निवृत्त झाले. प्रा. आनंद नाडकर्णी (अर्थशास्त्र) यांची मुंबईच्या कीर्ति कॉलेजमधून फर्ग्युसनमध्ये पूर्ण प्राध्यापक म्हणून बदली झाली. कु. एम. व्ही. केळकर यांची जर्मन भाषा विभागात, व्याख्याता श्री. जे. व्ही. जोशी यांची तत्त्वज्ञान विभगात नेमणूक झाली. श्री. अ. पां. दाणी (इंग्रजी भाषा विभाग), श्री. गं. ना. जोगळेकर (मराठी भाषा विभाग), श्री. अविनाश जोशी (अर्थशास्त्र विभाग) या तिघांची व्याख्याता म्हणून नेमणूक झाली. पुढे हे तिघेही सुमारे पस्तीस वर्षांची सेवा करून निवृत्त झाले. डॉ. गं. ना. जोगळेकर आणि डॉ. अ. पां. दाणी यांनी काही काळ फर्ग्युसनचे प्राचार्यपदही भूषविले. डॉ. वाय. एस. साठे हे संख्याशास्त्र विभागाचे प्राध्यापक अमेरिकेतील नार्थ कॅरोलिना विद्यापीठाची पीएच.डी.पदवी प्राप्त करून भारतात परतले आणि त्यांनी पुन्हा आपल्या विभागात प्रमुख प्राध्यापक म्हणून काम सुरू केले.

श्री. विश्वनाथ प्रतापसिंग (भारताचे भावी पंतप्रधान) यांनी जुन्या अभ्यासक्रमातील

बी.एस्सी. परीक्षा प्रथम वर्गात उत्तीर्ण केली. कु. सरोज चितारी (भाटे) यांनी बी.ए.नवा अभ्यासक्रम (संस्कृत) प्रथम वर्ग आणि श्रीमती गौरी कर्वे (देशपांडे) यांनी नवा अभ्यासक्रम (इंग्रजी भाषा) प्रथम वर्ग प्राप्त केला. पुढे श्रीमती गौरी देशपांडे यांनी फर्ग्युसनमध्ये काही काळ प्राध्यापक म्हणून काम केले, तर श्रीमती चितारी (भाटे) यांनी संस्कृत भाषेच्या अध्यापक-संशोधक म्हणून काम केले. पुढे प्रा. भाटे यांनी भांडारकर प्राच्य-विद्या संस्थेच्या कार्यवाह म्हणूनही काम केले.

साहित्य सहकार

साहित्य सहकारच्या १९५९-६० मधील कार्याची सुरुवात सुप्रसिद्ध कथालेखक श्री. अरविंद गोखले यांच्या हस्ते झाली. त्यांनी आपल्या कथांचे अंतरंग मनोरंजक निवेदन पद्धतीने खुलवून सांगितले. दुसऱ्या सत्रात लोकप्रिय विनोदी कथालेखक श्री. द. मा. मिरासदार ह्यांनी आपल्या कथालेखनामागील भूमिका आणि अनुभव अत्यंत मनोरंजक शैलीने विशद करून सांगितले.

सहकाराचा तिळगूळ समारंभ सुप्रसिद्ध भाषाशास्त्रज्ञ डॉ. ना. गो. कालेलकर यांच्या हस्ते झाला. कॉलेजमधील मराठीच्या प्राध्यापकांव्यतिरिक्त विख्यात लेखक विजय तेंडुलकर यांचेही सहकारला मार्गदर्शन झाले. प्रकाश सुराणा आणि नीला उमराणी (सध्याच्या विख्यात कला चित्रपट निर्मात्या सुमित्रा भावे) यांनी सहकारचे कार्यवाह म्हणून काम पाहिले.

१९६० : अमृतमहोत्सवी वर्ष

१९६०मध्ये फर्ग्युसन कॉलेजला ७५ वर्षे पूर्ण होणार असल्याने शैक्षणिक वर्षाच्या सुरुवातीपासून अमृत-महोत्सव समारंभाचे नगारे वाजण्यास सुरुवात झाली. प्राचार्य कोगेकर यांनी आपल्या वर्षारंभीच्या भाषणात याचे सूतोवाच केले. संस्थेच्या लौकिकास साजेल असा कार्यक्रम व्हावा आणि प्रत्येक विद्यार्थ्याने शिस्तीने आणि जबाबदारीने सहभागी व्हावे असे आवाहन केले. विशेष म्हणजे शिवाजी महाराजांपासून महाराष्ट्राने जपलेल्या आणि जोपासलेल्या स्वावलंबन, सहनशीलता आणि स्त्रीत्वाचा आदर या मूल्यांचा कधीही विसर होऊ देऊ नये याची जाणीव त्यांनी करून दिली.

त्या काळात काही ठिकाणी वेगळी टीका होत असे. खेळ आणि शारीरिक शिक्षणाच्या कामांमुळे विद्यार्थ्यांचा अभ्यासाकडे दुर्लक्ष करण्याकडे कल होत असतो व त्यामुळे शैक्षणिक प्रगतीत अडथळा येतो असा टीकेचा सूर असे. 'विद्यार्थ्यांच्या

व्यक्तिमत्त्व विकासासाठी बौद्धिक आणि शारीरिक शिक्षणाची आवश्यकता असते, मात्र प्रत्येक विद्यार्थ्याने शारीरिक, बौद्धिक, नैतिक विकास साधत असताना तर-तम भाव सांभाळला पाहिजे आणि शिक्षकांनी त्यास योग्य मार्गदर्शन करावयास हवे', असे प्राचार्य कोगेकरांनी या टीकेस उत्तर दिले. विद्यार्थ्यांनी कॉलेजमधील शैक्षणिक आणि शिक्षणेतर सोयी-सवलतींचा संतुलित लाभ घ्यावा, विद्यापीठाच्या शैक्षणिक अटी, तासांची हजेरी तसेच अंतर्गत परीक्षा, प्रयोगशाळेतील कार्य इत्यादी पाळण्यात कसूर करू नये असे त्यांनी बजावले.

१९६०पासून नव्या पदवी अभ्यासक्रमातील दुसरे वर्ष सुरू होत होते. पदवीपूर्व वर्गांची विद्यार्थ्यांची कमाल संख्या दीडशेवरून शंभरपर्यंत कमी करण्यात आली होती. विद्यार्थ्यांनी निवड करावयाच्या पर्यायी विषयांची जाण ठेवावयास हवी होती.

जिमखाना व्यवस्थापनाच्या संदर्भात एक महत्त्वाचा बदल करण्यात आला. जिमखाना पदाधिकाऱ्यांची निवड वर्षारंभी होत असे. त्यामुळे कार्यक्रम नियोजन नीट होत नसे. बदल असा की वर्षाच्या अखेरीस साधारणत: फेब्रुवारी महिन्यामध्ये निवडणुका घेण्याचे ठरले. फायदा असा की परीक्षेनंतरच्या सुट्टीच्या काळात पुढील वर्षाचा कार्यक्रम आखणे शक्य होई. या बदलाचे विद्यार्थीजगात फार चांगले स्वागत झाले. प्रत्यक्ष कार्यक्रमातही जोश दिसू लागला.

विद्यार्थ्यांमधील बेशिस्त, परीक्षापद्धतीतील बदल ,नैतिक शिक्षण, समाजसेवा या सर्वांचा योग्य मेळ घालणे आवश्यक होते. सरकार, विद्यापीठे, महाविद्यालये, शिक्षक, विद्यार्थी, पालक या सर्वांनी एकत्र येऊन प्रश्न सोडविण्याची गरज असल्याचे सांगून या संदर्भात विद्यार्थीही योग्य सहकार्य देतील अशी आशा प्राचार्यांनी व्यक्त केली. आपल्या भाषणात विद्यार्थ्यांच्या यशाचे कौतुक करण्यासही ते विसरले नाहीत.

प्रा. ए. बी. शहा यांना निरोप

ज्येष्ठ प्राध्यापक ए. बी. शहा यांनी अकरा वर्षांपूर्वी फर्ग्युसनच्या गणित आणि संख्याशास्त्र विभागात प्राध्यापक म्हणून कार्य सुरू केले. आपल्या शालेय आणि महाविद्यालयीन शिक्षणाच्या का, अर्थशास्त्र, तत्त्वज्ञान, धर्मशास्त्र या विषयांचाही त्यांचा फार मोठा व्यासंग होता. त्यांच्या एकूण विचारसरणीला नवमानवतावादाचा, रॉयिस्ट तत्त्वज्ञानाचा निखळ स्पर्श होता. आपले विचार ते 'न्यू क्वेस्ट' या नियतकालिकाच्या माध्यमातून स्पष्टपणे मांडीत असत. सामाजिक विषयावरची - विशेषत: समाजवाद, धर्मनिरपेक्षता – त्यांची मते ऐकताना त्यांच्याबद्दल अतीव

आदर निर्माण होत असे. त्यांची विद्वत्ता संपूर्ण भारतात ज्ञात होती.

प्रा. शहा यांनी पुणे विद्यापीठाच्या अॅकॅडेमिक कौन्सिलमध्ये (शैक्षणिक मंडळ) भरीव आणि उपयुक्त कार्य केले. प्राध्यापकांच्या प्रश्नांबद्दल त्यांना विशेष आस्था होती आणि शिक्षकवर्गाचा शैक्षणिक दर्जा टिकविण्याच्या सर्व प्रयत्नांत त्यांचा पुढाकार होता, प्रोत्साहन होते. प्राध्यापकांच्या कॉमनरूममधला त्यांचा वावर चैतन्य निर्माण करीत असे.

मुंबईमध्ये नव्याने स्थापन झालेल्या SIES कॉलेजचे प्राचार्य म्हणून नेमणूक झाल्याने फर्ग्युसनच्या वाडिया ग्रंथालयात त्यांचा मार्च, १९६०मध्ये हृद्य सत्कार आणि निरोपसमारंभ झाला. त्यांच्या भावी वाटचालीबद्दल शुभेच्छा देण्यात आल्या.

तीन वर्षांचा पदवी-अभ्यासक्रम

तीन वर्षाच्या संलग्न पदवी अभ्यासक्रमाचे दुसरे वर्ष (कला आणि शास्त्रशाखा) सुरू होत असल्याने काही नवे प्रश्न निर्माण होत होते. कारण त्याच वेळेला जुन्या ज्युनिअर-सीनिअरचे वर्ग चालू राहणार होते; पुढच्या वर्षी तिसरे वर्ष सुरू होणार असल्याने व्याप आणखी वाढणार होता. जुने आणि नवे अभ्यासक्रम काही काळ समांतर पद्धतीने चालणार असल्याने सर्व वर्गांचे वेळापत्रक तयार करणे, विद्यार्थ्यांसाठी वर्गखोल्यांची व शिक्षकांच्या तासांची व्यवस्था करणे हे अवघड आणि गुंतागुंतीचे होते. पुढच्या वर्षी गुंतागुंत आणखी वाढणार होती. कॉलेजच्या मुख्य इमारतीच्या पूर्वेस विद्यार्थ्यांसाठी गृहपाठाच्या वर्गखोल्या (Tutorial Rooms), प्राध्यापकांच्या अभ्यासखोल्या बांधल्या जात होत्या. तळमजला व वरील दोन मजले यांतील छोट्या खोल्यांमुळे मोठी सोय होणार होती. त्याशिवाय आणखी एक नवी इमारत बांधली जात होती. वसतिगृहात न राहणाऱ्या, कॉलेज परिसराच्या बाहेरून येणाऱ्या विद्यार्थिनींसाठी स्वतंत्र इमारत (लेडीज कॉमन रूम) बांधली जात होती. नवी इमारत पूर्ण झाल्यावर प्रस्तुत हॉलमध्ये अभ्यासासाठी मोठा वर्ग उपलब्ध होणार होता; तसे झालेही. काही वर्षे तेथे तास घेतल्याचेही आठवते. पूर्वी प्राचार्यांच्या कार्यालयास लागून असलेल्या एकाच हॉलमध्ये कॉलेजचे सर्व प्रशासकीय कार्यालय सामावलेले होते. कार्यालयाला जागा अपुरी पडू लागल्याने शेजारचा हॉल कार्यालयाच्या वाढीव कामासाठी देण्यात आला. आज कॉलेजचे मुख्य कार्यालय त्या हॉलमध्ये (पूर्वीचा मुलींचा हॉल) सामावलेले आहे. अशा प्रकारे समोरासमोर असलेल्या दोन हॉल्समध्ये पूर्ण कार्यालय आहे.

अभ्यासविषयक वाढत्या कार्यभारामुळे आणखी एक बदल करणे भाग पडले. तो म्हणजे कला शाखांचे (आर्ट्स) वर्ग सकाळी ७.३० पासून ११ वाजेपर्यंत व शास्त्र शाखांचे वर्ग ११.१० पासून सायंकाळी ५.३० वाजेपर्यंत चालविणे भाग

पडले. कॉलेजच्या इतिहासात हे पहिल्यांदाच घडत होते. कला शाखेचे विद्यार्थी बाहेर पडणे व शास्त्र शाखेचे कॉलेजमध्ये येणे म्हणजे एखाद्या कारखान्यातून पहिल्या पाळीचे कामगार बाहेर पडताना दुसऱ्या पाळीचे कारखान्यात येत असण्यासारखे! सुरुवातीला काहींनी तशी उपमाही दिल्याचे आठवते. पुढेपुढे सर्व लोक या पद्धतीला रुळू लागले. याचा एक परिणाम असाही झाला की कला शाखेच्या प्राध्यापकांना शास्त्र शाखेचे भाषा विषय किंवा अन्य पर्यायी विषय शिकविण्यासाठी सकाळी आणि दुपारी असे दुबार पद्धतीने यावे लागत असे.

अशा परिस्थितीत विद्यापीठाने सुरू केलेला एक प्रयोग कॉलेजलाही राबवावा लागला. या प्रयोगामागचे उद्दिष्ट मुळात चांगले होते. योजना अशी होती की शास्त्र शाखेच्या विद्यार्थ्यांनी कला शाखेकडचा एक विषय - इतिहास वा नागरिकशास्त्र वा अर्थशास्त्र – हा पर्याय निवडणे आणि कला शाखेच्या विद्यार्थ्यांनी Civilization and Science विषय अभ्यासणे. दोन्ही शाखांच्या विद्यार्थ्यांना यामुळे व्यक्तिविकासासाठी फायदा होणार होता; प्रत्यक्षात हा प्रयोग फसला. दोन्ही शाखांच्या विद्यार्थ्यांना हा जादा विषय अभ्यासणे ही नसती आफत वाटत असे. दोन्हीकडे विद्यार्थ्यांच्या दांड्या वाढू लागल्या. माझा कलाशाखेचा तास सकाळी ७.३० वाजता तर शास्त्र शाखेचा दुपारी ३.३० वाजता. सायकलवरची ही दुबार फेरी आम्ही नाइलाजाने पार पाडत होतो. लवकरच हा प्रयोग बंद झाला, तेव्हा हायसे वाटले.

प्राध्यापकांचे अभिनंदन

मराठीचे ज्येष्ठ प्राध्यापक गुरुवर्य प्रा. रा. श्री. जोग हे १९६०-६१च्या साहित्य संमेलनाचे अध्यक्ष झाले. त्यांच्या दीर्घ काळच्या समीक्षा कार्याचा हा गौरवच होता. मराठी विभागातील प्रा. व्ही. व्ही. पटवर्धन यांनी Literary Conventions या विषयावर पुणे विद्यापीठाची पीएच.डी. पदवी प्राप्त केली. मराठीतील जुन्या आणि नव्या काव्यातील साहित्यिक परंपरा याचा खास अभ्यास हे प्रबंधाचे वैशिष्ट्य होते. फर्ग्युसनमधून पदवी प्राप्त केलेले संस्कृत विषयाचे गाढे अभ्यासक श्री. एस. डी. जोशी यांनी अमेरिकेतील हार्वर्ड विद्यापीठात डॉ. डॅनियल एच. एच. इंगल्स यांच्या मार्गदर्शनाखाली 'कोंड भट्ट ऑन द मीनिंग ऑफ संस्कृत व्हर्ब्स' या विषयावर चार वर्षे संशोधन केले. कॉलेजतर्फे त्यांचे अभिनंदन करण्यात आले.

एक दुःखद निधन : वाय. एच. फडके

१८ ऑगस्ट, १९६० रोजी फर्ग्युसन महाविद्यालयाच्या कार्यालयाचे माजी

मुख्य लिपिक श्री. वाय. एच. फडके यांचे दु:खद निधन झाले. त्यांनी आत्महत्या केली होती. एक वर्षापूर्वीच ते सेवानिवृत्त झाले होते. मुख्य लिपिक या पदावर त्यांनी पंधराहून अधिक वर्षे काम केले होते. ते फारसे बोलत नसले तरी स्वभावाने शांत व मनमिळाऊ होते. प्रशासनाचा त्यांना दीर्घ अनुभव होता. त्यांच्याकडे येणाऱ्या प्रत्येकाला, मग तो विद्यार्थी असो, पालक असो अथवा शिक्षक असो, त्याला ते समंजस पद्धतीने मार्गदर्शन करीत असत. विपरीत परिस्थितीशी झगडत शिकत असलेल्या विद्यार्थ्यांबद्दल त्यांना विशेष सहानुभूति होती. त्यांच्या कार्यालयातील वागण्यावरून ते असे काही करतील याची कल्पना नव्हती. त्यांची चेहऱ्याची ठेवण राम गणेश गडकरी यांच्यासारखी होती. 'आता राम गणेश गडकरींना भेटायला जायचे आहे' असे विद्यार्थी प्रेमाने म्हणत. त्यांना त्याची कल्पनाही होती. त्यांच्या निधनाचा धक्का सर्वांनाच जाणवला.

अखिल भारतीय राष्ट्रीय काँग्रेस समितीचे अधिवेशन*

३-४-५ जून, १९६० या काळात फर्ग्युसन कॉलेजच्या मैदानावर अखिल भारतीय राष्ट्रीय काँग्रेस समितीचे (AICC) तीन दिवसांचे अधिवेशन भरले होते. हा काळ उन्हाळी सुट्टीचा असल्याने कॉलेजच्या नेहमीच्या कामात व्यत्यय येण्याची शक्यता नव्हती. सर्व शैक्षणिक परिसर मुक्त होता. सभेसाठी घालण्यात आलेला भव्य शामियाना, मोठे व्यासपीठ, प्रतिनिधींची लगबग, चर्चा, निवेदने, माध्यमांना आणि जगभर अन्य ठिकाणी पाठवण्यात येणाऱ्या संदेशांची गर्दी यांमुळे सर्व वातावरण महोत्सवी स्वरूपाचे होते. भारताच्या या भागात भरलेला अशा प्रकारचा हा पहिला मेळावा असावा.

कॉलेजचे प्राचार्य कोगेकर यांनी पंडित नेहरुंना चहाचे आमंत्रण दिले, ते त्यांनी स्वीकारलेही. वाडिया ग्रंथालयात चहापानाचा कार्यक्रम झाला. त्यास कॉलेजचे प्राध्यापक व अधिकारी उपस्थित होते.

अधिवेशनाच्या शेवटच्या दिवशी सर्वांसाठी खुली सभा झाली. नेहरुंचे मुख्य

---

* विद्यार्थीदशेत मी पुण्याच्या काँग्रेस हाऊसच्या ग्रंथालयात जात असे, त्यामुळे मामासाहेब देवगिरीकर, दा. न. शिखरे, केशवराव जेधे, बा. चिं. लागू यांचा परिचय होता. अधिवेशनाचा 'पास' मिळाला होता. त्यापेक्षाही महत्त्वाचे म्हणजे कॉलेजतर्फे काही स्वयंसेवक दिले गेले, त्यात माझा समावेश होता. माझी नेमणूक व्यासपीठाच्या विंगेत होती. त्यामुळे काँग्रेसचे ज्येष्ठ नेते जवळून पाहता आले. त्यांची भाषणे ऐकायला मिळाली. ते क्षण अविस्मरणीय होते.

१९६० साली पं. नेहरूंनी फर्ग्युसनला भेट दिली त्या प्रसंगी झालेल्या चहापानासाठी बसलेले प्रा. ढवळे, पं. नेहरू, प्रा. कोगेकर, मा. यशवंतराव चव्हाण

भाषण होणार होते. प्रचंड जनसमुदाय जमला होता; मैदाने भरली होती, तसेच फर्ग्युसनभोवतीच्या टेकड्याही गच्च भरल्या होत्या.

पंडित हृदयनाथ कुंझरूंची भेट

२१ जून, १९६० रोजी पंडित हृदयनाथ कुंझरू आणि महाराष्ट्राचे राज्यपाल श्रीप्रकाश यांचे बंधु श्री. चंद्रभान यांनी कॉलेजला भेट दिली. ग्रंथालयातील चहापानाच्या वेळी प्राध्यापकांबरोबर झालेल्या चर्चेत त्यांनी आपली मते मांडली. माध्यमिक आणि उच्च शिक्षणाच्या संदर्भात ढासळत्या शैक्षणिक दर्जाबाबत त्यांनी चिंता व्यक्त केली आणि काही उपाययोजनाही सुचविल्या. पंडित कुंझरूंच्या भाषणानंतर मुक्त चर्चा झाली. पाहुण्यांचा मनमोकळा स्वभाव आणि अनौपचारिकता यांमुळे ही चर्चा खूप रंगली.

अमृतमहोत्सव आणि माजी विद्यार्थी

अमृतमहोत्सव समारंभामध्ये माजी विद्यार्थ्यांचा वाढता सहभाग असावा या हेतूने १९५९मध्ये एक योजना आखण्यात आली होती. फर्ग्युसनचे माजी विद्यार्थी, भारतीय लष्करातील निवृत्त अधिकारी मेजर वाय.जी.जोशी यांनी पुढाकार घेऊन माजी विद्यार्थ्यांची सूची करण्याचे काम सुरू केले. त्यांनी जवळजवळ भारतातील शंभर वृत्तपत्रांतून माजी विद्यार्थ्यांना संपर्क साधण्याचे आवाहन केले होते. त्या आवाहनास अपेक्षेइतका प्रतिसाद लाभला नाही. त्यामुळे शैक्षणिक संस्था, सरकारी कार्यालये, सामाजिक संघटना यांच्याद्वारे व पुण्यातील घराघरातून जाऊन माहिती

मिळविणारे विद्यार्थी गट यांच्या साहाय्याने सूची करण्याचे कार्य चालू ठेवले गेले. सूचीसाठी बनविण्यात आलेली माहितीपत्रके जमा करून ३००० माजी विद्यार्थ्यांची कार्डे तयार करण्यात आली. हे काम यापुढे सतत चालू राहणार होते.

माजी विद्यार्थ्यांच्या माहितीचा दुहेरी उपयोग अपेक्षित होता. कॉलेजमध्ये काय चालू आहे हे माजी विद्यार्थ्यांना कळावे व माजी विद्यार्थ्यांना कॉलेजसाठी आपण काय करू शकतो हे समजावे. पुढे शताब्दीच्या काळात (१९८५) ही पद्धती उपयोगी पडली.

पुण्यातील हिंदविजय सिनेमा थिएटरचे मालक श्री. व्ही. जी. जोशी यांनी अनेक अडचणींना तोंड देत फर्ग्युसनमधून एम.ए.पदवी मिळविली होती. त्यांना कॉलेजबद्दल खूप आस्था होती. त्यांनी आपल्या थिएटरमध्ये सुरू झालेल्या मुगले आझम या चित्रपटाच्या पहिल्या प्रयोगाचे (५ ऑगस्ट, १९६०) उत्पन्न (रु.२८२६) अमृतमहोत्सव निधीसाठी देणगीरूपाने दिले. त्यांच्या या योजनेचे चांगले स्वागत झाले.

फर्ग्युसनचा अमृतमहोत्सव

१९५९पासून फर्ग्युसनच्या अमृतमहोत्सव समारंभाची पूर्वतयारी सुरू झाली होती. भारताचे राष्ट्रपती डॉ. राजेंद्रप्रसाद यांना पाहुणे म्हणून निमंत्रणाचे सूतोवाच झाले होते. मुख्यमंत्री यशवंतराव चव्हाण एकदा कॉलेजला येऊनही गेले होते. दरम्यानच्या काळात एक अत्यंत महत्त्वाची घटना घडली होती. १ मे, १९६० रोजी महाराष्ट्र राज्याची स्थापना झाली. यशवंतरावांनी 'कलश' आणला हे खरे असले तरी संयुक्त महाराष्ट्र समितीच्या चळवळीमुळे केंद्रसरकारवर दबाव आला होता, हे विसरून चालणार नाही. एसेम, ना. ग. गोरे, आचार्य अत्रे, र. के. खाडिलकर, जयंतराव टिळक या फर्ग्युसनच्या माजी विद्यार्थ्यांचे समितीच्या चळवळीत मोठे योगदान होते. या पार्श्वभूमीवर अमृतमहोत्सवाच्या कार्यक्रमाच्या तयारीला वेग आला.

एकूण तीन दिवस चालणाऱ्या कार्यक्रमात विभागवार कार्यक्रम आखले होते. वाडिया ग्रंथालयाच्या वरच्या मजल्यावर भव्य कलाप्रदर्शन भरविले होते व खालच्या मजल्यावर रांगोळ्यांचे प्रदर्शन भरले होते. राष्ट्रपती राजेंद्रप्रसादांचे १० × १२ या भव्य आकाराचे रांगोळीने काढलेले हुबेहूब चित्र या प्रदर्शनाचे आकर्षण होते.

मुख्य कार्यक्रम सायंकाळचा असल्याने जिमखान्याच्या चंदावरकर पॅव्हेलियनसमोर भव्य स्टेज उभारले होते. पॅव्हेलियनच्या सर्व पायऱ्या व स्टेजसमोरचा मधला भाग या जागेत सुमारे चार हजार लोक बसतील अशी सोय होती. जिमखाना चेअरमन डॉ. प्र. सु. कारेकर यांच्या मार्गदर्शनाखाली जिमखाना विभागाचे सल्लागार, इतर

प्राध्यापक व विद्यार्थी स्वयंसेवक झटत होते. कार्यक्रमाला भारतरत्न महर्षि धोंडो केशव कर्वे (वय वर्षे १०२), डे. ए. सोसायटीचे उपाध्यक्ष, नियामक समित्यांचे, मंडळांचे पदाधिकारी, ज्येष्ठ मान्यवर, इतर महाविद्यालयांचे प्राचार्य व अन्य पदाधिकारी व विद्यार्थी मोठ्या संख्येने उपस्थित होते. नेहमीप्रमाणे मांडवाची व्यवस्था दाते आणि कंपनी, ध्वनिक्षेपण व्यवस्था 'ललकार', छायाचित्रण व्यवस्था एन. एस. दाते* यांची होती.

व्यासपीठावर राष्ट्रपती राजेंद्रपसाद, महाराष्ट्राचे राज्यपाल श्री.श्रीप्रकाश, महाराष्ट्राचे मुख्यमंत्री यशवंतराव चव्हाण, विद्यापीठ अनुदान आयोगाचे अध्यक्ष डॉ.चिंतामणराव देशमुख, श्रीमती दुर्गाबाई देशमुख, मिरजचे राजे पटवर्धन, प्राचार्य कोगेकर, सौ. कोगेकर व जिमखाना अध्यक्ष डॉ. कारेकर उपस्थित होते. सध्यासारखा व्ही.आय.पी.चा जबरदस्त बंदोबस्त नसल्याने एकूण वातावरण खुले, आल्हाददायक होते.

अमृत महोत्सव समारंभाच्या व्यासपीठावर मिरजेचे राजे पटवर्धन बोलत असताना प्राचार्य कोगेकर, राज्यपाल श्री. प्रकाश, राष्ट्रपती डॉ. राजेन्द्र प्रसाद व इतर मान्यवर

प्राचार्य कोगेकर यांनी आपल्या स्वागतपर प्रास्ताविक भाषणात कॉलेजची आजपर्यंतची प्रगती व भावी योजना यांची कल्पना दिली. त्यानंतर आपल्या भाषणात डॉ. चिंतामणराव देशमुख म्हणाले,

"आदरणीय राष्ट्रपती, राज्यपाल महोदय आणि सभ्य स्त्रीपुरुषहो,

* छायाचित्रकार एन. एस. दाते यांची छायाचित्रणाची एक शिस्त असायची. काचेचे चकाकणारे चष्मे बदलून साधे बिनकाचेचे चष्मे घालायला देत. मध्यभागी असलेल्या व्यक्तीने पायांची घडी घालायची नाही. डाव्या-उजव्या बाजूला बसणाऱ्यांचे पाय कसे असावेत हे ते सांगत. डोक्याची टोपी सरळ करायची त्यांना सवय होती. डॉ. राजेंद्रप्रसाद यांची टोपी नेहमी तिरकी असे. त्यांना टोपी सरळ करायला दाते जाणार, तेवढ्यात कोगेकरांनी 'राष्ट्रपतींची टोपी सरळ करू नका' असे त्यांना मोठ्याने सांगितले!

अमृत महोत्सव समारंभासाठी जमलेला श्रोतृवृंद

''प्राचार्य कोगेकर यांनी आपल्या स्वागतपर भाषणात राष्ट्रपती महोदयांना फर्ग्युसन कॉलेजच्या अमृतमहोत्सवाचे निमंत्रण देण्यात मी मध्यस्थी केली असा उल्लेख केला, याचा अन्वयार्थ कदाचित मी कुणी, कॉलेजबद्दल सहानुभूती असणारा 'परका' आहे असा समज होईल. बऱ्याच संशोधनानंतर मला असे आढळून आले आहे की मी तसा कुणी परका नाही, कारण मी डेक्कन एज्युकेशन सोसायटीचा 'फेलो' आहे. या नात्याने मी निमंत्रण देण्याचे कर्तव्य केले आणि माननीय राष्ट्रपतींनी ते आनंदाने स्वीकारलेही! (दोघेही एकमेकांकडे कटाक्ष टाकतात, स्मित झळकते - प्रेक्षकांत टाळ्यांचा कडकडाट होतो.)

''डेक्कन एज्युकेशन सोसायटी आणि फर्ग्युसन कॉलेज यांसारख्या संस्था स्थापन करणाऱ्या महनीयांच्या त्याग, निष्ठा, दूरदृष्टी यांना मानाचा मुजरा करण्याची मला संधी मिळत आहे, याचाच मला खरा आनंद आहे. भारताच्या शैक्षणिक विश्वात डेक्कन एज्युकेशन सोसायटी ही पथदर्शक संस्था आहे.

''नुकताच मी सुरतेला गेलो होतो. तेथील सुरत एज्युकेशन सोसायटीने शिक्षणाच्या क्षेत्रात मोठी भरीव कामगिरी केली आहे. त्या संस्थेच्या पदाधिकाऱ्यांनी डेक्कन एज्युकेशन सोसायटी आमचे स्फूर्तिस्थान असल्याचे गौरवाने सांगितले – त्यांचे पहिले प्राचार्य होते व्ही. के. राजवाडे, तर दुसरे होते डॉ. धनंजयराव गाडगीळ; अशा प्रकारे त्यांना दोन प्राचार्य पुण्याने पुरविले. त्या काळात शिक्षणाच्या क्षेत्रातही प्रादेशिक सीमारेषांना महत्त्व नव्हते. सुरत एज्युकेशन सोसायटीचे तिसरे प्राचार्य एन. एम. शहा यांनाही पुण्यात शिकविण्याची संधी मिळाली होती. ही सर्व मंडळी म्हणजे श्रद्धा आणि स्वार्थत्याग यांची उत्तम उदाहरणे होत.

''सध्या एखादे नवे कॉलेज सुरू करणे फारसे अवघड राहिलेले नाही. पूर्वी कॉलेज काढण्यासाठी मोठ्या धैर्याच्या आणि जिद्दीच्या कार्यकर्त्यांची आवश्यकता

असे. पूर्वीची महाविद्यालये एकतर सरकारने सुरू केलेली असत अथवा ख्रिश्चन मिशनऱ्यांनी सुरू केलेली असत. खाजगी स्वार्थत्यागी प्रयत्नांमधून उभ्या राहणाऱ्या संस्था एकोणिसाव्या शतकाच्या अखेरच्या पर्वात सुरू झाल्याचे आढळते. तशीच आपली संस्था आहे. १८५७ सालच्या स्वातंत्र्ययुद्धातील पराभवामुळे आम्ही अक्षरश: खचलो होतो. अशा परिस्थितीत देशाच्या पुनरुत्थानासाठी नव्या मार्गांची कास धरण्याची आवश्यकता होती. राष्ट्रीय पुनरुत्थानासाठी कोणते मार्ग चोखाळायचे याच्याबद्दल तीन विचारप्रवाह होते. त्यातही बरेच दुर्दैवी मतभेद होते; पुण्याला ते चांगलेच परिचित आहेत. शिक्षण, सामाजिक सुधारणा, राजकीय बंडखोरी या मार्गांबद्दल एकोणिसाव्या शतकाच्या उत्तरार्धात मतभेद होते; ते तीव्र असले तरी ज्याचीत्याची निष्ठा आपल्या मार्गाशी ठाम होती आणि प्रयत्न प्रामाणिक होते. या मार्गांचे यशस्वी फलित म्हणजे आज आपण अमृतमहोत्सव साजरा करत आहोत, ते 'फर्ग्युसन' होय. या संस्थेने अनेक उच्चांक प्रस्थापित केले आणि इतिहास घडवला.''

महाराष्ट्र राज्याचे मुख्यमंत्री नामदार यशवंतराव चव्हाण म्हणाले,

''आज महाराष्ट्रातल्या सर्वांत मोठ्या संस्थेच्या कार्यक्रमास उपस्थित राहताना मला खूप आनंद होत आहे. जेव्हा जेव्हा मी या ऐतिहासिक संस्थेतून - परिसरातून - फेरफटका मारत असतो तेव्हा मी साक्षात इतिहासातून वावरत असतो, अशीच भावना असते. महाराष्ट्राचा आधुनिक इतिहास टिळक-आगरक-गोखले यांच्यापासून अलग करताच येत नाही. या तिघांनी तर ही संस्था वाढवली आहे, जोपासली आहे. इतिहासाचा विचार करायचा झाला तर ही अशी एक पिढी होती की तिने आपल्या देशाच्या प्रगतीचे, विकासाचे स्वप्न पाहिले आणि आपल्या परीने हे स्वप्न साकारायचा जिद्दीचा प्रामाणिक प्रयत्न केला.

''आता काळ बदलला आहे, देशाचे प्रश्न बदलले आहेत, प्रश्नांबरोबर शिक्षणाची आव्हानेही बदलली आहेत. आज आपण अशा एका वळणावर आहोत की गेल्या ७५ वर्षांत आपण काय केले याचा विचार करायला हवा, तसाच पुढच्या शतकात काय करायला हवे याचा गंभीरपणे विचार करायला हवा. शिक्षणाच्या क्षेत्रात फर्ग्युसन हा एक आदर्श प्रयोग होता. आता महाराष्ट्रात खाजगी शिक्षणसंस्थांचे अक्षरश: मोठे पीक आले आहे, या सर्व संस्था आपल्या परीने शिक्षणाचा विकास साधत आहेत; प्रसार करीत आहेत. फर्ग्युसनने - डे. ए. सोसायटीने गुणात्मक वाढीबरोबर संख्यात्मक वाढही केली आहे. पण आम्ही सर्व आपल्या संस्थेकडे पाहात आहोत ते या संस्थेने जो गुणात्मक दर्जा टिकविला आहे त्यामुळे! पुणे हे शिक्षणाचे एक मुख्य केंद्र आहे आणि त्या ख्यातीत फर्ग्युसनचा वाटा निश्चितच फार मोठा आहे.

''जेव्हा जेव्हा मी महाराष्ट्राबाहेर जातो तेव्हा तेव्हा 'मी फर्ग्युसनचा आहे का' असं विचारलं जातं! आताच चिंतामणरावांनी आपल्या संशोधनानं फर्ग्युसनशी कसा अप्रत्यक्ष संबंध आहे हे सांगितलं (हशा). ऐतिहासिक संशोधनानं मला तसा काही संबंध सापडला नाही. आपणा सर्वांना माहिती आहे की मला कोल्हापूरनं घडवलं आहे. मला अभिमान आहे - मी 'राजारामीयन' आहे, मात्र मला खंत वाटते मी 'फर्ग्युसोनियन' नाही (I am proud that I am a 'Rajaramain' but I regret I am not a Fergussonain) (हशा).

''फर्ग्युसनशी संबंधितांना मी सांगू इच्छितो, की पुढच्या काळात त्यांना उच्च शिक्षणाच्या क्षेत्रात फार मोठे काम करावयाचे आहे. कारण सध्या महाराष्ट्रात जवळजवळ प्रत्येक तालुक्याच्या गावी आर्ट्स, सायन्स, कॉमर्स इ.कॉलेजेस निघाली आहेत, निघत आहेत आणि हे चांगलेच घडते आहे. फर्ग्युसन कॉलेज ही एक प्रकारे या सर्वांची 'आजी' आहे. मी 'आजी' म्हणतो तेव्हा विद्यार्थ्यांनी गैरसमज करून घेऊ नये. आताच सर चिंतामणरावांनी म्हटले त्याप्रमाणे फर्ग्युसनने या नव्याने उभ्या राहणाऱ्या संस्थांसाठी आदर्श 'प्रारूप' बनावे आणि त्यांना शिक्षणाचा दर्जा राखण्यासाठी मार्गदर्शन करावे.

''एक सूचना करावीशी वाटते. आपण जरूर विचार करा. फर्ग्युसनने महाराष्ट्राच्या कानाकोपऱ्यातून, अगदी खेड्यापाड्यातूनही गुणवान मुले निवडावी, त्यांना या कॉलेजमध्ये खास शिक्षण द्यावे, सवलती द्याव्यात आणि त्यांची गुणवत्ता आणखी सुधारेल हे पाहावे. असे केले तर त्यांच्याकडून फक्त शिक्षणाचेच नव्हे तर देशाचेही अनेक दृष्टींनी भले होईल; असे आपण कराल तर महाराष्ट्राचे सरकारही आपल्या पाठीशी राहील.''

मा.राष्ट्रपती डॉ. राजेंद्रप्रसाद म्हणाले,

''मा.राज्यपाल, मा.मुख्यमंत्री, मा.प्राचार्य आणि मित्रहो! सुरुवातीलाच मी शिक्षणाच्या क्षेत्रात उल्लेखनीय कार्य करणाऱ्या डेक्कन एज्युकेशन सोसायटीचे आणि तिचे मुख्य अपत्य असलेल्या ७५ वर्षे पूर्ण करणाऱ्या फर्ग्युसन कॉलेजचे अभिनंदन करू इच्छितो! ज्या काळात पाश्चात्त्य पद्धतीच्या उच्च शिक्षणाबद्दलची भारतातील मानसिकता नुकतीच तयार होत होती आणि अशा प्रकारचे शिक्षण देण्याच्या आपल्या देशातील सुविधा अपुऱ्या होत्या अशा काळात फर्ग्युसन कॉलेज स्थापन झाले. सरकारी शिक्षणसंस्था, मिशनऱ्यांनी स्थापन केलेल्या आणि खाजगी प्रयत्नांनी स्थापन झालेल्या मोजक्या संस्था कार्यरत होत्या, अशा काळात फर्ग्युसन कॉलेज स्थापन झाले. अशा काळात भारताच्या परिस्थितीला अनुरूप असे पाश्चात्त्य पद्धतीचे शिक्षण देण्याच्या प्रेरणेने भारलेले जिद्दी तरुण पुढे आले आणि त्यांनी ही संस्था स्थापन केली. भारताच्या तत्कालीन शासकांना न दुखवता भारताला उपयोगी

पडेल अशी त्यांचीच शिक्षणपद्धती रुजवण्याच्या प्रयत्नातून ही संस्था उभी राहिली.

"केवळ मानवी संबंधांचे आणि शास्त्रीय शिक्षण देण्याबरोबरच कॉलेजने राष्ट्रीय आकांक्षा आणि मूल्ये सर्वसाधारण जनतेपर्यंत पोहोचविण्याचा प्रामाणिक प्रयत्न केला. ज्यांनी हा नवा शैक्षणिक प्रयोग राबविला, त्यांचा स्वार्थत्याग आणि त्यागभावना ही फक्त पुण्यापुरती किंवा महाराष्ट्रापुरती मर्यादित राहिली नाही, तर हे लोण अख्ख्या भारतभर पसरले. आपण लावलेल्या शैक्षणिक ज्योतीची ऊब सात ते आठ दशके टिकवून ठेवण्याचे कार्य अनेक सार्वजनिक संस्थांना शक्य होतेच असे नाही. फर्ग्युसनने ते करून दाखविले, हे खरे यश आहे. आज महाराष्ट्रात इतर अनेक राज्यांपेक्षा अधिक प्रमाणात शैक्षणिक संस्थांचे जाळे उभे राहिले आहे, त्याचे सुरुवातीचे श्रेय डेक्कन एज्युकेशन सोसायटीला द्यावे लागते.

"गेल्या ७५ वर्षांतला संस्थेचा संख्यात्मक आणि गुणात्मक विकास अशा पद्धतीने होत आहे की तिला कॉलेज म्हणण्यापेक्षा विद्यापीठ म्हणणे अधिक उचित ठरेल. शिक्षणाचा आणि संशोधनाचा दर्जा आपण असा काही जपला आहे की माझ्या विधानाची सत्यता पटेल; त्याबद्दल प्राचार्य आणि त्यांचे सहकारी अभिनंदनास पात्र आहेत.

"शिक्षणाची संख्यात्मक आणि गुणात्मक प्रगती महत्त्वाची असतेच, परंतु त्यापेक्षाही जी शैक्षणिक परंपरा आणि मानसिकता ती अधिक महत्त्वाची असते. शिक्षण देणे आणि उत्तम यश मिळविणे हे जर फुलासारखे मानले तर शिक्षणाची परंपरा आणि त्याग म्हणजे त्या फुलाचा दीर्घ काळ पसरणारा सुगंधच आहे. ही परंपरा म्हणजे चांगल्या संस्थेचे लक्षण आहे आणि ही परंपराच पुढच्या पिढ्यांना ऊर्जा पुरवीत असते; अशा परंपरेचा फर्ग्युसनला सार्थ अभिमान वाटणे साहजिक आहे.

"प्राचार्य महोदय, आपण अनेक रास्त प्रश्न उपस्थित केले आहेत. स्वातंत्र्यानंतरच्या राष्ट्रवादी प्रेरणा, शिक्षणाची वाढती मागणी यांनी गुंतागुंतीचे प्रश्न उभे राहिले आहेत. शिक्षणाची लोकप्रियता, शैक्षणिक सुविधांची वाढती मागणी, प्रवेशासाठी होणारी रस्सीखेच, घसरता दर्जा यांसारख्या प्रश्नांवर मी मत मांडणे इष्ट नाही. शिक्षणाच्या क्षेत्रातील तज्ज्ञांनीच मार्ग सुचवायला हवेत. ७५ वर्षे यशस्वीपणे पार करणारी आपल्यासारखी संस्थाच या बाबतीत अधिक मार्गदर्शन करेल आणि आज या ठिकाणी उपस्थित असलेली मंडळी साहाय्यासाठी आहेतच."

जनरल करिअप्पा यांची भेट

भारतीय लष्कराचे माजी प्रमुख जनरल करिअप्पा यांनी २२ जून, १९६१

रोजी फर्ग्युसनला भेट दिली. स्वतंत्र भारताचे पहिले लष्करप्रमुख म्हणून या भेटीबद्दल विद्यार्थी आणि प्राध्यापक यांच्यात कमालीची उत्सुकता होती. मा.करिअप्पांनी विद्यार्थ्यांना मार्गदर्शन करताना स्वत:च्या अभ्यासाच्या आवडीच्या विषयामध्ये गंभीरपणे विचार करण्याची सवय वाढविण्याकडे लक्ष वेधले. प्रत्येक भारतीयाने राष्ट्राविषयीची भक्तिभावना वाढविली पाहिजे आणि आपल्या मातृभूमीसाठी वाटेल तो त्याग करण्याची, प्रसंगी मरण पत्करण्याची तयारी ठेवली पाहिजे. करिअप्पांनी विद्यार्थ्यांना 'शारीरिक शिक्षणावर भर दिला पाहिजे' असे आग्रहाने सांगितले. मात्र विद्यार्थिनींनी लष्करी शिक्षणात ए.सी.सी., एन.सी.सी.मध्ये भाग घेण्यास त्यांचा विरोध होता. त्या काळात फर्ग्युसनमध्ये मुलींची एन.सी.सी.ची तुकडी नव्हती; मुलींना एन.सी.सी.त घेण्यात यावे अशी विद्यार्थिनींची मागणी होत असताना जनरल करिअप्पांचे हे विधान त्यांना आवडले नाही आणि कुजबुजीच्या स्वरूपात नापसंती व्यक्त झाली. कार्यक्रमानंतर दोन-तीन धाडसी मुलींनी पाहुण्यांना गाठून प्रश्न विचारले. जनरलसाहेब समाधानकारक उत्तरे देऊ शकले नाहीत. प्राचार्यांच्या हस्तक्षेपामुळे चर्चा अपुरीच राहिली.

जन.करिअप्पांनी कॉलेजशिक्षणात संस्कृत सक्तीचे असावे; जागतिक भाषा म्हणून इंग्रजीचे महत्त्व विसरू नये असेही सांगितले. त्यांनी एक महत्त्वाचे विधान केले : 'माझा कोणत्याही तत्त्वज्ञानाला/वादाला विरोध नाही, मात्र मी स्वत: भारतीयवादाचाच आदर करतो.' ('I am against no ism, but what I adore and love is only one of them, and that is Indianism.')

कृष्ण मेनन यांची भेट

फर्ग्युसनच्या वादविवाद मंडळातर्फे भारताचे तत्कालीन संरक्षणमंत्री व्ही.के.कृष्ण मेनन यांची भेट आयोजिली होती. २३ जून, १९६१ रोजी वादविवाद मंडळाचे उद्‌घाटन त्यांच्या हस्ते झाले. पंडित जवाहरलाल नेहरुंचे उजवे हात म्हणून ओळखले जाणारे मेनन हे एक बडे प्रस्थ होते. जागतिक संघटनेत भारताची बाजू मांडणारे प्रभावी प्रवक्ते म्हणून त्यांची ख्याती होती; इंग्रजी भाषेवर कमालीचे प्रभुत्व व धारदार वक्तृत्व यामुळे त्यांचे भाषण ऐकण्यासाठी ॲम्फीथिएटर तुडुंब भरले होते. आपल्या भाषणात मेनन यांनी 'विद्यार्थ्यांनी भारतासारख्या प्रचंड देशात शासनाने सुरू केलेल्या पंचवार्षिक योजनेच्या कार्यक्रमांमध्ये स्वयंसेवेचे जास्तीतजास्त योगदान द्यावे आणि राष्ट्रीय पुनरुत्थानाच्या कार्यात सहभागी व्हावे' असे आवाहन केले. त्यांच्या मते,

'भारताने राजकीय स्वातंत्र्य प्राप्त केले असल्याने भारतातील सर्वसामान्य

जनतेच्या आपले राहणीमान वाढल्याबद्दल अपेक्षा उंचावल्या आहेत. त्या पूर्ण करण्यासाठी कटिबद्ध झाले पाहिजे. आता आम्ही स्वतंत्र नाही अशी सबब सांगताही येणार नाही. आपल्या स्वातंत्र्याचा खरा सामाजिक आणि आर्थिक आशय जास्तीतजास्त त्वरेने जनतेपर्यंत पोहोचला पाहिजे आणि त्या आशयाच्या वास्तविक परिपूर्तीसाठी पराकाष्ठेचे प्रयत्न केले पाहिजेत. भारताची एकात्मता जपली पाहिजे. अन्यथा आपले स्वातंत्र्य आणि आपली लोकशाही धोक्यात आल्याशिवाय राहणार नाही.'

हॅरॉल्ड लास्कींचे विद्यार्थी आणि भर वर्गात त्यांच्याशी वैचारिक वाद घालणारे असा लौकिक असलेले कृष्ण मेनन भाषणात नवे मुद्दे नसल्याने फारसा प्रभाव टाकू शकले नाहीत.

पानशेतचा प्रलय

१२ जुलै, १९६१... पुण्याच्या इतिहासातील एक अत्यंत दुर्दैवी दिवस. एक प्रकारे पुण्यनगरीचे पानिपतच!

पुण्यापासून छोट्या अंतरावरचे पानशेत हे मातीचे धरण फुटले आणि अनपेक्षितपणे, कमालीच्या वेगाने पुण्यातील लकडी पूल तोडून पुण्यात घुसले. पुण्याआधीची खेडी, गावे उद्ध्वस्त करीत पुणे शहराचा नदीकाठचा प्रदेश या पुराने जमीनदोस्त केला. घरे कोसळली, काही कुटुंबेच्या कुटुंबे वाहून गेली. माणसांची, जनावरांची प्रेते वाहात जाताना पाहिली. पोहता येत असल्याने एक दोघांना वाचवायचा प्रयत्नही केला; पण पुराच्या पाण्याचा ओघ इतका जबरदस्त होता की मानवी प्रयत्न तोकडे पडावेत. हिंदविजय-अलका टॉकीज याचा पहिला मजला पाण्याखाली होता. शनिवारवाडा, सकाळ कार्यालय दहा फूट पाण्याखाली होते. सिटी पोस्टापर्यंत गुडघाभर पाणी होते.

नदीकाठचा विध्वंस भयानक होता. पुलाची वाडी वाहून गेली होती. आपटेरोड पाण्याखाली होता. दुसऱ्या दिवशी खडकवासला फुटल्याची अफवा पसरल्याने लोक सैरावैरा पळत फर्ग्युसनच्या टेकडीपर्यंत येत होते. सगळीकडे चिखल झाला होता. दळणवळण - टेलिफोन, वीज यंत्रणा ठप्प झाल्या होत्या. डेक्कन जिमखान्यावरचे प्रख्यात इंटरनॅशनल बुक सर्व्हिस हे दुकान पार धुवून निघाले होते. फर्ग्युसन-बी.एम.सी.सी. उंचावर असले तरी डेक्कन एज्युकेशन सोसायटीच्या मुठा नदीच्या दक्षिणेकडच्या संस्था, नवीन मराठी शाळा, अहिल्यादेवी हायस्कूल, रमणबाग, न्यू इंग्लिश स्कूल यांची प्रचंड हानी झाली होती. इमारती, ग्रंथालये, प्रयोगशाळा, इतर सामग्री यांचे न मोजता येणारे नुकसान झाले होते. या संस्था पूर्ववत् करणे हे सोसायटीपुढे आव्हान होते.

फर्ग्युसनचे काय?

पुराच्या आपत्तीनंतर सर्व सरकारी-बिनसरकारी यंत्रणा अक्षरश: झपाट्याने कामास लागल्या; केवळ भारतातूनच नव्हे तर परदेशातूनही मदतीचा प्रचंड ओघ सुरू झाला.

अक्षरश: अंगावरच्या कपड्यांनिशी बाहेर पडलेल्या कुटुंबांच्या पुनर्वसनाचे काय? शाळा-कॉलेजेसना दीड महिन्याची सुट्टी देण्यात आली; सरकारी, बिनसरकारी इमारती व मुख्य म्हणजे शाळा-कॉलेजच्या इमारतींमध्ये यांना तात्पुरता निवारा देण्यात आला.

फर्ग्युसनच्या आवारात सुमारे बाराशे लोकांना सामावून घेण्यात आले. प्राचार्यांच्या अध्यक्षपदाखाली निवारा समिती नेमली. स्वत: प्राचार्य, प्राध्यापक, लेखनिक व चतुर्थ श्रेणी कर्मचारी यांचा समावेश तीमध्ये करण्यात आला; पुण्यातील काही विद्यार्थी स्वयंसेवकही होते. या समितीच्या सूत्रीकरणाचे काम प्राचार्य कोगेकर यांनी माझ्याकडे सोपविले. हे अवघड काम करणे म्हणजे मोठे आव्हान होते. या कार्यात प्रा. स. शि. भावे, कार्यालय सेवक श्री. भिकू आणि जगन्नाथ, एन.एन.सी. छात्र यांचे खूप साहाय्य झाले.

फर्ग्युसनचा बॅडमिंटन हॉल, नव्याने बांधलेला रिक्रिएशन हॉल, चंदावरकर पॅव्हेलियनचा मोकळा भाग या तीन ठिकाणी 'निर्वासितां'ची सोय करण्यात आली. पहिल्या आठवड्यानंतर ही संख्या हजारपर्यंत खाली आली. सर्व निर्वासितांचे सकाळचे जेवण पुणे इलेक्ट्रिक सप्लाय कंपनीकडून येत असे. हजारांची पंगत फर्ग्युसनच्या मैदानावर बसे; संध्याकाळची भोजनव्यवस्था स्वतंत्रपणे करावी लागे. अन्नधान्य, कपडे, सतरंज्या, चादरी-घोंगड्या, भांडी, अन्य वस्तू मोठ्या प्रमाणावर येत असत. या सर्व वस्तूंचे योग्य वाटप करणे हे सर्वांत अडचणीचे होते, त्यावरून कुरबुरी होत. या ना त्या निमित्ताने होणारी भांडणे सोडविणे जिकिरीचे असे. एक मात्र निश्चित की आपत्तीच्या समान धाग्याने जोडलेली जवळजवळ तीनशे कुटुंबे व इतर निर्वासित यांनी कमालीचा सोशिकपणा आणि समंजसपणा दाखविला. काही लोक आपत्तीग्रस्त असले तरी स्वयंसेवक म्हणून मदतीस आले. जवळ जवळ एक महिना हे केंद्र चालले. या निर्वासितांचे पुण्याजवळच्या गणेशनगर, मुकुंदनगर, शास्त्रीनगर, लक्ष्मीनगर यांसारख्या तातडीने बांधलेल्या वसाहतींमध्ये स्थलांतर करण्यात आले. या सर्वांना निरोप देण्याच्या समारंभात अनेकांच्या डोळ्यात आलेले अश्रू ही आगळी पोचपावती होती. आजही त्या 'निवारा' केंद्रातील कोणी भेटतात तेव्हा जुन्या आठवणींना उजाळा मिळतो, त्या काळच्या साहाय्याचा कृतज्ञतापूर्वक उल्लेख होतो आणि एक प्रकारची कृतकृत्यता वाटते.

डेक्कन एज्युकेशन सोसायटीच्या शाळांचे झालेले नुकसान भरून काढणे सोपे नव्हते. अनेक ठिकाणांहून साहाय्य आले. फर्ग्युसनच्या आजी-माजी विद्यार्थ्यांनी आपल्या परीने साहाय्य केले.

कॉलेजच्या सुरुवातीला दीड महिन्यांचा काळ सुट्टीत गेल्याने राहिलेला अभ्यासक्रम भरून काढण्यासाठी दिवाळीची सुट्टी कमी करण्यात आली, नाताळची सुटी रद्द करण्यात आली. विद्यापीठाच्या परीक्षांमध्ये थोडाफार फरक करण्यात आला. पुढच्या वर्षीचे नवे सत्र 'पुनश्च हरि ओम' सारखे सुरू झाले.

प्रा. आर. के. खांडेकर यांचे निधन

३ सप्टेंबर, १९६१ रोजी फर्ग्युसनचे इंग्रजीचे प्राध्यापक खांडेकर यांचे अल्पशा आजाराने निधन झाले. ते ३४ वर्षांची प्रदीर्घ सेवा करून १९ जून, १९५९ रोजी निवृत्त झाले होते; विशेष म्हणजे निवृत्तीनंतरही काही काळ कॉलेजच्या विनंतीनुसार ते इंग्रजी हा विशेष विषय घेतलेल्या विद्यार्थ्यांना शिकवण्यासाठी येत असत.

न्यू इंग्लिश स्कूल आणि फर्ग्युसन कॉलेजचे माजी विद्यार्थी असलेले खांडेकर १९२५मध्ये व्याख्याता म्हणून रुजू झाले आणि कालांतराने इंग्रजीच्या प्रमुख प्राध्यापकपदी पोहोचले. १२ वर्षे ते फर्ग्युसनच्या लष्करी शिक्षण विभाग युनिव्हर्सिटी ट्रेनिंग कोअर UTCमध्ये अधिकारी होते. चार वर्षे ते कॉलेजच्या नियतकालिकाचे संपादक होते. सॉनेट्स (Sonnets) हे त्याच्या काव्यलेखनाचे खास वैशिष्ट्य होते; या प्रकाराला मराठीमध्ये सुनीत म्हणत. 'सुनीतकार प्राध्यापक खांडेकर' या नावानेच ते ओळखले जात. त्यांचे सुनीतप्रेम एवढे होते, की निवृत्तीनंतर बांधलेल्या बंगल्याचे नावही त्यांनी 'सुनीत' असेच ठेवले. शिस्तीचे ते कमालीचे भोक्ते होते. कडक इस्त्रीचा सूट, टाय-टायपिन, कोटाच्या वरच्या एका खिशात चष्मा तर दुसऱ्यात घडीचा रुमाल, चकाकणारे पॉलिश असणारे काळे बूट, वर्गावर जाण्यापूर्वीही केसावर फिरणारा छोटा कंगवा हे त्यांचे रूप; मनाने मायाळू असलेले खांडेकरसर आजही डोळ्यांपुढे उभे राहतात.

नव्या नेमणुका/बदल्या/निवृत्ती

अर्धमागधी-पाली विषयाचे ज्येष्ठ तज्ज्ञ प्राचार्य एन. व्ही. वैद्य यांची सांगलीच्या विलिंग्डन कॉलेजमधून फर्ग्युसन कॉलेजमध्ये अर्धमागधी विषयाचे प्रमुख प्राध्यापक म्हणून बदली झाली; फर्ग्युसनमधूनच ते निवृत्त झाले. गणित विषयाच्या ज्येष्ठ

प्राध्यापिका श्रीमती मधुमालती आपटे या स.प.महाविद्यालयातून नोकरी सोडून फर्ग्युसनमध्ये रुजू झाल्या. प्रा. श्री. व्यं. बोकील यांची मुंबईच्या कीर्ति कॉलेजमधून बदली होऊन फर्ग्युसनमध्ये तत्त्वज्ञान विषय विभागात असि. प्रोफेसर म्हणून ते रुजू झाले. प्रा. शारीन ओझा (गुजराती) आणि प्रा. सी. जी. पांडे (मानसशास्त्र) यांची बृहन्महाराष्ट्र कॉमर्स कॉलेजमध्ये बदली झाली. मराठी विषय विभागात श्री. स. शि. भावे यांची व्याख्याता म्हणून नेमणूक झाली. फर्ग्युसनच्याच विद्यार्थिनी असलेल्या कु. मीरा कोसांबी यांची इंग्रजी भाषा विषय विभागात व्याख्याता म्हणून नेमणूक झाली. प्रा. मो. गो. धडफळे यांची संस्कृत विभागात अर्धवेळ व्याख्याता म्हणून नेमणूक झाली. या नेमणुकांमुळे संबंधित विषयांचे विभाग अधिक संपन्न झाले.

शास्त्र शाखांच्या विभागात प्रा. डी. व्ही. बडवे यांची पदार्थविज्ञान विभागात असि.प्रोफेसर म्हणून तर प्रा. ए. के. ढवळे यांची रसायनशास्त्र विभागात नेमणूक झाली. श्रीमती शालिनी ओक यांची भूशास्त्र विभागात व्याख्याता व श्री. एस. एस. दप्तरदार यांची संख्याशास्त्र विभागात प्रयोग निरीक्षक म्हणून नेमणूक झाली.

भारत-जर्मनी मैत्री संघ (Indo-German Friendship Group)

१९६०-६१ पासून फर्ग्युसनमध्ये भारत आणि जर्मनी यांच्यातील मैत्री दृढ करण्यासाठी Indo-German Friendship Group या नावाचे मंडळ कार्यरत झाले. पश्चिम जर्मनीमधील हे मंडळ या मैत्रीच्या प्रतिसादाचे मुख्य सूत्र होते. १९६० सालच्या ख्रिसमसच्या निमित्ताने जर्मनीतील मंडळाने 350 D.M. गोळा करून फर्ग्युसनमधील गरीब आणि गरजू विद्यार्थ्यांसाठी मदत म्हणून पाठविले. जर्मनीतील CDG या उपरोक्त संस्थेने १९६१मध्ये शंभर वर्षे पूर्ण केली, त्यानिमित्त काढण्यात आलेल्या स्मरणिकेची प्रत आणि जर्मन भाषेच्या अभ्यासासाठी उपयुक्त अशी अनेक पुस्तके पाठविली. ज्या विद्यार्थ्यांना जर्मनीमध्ये उच्च शिक्षणासाठी जावयाचे आहे त्यांना मदत करण्याची योजनाही भारत-जर्मनी मैत्री संघाने आखली.

राज्यपाल न. वि. गाडगीळ यांची भेट

७ जुलै, १९६२ रोजी पंजाबचे राज्यपाल ना. न. वि. गाडगीळ यांनी फर्ग्युसनला भेट दिली आणि कॉलेजच्या जिमखान्याच्या कार्यक्रमांचा शुभारंभ केला. आपल्या भाषणात 'लोकशाहीची मूल्ये' या विषयावर त्यांनी आपली मते व्यक्त केली : 'चर्चा-विचारविनिमयावर आधारलेली व्यवस्था म्हणजे लोकशाही अशी व्याख्या केली जाते. हा विचारविनिमय सर्व पातळ्यांवर होऊन निर्णय घेतले

जावेत अशी लोकशाहीत अपेक्षा असते. लोकशाहीच्या यशासाठी लोकमत सर्व काळ सर्व पातळ्यांवर घडत राहिले पाहिजे; प्रभावी राहिले पाहिजे. भारतामध्ये लोकमत घडत नाही, ते सत्ताधीशांच्या मर्जीनुसार घडविले जाते, अशावेळी विद्यार्थ्यांवर फार मोठी जबाबदारी येऊन पडते, विद्यार्थीदशेतच त्यांनी लोकशाहीची मूल्ये जपली पाहिजेत आणि प्रत्यक्ष जीवनात आचरण्याचा जाणीवपूर्वक प्रयत्न केला पाहिजे.' एका ज्येष्ठ स्वातंत्र्यसैनिकाचे हे विचार विद्यार्थ्यांना खूपच भावले.

बॅरिस्टर नाथ पै यांची भेट

वादविवाद मंडळाच्या उद्घाटनास ज्येष्ठ खासदार आणि नामवंत संसदपटू बॅरिस्टर नाथ पै प्रमुख पाहुणे म्हणून उपस्थित होते. उद्घाटनाच्या भाषणाचा विषय होता, 'काही आव्हाने आणि काही संधी.' 'संपूर्ण मानवजात म्हणजे एक परस्परावलंबी सामाजिक व्यवस्था असते. एका बाजूला शास्त्र आणि तंत्रज्ञान यांच्या साहाय्याने मानवजात आपला विकास साधत असते, तर दुसऱ्या बाजूला याच शास्त्र आणि तंत्रज्ञानाचा संकुचित उद्दिष्टांसाठी दुरुपयोग केला जातो. अशा परिस्थितीत विद्यार्थ्यांनी, तरुण पिढीने आपल्या भोवतीच्या वास्तवाचे सम्यक आकलन करून आपल्यापुढे येणाऱ्या आव्हानांना समर्थपणे तोंड दिले पाहिजे.' – नाथ पैंचे भाषण म्हणजे उच्च प्रतीची तळमळ, वैचारिक स्पष्टता आणि अमोघ, दर्जेदार वक्तृत्व यांचा आदर्श वस्तुपाठ होता.

प्रा. के. व्ही. केळकरांची निवृत्ती

भूशास्त्र विभागाचे प्रमुख शिल्पकार प्रा. के. व्ही. केळकर यांच्या निवृत्ती निमित्ताने त्यांचा सत्कारसमारंभ आयोजित करण्यात आला होता. पुणे विद्यापीठाचे कुलगुरु महामहोपाध्याय दत्तो वामन पोतदार हे समारंभाचे अध्यक्ष होते. त्यांच्या असंख्य विद्यार्थी, सहकारी आणि मित्रमंडळींनी सत्कारसमिती नेमली होती. या समितीने जमा केलेला रु.१५,०००/-चा गौरवनिधी समारंभात अर्पण करण्यात आला. या निधीतून फर्ग्युसनमधून बी.एस्सी., एम.एस्सी. उत्तीर्ण होणाऱ्या विद्यार्थ्यांना पारितोषिके देण्यात यावीत आणि कॉलेजमध्ये भूशास्त्र विषयाचे उत्तम संग्रहालय स्थापन करण्यात यावे अशी इच्छा त्यांनी प्रदर्शित केली. समारंभानिमित्त प्राचार्य कोगेकर, रँग्लर परांजपे, विख्यात उद्योगपती खाणमालक रावबहादुर बी. एम. गोगटे, डॉ. बी. एम. कानिटकर यांची गौरवपर भाषणे झाली. निवृत्तीनंतर वाईच्या विश्वकोषात काम करण्याचा मनोदय त्यांनी व्यक्त केला.

प्राचार्य कोगेकरांचा विदेश दौरा

प्राचार्य स. वा. कोगेकर यांनी जुलै, १९६२मध्ये व्हिएन्ना येथे भरलेल्या १२ व्या जागतिक प्रशासकीय शास्त्र परिषदेत भारताचे प्रतिनिधित्व केले. या परिषदेत (International Congress of Administrative Sciences) एकूण ७५ देशांनी भाग घेतला होता आणि ऑस्ट्रियाच्या शासनाने परिषदेचे यजमानपद स्वीकारले होते. विकसनशील देशांच्या आर्थिक विकासामध्ये प्रशासकीय यंत्रणा अधिक कार्यक्षमतेने कसे योगदान देऊ शकतील हा परिषदेपुढील एक महत्त्वाचा विषय होता. प्रतिनिधिमंडळात युगोस्लाव्हियातील भारतीय उच्चायुक्त डॉ. जे. एन. खोसला, भारतीय मंत्रिमंडळाचे सचिव आर. एन. वासुदेव, अखिल भारतीय लोकप्रशासन संस्थेचे मुख्य निर्देशक प्रा. व्ही. के. एन. मेनन इत्यादींचा समावेश होता.

या काळात प्राचार्य कोगेकर आंतरराष्ट्रीय राज्यशास्त्र संघटनेचे उपाध्यक्ष होते आणि या संस्थेच्या नियामक मंडळाच्या सभेस ते उपस्थित राहिले. पश्चिम जर्मनीच्या Frendenstadt येथे ही बैठक भरली होती. जानेवारी, १९६३मध्ये भरणाऱ्या प्रथम आशियाई परिषदेचे एक निमंत्रक म्हणून त्यांना नेमण्यात आले. Frendenstadt येथे भरलेल्या जागतिक गोलमेज परिषदेत The Role of Courts आणि Constitutionalism या प्रमुख विषयांवर चर्चा झाली. भारत-जर्मनी मैत्री जोपासणाऱ्या Karl Duisberg Gymnasium या संस्थेसही प्रा.कोगेकरांनी भेट दिली. महाराष्ट्र राज्याचे अर्थमंत्री ना. स. गो. बर्वे यांच्या अध्यक्षतेखाली नमेलेल्या प्रशासन सुधार समितीवर प्रा.कोगेकर यांची नेमणूक झाली.

प्रा. पां. ल. गाडगीळ यांना शुभेच्छा

फर्ग्युसनच्या अर्थशास्त्र विभागाचे प्रमुख प्रा. पां. ल. (बाळ) गाडगीळ अमेरिकेतील डॅनफोर्थ फौंडेशनच्या वतीने मॅडिसन येथील विसकॉन्सिन विद्यापीठात अर्थशास्त्राच्या प्रगत अभ्यासासाठी रवाना झाले. कॉलेजच्या सोशल सायन्सेस असोसिएशनच्या वतीने सौहार्दपूर्ण निरोपसमारंभ योजला होता. त्यावेळी प्रा.गाडगीळांचे सहकारी आणि विद्यार्थी मोठ्या संख्येने उपस्थित होते.

डॉ. महाजनी यांची अनौपचारिक भेट

फर्ग्युसनचे माजी प्राचार्य डॉ. ग. स. महाजनी यांची भारत सरकारने केन्द्रीय लोकसेवा आयोगाचे सभासद म्हणून नेमणूक केली. त्यांनी पुण्याच्या दौऱ्यात

फर्ग्युसनला अनौपचारिक भेट दिली. त्यांच्या सन्मानार्थ आयोजिलेल्या समारंभात प्राध्यापकवर्गाबरोबर मुक्त चर्चा करताना त्यांनी 'भारताचे भाषिक धोरण' या विषयावर मनोगत व्यक्त केले. विद्यापीठ शिक्षण आयोगाच्या अहवालाच्या आधारावर 'शिक्षणाचे माध्यम' यावर मनोगतात भर होता. अध्यापनाच्या बाबतीत इंग्रजी भाषेबद्दल बोलताना प्रादेशिक भाषेसंदर्भात कोणत्या अडचणी आहेत यांचा उल्लेख त्यांनी केला. 'प्रादेशिक भाषांचा आग्रह धरल्यास राष्ट्रीय एकात्मता साधण्यात अडचणी येतील, शैक्षणिक व्यत्यय येईल, परराज्यातील शिक्षकांच्या नेमणुका करणे अवघड होईल' इत्यादी मुद्यांचा त्यांनी उल्लेख केला. मानवी मेंदूच्या ग्रहणक्षमतेबद्दलचे जागतिक तज्ज्ञ डॉ. पेनफिल्ड यांच्या मते वय वर्षे ४ ते १० या काळात मुलांना नवीन (परकी) भाषा खेळीमेळीच्या पद्धतीने चांगली शिकता येते, त्यामुळे इंग्रजी भाषा वय वर्षे ४ ते १० दरम्यान (इयत्ता तिसरी पासून) शिकवणे इष्ट होईल असे मत महाजनींनी व्यक्त केले. मात्र 'महाविद्यालय आणि विद्यापीठ या पातळीवर द्विभाषा सूत्र असावे; व्यावसायिक अभ्यासक्रमांच्या बाबतीत मात्र इंग्रजीचाच वापर व्हावा, सामाजिक शास्त्रांच्या अध्ययन-अध्यापनात प्रादेशिक भाषेचा वापर करण्यास हरकत नसावी, प्रदेश आणि तेथील जनता यांच्या आवश्यकतेनुसार भाषिक धोरण असावे, पोथीनिष्ठ मांडणी (doctrinaire approach) इष्ट नाही', असेही त्यांनी सांगितले. डॉ. महाजनी यांनी जे भाषिक सूत्र सांगितले त्याचा वापर पुढे पुणे विद्यापीठानेही केला हे नमूद करावेसे वाटते.

चीनचे आक्रमण

१९६२-६३ हे साल संपूर्ण स्वतंत्र भारताच्या इतिहासातले कमालीचे वेदनादायक पर्व होते; कारण चीनने अकस्मात २० ऑक्टोबर, १९६२ रोजी भारताच्या लडाख आणि नेफा भागातील सीमांवर जबरदस्त आक्रमण केले होते. भारताचा सख्खा शेजारी मित्र 'हिंदी-चिनी भाई भाई' म्हणवणाऱ्या चीनने सीमारेषांबाबत शांततामय सोडवणूक करण्याचे प्रयत्न चालू असताना विश्वासघात करून हे आक्रमण केले होते. या आक्रमणाच्या धक्क्याने हादरलेला भारत थोड्याच अवधीत सावरला आणि संपूर्ण देश एकात्म भावनेने परिस्थितीचा सामना करण्यासाठी तयार झाला. राष्ट्रापुढे उभ्या राहिलेल्या धोक्याने संपूर्ण देशात जागरूकतेची भावना निर्माण झाली. 'धोक्याची भावना एकात्मतेची प्रेरक स्त्रोत बनते' या उक्तीची प्रत्यक्ष प्रचिती आली. २६ ऑक्टोबरला संपूर्ण देशात राष्ट्रीय आणीबाणी लागू झाली आणि प्रसंगाचे गांभीर्य अधिक वाढले.

कॉलेजचे दुसरे सत्र गंभीर वातावरणात सुरू झाले आणि प्रथमच तुडुंब

भरलेल्या ॲम्फीथिएटरमध्ये दोन हजार विद्यार्थ्यांपुढे प्राचार्यांचे विशेष आवाहन करणारे भाषण झाले. ध्वनिक्षेपक नसतानाही टाचणी पडली तरी ऐकू येईल अशा गंभीर शांततेत हे अविस्मरणीय आवाहन होते.

व्याख्यानाच्या सुरुवातीला कॉलेजच्या सत्रपूर्व सुट्टीच्या काळात जीवनाची शताब्दी पार केलेल्या भारतरत्न महर्षि अण्णासाहेब कर्वे यांच्या दु:खद निधनाबद्दल श्रद्धांजली अर्पण करण्यात आली. त्याचबरोबर चीनबरोबरच्या युद्धात भाग घेऊन वीरगती प्राप्त केलेल्या लष्करी जवान आणि अधिकाऱ्यांनाही श्रद्धांजली वाहण्यात आली. श्रद्धांजली वाहिल्यानंतर प्रा.कोगेकरांनी राष्ट्रीय आणीबाणीचे स्वरूप स्पष्ट केले आणि अशा परिस्थितीत विद्यार्थी कोणत्या पद्धतींनी राष्ट्रीय प्रयत्नात सहभागी होऊ शकतील यांचे विवेचन केले. त्यांनी असे प्रतिपादन केले, की विद्यार्थ्यांनी आपल्या अभ्यासात कोणतीही कसर ठेवू नये. कारण प्रत्येक क्षेत्रात सर्वोत्तम दर्जा राखण्यानेच आधुनिक युद्धातील राष्ट्रीय सुरक्षा यशस्वीपणे राखता येईल. विद्यार्थ्यांनी आपल्या दैनंदिन जीवनात जास्तीतजास्त काटकसर करून राष्ट्रीय सुरक्षानिधीत (National Defence Fund) जास्तीतजास्त भर टाकली पाहिजे. राष्ट्रीय लष्करी यंत्रणेत (National Cadet Coreमध्ये) गरजेनुसार जास्तीतजास्त विद्यार्थ्यांनी सहभाग घ्यावा. कॉलेजमधील विद्यार्थी आणि प्राध्यापक यांची प्रातिनिधिक समिती स्थापन करून राष्ट्रीय सुरक्षेच्या बाबतीत काय करता येईल याचे नियोजन करता येईल; राष्ट्रीय सुरक्षानिधीत भर टाकण्यासाठी प्राचार्यांनी एक योजना आखली. त्यानुसार कॉलेजमधील सर्व प्राध्यापक व इतर सेवकांनी नोव्हेंबर, १९६२ या काळात आपापले एक महिन्याचे वेतन जमा करावे आणि पुढे आणीबाणी चालू असेपर्यंत आपल्या मूळ पगाराच्या १ ते ५ टक्क्यांपर्यंत रक्कम दरमहा जमा करावी. या आवाहनानंतर एक मिनिट शांतता पाळून सर्वांनी शपथ घेतली, तिचा आशय असा-

'आम्ही सर्व सेवक आणि विद्यार्थी शपथ घेतो, की आम्ही राष्ट्रीय संकटाच्या काळात आमच्या मातृभूमीशी श्रद्धा आणि निष्ठा राखून देशाच्या उज्ज्वल भवितव्यासाठी सतत कटिबद्ध राहू. आम्ही आमच्या मातृभूमीची एकता व स्वातंत्र्य यांचे रक्षण करण्यासाठी, सर्व प्रजेचा आत्मसन्मान टिकविण्यासाठी आमच्याकडे जे जे काम सोपविण्यात येईल ते करण्यासाठी तत्पर राहू. आम्ही कोणतीही आगळीक केली नसतानाही चीनने आमच्या मातृभूमीवर जे लष्करी आक्रमण केले आहे त्याचा आम्ही कठोर शब्दात निषेध करीत आहोत आणि आमच्या पवित्र भूमीवरून आक्रमकांना हाकलून देण्यासाठी आवश्यक ते सर्व सहकार्य आणि पाठिंबा देण्याची प्रतिज्ञा करीत आहोत.'

सर्व उपस्थितांचे हृदय हेलावणारी आणि त्याचबरोबर मनाचा कणखरपणा

दर्शविणारी शपथ घेताना अक्षरशः 'न भूतो' असे वातावरण होते.

नुसती शपथ न घेता तातडीने प्रत्यक्ष कार्यवाही सुरू झाली. प्राचार्यांच्या अध्यक्षतेखाली सहा विद्यार्थी आणि सहा सेवक यांची समन्वय-समिती नेमण्यात आली. समितीने प्रथमोपचार, मोटरड्रायव्हिंग, टंकलेखन, रक्तदान, वाहतूक इत्यादी कामे करणाऱ्यांची सूची तयार केली. विद्यार्थिनींनी सीमारेषेवरच्या सैनिकांच्या मदतीसाठी वुलनचे कपडे विणून तयार केले; पुस्तके, नियतकालिके असे उपयुक्त साहित्य व इतर सामान एकत्र करून सदर्न कमांड, रेडक्रॉस यांच्या मार्फत लढाऊ क्षेत्रात पाठविण्यात आले. महिन्यातील विशिष्ट दिवशी विद्यार्थ्यांकडून निधी गोळा करण्याची व्यवस्था करण्यात आली. प्राध्यापक, अन्य सेवक व विद्यार्थी यांच्याकडून जमा झालेल्या रकमेचा रु.७३४४.०४चा पहिला हप्ता प्रधानमंत्री कार्यालयाकडे पाठविण्यात आला, त्याची पोच आली ती नोटीस बोर्डावर लावण्यात आली. ती पोच पाहिल्यावर विद्यार्थ्यांच्या चेहऱ्यांवरचे समाधान काही औरच होते; आपण देशासाठी काही ना काही करीत आहोत याची जाणीव स्पष्ट दिसत होती.

२० ऑक्टोबरला भारतावर चीनचे आक्रमण झाले, त्यावेळी फर्ग्युसनच्या विद्यार्थी-विद्यार्थिनींची सहल घेऊन आम्ही जम्मूमध्ये पोहोचलो होतो. पुढे जावे की नाही या द्विधा मनःस्थितीत प्राचार्यांच्या तारेची वाट पाहात होतो. 'काळजी करू नका, तशीच परिस्थिती आली तर सरकार स्वखर्चाने विमानाने पठाणकोटला पोहोचवेल' अशी सरकारची ग्वाही. विद्यार्थीही तयार होतेच. रोज सकाळी श्रीनगरहून प्राचार्यांना आम्ही सुखरूप असल्याची तार करावयाची. ती नोटीसबोर्डावर लावण्याची व्यवस्था व्हायची. लढाईचे काहीच सांगता येत नव्हते. कार्यक्रम बदलून कमी दिवसात बसवला. २६ तारखेला आणीबाणी जाहीर झाल्यावर पुण्याहून प्राचार्यांची SOS तार आली. - 'ताबडतोब निघा.' पहाटे चारला उठून खानसामा बरोबर घेऊन थेट प्रवास पठाणकोटपर्यंत; खाण्याची विश्रांती फक्त बनिहाल खिंडीत. पठाणकोटला पोहोचल्यावर पुन्हा तार. या सात दिवसांत भारताची सैनिकी विमानं घोंघावत आमच्या 'डोक्यावरनं' लडाख भागात जात असत. तेवढी निशाणी सोडली तर श्रीनगर गंभीर, पण शांत होतं. कमीतकमी वेळात काश्मीरचा जास्तीतजास्त परिसर पाहून घेतला होता. युद्धाच्या छायेतले ते सात दिवस...!

२० ऑक्टोबरला चीनने जसे अचानक आक्रमण केले होते, तसेच २० नोव्हेंबर रोजी लडाख-नेफा सीमांवरून आक्रमण एकतर्फी मागेही घेतले, दरम्यानच्या काळात चीनने भारताचा सुमारे चाळीस हजार चौरस मैलांचा डोंगराळ प्रदेश ताब्यातही घेतला होता. आपला हा नामुष्कीचा पराभव कधीही विसरला जाणार नाही. आंतरराष्ट्रीय नीतिशास्त्रात कोणीही कोणाचा 'मित्र' नसतो याचं प्रत्यंतर आलं.

युद्ध तात्पुरतं थांबलं असलं तरी गाफील राहून चालणार नाही याची कल्पना

होती. सध्याचं युद्ध फक्त रणांगणातच नव्हे तर सार्वत्रिक असतं. लष्करी शिक्षणाची व नागरी संरक्षणाचीही व्याप्ती वाढविण्याची गरज होती. हे दोन्ही पर्याय विद्यार्थ्यांपुढे ठेवण्यात आले. विद्यार्थ्यांना लष्करी शिक्षण सक्तीचे करण्याचे धोरण ठरले. किमान हजार नवीन विद्यार्थ्यांना या योजनेत सामील करावयाचे होते, त्यावेळी पुण्यात सैन्यदळ (इन्फंट्री), वायुदळ, नाविक दळ, चिलखती दळ (Armoured Sqn.) याची सोय होती. मुलींचे छोटेसे दळही होते. मोठ्या प्रमाणावर रायफल्सची मोठी पलटण उभारायची होती. प्रा. आर. डी. भिडे, प्रा. रा. का. बर्वे १९६२च्या सुरुवातीलाच ट्रेनिंग घेऊन आले होते. प्रा. स. शि. भावे, प्रा. बढे, प्रा. वि. मा. बाचल, प्रा. अ. पां. दाणी, प्रा.वा.ह.जोशी यांची आकस्मिक प्रशिक्षणासाठी (Emergency Training) निवड झाली. उन्हाळी सुट्टीच्या काळात मुंबईच्या सांताक्रूझ परिसरात 'रगडा' प्रशिक्षण झाले. सर्व प्रशिक्षण पूर्ण करून रायफल कंपनीचा ताबा घेऊन चालवणारे अस्मादिक आणि प्रा. दाणी एवढेच उरलो.

१५ ऑगस्ट, १९६३ची स्वातंत्र्यदिनाची परेड आठवते. पहिल्यांदाच चंदावरकर पॅव्हेलियनसमोरच्या मुख्य मैदानावर पश्चिमेपासून पूर्वेपर्यंत ऑलिव्ह ग्रीन, पांढरे, निळे, पिवळे (मुली), राखी (रायफल) पोशाख घातलेले, डोक्यावर कॅप, तुरे, हातात छडी, चालण्याचा-धावण्याचा टाप टाप आवाज, सॅल्यूट, कदमताल, प्रात्यक्षिकाच्या वेळेतले धुराचे लोट, स्फोटांचे आवाज आणि हे सर्व पाहायला विद्यार्थ्यांचा, शिक्षकांचा जथा, प्राचार्यांचे स्फूर्तिदायक भाषण.... सर्व काही चैतन्यदायी; युद्धाच्या आघाडीवर असल्याचा भास निर्माण करणारं!

कालांतराने सक्तीची NCC रद्द झाली. पुढे पुढे तर विद्यार्थ्यांना शोधून कॅडेट भरतीसाठी आणावं लागायचं.

USIS आणि पुणे विद्यापीठ यांचा शैक्षणिक - सांस्कृतिक सप्ताह

अमेरिकन माहिती सेवा संस्थान (USIS) आणि पुणे विद्यापीठ यांच्या संयुक्त विद्यमाने २ ते ८ डिसेंबर, १९६२ या काळात शैक्षणिक आणि सांस्कृतिक सप्ताह साजरा झाला. या सप्ताहात फर्ग्युसनचे योगदान महत्त्वाचे होते. विद्यापीठाच्या इंग्रजी विभागातर्फे आयोजिलेल्या Hemingway and the tragedy of Disillusionment या अमेरिकन फुलब्राईट प्राध्यापक डॉ. विल्यम जे. फिशर यांच्या नेतृत्वाखाली भरलेल्या चर्चासत्रात फर्ग्युसनचे प्राध्यापक ग. प्र. प्रधान आणि एम. जे. देसाई यांचा महत्त्वाचा सहभाग होता.

या सप्ताहाचे दुसरे अधिक महत्त्वाचे वैशिष्ट्य म्हणजे फर्ग्युसनच्या वादसभेतर्फे आयोजित केलेली आंतरमहाविद्यालयीन वादस्पर्धा हे होय. विषय होता – 'सध्याच्या

भारतीय परीक्षापद्धतीमध्ये पदवी मिळविणे म्हणजे विद्यार्थ्यांच्या प्रगतीचे चिन्ह नव्हे.' इंग्रजी भाषेत झालेल्या या परिसंवादात सहा भारतीय आणि सहा अमेरिकन विद्यार्थ्यांनी भाग घेतला. गच्च भरलेल्या ॲम्फीथिएटरमध्ये या परिसंवादाचे अध्यक्ष होते प्राचार्य कोगेकर आणि वादस्पर्धा विभागाचे कार्यवाह श्री. दिलीप पाडगावकर हे एक स्पर्धक होते. हा परिसंवाद म्हणजे बौद्धिक चकमकीचा, त्याचबरोबर विनोदी षट्कारांचा उच्च आदर्श होता. संपूर्ण स्पर्धेने कमालीची उंची गाठली आणि विवाद्य प्रस्ताव फेटाळला गेला तरी सर्व प्रेक्षकांनी, श्रोत्यांनी आनंद लुटला; पहिला दुसरा क्रमांक कोणास द्यावयाचा हे परीक्षकांनाही जड गेले. USISचे विद्यापीठ कार्यक्रम अधिकारी श्री. कार. जे. लावेल यांनी दिलीप पाडगावकर यांना लिहिलेल्या पत्रात परिसंवादातील चर्चेचा दर्जा उत्तम राखल्याबद्दल कौतुक करून 'विद्यार्थ्यांच्या एकूण चिकित्सक प्रवृत्ती यांचा आमच्या मनावर चांगला प्रभाव पडला' असे उद्‌गार काढले.

प्राध्यापकांचे गौरव

फर्ग्युसनचे उपप्राचार्य, संस्कृतचे ज्येष्ठ प्राध्यापक डॉ. टी. जी. माईणकर यांना मुंबई विद्यापीठाने संस्कृत भाषेतील साहित्यासंबंधी त्यांच्या खास संशोधनाबद्दल डी.लिट. ही पदवी देऊन गौरव केला. सर्वोच्च दर्जा व्यक्त करणारी ही पदवी अक्षरश: दुर्मीळ असून निवडक विद्वानांनाच ती प्राप्त होत असे, त्यामुळे अर्थातच फर्ग्युसनच्या गौरवात भरच पडली. रसायनशास्त्र विभागाचे प्रमुख प्राध्यापक डॉ. के. के. डोळे यांना भारत सरकारचे अन्न आणि शेती मंत्रालय आणि शास्त्रीय संशोधन परिषद यांच्या संयुक्त विद्यमाने खाद्यतेलांच्या संशोधन योजनेसाठी १४,९००/- रुपयांचे संशोधन अनुदान मिळाले. गणित विभागाचे प्रमुख प्राध्यापक एन. आर. कुलकर्णी यांची पुणे विद्यापीठाच्या शाखांचे अधिष्ठाता म्हणून बिनविरोध निवड झाली. प्रा. ए. एस. नाडकर्णी आणि प्रा. एम. जी. देसाई यांची अनुक्रमे अर्थशास्त्र व इंग्रजी विषयांच्या अभ्यासमंडळावर निवड झली. प्रा. रा. श्री. जोग हे निवृत्तीपूर्व रजेवर असताना विख्यात निवृत्त विद्वानांना दिली जाणारी विशेष संशोधनवृत्ती विद्यापीठ अनुदान आयोगाने त्यांना मंजूर केली.

साहित्य सहकारचे पंचविसावे वर्ष

१९३८ साली स्थापन झालेल्या साहित्य सहकारचे रौप्यमहोत्सवी वर्ष अत्यंत उत्साहात साजरे झाले. योगायोग म्हणजे संस्थापक प्रा. रा. श्री. जोग यांचे हे निवृत्तीपूर्व रजेचे वर्ष होते. त्यांच्या पुढाकाराने आणि सततच्या मार्गदर्शनामुळे

साहित्य सहकारला खास दर्जा प्राप्त झाला होता. आणीबाणीचे वर्ष असतानाही सहकारने आपला उत्साह व दर्जा टिकविला.

सहकारचे उद्घाटन सुप्रसिद्ध नेते, अष्टपैलू साहित्यिक ना. ग. गोरे यांच्या हस्ते झाले. त्यांनी आपल्या भाषणात साहित्याच्या सद्य: स्थितीबद्दल मार्मिक विवेचन केले. लेखकांच्या अनुभवकक्षा विस्तृत व्हाव्या हे सांगताना त्यांच्या मार्मिक दृष्टीला प्रत्ययास आलेल्या चंदीगडच्या वास्तुकलेचे-शिल्पकलेचे कलात्मक संदर्भ दिले. व्याख्यानानंतर चर्चा झाली. विद्यार्थ्यांच्या साहित्यावर वेळोवेळी चर्चा होत राहिल्या.

दुसऱ्या सहामाहीचे उद्घाटन सुप्रसिद्ध कवयित्री संजीवनी मराठे यांच्या हस्ते झाले; त्यांनी 'मी व माझी कविता' या विषयावर भाष्य केले. सहकारचे माजी सभासद श्री. सविता पारिजात यांच्या कवितांवरची चर्चाही रंगली. आंतरमहाविद्यालयीन कविसंमेलनात प्रमोद देव, विद्युल्लेखा वाघ, विजय देव यांनी भाग घेतला. सौ. सरिता पदकी यांची बाळगाणी, प्रा. शरद्चंद्र चिरमुले यांची कथा हे कार्यक्रम झाले. वर्षाच्या अखेरीस रसिक विचारवंत रावसाहेब पटवर्धन यांच्या अध्यक्षतेखाली सहकारचे स्नेहसंमेलन पार पाडले.

कला-क्रीडा क्षेत्रांतील यश

विशेष कौतुकाची बाब म्हणजे कु. आशा आगटे या विद्यार्थिनीने सलग चौथ्या वर्षी मुलींच्या स्पर्धांतील वैयक्तिक निपुणता (Championship) मिळविली. मुलांच्या स्पर्धांमध्ये श्री. व्ही. ए. देशपांडे या विद्यार्थ्याने १२ गुण मिळवून व्यक्तिगत निपुणता प्राप्त केली. कु. अलका जोशी, अविनाश केळकर आणि शरद्चंद्र कलावंत यांनी नाटकात बक्षिसे मिळविली.

२६ जानेवारीच्या प्रजासत्ताक दिनाच्या संचालनामध्ये विविध संस्था, महाविद्यालये शोभादृश्ये सादर करत. हे संचलन गावातून फिरून पोलीसपरेड ग्राऊंडवर विसर्जित होत असे. फर्ग्युसन कॉलेजने 'युद्धाच्या पार्श्वभूमीवर श्रीकृष्ण अर्जुनास गीता सांगत आहेत' असे दृश्य साकारले होते. फिल्म इन्स्टिट्यूटमधून जुना रथ आणून रंगविला होता, लग्नाच्या मिरवणुकीत नाचविली जाणारी दोन लाकडी घोडी रथाला जुंपली होती, जयंत धारिया हा विद्यार्थी अर्जुनाच्या भूमिकेत व लोकमान्य टिळकांच्या वेशातील शरद्चंद्र कलावंत कृष्णाच्या भूमिकेत गीता सांगत आहे असा शोभादृश्यरथ गावातून जाताना कल्पकतेचे कौतुक होत होते. या दृश्यास प्रथम क्रमांक मिळाला हे सांगणे नलगे!

विषय-संघटनांचे उपक्रम

नेहमीच्या नैमत्तिक निबंधवाचनाच्या कार्यक्रमाबरोबर 'सॉक्रेटिक असोसिएशन'चा वैशिष्ट्यपूर्ण कार्यक्रम म्हणजे तत्त्वज्ञानाच्या क्षेत्रात आपला विशेष ठसा उमटविणाऱ्या तत्त्वचिंतकांच्या विचारप्रणालींवर खास व्याख्यानमाला योजिली होती. २१ जुलै, १९६२ रोजी प्रा. दे. दं. वाडेकर यांनी मालेची सुरुवात केली. सॉक्रेटिस (प्रा. वाडेकर) श्री ज्ञानेश्वर (भा. पं. बहिरट), शंकराचार्यांचा मायावाद (प्रा. एस. एच. दीक्षित), योगी अरविंदांचा संदेश (दिलीपकुमार रॉय), स्पिनोझाचे तत्त्वज्ञान (प्राचार्य पी. आर. दामले), ॲरिस्टॉटलचे तत्त्वज्ञान (प्राचार्य एस. जी. हुल्याळकर), प्लेटोचे तत्त्वज्ञान (प्राचार्य सोनोपंत दांडेकर), स्वामी विवेकानंद (प्रा. एन. जी. दामले) असे ज्येष्ठ विचारवंताचे विचारधन म्हणजे फक्त तत्त्वज्ञान या विषयाच्या विद्यार्थ्यांनाच नव्हे तर अन्य विद्यार्थी-शिक्षकवर्गालाही पर्वणीच होती.

सॉक्रेटिक असोसिएशनने 'सॉक्रेटिस' या ग्रीक तत्त्ववेत्त्याचे पूर्णाकृती तैलचित्र काढण्याचे काम प्रा. वि. मा. बाचल यांच्याकडे सोपविले – ते फर्ग्युसनच्या वाडिया ग्रंथालयात* लावले आहे.

ज्येष्ठ प्राध्यापक डॉ. एस. डी. जोग यांनी १९३२ साली पदार्थविज्ञान परिचर्चेची योजना सुरू केली. पदवी विद्यार्थ्यांना मार्गदर्शन करणे हा मुख्य हेतू होता. १९५२ साली ही योजना काही कारणांनी स्थगित झाली. १९६२च्या दरम्यान पदार्थविज्ञान विशेष विषय घेणे शक्य झाल्याने योजनेचे उत्साहात पुनरुज्जीवन झाले. नॅशनल केमिकल लॅबोरेटरीचे डॉ. एम. के. घारपुरे यांनी Mono-Molecular Films या विषयावर सुरुवातीचे व्याख्यान दिले; प्रात्यक्षिकही दाखविले. शैक्षणिक चित्रफिती, व्याख्याने, निबंधवाचन असेही कार्यक्रम आयोजित करण्यात आले.

पदार्थविज्ञान विभागाचा एक नवा उपक्रम म्हणजे १५ जुलै, १९६२पासून 'छंद कार्यशाळा' सुरू करण्यात आली. विद्यार्थ्यांच्या शास्त्रीय छंदांना योग्य वाट करून देणे हे उपक्रमाचे उद्दिष्ट होते. कॉलेजमधील कला आणि शास्त्र या दोन्ही

---

* हे पूर्णाकृति तैलचित्र काढणे एक आव्हान होते. सॉक्रेटिसची प्रतिमा उपलब्ध नव्हती, मात्र ग्रांथिक माहिती मिळत होती. 'उंचापुरा, धष्टपुष्ट सॉक्रेटिस नाकाने अपरा व काहीसा कुरूप' असे त्याचे वर्णन होते. चेहऱ्याची रेखाटणी केल्यानंतर घरीच कॉलेजमधल्या एका शिंत्रे नावाच्या 'बॉडी बिल्डर' विद्यार्थ्याला पाचसहा दिवस सीटिंग देऊन रंगकाम पुरे केले. उत्तम दर्जाच्या कॅनव्हासवर इंग्लिश तैलरंगांनी रंगवलेले हे चित्र आजही– सुमारे पन्नास वर्षांनी– बऱ्यापैकी टिकून आहे. गुरुवर्य एन. जी. दामले यांच्या हस्ते चित्राचे अनावरण होणे हा चांगला योग होता.

विभागांतील विद्यार्थी या उपक्रमाचा लाभ घेऊ शकत असत. USISचे अर्थ व अन्य प्रकारचे साहाय्य मिळत असे. USISच्या दृक्‌श्राव्य विभागाचे प्रमुख अधिकारी मि. जेम्स ए. बील्स यांचे छायाचित्रणावर शास्त्रीय माहितीपूर्ण तितकेच मनोरंजक भाषण झाले. प्रा. डी. व्ही. बडवे यांनी समन्वयक म्हणून काम पाहिले.

भूशास्त्र संघटनेच्या वतीने अमेरिकेचे प्रा. डॉ. कोलिन एस. रामगे यांनी Metereological Statistics या विषयावर व्याख्यान दिले. रसायनशास्त्र संघटनेचे उद्‌घाटन डॉ. एन. एन. गोडबोले यांच्या हस्ते करण्यात आले. विख्यात रसायनशास्त्रतज्ज्ञ आणि फर्ग्युसनचे माजी विद्यार्थी प्रा. डी. व्ही. लिमये यांचा वयाची ७५ वर्षे पूर्ण केल्याबद्दल सत्कार करण्यात आला.

डॉ. एस. डब्ल्यू. धर्माधिकारी यांनी Cantor Set या विषयावर व्याख्यान देऊन संख्याशास्त्र संघटनेचे उदघाटन केले. श्री. रेणावीकर यांनी 'Poison Distribution' या विषयावरील व्याख्यानांमध्ये संख्याशास्त्राचा अर्थशास्त्र, पदार्थविज्ञान, रसायनशास्त्र, औषधशास्त्र, स्थापत्य इत्यादींशी कसा संबंध लावता येतो ते मनोरंजक पद्धतीने स्पष्ट केले.

वार्षिक स्नेहसंमेलन

१९६३-६४चे वार्षिक स्नेहसंमेलन दोन भागांत साजरे झाले. डिसेंबर, १९६३मध्ये कॉलेजच्या नाट्यविभागातर्फे विजय तेंडुलकरांच्या 'श्रीमंत' या नाटकाचे प्रयोग सादर करण्यात आले. या नाटकाने पुण्याच्या ललित कला महामंडळाच्या वतीने आयोजिलेल्या नाट्यस्पर्धांमध्ये पहिले पारितोषिक आणि मुख्य चषकही मिळवला होता. श्रीमंत या नाटकाचे दिग्दर्शन वासुदेव पाळंदे यांनी केले होते. मधुकर जोशी यांनी नाटकातील 'श्रीधर'चे काम करून अभिनयाचे दुसरे पारितोषिक मिळविले होते. वादविवाद स्पर्धांमध्ये श्री. दिलीप पाडगावकर आणि श्रीमती शमा शर्मा यांनी गोखले चषक जिंकला, तर 'रायगडाला जेव्हा जाग येते' या कथाकथन स्पर्धेचे पारितोषिक मधुकर जोशी आणि विजय देव यांनी जिंकले. स्नेहसंमेलनात अशा सर्व विद्यार्थ्यांचा खास गौरव करण्यात आला. नोव्हेंबर महिन्यात चीनने एकतर्फी माघार घेतल्याने राष्ट्रीय आणीबाणीचा तणाव काहीसा कमी झाला आणि अभ्यासेतर उपक्रम, खेळांच्या स्पर्धा नव्या उत्साहात सुरू झाल्या. खास उल्लेखनीय बाब अशी, की नौरोसजी वाडिया कॉलेजने सतत नऊ वर्षे मिळविलेली हॉकी खेळाची ढाल या वर्षी फर्ग्युसनने मिळविली. या यशाचे खास कौतुक फर्ग्युसनच्या आवारात झाले नसते तरच नवल!

स्नेहसंमेलनाचे मुख्य भाषण : स. गो. बर्वे

महाराष्ट्र सरकारचे उद्योगमंत्री ना. स. गो. बर्वे वार्षिक स्नेहसंमेलनाला प्रमुख पाहुणे म्हणून उपस्थित होते. प्राचार्य स. वा. कोगेकर त्यांचे फर्ग्युसनमधले सहाध्यायी होते. दोघांनी आपापल्या क्षेत्रात खास नाव कमावले होते.

१९६३च्या उत्तरार्धात प्रा. कोगेकरांनी न्यूयॉर्कमध्ये भरलेल्या अमेरिकन पोलिटिकल सायन्स असोसिएशनच्या वार्षिक अधिवेशनास उपस्थित राहून तेथे भारताच्या राजनीतीच्या काही प्रश्नांबाबत आपला निबंध सादर केला होता, तेथून परतताना ऑक्सफर्ड विद्यापीठात जागतिक राज्यशास्त्र परिषदेचे उपाध्यक्ष या नात्याने भारतीय संघराज्य या विषयावर निबंध सादर केला आणि मुंबई येथे भरणाऱ्या International Round Table in Political Scienceच्या अधिवेशनाची पूर्वतयारी केली. हे अधिवेशन मुंबई विद्यापीठातर्फे ४ ते १० जानेवारी, १९६४ या काळात भरले. आशियात भरणारे हे पहिले अधिवेशन होते; सूत्रे अर्थातच प्रा. कोगेकरांकडे होती.

श्री. स. गो. बर्वे यांची ओळख करून देताना प्रा. कोगेकरांनी त्यांच्या सर्वस्पर्शी व्यक्तिमत्त्वाचा परिचय करून दिलाच; पण त्यापेक्षाही जास्त महत्त्वाचे म्हणजे एक नामवंत माजी विद्यार्थी, एक उत्तम सहाध्यायी आणि जीवश्च कंठश्च मित्र म्हणूनही त्यांची वैशिष्ट्ये सांगितली.

बर्वे यांचे मुख्य भाषण म्हणजे हास्यरसाची कारंजीच! आपल्या अंगातल्या अनेक कळा त्यांनी मान्य केल्या, पण त्याबरोबरच कोगेकरांसारखे प्राध्यापक होण्यातला आनंदही मुक्तपणे मान्य केला. आज ते फर्ग्युसनमध्ये राजकारण्याच्या वेशात आले होते – असा राजकारणी की ज्याला काही न समजता स्वत:ला सर्वज्ञ असल्याचा आव आणावा लागतो! ना. बर्वे यांनी असे नमूद केले की, सुमारे तीस वर्षांपूर्वी आपण फर्ग्युसनचे विद्यार्थी असतानाची आणि आताची परिस्थिती यात महद्अंतर आहे. आजच्या विद्यार्थ्यांची परिस्थिती अधिक सोयी-सुविधांची, संधींची आहे; नवी पिढी अधिक जागरूक आहे. तिला अधिक स्वातंत्र्य प्राप्त होते. तीस वर्षांपूर्वी नोकरीच्या संधी अधिक मर्यादित होत्या. उत्तम पात्रता असणाऱ्या तरुणालाही खर्डेघाशी करण्याची पाळी येत असे.

आपल्या काळातील राजकीय परिस्थितीचे वर्णन करताना ते म्हणाले, की 'आपण आपले मालक नव्हतो, आपले भवितव्य ठरवू शकत नव्हतो. आपले परकीय शासक आपल्या देशातील नैसर्गिक साधनसंपत्तीची माहिती न देता आपल्याला अनभिज्ञ ठेवत असत.' येथे त्यांनी सर जमशेदजी टाटा यांचे उदाहरण दिले. 'टाटांसारख्या भारताच्या औद्योगिक क्रांतीच्या प्रवर्तकाला भारतात असलेल्या लोहखजिन्याची माहिती तत्कालीन अधिकाऱ्यांकडून मिळत नव्हती. अशा परिस्थितीत

आपण काही करू शकणार नाही याची जाणीव होऊन नाइलाजाने ते सरकारकडून मिळालेले खोदकामाचे 'परमिट' परत द्यायला निघाले होते. योग असा की ज्या अधिकाऱ्याला परवाना परत द्यायचा त्याच्याच कार्यालयात भारतातली खनिजे दर्शवणारा नकाशा टांगलेला होता. टाटांना हवी ती माहिती मिळाली; काम फत्ते झाले. स्वातंत्र्यानंतर परिस्थिती बदलली आहे; आपण आपले मालक आहोत आणि आपले भवितव्य घडवू शकतो; ही तुमच्या पिढीची जमेची बाजू आहे,' असे बर्वे यांनी सांगितले.

आपल्या भाषणाच्या शेवटी पाहुण्यांनी आपल्या भारताच्या लोकशाहीच्या वारशाची कल्पना दिली, त्यांनी असे नमदू केले की, आपल्या देशाची लोकशाही विकसनशील लोकशाही असून आपणा सर्वांना आपल्या लोकशाहीचा पुनर्शोध घेऊन ती अधिक बळकट करावयाची आहे. आजच्या विद्यार्थ्यांनी आपण लोकशाहीचे नागरिक आहोत याची जाण ठेवून आपल्या देशाच्या विकासाचे कार्य साधावयाचे आहे.

अन्य काही उपक्रम

१९६३-६४ या वर्षात अमेरिकेच्या शैक्षणिक संस्थानतर्फे (United States Educational Foundation) फर्ग्युसनमधील बी.ए.,बी.एस्सी.च्या वर्गात इंग्रजी भाषेच्या विशेष अभ्यासासाठी चार अमेरिकन विद्यार्थ्यांना पाठविण्यात आले होते. हे अमेरिकेतील पदवीधर फर्ग्युसनमधल्या विद्यार्थ्यांबरोबर लेखी आणि बोली इंग्रजी भाषेचा सराव करणार होते. या फुलब्राईट विद्यार्थ्यांबरोबरचा सहवास फर्ग्युसनच्या विद्यार्थ्यांना चांगलाच उपयोगी पडला.

२७ जुलै, १९६३ रोजी पुणे विद्यापीठाच्या रसायनशास्त्र विभागाचे प्रमुख डॉ. एम. सी. अर्णीकर यांच्या उद्घाटनपर भाषणाने फिजिक्स सेमिनारची सुरुवात झाली. त्यांनी Nuclear Reactions due to Heavy Ions या विषयावर आपले विचार मांडले. या वर्षी एक नवा उपक्रम सुरू करण्यात आला, तो म्हणजे 'अभ्यासमंडळाचा.' प्राध्यापकांच्या मार्गदर्शनाखाली विद्यार्थ्यांनी निबंध तयार करावयाचे व मंडळात त्यावर खुली चर्चा करावयाची. या चर्चेबरोबर फिल्म्स दाखविल्या जात. फिजिक्स विभागाचे हॉबी वर्कशॉप उत्तम प्रकारे चालले. जवळजवळ २३२ विद्यार्थ्यांनी याचा लाभ घेतला.

भूशास्त्र संघटनेचे उद्घाटन मुंबईच्या Atomic Minerals Divisionचे प्रमुख अधिकारी G. R. Udas यांचे Uranium Minerals in India या विषयावरील भाषणाने झाले. सिंगारेवी खाणींचे प्रमुख अधिकारी श्री. एम. आर. साठ्ये यांच्या

'Coal Mining in India' या विषयावरच्या भाषणाने भारतातील खाणकामाच्या यांत्रिकीकरणाची माहिती समजली. भूशास्त्र संघटनेचा वार्षिक वर्धापन दिन या विषयावरचे तज्ज्ञ श्री. डी. जी. लिमये यांच्या 'Conditions of Ground Water in Deccan Trap Country' या विषयावरील व्याख्यानाने साजरा झाला.

डॉ. पी. एन. माथूर यांच्या An Economist looks at Statistics या विषयावरच्या भाषणाने संख्याशास्त्र संघटनेच्या कामाची सुरुवात झाली. देशाच्या योजनांबद्दल आखणीमध्ये संख्याशास्त्राचे महत्त्व त्यांनी स्पष्ट केले.

साहित्य सहकारचे उद्‌घाटन प्रा. श्री. के. क्षीरसागर यांच्या 'वास्तवता व अश्लीलता' या विषयावरील व्याख्यानाने झाले, प्रा. रा. श्री. जोग अध्यक्षस्थानी होते. डॉ. द. न. गोखले यांचे 'माझ्या मनात घडलेले डॉ. केतकर चरित्र', प्रा. भालबा केळकर यांचे 'दिग्दर्शकाची नवनिर्मितीमधील संकल्पना', गो. नी. दांडेकर यांचे 'भ्रमण एक छंद', बाळ कोल्हटकर यांचे 'नाटक का लिहावे' अशी अभ्यागतांची भाषणे झाली. विद्यार्थी सभासदांच्या साहित्यावरही सातत्याने चर्चा होत असत. वर्षअखेरीस प्रा. वसंतराव कानेटकर या मान्यवर साहित्यिकांचे 'साहित्य साधनेतील पाच पथ्ये' हे समारोपार्थ भाषण झाले.

नव्याने स्थापन झालेल्या संस्कृत परिषदेद्वारा निबंधवाचन, नाट्यवाचन, संस्कृत कवितांचे वाचन इत्यादी कार्यक्रम झाले. कविकुलगुरु कालिदासाच्या स्मरणार्थ नाट्यवाचन, काव्यगायन हे कार्यक्रम झाले. कु. शुभांगी सबनीस यांचे मेघदूतावर तर डॉ. टी. जी. माईणकरांचे 'कालिदासाचे प्रयोगविज्ञान' या विषयावर व्याख्यान झाले.

प्रा. एम. जी. देसाई यांच्या अध्यक्षतेखाली प्रथमच 'कन्नड संघ' ही संघटना सुरू झाली. विलिंग्डन कॉलेजचे प्राचार्य आर. एस. मुगळी यांनी उद्‌घाटनपर भाषणात मराठी-कानडी भाषिकांच्या भावनात्मक ऐक्यावर भर दिला. या विषयावर परिसंवादही झाला. ज्येष्ठ कन्नड साहित्यिक-कवि प्रा. डी. आर. बेंद्रे यांच्या अध्यक्षतेखाली वार्षिक संमेलन पार पडले. यावेळी प्रा. टी. एन. श्रीकांतया आणि पंडित ऐश्वर्यनारायण ही ज्येष्ठ कन्नड विद्वान मंडळी उपस्थित होती.

शिक्षकांचे निधन/निवृत्ती

१९६३-६४ या शैक्षणिक वर्षांत दोन ज्येष्ठ शिक्षणतज्ज्ञांना मुकावे लागले.

प्रा. व्ही. के. जोग यांचे ३१ डिसेंबर, १९६३ रोजी निधन झाले. फर्ग्युसन कॉलेजमध्ये त्यांनी अनेक वर्षे तत्त्वज्ञान आणि तर्कशास्त्र हे विषय शिकविले. संपूर्ण भारतात त्यांचा ज्येष्ठ तत्त्वज्ञ म्हणून लौकिक होता. एक वेळ अशी होती की

डेक्कन एज्युकेशनसोसायटीच्या आजीव सदस्य मंडळाने फर्ग्युसनच्या प्राचार्यपदी प्रा.जोग यांची निवड केली होती. त्या काळात नियामक मंडळाने जोगांची शिफारस डावलून रँग्लर महाजनींची प्राचार्य म्हणून नेमणूक केली. सर्वांत तरुण महाजनींची निवड पसंत नसल्याने काही आजीव सदस्यांनी राजीनामे दिले तर काहींना सक्तीने निवृत्त करण्यात आले; त्यात प्रा. जोगांचा समावेश होता. एन. एम. वाडिया ॲम्फीथिएटर आणि बी.जे.वाडिया ग्रंथालय या 'हेरिटेज' इमारतींसाठी वाडिया उद्योगसमूहाकडून मोठ्या देणग्या मिळविण्यात प्रा. जोग यांचा सिंहाचा वाटा होता. जोगांचा व वाडिया समूहाचा एवढा घनिष्ठ संबंध होता की जोग सोसायटीतून गेल्यानंतर त्यांच्या नेतत्वाखाली पुणे लष्कर विभागात 'वाडिया' कॉलेज निघाले. वाडिया कॉलेजची स्थापना आणि त्या संस्थेचा विकास ही प्राध्यापक जोगांची 'देणगी' मानावी लागेल. जोगांचे अनेक विद्यार्थी फर्ग्युसनमध्ये शिकले, काहींनी शिकविले; जोगांचे जाणे अनेकांना चटका लावून गेले.

याच पठडीतले, आदर्शवादी प्रा. एस. आर. कानिटकर होत. २५ जानेवारी, १९६४ रोजी त्यांचे निधन झाले. प्रा. कानिटकर फर्ग्युसनमध्ये इतिहासाचे प्राध्यापक होते. डे. ए. सोसायटीच्या न्यू इंग्लिश स्कूलचे काही वर्षे ते सुपरिंटेंडेंट होते. डे. ए. सोसायटीतून निवृत्त झाल्यानंतर त्यांनी शिवाजीनगर भागात मॉडर्न हायस्कूल स्थापन केले, त्याचे ते अनेक वर्षे सुपरिंटेंडेंट होते. पुणे नगरपालिकेचे ते अनेक वर्षे सभासद, नगरसेवक व मार्गदर्शक होते.

एकीकडे जुनी ज्येष्ठ मंडळी पडद्याआड जात होती तर काही निवृत्त होत होती.

प्रा. व्ही. व्ही. आपटे अनेक वर्षे फर्ग्युसनच्या जीवशास्त्र विभागाचे प्रमुख प्राध्यापक होते. डेक्कन एज्युकेशन सोसायटीचे कार्यवाह, कॉलेजच्या जिमखान्याचे अध्यक्ष, वसतिगृहाचे पर्यवेक्षक, उपप्राचार्य, यू. टी. सी.चे कमांडंट अशी अनेक पदे त्यांनी भूषविली व त्या प्रत्येक पदावर आपला खास ठसा उमटविला. एक प्रशासक म्हणून स्पष्ट विचारसरणी, तडफदार अचूक निर्णय आणि कार्यक्षम अंमलबजावणी ही त्यांच्या कारकिर्दीची वैशिष्ट्ये होती. विद्यार्थ्यांच्या दृष्टीने ते 'कडक' वाटत असले तरी त्यांच्याशी जवळीक असणाऱ्यांना ते तितकेच मायाळू व समजूतदार वाटत.

प्रा. रा. श्री. जोग म्हणजे फर्ग्युसनच्या मराठी विभागाचे वैभवच होय. त्यांच्याच काळात, प्रामुख्याने त्यांच्या प्रयत्नांमुळे बी.ए.पदवी अभ्यासक्रमासाठी मराठी हा विशेष विषय घेणे सुरू झाले व मराठी विषय इंग्रजीतून न शिकविता मराठीतून शिकविणेही सुरू झाले. प्रकांड पांडित्य, दर्जेदार साहित्यरचना आणि तन्मय होऊन शिकविणे या वैशिष्ट्यांमुळे वरवर ते गंभीर वाटले तरी मुलांची मने कधी काबीज करत, लक्षातही येत नसे. सोसायटीच्या फर्ग्युसन, विलिंग्डन,

बी.एम.सी.सी. या तिन्ही कॉलेजांत त्यांनी शिकविले. निवृत्त झाले तरी निवृत्त प्राध्यापकांच्या खास संशोधनासाठी विद्यापीठ अनुदान आयोगाने मंजूर केलेल्या संशोधक वृत्तीमुळे त्यांचा फर्ग्युसनशी संबंध राहणार होताच.

प्रा. जी. जी. कोल्हटकर फर्ग्युसनच्या वनस्पतीशास्त्र विभागात अनेक वर्षे शिकवीत होते. शिस्तबद्ध, पद्धतशीर शिकविण्यामुळे वर्गात आणि प्रयोगशाळेतही ते विद्यार्थीप्रिय होते. ते स्वत: उत्तम खेळाडू होते आणि अनेक वर्षे जिमखाना मॅनेजिंग कमेटीचे सल्लागारही होते. या तिघांची शिक्षक म्हणून उणीव निश्चितच जाणवणार होती.

प्राचार्य कोगेकरांनी १९६४मध्ये अचानक सेवा निवृत्ती घेतली. १९५० सालापासून प्रथम त्यांचा विद्यार्थी आणि नंतर १९५८ पासून सहकारी म्हणून मी काम केले. माझ्या व्यक्तिगत आयुष्यात हे एक महत्त्वाचे, शिक्षकी पेशाचा पाया रचणारे पर्व ठरले. फर्ग्युसन सोडल्यानंतर अक्षरश: त्यांच्या निधनापर्यंत सलग सततचा संबंध राहिला. मला त्यांनी पुत्रवत् प्रेम दिले, संस्कार दिले. त्यांच्या अमृतमहोत्सव ट्रस्टच्या वतीने मला पहिला विशेष शिक्षक पुरस्कार मिळाला. हा मी माझ्या आयुष्यातला सर्वोच्च बहुमान मानतो.

बटु मूर्ती कोगेकर सर कधी सदरा-धोतर-कोटात, तर कधी सुटाबुटात असत. त्यांचा कॉलेजच्या परिसरातला वावर वातावरण शिस्तबद्ध ठेवी. एखादी संस्थात्मक अथवा सामाजिक आपत्ती कशी निवारावी याचे उत्तम शिक्षण आम्हास त्यांच्याकडून मिळाले. लोकशाही समाजवाद त्यांच्या रोमारोमात भिनला होता आणि तसे वैचारिक संस्कार अनाग्रही वृत्तीने ते आमच्यात पेरत असत. त्यांची शैक्षणिक आणि प्रशासकीय कारकीर्द अविस्मरणीय ठसा उमटविणारी ठरली, परांजपे-महाजनी-कर्वे परंपरा त्यांनी चालू ठेवली.

◆

प्रकरण चौथे

प्राचार्य माईणकर, ढवळे, दाभोळकर यांचा कालखंड (१९६४-१९७५)

प्राचार्य स. वा. कोगेकर यांनी निवृत्ती स्वीकारल्यामुळे एक धामधुमीचा, बराच गाजलेला कालखंड संपुष्टात आला. १९६० साली फर्ग्युसनचा अमृतमहोत्सव भव्य प्रमाणात साजरा झाला. पानशेतचा प्रलय आणि चीनचे आक्रमण या आव्हानांना समर्थपणे पेलावे लागले. विद्यापीठ अनुदान आयोगाकडून मिळालेल्या अनुदानाच्या रकमा आणि अन्य देणग्या यांमुळे मोठ्या प्रमाणावर इमारतींची बांधकामे उत्तम प्रकारे मार्गी लागली. ट्यूटोरियल बिल्डिंग, न्यू लेडीज रूम, भूशास्त्र विभागाच्या इमारतीचे विस्तारीकरण, मुलींच्या वसतिगृहाचे विस्तारीकरण, वाडिया ग्रंथालयाचे विस्तारीकरण ही कामे महत्त्वाची होती. याचे श्रेय विद्यापीठ अनुदान आयोगाचे अध्यक्ष डॉ.चिंतामणराव देशमुख यांच्याशी असलेल्या संबंधांना द्यावे लागेल.

१ मे, १९६४पासून प्रा. कोगेकर सेवानिवृत्तीपूर्व रजेवर गेले आणि डॉ. टी. जी. माईणकर यांची प्राचार्यपदी निवड झाली. प्रा. माईणकर यांनी मराठी आणि संस्कृत या दोन विषयांत स्वतंत्रपणे एम.ए.पदवी आणि संस्कृतमधील पीएच.डी.प्राप्त केल्यानंतर डेक्कन एज्युकेशन सोसायटीच्या विलिंग्डन कॉलेजमध्ये संस्कृतचे प्राध्यापक म्हणून सेवा सुरू केली; आजीव सदस्य म्हणूनही त्यांची नेमणूक झाली. १९५७मध्ये त्यांची फर्ग्युसन कॉलेजमध्ये बदली झाली. प्राचार्यपद स्वीकारण्यापूर्वी त्यांनी जिमखाना अध्यक्ष, उपप्राचार्य व डेक्कन एज्युकेशन सोसायटीचे कार्यवाह ही प्रशासकीय पदे समर्थपणे सांभाळली होती. प्रशासक म्हणून काम करत असतानाही त्यांचा संस्कृतचा अभ्यास, संशोधन अविरत चालूच होते. त्यांनी अनेक गौरव प्राप्त केले होते. 'Wit and Humour in Sanskrit Literature' या विषयावरील निबंधाबद्दल त्यांनी मुंबई विद्यापीठाचे मंडलिक पारितोषिक मिळविले.

प्रा. त्र्यं. गो. माईणकर

मुंबई विद्यापीठानेच त्यांच्या 'Yogavasisth, Kalidas - his Art and thought, Mysticism in Rugveda and Gita Bhasya Prakash' या विशेष योगदानाबद्दल त्यांना डी.लिट. ही सर्वोच्च पदवी प्रदान केली. प्राचार्य म्हणून निवड झाली त्यावेळी या विषयावरील त्यांचे संशोधन चालू होते आणि त्यासाठी पुणे विद्यापीठाचे अनुदान प्राप्त झाले होते. पुणे विद्यापीठानेच त्यांची या विषयावर अष्टेकर व्याख्यानमालेसाठी निवड केली होती. त्यांची उंचीपुरी मूर्ती, गौरवर्ण, शांत स्वभाव, प्रशासनातील बारकाव्यांकडे चाणाक्ष नजर, सर्व सहकाऱ्यांबरोबर मिळून मिसळून वागण्याची आणि अनावश्यक हस्तक्षेप टाळण्याची वृत्ती इत्यादी गुणांमुळे फर्ग्युसनच्या प्राचार्यपदावरच्या त्यांच्या निवडीचे सर्व स्तरांवर सहर्ष स्वागत झाले.

पंडित जवाहरलाल नेहरू यांचे निधन

२७ मे, १९६४ रोजी पंडित जवाहरलाल नेहरू यांचे निधन झाले. हा सुट्टीचा काळ असल्याने वर्षारंभी २० जून, १९६४ रोजी त्यांच्या निधनाबद्दल खास सभा बोलावून श्रद्धांजली ठराव मंजूर करण्यात आला. पंडितजींनी कॉलेजला बऱ्याचवेळा भेट दिली होती आणि १९५९ सालच्या भेटीच्या आणि भाषणाच्या स्मृति अजूनही तरळत होत्या. पंडितजींनी भारतीय स्वातंत्र्यलढ्यात मोलाची कामगिरी बजावली होती आणि स्वातंत्र्यानंतर सलग सतरा वर्षे भारतीय प्रजासत्ताकाचे पहिले पंतप्रधान म्हणून; आधुनिक भारताचे शिल्पकार म्हणून गौरवास्पद कामगिरी केली होती. भारतीय घटनेची जडणघडण, 'सार्वभौम लोकशाही प्रजासत्ताक' पद्धतीची पायाभरणी, आर्थिक विकासासाठी पंचवार्षिक योजनांची अंमलबजावणी, जागतिक राजकारणात शांतता व सहजीवन यांवर भर देणारी पंचसूत्री, जागतिक राजकारणात भारताला खास स्थान मिळवून देण्याचे प्रयत्न - कोरिया-कांगो सारख्या जटिल वादात मध्यस्थीचे शांततेचे प्रयत्न इत्यादींचा शोकप्रस्तावात उल्लेख केला होता. सदर ठराव पंडितजींच्या कन्या श्रीमती इंदिरा गांधी यांच्याकडे पाठविण्यात आला.

ज्येष्ठांची निवृत्ती आणि इतर काही घडामोडी

प्रा. न. का. घारपुरे फर्ग्युसन कॉलेजमध्ये जर्मन विभागाचे प्रमुख प्राध्यापक

म्हणून ३० वर्षे सेवा करून २० जून, १९६४ रोजी निवृत्त झाले. कॉलेजच्या जर्मन विभागाचा पाया रचून त्याचा विकास करणे, भारत आणि जर्मनी या देशांतील शैक्षणिक सौहार्द वाढवून विद्यार्थ्यांची देवाणघेवाण करण्याचे प्रमुख कार्य प्रा. घारपुरे यांनी केले. कॉलेजच्या लष्करी शिक्षणसेवा योजनेत २० वर्षे काम करून त्यांनी त्या क्षेत्रातील 'मेजर' हे पद प्राप्त केले. पुण्यातील अनेक क्षेत्रांतील सार्वजनिक सेवा-संस्थांमध्ये त्यांनी विधायक कार्य केले. सरस्वती मंदिर संस्थेला १ लक्ष रुपयांची देणगी त्यांनी दिल्यामुळे 'न. का. घारपुरे प्रशाला' हे नाव त्या संस्थेला देण्यात आले आहे. निवृत्तीनंतरही घारपुरे सरांचे फर्ग्युसनला, जर्मन विभागाला मार्गदर्शन मिळत राहिले.

प्राणिशास्त्र विभागाचे ज्येष्ठ प्राध्यापक आणि विभागप्रमुख प्रा. बी. जी. शिरोळे २० जून, १९६४ रोजी निवृत्त झाले. शिरोळे घराण्याचे फर्ग्युसनचे नाते पहिल्या भागात आले आहे. त्याच शिरोळे घराण्यातील वारसदार प्रा. बी. जी. शिरोळे हे कॉलेजमध्ये प्राणिशास्त्र हा विषय अनेक वर्षे शिकवीत होते. शास्त्र शाखेचा हा नीरस वाटणारा विषय ते रंगवून शिकवीत, त्यामुळे प्राध्यापक आणि विद्यार्थीवर्गात ते कमालीचे लोकप्रिय होते. लक्षणीय उंची, भरदार शरीरयष्टी, रुबाबदार वर्तनशैली आणि विशेष म्हणजे कमालीची रसरशीत माहितीपूर्ण संभाषणकला यांमुळे त्यांच्याशी गप्पा मारणे हा एक खास आनंद असे. मनोरंजक कथा, स्वतंत्रपणे पाठ असलेली आणि स्वत: रचलेली जनपदे, पोवाडे त्यांच्या भारदस्त आवाजात ऐकणे म्हणजे एक मैफलच असायची. कॉलेजच्या कलामंडळाचे ते पदाधिकारी व मार्गदर्शक होते. निवृत्तीनंतरही आपले संशोधन चालू ठेवण्यासाठी विद्यापीठ अनुदान मिळाल्याने त्यांचा कॉलेजशी संबंध चालू होता.

वरील ज्येष्ठांच्या निवृत्तीबरोबर अर्थशास्त्राचे विख्यात प्राध्यापक, आजीव सदस्य डॉ. टी. एम. जोशी १० जानेवारी, १९६५ पासून निवृत्तिपूर्व रजेवर गेले. रसायनशास्त्र विभागाचे प्रा. आर. व्ही. घाणेकर यांनी फर्ग्युसन आणि विलिंग्डन या दोन्ही संस्थांत काम केले. ते २० जून, १९६४ पासून सेवानिवृत्त झाले. प्रा. डॉ. ग. ना. जोशी यांची तत्त्वज्ञानविषयाचे प्रमुख प्राध्यापक म्हणून सांगलीच्या विलिंग्डन कॉलेजमधून फर्ग्युसनमध्ये बदली झाली. प्रा. श्री. व्यं. बोकील, आजीव सदस्य आणि तत्त्वज्ञान विषयाचे प्रमुख प्राध्यापक, उच्च शिक्षणासाठी अमेरिकेस रवाना झाले.

प्राचार्य त्र्यं. गो. माईणकर यांची पुणे विद्यापीठाच्या कला शाखेचे अधिष्ठाता म्हणून निवड झाली. प्रा. एन. आर. कुलकर्णी यांची शास्त्र विभागाचे अधिष्ठाता म्हणून सलग चौथ्या वेळी निवड झाली, हा त्या काळचा एक उच्चांक होता.

फर्ग्युसनच्या जीवशास्त्र विभागाचे प्रा. डी. डी. समर्थ यांची कन्या आणि

फर्ग्युसनची हुषार विद्यार्थिनी कमल समर्थ-रणदिवे यांनी भारताच्या कॅन्सर संशोधन केंद्राच्या प्रभारी संचालक म्हणून कार्य करीत असतानाच, डॉ. सी. व्ही. बापट यांच्या बरोबर कॅन्सरसंबंधी जे संशोधन केले त्याबद्दल इंडियन मेडिकल कॉन्सिलने त्यांना १९६४ सालचे रौप्यमहोत्सव-संशोधक पारितोषिक दिले; जीवशास्त्रातील विशेष संशोधनाचे सुवर्णपदकही दिले. डॉ. कमल रणदिवे आणि डॉ. सी. व्ही. बापट यांना संयुक्तपणे होनोलुलूच्या वातुमल फौंडेशनने १९६४चे वातुमल मेमोरियल पारितोषिकही दिले.

प्रा. दे. द. वाडेकर यांचा गौरव समारंभ

प्रा. दे. द. वाडेकर

प्रा. दे. द. वाडेकर निवृत्त झाले, त्यानिमित्त त्यांचा गौरव करण्यासाठी काकासाहेब गाडगीळांच्या अध्यक्षतेखाली विशेष गौरव समिती नेमण्यात आली. या समारंभाच्या आयोजनात गुरुवर्य वाडेकर यांचे विद्यार्थी, प्राध्यापक, सहकारी आणि अनेक मान्यवर मित्रवर्य यांनी पुढाकार घेतला होता. ११ जुलै, १९६४ रोजी केंद्रीय मंत्री डॉ. हुमायून कबीर यांच्या अध्यक्षतेखाली सत्कारसमारंभ झाला. प्रमुख पाहुण्यांनी वाडेकरांच्या अनेक पैलूंचे वर्णन करून 'एका ज्येष्ठ शिक्षकाचा सत्कार म्हणजे विद्वत्तेचा सत्कार असून ज्या देशात विद्वत्तेचा सत्कार होतो त्या देशाचे भविष्य उज्ज्वल असते', असे गौरवोद्गार काढले. समितीचे अध्यक्ष ना. काकासाहेब गाडगीळ यांच्या हस्ते वाडेकरांना मानपत्र देण्यात आले. प्रा. वाडेकरांनी आपल्या उत्तराच्या भाषणात तत्त्वज्ञान, विद्यापीठीय शिक्षणासंबंधी प्रश्न, कला विभागातील विषयांच्या अभ्यासाचे महत्त्व, इंग्रजी आणि हिंदी या भाषांचे महत्त्व इत्यादी विषयांवर आपली मते व्यक्त केली. समितीतर्फे वाडेकरांचे तैलचित्र काढण्याचे काम प्रस्तुत लेखकावर सोपविले होते. माझे वाडेकर सरांबरोबर अक्षरशः घरगुती संबंध होते. चित्रकाराला मोह पडेल असे त्यांचे व्यक्तिमत्त्व होते. तैलचित्र काढण्यासाठी त्यांनी समोर बसावे अशी मी विनंती केली, ती त्यांनी आनंदाने मान्य केली. एक आठवडाभर रोज चार पाच तास समोर बसताना, त्यांच्याशी बोलताना एखाद्या आज्ञाधारक विद्यार्थ्यासारखे ते माझे ऐकत होते, मधूनमधून तपकीर ओढत होते. एक वेगळाच आनंद मिळत होता. ते तैलचित्र समारंभात कॉलेजला देण्यात आले. प्राचार्य माईणकर यांनी त्याचा स्वीकार केला. समितीच्या वतीने पुणे विद्यापीठाला ३६०० रुपयांची रक्कम देण्यात आली.

एक मनोज्ञ समारंभ संपन्न झाला.

निवृत्तीनंतर प्रा. वाडेकरांकडे भारत सरकारने खास अनुदान देऊन तत्त्वज्ञानासंबंधी मराठी ज्ञानकोश तयार करण्याचे काम सोपविले; त्यांनी सुरू केलेले काम डॉ. ग. ना. जोशी यांनी पुढे चालविले. मराठी भाषेतील एक अव्वल ज्ञानकोश तयार झाला. मराठी साहित्य परिषदेचे पदाधिकारी म्हणूनही त्यांनी मोलाचे काम केले. शिक्षणासंबंधी नेमण्यात आलेल्या कोठारी आयोगाच्या जे. पी. नाईकांच्या अध्यक्षतेखाली झालेल्या पुण्यातील चर्चासत्रांचे सर्व सूत्रसंचालन प्रा. वाडेकरांनी केले होते.

वाडिया ग्रंथालयासाठी खास अनुदान

स्वातंत्र्योत्तर काळात प्रथमच वाडिया ग्रंथालयासाठी मोठे अनुदान प्राप्त झाले. हे अनुदान विद्यापीठ अनुदान आयोगातर्फे प्राप्त झाले. अशा अनुदानाच्या बाबतीत कॉलेजचा स्वत:चा वाटा किती असायला हवा हे स्पष्ट केले जाते. शास्त्र विभागातील पदव्युत्तर विभागांच्या विकासासाठी तीन वर्षांत ३०,०००/- रुपये खर्च व्हावयास हवेत, त्यापैकी २०,०००/- रुपये विद्यापीठ अनुदान आयोग देईल. कलाविभाग - भाषा आणि सामाजिक शास्त्रे यांच्यासाठी रु. १२,०००/- व पदवीपूर्व अभ्यासार्थी विद्यार्थ्यांना पाठ्यपुस्तके खरेदी करण्यासाठी आयोगातर्फे रु. १०,०००/-चे अनुदान मिळेल. यात कॉलेजचा वाटा (Matching Grant) असण्याची अट नव्हती. विकासासाठी मंजूर झालेले अनुदान ग्रंथालयाच्या गरजेनुसार वाढविण्याची सूचनाही केली होती. पुस्तकांच्या वाढत्या किमती आणि प्राध्यापकांच्या पदव्युत्तर विभागात अध्यापनाच्या वाढत्या सहभागामुळे अशा अनुदानाची फार आवश्यकता होती. शासकीय अथवा तत्सम अनुदानाशिवाय अनेक ग्रंथप्रेमी व्यक्तींकडून, निवृत्त प्राध्यापकांकडूनही ग्रंथांच्या अनमोल देणग्या मिळत असत. नागपूरच्या काळे फौंडेशन ट्रस्ट कडून पी. बी. काळे यांनी ४५००/- रुपयांची देणगी दिली. रँग्लर परांजपे यांच्या नावाने स्थापलेल्या गणित विभागाच्या ग्रंथांसाठी ही रक्कम वापरावी अशी अट होती. कॉलेजच्या ग्रंथालयात गुजराती भाषेच्या ग्रंथांचा स्वतंत्र विभाग होता. गुजरात सरकारने रु. ५०००/-चे खास अनुदान दिले. या विभागाचे औपचारिक उदघाटन काकासाहेब गाडगीळांच्या हस्ते झाले.

वार्षिक स्नेहसंमेलन

१९६४ सालचे वार्षिक स्नेहसंमेलन २० डिसेंबर रोजी भरले. फर्ग्युसनचे माजी विद्यार्थी, मुंबई विद्यापीठाचे रेक्टर प्रा. गोवर्धन पारीख हे प्रमुख पाहुणे होते.

प्रा. पारीख हे नामवंत शिक्षणतज्ज्ञ, एम. एन. रॉय यांच्या नेतृत्त्वाखाली चालणाऱ्या रॅडिकल ह्यूमॅनिस्ट चळवळीचे प्रमुख नेते, महाराष्ट्रातील कामगार चळवळीचे आणि सामाजिक, राजकीय क्षेत्रांतील सेवाकार्याचे प्रमुख नेते होते; एवढे असूनही शैक्षणिक क्षेत्रातील कार्याला ते अग्रक्रम देत असत. ते मुंबई विद्यापीठाचे पहिले रेक्टर होत. रेक्टर या नात्याने भारतातील एकूण शिक्षणपद्धती, मुंबई विद्यापीठाचा विकास या बाबतीत त्यांचे योगदान महत्त्वाचे होते. भारतातर्फे अमेरिकेत पाठविण्यात आलेल्या समितीचे ते सभासद होते. विद्यापीठीय शिक्षणासंबंधी ओस्लो येथे भरलेल्या जागतिक परिषदेचे उपाध्यक्ष म्हणून ते निवडले गेले होते. अशा प्रथितयश शिक्षणतज्ज्ञाचे, आपल्या कॉलेजचे माजी विद्यार्थी म्हणून स्वागत करताना प्राचार्य डॉ. माईणकर यांनी आनंद व्यक्त केला.

आपल्या छोट्याशा भाषणात प्रा. पारीख यांनी 'फर्ग्युसनचे विद्यार्थी म्हणून आपणास अभिमान वाटतो, फर्ग्युसनमध्ये येणे स्वगृही आल्यासारखे वाटते' असे सांगून आपले मनोगत व्यक्त केले. ते म्हणाले :

"सध्या परिस्थिती इतकी झपाट्याने बदलते आहे की शिक्षक आणि प्रशासक होण्यासाठीही नेतृत्वाचे गुण हवे असतात. समाजातील काहींना शिकविणे सोपे असते; आता तर आपणाला सर्व समाजालाच शिकवायचे आहे. असे करताना आपणाला साचेबंद पद्धतीचा वापर करून चालणार नाही. आपल्याला समाजाच्या तळागाळापर्यंत शिक्षण पोहोचवायचे आहे. विकसनशील समाजात विकासाचे तणाव असणारच आणि ते सहन करण्याची ताकदही आपणालाच मिळवायला हवी.

"आपली 'दर्जा' (Status) ही कल्पनाही बदलली पाहिजे. उत्कृष्ट नळजोड काम करणारा हा निकृष्ट तत्त्वज्ञापेक्षा अधिक बरा (An excellent plumber is better than a bad philosopher). आपले उच्चतेबाबतचे निकषही बदलायला हवेत. फक्त पदवी असणे हा निकष बरोबर नाही. दर्जा (Quality), समता (Equality) आणि वारसा (Heredity) या तिन्ही तत्त्वांचा योग्य समन्वय साधला गेला पाहिजे. कोणत्याही एका तत्त्वाकडे दुर्लक्ष होता कामा नये.

"आज आपल्याकडच्या विद्वत्तेच्या केंद्रांनी जगाशी स्पर्धा केली पाहिजे. आज ज्ञानाचा अक्षरश: स्फोट होतो आहे. त्याबाबतीत आपण मागे पडता कामा नये.

"आज आपला लोकशाहीचा प्रयोग अवघड अवस्थेतून जात आहे. सध्या, लोकशाही म्हणजे घोषणांचा आणि मिरवणुकींचा सुकाळ होय, यामुळे परिस्थितीनुसार सरकार मिळत जाईल, ते चांगले असेलच असे नाही. त्यामुळे शिक्षण क्षेत्रात काम करणाऱ्यांची जबाबदारी मोठी आहे. आपणाला तर्क, वाद आणि चर्चा यांवर भर असलेली लोकशाही निर्माण करायला हवी. मतभेदांचे अस्तित्व स्वीकारणे ही

सामाजिक अस्तित्वाची आवश्यक अट आहे. मतभेदांचा, कल्पनांचा संघर्ष मान्य करूनही आपण सत्य प्राप्त केले नाही, तरी सत्याच्या जास्तीतजास्त जवळ जाऊ.''

प्रा. पारीख यांचे भाषण म्हणजे एक मूलगामी तत्त्वचिंतन होते. आजच्या परिस्थितीसही ते किती चपखल लागू पडते हे लक्षात येते.

कला-क्रीडा

फर्ग्युसनच्या नाट्यविभागाने पुरुषोत्तम करंडक स्पर्धेसाठी 'मावशी' ही एकांकिका सादर केली. स्पर्धेत कु.नीला कुलकर्णी यांनी अभिनयाचे प्रथम पारितोषिक मिळविले तर माधव वझे यांनी दिग्दर्शनाचे प्रथम पारितोषिक मिळविले. नाट्यवाचन स्पर्धेत 'श्रीमंत' ही एकांकिका सादर झाली. या स्पर्धेतही कु. नीला कुलकर्णी व मधुकर जोशी यांनी पारितोषिके मिळविली. वार्षिक स्नेहसंमेलनात श्रीमती सरिता पत्की यांचा 'बाधा' हा नाट्यप्रयोग सादर झाला. इंजिनिअरिंग कॉलेजच्या स्पर्धांत कु. शुभांगी सबनीस यांनी प्रथम पारितोषिक मिळविले.

पुणे विद्यापीठाच्या 'यूथ फेस्टिव्हल'मध्ये कु. वंदना भोळे यांनी कंठसंगीतामध्ये तर कु. सुषमा पटवर्धन यांनी वाद्य-संगीतात, निर्मलाराणी (भरतनाट्यम) यांनी व्यक्तिगत शास्त्रीय नृत्यात प्रथम पारितोषिके मिळविली. कु. विद्युल्लेखा वाघ यांनी काव्यगायन स्पर्धेत यश मिळविले.

वादविवाद मंडळाने आपले वर्चस्व कायम राखले. आंतरमहाविद्यालयीन स्पर्धांमध्ये एम. बी. जोशी यांनी प्रथम पारितोषिक प्राप्त केले. गोखले वक्तृत्व स्पर्धेत श्री. वर्तक आणि कु. वीणा दत्त यांनी करंडक जिंकला आणि व्यक्तिगत बक्षिसेही मिळविली.

मैदानी स्पर्धांमध्ये श्री. विजय देशपांडे यांनी सलग तिसऱ्या वर्षी वैयक्तिक चॅम्पियनशिप मिळविली. मुलींच्या संघाने नेटबॉल स्पर्धेमध्ये पंधरा वर्षांनी यश खेचून आणले.

विषयवार संघटनांचे कार्य

फिजिक्स सेमिनार उद्घाटनपर टेक्सास-अमेरिका येथील South West Institute of Advanced Studiesचे प्राध्यापक हॅनसन यांचे 'Environmental Satellite' या विषयावर भाषण झाले.

या वर्षीचे वैशिष्ट्य म्हणजे Indian Academy of Sciencesचे तिसावे अधिवेशन फर्ग्युसनच्या आवारात भरले होते. अधिवेशनाच्या आयोजनामध्ये प्राध्यापक

आणि विद्यार्थी यांचा सहभाग मोलाचा होता. अधिवेशनाच्या निमित्ताने सी.व्ही.रामन यांच्यासारख्या फिजिक्स विषयातले नोबेल पारितोषिक मिळविणाऱ्या शास्त्रज्ञांचे विशेष भाषण ऐकण्याची संधी मिळाली.

जीवशास्त्र संघटनेतर्फे Biology in the Service of Man या विषयावर २१ ते २४ डिसेंबर या काळात विशेष प्रदर्शन भरविण्यात आले होते. हे प्रदर्शन पाहण्यासाठी विद्यार्थ्यांबरोबर बाहेरील प्रेक्षकांनीही मोठी गर्दी केली होती. प्रा. व्ही. व्ही. आपटे, प्रा. बी. जी. शिरोळे, डॉ. एस. जी. दीक्षित, डॉ. टी. एस. महाबळे यांची जीवनशास्त्र विषयासंबंधी विशेष व्याख्याने आयोजित केली होती.

सोशल सायन्सेस असोसिएशन या संघटनेच्या वतीने दर पंधरवड्याला एक निबंध सादर होऊन त्यावर चर्चा होत असे. हे निबंध तात्त्विक विषयासंदर्भात असत; पण आर्थिक, राजकीय, सामाजिक बाबतीतल्या प्रत्यक्ष घडलेल्या घटनांवर, प्रश्नांवर अधिक भर असे. ऑगस्ट महिन्यामध्ये अमेरिकन फील्ड सर्व्हिस स्कीमच्या अंतर्गत अमेरिकेस गेलेल्या विद्यार्थ्यांच्या अनुभवावर चर्चा करण्यात आली. पहिल्या सहामाहीच्या अखेरीस 'इंटरनॅशनल मॉनिटरी फंड' या जागतिक संस्थेवर भारताचे प्रतिनिधित्व केलेले आणि घाना, इराक, जॉर्डन या देशांना आर्थिक सल्ला देण्याचे कार्य करणारे फर्ग्युसनचे माजी विद्यार्थी श्री. एन. जी. अभ्यंकर यांचे 'India-64-65' या विषयावर अभ्यासपूर्ण भाषण झाले. पुणे विद्यापीठाचे राज्यशास्त्राचे प्राध्यापक व्ही.एम.सिरसीकर आणि गोखले इन्स्टिट्यूट ऑफ पॉलिटिक्स अॅण्ड इकॉनॉमिक्स या संस्थेचे सहनिर्देशक प्रा.सोवनी यांची भाषणी झाली. 'आणीबाणीचे राजकीय आणि आर्थिक पैलू' या विष्यावरील चर्चासत्र विशेष गाजले.

स्टॅटिस्टिक्स असोसिएशनच्या उद्‌घाटनाचे व्याख्यान पुणे विद्यापीठाच्या गणित आणि संख्याशास्त्र विभागाचे प्रमुख प्राध्यापक ज्येष्ठ संख्याशास्त्रज्ञ डॉ. हुजुरबझार यांनी Statistical aptitude या विषयावर दिले. प्रा. एस. के. बढे, प्रा. ए. एस. नाडकर्णी, श्री. व्ही. के. गर्दे, श्री. गोविंद राव यांचीही भाषणे झाली. Population Problem, Scope and Importance of Statistics, National Income, Theory of Errors हे व्याख्यानांचे विषय होते.

साहित्य सहकारचे उद्‌घाटन २७ जुलै, १९६४ रोजी प्रा. स. शि. भावे यांच्या अध्यक्षतेखाली सुप्रसिद्ध साहित्यिक व ग्रामीण कथालेखक श्री. शंकर पाटील यांच्या 'साहित्य, साहित्यिक व वाचक' या विषयावरील विचारप्रवर्तक व उद्‌बोधक भाषणाने झाले. प्रा. रा. श्री. जोगांच्या अध्यक्षतेखाली सौ. अनुराधा पोतदार यांचे 'मराठी कवितेतील अधिक-उणे' या विषयावरचे भाषण खूप गाजले. वर्षाच्या अखेरीस 'एका लेखकाची भ्रमणगाथा' या विषयावर मान्यवर साहित्यिक श्री. श्री. ज. जोशी यांचे मंत्रमुग्ध करणारे भाषण झाले. भारत-पाक युद्धोत्तर परिस्थिती व

पंतप्रधान लालबाहदुर शास्त्री यांचे निधन यांमुळे वेळेवर होऊ न शकलेले साहित्य सहकारचे रौप्य महोत्सवी संमेलन पुढे ६ फेब्रुवारी, १९६६ या दिवशी साजरे करण्यात आले. प्रा. रा. श्री. जोग यांचे 'माझी वाङ्मयीन वाटचाल' विषयावरील भाषण संस्मरणीय ठरले.

संस्कृत परिषदेची सुरुवात श्री. माधव देशपांडे यांच्या 'मधुशाला' या काव्यानुवादाच्या वाचनाने झाली. प्रा. कृ. श्री. अर्जुनवाडकर यांचे 'कष्टकांजलि' आणि श्री. वि. म. कुलकर्णी यांचे 'मालव गौरवे धारा-यशोधरा' हे काव्यवाचनाचे विशेष कार्यक्रम झाले. प्रा.अशोक अकलूजकर (संस्कृत साहित्यातील युद्धवर्णन), माधव देशपांडे व अवधूत हर्डीकर (उत्तररामचरितातील चित्रदर्शन), शुभांगी सबनीस (मध्यम व्यायोग-एक परीक्षण), विद्युल्लेखा वाघ (उपनिषदातील संवाद) हे निबंध कौतुकास्पद होते.

सॉक्रेटिक असोसिएशनचा सुवर्णमहोत्सव

तत्त्वज्ञान विषयाला केंद्रीभूत मानणारी फर्ग्युसनची 'सॉक्रेटिक असोसिएशन' म्हणजे शैक्षणिक क्षेत्रात मानबिंदू मानली जाणारी संघटना १९६५मध्ये सुवर्णमहोत्सव साजरा करीत होती; यासाठी खास समिती स्थापन करण्यात आली होती. या समितीतर्फे वर्षभर अनेक कार्यक्रम साजरे करण्यात आले.

डॉ. व्ही. एस. नरवणे यांनी व्याख्यानमालेची सुरुवात केली. वर्षभर चाललेल्या या मालेत श्री. दिलीपकुमार रॉय, प्रा. एम. डी. विद्वांस, प्रा. धोपेश्वरकर, प्रा. एन. जी. दामले, प्रा. दे. द. वाडेकर, प्रा. पी. आर. दामले, प्राचार्य सोनोपंत दांडेकर, आचार्य काकासाहेब कालेलकर, प्रा. के. टी. जहागीरदार यांची व्याख्याने झाली. संघटनेतर्फे आंतरमहाविद्यालयीन निबंध स्पर्धा घेण्यात आली. स्पर्धेसाठी 'माया या सिद्धांतामुळे भारताची भौतिक प्रगती खुंटली आहे काय?', 'अहिंसेचे तत्त्वज्ञान हे व्यावहारिक तत्त्वज्ञान आहे काय?' आणि 'तंत्रज्ञानाच्या विकासामध्ये मूल्यांच्या शाश्वतीस बाधा येते काय?' हे तीन विषय ठेवण्यात आले होते. 'पंचशीलचे तत्त्व हे व्यवहार्य आहे काय?' या विषयावर चर्चासत्र आयोजिले होते. प्रजासमाजवादी पक्षाचे अध्यक्ष श्री. ना. ग. गोरे अध्यक्षस्थानी होते. १४ नोव्हेंबर, १९६५ रोजी 'राजकारणाचे आध्यात्मीकरण शक्य आहे काय?' या विषयावर परिचर्चा आयोजिली होती. डॉ. आर. पी. परांजपे, डॉ. न. वि.(काकासाहेब) गाडगीळ, श्री. एन. एम. जोशी, श्री. पु. ग. सहस्त्रबुद्धे, श्री. रावसाहेब पटवर्धन, प्रा. गं. बा. सरदार, प्रा. पी. आर. दामले, प्रा. जे. डी. मेर्नेफ, श्री. रामभाऊ म्हाळगी, प्रा. व. मं. सिरसीकर, श्री. दि. के. बेडेकर, प्रा. मा. प. मंगुडकर, प्रा. ग. प्र. प्रधान या मान्यवरांनी

परिचर्चेत भाग घेतला. प्रा. दे. द. वाडेकर परिचर्चेच्या अध्यक्षस्थानी होते.

२१ डिसेंबर, १९६५ रोजी सुवर्णमहोत्सवाचा मुख्य समारंभ साजरा झाला. फर्ग्युसनचे माजी विद्यार्थी, सॉक्रेटिक असोसिएशनचे सक्रिय सभासद, लोकसभा सदस्यपद भूषविलेले आणि विशेष म्हणजे केरळ आणि उत्तर प्रदेश या राज्यांचे राज्यपालपद भूषविलेले दिग्गज, डॉ. बी. रामकृष्णराव हे समारंभाचे प्रमुख पाहुणे होते. मुख्य भाषणानंतर आजी आणि माजी विद्यार्थ्यांचे स्नेहसंमेलन झाले.

नॉर्थ करोलिना विद्यापीठाचे डॉ. वाय. एस. साठे यांनी स्टॅटिस्टिक्स असोसिएशनच्या शुभारंभाचे व्याख्यान 'Linear Programming' या विषयावर दिले. अमेरिकेच्या पेनासिल्वानिया विद्यापीठात उच्च शिक्षणासाठी जाणारे प्रा. भोज आणि प्रा. गोडांबे यांचा सत्कार करण्यात आला.

शास्त्र शाखांचे कार्य

फिजिक्स सेमिनार चे उद्‌घाटन इंडियन इन्स्टिट्यूट ऑफ आर्मामेंट स्टडीजचे डॉ. बॅनर्जी यांच्या हस्ते झाले. त्यांनी 'Nuclear Potential of India' या विषयावर चित्रफितींच्या साहाय्याने उद्‌बोधक व्याख्यान दिले. कॅनडाच्या मॅकगिल विद्यापीठाचे डॉ. एस. डी. जोग यांनी 'Recent Development in Low Temperature Physics', डॉ. व्ही. के. गर्दे यांनी 'Nature of Light', सी. जी. कानडे यांनी 'Velocity of Light', जी. आर. राव यांनी 'Motion and Transport Phenomenmon' या विषयांवर दिलेली व्याख्यानेही बोधप्रद ठरली. १९३१ साली प्रा. डी. एस. जोग यांनी फिजिक्स सेमिनार ची स्थापना केली होती. त्यांचा आणि प्रा. जी. एच. रानडे यांचा 'Science and Music' या वैशिष्ट्यपूर्ण विषयावरील संशोधनाबद्दल साहित्य अकादेमीने खास गौरव केला, म्हणून त्यांचा सेमिनारच्या समारोप समारंभाला सत्कार करण्यात आला.

भूशास्त्र संघटना

१९६५-६६ या वर्षाच्या उद्‌घाटनाच्या कार्यक्रमात पुण्याच्या इंजिनिअरिंग कॉलेजचे प्राचार्य जी. के. ओगले यांनी 'The Role of Geologists in the National Development' या विषयावर अभ्यासपूर्ण भाषण दिले. भूशास्त्र संघटनेचे उत्साही सक्रिय सभासद प्रा. ए. व्ही. फडके यांची ऑस्ट्रियात 'Field Geology' या विषयासंबंधी विशेष अभ्यासासाठी युनेस्को या जागतिक संघटनेने निवड केली, त्याबद्दल त्यांचे अभिनंदन करण्यात आले. संघटनेचा वार्षिक समारंभ

१६ फेब्रुवारी, १९६६ रोजी साजरा झाला. त्यावेळी प्रश्नमंजूषा, निबंधलेखन-वाचन, वक्तृत्व इ. अनेक स्पर्धा घेण्यात आल्या. प्रा. के. व्ही. केळकर यांच्या हस्ते बक्षिसे देण्यात आली.

केमिस्ट्री स्टुडंट्स असोसिएशन

अमेरिकेतील मिनेसोटा विद्यापीठाचे प्रा. रॉबर्ट सी. ब्रॅस्टेड यांचे 'Molecular Architecture and Electron Configuration' या विषयावर विशेष भाषण झाले. या भाषणासाठी पुण्यातील अन्य महाविद्यालयांतील प्राध्यापक आणि विद्यार्थीही मोठ्या संख्येने उपस्थित होते.

पनवेलच्या हिंदुस्तान ऑरगॅनिक या कारखान्याचे व्यवस्थापकीय संचालक डॉ. जी. एस. कसबेकर यांचे 'Chemical Industries in India' या विषयावर व्याख्यान झाले. वर्षभरात USIS या संस्थेकडून प्राप्त झालेल्या सुमारे २० शैक्षणिक फिती दाखविण्यात आल्या.

जिमखाना

१९६५-६६चे वैशिष्ट्य म्हणजे नाट्यविभाग, वादविवाद विभाग आणि कलाविभाग यांच्या संयुक्त विद्यमाने श्री. के. नारायण काळे यांचे उद्घाटनपर भाषण झाले.

ॲम्फीथिएटरमध्ये कु. शकुंतलादेवी या विख्यात गणिती विदुषीचे गणितातल्या आकडेवारीसंबंधी मंत्रमुग्ध करणारे व्याख्यान झाले. प्रेक्षकवर्गातून आलेल्या असंख्य गणिती प्रश्नांना क्षणार्धात उत्तरे देण्याचे त्यांचे कौशल्य अद्वितीय होते.

नाट्य विभागातर्फे 'बंडू चहा घेतो' आणि 'नाटक बसते आहे' या एकांकिका, पुरुषोत्तम करंडक स्पर्धेत 'मुखवटे' हे प्रहसन आणि शारदीय महोत्सवात प्रा. भालबा केळकर यांनी दिग्दर्शित केलेले 'प्रेमा तुझा रंग कसा' हे तीन अंकी नाटक सादर करण्यात आले. कला विभागातर्फे चार तासांचा शास्त्रीय संगीताचा भरगच्च कार्यक्रम सादर करण्यात आला. पुणे विद्यापीठातर्फे घेण्यात येणाऱ्या युवक महोत्सवात (Youth Festival) कु. सुषमा पटवर्धन यांनी शास्त्रीय वाद्यसंगीताचे पहिले पारितोषिक मिळविले आणि प्रतिष्ठेचा गदगकर करंडक जिंकला.

कला विभागातर्फे दक्षिण भारताची सहल आयोजित करण्यात आली होती. म्हैसूर, बंगलोर, उटकमंड, हळेबीड, वेल्लूर या प्रेक्षणीय स्थळांना भेटी देण्यात आल्या. या सहलीतली एक खास आठवण सांगण्यासारखी आहे. उटीच्या दोडाबेट्टा या सर्वोच्च सुंदर स्थळी एका दाक्षिणात्य सिनेमाचे चित्रीकरण चालू होते. पौराणिक

चित्रपटातल्या रंभा-उर्वशी सारख्या नर्तिकांच्या नर्तनाचे दृश्य कॅमेरावर टिपले जात होते. त्या नर्तिकेचे देखणे रूप आमच्यासह विद्यार्थीवर्गावर मोहिनी घालून गेले. मी व प्रा. गं. ना. जोगळेकर सहलीचे संचलन करीत होते. त्या नर्तिकेची सही घ्यावी असा अनेकांचा आग्रह होता. दोन-तीन मुलींना घेऊन, डायरेक्टर यांची परवानगी घेऊन रंगपटात (तंबूत) गेलो. कॉलेजचे नाव सांगून म्हटले 'Our students from Poona want your autograph please!' 'Why autograph only? Why not photograph?' असे म्हणत त्या तडक बाहेर आल्या. जवळ जवळ १५-२० मिनिटे सह्या घेणे, फोटो घेणे चालू होते. कोण होत्या त्या? त्या वेळच्या कमनीय बांध्याच्या सुंदरी, सध्याचे तामीळनाडूचे राजकारण गाजवणाऱ्या 'जयललिता'!

खेळाच्या बाबतीत विद्यार्थ्यांचा सहभाग उल्लेखनीय होता. विशेषत: व्ही. ए. देशपांडे या विद्यार्थ्याने सलग चौथ्या वर्षी वैयक्तिक उत्कृष्टता (आंतरमहाविद्यालयीन) चषक मिळवून उच्चांक प्रस्थापित केला.

लालबहादुर शास्त्री यांचे निधन

११ जानेवारी, १९६६ रोजी स्वतंत्र भारताचे दुसरे पंतप्रधान लालबहादुर शास्त्री यांचे रशियातील ताष्कंद शहरात अकस्मात हृदयविकाराने निधन झाले. यमुना नदी पोहत शालेय आणि महाविद्यालयीन शिक्षण पार पाडणारे बटुमूर्ती लालबहादुर यांनी आपल्या अल्पशा कार्यकाळात कमालीची लोकप्रियता मिळविली. १९६२ साली चीनच्या आक्रमणामुळे भारताची ससेहोलपट झाली, त्या पार्श्वभूमीवर भारतावर आक्रमण करून काश्मीर ताब्यात घेता येईल अशी पाकिस्तानची अपेक्षा होती. शास्त्रींनी भारत-पाक यांच्यातील आंतरराष्ट्रीय सीमा ओलांडून लाहोरवर चाल करून जाण्याची आज्ञा दिली आणि पाकिस्तानला शरणागती पत्करावी लागली. हे धैर्यच मुळी त्यांची राजकीय-आंतरराष्ट्रीय उंची वाढविण्यास कारणीभूत ठरले. या यशाने हुरळून न जाता शांतता-प्रस्थापनेसाठी रशियाच्या मध्यस्थीने खुद्द रशियात पाकिस्तानचे राष्ट्रप्रमुख अयूबखान यांच्याशी बोलणी केली. 'जय जवान-जय किसान' या नव्या घोषणेमुळे त्यांना भारताच्या वास्तवतेची किती जाण होती याची कल्पना येते.

दुसऱ्याच दिवशी, १२ जानेवारी, १९६६ रोजी फर्ग्युसनचे माजी विद्यार्थी, पुणे विद्यापीठाचे कुलगुरु न. वि. (काकासाहेब) गाडगीळ यांचे पुण्यात निधन झाले. १४ जानेवारी रोजी फर्ग्युसनमध्ये शास्त्री आणि गाडगीळ या दोघांच्या निधनाबद्दल प्राध्यापक आणि विद्यार्थी यांची शोकसभा झाली.

अणुशास्त्रज्ञ डॉ. होमी भाभा यांचे निधन

असाच एक धक्का म्हणजे जगातील एक दिग्गज अणुशास्त्रज्ञ आणि भारताच्या अणुऊर्जा आयोगाचे अध्यक्ष डॉ. होमी भाभा यांचे माऊंट ब्लॅक पर्वतावर विमान अपघातात निधन झाले. पंडित जवाहरलाल नेहरू यांच्या खास मर्जीतले डॉ. भाभा यांनी भारतातल्या अणु-संशोधनाचा सुदृढ पाया रचला. डॉ. भाभा केवळ संशोधकच नव्हते तर चित्रकला, संगीत, बागकाम, साहित्य या क्षेत्रांतही त्यांना विशेष रस होता. संशोधनाचा शांततेसाठी उपयोग व्हावा अशी मानवतावादी मानसिकता असलेल्या डॉ. भाभा यांचे मित्र आणि सहकारी डॉ. विक्रम साराभाई यांनी डॉ. भाभांचे उचित शब्दात वर्णन केले आहे. ते म्हणतात, "Dr. Bhabha was a complete man in the complete sense of the term."

डॉ. भाभा यांच्या निधनाबद्दलच्या फर्ग्युसनमधील शोकसभेत विद्यार्थी मोठ्या संख्येने उपस्थित होते याचा मुद्दाम उल्लेख करावासा वाटतो.

स्वातंत्र्यवीर सावरकर यांचे निधन

२६ फेब्रुवारी, १९६६ रोजी मुंबई येथे स्वातंत्र्यवीर सावरकर यांचे निधन झाले. वीर सावरकर १९०२-१९०४ या काळात फर्ग्युसनचे विद्यार्थी असताना घडलेल्या घटनांची नोंद पहिल्या भागात घेतली आहे. २८ फेब्रुवारी, १९६६ रोजी फर्ग्युसनमध्ये झालेल्या श्रद्धांजली सभेतील शोकप्रदर्शक ठरावात म्हटले आहे :

‘.... वीर सावरकरांचे कर्तृत्व केवळ त्यांच्या राजकीय कामगिरीपुरते मर्यादित नव्हते. अंदमानच्या कोठडीत त्यांनी महाकवीला शोभेल अशी कविता लिहिली. त्यांचे अनेक ग्रंथ मराठी साहित्याचे अमोल अलंकार आहेत. मराठी साहित्य संमेलनाचे अध्यक्षपद त्यांनी भूषविले होते. सामाजिक सुधारणा आणि विज्ञाननिष्ठ शास्त्रीय संस्कृती यांचा त्यांनी हिरिरीने पुरस्कार केला. त्यांचे मराठी व इंग्रजी वक्तृत्व लक्ष लक्ष श्रोत्यांना मंत्रमुग्ध करीत असे. आपल्या तेजस्वी जीवनाने व वाणीने सावरकरांनी अनेक तरुणांच्या हृदयात देशभक्तीची ज्योत प्रज्वलित केली; त्यांच्या मृत्यूमुळे भारताच्या चरणी वाहिलेले एक समर्पित जीवन समाप्त झाले आहे.’’

रँग्लर परांजपे यांना श्रद्धांजली

६ मे, १९६६ : दुपारी ४ वाजता
एक अनपेक्षित धक्कादायक बातमी –

रघुनाथराव परांजपे गेले... पुणे सुन्न! थोड्याच वेळात ही बातमी आकाशवाणीवरून सर्वत्र पसरली. परदेशातही पोहोचली. इंग्लंडमधील केंब्रिज विद्यापीठाच्या किंग जॉन्स कॉलेजचा झेंडा अर्ध्यावर आणण्यात आला. शाळेने विद्यार्थ्याला दिलेली मानवंदना होती ती!

१८९९च्या जूनमध्ये एक विश्वास न बसणारी घटना घडली होती. भारताचा पहिला रँग्लर तयार झाला होता. जॉर्ज बर्थव्हिसल या इंग्लिश विद्यार्थ्याबरोबर रघुनाथ परांजपे यांचे नाव सीनियर रँग्लर म्हणून झळकले होते. त्यानंतर अनेक रँग्लर झाले पण पहिला मान परांजपे यांचाच!

तसं पाहिलं तर त्यांनी वयाची नव्वदी पार केली होती.* त्यांचे मामेभाऊ भारतरत्न अण्णासाहेब कर्वे १०५ वर्षे जगले. अप्पासाहेब शंभरी सहज पार करतील ही सर्वांची अपेक्षा! परदेशात शिकले, वावरले पण उभ्या आयुष्यात सिगरेट, दारू यांना स्पर्शही नाही. तशी तब्येत ठणठणीत होती म्हणून त्यांचे इतक्या अकस्मात जाणं अचंबित करणारं होतं!

अप्पांचं उभं आयुष्य अनेक भूमिका निभावण्यात गेलं. फर्ग्युसनला दृढ करणारं दोन दशकांचं प्राचार्यपद! मुंबई सरकारच्या मंडळात मंत्रीपद, इंडिया कॉन्सिलचं पाच वर्षांहून अधिक काळचं सभासदत्व, लखनौ विद्यापीठाचं सहा वर्षांचं कुलगुरुपद, तीन वर्षांचं ऑस्ट्रेलियातलं हायकमिशनर पद, पुणे विद्यापीठाचं कुलगुरुपद, अनेक आयोगांचं, समित्यांचं कामकाज, अक्षरश: अखेरपर्यंत अप्पा कार्यमग्न होते! त्यांचं सर्व काम म्हणजे सक्षमता, उच्च दर्जा, चारित्र्य, पारदर्शी कारभार यांचा उज्ज्वल आदर्शच होय. रँग्लर महाजनी म्हणतात त्याप्रमाणे, 'तुमच्या आयुष्यातलं कोणतं पद उपभोगायला तुम्हाला सर्वांत जास्त आवडेल?' असा प्रश्न केला तर अप्पांनी फर्ग्युसनच्या प्राचार्यपदाचाच उल्लेख केला असता.

त्या काळात कॉलेजच्या पहिल्या वर्षात गणित विषय अभ्यासावाच लागे. दर आठवड्यात परांजपे किमान एक तास तरी घेत असत. त्यामुळे त्यांचा सर्व विद्यार्थ्यांशी संबंध येत असे. त्या एका तासात ते प्रत्येक विद्यार्थ्याच्या मनात

---

* अप्पांनी नव्वदी पार केली त्यावेळी डेक्कन एज्युकेशन सोसायटीने माझ्याकडे एक काम सोपवलं होतं. त्यांचा एक चांगला फोटो काढून द्यायचा – त्याच्या प्रती सर्व संस्थांकडे पाठवायच्या होत्या. स्टुडिओत नेऊन फोटो काढून घेण्यास त्यांनी संमती दिली. टॅक्सी नको, रिक्शानं जाऊ म्हणाले. स्वत: पोशाख करून तयार झाले. पायऱ्या उतरताना त्यांचा सहज हात धरायला गेलो. 'हात धरायची गरज नाही' असं स्पष्ट शब्दात बजावत रिक्शात बसले. बुधवार पेठेतल्या संजीव स्टुडिओत पाहिजे तशा पोझेस दिल्या आणि परतलो. पगडी, काठी, तपकिरीची डबी, चपला सगळं सहज सांभाळलं. अप्पांचा हा शेवटचा फोटो असावा. साक्षात चैतन्याचा स्पर्श अनुभवला.

मोठेपणाचं बीज पेरत असत. त्यांनी दिलेली शिदोरी विद्यार्थ्याला आयुष्यभर पुरत असे.

'रँग्लर परांजपे यांनी संशोधन चालू ठेवलं नाही हा एक प्रकारे गणिताचा तोटाच झाला,' असा आक्षेप घेतला जातो. 'त्या काळात जे जास्त गरजेचं होतं तेच त्यांनी केलं,' असं आक्षेपाला उत्तर देता येतं. 'अप्पासाहेबांनी सरकारी पदं घेऊन राजकारणात पडायला नको होतं,' असाही आक्षेप घेतला जातो. याला उत्तर असं, की 'राजकारण हे जीवनापासून वेगळं करता येणार नाही. प्रत्येकाला तो अधिकार आहे. त्यापेक्षाही अधिक महत्त्वाचं म्हणजे शिक्षकानं राजकारणात उतरण्यानं राजकारणाचा नैतिक दर्जा उंचावण्यास मदत होणार नाही काय?'

आपला मूळ विषय सोडल्याची काही उदाहरणं आहेतच ना. आल्फ्रेड मार्शल १८६५ साली रँग्लर झाले, पुढे त्यांनी अर्थशास्त्रात लक्ष घातले. त्यांचे अर्थशास्त्रातले सिद्धांत जगभर गाजलेच ना? जे. एम. केन्स हे १९०५ साली रँग्लर झाले; पण पुढे अर्थशास्त्री झाले. त्या क्षेत्रात त्यांनीही जगभर कीर्ति मिळवलीच ना?

अप्पांचं व्यक्तिमत्त्व लोभस होतं. त्यांच्या व्यक्तिमत्त्वात काही विरोधाभासही होते. ते पुराणमतवादी नव्हते; पण त्यांनी आयुष्यभर 'जानवे' कधी सोडले नाही. स्वत: विवेकवादी असूनही स्वत: पायाळू जन्मलेले असल्यानं वीज कोसळण्याचा धोका त्यांना गंभीर वाटत असे. विवेकवादी असले तरी पुनर्जन्माबद्दल आस्थेनं बोलत असत. असा विरोधाभास असणं हे खऱ्या मोठेपणाचं लक्षण असतं असं मानावं काय?*

प्रा. डी. डी. कोसांबी यांचे निधन

जागतिक कीर्तीचे चतुरस्त्र विद्वान प्रा. डी. डी. कोसंबी १९३३ ते १९४५ या काळात फर्ग्युसनमध्ये गणित व संख्याशास्त्राचे प्रमुख प्राध्यापक होते. संस्कृत साहित्य, पुराणवास्तुशास्त्र, छायाचित्रण, इतिहास, मार्क्सवाद या विषयांमध्येही त्यांना उत्तम गति होती. २९ जून, १९६६ या दिवशी प्रा. दामोदर धर्मानंद कोसंबी यांचे निधन झाले. त्यांच्या निधनाने केवळ कॉलेजचेच नव्हे तर विद्वत्‌जगताचे नुकसान झाले.

---

* उदेपूर विद्यापीठाचे कुलगुरु असताना रँग्लर महाजनी यांनी लिहिलेल्या मृत्युलेखावर आधारित, **एफ.सी.एम.,** खंड ५९, क्र.१, मार्च, १९६७, पृ.१ ते ५.

प्रा. म. गो. भाटे यांचे निधन

विलिंग्डन, फर्ग्युसन आणि कीर्ती या डेक्कन एज्युकेशन सोसायटीच्या तिन्ही कॉलेजेसमध्ये इंग्रजी साहित्य हा विषय शिकवणारे कीर्ती कॉलेजचे भूतपूर्व प्राचार्य एम. जी. भाटे यांचे सोलापूर येथे अकस्मात निधन झाले. त्यांच्या हाताखाली शिकलेल्या असंख्य विद्यार्थ्यांना दु:ख झाले. कीर्ती कॉलेजमधून निवृत्त झाल्यानंतर मुंबई विद्यापीठाच्या गोवा येथील साहित्य-संशोधन विभागाचे प्रमुख म्हणून त्यांनी काम केले होते.

वाङ्मयाचे रसग्रहण करताना विद्यार्थ्यांनी संकुचित दृष्टी ठेवून चालणार नाही. कलावंताच्या मनातील विविध प्रवृत्तींचे विश्लेषण करण्याचे सामर्थ्य त्यांच्या बुद्धीला असले पाहिजे असा त्यांचा आग्रह असे. टीकाशास्त्र हा विषय अभ्यासताना विद्यार्थ्यांनी श्रेष्ठ चित्रकारांची चित्रे पाहिली पाहिजेत, अभिजात संगीत ऐकले पाहिजे, मानसशास्त्राचेही भान ठेवले पाहिजे असा त्यांचा आग्रह असे. प्रा. ग. प्र. प्रधान भाटे सरांना सर्वांत उत्तम, आवडते शिक्षक मानत असत, तर भाटे सर प्रधानांना सर्वांत आवडता शिष्य मानत असत. या दोघांचा शिष्य होण्याचे भाग्य आम्हाला लाभले हेही नसे थोडके!

सरला बिर्ला होस्टेलचे उद्घाटन

प्रत्येक विद्यार्थ्याच्या मनात आपल्या मातृसंस्थेचे ऋण फेडण्याची इच्छा असते. सौ. सरला बिर्ला या १९३८-४० या काळात फर्ग्युसनमध्ये तत्त्वज्ञान विषयाच्या विद्यार्थिनी होत्या. कॉलेजच्या वसतिगृहात त्या राहात होत्या. विद्यार्थिनींसाठी आधुनिक वसतिगृह असावे अशी त्यांची इच्छा होती. त्यासाठी त्यांनी अडीच लाख रुपयांची देणगी दिली. त्या रकमेतून बांधल्या गेलेल्या वसतिगृहाचे, 'बिर्ला होस्टेल'चे उद्घाटन महाराष्ट्र राज्याचे मुख्यमंत्री नामदार श्री. वसंतराव नाईक यांच्या हस्ते झाले. २१ नोव्हेंबर, १९६६ रोजी झालेल्या या कार्यक्रमास प्राचार्य डॉ. टी. जी. माईणकर, सौ. सरला बिर्ला, त्यांचे पती श्री. वसंतकुमार बिर्ला, महाराष्ट्राचे उद्योगपती श्री. डहाणूकर इत्यादी लोक हजर होते. प्राचार्य माईणकरांनी 'वसतिगृहा'च्या भेटीचा स्वीकार केला आणि उपस्थित मान्यवरांना आवाहन केले. बिर्लांचे उदाहरण डोळ्यापुढे ठेवून कॉलेजच्या ग्रंथालयाच्या विस्तारीकरणासाठी आणि विद्यार्थ्यांसाठी पोहण्याच्या तलावासाठी उदारहस्ते देणग्या देण्याचे सुचविले. श्रीमती बिर्ला यांनी अस्खलित मराठीमध्ये भाषण करून मातृसंस्थेबद्दल कृतज्ञता व्यक्त केली. अलीकडच्या काळातही त्यांनी फर्ग्युसनला पन्नास लाख रुपयांची देणगी दिली आहे. त्याचा

उल्लेख पुढे येणार आहे.

प्राध्यापकांचे यश

प्राचार्य माईणकर यांची कलाविभागाचे अधिष्ठाता म्हणून सलग तिसऱ्यांदा निवड झाली; त्यांची विद्यापीठाच्या कार्यकारी समितीवरही निवड झाली. शास्त्र विभागाचे अधिष्ठाता म्हणून प्रा.एन.आर.कुलकर्णी यांची सलग पाचव्यांदा निवड झाली.

डिसेंबर १९६७मध्ये बनारस येथे भरलेल्या ४१व्या अखिल भारतीय तत्त्वज्ञान परिषदेच्या Ethics and Social Philosophy विभागाचे अध्यक्ष म्हणून डॉ. ग. ना. जोशी यांची निवड झाली; २३ वर्षांनंतर हा मान फर्ग्युसनला मिळाला हे विशेष.

प्रा. ग. प्र. प्रधान यांची महाराष्ट्राच्या विधानपरिषदेवर निवड झाली. पदवीधर मतदारसंघातून ही निवड होणे म्हणजे प्रधान सरांच्या शैक्षणिक आणि सामाजिक कामाची पावतीच म्हणायची. या निवडीने लोकमान्य टिळक, गोपाळ कृष्ण गोखले, र. पु. परांपजे, ग. स. महाजनी, डी. डी. कर्वे यांची परंपराच प्रधानांनी पुढे चालविली असे म्हणावे लागेल. राजकारणात उतरण्याच्या निर्णयामुळे त्यांनी निवृत्तीपूर्व रजा घेतली. 'जी मूल्ये त्यांनी शिक्षणक्षेत्रात जपली तीच मूल्ये राजकारणातही ते जपतील आणि आपल्या शक्ती ते राजकारणाचे आध्यात्मीकरण आणि बौद्धिकीकरण (Spiritualization and intelleclualization) करण्यात वापरतील,' अशा शब्दात त्यांना शुभेच्छा देण्यात आल्या.

प्रा. स. शि. भावे यांनी महाराष्ट्रातर्फे Indian Committee for Cultural Freedom या संघटनेच्या परिसंवादात भाग घेतला व Principles of Poetic Appreciation या विषयावर व्याख्यान दिले. मुंबई मराठी साहित्य संघाच्या केशवसुतांच्या जन्मशताब्दीनिमित्त योजलेल्या व्याख्यानमालेतही भाग घेतला. प्रा.शशिन ओझा यांनी पुणे विद्यापीठाची 'The Medieval Gujarati Akhyan literature' - A Study या विषयावरची पीएच.डी. पदवी मिळविली.

विद्यार्थ्यांचे यश

श्री. श्रीकृष्ण दत्तात्रय गोरे या शास्त्र शाखेच्या विद्यार्थ्याला पॅट्रिस लुमुम्बा शिष्यवृत्ती मिळाली आणि रशियातील मॉस्कोच्या पीपल्स फ्रेंडशिप विद्यापीठात उच्च शिक्षणासाठी त्याने प्रवेश घेतला. कु. कल्पना भिडे या विद्यार्थिनीने भारत सरकारची अणुशक्ती विभागाची पदार्थविज्ञान व रसायन या विषयांच्या अभ्यासाची

शिष्यवृत्ती मिळविली. श्री. दीपक बाळ गोरे, कु. फमिदा हसन हंडी, कु. वृंदा दामोदर बोरगावकर या विद्यार्थ्यांनी अमेरिकन फील्ड सर्व्हिस कार्पोरेशनची शिष्यवृत्ती मिळविली. सर्वश्री आर. के. शिंदेपाटील, अमित मित्रा, श्रीनिवास अंबिके, भगतसिंग देशमुख, अरुण जोशी या विद्यार्थ्यांची एन.डी.ए.त निवड झाली. श्री. गौतम रॉय यांची भारतीय नाविक दलात तर अरविंद कुंदर्गी याची डफरिन कोर्ससाठी निवड झाली.

विद्यार्थ्यांचे अपघाती निधन

१९६६-६७ या वर्षात दोन विद्यार्थ्यांचे अपघाती निधन झाले. पृथ्वीराज दिनकर चव्हाण (एफ.वाय.बी.ए.) याचे ४ सप्टेंबर, १९६६ रोजी स्कूटर अपघातात निधन झाले. जवाहर बाबुराव सणस (पुण्याचे पहिले महापौर बाबुराव सणस यांचा मुलगा) याचेही २७ जानेवारी, १९६७ रोजी स्कूटर अपघातात निधन झाले. विशेष म्हणजे हे दोन्ही विद्यार्थी खेळाडू होते. कॉलेजविश्वात त्याबद्दल मोठी हळहळ व्यक्त झाली.

स. गो. बर्वे यांना श्रद्धांजली

फर्ग्युसनचे नामवंत माजी विद्यार्थी, उत्तम प्रशासक श्री. स. गो. बर्वे, आय.ए.एस., महाराष्ट्राचे माजी मंत्री, संसदेचे सभासद म्हणून नुकतेच निवडून आलेले असताना ६ मार्च, १९६७ रोजी आकस्मिक निधन पावले. त्यांना कॉलेजमध्ये श्रद्धांजली वाहण्यात आली.

सांस्कृतिक कार्यक्रम आणि खेळ

आंतरमहाविद्यालयीन आणि आंतरविद्यापीठीय स्पर्धांमध्ये फर्ग्युसनचे नाव नेहमीप्रमाणे गाजले. वादविवाद स्पर्धांमध्ये कु. नंदिनी आपटे आणि श्री. क्रान्ति शहा यांनी प्रा. डी. एस. पंगु चषक जिंकला. कु. वीणा दत्ता, श्री. बलराम पद्मनाभन आणि वीणा घारपुरे यांनी वालचंद मेमोरियल आणि जयकर मेमोरियल चषक जिंकले. पुणे विद्यापीठाच्या युवा महोत्सवात श्री. राजेंद्र पटवर्धन यांनी सतारवादनात पहिले बक्षीस मिळविले. कु. नीला गोखले आणि श्री. डी. सी. मराठे यांनी जलरंग चित्रणस्पर्धेतील पहिली दोन बक्षिसे मिळविली. तैलरंग चित्रणातील बक्षिसे कु. माणिक भट आणि कु. विनू डोये यांनी मिळविली. छायाचित्रणात श्री. राम जोशी,

श्री. विश्वास पराशर आणि श्री. लागवणकर यांनी पहिली तीनही बक्षिसे मिळविली.

नाट्यविभागाने 'भ्रमाचा भोपळा' नाटकासाठी वाळवेकर स्पर्धा जिंकली; कु. सुहासिनी काळे आणि श्री. राजापुरे यांनी स्पर्धेतील वैयक्तिक पारितोषिके मिळविली. नाट्यवाचन स्पर्धेत कु. कल्पना भालेराव यांनी वैयक्तिक बक्षीस मिळविले.

खेळांच्या बाबतीत उल्लेखनीय कामगिरी म्हणजे जवळजवळ वीस वर्षांनी कॉलेजने डेव्हिस कप क्रिकेट स्पर्धा जिंकली आणि स.प.ची मक्तेदारी मोडली. मधू साळवीच्या नेतृत्वाखालील चमूची ही चमकदार कामगिरी होती. सर्वश्री एस. ए. नांगरे यांनी क्रॉसकंट्री स्पर्धेत डॉ. हरॉल मान चषक जिंकला.

विद्यार्थिनींनी जलतरण, टेबल-टेनिस, बॅडमिंटन स्पर्धा जिंकल्या आणि शिवाय सर्वोत्कृष्ट कामगिरीचा चषकही जिंकला. श्री. राजेंद्र हर्षे यांनी पंजाबमध्ये भरलेल्या आंतरराज्यीय मल्लखांब स्पर्धेत भाग घेतलेल्या महाराष्ट्र संघाचे नेतृत्व केले आणि चषक मिळविला. अलीकडेच हर्षे अलाहाबाद विद्यापीठाचे कुलपती झाले.

जिऑलाजी असोसिएशनचे उद्घाटन २३ जुलै, १९६६ रोजी भारताच्या जिऑलाजीकल सर्व्हे ऑफ इंडियाचे माजी प्रमुख संचालक डॉ. एम. एस. कृष्णन यांच्या 'Work of Field Geologist' या विषयावरील व्याख्यानाने झाली. जिऑलाजी विभागाचे प्राध्यापक ए. व्ही. फडके यांनी युनेस्कोप्रणीत विशेष अभ्यासक्रम व्हिएन्ना येथे पूर्ण केला आणि ते कॉलेजला परत रुजू झाले.

केमिस्ट्री स्टुडंट्स असोसिएशनचे उद्घाटन अमेरिकेतील मिशिगन विद्यापीठाचे प्रा. डॉ. टॅमेरस यांच्या हस्ते झाले. त्यांनी 'Heat energy and Temperature scale' या विषयावर माहितीपूर्ण भाषण दिले. कु. कल्पना भिडे या विद्यार्थिनीने 'High Polymers' या विषयावर दोन आणि 'Manufacture of acetic acid' या विषयावर एक अशी तीन व्याख्याने दिली. एक उगवती रसायनशास्त्रज्ञ म्हणून तिचा खास गौरव झाला. वार्षिक समारंभात फिलिप्स इंडिया लि.चे प्रमुख रसायनशास्त्र डॉ. कॅशमन यांचे 'Basic Principles of Chemistry in Electronic Industry' या विषयावर भाषण झाले. या वर्षाचे वैशिष्ट्य म्हणजे संघटनेचे १ हजारहून अधिक सभासद झाले.

स्टॅटिस्टिक्स असोसिएशनचे उद्घाटन उदेपूर विद्यापीठाचे कुलगुरु, फर्ग्युसनचे माजी प्राचार्य रँग्लर महाजनी यांच्या 'Statistical Aptitude' या विषयावरील भाषणाने झाले. त्यांनी ॲरिस्टॉटलच्या काळापासून संख्याशास्त्रीय कल्पना कशा विकसित होत गेल्या याचे विवेचन केले. जानेवारी, १९६७मध्ये महाराष्ट्र राज्याचे शिक्षणसंचालक श्री. सायगावकर यांचे 'Statistics in Education' या विषयावर व्याख्यान झाले.

सोशल सायन्सेस असोसिएशन चे उद्घाटन 'गोखले इन्स्टिट्यूट'चे संचालक

वि. म. दांडेकर यांच्या हस्ते झाले. त्यांनी 'Role of Social Sciences in the Modern World' या विषयावर विचार व्यक्त केले. बृहन्महाराष्ट्र कॉलेज ऑफ कॉमर्स चे उपप्राचार्य प्रा. प्र. चिं. शेजवलकर यांनी 'Productivity and Economic Development' या विषयावर, तर प्राचार्य माईणकर यांनी 'Kautilya : an Ancient Political Thinker' या विषयावर भाषणे दिली. वर्षभरात विद्यार्थ्यांपैकी कु. शीला ठकार, कु. गीता कल्याणसुंदरम, श्री. एच. चिनाई, श्री. ए. डी. देव यांनी संकीर्ण विषयावर भाषणे दिली. श्री. जॉर्ज लुटाया-कनाया या परदेशी विद्यार्थ्याने मुख्य कार्यवाह म्हणून काम पाहिले.

साहित्य-सहकार

प्रा. गं. बा. सरदार यांच्या 'केशवसुत आणि मर्ढेकर' या विषयावरील व्याख्यानाने साहित्य सहकारच्या २८व्या वर्षाची सुरुवात झाली. या वर्षी विद्यार्थ्यांच्या साहित्यावरील चर्चेस अधिक महत्त्व देण्यात आले. दिलीप जगताप, जयश्री मेहेंदळे, सारंग लोणकर, सुधा इंगळे, विनय हर्डीकर, अरुण केदारी या युवा लेखकांनी सहकारच्या सभा गाजवल्या.

प्राचार्य डॉ. त्र्यं. गो. माईणकर निवृत्तीपूर्व रजेवर

प्राचार्य स. वा. कोगेकर यांनी १९५७ सालच्या मध्यात फर्ग्युसन कॉलेजच्या प्राचार्यपदाची सूत्रे हाती घेतली; तेव्हापासून त्यांचे सहकारी डॉ. त्र्यं. गो. माईणकर उपप्राचार्य होते. १९६४ च्या मध्यात प्राचार्य कोगेकरांनी प्राचार्यपद सोडले आणि त्यांच्या जागी डॉ. माईणकर प्राचार्य झाले. डॉ. माईणकर उत्तम प्रशासकही होते, याचा आपण आढावा घेतला; मात्र डॉ. माईणकरांचा पिंड खऱ्या संस्कृत भाषा संशोधकाचा होता. प्राचार्यपदाच्या काळातही त्यांचे संशोधनकार्य चालूच होते. १९६८मध्ये त्यांची दिल्ली विद्यापीठाच्या संस्कृत विभागाचे प्रमुख प्राध्यापक म्हणून निवड झाल्यावर नवे पद भूषविण्यासाठी त्यांनी प्राचार्यपद सोडून रजा घेतली. फर्ग्युसनमध्ये त्यांना भावपूर्ण निरोप देण्यात आला.

आपल्या चार वर्षांच्या कारकिर्दीत त्यांनी फर्ग्युसनची प्रतिष्ठा उंचावण्यासाठी कोणतीही कसर ठेवली नाही. कॉलेजच्या सर्व पातळ्यांवर शैक्षणिक दर्जा राखण्यासाठी त्यांनी जाणीवपूर्वक प्रयत्न केले. त्यांच्या काळात कॉलेजच्या महत्त्वाच्या इमारतींचे काम जोरात चालू होते. मुलींच्या सरला बिर्ला वसतिगृहाचे काम पूर्ण होऊन त्यांच्या काळात इमारतीचे उद्‌घाटनही झाले. रिक्रिएशन हॉलच्या शेजारी नव्याने

बांधल्या जात असलेल्या रँग्लर परांजपे मेमोरियलचे काम जोरात चालू होते. फर्ग्युसन कॉलेजला स्वायत्त महाविद्यालयाचा दर्जा मिळवून देणे हे त्यांचे स्वप्न होते आणि ते पूर्ण करण्यासाठी त्यांचे प्रयत्न चालूच होते.

डॉ. वि. ना. ढवळे यांची प्राचार्यपदी नियुक्ती

प्रा. डॉ. वि. ना. ढवळे

डॉ. माईणकर यांनी प्राचार्यपद सोडल्यानंतर फर्ग्युसनचे ज्येष्ठ आजीव सदस्य आणि इंग्रजी साहित्याचे अभ्यासक, समीक्षक आणि विभागप्रमुख प्राध्यापक डॉ. वि. ना. ढवळे यांची प्राचार्यपदी निवड झाली.

डॉ. ढवळे फर्ग्युसनचेच माजी विद्यार्थी. त्यांनी मुंबई विद्यापीठातून इंग्रजी विषयाची एम.ए.पदवी उच्च श्रेणीत संपादन केली. त्यानंतर त्यांनी ऑक्सफर्ड विद्यापीठाची डी.फिल.पदवी प्राप्त केली. 'Critical Studies of I.A.Richards' हा त्यांच्या संशोधनाचा विषय होता.

डॉ. ढवळे यांची पहिली नेमणूक विलिंग्डन कॉलेजमध्ये इंग्रजीचे प्राध्यापक म्हणून झाली; त्यानंतर ते फर्ग्युसनमध्ये दाखल झाले. विसाव्या शतकाच्या तिसऱ्या दशकापासून त्यांनी अक्षरशः असंख्य विद्यार्थ्यांना आपल्या शैलीदार शिकवण्याने मोहिनी घातली होती. ते विद्यार्थ्यांमध्ये आणि सहकारी प्राध्यापकांमध्ये फारसे मोकळेपणाने मिसळत नसत. अगदी मोजके आणि हळुवार बोलत असत, परंतु एकदा त्यांची जवळीक साधली की ते खूप जवळचे वाटत; कधी कधी तर वर्गात शिकवताना गंभीर वाटणारे ढवळे सर ते हेच का, असा प्रश्न पडे. त्यांच्या वागण्यात कधी दिखाऊपणा चुकूनही आढळत नसे. इंग्रजी भाषेचे त्यांचे सहकारी मित्र प्राध्यापक ढवळे सरांना निखळ ज्ञानाचा पाठपुरावा करणाऱ्या 'मॅथ्यू अर्नोल्ड स्कॉलर जिप्सी' चे वारसदार मानत असत.

प्रा. द. गो. कर्वे यांचे निधन

डिसेंबर, १९६७मध्ये प्रा. द. गो. कर्वे यांचे निधन झाले. प्रा. कर्वे म्हणजे व्यक्ती नसून संस्थाच होते. शिक्षण आणि समाजकल्याण यांचा वसा घेऊन जिद्दीने आणि निष्ठेने आपले कार्य करणाऱ्या जुन्या वारसदारांचे ते पाईक होते.

डेक्कन एज्युकेशन सोसायटीचे आजीव सदस्य, फर्ग्युसन कॉलेजमध्ये इतिहास आणि अर्थशास्त्र यांचे प्राध्यापक, विलिंग्डन कॉलेजचे प्राचार्य, बृहन्महाराष्ट्र कॉलेज ऑफ कॉमर्स या पश्चिम महाराष्ट्रातील पहिल्या कॉमर्स कॉलेजचे संस्थापक प्राचार्य, योजना आयोगाच्या मूल्यांकन व्यवस्थेचे संचालक, भारतीय लोकप्रशासन संस्थेचे संचालक, स्टेट बँक ऑफ इंडियाचे उपाध्यक्ष, खादी आणि ग्रामोद्योग समितीचे अध्यक्ष, पुणे विद्यापीठाचे तिसरे कुलगुरु, रिझर्व बँकेचे Deputy Governor, चौथ्या वित्त आयोगाचे सभासद अशी अनेक पदे त्यांनी भूषविली. निधनापूर्वी ते होमी भाभा फेलोशिप कौन्सिलचे कार्यकारी संचालक होते. भारताच्या सहकार चळवळीच्या विकासामध्ये त्यांनी मोलाचा भाग घेतला होता. भारताच्या आर्थिक आणि राजकीय प्रश्नांवर त्यांनी विपुल लेखनही केले होते, 'त्यांच्या निधनाने डेक्कन एज्युकेशन सोसायटीने आपला एक महनीय मार्गदर्शक आणि भारताने एक ज्येष्ठ अर्थतज्ज्ञ आणि प्रशासक गमावला', या शब्दांत त्यांना श्रद्धांजली अर्पण करण्यात आली.

राष्ट्रीय छात्र सेनेची स्वतंत्र इमारत

फर्ग्युसनमध्ये लष्करी शिक्षणाची योजना रँग्लर परांजपे यांच्या काळापासून सुरू झाली, तिचे नामकरणही (UTC-UOTC असे) बदलत गेले. स्वातंत्र्यानंतर ही योजना राष्ट्रीय छात्र सेना (NCC) म्हणून ओळखली जाऊ लागली. चीनच्या आक्रमणानंतर एन.सी.सी.सक्तीची करण्यात आली. रायफल्सची नवी पथके तयार होऊ लागली. चंदावरकर पॅव्हेलियनसमोरचे मोठे मैदान खेळांचे सामने, शारीरिक शिक्षणाची पथके यांच्या हालचालींसाठी लागत असल्याने छात्रसेनेची संचलने कोठे घ्यावयाची असा प्रश्न पडू लागला. काही काळ पी-९या वर्गासमोरच्या पूर्वेच्या जागेतही कवायती होत असत. पी-९च्या मागे डोंगरउताराच्या सपाटीवर काम चाले. थोडी सोय व्हावी यासाठी डोंगरउताराचा काही भाग बुलडोझरने उतरवून सपाट झालेल्या भागात नवे छोटे मैदान तयार झाले, ते 'एन.सी.सी. मैदान' म्हणून ओळखले जाऊ लागले. लष्करी शिक्षणाच्या विभागाला स्वतंत्र इमारत नव्हती. वेळप्रसंगानुसार कॉलेज उपलब्ध करून देईल त्या जागेत कार्यालयाचे केंद्र असे. पुण्याच्या संपूर्ण छात्र सेनेचे प्रमुख केंद्र बालभारती व एम.ए.सी.एस. यांच्या दरम्यान होते, आजही आहे. एन.सी.सी.ची विद्यार्थीसेना १५००च्या वर गेल्यानंतर नव्या कार्यालयाची निकड भासू लागली. महाराष्ट्र सरकारने मंजूर केलेल्या योजनेनुसार शासन ७०% व कॉलेज ३०% अशा खर्च विभागणीवर नव्या इमारतीचे बांधकाम सुरू झाले. डोंगरउतारावर इमारत उभी राहिली. सेकंड बटालियनची एक कंपनी,

रायफल्सच्या पाच व विद्यार्थिनींचा विभाग (Girls unit), वायुसेना, चिलखती दल, जलसेना इ. यांच्यासाठीही जागेची सोय होती. या इमारतीचे मुख्य वैशिष्ट्य म्हणजे हत्यारांसाठी - प्रामुख्याने रायफली, काडतुसे व अन्य महत्त्वाच्या सामानासाठी सुरक्षाकवच असलेली खोली होती, सुमारे दोनशे रायफली ठेवण्याचे स्टॅण्ड्सही तयार करण्यात आले. हत्यारांच्या व इमारतीच्या सुरक्षेसाठी हत्यारबंद शिपाई ठेवण्यात आला होता. अनेक वर्षे ही इमारत एन.सी.सी.साठीच वापरली जात असे. टेकडीवरच्या पाण्याच्या टाकीनजीक सर्वांत जास्त उंचीवरची छोटी इमारत कॉलेजच्या सौंदर्यात भर घालत असे. सक्तीची छात्रसेना बंद झाल्यावर इमारतीचे व तिच्या उपयोगाचे स्वरुप बदलू लागले. कालांतराने नाव फक्त ते राहिले; इतर वाढत्या विभागांच्या कामासाठी तिचा उपयोग सुरू झाला.

संघटनांचे कार्य

साहित्य सहकारच्या वार्षिक कार्यक्रमांची सुरुवात ज्येष्ठ कवयित्री सौ. पद्मा गोळे यांच्या 'कविता' या विषयावरील भाषणाने झाली. भाषणानंतर पद्मातार्इंनी निवडक कवितांचे वाचन केले. वर्षाच्या पहिल्या सत्रात प्रसिद्ध ग्रामीण कथालेखक श्री. शंकर पाटील यांच्या कथेवर विद्यार्थी आणि प्राध्यापक यांनी चर्चा केली. स्वत: श्री. पाटील यांनी कथेच्या निर्मितीमागची भूमिका विशद केली. दुसऱ्या सत्रात प्रा. विद्याधर पुंडलिक यांच्या 'दवणा' या अद्‌भुतरम्य कथेवर चर्चा झाली.

१२ फेब्रुवारी, १९६८ रोजी डॉ. अनुराधा पोतदार यांच्या अध्यक्षतेखाली कविसंमेलन भरविण्यात आले; पुण्यातील महाविद्यालयातील विद्यार्थी-कवि-कवयित्री, प्राध्यापक यांनी भाग घेतला होता. १८ फेब्रुवारी, १९६८ रोजी ज्येष्ठ साहित्यिक श्री.वसंत सबनीस यांच्या अध्यक्षतेखाली सहकारचे स्नेहसंमेलन - विविध गुणदर्शन, साहित्यवाचन इ. कार्यक्रमांद्वारे पार पडले. कु. यशोधरा पोतदार आणि श्री. अरुण केदारी यांनी कार्यवाह म्हणून काम पाहिले.

पुणे विद्यापीठाच्या बी.ए.स्पेशलच्या परीक्षेत तत्त्वज्ञान हा विषय घेऊन कु. नर्गिस भवनानी ही विद्यार्थिनी सर्वप्रथम आली, म्हणून सॉक्रेटिक असोसिएशनच्या वर्षारंभीच्या कार्यक्रमात तिचा सत्कार करण्यात आला. तसेच विभागातील प्राध्यापक डॉ. श्री. व्यं. बोकील हे डॅनफोर्थ फौंडेशनतर्फे अमेरिकेतील तीन वर्षांचा अभ्यासक्रम पूर्ण करून परत आले. तेथे त्यांनी एम.ए. आणि पीएच.डी. पदव्या प्राप्त केल्या. 'The Problem of Other Minds' हा त्यांचा Ph.D.च्या संशोधनाचा विषय होता. फर्ग्युसनचे माजी विद्यार्थी डॉ. ए. जी. जावडेकर हे बडोदा विद्यापीठात तत्त्वज्ञान विषयाचे प्रमुख प्राध्यापक होते. त्यांना मुंबई विद्यापीठाने 'Oxionoetics'

या विषयावर संशोधनाबद्दल डी.लिट. पदवी देऊन गौरविले; त्यानिमित्त सॉक्रेटिक असोसिएशनतर्फे त्यांचा सत्कार करण्यात आला. भारतीय तत्त्वज्ञान परिषदेने सहकार्यवाह आणि अखिल भारतीय दर्शन परिषदेचे उपाध्यक्ष असलेल्या डॉ. जावडेकरांनी 'Badness, Madness and Folly' या आगळ्या विषयावर भाषण केले; हे भाषण विनोद आणि गांभीर्य यांचे खास मिश्रण होते.

फर्ग्युसनचेच माजी विद्यार्थी, कानपूर येथील आय.आय.टी.चे प्राध्यापक डॉ. ए. एस. पारसनीस यांच्या 'Why Steel is Stronger than Iron' विषयावरील व्याख्यानाने फिजिक्स असोसिएशनच्या वर्षाच्या कार्यक्रमांचे उद्घाटन झाले (७ जुलै, १९६७). स्वीडन येथील माईन्सच्या जिओफिजिक्स विभागाचे प्रमुख प्राध्यापक डॉ. डी. एस. पारसनीस यांचे 'Geophysical Prospecting for Ores and Oils' या विषयावर भाषण झाले (७ डिसेंबर, १९६७). गुरुवर्य प्रा. एस. आर. पारसनीस यांची ही दोन्ही मुले फर्ग्युसनची गौरवस्थाने होती.

थोर शास्त्रज्ञ 'फॅरडे' यांच्या स्मृतिदिनानिमित्त या विषयावर वक्तृत्व स्पर्धा घेण्यात आल्या. पुणे विद्यापीठाच्या रसायनशास्त्र विभागाचे प्रमुख डॉ. एच. के. अर्णीकर यांच्या व्याख्यानाने केमिस्ट्री स्टुडंट्स असोसिएशन या संघटनेच्या कार्याची सुरुवात झाली, तर पुणे विद्यापीठाच्या बॉटनी विभागाचे प्रमुख डॉ. टी. एस. महाबळे यांनी या विषयावर चित्रफितीच्या साहाय्याने माहितीपूर्ण भाषण देऊन जिऑलॉजी असोसिएशन या संघटनेच्या कार्याची सुरुवात केली.

गोखले इन्स्टिट्यूट ऑफ पॉलिटिक्स अ‍ॅण्ड इकॉनॉमिक्स या संस्थेचे सहसंचालक आणि नुकत्याच पार पडलेल्या अखिल भारतीय शास्त्र परिषद 'Indian Science Congress'च्या संख्याशास्त्र विभागाचे अध्यक्ष डॉ. ए. आर. कामत यांनी स्टॅटिस्टिक्स असोसिएशन या संघटनेच्या कार्याचे उद्घाटन केले. त्यांनी 'Application of the laws of chance to Natural Sciences' यावर भाषण दिले. २९ जुलै रोजी टाटा इन्स्टिट्यूट ऑफ फंडामेंटल रिसर्चचे श्री. एस. रामानी यांचे 'Digital Computers' या विषयावर व्याख्यान झाले. किर्लोस्कर कन्सल्टंटचे कार्यकारी अधिकारी श्री. एस. एम. देव यांनी 'Role of Market Research in Business Organisation' या विषयावर विचार मांडले. पुणे विद्यापीठाचे डॉ. डी. व्ही. गोखले यांचे 'The Statistical Division Theory' या विषयावर व समारोपाच्या समारंभात किर्लोस्कर ऑईल इंजिन्सच्या संख्याशास्त्रीय गुणवत्ता नियमन विभागाचे प्रमुख श्री. एस. बी. देव यांचे 'स्थापत्यक्षेत्रात संख्याशास्त्री तंत्राचा वापर' या विषयावर भाषण झाले.

कॉलेजच्या नाट्य विभागाने 'दिनूच्या सासूबाई राधाबाई' हे त्या काळात गाजत असलेले नाटक बसविले. पुरुषोत्तम करंडकसाठी 'ओळख' ही एकांकिका सादर

करण्यात आली. श्री. सतीश आळेकर* व कु. कल्पना भालेराव यांनी पारितोषिके मिळविली. याच स्पर्धेत श्री. विवेक घोटगे यांनी 'सावित्री मी आलो' ही एकांकिका सादर केली. 'सुंदर मी होणार' या नाटिकेने वाळवेकर ट्रॉफी जिंकली; कु. कल्पना भालेराव, दत्ता लिमये, कु. माणिक मोडक आणि ज्योत्स्ना चिटणीस यांनी पारितोषिके मिळविली.

कला विभागातर्फे पहिल्या सत्रात विविध गुणदर्शनाचा कार्यक्रम सादर करण्यात आला. विद्यापीठाच्या युवक महोत्सवात कु. निर्मला या विद्यार्थिनीने 'भरतनाट्यम'चे पहिले बक्षीस मिळविले. कु. पद्मा वैद्य आणि कु. भागवत यांनी शास्त्रोक्त संगीत स्पर्धेत बक्षीस मिळविले. कु. नीला केळकर, बकुळ पंडित आणि विद्या जोशी यांनी शास्त्रीय संगीतातील 'अतुर संगतानी फिरती ढाल' मिळविली.

आंतरमहाविद्यालयीन स्पर्धांमध्ये वॉटर पोलो या खेळाचा समावेश केल्यानंतर प्रथमच फर्ग्युसनने चषक जिंकला. क्रिकेट स्पर्धेतला प्रतिष्ठेचा डेव्हिस कप फर्ग्युसनने सलग दुसऱ्यांदा जिंकला. संजय जयवंत १०१ धावा काढून नाबाद राहिला. बी. एस. तालीम याने सर्वोत्कृष्ट यष्टिरक्षक म्हणून मान मिळविला. विद्यार्थिनींनी सर्वसाधारण मैदानी खेळ, रस्सीखेच, सॉफ्टबॉल आणि जलतरण या स्पर्धांमध्ये नैपुण्य मिळविले.

प्राध्यापकांचे योगदान

सोसायटीचे आजीव सदस्य आणि संस्कृत विभागाचे प्रमुख प्राध्यापक एम. व्ही. पटवर्धन २० जून, १९६७पासून निवृत्त झाले; गणित विभागाचे प्रमुख प्राध्यापक एन. आर. कुलकर्णी निवृत्तीपूर्व रजेवर गेले, तर प्रा. ग. प्र. प्रधान राजकारणात प्रवेश करण्याच्या हेतूने निवृत्तीपूर्व रजेवर गेले. संस्कृतचे ज्येष्ठ प्राध्यापक प्रा. पु. ना. वीरकर यांची विलिंग्डन कॉलेजमधून पुण्यात बदली झाली. तत्त्वज्ञान विभागाचे प्राध्यापक, आजीव सदस्य प्रा. श्रीनिवास बोकील अमेरिकेतील रॉचेस्टर विद्यापीठाच्या एम.ए. आणि पीएच.डी. या पदव्या मिळवून परत आले. तीन वर्षांची अभ्यासाची रजा पूर्ण करून ते परत विभागात रुजू झाले. प्राचार्य डॉ. माईणकर यांना आकाशवाणीवर प्रतिष्ठेची पी. एम. लाड व्याख्याने देण्यासाठी पाचारण करण्यात आले. तत्त्वज्ञान विभागाचे प्रमुख डॉ. ग. ना. जोशी यांची बनारस

---

* सतीश आळेकर यांनी भावी आयुष्यात पुणे विद्यापीठाच्या ललित कलाविभागाचे प्रमुखपद भूषविले. ज्येष्ठ नाटककार म्हणून त्यांनी लौकिक संपादला. 'पद्मश्री'चा बहुमानही त्यांनी प्राप्त केला.

येथे भरणाऱ्या अखिल भारतीय तत्त्वज्ञान परिषदेच्या 'एथिक्स ॲण्ड सोशल फिलॉसॉफी' विभागाचे अध्यक्ष म्हणून निवड झाली.

तत्त्वज्ञान विभागाचे माजी प्रमुख प्राध्यापक दे. द. वाडेकर यांची १९६९ साली धारवाड येथे भरणाऱ्या अखिल भारतीय तत्त्वज्ञान परिषदेचे अध्यक्ष म्हणून निवड झाली. १९३७साली फर्ग्युसनच्याच तत्त्वज्ञान विभागाचे प्रा. आर. डी. रानडे यांना हा मान लाभला होता; हा फर्ग्युसनचा गौरव होय.

प्रा. आनंद नाडकर्णी यांना अर्थशास्त्र विषयातील पीएच.डी.प्राप्त झाली आणि प्रा. स. म. परळीकर यांना हिंदी भाषेतील पीएच.डी.मिळाली. नाडकर्णी यांचा अभ्यासाचा विषय 'A Study of Agricultural Income in Maharashtra 1951-52 to 1958-59' हा होता. त्यांनी डॉ. धनंजयराव गाडगीळ यांच्या मार्गदर्शनाखाली काम केले. परळीकर यांनी डॉ. भगीरथ मिश्र यांच्या मार्गदर्शनाखाली 'A Comparative Study of the Problem Novel in Hindi and Marathi 1920-40' या विषयावर संशोधन केले.

प्राध्यापकांची अभ्यासिका

या वर्षाचे खास वैशिष्ट्य म्हणजे कॉलेजच्या प्राध्यापकांचे एक वैचारिक व्यासपीठ स्थापन करण्यात आले. कला आणि शास्त्र या दोन्ही विभागांतील प्राध्यापकांनी एकत्र यावे, आपापल्या विषयासंबंधी निबंधवाचन करावे, चर्चा करावी हा व्यासपीठ स्थापनेमागचा उद्देश होता; प्रतिसादही चांगला लाभला. प्रा. डी. व्ही. बडवे यांनी टाटा इन्स्टिट्यूट ऑफ फंडामेंटल रिसर्च आणि भाभा अटॉमिक रिसर्च सेंटर या संस्थांच्या कार्याची माहिती दिली. प्रा.भालबा केळकर यांनी 'ट्रेनिंग इन ड्रॅमॅटिक्स ॲण्ड एज्युकेशन' या विषयावर व्याख्यान दिले. प्राचार्य एन. ए. मावळणकर यांनी 'ॲन इंटिग्रेटेड ॲप्रोच टू द सोशल सायन्सेस', प्रा. पी. व्ही. सोवनी यांनी 'अर्थक्वेक्स' आणि डॉ. परळीकर यांनी 'कम्पॅरेटिव्ह स्टडी ऑफ द प्रॉब्लेम फिक्शन इन हिंदी ॲण्ड मराठी' या विषयांवर निबंध वाचले व त्यांवर चर्चा केली. श्री. एम. व्ही. बी. राव या तरुण प्राध्यापकांनी कार्यवाह म्हणून बरीच मेहनत घेतली. याच दरम्यान कॉलेजच्या मॅगेझिनबरोबर प्राध्यापकांची संशोधनपत्रिका सुरू करण्यात आली. डॉ. श्रीनिवास बोकील आणि डॉ. आनंद नाडकर्णी यांनी त्यासाठी पुढाकार घेतला होता.

विद्यार्थ्यांचे यश

अरुणा गोखले या बी.एस्सी. परीक्षेत सर्वप्रथम आल्या आणि त्यांनी गणिताचे प्रा. डी. डब्ल्यू. केरकर पारितोषिक मिळविले. शुभांगी सबनीस या बी.ए.परीक्षेत सर्वप्रथम आल्या व त्यांनी प्रा. डी. डब्ल्यू. केरकर पारितोषिक मिळविले. प्रा. डी. डब्ल्यू. केरकर गणित पारितोषिक, गणेश महादेव नातू ट्रस्टचे स्वातंत्र्यवीर सावरकर पारितोषिक व प्रा. गोपाळ वामन भागवत पारितोषिक अशी तीन पारितोषिके मिळवून उच्चांक केला. मदुरा बालकृष्णन यांनी बी.एस्सी.परीक्षेतील बॉटनीचे प्राचार्य शिवराम विनायक पारितोषिक; श्रीकृष्ण उपेन्द्रराव कामत यांनी प्रा. जी. आर. परांजपे फिजिक्स (बी.एस्सी.) पारितोषिक; दिलीप गोपाळ गोखले यांनी बी.ए.परीक्षेचे शंकर कृष्णाजी शिंदे पारितोषिक; कु. भवानी नर्गिस दुर्गादास यांनी बी.ए. परीक्षेतील श्रीमती रमाबाई त्रिविक्रम गटणे आणि श्री. गोविंदराव आणि श्रीमती राधाबाई बेन्द्रे पारितोषिक अशी दोन पारितोषिके मिळविली.

एफ.वाय.बी.एस्सी. परीक्षेत शिकत असलेल्या श्री. राजेंद्र पटवर्धन या विद्यार्थ्याने अमेरिकन फील्ड सर्व्हिस स्कॉलरशिप मिळवून एक वर्षासाठी अमेरिकेस प्रयाण केले. श्री. राजेंद्र पटवर्धन यांनी शास्त्रीय वाद्य संगीतातील सतारवादनात विशेष प्रावीण्य मिळवून अनेक बक्षिसे मिळविली होती. एकप्रकारे राजेंद्र फर्ग्युसनचे सांस्कृतिक प्रतिनिधित्व करीत होते असे म्हटल्यास वावगे होणार नाही. याशिवाय विजय ओगले, राजेन जेटली, संजय गुप्ते या विद्यार्थ्यांनीही अमेरिकन शिष्यवृत्ती मिळविली.

लष्करी शिक्षणासाठी श्री. नोबल केर्सी फिरोज, श्री. विराग लक्ष्मण भागवत यांची डफरिन अभ्यासक्रमासाठी, श्री. प्रथमेश रैना आणि नोअेल अमियकुमार मोइन यांची खडकवासला अभ्यासक्रमासाठी निवड झाली. श्री. महिन्द्र प्रमोदकुमार यांची इमर्जन्सी कमिशनसाठी निवड झाली.

महात्मा गांधी जन्मशताब्दी : २ ऑक्टोबर, १९६९

१९६९ हे साल संपूर्ण भारतात गांधी जन्मशताब्दी वर्ष म्हणून साजरे होत होते. महात्मा गांधींचा फर्ग्युसन कॉलेजशी निकटचा संबंध आला होता. गांधीजी गोपाळ कृष्ण गोखले यांना गुरु मानीत. या दोघांची पहिली भेट १८९६मध्ये फर्ग्युसन कॉलेजमध्ये झाली. गोखले यांचा आपल्या जीवनावर कसा प्रभाव पडला याचे गांधींनी आपल्या आत्मचरित्रात वर्णन केले आहे. १९०५ साली गोखले यांनी भारत सेवक समाज या संस्थेची स्थापना केली. या संस्थेत आपण सहकारी म्हणून

काम करू इच्छितो अशी गांधींनी इच्छा व्यक्त केली होती. १८९६च्या भेटीनंतर गांधींचे पुण्याशी संबंध अधिक दृढ झाले. १९१५ साली गांधींनी पुन्हा एकदा फर्ग्युसनला धावती भेट दिली. १९१९ साली गांधींचे एक भाषण खास विद्यार्थ्यांसाठी आयोजित केले होते. ॲम्फीथिएटरमध्ये झालेल्या या भाषणाचे अध्यक्ष होते प्राचार्य रँग्लर परांजपे. १६ जुलै, १९१९च्या Young Indiaच्या अंकात या सभेचा वृत्तान्त छापला होता. ब्रिटिशांच्या धमक्यांना भीक घालायची नाही ही वृत्ती तरुणांमध्ये जोपासण्यामध्ये या व्याख्यानाने महत्त्वाचे काम केले.

पुण्याचे व गांधींचे खास संबंध होते. १९४२च्या चलेजाव चळवळीच्या वेळी त्यांना आगाखान पॅलेसमध्ये कैद करून ठेवले होते. तेथेच त्यांच्या पत्नी कस्तुरबा आणि सहकारी महादेवभाई यांचे दु:खद निधन झाले. लेडी ठाकरसी यांच्या पर्णकुटीमध्ये त्यांनी दीर्घ उपोषण केले होते. दिनशा मेहेता यांच्या निवासस्थानी ते उतरत असत. एकदा पुण्याच्या ससून हॉस्पिटलमध्ये त्यांची शस्त्रक्रियाही झाली होती. गोखले, टिळक, भांडारकर, कर्वे यांच्या नि:स्वार्थ सेवेबद्दल आणि नैतिक शुद्धतेबद्दल गांधींना कमालीचा आदर वाटत होता. 'पुणे ही विधायक कार्यकर्त्यांची कर्मभूमी आहे आणि देशभक्तांचे तीर्थक्षेत्र आहे' असे त्यांनी डॉ.राजेंद्रप्रसादांशी बोलताना उद्‌गार काढले हाते आणि 'आदर्श शिक्षणसंस्था काढावयाची असेल तर डेक्कन एज्युकेशन सोसायटी, फर्ग्युसन कॉलेज यांना भेट द्या' असेही म्हटले होते. या पार्श्वभूमीवर महात्मा गांधी जन्मशताब्दी साजरी करणे आणि त्यावेळी विशेषांक काढणे औचित्यपूर्ण होते.

प्राचार्य वि. ना. ढवळे यांच्या अध्यक्षतेखाली गांधी शताब्दी समिती नेमण्यात आली. डॉ. ग. ना. जोशी समितीचे कार्याध्यक्ष होते. प्रा. आनंद नाडकर्णी, प्रा. शां. ब. मुजुमदार, प्रा. भालबा केळकर, डॉ. स. म. परळीकर, प्रा. वि. मा. बाचल, प्रा. स. शि. भावे हे प्राध्यापक आणि श्री. शिवराज गोर्ले, श्री. अजित सरदार, श्री. शरद सुंकर, श्री. दिलीप धर्म, कु. सुनीती परांजपे, श्री. तल्मीझ अहमद, कु. उर्मिला दाते, कु. सुलभा तारे इत्यादी विद्यार्थ्यांचा समितीत समावेश होता. डॉ. श्री. व्यं. बोकील शताब्दी विशेषांकाचे कार्यकारी संपादक होते.

पुणे विद्यापीठाचे कुलगुरु डॉ. ह. वि. पाटसकर यांच्या हस्ते शताब्दी कार्यक्रमाचे उद्‌घाटन झाले. महात्मा गांधींचे सहकारी आणि ज्येष्ठ सर्वोदयी कार्यकर्ते आचार्य काका कालेलकर, आचार्य दादा धर्माधिकारी, आचार्य स. ज. भागवत, श्री. मामा देवगिरीकर यांनी आपल्या वयाच्या, तब्येतीच्या अडचणी यांची पर्वा न करता फर्ग्युसनवरील प्रेमापोटी शताब्दी वर्षातील वाग्यज्ञात भाग घेतला.

शताब्दी अंकाच्या संपादनात प्रा. डॉ. बोकील यांना डॉ. आनंद नाडकर्णी, प्रा. स. शि. भावे, प्रा. अ. पां. दाणी यांनी सहकार्य केले. अंकाचे मुख-मल पृष्ठ आणि

सजावटीचे काम प्रा. वि. मा. बाचल यांनी केले. भारताचे राष्ट्रपती व्ही. व्ही. गिरी, पंतप्रधान श्रीमती इंदिरा गांधी यांनी अंकाला शुभेच्छासंदेश पाठविले. महाराष्ट्राचे शिक्षणमंत्री नामदार मधुकरराव चौधरी यांनी अंकासाठी प्रस्तावना लिहिली. या विशेषांकात महात्मा गांधींच्या व्यक्तिमत्त्वाच्या व कार्याच्या अनेक पैलूंवर ज्येष्ठ गांधीवादी विचारवंत, फर्ग्युसन व इतर कॉलेजेसचे प्राध्यापक आणि विद्यार्थी इत्यादींच्या लेखांचा समावेश आहे. विद्यार्थ्यांच्या लेखांना प्राधान्य देण्यात आले.

फर्ग्युसन मित्र मंडळ

१९६९-७० सालचे आगळे वैशिष्ट्य म्हणजे आदर्शात्मक व शैक्षणिक परिवाराचे यथायोग्य दर्शन घडविणारी महाविद्यालयीन पातळीवर एखादी संघटना असावी या हेतूने 'फर्ग्युसन मित्र मंडळ' ही विद्यार्थी व प्राध्यापक यांच्या समन्वयाचे प्रतीक असणारी संघटना स्थापन झाली. शिक्षण हा विद्यार्थ्यांचा मूलभूत हक्क आहे. शिक्षणक्षेत्राचे पावित्र्य अबाधित राखणे हे विद्यार्थ्यांचे कर्तव्य आहे या कल्पना मित्रमंडळापुढे आदर्श म्हणून आहेत.

मंडळाचे उद्घाटन ६ ऑगस्टला महाराष्ट्र राज्याचे शिक्षण उपसंचालक श्री. मो. ह. पिंपळखरे यांच्या हस्ते झाले. शालेय जीवनातून महाविद्यालयीन क्षेत्रात आलेल्या विद्यार्थ्याला या क्षेत्राशी जुळवून घेणे कठीण जाते, म्हणून मंडळाने How to take Notes (प्रा. अ. य. जोशी); Is Mathematics difficult? (प्रा. चौबळ); 'Mind your English' (प्राचार्य ढवळे); What Examiner Expects? (प्रा. मराठे); ही व्याख्याने पदवीपूर्व वर्गातील विद्यार्थ्यांसाठी आयोजित केली. मंडळातर्फे चांद्रविजयावरील फिल्म दाखविण्यात आली. जगद्विख्यात तत्त्वज्ञ बर्ट्रांड रसेल यांना श्रद्धांजली वाहण्यासाठी सभा आयोजित करण्यात आली. प्रा. भालबा केळकर यांचे 'उजळणी कशी करावी' या विषयावर व्याख्यान झाले. विद्यार्थी आणि प्राध्यापक यांच्यात विश्वासाचे, स्नेहाचे वातावरण निर्माण करण्यासाठी भाजे येथे सहल आयोजित करण्यात आली; ती खूप यशस्वी झाली. मंडळाच्या पहिल्या वर्षाचे अध्यक्षपद प्राचार्य वि. ना. ढवळे यांनी, कार्याध्यक्षपद प्रा. वि. मा. बाचल यांनी, तर कार्यवाहपद श्री. विजय सावंत यांनी सांभाळले.

१९६९ साली आणखी योजना सुरू करण्यात आल्या.

सायन्स सेंटर

१) IIT प्रवेश परीक्षा - या केंद्राअंतर्गत चार नवीन कल्पना अमलात

आल्या. साधारणत: मे महिन्यामध्ये इंडियन इन्स्टिट्यूट ऑफ टेक्नॉलाजी (IIT) या संस्थेच्या प्रवेशपरीक्षा घेतल्या जात असत. पदवीपूर्व शास्त्र विभागाच्या विद्यार्थ्यांना या परीक्षांना बसता यावे म्हणून १५ ऑगस्ट, १९६९ ते १५ फेब्रुवारी, १९७० या काळात पदार्थविज्ञान, रसायन आणि गणित या विषयांमध्ये सखोल अभ्यास करून घेण्याची योजना होती. या प्रशिक्षणामध्ये प्रश्न सोडवून घेण्यावर भर होता; याशिवाय इंग्रजी भाषेचे काही तास व मशिन ड्रॉईंगचे काही तास ठेवण्यात आले होते. पहिल्याच वर्षी ११२ विद्यार्थ्यांनी या योजनेचा लाभ घेतला.

२) STS प्रशिक्षण - प्रतिवर्षी जानेवारी महिन्यामध्ये शास्त्र-प्रज्ञाशोध परीक्षा घेतल्या जात असत. विद्यार्थ्यांची कल-चाचणी (Aptitude Test), निबंधलेखन याशिवाय विविध प्रकल्पांसंबंधी काम करणे अपेक्षित होते. उत्कर्ष साधना आणि दिल्लीचे लेडी आयर्विन कॉलेज यांच्या सहकार्याने ही योजना राबविण्याची अपेक्षा होती. डॉ. एस. डी. लिमये आणि प्रा. मुल्हेरकर यांचे मार्गदर्शन उपयोगी पडले.

३) ESSO SCIENCE CLUB : डॉ. प्र. सु. कारेकर आणि प्रा. बडवे यांच्या मार्गदर्शनाखाली सुरू झालेल्या या योजनेत ७५ विद्यार्थ्यांनी भाग घेतला. या क्लबतर्फे शास्त्रीय महत्त्वाच्या संस्थांना (भाभा ॲटोमिक रिसर्च, एस्सो ऑईल रिफायनरी) भेटी देण्यात आल्या. एस्सो इस्टर्न लि.च्या सौजन्याने कॉलेजच्या पदार्थविज्ञान विभागाच्या प्रयोगशाळेत शास्त्रविषयक प्रदर्शन भरविण्यात आले. कौतुकाची बाब म्हणजे सुमारे दहा हजार प्रेक्षकांनी हे प्रदर्शन पाहिले. शास्त्रीय वृत्ती जोपासण्यामध्ये या प्रदर्शनाचा उपयोग झाला. एवढ्या मोठ्या प्रमाणावर प्रतिसाद लाभलेले हे पुण्यातले पहिले प्रदर्शन असावे.

४) College School Complex : राज्य शिक्षण संस्थेचे संचालक यांच्या पुढाकाराने फर्ग्युसन कॉलेजच्या मार्गदर्शनाखाली न्यू इंग्लिश स्कूल, टिळक रोड, न्यू इंग्लिश स्कूल, रमणबाग, मुलांचे मॉडर्न हायस्कूल, मुलींचे मॉडर्न हायस्कूल या चार शाळांतील शिक्षकांना प्लॅनेटोरियमच्या साहाय्याने अवकाशशास्त्रासंबंधी व्याख्याने देण्यात आली. या शाळांतील विद्यार्थ्यांनी प्रज्ञाशोध प्रकल्प व शास्त्रीय प्रदर्शन या बाबतीत उत्तम मदत केली.

प्रज्ञाशोध अभ्यास केंद्र
(SCIENCE TALENT STUDENTS STUDY CIRCLE)

पुणे विद्यापीठाच्या गणित आणि संख्याशास्त्र विभागाचे प्रमुख प्राध्यापक ज्येष्ठ गणिती डॉ. व्ही. एस. हुजुरबझार यांच्या 'Mathematical Ways of Thinking' या विषयावरील व्याख्यानाने या केंद्राचे उद्‌घाटन झाले. नॅशनल केमिकल लॅबोरेटरीचे

अधिकारी डॉ. एम. एन. एस. मूर्ती यांचे 'Some Aspects of Symmetry' या विषयावर व्याख्यान झाले. या केंद्रामध्ये सर्वश्री डी. जी. महाजन, डॉ. ए. अभ्यंकर, ए. पी. ठाकूर, जी. एम. जोशी यांनी भाषणे दिली. केंद्राच्या वतीने पुणे व मुंबई येथील मूलभूत अभ्यासकेंद्रांना (BARC/NCL/TIFR) भेटी देण्यात आल्या.

शास्त्र शाखेच्या विद्यार्थ्यांच्या सोयीसाठी वाडिया ग्रंथालयात विशेष सोयी उपलब्ध करून देण्यात आल्या.

उल्लेखनीय यश व उपक्रम

श्री. तल्मीझ अहमद यांनी पदवीपूर्व कलाविभाग परीक्षेत पहिला क्रमांक मिळविला. पुढे इतिहास विषय घेऊन पदवी प्राप्त केली. अखिल भारतीय लोकसेवा आयोगाच्या स्पर्धापरीक्षा उत्तीर्ण होऊन त्यांनी पुढे भारताच्या परराष्ट्र सेवेत प्रवेश केला. कला आणि शास्त्र शाखेची बरीच बक्षिसे फर्ग्युसनच्या विद्यार्थ्यांनी मिळविली.

कॉलेजच्या नाट्य विभागाने 'सदू आणि दादू', 'रहस्य आणि तरुणी', 'रात्र' ह्या तीन एकांकिका पहिल्या सत्रात व 'नाटकाच्या शोधात सहा पात्रे' हे नाटक दुसऱ्या सत्रात सादर केले. श्री. विश्वास पटवर्धन, कु. ज्ञानदा माडगुळकर आणि श्री. यशवंत ढवळे यांनी अभिनयाची बक्षिसे मिळविली.

वादविवाद मंडळाने ज्येष्ठ नेते श्री. ना. ग. गोरे यांच्या हस्ते कार्यक्रमांचे उद्घाटन केले. अहमदनगरच्या हिवाळी स्पर्धांमध्ये कु. सुचेता पुरोहित व श्री. अजित कारखानीस यांनी बक्षिसे मिळविली. बंडा हर्डीकर स्पर्धेत अजित कारखानीस यांनी तर रानडे वक्तृत्व स्पर्धेत श्री. शरद सुंकर आणि शिवराज गोर्ले यांनी बक्षिसे मिळविली. १९६९-७० हे वर्ष महात्मा गांधी शताब्दी वर्ष असल्याने आचार्य कालेलकर, दादा धर्माधिकारी, आचार्य भागवत, आचार्य रजनीश, प्राचार्य शिवाजीराव भोसले यांची एकाहून एक सरस भाषणे ऐकावयास मिळाली.

खेळांच्या बाबतीत प्रमोद जेजुरीकर यांनी मल्लखांब स्पर्धेत जी. बी. पटवर्धन चषक मिळविला. प्रदीप मोहिते यांनी आंतरमाविद्यालयीन ज्युडो स्पर्धांत सुवर्णपदक मिळविले. मुलींच्या खेळांमध्ये कु. वीणा पटवर्धन, कु. मीना आगरकर, कु. अरुणा नगरकर यांनी टेबल टेनिस स्पर्धेत नैपुण्य मिळविले. आंतरविद्यापीठीय जलतरण स्पर्धेमध्ये कु. सुषमा पटवर्धन यांनी पुणे विद्यापीठाच्या संघाचे नेतृत्व केले. ४×१०० मीटर रिले स्पर्धांमध्ये फर्ग्युसनच्या संघाने नवा उच्चांक स्थापन केला, याचे श्रेय कु. अलका दिघे, कु. सुरेखा रहातेकर, कु. अमृत कानेटकर आणि कु. जयश्री गद्रे या विद्यार्थिनींना द्यावे लागते. मिडले रिलेमध्येही फर्ग्युसनचा संघ पहिला आला.

१९६९-७०मध्ये प्रथमच कॉलेजमध्ये पर्वतारोहण मंडळ स्थापन करण्यात आले. या मंडळात काही प्राध्यापक व २५ विद्यार्थ्यांचा समावेश होता. पावसाळ्यामध्ये ड्यूक्स नोज, टायगर स्लिप येथे मोहिमा काढण्यात आल्या. ३१ मैल चाल असलेला राजगड, त्याचप्रमाणे कर्नाळा किल्ला व चांदा जंगल या मोहिमाही रोमहर्षक ठरल्या. व्ही. एल. हर्डीकर यांनी मंडळाचे कार्यवाह म्हणून काम पाहिले.

नाट्य-विभागाची 'सुलतान' ही एकांकिका १९७०मध्ये विशेष गाजली. कला विभागाने संगमनेर येथे भरलेल्या युवक महोत्सवात अनेक बक्षिसे मिळविली. पुणे विद्यापीठाचे कुलगुरु डॉ. बा. पां. आपटे यांनी वादविवाद मंडळाचे उद्‌घाटन केले. वाडिया कॉलेजने आयोजित केलेल्या इंग्रजी वादस्पर्धांमध्ये कु. वैजयंती नरवणे आणि श्री. रंजन मथाई यांनी पारितोषिके मिळविली. या दोघांनी फोरम ऑफ फ्री एंटरप्राइज व रोटरी क्लब या संस्थांनी आयोजिलेल्या वादस्पर्धेतही बक्षिसे मिळविली.

अखिल भारतीय तत्त्वज्ञान परिषदेचे ४४वे अधिवेशन पुणे विद्यापीठातर्फे पुण्यात आयोजित करण्यात आले हाते. या अधिवेशनाची मुख्य सूत्रे फर्ग्युसनचे तत्त्वज्ञान विभागाचे प्रमुख डॉ. ग. ना. जोशी यांच्याकडे होती आणि फर्ग्युसनबरोबर पुण्यातील अन्य महाविद्यालयांचे प्राध्यापक आणि विद्यार्थी यांच्या सहकार्यामुळे अधिवेशन यशस्वीपणे पार पडले.

प्राचार्य ढवळे यांनी स्वत: पुढाकार घेऊन कॉलेजमध्ये Fergusson College : Past & Future या विषयावर परिचर्चा घडवून आणली. कॉलेजमधील अध्यापन आणि प्रशासन यासंबंधी अनेक प्रश्नांवर कॉलेजचे पदाधिकारी, प्राध्यापक यांमध्ये मुक्त चर्चा झाली. या चर्चेमुळे एकूण वातावरणात मोकळेपणा आला.

डॉ. टी. जी. माईणकर २८ नोव्हेंबर, १९७० रोजी सेवानिवृत्त झाले. डॉ.एस.व्ही.बोकील यांची १ मे, १९७० पासून मुंबईच्या कीर्ती कॉलेजमध्ये प्राचार्य म्हणून बदली झाली. डॉ. द. न. गोखले यांची न्यू इंग्लिश स्कूलच्या मुख्याध्यापक पदावरून फर्ग्युसनमध्ये मराठी विभागात प्राध्यापक म्हणून १ एप्रिल, १९७०पासून बदली झाली. मराठी विभागातील व्याख्याता प्रा. स. शि. भावे यांची सांगलीच्या विलिंग्डन कॉलेजमध्ये २२ जून, १९७०पासून बदली झाली. काही बदल्यांमागची भूमिका लक्षात घेतली पाहिजे. डेक्कन एज्युकेशन सोसायटी सुरुवातीपासून आपल्या माध्यमिक शाळा उत्तम प्रकारे चालाव्यात म्हणून त्यांच्या मुख्याध्यापक/सुपरिंटेंडेंटपदी ज्येष्ठ आजीव सदस्यांची नेमणूक करीत असे. फर्ग्युसनचे पहिले प्राचार्य वामन शिवराम आपटे हे न्यू इंग्लिशचे प्रमुख म्हणून काम पाहात असत, याचा पूर्वी उल्लेख आला आहे. सोसायटी आजीव सदस्यांचे वेतन ठरवीत असे व शाळा आणि कॉलेजच्या शिक्षकांच्या वेतनातील फरक (अनुदानाव्यतिरिक्त) सोसायटी सोसत असे. पुढे शाळा आणि महाविद्यालयांचे अध्यापक यांच्या सरकारी वेतनश्रेणी

आणि सेवेच्या अटी यात मोठे अंतर पडू लागले. महाविद्यालयात शिकविण्यापासून आपण वंचित राहात आहोत, अशीही भावना निर्माण होऊ लागली. त्यामुळे ज्येष्ठ आजीव सदस्यांना महाविद्यालयात आणण्याचे धोरण अवलंबण्यात आले. त्या धोरणानुसार प्रा. पु. ना. वीरकर आणि प्रा. द. न. गोखले यांना बदली करून फर्ग्युसनमध्ये आणण्यात आले. प्रा. प्र. शं. जोशी यांनाही पुढे १९७२-७३मध्ये कॉलेजच्या संस्कृत विभागात आणले गेले.

१९६५ नंतर प्राध्यापकांच्या नेमणुका आणि बदल्या, निवृत्त्या अथवा नोकरी सोडणाऱ्यांच्या संख्येत मोठी वाढ झाल्याचे आढळून आले. शास्त्र शाखांमध्ये प्रयोग निरीक्षक आणि कला विभागात अर्धवेळ व्याख्याते, गृहपाठ निरीक्षक-ट्यूटर्स यांची संख्या जास्त आढळते. १५ जून, १९७० पासून १० शिक्षकांनी फर्ग्युसन सोडले, त्याच तारखेपासून १६ नव्या नेमणुका झाल्याची नोंद आहे. यामध्ये काहींचा उल्लेख करणे आवश्यक आहे. श्री. एस. आर. जोगळेकर-अर्थशास्त्र, प्रा. सौ. वसुंधरा गाडगीळ-तत्त्वज्ञान आणि समाजशास्त्र, सौ. झिया करीम-इंग्रजी, सौ. ललिता होनप-राज्यशास्त्र, श्री. पी. जी. पोळ-रसायनशास्त्र, श्री. एन. डी. चौगुले-जीवशास्त्र हे सर्व सेवानिवृत्त होईपर्यंत फर्ग्युसनमध्ये शिकवीत होते; यातील बहुतेक प्राध्यापक विभागप्रमुख म्हणून निवृत्त झाले, तर प्रा. एस. आर. जोगळेकर उपप्राचार्य असताना निवृत्त झाले; यातील कोणीही आजीव सदस्य झाले नाहीत, मात्र तीस वर्षांहून अधिक सेवा करून निवृत्त झाले. या सर्वांनी यशस्वी प्राध्यापक म्हणून लौकिक संपादन केला.

१९७०-७१ या वर्षात मॅथेमॅटिक्स आणि स्टॅटिस्टिक्स असोसिएशनने उल्लेखनीय कार्य केले. गणित हा कॉलेजच्या सुरुवातीपासून महत्त्वाचा, कला आणि विज्ञान शाखांमध्ये शिकविला जाणारा विषय होता. संस्थापक टिळक १८९०मध्ये निवृत्त होईपर्यंत गणित शिकवीत होते. कॉलेजची मुख्य घडण करणारे दोन प्राचार्य - रँग्लर परांजपे व रँग्लर महाजनी – गणिताचेच, परंतु गणित विभागासाठी स्वतंत्र इमारत नव्हती, तशी गरजही भासली नाही. गणिताचे प्राध्यापक आर्ट्स विभागाच्या कॉमनरूमचे सभासद असत. मधल्या सुट्टीत चहापानासाठी तेथेच येत असत. रँग्लर परांजपे मेमोरियल ही स्वतंत्र इमारत झाल्याने गणित आणि संख्याशास्त्र विभागाची उत्तम सोय झाली, मात्र काहींचा आर्ट्सच्या कॉमनरूमचा ओढा कमी झाला नाही.

मॅथेमॅटिक्स-स्टॅटिस्टिक्स असोसिएशनचे उद्घाटन फर्ग्युसनचे माजी प्राचार्य आणि उदेपूर विद्यापीठाचे कुलगुरु डॉ. ग. स. महाजनी यांच्या हस्ते झाले (२१ जून, १९७०). डॉ. सौ. मधुमालती आपटे म्हणजे गणित विभागाची शान होती; त्यांचे 'Non-Euclidean Geometry' या विषयावर व्याख्यान झाले. पुण्याच्या

वेधशाळेचे सहसंचालक डॉ. जी. एस. असवानी यांचे 'Numerical Weather Prediction' या विषयावर, रोचेस्टर विद्यापीठाचे प्राध्यापक, फर्ग्युसनचे माजी विद्यार्थी के. बी. मराठे यांचे 'Global Analysis', एन.डी.ए.चे प्राध्यापक कुलदीपसिंग यांचे 'Dimentional Analysis and Aerodynamics of the Wing Theory', अशी पहिल्या सत्रात व्याख्याने झाली. दुसऱ्या सत्रात अमेरिकेतील पर्ड्यू विद्यापीठाचे ज्येष्ठ प्राध्यापक डॉ.श्रीराम अभ्यंकर यांची ४ ते ९ जानेवारी, १९७१ या काळात 'Algebraic Curves' या विषयावर व्याख्याने झाली. व्याख्यानानंतर चर्चा होत असे. पुण्यातील गणित विषयाचे तज्ज्ञ अभ्यासक, प्राध्यापक व विद्यार्थी यांना ही एक पर्वणीच होती.

९ डिसेंबर, १९७० ते ५ फेब्रुवारी, १९७१ या काळात प्रा. एस. एस. चौबळ यांच्या मार्गदर्शनाखाली 'Computer Programming' या विषयावर खास अभ्यासक्रम आयोजिला होता. या अभ्यासक्रमाचा सुमारे तीस विद्यार्थ्यांनी लाभ घेतला. अभ्यासक्रमाच्या शेवटी वेधशाळेतील IBM 1620 या कॉम्प्यूटर विभागाला भेट देण्यात आली.

पुणे विद्यापीठाच्या गणित विभागाचे प्रमुख डॉ.एन.एस.गोपाळकृष्णन यांचे समारोपाचे व्याख्यान झाले. विभागातर्फे गणित विषयाचे एक स्वतंत्र ग्रंथालय सुरू करण्यात आले. शिवाय विभागातील विद्यार्थ्यांनी पुढाकार घेऊन दर पंधरा दिवसातून भित्तिवृत्तपत्र (Wall paper) चालविले; प्राध्यापक आणि विद्यार्थी यांचे लेख या वृत्तपत्रांत प्रकाशित होत असत. श्री. डी. जी. महाजन संघटनेचे कार्यवाह म्हणून काम पाहात असत.

पंडित महादेवशास्त्री जोशी यांच्या भाषणाने ‘साहित्य सहकार’चे (१९७०-७१) उद्‌घाटन झाले. उद्‌घाटनानंतर एकूण बारा सभा झाल्या. संस्कृत परिषदेचे उद्‌घाटन डॉ. शि. द. जोशी यांच्या ‘शिवसूत्रे’ या विषयावरील व्याख्यानाने झाली. संस्कृत दिन कार्यक्रमास प्रा. मा. वा. पटवर्धन हे प्रमुख पाहुणे होते. टिळक महाराष्ट्र विद्यापीठाच्या संस्कृत स्पर्धांमध्ये विद्यार्थ्यांनी वैयक्तिक बक्षिसे मिळविली, तसेच फिरती ढालही मिळविली. आचार्य वि. प्र. लिमये यांच्या अध्यक्षतेखाली प्रा. मो. गो. धडफळे यांचे ‘उत्तररामचरिताचे मूलस्रोत’ या विषयावर भाषण झाले. प्रा. वीरकर यांचे ‘कालिदास : मराठी अंशावतार’ व डॉ. के. पी. जोग यांचे ‘शाकुंतलातील पाचवा अंक’ या विषयावर व्याख्यान झाले.

‘रँग्लर परांजपे मेमोरियल’ इमारतीचे उद्‌घाटन

२० डिसेंबर, १९७० रोजी विख्यात उद्योगपती श्री. विश्वासराव चौगुले यांच्या

हस्ते ‘रँग्लर परांजपे मेमोरियल’ इमारतीचे उद्घाटन झाले. त्यांच्या भाषणाचा आशय असा :

‘रँग्लर परांजपे यांचे जीवन आणि कर्तृत्व यांनी मला कायम स्फूर्ती मिळाली आहे. सुखासीन जीवनाच्या मार्गाचा त्याग करून त्यांनी त्या काळात महाराष्ट्राच्या सामाजिक-शैक्षणिक जीवनात ज्याची आवश्यकता होती ते अत्यंत समर्थपणे केले. आज मी आपल्या बुद्धिजीवी आणि बुद्धिवादी वर्गाकडून काय अपेक्षा आहेत या विषयी माझे विचार मांडणार आहे.

‘स्वातंत्र्यानंतर शिक्षणाचा फार मोठ्या प्रमाणावर विस्तार झाला आहे. विद्यापीठांची आणि महाविद्यालयांची संख्या प्रचंड प्रमाणावर वाढली आहे. अक्षरश: हजारोंच्या संख्येने पदवीधर बाहेर पडत आहेत. हे पदवीधर देशाच्या आर्थिक, सामाजिक आणि अन्य क्षेत्रांत आवश्यक ती प्रगती साधण्यात पूर्ण योगदान देत आहेत काय?

‘ज्या आर्थिक प्रगतीची आपण अपेक्षा करीत आहोत तिचे विद्यापीठे ही अविभाज्य घटक आहेत. अनेक वर्षे आम्हाला अशा मानसिकतेत घडवण्यात आले की ‘शिक्षण हे मनाच्या जडणघडणीशी संबंधित असल्याने त्याचा दैनंदिन जीवनाशी जवळीक असलेल्या औद्योगिक कारखाने, इलेक्ट्रॉनिक उद्योग, शेतजमिनी, व्यापारी संस्था यांच्याशी सहसा संबंध नसतो’ आता ही भूमिका बदलली आहे. जीवनमान उंचावण्यासाठी शिक्षण जसे आवश्यक असते तसेच ते आर्थिक प्रगती साधण्याचे अधिक महत्त्वाचे साधन असते.

‘आपल्या शिक्षणपद्धतीत आपले काही प्रश्न आहेत; ते बहुधा मानवी शक्तीच्या योग्य योजनेशी संबंधित आहेत; किंबहुना आपणाकडे योग्य योजनेचा अभाव आहे. आज देशात सुमारे साठ हजार इंजिनिअर्स बेकार आहेत; या आकडेवारीने बेकारीचा, मानवी शक्तीच्या विनियोगाचा प्रश्न ऐरणीवर आला आहे. आपल्याला चांगले जीवन जगण्याची संधी नाकारली जात आहे, म्हणून आज अनेक शिक्षित युवक कमालीचे निराश झाले आहेत. आज मी तुम्हाला विचारू इच्छितो; आज आपले शिक्षित तरुण स्वत:ला आणि पर्यायाने देशाला मदत करण्याचा प्रयत्न करीत आहेत काय? आपले जीवन योग्य मार्गी लागावे यासाठी स्वत:भोवतीची परिस्थिती बदलण्याचा प्रयत्न करीत आहेत काय?

‘सरकारच सर्व काही करते आणि तेच फक्त देशाच्या विकासासाठी मदत करू शकते असे मानणाऱ्यांपैकी मी नाही. सरकारने विकासासाठी आवश्यक ती परिस्थिती निर्माण करायला हवी, देशाच्या प्रगतीच्या मार्गात अडथळे निर्माण करू नयेत हे मला मान्य आहे. मात्र एक व्यक्ती म्हणून प्रत्येकाने समाजाच्या आणि देशाच्या संदर्भात आपले काही उत्तरदायित्व आहे हे जाणले पाहिजे. आज देशाचे उत्पादन

आणि उत्पादकता वाढविणे हे आपले परम कर्तव्य आहे. या क्षेत्रात बुद्धिजीवींना निश्चित भूमिका बजावावी लागेल. वास्तवात या वर्गाने देशापुढील ध्येयवाक्य देण्यात पुढाकार घ्यायला हवा. प्रगतीसाठी अधिक उत्पादन आणि अधिक उत्पादकता साधणे हे आपले ध्येय असायला हवे; शास्त्र आणि तंत्रज्ञान यांतील अलीकडच्या प्रगतीमुळे हे साधणे शक्य आहे. या संदर्भात विद्यापीठे औद्योगिक क्षेत्राला साहाय्य करू शकतील आणि बुद्धिजीवी वर्ग आपल्या नवनवीन ज्ञानाचा सर्वोत्तम उपयोग करू शकेल.

'पाश्चात्त्य देश आणि जपान यांनी तांत्रिक प्रगती आणि उपक्रमशीलता यांच्या साहाय्याने आपली प्रगती साधली आहे हे खरे आहे; परंतु, त्याचबरोबर तंत्रज्ञानाचा समाजाच्या कल्याणासाठी सुयोग्य वापर करण्याची प्रेरणा त्या देशातील बुद्धिजीवी वर्गाने दिली आहे हेही तितकेच खरे आहे. जसजशी आव्हाने येतील तसतसे त्यांना समर्थपणे सामोरे जाणे आणि नव्या प्रश्नांपुढे हार न मानणे हा त्यांचा स्थायी भाव बनला. अधिक उत्पादन आणि अधिक उत्पादकता हे त्यांचे परवलीचे शब्द बनले आणि त्यांनी आपापल्या देशाची विस्मयजनक प्रगती घडविली. आपल्या देशातही इंजिनिअर्स, तंत्रज्ञ, अर्थतज्ज्ञ आणि त्यांच्यासारख्या आधुनिक मानसिकता असणाऱ्यांनी पुढाकार घेतला पाहिजे. आपल्या सध्याच्या शिक्षणपद्धतीत काही त्रुटी आहेत, हे खरे असले तरी याचा पूर्ण दोष तरुण पिढीच्या उपक्रमहीनतेला देण्यात हशील नाही.

'भारतातील उद्यमोत्सुक (Entrepreneural class) वर्ग वाढतो आहे आणि त्यातील अनेकांना विद्यापीठीय शिक्षणाचा लाभही मिळाला नाही. अशांनी उद्योगक्षेत्रातील धोके पत्करण्याची तयारी ठेवली आहे; त्यात ते यशस्वीही झाले आहेत. मला या मुद्यावर भर द्यावयाचा आहे. धोका पत्करण्याची तयारी न ठेवता आमचे इंजिनिअर्स, तंत्रज्ञ यांनी नोकरदारी करण्याची मानसिकता जपली आहे, वाढविली आहे. आमचे इंजिनिअर्स आपले हात खराब करून घेण्यास तयार होत नाहीत ही आमची खरी शोकांतिका आहे. ५५ कोटी जनतेचे हात उद्योगात रमू लागले तर काय होईल, याची साधी कल्पनाही युरोपियन, अमेरिकन, जपानी विचारवंतांना अस्वस्थ करते. भारताच्या दृष्टीने पाहता उद्यमप्रिय जनता भारताचा भविष्यकाल घडवेल. या बाबतीत विचारवंतांनी, बुद्धिजीवींनी मोठी जबाबदारी स्वीकारली पाहिजे. तसे घडले तर रँग्लर परांजपे यांच्या प्रदीर्घ आणि उल्लेखनीय कारकिर्दीपासून काही शिकल्यासारखे होईल.'

इतक्या वर्षांपूर्वीचे हे भाषण आजही आठवते! ५५ कोटींचे ११० कोटी झाले तरी आजही मानसिकतेत फार मोठा फरक पडला आहे असे म्हणता येणार नाही!

फर्ग्युसनचा ८५वा वाढदिवस

१९ फेब्रुवारी, १९७१ रोजी फर्ग्युसन कॉलेजचा ८५वा वाढदिवस भारताचे उपराष्ट्रपती गोपाळस्वरूप पाठक यांच्या अध्यक्षतेखाली साजरा झाला.

कॉलेजच्या संस्थापकांबद्दल आदर व्यक्त करताना गोपाळस्वरूप पाठक म्हणाले, ''डेक्कन एज्युकेशन सोसायटीचे प्रभावक्षेत्र महाराष्ट्रापुरते मर्यादित नसून इतर राज्यांतील शिक्षणसंस्थांनीसुद्धा या संस्थेकडून प्रेरणा घेतली आहे. भारताच्या इतिहासाची पृष्ठे ज्यांनी प्रकाशमान केली आणि नव्या भारताची जडणघडण केली त्या संस्थापकांनी विचारस्वातंत्र्याची आणि संस्कृति-सर्जनाची वाट नव्या पिढीला दाखविली. सर तेजबहादुर सप्रू हे गोपाळ कृष्ण गोखले यांना गुरुस्थानी मानीत आणि मी स्वत: सप्रूंना गुरुस्थानी मानतो; म्हणजे गोखले हे माझ्या गुरुंचे गुरु होत. फर्ग्युसनने रँग्लर परांजपे यांना घडविले आणि पुढे रँग्लर परांजपे यांनी, आव्हानांच्या काळात कॉलेजची दृढ बांधणी केली, म्हणून त्यांनाही संस्थापकांइतके श्रेय द्यावे लागले. मला आनंदाने आणि अभिमानाने सांगावेसे वाटते, की डॉ. परांपजे हे माझ्या पदवीपरीक्षेमध्ये गणिताचे परीक्षक होते.

''सध्या आपण अत्यंत कठीण काळातून जात आहोत, हा आपल्या परीक्षेचा, आव्हानांचा काळ आहे. भारताची लोकशाही दृढ होत असताना, विकसित होत असताना काही दुष्ट प्रवृत्तीही डोकावीत आहेत. वाढता भोगवाद, चंचलता आपल्या जीवनास ग्रासत आहेत. या प्रवृत्ती रोखल्याशिवाय आपली मूल्यात्मक प्रगती होणार नाही. एकूणच देशात हिंसक प्रवृत्ती वाढत आहेत, बेशिस्त वाढत आहे आणि कायद्याच्या अधिराज्याबद्दलचा मान कमी होत आहे. प्रांतवाद, जातिवाद बोकाळतो आहे, विघटनवादी प्रवृत्ती वाढत आहेत आणि व्यक्तिजीवनात स्वार्थ वाढतो आहे.

''या पार्श्वभूमीवर शिक्षणाचे महत्त्व प्रकर्षाने लक्षात येते. देश घडविणे आणि युवा वर्गाला योग्य मार्गात विकसित करण्याचे शिक्षण हे अत्यंत महत्त्वाचे प्रभावी साधन आहे. आजच्या युवा वर्गामध्ये उद्याच्या भारताची घडण करण्याचे सामर्थ्य आहे. या कॉलेजने देशाची नि:स्वार्थ हेतूने सेवा करणारी पिढी निर्माण केली; आजूबाजूच्या दुष्प्रवृत्तींवर मात करण्यासाठी आपल्या स्वातंत्र्याचे रक्षण करण्यासाठी, प्राचीन सांस्कृतिक वारसा जपण्यासाठी, आपल्या ज्ञानाचा लाभ पुढील पिढ्यांना देण्यासाठी सध्याच्या पिढीने आपले शैक्षणिक उत्तरदायित्व ओळखले पाहिजे. आजचे प्रशासक, शिक्षक, विद्यार्थी, माजी विद्यार्थी आपापल्या जबाबदाऱ्या ओळखून कॉलेजच्या गौरवात भर घालतील, याबद्दल मला तिळमात्र शंका नाही. कॉलेजला ८५व्या वाढदिवसाच्या शुभेच्छा, धन्यवाद, जयहिंद!''

व्ही. एस. दामले यांचे निधन

फर्ग्युसन कॉलेजचे अत्यंत विद्यार्थीप्रिय शारीरिक शिक्षणसंचालक श्री. व्ही. एस. दामले यांचे १७ फेब्रुवारी, १९७१ रोजी अकस्मात निधन झाले. सतत खेळाडूंना घडविण्यासाठी फर्ग्युसनच्या मैदानावर अक्षरश: दिवसभर 'रमणारे' दामले सर पुण्याच्या पोलीस परेड ग्राऊंडवर खेळाडूंच्या सत्काराचे भाषण करून खुर्चीवर बसले ते कायमचेच; मरणातही ते जगले काही वेगळे क्षण!

१९४१मध्ये त्यांनी कॉलेजमध्ये शारीरिक शिक्षणसंचालक म्हणून सेवा सुरू केली आणि १९६९मध्ये निवृत्त झाले. त्यानंतर त्यांनी पी.वाय.सी.जिमखान्यावर 'फिजिकल कल्चरल होम' अशी खेळाडू घडविणारी संस्था त्यांनी सुरू केली. त्यांच्या हाताखाली तयार झालेल्या खेळाडूंनी फक्त भारतातच नव्हे, तर परदेशातही नाव कमावले. त्यांच्या निवडक खेळाडूंमध्ये स्टेफी डिसूझा, अमृत पाल, (भारताचे ऑलिम्पिक्समध्ये प्रतिनिधित्व) पॉल सिक्वेरा, सय्यद रशिद, सिंधु पंडित-हळबे, पर्विन पोचा, सूर्यमाला मणियार इत्यादींचा उल्लेख करावयास हवा. प्राचार्य ढवळे यांच्यासह कॉलेजचे पदाधिकारी, विद्यार्थी त्यांना श्रद्धांजली अर्पण करण्यासाठी गेले होते. २६ फेब्रुवारी, १९७१ रोजी कॉलेजमध्ये प्राचार्य ढवळे यांच्या अध्यक्षतेखाली विशेष श्रद्धांजली सभा आयोजित केली.

प्राचार्य देवदत्त दाभोळकर कालखंड

प्रा. दे. दाभोळकर

प्राचार्य वि. ना. ढवळे यांनी अनपेक्षितपणे प्राचार्यपद सोडले आणि ते मुंबई विद्यापीठाच्या गोवा येथील पदव्युत्तर इंग्रजी विभागाचे प्रमुख झाले. त्यांच्या प्राचार्यपदाची सुमारे दोन वर्षे शिल्लक असतानाही त्यांनी असे का केले, असा अनेकांना प्रश्न पडला. किंबहुना प्राचार्य कोगेकर आणि प्राचार्य माईणकर या दोघांनीही आपला निर्वाचित मुदतीचा काळ पूर्ण होण्यापूर्वीच प्राचार्यपद सोडले होते. याचे कारण आजीव सदस्यांमधील मतभेद हे असावे. प्राचार्य कोगेकरांनी पहिली पाच वर्षे १९५७ ते १९६२ ही पूर्ण केल्यावर पुन्हा तीन वर्षांसाठी त्यांची फेरनिवड झाली. याचा अर्थ १९६५ पर्यंतचा काळ शिल्लक होता. असे असतानाही सुमारे वर्षभर आधी त्यांनी पद सोडले. आजीव सदस्याला किमान वीस वर्षे सेवा करण्याचे बंधन

होते. तो बंधनाचा काळ संपताच कोणाला कल्पना न देताही त्यांनी पद सोडले आणि फॉरवर्ड मार्केट्स कमिशनचे सदस्यपद स्वीकारले. त्या काळात परदेशी विद्यापीठांनी त्यांना निमंत्रण दिल्याचेही कानावर होते. असे का घडले असावे? येथे दोन गोष्टींचा उल्लेख करावयास हवा. एक म्हणजे आजीव सदस्यांना सोसायटीच्या कामासंबंधी गुप्तता पाळण्याचे बंधन असे आणि दुसरे म्हणजे अगदी संस्थेच्या सुरुवातीपासून टिळक-आगरकरांपासून आजीव सदस्यांमध्ये दोन गट असत आणि बव्हंशी या दोन गटांत मतभेद असत, गंभीर वाद असत. परंतु गुप्ततेच्या नियमाचा दंडक पाळला जात असल्याने आजीव सदस्यांतील मतभेद इतर आजीव सदस्य नसलेल्या ज्येष्ठ प्राध्यापकांपर्यंतसुद्धा पोहोचत नसत. दोन्ही बाजूंनी हे पाळले जात असे. आजीव सदस्य वयाने लहान किंवा सेवाज्येष्ठतेच्या बाबतीत कमी असले तरी हे घडत असे.*

जे कोगेकरांच्या बाबतीत घडले, तेच माईणकरांच्या बाबतीतही घडले. कोगेकरांचे ज्येष्ठ सहकारी व उपप्राचार्य असल्याने माईणकरांची निवड फारशी अनपेक्षित वाटली नाही, परंतु त्यांनीही आपल्या निवडीचा पाच वर्षांचा काळ १९६४-६९ पूर्ण करण्याआधी प्राचार्यपद सोडले. संशोधनात अधिक रस असल्याने त्यांनी वीस वर्षांची सेवा असण्याचा दंडक पाळून दिल्ली विद्यापीठाच्या प्राध्यापकपदाला अधिक महत्त्व दिले असावे. मग प्राचार्य ढवळे यांचे काय? येथे काही बाबी लक्षात घेतल्या पाहिजेत. विद्वत्ता, ज्येष्ठता, अध्यापनाचे कौशल्य या बाबतीत ढवळे यांचे स्थान अक्षरश: अद्वितीय होते असे म्हणावयास हरकत नाही; परंतु ते स्वभावाने पापभीरू होते. ज्या पदाशी मोठ्या प्रमाणावर विद्यार्थ्यांचा, शिस्तीचा संबंध असेल असे पद स्वीकारण्यास ते सहसा तयार नसत. प्राचार्यपद स्वीकारण्यासही ते फारसे उत्सुक नव्हते. त्यांना अक्षरश: घोड्यावर बसविण्यात आले, असे ऐकिवात होते.

प्राचार्य ढवळे यांचीही नियमानुसार पाच वर्षांसाठी निवड झाली होती. त्यांची कारकीर्दही चांगली चालू होती. त्यांच्या काळात विद्यापीठ अनुदान योजनेचे प्रकल्पही व्यवस्थित मार्गी लागले होते. इमारतींची कामे चांगली चालू होती. रँग्लर परांजपे मेमोरियल इमारतीचे उद्घाटन झाले होते. प्राध्यापकांच्या चर्चेचे व्यासपीठ (Staff Academy) निर्माण झाले होते व प्राध्यापकांच्या संशोधन निबंध प्रकाशनासाठी संशोधन पत्रिका (Research Journal) सुरू झाले होते आणि सर्वांत उल्लेखनीय बाब म्हणजे विद्यार्थ्यांमधील विधायक प्रवृत्तींना उत्तेजन देणारी विद्यार्थ्यांनी पुढाकार घेऊन स्थापन केलेली 'फर्ग्युसन मित्र मंडळ' ही संघटना स्थापन झाली होती.

---

* प्राचार्यांच्या निवडी आणि पाडापाडी यामागचे 'रहस्य' जाणून घेण्यासाठी पाहा - बाळ गाडगीळ, **वळचणीचे पाणी** (आत्मकथन).

स्पर्धापरीक्षांच्या संदर्भात विद्यार्थ्यांना उत्तेजन देणाऱ्या मार्गदर्शन करणाऱ्या योजनाही सुरू झाल्या होत्या. प्राचार्य ढवळे यांच्या काळात आणखी एक महत्त्वाची घटना घडली होती. जवळजवळ वीस वर्षांनंतर फर्ग्युसन कॉलेजमध्ये पदव्युत्तर शिक्षणाचे वर्ग सुरू झाले होते. अर्थशास्त्र, इंग्रजी आणि पदार्थविज्ञान या विषयांची पदव्युत्तर अध्ययन-अध्यापन केंद्रे सुरू झाली होती. त्यामुळे या विषयाच्या विद्यार्थ्यांना आणि प्राध्यापकांना विद्यापीठाची वारी करण्याची आवश्यकता राहिली नाही. हळूहळू इतर विषयांची केंद्रे स्थापन करण्याची प्रक्रियाही सुरू झाली. असे असतानाही आपल्या प्राचार्यपदाचा पाच वर्षांचा कालखंड संपण्यापूर्वीच त्यांनी पद का सोडले, याचा उलगडा होत नाही.

प्राचार्य वि. ना. ढवळे यांच्यानंतर १९७१ साली प्रा. देवदत्त दाभोळकर यांची प्राचार्यपदी निवड झाली. दाभोळकर यांचा जन्म सातारचा. तेथेच सातारा हायस्कूलमध्ये त्यांचे माध्यमिक शिक्षण झाले. मॅट्रिकच्या परीक्षेत ते पहिल्या क्रमांकाने उत्तीर्ण झाले. मुंबईच्या एल्फिन्स्टन कॉलेजमध्ये त्यांचे उच्च शिक्षण झाले. २० जून, १९४४ रोजी सांगलीच्या विलिंग्डन कॉलेजमध्ये व्याख्याता म्हणून ते रुजू झाले. जून, १९४८ पासून त्यांची फर्ग्युसनमध्ये बदली झाली. १९५१ साली ते आजीव सदस्य झाले. फर्ग्युसन व बृहन्महाराष्ट्र कॉलेजमध्ये व नंतर पुणे विद्यापीठाच्या केंद्रीकृत शिक्षणपद्धतीतही त्यांनी अर्थशास्त्र हा विषय शिकविला. १९५५ साली त्यांची विलिंग्डनमध्ये बदली झाली. त्यानंतर सोळा वर्षांनी १९७१ साली त्यांची पुण्यात डेक्कन एज्युकेशन सोसायटीचे कार्यवाह म्हणून आणि नंतर एका महिन्यात फर्ग्युसनचे प्राचार्य म्हणून नेमणूक झाली.

प्राचार्य होण्यापूर्वी सोसायटीच्या कामांचा त्यांचा सुमारे अठ्ठावीस वर्षांचा प्रदीर्घ अनुभव होताच; परंतु त्याचबरोबर त्यांच्या इतर कार्याचा लेखाजोखाही लक्षणीय होता. इंग्रजी आणि मराठी नियतकालिकांमध्ये त्यांनी विपुल वैचारिक लेखन केले होते. १९७० सालच्या पॅरिस येथे भरलेल्या युनेस्कोच्या परिषदेमध्ये शैक्षणिक अर्थकारण, शैक्षणिक नियोजन आणि प्रशासन, शैक्षणिक आयव्ययाचे पर्याप्त निरीक्षण, राजकारणातील मूल्ये इत्यादी विषयांसंबंधी नेमलेल्या समित्यांमध्ये त्यांनी काम केले होते. इंडियन कौन्सिल फॉर सोशल सायन्स रिसर्च (ICSSR) या संस्थेने आयोजिलेल्या 'भारतातील सामाजिक समता' या विषयावरील परिसंवादात भाग घेतला होता. १९५९ साली महात्मा गांधी जन्मशताब्दीनिमित्त भारतात आयोजिलेल्या राष्ट्रीय आणि राज्यपातळीवरील परिसंवादांतही त्यांनी सक्रिय सहभाग घेतला होता. १९५२-५६ या काळात त्यांचा विद्यार्थी असल्याने त्यांच्या शिकविण्याच्या पद्धतीतली समरसता परिचित होतीच, पण त्यापेक्षाही त्यांचा विद्यार्थ्यांसंबंधी दृष्टिकोन अधिक भावला होता. विद्यार्थ्यांच्या वर्गातील शिस्तीवर त्यांचा कटाक्ष होताच, पण

त्यापेक्षाही अधिक महत्त्वाचे म्हणजे विद्यार्थ्यांच्या शैक्षणिक, बिगरशैक्षणिक व विशेषत: सामाजिक कार्यांकडे बारीक लक्ष असे. विद्यार्थ्यांवर शिस्त लादण्यापेक्षा ती अंगभूत गुणांमधून निर्माण होण्यावर त्यांचा अधिक भर असे. त्यांच्या भूमिकेचा प्रत्यक्ष प्राचार्यपदाच्या काळात कसा परिणाम होतो हे पाहण्यासाठी आम्ही आतुर होतो.

पदभार स्वीकारल्यानंतर त्यांनी तातडीने दोन बदल केले. पहिला बदल म्हणजे प्राचार्यांच्या कार्यालयाच्या प्रवेशद्वारावर 'You are Welcome. Walk in' अशी पाटी लावली. विद्यार्थ्यांना केव्हाही भेटता यावे असा त्यामागे उद्देश होता. या उपक्रमाचे विद्यार्थ्यांनी मोठे स्वागत केले. आर्ट्सच्या प्राध्यापकांच्या चहाच्या कॉमनरूममधील खुर्च्यांची बैठक रचना बदलली. प्राचार्यांची खुर्ची वेगळी आणि मध्यभागी ठेवली. त्या खुर्चीवर अन्य कोणी बसायचे नाही असा अलिखित दंडक होता. या बदलांवर खोचक टिप्पणीही झाली. 'विद्यार्थ्यांवर कृपादृष्टि आणि वागणुकीत लोकशाही, तर प्राध्यापकांवर वक्रदृष्टि आणि वागणुकीत राजेशाही' असा टिप्पणीचा आशय होता. त्यांच्या कानावरही हे गेले असावे. प्राध्यापकांच्या कॉमनरुमचा किती 'कॉमन' उपयोग होतो हे पाहण्याचा माझा प्रयत्न होता, असा छोटेखानी खुलासा चहापानाच्या वेळी त्यांनी केल्याचे आठवते.

१९७१-७२ या वर्षात दोन अनन्यसाधारण घटना म्हणजे राष्ट्रीय पातळीवरचे बांगला देशचे युद्ध आणि महाराष्ट्रातला जीवघेणा दुष्काळ. बांगलादेश (पूर्व पाकिस्तान)मध्ये पाकिस्तानच्या पश्चिम प्रांताचे प्राबल्य असलेल्या मुस्लीम लष्करी राजवटीने प्रचंड अत्याचार चालविले होते. शेख मुजिबूर रेहमान यांच्या नेतृत्वाखाली मुक्तिवाहिनीद्वारा स्वतंत्र होण्यासाठी संघर्ष चालू होता. मुक्तिवाहिनीची चळवळ दडपण्यासाठी सैनिकी प्रशासनाची क्रूर दडपशाही वाढत होती. डाक्का विद्यापीठ हे चळवळीचे केंद्र असल्याने विद्यापीठाच्या विद्यार्थ्यांना व त्यातल्यात्यात विद्यापीठाच्या वसतिगृहात राहणाऱ्या विद्यार्थ्यांना कमालीच्या जुलमाला तोंड द्यावे लागत होते. एका भयाण रात्री विद्यापीठाला लष्करी रणगाड्यांनी वेढा घातला आणि निवासी विद्यार्थ्यांची अक्षरश: कत्तल करण्यात आली. या हत्याकांडाच्यावेळी वसतिगृहाच्या शौचालयाच्या टाकीआड लपून, दोन दिवस उपाशी राहून जीव बचावून पळून आलेल्या निर्वासित विद्यार्थ्याने 'याचि देहि याची डोळा' पाहिलेली हृदयद्रावक कहाणी फर्ग्युसनच्या आवारात ऐकवली, तेव्हा अंगावर अक्षरश: काटा उभा राहात होता. डाक्का विद्यापीठाच्या वसतिगृह इमारतींची रचना फर्ग्युसनच्या वसतिगृह इमारतींसारखीच असल्याने प्रत्यक्ष अत्याचाराचे स्वरूप निवासी विद्यार्थ्यांच्या नजरेसमोर उभे राहात होते; त्यांचा थरकाप जाणवत होता. बांगलादेशची प्रत्यक्ष लढाई सुरू होण्यापूर्वी बरेच महिने निर्वासितांचे लोंढे भारतात येत होते. अशा निर्वासितांची शिबिरे अनेक ठिकाणी चालविली जात होती. या शिबिरार्थींना साहाय्य करण्यासाठी

अनेक प्रकारची मदत गोळा करण्यात फर्ग्युसनच्या राष्ट्रीय सेवा योजनेने प्रयत्नांची पराकाष्ठा केली. प्राचार्य दाभोळकर, प्रा. ग. प्र. प्रधान, शिरूभाऊ लिमये यांनी २९ डिसेंबर, १९७१ ते १० जानेवारी, १९७२ या काळात बांगला देशला भेट दिली. या भेटीचा वृत्तान्त त्यांनी फर्ग्युसन कॉलेजच्या मैदानावरच्या सभेत ऐकविला. प्रा.दाभोळकरांची उंची, देहयष्टी पेहेराव - उंच टोपी-कुडता-पायजमा-जाकीट-पाहता खुद्द बांगला देशमध्ये तेथील जनता शेख मुजीबची प्रतिकृतीच समजत होती व त्यांचे स्वागत करीत होती. भारताच्या पंतप्रधान श्रीमती इंदिरा गांधींनी ज्या आक्रमक राजनीतीने पाकिस्तानविरुद्धचे युद्ध जिंकले, पाकिस्तानी सैन्याला शरणागती पत्करण्यास लावली व एक नवा देश निर्माण केला, त्याबद्दल इंदिराजींचे आणि भारतीय लष्कराचे सर्वत्र कौतुक होत होते; प्रत्येक भारतीयाची मान ताठ होत होती.

वार्षिक स्नेहसंमेलनाचे आगळे रूप

दुष्काळ-बांगला देश युद्ध या दोन्ही घटनांच्या पार्श्वभूमीवर वर्षअखेरीचे स्नेहसंमेलन १३ फेब्रुवारी, १९७२ रोजी आगळ्या पद्धतीने साजरे करण्यात आले. आनंदोत्सव, खाद्यपदार्थ आणि अन्य गोष्टींवर होणारा अनाठायी खर्च वाचवून ती रक्कम राष्ट्रीय साहायता निधीला देण्यात आली. कॉलेजचे सर्व विद्यार्थी, शिक्षक, सेवक या सर्वांसाठी एकच विविध मनोरंजनाचा कार्यक्रम ठेवण्यात आला. मैदानावर दोन हजारहून अधिक लोकांच्या उपस्थितीत साजरा झालेला हा कार्यक्रम उत्साह आणि शिस्त यांचे अनोखे मिश्रण दर्शवणारा असल्याने अनेकांच्या अनेक वर्षे लक्षात राहील असा झाला.

या दरम्यान फर्ग्युसनच्या माजी विद्यार्थ्यांच्या संघटनेचा (Old Fergussonians Association, OFA) रौप्य महोत्सवाचा कार्यक्रम रँग्लर महाजनींच्या उपस्थितीत पार पडला.

कोसिप (COSIP- College Science Improvement Programme)

विद्यापीठ अनुदान आयोगाने महाविद्यालयांतील शास्त्र-शाखांच्या विकासासाठी एक योजना आखली होती. त्या योजनेअंतर्गत फर्ग्युसन कॉलेजमधील तीन वर्षांच्या शास्त्र पदवी अभ्यासक्रमाच्या दुसऱ्या आणि तिसऱ्या वर्षांसाठी अभ्यासक्रमात काही बदल सुचविले होते. दुसऱ्या वर्षीच्या अभ्यासक्रमात Cell Biology या विषयास पूरक असा Biological Chemistry हा विषय सुचविला होता. यामागे शास्त्र विषयांच्या अभ्यासक्रमामध्ये आंतरविद्याशाखीय (Inter-disciplinary) पद्धती

अनुसरल्याने संबंधित विषयांतील मूलभूत संकल्पना समजण्यास अधिक मदत होईल अशी अपेक्षा होती. दुसरा महत्त्वाचा बदल म्हणजे तृतीय वर्षाच्या विद्यार्थ्यांना शिकविण्याची, प्रयोगात साहाय्य करण्याची संधी देण्यात आली. या उपक्रमाचे विद्यार्थ्यांनी मन:पूर्वक, उत्साहाने स्वागत केले. विद्यार्थ्यांमध्ये शैक्षणिक सहभाग आणि जबाबदारीची जाणीव वाढण्यामध्ये या योजनेचा उपयोग झाला. कोसिप योजनेअंतर्गत अध्यापन अधिक प्रभावी व्हावे म्हणून तक्ते (Charts), प्रकल्प उपक्रम (Projects), फिती (Slides), नमुने/प्रारुपे (Models) इत्यादींचा अधिक प्रमाणावर वापर करण्याची अपेक्षा होती. फर्ग्युसनच्या भूशास्त्र आणि जीवशास्त्र विषयांच्या विद्यार्थ्यांनी या अभ्यासपूरक तंत्रांचा चांगल्या प्रकारे वापर केल्याचे निदर्शनास आले.

ग्रंथालय अनुदान

कोसिप अंतर्गत विद्यार्थ्यांना अधिक उपयुक्त ठरतील अशी पुस्तके घेण्याची योजना होती. याशिवाय अन्य योजनांखाली पुस्तक खरेदीसाठी अनुदान देण्यात आले. ग्रंथालय-बँक योजनेखाली गरीब-गरजू विद्यार्थ्यांसाठी पुस्तके उपलब्ध करून देण्यात आली. या योजनेत आर्ट्स आणि सायन्स या दोन्ही विभागांसाठी अनुदान उपलब्ध होते. हायर एज्युकेशन अॅण्ड रिसर्च या योजनेअंतर्गत विद्यापीठामार्फत काही अनुदान उपलब्ध होते; विशेषत: कॉलेजमध्ये ज्या विषयांचे पदव्युत्तर विभाग सुरू झाले होते, त्यांच्यासाठी हे अनुदान वापरावयाचे होते. ग्रंथालयाच्या संदर्भात ग्रंथालयातील सेवकांनी एक योजना सुरू केली. या योजनेअंतर्गत ग्रंथपाल व ग्रंथालयातील अनुभवी सेवक ग्रंथालयाची रचना, ग्रंथमांडणी, कॅटलॉग पद्धती, ग्रंथ शोधण्याची पद्धती याबाबत १५ ते २० विद्यार्थ्यांच्या गटाला माहिती देत. 'Know your Library' या योजनेला विद्यार्थ्यांचा उदंड प्रतिसाद लाभला.

१९७१-७२मध्ये गोव्याच्या मेसर्स चौगुले आणि कंपनी यांनी ग्रंथालयातील दृक्-श्राव्य केंद्रासाठी (Audio-visual Centre) रु.५,०००/-ची देणगी दिली.

कॉलेजमधील चार विज्ञान विभागांसाठी - पदार्थविज्ञान, जीवशास्त्र, रसायनशास्त्र आणि भूशास्त्र -प्रयोगशाळांतील उपकरणाच्या खरेदीसाठी रु. २०,०००/-चे अनुदान विद्यापीठ अनुदान आयोगामार्फत प्राप्त झाले. आयोगाने 'विद्यार्थ्यांच्या कल्याण योजनां'साठी रु. १२,०००/-चे अनुदान दिले. कॉलेज कॅण्टीनमधील सेवा वाढविण्यासाठी या अनुदानाचा उपयोग अपेक्षित होता. पूर्वी कॅण्टीनची इमारत फारच लहान होती. दिवसेंदिवस विद्यार्थ्यांची संख्या वाढू लागल्याने वाढत्या जागेची गरज होती. पूर्वीची कॅण्टीनची इमारत आणि बॅडमिंटन हॉल यांच्यामध्ये जी

मोकळी जागा होती तेथे उत्तम शेड बांधण्यात आली, या शेडच्या उभारणीसाठी कॅण्टीन मालकानेही काही खर्च केला.*

प्राध्यापक निवास-अनुदान

विसाव्या शतकाच्या पूर्वार्धात बांधले गेलेले जुन्या पद्धतीचे १४ बंगले प्राध्यापकांच्या निवासासाठी वापरले जात, त्यातील ११ ते १४ या पाच बंगल्यांत दोन कुटुंबे राहू शकत; अशी सुमारे वीस कुटुंबांची सोय होती, यातील १० बंगल्यांच्या पाठीमागे चतुर्थ श्रेणी सेवकांच्या चाळी होत्या. तेथे २५ कुटुंबे राहू शकत असत. शिक्षकांची संख्या वाढल्याने ही व्यवस्था फारच अपुरी होती. विद्यापीठ अनुदान आयोगाच्या शिक्षक-निवास योजनेअंतर्गत दोन लक्ष रुपयांचे अनुदान प्राप्त झाले– या रकमेत भर घालून दोन इमारती बांधण्यात आल्या. या दोन इमारतींत आठ गाळे बांधण्यात आल्याने निवासाची सोय वाढली. कॉलेजने केलेला खर्च निवासी प्राध्यापकाकडून घेण्यात आलेली ठेव आणि मासिक भाडे यांतून वसूल करता आला; यानंतरच्या सुमारे चाळीस वर्षांत प्राध्यापक निवासाच्या सोयीत वाढ झालेली नाही.

श्री. अरविंद घोष जन्मशताब्दी

थोर स्वातंत्र्यसेनानी, तत्त्वचिंतक श्री. अरविंद घोष यांची जन्मशताब्दी भारतभर साजरी होत होती. फर्ग्युसनच्या तत्त्वज्ञान विभागाने पुणे विद्यापीठाच्या सहकार्याने कॉलेजमध्ये शताब्दी कार्यक्रम केला. या निमित्त अरविंदांच्या पाँडेचेरीच्या आश्रमाचे दोन प्रमुख पदाधिकारी कार्यक्रमास उपस्थित होते. पाँडेचेरीच्या आंतरराष्ट्रीय शैक्षणिक केंद्राचे कुलसचिव श्री. किरीट जोशी आणि अरविंदांचे सहकारी आणि अरविंद कृति-समितीचे सचिव श्री. उदार पिंटो हे प्रमुख पाहुणे होते. या दोघांनी स्वामी अरविंदांच्या तत्त्वज्ञानावर भाषण देऊन विद्यार्थ्यांशी संपर्क साधला व त्यांच्या प्रश्नांची उत्तरे दिली. डॉ. ग. ना. जोशी यांनी याबाबत विशेष पुढाकार घेतला होता. कार्यक्रमाच्या

---

* सुमारे तीस-पस्तीस वर्षे हे कॅण्टीन 'शांताराम' नावाचे उंच, देखणे, उडपी गृहस्थ चालवीत होते. त्यांच्या प्रकृतीला साजेलशी भव्य मोटरसायकल ते चालवीत. कॅण्टीनसमोरच्या वसतिगृह क्रमांक एकमध्ये १९६०च्या दरम्यान बी.एम.सी.सी.चे विद्यार्थी राहात, त्यात शरद पवार राहात होते. २००७च्या माजी विद्यार्थ्यांच्या कार्यक्रमात ना. पवारांनी 'शांताराम'चा खास उल्लेख केला; इतके हे व्यक्तिमत्त्व विद्यार्थ्यांशी एकरूप झालेले होते.

वेळी वि.मा.बाचल यांनी चितारलेल्या पूर्णाकृती तैलचित्राचे अनावरण करण्यात आले व पाहुण्यांच्या हस्तेते पुणे विद्यापीठास भेट देण्यास आले. सदरचे तैलचित्र पुणे विद्यापीठाच्या जयकर ग्रंथालयात स्वागतकक्षाच्या शेजारी लावण्यात आले आहे. कार्यक्रमात कलाकार बाचल यांचा पाहुण्यांच्या हस्ते सत्कार करण्यात आला.

विद्यार्थ्यांचे सुयश

आर. एस. मोतीवाला हा पदवीपूर्व शास्त्र विभागाचा विद्यार्थी मार्च, १९७१च्या एस.एस.सी.परीक्षेत प्रथम क्रमांकाने उत्तीर्ण झाला होता. ४ जानेवारी, १९७२ ते १८ मार्च, १९७३ या काळात अमेरिकेत भरलेल्या जागतिक युवा मंचच्या शिबिरासाठी भारतातर्फे त्याची निवड झाली. या शिबिरात त्याने उल्लेखनीय कामगिरी केली आणि फर्ग्युसन कॉलेजच्या लौकिकात भर घातली. शिबिराहून परत आल्यानंतर त्याचा उत्स्फूर्त सत्कार करण्यात आला. शिबिरामध्ये आलेल्या अनुभवावर आधारित छायाचित्रे आणि रंगीत चित्रफितींच्याद्वारे त्याने व्याख्यान दिले. व्याख्यानानंतर विद्यार्थी आणि प्राध्यापक यांच्याबरोबर झालेल्या प्रश्नोत्तरांचा कार्यक्रम रंगला. श्री. मोतीवाला याने पदवीपूर्व परीक्षेतही प्रथम क्रमांक मिळविला.

बिपिन भागवत या फर्ग्युसनच्या माजी विद्यार्थ्याने शिक्षणानंतर सैन्यदलात प्रवेश केला होता. १९६४ साली त्याने फर्ग्युसनमधून बी.एस्‌सी. पदवी उच्च श्रेणीत प्राप्त करून भारताच्या नाविक दलात सेवा सुरू केली. १९७१च्या बांगला देशच्या भारत-पाक युद्धात त्याने अतुलनीय शौर्य दाखविल्याबद्दल भारत सरकारने वीरचक्र प्रदान करून त्याचा गौरव केला. कॉलेजने त्याचा सत्कार केला.

१९७२-७३मध्ये माजी विद्यार्थी संघटनेचा रौप्यमहोत्सव १३ फेब्रुवारी, १९७२ रोजी साजरा झाला. डॉ. ग. स. महाजनी या कार्यक्रमाचे मुख्य पाहुणे होते. माजी विद्यार्थ्यांची स्वतंत्र वास्तू असावी असा ठराव संमेलनात एकमताने संमत झाला. या कार्यक्रमातही बिपिन भागवतचा विशेष सत्कार झाला.

जिमखाना

कु. गीता सरीन ही फर्ग्युसनची एफ.वाय.बी.ए.ची विद्यार्थिनी. ती शाळेत असल्यापासून खेळाडू म्हणून प्रसिद्ध होती. हॉकी हा तिचा सर्वांत आवडता खेळ. १९७१-७२मध्ये तिची न्यूझीलंडमधील ऑकलंड शहरात होणाऱ्या जागतिक हॉकी स्पर्धेच्या चमूमध्ये निवड झाली होती, तिच्या प्रवासखर्चास मदत व्हावी म्हणून विद्यार्थी संघटनेने पुढाकार घेऊन विद्यार्थी व प्राध्यापक यांच्याकडून पंधराशे रुपयांची

रक्कम गोळा केली होती. तिच्या निरोपसमारंभात प्राचार्य दाभोळकर म्हणाले :

"आम्हाला गीता सरीनचा अभिमान आहे, त्याहूनही तिला मदत करणाऱ्या विद्यार्थ्यांचा अधिक अभिमान आहे."

अनेक वर्षांनंतर फर्ग्युसनने खेळांमधील सर्वसाधारण नेतृत्वपद प्राप्त केले, यामध्ये प्रथम वर्ष शास्त्रचा विद्यार्थी अशोक शहा (जलतरण स्पर्धा) आणि व्ही. डी. साठे यांचा सिंहाचा वाटा होता. जलतरण स्पर्धेत अशोक शहाने व्यक्तिगत नैपुण्यपदही प्राप्त केले. मैदानी खेळांमध्ये अनिल महाजन याने वैयक्तिक अजिंक्यपद मिळविले. मुष्टियुद्ध स्पर्धेत जे. एस. सावंत आणि सोम्पोप यांनी आपापल्या वजनगटात प्रावीण्य प्राप्त केले. जलतरणातील डायव्हिंग या प्रकारात आगाशे यांनी प्रथम क्रमांक मिळविला. सौ. भाग्यश्री रानडे आणि कु. रोहिणी रानडे यांनी आंतरमहाविद्यालयीन टेनिस स्पर्धांमध्ये नैपुण्य प्राप्त केले.

वादस्पर्धांमध्ये कु. वैजयंती नरवणे यांनी आंतरमहाविद्यालयीन गोखले वादस्पर्धांमध्ये प्रथम क्रमांक मिळविला, तर यू.एन.कौन्सिल फॉर यूथ तर्फे घेण्यात आलेल्या आंतरमहाविद्यालयीन वादस्पर्धांमध्ये रंजन मथाई आणि वैजयंती नरवणे यांनी अजिंक्यपद मिळविले. कलाविभागामध्ये ज्योती श्रीखंडे यांनी शास्त्रीय कंठ संगीतात प्रथम क्रमांक मिळविला. अखिल भारतीय विद्यार्थी परिषदेतर्फे आयोजित केलेल्या कालिदास संगीत स्पर्धेत पूर्णिमा सोहोनी यांनी पहिला क्रमांक मिळविला.

२४ ते २६ जानेवारी, १९७२ या काळात मालेगाव येथे भरलेल्या युवक महोत्सवात मुकुल तावडे यांनी शास्त्रीय भरतनाट्यम नृत्यस्पर्धेत सुवर्ण पदक मिळविले, तर अरुणा चंद्रशेखर यांनी शास्त्रीय कथ्थक नृत्यस्पर्धेत सुवर्ण पदक मिळविले. वैजयंती ओक यांनी एकांकिका स्पर्धेतील अभिनय विभागात सुवर्णपदक प्राप्त केले.

१९७२च्या फर्ग्युसन मित्रमंडळाच्या कार्यक्रमाचे उल्लेखनीय वैशिष्ट्य म्हणजे मंडळाने पुण्यामध्ये बांगला मुक्ती विजयाची भव्य मिरवणूक काढली व महाविद्यालयामध्ये निवासी आणि अनिवासी विद्यार्थ्यांकडून व प्राध्यापकांकडून तीन हजार रुपयांचा संरक्षणनिधी उभा करून पंतप्रधान निधीकडे पाठविण्यात आला. मकर संक्रमणाच्या निमित्ताने कॉलेजमध्ये तिळगूळ समारंभ झाला. खडकी येथील इस्पितळातील जखमी जवानांनाही तिळगूळ देण्यात आला. रक्षाबंधनाचाही कार्यक्रम साजरा करण्यात आला. कोजागिरी पौर्णिमेच्या दिवशी कॉलेजमधल्या नव्याने बांधलेल्या रँग्लर परांजपे मेमोरियल इमारतीच्या गच्चीवर विविध मनोरंजनाचे कार्यक्रम केले गेले. या वर्षी गाजलेल्या कृषि विद्यापीठ आंदोलनाच्या वेळी विद्यार्थी-प्रश्नांवर चर्चा आयोजित करण्यात आली. २३ जानेवारी, १९७२ रोजी सुभाषचंद्र बोस जयंतीनिमित्त वि. स. वाळिंबे यांचे व्याख्यान झाले.

राष्ट्रीय सेवा योजनेच्या कार्यास चांगली गती लाभली. योजनेअंतर्गत शंभर विद्यार्थ्यांची मर्यादा होती, ती ओलांडून दीडशे विद्यार्थी सहभागी झाले. १० ऑगस्ट रोजी पुण्याचे मेयर एस. ए. चव्हाण यांच्या हस्ते रक्तदान शिबिराचे उद्घाटन झाले. हाफकिन इन्स्टिट्यूटने योजलेल्या शिबिरात ७५हून अधिक विद्यार्थ्यांनी आणि प्राचार्य दाभोळकर व सेवा योजनेचे प्रमुख प्रा. दा. सी. देसाई यांसह प्राध्यापकांनीही रक्तदान केले. योजनेअंतर्गत कर्वे इन्स्टिट्यूटचे डॉ. हर्षे, अंध सेवा संघाचे श्री. मर्चंट, महाराष्ट्र आरोग्य मंडळाचे डॉ. गुजर, कुष्ठरोग निवारण केंद्राचे श्री. महादेव मेहेंदळे, समाजकल्याण खात्याचे पदाधिकारी यांची व्याख्याने आयोजित करण्यात आली. मध्यप्रदेशमध्ये नवागाव निर्वासित शिबिरात दहा विद्यार्थ्यांनी भाग घेतला. संपूर्ण वर्षामध्ये शिवापूर, शिवणे, महंमदवाडी, हडपसर इत्यादी गावांमध्ये पाच संस्कारशिबिरे आयोजित केली, त्यात सर्व विद्यार्थ्यांनी भाग घेतला. याशिवाय वर्षअखेरीस कॉलेज परिसर स्वच्छता, रिमांड होममधील विद्यार्थ्यांना साहाय्य, वेगवेगळ्या दवाखान्यांमध्ये दाखल झालेल्या रुग्णांची सेवा अशी कामे करण्यात आली.

१९७२-७३ दुष्काळी वर्ष

या वर्षी पावसाने दगा दिला. मॉन्सूनचा कालखंड संपता संपता दुष्काळाची तीव्रता लक्षात आली. गेल्या पन्नास वर्षांत असा दुष्काळ पाहिला नव्हता, असं ज्येष्ठ मंडळी म्हणताना आढळत. पुणे शहराच्या आजूबाजूच्या ग्रामीण परिसरात या दुष्काळाची तीव्रता खूपच जाणवत होती. कॉलेजच्या पहिल्या सत्रापासून याची दखल घेणे भाग पडले. ग्रामीण भागातून येणाऱ्या विद्यार्थ्यांसाठी दुष्काळ साहायता निधी उभा राहिला. दरवर्षीचे वार्षिक स्नेहसंमेलन टाळून वाचवलेल्या रकमेची निधीत भर घालण्यात आली आणि त्याशिवाय कॉलेजच्या मैदानावर फन-फेअर आयोजित करून जमा झालेली रक्कमही त्यात समाविष्ट करण्यात आली. कॉलेजव्यतिरिक्त संस्थांनी साहायता निधीत भर घातली. विद्यार्थी साहाय्यक समिती, पुणे जिल्हा मध्यवर्ती सहकारी बँक, बँक ऑफ महाराष्ट्र, पुणे महानगरपालिकेचे महापौर यांचा विशेष उल्लेख करावयास हवा. १९७२ सालच्या अखेरीपर्यंत ही झळ सोसावी लागणार होती. तशी तरतूद करणे गरजेचे होते. विद्यार्थ्यांच्या राहण्या-जेवण्याची सोय करणे, पुस्तके, वह्या उपलब्ध करून देणे असे उपक्रम राबवावे लागले, इतकेच नव्हे तर कॉलेजचे वार्षिक वेळापत्रक बदलावे लागले. दुसरे सत्र पंधरा दिवसांनी कमी करण्यात आले. विद्यापीठाच्या परीक्षाही तीन आठवड्यांनी अलीकडे आणाव्या लागल्या, जेणेकरून विद्यार्थी आपापल्या घरी

जाऊ शकतील. काही भागात दुष्काळ एवढा तीव्र होता की त्या भागातल्या विद्यार्थ्यांची कॉलेजच्या वसतिगृहात मोफत राहण्या-जेवण्याची सोय करावी लागली. प्राध्यापक आणि विद्यार्थ्यांच्या काही कुटुंबांनी दुष्काळग्रस्त विद्यार्थ्यांची आपल्या घरात सोय करण्याची तयारी दर्शविली. १९६१च्या पानशेत प्रलयानंतर जी सहृदयता अनुभवास आली, तिचा पुनर्प्रत्यय दुष्काळाच्या काळातही आला.

राष्ट्रीय समाजसेवेच्या अंतर्गत दुष्काळग्रस्त भागात विशेष कार्यक्रम राबविण्यात आले. पुण्याजवळ हडपसर नजीकच्या महंमदवाडी, उंड्री, पिसोळी या भागातील विद्यार्थ्यांना सुट्टीच्या दिवसात शिकविणे, शालेय सामानाचे वाटप करणे, ग्रामीण परिस्थितीचा आर्थिक प्रश्नावलीद्वारा अभ्यास करणे हे काम वर्षभर चालू राहिले.

सर्वांत महत्त्वाचा कार्यक्रम म्हणजे पाझर-तलाव. उंड्री-पिसोळी भागात तीन-चार मैलांवरून पाणी आणावे लागत होते, विहिरी आटल्या होत्या. त्या भागात पाणीसाठा वाढावा यासाठी उंड्री गावाच्या चावडीजवळ १५० फूट लांब, २० फूट रुंद आणि १५ फूट उंच असा पाझर तलाव बांधण्यात आला. त्या योजनेत राष्ट्रीय सेवा योजनेचे सुमारे शंभर विद्यार्थी आणि तीनशेहून अधिक गावकरी सामील झाले होते. पाझरतलावाचे अपुरे राहिलेले काम फेब्रुवारीपर्यंत दर रविवारी जाऊन पुरे करण्यात आले. या योजनेत हडपसरच्या साने गुरुजी रुग्णालयाचे डॉ. एस. टी. गुजर, श्री. जवाहर कोटेचा, थेऊरच्या साखर कारखान्याचे अध्यक्ष अण्णासाहेब मगर, श्री. वि. शं. पारगावकर व खुद्द प्राचार्य दे. अ. दाभोळकर यांचे मार्गदर्शन लाभले. विद्यार्थी कार्यकर्ते सुहास पालेकर, रणजीत मंत्री, काश्मीरचा विनित कौल, राजन मोहाडीकर, विद्या अष्टपुत्रे, लीला मेनन, एस. बी. सोनावणे, प्रसाद दाभोळकर यांचे कार्य विशेष महत्त्वाचे! पुढच्या वर्षीच्या मोसमी पावसात भरलेला पाझर तलाव पाहून गावकऱ्यांनी व्यक्त केलेल्या भावना केवळ अवर्णनीय!*

याशिवाय रक्तदान शिबिरे, बोटानिकल गार्डनमध्ये १५० रोपे लावणे, रिमांडहोममधल्या मुलांना साहाय्य करणे इत्यादी कार्यक्रमही राष्ट्रीय सेवा योजनेतर्फे राबविण्यात आले.

भारतीय स्वातंत्र्याचा रौप्यमहोत्सव

एकीकडे दुष्काळाशी सामना चालू असताना १९७२-७३ हे भारताच्या स्वातंत्र्याचे रौप्य महोत्सवी वर्ष उचित कार्यक्रमांनी साजरे करावयाचे होते. अनेक मोठ्या कार्यक्रमांबरोबर दोन चर्चासत्रे आयोजित करण्यात आली होती.

---

* पाहा – वि. मा. बाचल, **रंग कलेचे तरंग जीवनाचे,** पृ.९०-९२.

चर्चासत्र पहिले : भारतातील समाजवादी स्थित्यंतराचे प्रश्न

फर्ग्युसन कॉलेज आणि समाजप्रबोधन संस्था यांच्या संयुक्त विद्यमाने झालेल्या 'भारतातील समाजवादी स्थित्यंतराचे प्रश्न' (Problems of Socialist transition in India)या चर्चासत्रात अनेक दिग्गजांनी भाग घेतला होता. तीन दिवस (१९,२०,२१ जानेवारी, १९७३) वाडिया ग्रंथालयात चाललेल्या या विचारमंथनात ज्येष्ठ समाजवादी विचारवंत एस.एम.जोशी, राज्यसभेचे सभासद नानासाहेब गोरे, महाराष्ट्र विधानपरिषदेचे सदस्य प्रा. ग. प्र. प्रधान व प्रा. मा. प. मंगुडकर, प्राचार्य देवदत्त दाभोळकर, गोखले इन्स्टिट्यूटचे डॉ. ए. आर. कामत आणि डॉ. नीलकंठ रथ, वैकुंठ मेहता इन्स्टिट्यूटचे डॉ. एम. व्ही. नामजोशी, प्रा. गं. बा. सरदार, मुंबईच्या इंडियन सेक्युलर सोसायटीचे अध्यक्ष प्रा. अ. भि. शहा, पुणे विद्यापीठाच्या राज्यशास्त्र विभागाचे प्रा. व. मं. सिरसीकर आणि प्रा. राम बापट, कलकत्ता विद्यापीठाचे प्र. कुलगुरु प्रा. अमलान दत्त, मुंबई विद्यापीठाचे माजी रेक्टर गोवर्धन पारेख व प्रा. श्रीमती कमल रणदिवे, कलकत्ता विद्यापीठाच्या कॉमर्स विभागाचे अधिष्ठाता डॉ. के. मुखर्जी, गरवारे कॉलेजचे प्रा. व्ही. डी. देशपांडे, समाजवादी विचारवंत पन्नालाल सुराणा, फर्ग्युसनचे प्रा. आनंद नाडकर्णी, प्रा. वि. मा. बाचल, बी.एम.कॉमर्स कॉलेजचे प्रा. अविनाश जोशी, प्रा. जे. एल. गांधी इत्यादींनी सहभाग घेतला. चर्चासत्रात पाच प्रमुख निबंध आणि योजनाआयोगाकडून उपलब्ध झालेली टिपणे सादर करण्यात आली होती.

चर्चासत्र दुसरे : भारतातील गेल्या पंचवीस वर्षांतील कलाविषयक सर्जनशीलता

दुसरे चर्चासत्र २७ व २८ जानेवारी, १९७३ या दिवशी 'भारतातील गेल्या पंचवीस वर्षांतील कलाविषयक सर्जनशीलता' (The State of Creativity in Arts in India in the last twenty five years) या विषयावर भरवण्यात आले. साहित्य, संगीत, नृत्य, नाटक, चित्रकला इत्यादी क्षेत्रांतील कलाविष्काराचा विकास साधणारे विविध तज्ज्ञ चर्चासत्रात सहभागी झाले होते.

साहित्य व समीक्षा क्षेत्रातले प्रा. आर. भोपटकर, प्रा. अशोक केळकर, पु. ल. देशपांडे, प्रभाकर पाध्ये, प्रा. दि. के. बेडेकर, प्रा. लीला अर्जुनवाडकर, प्रा. आनंद यादव, प्राचार्य शरदचंद्र चिरमुले, प्रा. भालचंद्र फडके, प्रा. श्रीमती वनारसे; चित्रकलेतील प्राचार्य दि. कृ. डेंगळे, प्रा. आफळे, प्रा. जे. डी. गोंधळेकर, प्रा. भय्यासाहेब ओंकार, प्रा. गं. बा. सरदार, नाट्यक्षेत्रातील प्रा. भालबा केळकर,

के. नारायण काळे, प्रभाकर गुप्ते, संगीतज्ज्ञ अरविंद मंगळूरकर, नृत्यक्षेत्रातील तज्ज्ञ श्रीमती रोहिणी भाटे व श्रीमती प्रभा मराठे, याशिवाय फर्ग्युसनमधील प्राध्यापक सर्वश्री डॉ. वि. रा. करंदीकर, डॉ. द. न. गोखले, डॉ. गं. ना. जोगळेकर, डॉ. स. म. परळीकर, प्रा. वि. मा. बाचल, प्रा. एम. जी. देसाई, डॉ. ग. ना. जोशी इत्यादींचाही समावेश होता.*

प्राध्यापकवर्गाचे यश

प्राचार्य ढवळे यांचा सन्मान :- डॉ. वि. ना. ढवळे यांनी १९६८-७१ या काळात प्राचार्यपद भूषविले आणि नंतर पदत्याग करून गोवा येथील मुंबई विद्यापीठाच्या पदव्युत्तर केंद्राच्या इंग्रजी विभागाचे प्रमुख म्हणून नोकरी स्वीकारली. १९७२च्या शिक्षकदिनाच्या दिवशी पुणे महानगरपालिकेने त्यांचा उत्कृष्ट शिक्षक म्हणून सत्कार केला. त्यांच्याबरोबरच फर्ग्युसनच्या गणित विभागातील प्राध्यापिका श्रीमती मधुमालती आपटे यांचाही उत्कृष्ट शिक्षक म्हणून सत्कार झाला. प्रा. आपटे यांनी पॅरिस विद्यापीठाची Docteur es Science ही पदवी मिळविली. त्यांनी आपला प्रबंध फ्रेंच भाषेत सादर केला आणि फ्रेंच भाषेतच विद्यापीठाच्या विद्वद्जनांपुढे आपल्या प्रबंधाचे समर्थन केले. महाराष्ट्र शासनाने २६ जानेवारी, १९७३ रोजी त्यांचा उत्कृष्ट शिक्षक म्हणून गौरव केला.

कोसिप (COSIP) कार्यक्रमात सहभाग :- विद्यापीठ अनुदान आयोगाने महाविद्यालयांमध्ये शास्त्र विषयांच्या अध्यापनाचे मूल्यमापन करण्यासाठी College Science Improvement Programme या नावाची योजना आखली होती. मुंबईच्या विल्सन कॉलेजने ऑल इंडिया ख्रिश्चन असोसिएशनच्या सहकार्याने शास्त्र विषय अध्यापनाच्या मूल्यमापनाची परिचर्चा आयोजिली होती. या परिचर्चेत फर्ग्युसन कॉलेजतर्फे प्राचार्य दे. अ. दाभोळकर, डॉ. प्र. सु. कारेकर आणि प्रा. अ. कृ. महाजनी यांनी भाग घेतला. मुंबईतील परिचर्चेनंतर त्याच धर्तीवर फर्ग्युसनमध्ये शास्त्र अध्यापकांचे प्रशिक्षण घेण्यात आले. अध्यापनात सुधारणा करण्याच्या दृष्टीने कोणत्या योजना करता येतील याचा आढावा घेण्यात आला.

---

* दोन्ही चर्चासत्रांच्या पुस्तिका नंतर प्रकाशित करण्यात आल्या. सारांश पाहा, **फर्ग्युसन कॉलेज मॅगेझिन,** Vol. 64, फेब्रुवारी, १९७३, पृ.IX ते XVI.

प्राध्यापकांचा शैक्षणिक परिषदांमधील सहभाग

भारतीय पातळीवरील परिषदांमध्ये सहभाग घेऊन आपला निबंध सादर करणे हे प्राध्यापकांच्या कार्याच्या मूल्यमापनाचे एक गमक असते, त्यासाठी अनुदानही दिले जाते. डॉ. जी. एन. जोशी यांनी बनारस हिंदू विद्यापीठाने आयोजिलेल्या तत्त्वज्ञान विषयांच्या परिषदेत Integrated Yoga of Sri Aurobindo या विषयावर निबंध सादर केला. इंडियन सायन्स काँग्रेसच्या सुवर्णमहोत्सवी अधिवेशनात (चंदीगड) डॉ. प्र. सु. कारेकर यांनी भाग घेतला, प्रा. क. मो. आगाशे यांनी भोपाळ येथे भरलेल्या इंडियन मॅथेमॅटिकल सोसायटीच्या परिषदेत भाग घेतला. प्रा. मो. गो. धडफळे यांनी उज्जैन येथे भरलेल्या प्राच्यविद्या परिषदेत व कालिदास समारोहात Prathitam Dushyantasya Caritam या विषयावर निबंध सादर केला, त्याशिवाय बनारस येथील 'बंध न्याय' विषयावरील चर्चेत Synonyms in Nyayasastra व अहमदाबाबद येथील प्राकृत अधिवेशनात 'Etymological Definitions and Pali Synonyms' या विषयावर निबंध सादर केले. राज्यशास्त्र विभागाचे प्रमुख प्रा. वि. मा. बाचल यांनी कलकत्ता येथे भरलेल्या ३३व्या अखिल भारतीय राज्यशास्त्र परिषदेत 'Judicial Review in India in the context of Golaknath Case' या विषयावर निबंध सादर केला. फ्रेंच भाषा विभागाचे प्रमुख प्राध्यापक एस. आर. सालकर यांनी विद्यापीठ अनुदान आयोगाने दिल्ली विद्यापीठात भरलेल्या आधुनिक युरोपियन भाषांच्या संदर्भात परिसंवादात भाग घेतला. वनस्पतीशास्त्र विभागाचे प्रमुख प्रा. एस. एच. देसाई यांनी मद्रास येथे भरलेल्या आंतरराष्ट्रीय परिचर्चेत 'Taxonomy of Fungi' या विषयावर भाष्य केले.

प्राध्यापकांच्या बदल्या व नेमणुका

भूगोल विषयाचे प्राध्यापक आजीव सदस्य श्री. दा. सी. देसाई यांची कीर्ति कॉलेजमध्ये बदली झाली. प्रा. व्ही. ए. पुणतांबेकर यांची कीर्ति कॉलेजमधून फर्ग्युसनमध्ये पदार्थविज्ञान विभागात विभागप्रमुख म्हणून बदली झाली. आजीव सदस्य प्रा. प्र. शं. जोशी यांची न्यू इंग्लिश स्कूलमधून फर्ग्युसनमध्ये संस्कृत विभागात बदली झाली. आजीव सदस्य, पदार्थविज्ञान विभागाचे ज्येष्ठ प्राध्यापक आणि छंदवर्गाचे संस्थापक आणि प्रमुख वक्ते प्रा. डी. व्ही. बडवे यांनी कॉलेजची नोकरी सोडली. त्यांच्या कारभाराची चौकशी होऊन शिस्तभंगाची कारवाई म्हणून हे घडले असा प्रवाद होता.

प्रा. दा. सी. देसाई यांच्या बदलीमुळे रिकाम्या झालेल्या जागेवर प्रा. अ. वि.

भागवत यांची भूगोल विभागात नेमणूक झाली. प्रा. जोसेफ लोबो (तत्त्वज्ञान), प्रा. स. म. गोळवलकर (राज्यशास्त्र), प्रा. क. मो. परचुरे (अर्थशास्त्र), प्रा. गीता मेहता (मानसशास्त्र), प्रा. कु. एस. व्ही. बकरे (संख्याशास्त्र), प्रा. श्रीमती पी. एम. फडके (गणित), प्रा. ए. व्ही. चक्रनारायण (भूशास्त्र) या सर्व प्राध्यापकांनी निवृत्त होईपर्यंत तीस वर्षांहून अधिक सेवा केली, याचा मुद्दाम उल्लेख करावयास हवा.

१९७२-७३ या वर्षात तीन प्राध्यापकांनी पीएच.डी.पदवी प्राप्त केली. रसायनशास्त्र विभागाचे प्रमुख प्रा. एस. पी. पाठक, प्रा. पी. जी. पोळ या दोघांनी रसायनशास्त्रातील पीएच.डी.; प्रा. आर. डी. भिडे यांनी पदार्थविज्ञानातील पीएच.डी.प्राप्त केली. या तिघांनी कॉलेजमध्ये प्रदीर्घ सेवा केली. डॉ. एस. पी. पाठक पुढे आजीव सदस्य व उपप्राचार्यही झाले.

संघटनांचे कार्य

१९७२-७३ मधील एक महत्त्वाचा बदल म्हणजे सोशल सायन्सेस संघटनेचे विषयवार विभाग करण्यात आले – अर्थशास्त्र, राज्यशास्त्र, इतिहास अशा वेगळ्या संघटना करण्यात आल्या. मोना बारलिंगे या अर्थशास्त्र संघटनेच्या कार्यवाह झाल्या. बाहेरील पाहुणे बोलावण्यापेक्षा दर शनिवारी साडेदहा वाजता जमून विद्यार्थी-प्राध्यापक यांनी एखाद्या विषयावर चर्चा करावयाची असे ठरले. उदा. प्राचार्य दाभोळकर यांनी Problems of Industrial Licensing in India या विषयावर चर्चा सुरू केली. अनौपचारिकता आणि मर्यादित हजेरी यामुळे चर्चा चांगल्या रंगल्या. संघटनेच्या सभासदांनी उरळीकांचनचे भारत ॲग्रो इंडस्ट्रीज आणि थेऊरचा यशवंत सहकारी साखर कारखाना या संस्थांना भेटी दिल्या. संघटनेने विद्यार्थ्यांसाठी स्वतंत्र ग्रंथालयही सुरू केले. अशा विभागीय ग्रंथालयांनी आता व्यापक स्वरूप घेतले आहे.

प्रा. के. जी. नित्सुरे यांच्या अध्यक्षतेखाली 'इतिहास संघटना' (History Association) या संघटनेचे कामकाज सुरू झाले. पुणे विद्यापीठाच्या इतिहास विभागाचे प्रमुख प्राध्यापक डॉ. अ. रा. कुलकर्णी यांचे उद्घाटनाचे भाषण झाले. १२ ऑगस्ट, १९७२ रोजी भारत इतिहास संशोधक मंडळाला भेट देण्यात आली. तेथे ज्येष्ठ इतिहासतज्ज्ञ प्रा. ग. ह. खरे यांनी इतिहासाच्या संशोधन साधनांबाबत माहिती दिली. प्रा. स. मा. गर्गे यांनी 'मराठ्यांच्या इतिहासाची संशोधनसाधने' यावर भाषण दिले. संघटनेच्या वतीने राजा केळकर म्युझियमला भेट देण्यात आली.

१९७२-७३ या वर्षात फर्ग्युसन मित्र मंडळाने आपले कार्यक्षेत्र वाढविले. पुण्याच्या इतर महाविद्यालयांतही अशी मंडळे स्थापन व्हावीत यासाठी प्रयत्न

करण्यात आले. बृहन्महाराष्ट्र कॉलेज ऑफ कॉमर्स आणि एन.वाडिया कॉलेज यांनी उत्तम प्रतिसाद दिला. डॉ. प्र. चिं. शेजवलकर यांचे 'टिपणे कशी घ्यावीत' (How to take Notes) या विषयावर व्याख्यान झाले. हे व्याख्यान विशेषत: पदवीपूर्व वर्गाच्या विद्यार्थ्यांना चांगले उपयोगी पडले. फर्ग्युसन मित्र मंडळ आणि 'सिम्बायोसिस' यांच्या संयुक्त विद्यमाने पुण्यातील परदेशी विद्यार्थ्यांसाठी रक्षाबंधनाचा कार्यक्रम ठेवला व त्याद्वारे त्यांना भारतीय संस्कृतीचा परिचय करून देण्यात आला. विद्यार्थ्यांच्या सोयीसाठी कॅफे गुडलकजवळ पी.एम.टी.बसस्टॉप पुन्हा सुरू करण्यात मंडळाने पुढाकार घेतला. मंडळाच्या सभासदांनी फर्ग्युसन कॅम्पस अधिक स्वच्छ राहावा यासाठी विशेष प्रयत्न केले.

गांधीवादी विचारवंत आचार्य स. ज. भागवत यांनी साहित्य सहकारच्या उद्घाटनप्रसंगी 'रवीन्द्रनाथांची काव्यसृष्टी' या विषयावर ५ ऑगस्ट, १९७२ रोजी व्याख्यान दिले. दुर्दैवाने वर्षअखेरीस आचार्यांचे निधन झाले. त्याबद्दल सहकारने श्रद्धांजली सभाही आयोजित केली. वर्षात सहकारच्या दहा सभा झाल्या व विद्यार्थ्यांच्या साहित्यावर उद्बोधक चर्चा झाल्या. २७ जानेवारी, १९७३ रोजी सहकारची पुरंदरला सहल नेण्यात आली. डॉ. द. न. गोखले आणि डॉ. गं. ना. जोगळेकरही सहभागी झाले होते. सहलीतही कथाकथन, कथावाचन असे कार्यक्रम करण्यात आले. भावी काळातील दूरदर्शनचे वृत्त-निवेदक श्री. प्रदीप भिडे हे 'सहकार'चे विद्यार्थी-कार्यवाह होते.

संस्कृत परिषदेचे उद्घाटन टिळक महाराष्ट्र विद्यापीठाचे प्राध्यापक पं. रामशास्त्री अभ्यंकर यांच्या 'विद्वत्कथा' या व्याख्यानाने झाली. संस्कृत परिषदेचे माजी कार्यवाह व फिलाडेल्फिया विद्यापीठात संस्कृत व भाषाशास्त्र विभागाचे प्रा. माधव देशपांडे यांचे 'पाणिनीय व्याकरणातील उपभाषा' या विषयावर व्याख्यान झाले. नारळी पौर्णिमेला, २४ ऑगस्ट, १९७२ रोजी संस्कृत दिन वेगळ्या पद्धतीने साजरा करण्यात आला. पूर्ण दिवस सर्व कार्यक्रम संस्कृत माध्यमातून ठेवण्यात आले. पं. बाळाचार्य खुपेरकर शास्त्रींचे 'काव्यस्वरूपम्' या विषयावर उद्बोधक भाषण झाले.

पुणे विद्यापीठाच्या तत्त्वज्ञान विभागाचे प्रमुख प्राध्यापक डॉ. सुरेंद्र बारलिंगे यांच्या हस्ते सॉक्रेटिक असोसिएशनचे उद्घाटन झाले व 'Has Religion a future' या विषयावर मुक्त चर्चा झाली.

प्राचार्य व्ही. एन. ढवळे यांच्या अध्यक्षतेखाली इंग्लिश लिटररी असोसिएशन (English Literary Association) या संघटनेचे कार्य सुरू झाले. कु. शहनाज मातेना यांनी ऑस्कर वाईल्ड यांच्या 'The Importance of Being Earnest' या साहित्यकृतीवर निबंध सादर केला. शेक्सपिअरच्या 'As you like it' वर दोन भागांत ध्वनिफीत सादर करण्यात आली. थॉमस गे, आय.सी.एस. (निवृत्त) यांचे

'The Enjoyment of Literature' या विषयावर भाषण झाले. फर्ग्युसनच्या सॉक्रेटिक असोसिएशनच्या साहाय्याने वाडिया कॉलेजच्या तत्त्वज्ञान विभागाच्या प्रमुख प्रा. श्रीमती आर. भट्टाचार्य यांचे 'Poetry and Philosophy of Tagore' या विषयावर अभ्यासपूर्ण भाषण झाले. प्राचार्य ढवळे यांनी प्राचार्यपद सोडून गोवा येथे इंग्रजी विषयाचे प्राध्यापकपद स्वीकारल्याने त्यांना निरोप देण्याचा, सत्काराचा खास कार्यक्रमही झाला.

प्राध्यापक संघटनेच्या कार्यामध्ये कॉलेजमधील अध्यापकांच्या निबंधावर, व्याख्यानांवर भर असे. १९७२-७३ या वर्षात डॉ. आनंद नाडकर्णी यांचे 'Model Act for University in Maharashtra', प्रा. दि. के. बेडेकर यांचे 'दलितांचे प्रश्न', डॉ. डी. आर. दिवगी यांचे 'Some Problems of Education' यावर, डॉ. ग. ना. जोशी यांचे 'स्वामी अरविंदांचे जीवन आणि कार्य' व प्रा. जे. अे. लोबो यांचे 'Symbolic Logic' या विषयावर व्याख्याने झाली. संघटनेतर्फे प्राचार्य ढवळे यांचा निरोपसमारंभ आयोजित करण्यात आला.

वादविवादमंडळाच्या अनेक कार्यक्रमांच्या निमित्ताने श्री. विठ्ठलराव गाडगीळ, श्री. ना. ग. गोरे, डॉ. अरविंद लेले, श्री. नरुभाऊ लिमये, श्री. प्रभाकर पाध्ये, प्राचार्य शिवाजीराव भोसले यांची व्याख्याने आयोजिली होती. प्रत्येक व्याख्यानानंतर मुक्त चर्चा असे, त्या बाबतीत विद्यार्थ्यांचा प्रतिसादही चांगला असे.

नाट्य विभागाचे उद्घाटन विख्यात नाट्य व सिनेकलावंत श्री. चित्तरंजन कोल्हटकर यांच्या हस्ते झाले. पुरुषोत्तम करंडक स्पर्धेसाठी सौ. वसुधा पाटील यांची 'धर्म' व रत्नाकर मतकरी यांची 'कहाणी कुणा प्रेमिकांची' या दोन एकांकिका सादर करण्यात आल्या. दुसऱ्या एकांकिकेत कु. बिम्बा लागू या विद्यार्थिनीस अभिनयाचे शिफारसपत्र मिळाले.

१३-१४ जानेवारीला कॉलेजचे स्नेहसंमेलन घेण्यात आले. खाद्य पदार्थांसाठी होणारा खर्च वाचवून दुष्काळ निवारण फंडास देण्यात आला. या काळात फनफेअरला सुमारे ४००० प्रेक्षकांनी भेट दिली व खर्च वजा जाता राहिलेली रक्कमही दुष्काळ निवारण फंडास देण्यात आली.

खेळांच्या बाबतीत विद्यार्थ्यांची कामगिरी प्रशंसनीय होती. आंतरमहाविद्यालयीन ज्यूडो स्पर्धेमध्ये काका मोहिते आणि प्रकाश पाटील यांनी आपापल्या वजनगटात सुवर्णपदके मिळविली. संपूर्ण टीमने नैपुण्यचषक मिळविला. राष्ट्रीय पातळीवरच्या ज्यूडो स्पर्धांमध्ये काका मोहिते यांनी सर्वोत्कृष्ट ज्यूडो खेळाडू हा मान आणि सुवर्णपदक मिळविले. सोम्पोप आणि निवपुत वसुत या थाई विद्यार्थ्यांनी मुष्टियुद्धात सुवर्णपदक मिळविले. कु. गीता सरीन यांना १९७२-७३ची राष्ट्रीय खेळाडू शिष्यवृत्ती मिळाली. भारतीय हॉकी टीममध्ये त्यांनी जपान आणि न्यूझीलंड येथे

चमकदार कामगिरी केली.

रँगलर महानजींचा ऑक्सफोर्ड विद्यापीठातर्फे गौरव

१९७४ सालची एक अभिमानास्पद घटना म्हणजे फर्ग्युसनचे माजी प्राचार्य आणि पुणे विद्यापीठाचे कुलगुरु रँगलर ग.स.महाजनी यांना त्यांच्या केंब्रिज विद्यापीठाच्या सेंट जॉन कॉलेज या मातृसंस्थेने मानाचे 'सन्माननीय सभासदत्व' (Honorary Fellowship) बहाल केले. महाजनींच्या बरोबर सर फ्रेड हॉइल, प्रा.मॅक्सवेल हर्मन, अलेक्झांडर न्यूमन, सर रुदरफोल्ड, नेस रॉबर्टसन या दिग्गजांना हे सभासदत्व देण्यात आले. महनीय कामगिरी करणाऱ्या माजी विद्यार्थ्यांचा हा सन्मान असतो. १९४५ साली रँगलर परांजपे यांनाही हा सन्मान प्राप्त झाला होता. भारतातील एकाच संस्थेतील दोन विद्यार्थ्यांना गणित विषयातला हा सन्मान मिळणे ही अपवादात्मक आणि म्हणूनच अभिनंदनीय घटना होय.

सर जेम्स फर्ग्युसन यांचे नातू व नातसून यांची कॉलेजला भेट

सर जेम्स फर्ग्युसन यांचे नातू लॉर्ड बॅलान्त्रे आणि त्यांच्या पत्नी लेडी बॅलान्त्रे यांनी १६ मार्च, १९७४ रोजी फर्ग्युसन कॉलेजला भेट दिली, त्यावेळी त्यांचे सहर्ष स्वागत करण्यात आले. १९४२ साली ऑक्टोबर महिन्यात बॅलान्त्रे यांनीच 'मेजर बर्नार्ड इ. फर्ग्युसन' म्हणून कॉलेजला भेट दिली होती. लॉर्ड बॅलान्त्रे यांनी १९३१ ते १९६७ या काळात ब्रिटिश लष्करात सेवा केली. १९६२ ते १९६७ या काळात त्यांनी न्यूझीलंडचे 'गव्हर्नर जनरल आणि कमांडर इन चीफ' हे सर्वोच्च महत्त्वाचे पद भूषविले. १९६८मध्ये त्यांना नायजेरियातील आंतरराष्ट्रीय आयोगाचे निरीक्षक सदस्य म्हणून नेमण्यात आले. फर्ग्युसनला भेट दिली तेव्हा ते ब्रिटिश कौन्सिलचे अध्यक्ष होते. या भेटीच्या वेळी कॉलेजशी संबंधित निमंत्रितांबरोबर त्यांची चर्चा झाली. लॉर्ड बॅलान्त्रे यांनी आपल्या भेटीच्या निमित्ताने ब्रिटिश कौन्सिलच्या वतीने ५०० पौंड किमतीची पुस्तके कॉलेजला भेट दिली.

फर्ग्युसन की फर्गसन

लॉर्ड बॅलान्त्रे यांच्या बरोबरील निवडक निमंत्रितांच्या चर्चेच्या वेळी प्रस्तुत लेखकाला सहभागी होता आले. फर्ग्युसन कॉलेज असा नामोच्चार आणि देवनागरीत लिहिण्याची प्रथा मूळ संस्थापकांच्या काळापासून पाळली जात होती. मध्यंतरी

काहींनी 'फर्ग्सन' असे लिहिणे सुरू केले. (आजही काही ठिकाणी असे लिहिले जाते.) 'यातील कोणते अधिक बरोबर आहे, असे लॉर्ड बॅलान्त्रे यांना विचारण्यात आले. Fergusson या शब्दाचे संबंधित उच्चारही करून दाखविण्यात आले. स्पेलिंगनुसार 'फर्ग्युसन' तर उच्चारानुसार 'फर्गसन' हे अधिक बरोबर असा दावा काहींनी केला. बॅलान्त्रे यांच्या म्हणण्यानुसार Fergusson या शब्दाचा इंग्रजी उच्चार व त्यानुसार बरोबर मराठी भाषेत लिहिणे हे निश्चित सांगणे अवघड आहे; परंतु अशा वेळी परंपरेने केलेले लेखन (Written usage) अधिक समर्थनीय होय असे मत खुद्द बॅलान्त्रे यांनी व्यक्त केले. म्हणूनच प्रस्तुत लेखकाने 'फर्ग्युसन कॉलेज' असा लोकमान्य टिळकांच्या केसरीपासून टिळक-आगरकर-परांजपे-महाजनी यांनी वापरलेला शब्दप्रयोग स्वीकारला आहे.

विशेष म्हणजे ही भेट प्राचार्य दे. अ. दाभोळकर यांच्या कार्यालयात झाली. सदर भेटीपूर्वी प्राचार्य दाभोळकर 'फर्गसन' असे लिहीत असत. भेटीतल्या चर्चेनंतर त्यांनी स्वत: 'फर्ग्युसन' असे लिहावयास सुरुवात केली; अगदी अलीकडे त्यांनी स्वहस्ताक्षरात लिहिलेल्या आठवणींमध्ये 'फर्ग्युसन' असेच लिहिले होते.

अभिरुची

१९७१ सालच्या दुसऱ्या सहामाहीत 'अभिरुची' या नाट्य-कला संघटनेचा जन्म झाला. नाट्यकलेत आवड प्रत्येकालाच असते. त्या कलेचे तंत्र कळले तर रसिकतेचा आनंद अधिक लुटता येईल या विचारातून ही संस्था स्थापन करण्यात आली. प्रा. भालबा केळकर या संस्थेच्या पाठीशी असल्याने संस्थेच्या कार्याला जोरदार चालना मिळाली. श्री. नीलांबर साठे, अजित केळकर, दिलीप फाटक व कुमारी वाघ यांनी अभिरुचीची स्थापना केली. १९७३मध्ये कु. रेखा इनामदार यांची कार्यवाह म्हणून निवड झाली.

१९७२च्या पहिल्या सहामाहीत प्रा.भालबा केळकर यांच्या मार्गदर्शनाखाली 'नाट्य प्रशिक्षण वर्ग' सुरू करण्यात आला. प्रसिद्ध नट चित्तरंजन कोल्हटकर यांच्या हस्ते वर्गाचे उद्‌घाटन झाले. अभिनय, शब्दोच्चार, चेहऱ्यावरील हावभाव, मूकाभिनय इत्यादींची प्रात्याक्षिके, मार्गदर्शन, सराव याचा अभ्यास केला जात असे. अभिरुचीने 'पाक्षिक हस्तलिखित' प्रकाशित करण्यास सुरुवात केली. १९७१-७२मध्ये 'चित्रपट आणि स्वरश्री विशेषांक,' 'समीक्षा विशेषांक' यशस्वी ठरले. आचार्य अत्रे, बालगंधर्व, राजेश खन्ना, जया भादुरी हे विशेषांकसुद्धा गाजले. १९७३-७४ मधील 'व्यंगचित्र विशेषांक' हा धमाल गाजला.

१९७२-७३च्या दुसऱ्या सहामाहीत 'श्रीकांत मोघे' आणि प्रा. मधुकर तोरडमल

यांच्या बरोबर चर्चेचा कार्यक्रम रंगला. १९७३-७४मध्ये अभिरुचीने 'स्वरमंडळ' आणि 'कलामंडळ' या उपसंघटना स्थापन केल्या. स्वरमंडळतर्फे पटवर्धन बंधूंची सतारीची जुगलबंदी, तर 'कलामंडळ'तर्फे गंमत जत्रेत चित्रकला प्रदर्शन भरविण्यात आले. १९७२-७३ आणि १९७३-७४ या दोन्ही वर्षांत विविध गुणदर्शनाचे कार्यक्रम करण्यात आले. त्यातील १९७३-७४ मधील कार्यक्रम फर्ग्युसनच्या माजी विद्यार्थ्यांसाठी योजला होता.

१९७३-७४ या वर्षाचे उद्‌घाटन 'नृत्यभारती' या संस्थेच्या संचालिका रोहिणी भाटे यांच्या 'कथ्थक' नृत्यावरील भाषणाने झाली. अभिरुची स्वरमंडळातर्फे चंद्रकांत सरदेशमुख यांचे सतारवादन, दिग्विजय वैद्य यांचे अभंग व नाट्यगीत गायन हे कार्यक्रम झाले. माजी विद्यार्थी संघटनेच्या मेळाव्यात अभिरुचीच्या वतीने विविध गुणदर्शन कार्यक्रम झाला. त्यात पूर्णिमा सोहोनी व दिग्विजय वैद्य यांचे गायन, रेखा इनामदार यांचे नाट्यवाचन झाले.

प्रा. क. म. परचुरे यांचा शाम ए गझल हा भावपूर्ण कार्यक्रम, नीलांबर साठे यांचे, 'असा मी असामी' तील भागांचे साभिनय वाचन, मोहन भडभडे आणि शुभदा कुलकर्णी यांचे चित्रकला प्रदर्शन हे कार्यक्रमही विद्यार्थीप्रिय ठरले.

अभिरुची मासिकातर्फे 'गुलजार-ऋषिकेश मुखर्जी' व बासु भट्टाचार्य हा विशेषांक विद्यार्थ्यांना आवडला. दर महिन्याला अभ्यासपूर्ण चित्रपट-नाट्यपरीक्षणे मासिकात प्रसिद्ध होत. प्रा. डॉ. वि. मा. बाचल, प्रा. क. म. परचुरे, डॉ. वि. रा. करंदीकर अभिरुचीचे प्रमुख मार्गदर्शक होते. प्राचार्य दाभोळकर सर्व कार्यक्रमांना उपस्थित राहून मार्गदर्शन करीत असल्याने विद्यार्थ्यांचा उत्साह वाढत होता.

पुणे विद्यापीठाचा रौप्यमहोत्सव (१९७४)

१९४९ साली स्थापन झालेल्या पुणे विद्यापीठाला १९७४ साली पंचवीस वर्षे पूर्ण होत होती. त्यामुळे विद्यापीठाचा रौप्यमहोत्सव साजरा होणे अपेक्षित होते. ६ एप्रिल, १९७४ रोजी हा समारंभ भारताच्या पंतप्रधान श्रीमती इंदिरा गांधी यांच्या उपस्थितीत साजरा होणार अशी अपेक्षा होती. भारताच्या शैक्षणिक क्षेत्रात विद्यापीठाने चांगलेच नाव कमावले होते. ज्येष्ठ दिग्गज कुलगुरुंनी विद्यापीठाचे नेतृत्व केले होते. त्यात फर्ग्युसन कॉलेजच्या प्राचार्यांचा समावेश होता. योगायोग असा की ज्या रँग्लर महाजनींनी १९३७-३८मध्ये विद्यापीठाच्या स्थापनेसंबंधी मुंबई इलाख्याच्या विधिमंडळात प्रस्ताव मांडला होता, तेच प्रा. महाजनी सदतीस वर्षांनंतर विद्यापीठाचे कुलगुरु होते.

प्रा. महाजनींनी कुलगुरुपद स्वीकारण्यामागे एक विशेष कारण- परंपरा होती. १९७२च्या मध्यात पुणे विद्यापीठाचे तत्कालीन कुलगुरु डॉ. बा. पां. आपटे यांच्या

कारभाराबद्दल व त्याचप्रमाणे कार्यकारिणीबद्दल गंभीर आक्षेप घेण्यात आले होते. परिस्थिती हाताबाहेर जात आहे हे लक्षात आल्यावर प्राचार्य दाभोळकर यांनी अनपेक्षित आणि तात्काळ उपोषण सुरू केले. त्यावेळचे राज्यपाल आणि विद्यापीठाचे कुलपती अलि यावर जंग यांच्या विनंतीनुसार प्रा. दाभोळकर यांनी उपोषण सोडले. वटहुकुमानुसार कार्यकारी मंडळ बरखास्त करण्यात आले. काही दिवसांनी कुलगुरुंनीही आपले पद सोडले. महाराष्ट्र शासनाने तातडीने रँग्लर महाजनींना कुलगुरुपद स्वीकारण्याची विनंती केली, ती त्यांनी मान्य केली. प्राचार्य दाभोळकर यांची तीन वर्षांसाठी विद्यापीठ कार्यकारिणीवर नियुक्ती केली.*

पुणे विद्यापीठात या घटना घडत असताना १९७३-७४मध्ये महाराष्ट्र शासनाने विधिमंडळात विद्यापीठ सुधारणांविषयक विधेयक सादर केले. महाराष्ट्रातील विद्यापीठांच्या कायद्यांमध्ये सुसूत्रता आणणे आणि त्यांच्या कारभारात सुधारणा करणे हा विधेयकाचा उद्देश होता.

या विधेयकाचे शैक्षणिक जगतात संमिश्र स्वागत झाले.

विद्यापीठाच्या प्रशासकीय विभागांचे, समित्यांचे आकारमान कमी करण्यात आर्थिक बचत आणि अधिक परिणामकारक चर्चा होणे हा सुधारणेचा उद्देश होता.

विद्यापीठाच्या मंडळांवर प्राध्यापक आणि विद्यार्थी यांना अधिक प्रतिनिधित्व देण्यात आले. विद्यापीठाच्या सीनेटवर अनुसूचित जाती आणि जमाती यांना प्रतिनिधित्व देण्यात आले. महाविद्यालयांच्या प्रशासनावर शिक्षकांना प्रतिनिधित्व देण्यात आले. शैक्षणिक संयोजन आणि मूल्यांकन समितीची नेमणूक करणे ही स्वागतार्ह सूचना होती.

एका बाबतीत विधेयकाला मोठा विरोध होता. विद्यापीठाचे कुलपती-राज्यपाल यांचे विद्यापीठातील प्रशासनात वाढते अतिक्रमण स्वीकारार्ह नव्हते. काही विद्यापीठांच्या व्यवस्थापनात आक्षेपार्ह गोष्टी घडत होत्या हे मान्य करुनही कुलपतींचे म्हणजेच पर्यायाने सरकारचे - राजकीय पक्षांचे-हस्तक्षेपाचे अधिकार वाढविणे म्हणजे विद्यापीठांच्या शैक्षणिक स्वायत्ततेवर अतिक्रमण करण्यासारखे आहे अशी जनमानसात भीती होती.

विद्यापीठांच्या मंडळांवर सरकारी प्रतिनिधींची पदसिद्ध नेमणूक दोन कालखंडापेक्षा अधिक असू नये ही तरतूद स्वागतार्ह होती.

विद्यापीठ दुरुस्ती कायदा अमलात आल्यावर आपल्या हितसंबंधावर काय परिणाम होतील याचा विचार करून शिक्षक, प्रशासक, विद्यार्थी, विद्यापीठामार्फत

---

* अधिक संदर्भासाठी पाहा –
राजा दीक्षित, **पुणे विद्यापीठाचा इतिहास,** पुणे विद्यापीठ सुवर्णमहोत्सव प्रकाशन, पुणे १९९९, पृ.८५-८६, ९०.

स्थापन झालेली विविध मंडळे आपापल्या परीने दबावगट तयार मोर्चेबांधणी करू लागली. प्रत्यक्ष कायदा तयार होऊन त्याची अंमलबजावणी होईपर्यंत हे दबावाचे राजकारण चालणार होते.

दुसऱ्या बाजूला सरकारचा १०-२-३ असा नवा प्रयोग राबविणे घाटत होते. अपेक्षा अशी होती १०वी एस.एस.सी. उत्तीर्ण झाल्यावर बराच मोठा विद्यार्थी वर्ग तांत्रिक-व्यावसायिक शिक्षणाकडे वळेल; ११वी व १२वी हे वर्ग ज्युनिअर कॉलेज म्हणून ओळखले जातील. आदर्श परिस्थितीत या वर्गाचा एक स्वतंत्र शैक्षणिक प्रशासकीय गट असेल व बारावीनंतरचा स्वतंत्र गट असेल. प्रत्यक्षात मात्र घडले वेगळेच. काही ठिकाणी ११वीचे वर्ग शाळांना जोडावयाचे व १२वीचे कॉलेजकडे ठेवावयाचे अशी टूम निघाली. कॉलेजकडे वर्ग शाळांना जोडावयाचा तर फार मोठ्या प्रमाणावर कॉलेजच्या शिक्षक-सेवा वर्गावर बेकारीची कुऱ्हाड कोसळणार होती. शिवाय सर्वच शाळांकडे प्रशिक्षित शिक्षकवर्ग आणि शास्त्र शाखांसाठी लागणाऱ्या प्रयोगशाळा नसल्यामुळे असंतोष निर्माण होत होता. पुणे, नगर, नाशिक या मोठ्या नगरांमध्ये या दोन्ही गोष्टींची कमतरता नव्हती. शिवाय त्यांच्या अनेक शाखा असल्याने शिक्षक सेवकांच्या बदल्या करणे शक्य होते. इतर संस्थांचे काय? शेवटी संभाव्य अशांतता लक्षात आल्याने सरकारने नव्या प्रयोगाला स्थगिती दिली. कालांतराने हा प्रयोग सुरू झाल्यावरही कसे शैक्षणिक धिंडवडे निघत गेले हे आपण पुढे पाहणार आहोतच.

१९७२मध्ये प्राचार्य दाभोळकरांनी पुणे विद्यापीठातील गैरप्रकाराबद्दल उपोषण केले होते, त्यावेळी सरकारने काय कार्यवाही केली याचा उल्लेख केला आहे. सरकारने विद्यापीठाच्या कार्यकारी मंडळाची पुनर्रचना केली व त्यामध्ये प्रा. दाभोळकरांचा समावेश केला. विद्यापीठाला योग्य नेतृत्व मिळावे म्हणून रँग्लर महाजनी यांना कुलगुरु म्हणून नेमले त्यावेळी त्यांनी वयाची पंचाहत्तरी ओलांडली होती. त्यांची कुलगुरुपदाची तीन वर्षे पुरी होत असताना एका खास सरकारी आदेशानुसार प्रा. दाभोळकरांची कुलगुरु म्हणून नेमणूक १८ जानेवारी, १९७५पासून केली. त्यावेळी प्राचार्यपदाची पाच वर्षे मुदतीची दोन वर्षे शिल्लक असतानाही त्यांनी पद सोडले व नवी जबाबदारी पत्करली.

प्राचार्य दाभोळकरांची केवळ तीन वर्षांची कारकीर्द भरीव कार्यक्रमांनी गाजली. कॉलेजच्या एन.सी.सी., एन.एस.एस., जी.एम.सी. यांच्या वतीने आयोजिलेल्या बहुतेक कार्यक्रमांना ते स्वत: हजर राहात. विद्यार्थी कल्याण, विद्यार्थी व्यक्तिमत्त्व विकास, युवा नेतृत्व याबाबत त्यांनी नव्या संस्था स्थापन केल्या. गरीब, मागासवर्गीय, वंचित, अपंग या विद्यार्थ्यांबद्दल त्यांना विशेष कणव होती. दुष्काळाच्या काळात विद्यार्थ्यांना सर्व प्रकारची मदत त्यांनी मिळवून दिली. त्यांनी त्यांच्या काळात

कॉलेज शिक्षकांसाठी निवासस्थाने, होस्टेल ब्लॉक्सच्या सुधारणा, कॉलेजच्या उत्तर सीमेवर मोठी उंच भिंत ही कामे झाली. त्यांच्या काळात कोहसिप योजनेअंतर्गत ३ लक्ष रुपयांचे अनुदान प्राप्त झाले व कोहसिप योजनेची आखणी सुरू झाली, त्यांच्या कार्याचा गौरव विद्यार्थ्यांनी खास समारंभात ताम्रपटाच्या रूपात केला. त्या ताम्रपटावरून त्याच्या कामाची प्रचिति येते.

प्राचार्य दाभोळकर यांना सन्मानपत्र

प्रिय आचार्य

...आपण प्राचार्यपद भूषविले त्याच क्षणी एक बदल आम्हाला जाणवला तो 'You are Welcome, Walk in' या आपल्या ऑफीसवरच्या पाटीने आणि गेल्या तीन वर्षांत ही अक्षरे केवळ पाटीवरच राहिली नाहीत, तर आपल्या मनातील या भावनेची वेळोवेळी आम्हाला प्रचिति आणून दिली. प्राचार्यपदाच्या थोड्याच कालावधीत आपण आम्हा विद्यार्थ्यांची मने जिंकलीत; इतकी की आपण आम्हा विद्यार्थ्यांना आपल्याच कुटुंबातील एक वाटू लागलात...

...आपण विद्यार्थीजगातील प्रश्नांकडे जिव्हाळ्याने आणि कळकळीने पाहता, चिंतनशील दृष्टिकोनातून विचार करून त्यावरील उपायही सुचविला. सध्याच्या अशांत विश्वामध्ये आपल्या विचारी, संयमी आणि सहिष्णु व्यक्तिमत्त्वाचा आम्हा विद्यार्थ्यांना फार आधार वाटतो. सध्या बदलत्या शैक्षणिक परिस्थितीमध्ये शिक्षणक्षेत्रातील उच्च पद भूषविणाऱ्या व्यक्तीचे मन जेवढे शैक्षणिक गुणवत्तेला प्राधान्य देणारे असावे लागते, तेवढेच ते समाजाभिमुखही असणे आवश्यक असते. आपल्यामध्ये असलेल्या या दोन्ही गुणांचा लाभ तरुण पिढीला नक्कीच होणार आहे.

.....आम्ही सर्व विद्यार्थीवर्ग आपणास सुयश चिंतितो आणि आमच्या भावनांचे प्रतीक असणारे हे सन्मानपत्र आपणास सविनय अर्पण करतो.

आपले,

दि. १९-१-१९७४ फर्ग्युसन महाविद्यालयीन विद्यार्थी

वरील मानपत्रावरून प्राचार्य दाभोळकर किती विद्यार्थीप्रिय होते, याचा प्रत्यय येतो. काहींच्या मते अशी मानपत्रे वरकरणी द्योतक असतात. मला स्वत:ला तसे वाटत नाही. प्रथम विद्यार्थी व शेवटी सहकारी या नात्याने मी त्यांना जवळून ओळखत होतो. एखादी गोष्ट पटत नसेल तर ते स्पष्ट, परखडपणे सांगत. दुष्काळ आणि बांगला देश युद्ध या आपत्तींचा काल त्यांनी विधायक समर्थतेने हाताळला.

आर्थिक-नैतिक भ्रष्टाचाराची त्यांना खूप चीड येत असे; या भूमिकेतून त्यांनी उपोषण आरंभले. पुढच्या घटना पाहता या उपोषणामागे विद्यापीठ कुलगुरुपदावरची नजर अशी उघड टीका त्यावेळी झाली होती, त्यांच्या काळात झालेल्या विद्यार्थी-प्राध्यापक यांच्या शिबिरांमध्ये त्यांची या दोन प्रमुख घटकांवर सतर्क ठेवण्याची दृष्टी दिसून येई. प्रस्तुत पुस्तकातील त्यांच्या संबंधींचा मजकूर त्यांनी स्वत: वाचला होता. इतकेच नव्हे तर निधनापूर्वी स्वत:च्या हस्ताक्षरात काही आठवणीही पाठवल्या होत्या. त्यांचा पिंड समाजवादी होता व त्यांचे मित्रवर्तुळही प्रामुख्याने तसेच होते. दाभोळकरांची कारकीर्द अल्प काळाची असली तरी ती वेगळा ठसा उमटवून गेली, यात शंका नाही.

◆

परिशिष्ट १

विद्यार्थी संख्या : तुलनात्मक पट (१९४९-१९५० आणि १९७३-१९७४)

विद्यार्थी संख्या - १९४९-१९५०

वर्ग	विद्यार्थी	विद्यार्थिनी	एकूण
प्रथम वर्ष कला	१०४	५४	१५८
प्रथम वर्ष शास्त्र	५०३	४९	५५२
द्वितीय वर्ष कला (Inter Arts)	८७	७२	१५९
द्वितीय वर्ष शास्त्र (A Group)	२६७	९	२७६
द्वितीय वर्ष शास्त्र (B&C Group)	११४	३१	१४५
ज्युनिअर बी.ए.	५२	३६	८८
सीनिअर बी.ए.	६२	४८	११०
ज्युनिअर बी.एस्सी.	१६७	१३	१८०
सीनिअर बी.एस्.सी	१४७	१६	१६३
एकूण	**१५०३**	**३२८**	**१८३१**
पदव्युत्तर	-	-	-
एम.ए.	-	-	-
एम.एस्सी.	२३	२	२५
पीएच.डी.	६	-	६
संपूर्ण बेरीज	**१५३२**	**३३०**	**१८६२**

निकाल - १९४९-१९५० परीक्षा **टक्के**

पुणे विद्यापीठ	बी.ए.(ऑनर्स)ऑक्टोबर, १९४९	५५%
	एम.ए.,एम.एस्सी.गणित १९५०	३९%
	एम.एस्सी. पेपर्स १९५०	२९%
	बी.ए. १९५०	६०%
	बी.एस्सी. (१९५०)	६९%
	इण्टर सायन्स (१९५०)	७०%
मुंबई विद्यापीठ	एम.एस्सी.गणित सोडून	३३%
	एम.ए.	२५%

विद्यार्थी संख्या - १९७३-१९७४

वर्ग	**विद्यार्थी**	**विद्यार्थिनी**	**एकूण**
पदवीपूर्व कला	१८९	१८७	३७६
प्रथम वर्ष कला	१५६	१८९	३४५
द्वितीय वर्ष कला	२३७	१३६	३७३
तृतीय वर्ष कला	२३९	११६	३५५
एकूण (कला)	**८२१**	**६२८**	**१४४९**
पदवीपूर्व शास्त्र	४४४	१०२	५४६
प्रथम वर्ष शास्त्र	५२०	१०४	६२४
द्वितीय वर्ष शास्त्र	१३९	८८	२२७
तृतीय वर्ष शास्त्र	१४५	९४	२३९
एकूण (शास्त्र)	**१२४८**	**३८८**	**१६३६**
एम.ए.	५८	२७	८५
एम.एस्सी.	१६	१	१७
एकूण सर्व बेरीज (कला व शास्त्र)	**२१४३**	**१०४४**	**३१८७**

प्राध्यापक वर्ग		**सेवक वर्ग**	
प्राचार्य	१	ग्रंथपाल	१
व्याख्याते ज्येष्ठ	१४	रजिस्ट्रार	१
व्याख्याते Senior scale	११	मुख्य लिपिक	१
व्याख्याते Junior scale	४४	लिपिक	३१

प्रयोग निरीक्षक	४५	सेवक	९९
पी.टी.डायरेक्टर	१		
एकूण	**११६**	**एकूण**	**१३३**
	एकूण बेरीज	**२४९**	

दोन तक्त्यांबाबत टिप्पणी

१९४९-१९५० ही वर्षं निवडण्याची कारणे

१. एस.एस.सी.परीक्षा सुरू झाल्यानंतरचे हे कॉलेजचे पहिले वर्ष

२. पुणे विद्यापीठाच्या स्थापनेचे (१० फेब्रुवारी, १९४९) पहिले वर्ष

१९३५च्या दरम्यान सरकारी नियमानुसार पदव्युत्तर विद्यार्थी धरून जास्तीतजास्त मंजूर संख्या १२०० होती. १९३५ साली संख्या- प्रत्यक्ष विद्यार्थी - १२०१, विद्यार्थिनी - ९३.

१९५०च्या दरम्यान ही संख्या पदव्युत्तर वर्ग धरून वाढीव संख्या - १८६२ साली.

याचा अर्थ पंधरा वर्षांत ही संख्या सुमारे दीडपट झाली.

१९७४ साली एकूण विद्यार्थीसंख्या ३१८७ झाली.

पंचवीस वर्षांत ही संख्या सुमारे दुपटीने वाढली.

१९५०मध्ये - प्रथम वर्ष कला वर्गास विद्यार्थी-विद्यार्थिनींचे प्रमाण २:१ असे आहे.

एकूण विद्यार्थी संख्या १५८, एकच तुकडी इंग्रजी माध्यमाची.

प्रथम वर्ष शास्त्र वर्गास विद्यार्थी-विद्यार्थिनींचे प्रमाण १०:१ असे आहे.

द्वितीय वर्ष कला वर्गास विद्यार्थी-विद्यार्थिनींचे प्रमाण जवळजवळ सम आहे.

द्वितीय वर्ष शास्त्र वर्गास A गट इंजिनिअरिंग-प्रमाण ३०:१ असे आहे.

द्वितीय वर्ष शास्त्र वर्गास B गट मेडिकल - प्रमाण ४:१ असे आहे.

१९७४मध्ये प्रथम वर्ष शास्त्र-(FY.Sc.) विद्यार्थी-विद्यार्थिनींचे प्रमाण ५:१ असे आहे.

याचा अर्थ २५ वर्षांत इंजि.-मेडिकलकडे जाणाऱ्या विद्यार्थी-विद्यार्थिनींच्या प्रमाणात फारसा फरक पडलेला नाही.

१९५०मध्ये कला विभागाकडे पदवीकडे जाणाऱ्या विद्यार्थ्यांच्या संख्येत प्रमाण समान आहे, त्याचवेळी शास्त्र विभागाकडे जाणाऱ्या विद्यार्थिनींची संख्या (बी.एस्सी.) विद्यार्थ्यांच्या प्रमाणात १/१० आहे.

१९७४मध्ये शास्त्र शाखेकडे (बी.एस्सी.) जाणाऱ्या मुलींची संख्या मोठ्या प्रमाणात वाढली आहे. मुलांच्या संख्येच्या साधारणत: २/३ प्रमाण आहे.

द्वितीय आणि तृतीय वर्षाच्या विद्यार्थीसंख्येत फरक आढळतो. कारण त्या काळात विशेष विषयाची निवड ही तृतीय वर्षात करावी लागे. विषयांच्या सोयीनुसार विद्यार्थ्यांचे स्थलांतर (कॉलेज बदलणे) होत असे.

◆

प्रकरण पाचवे

शताब्दीपूर्व दशक (१९७५-१९८५) प्राचार्य पां. ल. गाडगीळ कालखंड

प्रा. पां. ल. गाडगीळ

२ जानेवारी, १९७५ रोजी फर्ग्युसन कॉलेजला ९० वर्षे पूर्ण होत होती. १६ जानेवारी, १९७५ रोजी पुणे विद्यापीठाचे कुलगुरुपद स्वीकारण्याच्या हेतूने प्राचार्य दाभोळकर रजेवर गेले आणि १८ जानेवारी, १९७५पासून त्यांनी डॉ. ग. स. महाजनी यांच्याकडून पदभार स्वीकारला. दोन सलग कुलगुरुपदे सांभाळणारे दोघे प्राचार्य फर्ग्युसनचे होते हा विशेष योग होता.

दाभोळकरांच्या रिक्त जागेवर तत्त्वज्ञान विभागाचे प्रमुख प्राध्यापक गं. ना. जोशी यांची प्रभारी प्राचार्य म्हणून नेमणूक झाली. डेक्कन एज्युकेशन सोसायटीने प्रा. पां. ल. गाडगीळ (साहित्य क्षेत्रात 'बाळ गाडगीळ' म्हणून सर्वपरिचित) यांची फर्ग्युसनचे प्राचार्य म्हणून निवड केली आणि त्यांनी १० मार्च, १९७५पासून पदभार स्वीकारला.

प्रा. गाडगीळांनी विपरीत परिस्थितीशी संघर्ष करीत आपले शिक्षण पुरे केले. सर्व शिक्षणात गाडगीळांनी उच्च दर्जा टिकविला; मुंबई विद्यापीठाची अर्थशास्त्र विषयातील एम.ए.पदवी त्यांनी पहिल्या वर्गात प्राप्त केली. त्यानंतर लोकप्रशासन आयोगाची आय.ए.एस.पदवी प्राप्त केल्यानंतर काही काळ मुंबई येथे आयकर विभागात कामही केले. अधिक आर्थिक लाभाची ही नोकरी सोडून त्यांनी फर्ग्युसनमध्ये अर्थशास्त्र विभागात १९५७पासून प्राध्यापक म्हणून सेवा पत्करली; ते आजीव सदस्यही झाले. १९६४-७१ या काळात (प्राचार्य माईणकर आणि प्राचार्य ढवळे

यांच्या काळात) उपप्राचार्य म्हणून त्यांनी काम पाहिले. अमेरिकेच्या विस्कॉनसिन विद्यापीठात डॅनफोर्थ फेलो म्हणून जागतिक कीर्तीचे, आंतरराष्ट्रीय अर्थशास्त्राचे तज्ज्ञ प्रा. पी. टी. एल्सवर्थ यांच्या मार्गदर्शनाखाली अर्थशास्त्रातील एम.एस.ही पदवी त्यांनी मिळविली. १९७१-७४ या काळात त्यांनी विलिंग्डन कॉलेजचे प्राचार्य म्हणून काम पाहिले.

प्राचार्य पां. ल. (बाळ) गाडगीळ यांनी फर्ग्युसनच्या नवती महोत्सवाच्या पार्श्वभूमीवर प्राचार्यपदाची सूत्रे हाती घेतली. १९८५मध्ये शताब्दी समारंभ अपेक्षित होता. शतकपूर्ती हा महत्त्वाचा टप्पा असतो; त्यावेळेला कार्यक्रमाला खऱ्या अर्थाने वेग येण्याच्या दृष्टीने प्रा. गाडगीळांनी 'शताब्दीपूर्व दशक' (Centenary Decade) ही कल्पना मांडली. योजनाबद्ध, शिस्तबद्ध पद्धतीने विद्यार्थी, शिक्षक, सेवक, पालक, देणगीदार या सर्वांच्या ऊर्जेला निश्चित वळण देता येईल अशी 'दशका'मागची कल्पना. शताब्दीपर्यंत नेमके काय करता येईल, ते कसे अमलात आणता येईल, वारंवार आढावा घेत होत असलेल्या कार्याचे मोजमाप कसे करता येईल, कार्याची, अर्थव्यवहारांची अनाठायी द्विरुक्ती कशी टाळता येईल, हे पाहणे शक्य होईल या हेतूने शताब्दी दशकाची आखणी अपेक्षित होती.

नवती महोत्सव (१९७६)

नवती महोत्सवाचा मुख्य कार्यक्रम ११ एप्रिल, १९७६ रोजी भारत सरकारचे परराष्ट्रव्यवहार मंत्री श्री. यशवंतराव चव्हाण यांच्या शुभहस्ते झाला. पुण्यातील ज्येष्ठ वास्तुतज्ज्ञ श्री. अतुर संगतानी हे कार्यक्रमाचे अध्यक्ष होते.

कार्यक्रमाची सुरुवात सरस्वतीस्तोत्रम् आणि संस्थापकांची गौरवगाथा या कार्यक्रमाने झाली. ज्या प्राचार्यांनी फर्ग्युसनला प्रतिष्ठा प्राप्त करून दिली त्यांचा - सर्वश्री डॉ. ग. स. महाजनी, दि. धों. कर्वे, स. वा. कोगेकर, त्र्यं. गो. माईणकर, वि. ना. ढवळे, दे. अ. दाभोळकर, पां. ल. गाडगीळ यांचा - अध्यक्षांच्या हस्ते सत्कार करण्यात आला. श्री. अतुर संगतानी (डेक्कन एज्युकेशन सोसायटीचे नियामक मंडळाचे सभासद) यांनी दरवर्षी रु.५,०००/- प्रमाणे शताब्दी वर्षापर्यंत एकूण रु.५०,०००/-ची देणगी जाहीर केली.

समारंभाचे प्रमुख पाहुणे श्री. यशवंतरावजी चव्हाण यांनी फर्ग्युसन कॉलेजच्या ९० वर्षांच्या कार्याचा स्थूल आढावा घेतला आणि हा ऐतिहासिक आढावा म्हणजे एक प्रकारे भारतीय पुनरुज्जीवनाचा इतिहास असल्याचे सांगितले. ते म्हणाले :-

''गेली नव्वद वर्षे हे मानवी इतिहासाचे महत्त्वाचे पर्व आहे. जीवनाच्या वेगवेगळ्या क्षेत्रांत लक्षणीय प्रगती झाली आहे. जीवनाची विविध अंगे, शास्त्र,

तंत्रज्ञान, आर्थिक पुनरुज्जीवन या क्षेत्रांत लक्षणीय प्रगती साधली गेली आहे; विशेषत: गेल्या तीस वर्षांत अपूर्व विकास झाला आहे. या वर्षांमध्ये आशिया-आफ्रिका खंडांतील साम्राज्ये विघटित झाली आहेत. केवळ देश स्वतंत्र होऊन भागणार नाही. नव्याने मुक्त, स्वतंत्र झालेल्या देशांना अनेक नवे प्रश्न भेडसावत आहेत. शास्त्र आणि तंत्रज्ञान यांच्या साहाय्याने नवे प्रश्न सोडवले पाहिजेत. मनुष्य जातीच्या प्रश्नांची सोडवणूक करून मानवजातीचे कल्याण साधण्याचा प्रामाणिक प्रयत्न केला पाहिजे.

''युद्ध हे केवळ सेनाधिकाऱ्यांकडे सोपवून चालणार नाही; सरकार चालवणे हे केवळ राजकारण्यांवर सोपवून चालणार नाही; त्याचप्रमाणे शिक्षणाचा प्रश्न फक्त शिक्षणतज्ज्ञांकडे सोपवून भागणार नाही. वास्तवात सर्वच प्रश्न इतक्या गुंतागुंतीचे बनले आहेत की सर्वांनी सामूहिक प्रयत्न करून ते सोडविण्याचा प्रयत्न केला पाहिजे.

''नव्वदाव्या वर्धापनाच्या निमित्ताने जुन्या कर्तृत्वाचा आढावा घेतला पाहिजे, नवी आव्हाने स्वीकारली पाहिजेत, संस्थेच्या संस्थापकांनी जी स्वप्ने पाहिली ती प्रत्यक्षात उतरविण्याचा प्रयत्न केला पाहिजे.''

आपल्या प्रास्ताविक भाषणात प्राचार्य पां. ल. गाडगीळ यांनी कॉलेजच्या काही प्रश्नांचा उल्लेख केला.

''नव्वदीच्या दशकात कला विभाग आणि शास्त्र विभागात एकूण ३४०० विद्यार्थी शिकत होते. विद्यापीठाच्या आणि अन्य परीक्षांमध्ये बहुतेक परीक्षांचा निकाल उल्लेखनीय होता. खेळ, अभ्यासेतर उपक्रमांमध्ये विद्यार्थ्यांचे यशही कौतुकास्पद होते. असे असले तरी सर्व गोष्टी मनासारख्या घडत होत्या असे म्हणता येणार नाही. जुन्या आणि नव्या महाविद्यालयांना काही नवे प्रश्न भेडसावीत होते. बहुतेक संस्थांना आर्थिक संकटांना तोंड द्यावे लागत होते. विद्यार्थ्यांकडून मिळणारे शुल्क आणि सरकारी अनुदाने अशी आमची दोन प्रमुख उत्पन्नांची साधने होत. अनेक वर्षे सरकारकडून मिळणारे अनुदान (शुल्क) बऱ्याच वर्षांत फारसे बदलले नाही.अनुदानाच्या रकमेमध्ये आर्थिक तोंडमिळवणी शक्य होत नाही. प्रयोगशाळांचे खर्च, पुस्तके, साहित्य इत्यादींच्या किमती झपाट्याने वाढत आहेत. शिक्षक-सेवक यांचे पगार वाढत आहेत; यांचा परिणाम असा होत आहे की दरवर्षी ज्या प्रमाणात खर्च वाढत आहेत त्या प्रमाणात उत्पन्नात वाढ होत नाही; जमाखर्चाची तोंडमिळवणी गाठता येत नाही आणि नवी आर्थिक संकटे उभी राहात आहेत.

''ही सर्व परिस्थिती लक्षात घेता आर्थिक संकटाला तोंड देण्यासाठी भक्कम आधार मिळविला पाहिजे. एक कल्याणकारी राज्य म्हणून, सरकारी मदतीसाठी हात पसरावे लागत आहेत. सरकारी अनुदानाची पद्धती बदलून जमाखर्चाची

तोंडमिळवणी साधली पाहिजे. सरकारी अनुदान वाढल्याने सरकारचा अंकुश वाढणे हे अपरिहार्य आहे. अनुदानाचे साहाय्य आणि शैक्षणिक स्वातंत्र्य यांचे संतुलन कसे साधायचे हा खरा प्रश्न आहे. माजी विद्यार्थी संघटना आणि उद्योगपतींचे साहाय्य या मार्गाचा जास्तीतजास्त चांगला विनियोग साधला पाहिजे.''

१९७७ आणि १९७८ ही दोन वर्षे प्रचंड खळबळीची! एक लोकशाहीचा अस्त घडवणारे तर दुसरे पुन्हा लोकशाहीची आशा दाखवणारे! आणीबाणीचा कालखंड जाहीर झाल्यानंतर सप्तस्वातंत्र्यांचा संकोच झाला. ज्या सप्तस्वातंत्र्यांच्या प्राप्तीसाठी स्वातंत्र्यप्राप्तीचा अट्टहास केला होता, तीच सप्तस्वातंत्र्ये आपल्याच स्वशासनाखाली पुन्हा बंदिस्त होतील आणि तीही आपल्याच शास्त्यांकडून, अशी कल्पनाही नव्हती. बेचाळीच्या चळवळीमध्ये ज्या तऱ्हेने बंदिवासी जनांनी तुरुंग भरले होते तसे, किंबहुना अधिक संख्येने बंदिवानांची संख्या वाढली. जयप्रकाशजींच्या दुसऱ्या स्वातंत्र्याच्या उठावामुळे असे घडले होते. जी माणसे बहुधा महात्मा गांधींच्या चलेजाव चळवळीला हाक देत होती, तशीच बरोबर पंचवीस वर्षांनी 'येरवड्या'चा तुरुंग भरत होती; त्यावेळचे स्वातंत्र्यसमर परकियांविरुद्ध होते, तर यावेळचे स्वकियांविरुद्धचे होते. कारणमीमांसा वेगळी होती, परंतु परिणाम तोच होता. अराजक टाळण्यासाठी हे सर्व केले जात असल्याचा आव आणला जात असला तरी प्रत्यक्षात भारतीय घटनेच्या ज्या ३२व्या कलमाविषयी जागरूक राहून मूलभूत हक्कांचे संरक्षण मागावयाचे ते कलमच स्थगित ठेवल्यास हक्क संरक्षणाचा प्रश्न येतोच कुठे? भाषणस्वातंत्र्य नाही, लेखनस्वातंत्र्य नाही, वृत्तपत्रस्वातंत्र्य नाही. सरकारी छिद्रान्वेशी अधिकारी प्रकाशन माध्यमांच्या कचेऱ्यांमध्ये डोळ्यात तेल घालून बघत असताना जपणार काय? वैचारिक स्वातंत्र्ये की स्वातंत्र्यावरची बंधने? अनेक वृत्त आणि अन्य माध्यमांनी स्वातंत्र्याच्या संकोचावरची बंधने झुगारून देण्याचा पण केला, पण?....

सार्वजनिक शांतता सकृत्दर्शनी वाढली होती. मोर्चे, मेळावे, सभासंमेलनांना बंदी होती. हरताळ, संप यांना फाटा दिला गेला. शाळा-कचेऱ्यांमधली शिस्त वाढली होती. सारे कसे शांत शांत वाटत होते. वास्तवात ही वादळापूर्वीची शांतता होती. कुठेतरी हे कोडे सुटायला हवे होते! पुढे झाले तसेच. आणीबाणी अंशत: उठवण्यात आली. निवडणुका जाहीर झाल्या, राजकीय पक्षांची पुन्हा उभारणी झाली. किंबहुना येरवड्याच्या तुरुंगातच 'जनतापक्ष' जन्मास आला. जनमताच्या रेट्याने तो निवडूनही आला. स्वतंत्र भारताच्या इतिहासात प्रथमच काँग्रेसविरोधी राजकीय पक्षांनी एकत्र येऊन सरकार बनवले होते. दुर्दैवाने हे सरकार अठरा महिन्यांपेक्षा जास्त काळ तग धरू शकले नाही. समाजवादी, लोकदल, जनसंघ, स्वतंत्र असे गट परस्परांना एकमेकांविरुद्ध खेचू लागले. परिणामी हे सरकारही

कोसळले.

आणीबाणीचा कालखंड आणि परिणामी उद्भवलेले, अनेकांना अनपेक्षित नसलेलेही सर्वंकषवादी प्रवृत्तींचे पुनरागमन अधिक धोक्यांचे ठरण्याची शक्यता होती. स्वातंत्र्याचा 'तथाकथित अतिरेक' भोवला, तितकीच स्वातंत्र्यावरील बंधनांमुळे उद्भवणारी अस्थिरता-अशांतताही बाधली. दोन वर्षे अशीच गेली. विद्यार्थ्यांच्या मुक्त चर्चा रंगत नव्हत्या, चळवळींना वाव नव्हता; घरातल्या वडीलधाऱ्या माणसांनी लहान मुलाला दटावून चुप्प बसायला सांगितल्यावर जसं घडतं तसं घडत होतं.

आणीबाणीनंतरच्या काळात लोकशाहीचे पुनरुज्जीवन होऊ शकले, पण तेवढ्याने भागत नाही. लोकशाही स्थापनेबरोबरच आपले दैनंदिन प्रश्न सोडविण्याची प्रात्यक्षिक तत्परता असल्याशिवाय जनतेचा सरकारवर विश्वास बसत नाही. सत्तेच्या सारिपाटावर सत्तेसाठी परस्परांना खेचणारे, पक्षबदलू, लोभी सत्ताधीश पाहिले म्हणजे 'कालचा गोंधळ बरा होता' असे म्हणायची पाळी येते. आणीबाणीचा जितका तिरस्कार वाढला, तशी दुर्बल सरकारांनी येणारी अस्थिरताही भोवली. स्वातंत्र्याची किंमत मोजल्याशिवाय त्याचे मोल समजत नाही, हेच खरे! १९७५-७९ ही चार वर्षे भारताच्या लोकशाहीची वाट आडबाजूला नेणारी होती, त्यातूनही काही शिकण्यासारखे होते. असो. या काळातील फर्ग्युसनच्या वाटचालीकडे आता वळू या.

कोहसिप (COHSSIP) १९७८

शास्त्र शाखांच्या संदर्भात अमलात आणलेली कोसिप (College Science Improvement Programme) योजना यशस्वी झाल्याने कलाविभागासाठी तत्सम (College Humanities and Social Sciences Improvement Programme) योजना अमलात आणण्याचा विद्यापीठ अनुदान आयोगाने निर्णय घेतला. या योजनेबद्दल प्राथमिक चर्चा करण्यासाठी अनुदान आयोगाने फेब्रुवारी, १९७८मध्ये जयपूर (राजस्थान) येथे एक आठवड्याचे चर्चासत्र योजिले होते. भारताच्या पश्चिम विभागातून (राजस्थान, गुजरात, महाराष्ट्र) सुमारे १०० प्राध्यापक या शिबिरासाठी आले होते. प्रा. स. शि. भावे, प्रा. डॉ. श्री. व्यं. बोकील, प्रा. डॉ. वि. मा. बाचल हे फर्ग्युसनच्या वतीने शिबिरास उपस्थित होते. राजस्थानमधील एका दर्जेदार नवीन कॉलेजमध्ये ('कनोरिया महाविद्यालय') हे शिबिर आयोजिले होते.

उपप्राचार्य प्रा. स. शि. भावे यांनी कोहसिप समन्वयक म्हणून काम पाहिले. कोहसिप योजनेच्या अंतर्गत महाविद्यालयातील कलाविभाग, भाषा, सामाजिक

शास्त्रे यांच्या अध्ययन, अध्यापन, परीक्षण या बाबतीत आवश्यक ते बदल घडवून आणणे, जेथे शक्य असेल व गरज असेल त्यानुसार अभ्यासक्रमामध्ये बदल घडवून आणणे, आवश्यक तेथे आधुनिकीकरण करणे ही कोहसिप योजनेची उद्दिष्टे होती. भारतातील अनेक महाविद्यालयांचा या योजनेअंतर्गत समावेश झाला असल्याने १९७५ सालापासून कोहसिप योजनेची व्याप्ती वाढविण्यात आली.

आपली विद्यमान शिक्षणपद्धती 'अनुत्पादक' गणली जाते. शिक्षक स्वत: जे शिकला त्याची लेखी-तोंडी नोंद करतो, विद्यार्थी ते पाठ करतो आणि परीक्षेच्या वेळी 'कागदावर' उतरवतो. यात विद्यार्थ्यांच्या इच्छाशक्तीला (स्मरणशक्तीला नव्हे) मर्यादित वाव असतो. हा नकारात्मक दृष्टिकोन बदलला पाहिजे. उदारमतवादी पद्धतीचा वापर करणे, विद्यार्थी आणि शिक्षक या दोघांनाही मानवप्राणी समजून त्यांचा विचार करणे, भावना व्यक्त करणे, अनुभवक्षमता संक्रमित करणे इत्यादी बाबतीत केंद्रबिंदू शिक्षकाकडून विद्यार्थ्यांकडे सरकला पाहिजे, याचा अर्थ एकूण शिक्षणपद्धती विद्यार्थ्याला अधिक अनुकूल झाली पाहिजे, हे कोहसिपमध्ये अभिप्रेत होते.

कोहसिप योजनेअंतर्गत वेगवेगळ्या विषयांच्या तज्ज्ञांची कॉलेजमध्ये व्याख्याने योजिली होती. डॉ. पी. आर. ब्रह्मानंद, डॉ. वि. म. दांडेकर, डॉ. एस. डी. पुणेकर, डॉ. आणि श्रीमती भारद्वाज, डॉ. एन. एस. कुलकर्णी, डॉ. य. बा. दामले, डॉ. ह. धी. सांकलिया, डॉ. ग. ह. खरे, डॉ. मुल्कराज आनंद, डॉ. सिरवाईकर, प्रा. ग. प्र. प्रधान, डॉ. एस. पी. साठे, डॉ. विद्याधर पुंडलिक, श्रीमती अंशुमती दुनाखे, डॉ. प्रभुदास भुपटकर, कु. ललिता नातू, डॉ. वाय. बी. पाठक, डॉ. शं. गो. तुळपुळे, डॉ. मु. श्री. कानडे, श्रीमती सरिता पत्की - अर्थशास्त्र, राज्यशास्त्र, इतिहास, समाजशास्त्र, समाजवंशशास्त्र, कायदा, मराठी-हिंदी-इंग्रजी भाषा इत्यादी क्षेत्रांतली ही श्रेयनामावली बरेच काही सांगून जाते. या सर्वांच्या व्याख्यानांनी आणि तद्नंतरच्या चर्चांनी सर्व शैक्षणिक वातावरण ढवळून निघत होते; एकूणच कला विभागांच्या शिक्षणाचा हा आगळा पैलू होता.

कोहसिप योजनेअंतर्गत फर्ग्युसनमध्ये एक भाषा प्रयोगशाळा उभारली जात होती, त्यामध्ये सात भाषा विभागांसाठी २० बूथ्स उभारले जात होते. भारताच्या 'फिल्म ॲण्ड टी.व्ही.इन्स्टिट्यूट' आणि 'नॅशनल फिल्म आर्काइव्हज' यांच्या वतीने या प्रयोगशाळेत विद्यार्थ्यांना नेमून दिलेल्या पुस्तकांवर आधारलेल्या चित्रफिती दाखविण्याची सोय होती. विद्यार्थी आणि प्राध्यापक यांनी सदर प्रयोगशाळेचा उपयोग करावा अशी अपेक्षा होती.

कोहसिपच्या वतीने कॉलेजमधील विविध विभागांनी कार्यक्रम आखले होते. तत्त्वज्ञान विभागाच्या वतीने 'Affluence and Happiness' या विषयावर परिसंवाद

योजिला होता. राज्यशास्त्र विभागातर्फे 'आंतरराष्ट्रीय राजकारण' या विषयासंबंधी उपयोगी पडणारे खास नकाशे करून घेण्यात आले होते. इंग्रजी विभागाच्या वतीने विद्यार्थ्यांसाठी विशेष उजळणी पाठ (Special remedial Courses) तयार करून घेण्यात आले होते.

बहुतेक विभागांनी विशेष अभ्यासपूरक सामग्री तयार केली होती. त्यात संदर्भसूची, प्रश्नपेढी, नाट्यवाचनाचे खास वर्ग, प्रश्नमंजूषा, कोडी, गटचर्चा असे अनेक कार्यक्रम आखले होते. काही विभागांनी शिक्षक-साहाय्यकांची नेमणूक केली होती. यात बहुधा हुशार पदव्युत्तर विद्यार्थ्यांचा समावेश होता. काही मोठ्या वर्गांच्या छोट्या प्रमाणावर गटविभागण्या केल्या होत्या. विषयाच्या बहुअंगी चर्चेसाठी व विषय सखोल समजून घेण्यासाठी या पद्धतीचा उपयोग होत असे. प्रत्येक शिक्षकाचे विद्यार्थ्यांसाठी काही उत्तरदायित्व असते. शिक्षकाने आपल्या विद्यार्थ्यांचे शैक्षणिक पैलू उलगडले पाहिजेत; व्यक्ति म्हणून विद्यार्थ्यांचे महत्त्व जाणले पाहिजे. विद्यार्थी-शिक्षक वर्ग यांचे परस्पर नाते समजून घेतले तर विद्यार्थी समजू शकेल, तो समजणे हे कोहसिप-कोसिपचे प्राण तत्त्व होते. स्वायत्ततेकडे वाटचाल करण्याचे ते महत्त्वाचे पाऊल होते.

श्री. वासुदेव बळवंत गोगटे यांचे छायाचित्र अनावरण

२२ जुलै, १९३१ रोजी फर्ग्युसनचे विद्यार्थी श्री. वासुदेव बळवंत गोगटे यांनी वाडिया ग्रंथालयात गव्हर्नर हॉटसन यांच्यावर गोळ्या झाडल्या होत्या. त्यांच्या कुटुंबीयांनी ग्रंथालयात लावण्यासाठी गोगटे यांचे छायाचित्र दिले होते. त्या चित्राचे अनावरण फर्ग्युसनचेच माजी विद्यार्थी - विद्यार्थीदशेतच १९४२ सालच्या चलेजाव आंदोलनात सहभागी झालेले – श्री. मोहन धारिया यांच्या हस्ते झाले. धारियांनी नव्या पिढीला नव्या क्रांतीला समर्थपणे सामोरे जाण्याचे आवाहन केले. गोगटे स्मारक समितीचे कार्यवाह श्री. भट आणि गोगटे यांचे समकालीन विद्यार्थी श्री. एस. जी. फडके यांनी त्या काळातील आठवणी सांगितल्या. गोगटे यांचेच समकालीन प्रा. स. वा. कोगेकर यांच्या हस्ते स्मरणिकेचे प्रकाशन झाले. श्री. गोगटे यांच्या संदर्भातील त्या काळातील निर्णय कोणत्याही आकसबुद्धीने घेण्यात आला नव्हता, तर त्या काळातील प्रशासकीय परिस्थितीचा तो अपरिहार्य परिणाम होता, असे प्रा. कोगेकरांनी सांगितले.

आंध्र आणि गुजरात साहाय्यता निधी

आंध्र प्रदेशातील वादळ आणि गुजरातमधील महापूर या घटनांनी भारतात हाहाकार माजवला होता. अशा आपत्तींच्या काळात मदतीसाठी धावून येणे हा विद्यार्थ्यांचा स्थायीभावच होता. विद्यार्थ्यांनी पुढाकार घेऊन शिस्तबद्ध पद्धतीने कॉलेजमधून वेगवेगळ्या पद्धतीची मदत गोळा केली. रु. १२२७१ रकमेची रोख मदत डॉ. बानू कोयाजी (सकाळ साहाय्यता निधीसाठी) यांच्याकडे देण्यात आली. गुजरातची मदत कमांडर गोदरेज, चेअरमन ज्यु. रेड क्रॉस यांच्याकडे देण्यात आली.

प्रा. रा. श्री. जोग गौरव निधी

प्रा. रा. श्री. जोग यांचे २१ फेब्रुवारी, १९७७ रोजी निधन झाले. त्यांच्या स्मृतिप्रीत्यर्थ त्यांचे सहकारी, मित्र, विद्यार्थी, सुहृद यांनी एक विशेष स्मारकनिधी उभारायचे ठरविले. सुमारे पन्नास हजार रुपयांपेक्षा अधिक निधी अपेक्षित होता. या निधीची स्वतंत्रपणे नोंद करून व्यवस्थापनासाठी प्रा. दे. दे. वाडेकर आणि प्रा. वा. ल. कुलकर्णी यांची विश्वस्त अध्यक्ष आणि उपाध्यक्ष अशी निवड करण्यात आली. वाङ्मयीन चिकित्सेच्या संदर्भातील सर्वोत्कृष्ट ग्रंथाला प्रतिवर्षी किमान दोन हजार रुपयांचे बक्षीस द्यावयाचे असे ठरविण्यात आले. याशिवाय निधी जमा होईल त्यानुसार मराठी भाषा आणि साहित्य यांना प्रोत्साहन देण्यासाठी आवश्यक त्या योजना राबविण्याचे ठरले.

श्री. ना. ग. गोरे यांचा गौरव (२५ सप्टेंबर, १९७७)

फर्ग्युसनचे नामवंत माजी विद्यार्थी, ज्येष्ठ समाजवादी विचारवंत श्री. ना. ग. गोरे यांची भारत सरकारने इंग्लंडमधील उपायुक्तपदी निवड केली. त्यांच्या गौरवाप्रीत्यर्थ फर्ग्युसनमध्ये २५ सप्टेंबर, १९७७ रोजी निरोप समारंभ योजिला होता. गौरवास उत्तर देताना नानासाहेब आणि सुमतीबाई गोरे त्यांच्या कॉलेजच्या आठवणींमध्ये इतके रंगून गेले की उपस्थित विद्यार्थीही तो प्रसंग विसरू शकत नाहीत. प्राचार्य डॉ. ग. स. महाजनी कार्यक्रमाच्या अध्यक्षस्थानी होते.

नानासाहेबांचा गौरव हा एक प्रकारे फर्ग्युसनचाच गौरव होय. १९२५ ते २९ या काळात ते फर्ग्युसनचे विद्यार्थी होते. एसेम, ना. ग., नवलमल हे सर्व जवळजवळ समकालीन. १९४२च्या चलेजाव चळवळीत त्यासर्वांनी बरोबरीने

भाग घेतला होता.

फर्ग्युसनमध्ये येण्यापूर्वी डे. ए. सोसायटीच्या रमणबाग शाळेत ते विद्यार्थी होते. अभ्यासू, खेळाडू, चिंतनशील असे त्यांच्या विद्यार्थी व्यक्तित्वाचे वर्णन करता येईल. त्यांचे व्यक्तिमत्त्व चतुरस्र होते. उत्तम चित्रकार, नखचित्रकार, साहित्यिक असलेले नानासाहेब उत्तम व्हायोलिन वाजवत, उत्तम कबड्डी खेळत.

नानसाहेबांचा मुख्य पिंड विधायक राजकारणाचा, समाजकारणाचा. स्वातंत्र्यपूर्व आंदोलनात त्यांनी युवकांचे समाजवादी नेतृत्व केले, तुरुंगवास पत्करला. १९३४ साली जयप्रकाश, नरेंद्र देव यांच्यासह काँग्रेस-समाजवादी पक्ष स्थापन केला. स्वातंत्र्यानंतरची तीस वर्षे त्यांनी विरोधी पक्षनेते म्हणून कार्य केले. पन्नास वर्षांच्या आपल्या राजकीय कारकिर्दीत नानासाहेबांनी आपल्या तात्त्विक आणि नैतिक निष्ठा अढळपणे सांभाळल्या, यात त्यांचे मोठेपण आहे. आणीबाणीच्या काळात खऱ्या अर्थाने त्यांच्या लोकशाही-समाजवादी विचारांची परीक्षा झाली. यामुळे लोकशाहीवादी शक्तींना ते एकत्र आणू शकले आणि आणीबाणीचा पराभव पाहू शकले.

महामहोपाध्याय दत्तो वामन पोतदार यांचे निधन

६ ऑक्टोबर, १९७९ रोजी महामहोपाध्याय दत्तो वामन पोतदार यांचे निधन झाले. महाड तालुक्यात बिरवाडी येथे जन्मलेले दत्तो वामन यांचे शिक्षण पुण्याच्या नूतन मराठी विद्यालयात आणि नंतर फर्ग्युसनमध्ये झाले. त्यांचे वडील वामनराव पोतदार हे फर्ग्युसनच्या पहिल्या (१८८५) वर्गाचे विद्यार्थी होते. पदवीनंतर नू.म.वि. आणि स.प.महाविद्यालय येथे प्राध्यापक म्हणून नोकरी केल्यानंतर १९३५ साली दत्तो वामन सेवानिवृत्त झाले. १९१० सालापासून ते भारत इतिहास संशोधक मंडळाचे प्रथम चिटणीस, नंतर १९४० पासून अध्यक्ष होते. साहित्य संमेलन, ग्रंथ परिषद, इतिहास परिषद यांचे अध्यक्षपद त्यांनी भूषविले. १९६१ साली ते पुणे विद्यापीठाचे कुलगुरु झाले. १९४६ साली ब्रिटिश सरकारने त्यांना महामहोपाध्याय, हिंदी साहित्यसंमेलनाने साहित्य वाचस्पती, नंतर भारत सरकारने पद्मभूषण किताब देऊन गौरविले होते. महाराष्ट्रातील अनेक संस्थांना त्यांनी मार्गदर्शन केले.

प्रा. भालबा केळकरांची निवृत्ती

भालबा आणि निवृत्त? साधी कल्पनाही कशीशीच वाटते. पण प्रत्यक्षात २३ सप्टेंबर, १९८० रोजी भालबा केळकर फर्ग्युसनमधून सेवानिवृत्त झाले. भालबांचा नाट्यविषयक लौकिकच एवढा मोठा होता की कॉलेजमध्ये रसायनशास्त्राचे विद्यार्थीप्रिय

प्राध्यापक म्हणून त्यांचा लौकिक स्वतंत्र व्यक्तिमत्व दर्शवणारा होता, हे लक्षातही येत नसे.

'नाट्यशिक्षणामुळे व्यक्तिमत्त्व घडवले जाते. योग्य दिशेने व्यक्तीविकासाची वाटचाल करण्यास साहाय्य मिळते. नाट्यशिक्षणामुळेच धीमेपणा, खिलाडू वृत्ती, श्रमाचे मोल, परमतसहिष्णुता, सद्‌भिरुचीची जाणीव, स्वातंत्र्य आणि स्वैराचार यांच्यातील फरक जाणण्याचे सामर्थ्य, एकाग्रता, सूक्ष्म दृष्टी, संयमशील वृत्ती, आत्मविश्वास यासारखे गुण माणसात विकसित होतात,' असे सतत विचार मांडणारे भालबा केळकर पीडीए (Progressive Dramatic Association) चे अध्वर्यू म्हणून मराठी मनाला सुपरिचित होते. 'कला मंडळ'(Arts Circle), 'अभिरुची' यांसारख्या संस्थांमधून नाट्यप्रशिक्षणाचे त्यांचे काम सतत चालत असे.

नाट्य अथवा चित्रपटसृष्टीत बिनीचे कलावंत म्हणून गाजलेले डॉ. श्रीराम लागू, डॉ. जब्बार पटेल, वसंत कानेटकर, श्रीधर राजगुरु, सतीश आळेकर, व्यंकटेश माडगूळकर, गो. नी. दांडेकर इत्यादी मंडळी आपल्या प्राथमिक अवस्थेत भालबांच्या तालमीतले पठ्ठे होते. भालबांचे एके काळचे पट्टशिष्य पुढे काही मतभेदांमुळे वेगळे झाले; त्यांनी स्वतंत्र संस्थाही उभारल्या. परंतु भालबांबाबतचा त्या सर्वांचा आदर तसूभरही कमी झाला नाही. अखिल भारतीय मराठी नाट्यपरिषदेच्या अध्यक्षपदी भालबांची निवड झाली, त्यावेळी सर्वांना झालेला अकृत्रिम आनंद केवळ अविस्मरणीय!

निवृत्त झाल्यानंतरही भालबांचे कार्य चालूच राहिले. निवृत्तीनंतर ते सायप्रसला जागतिक रंगभूमी परिषदेला भारताचे प्रतिनिधी म्हणून जाऊन आले. भालबांच्या 'पीडीए'ने बसविलेल्या 'लक्ष्मीगौरी' या नाटकाचे दक्षिण कोरियाची राजधानी सेऊल येथे तीन प्रयोग झाले. दहा देशांनी भाग घेतलेल्या या आंतरराष्ट्रीय नाट्यमहोत्सवात भारताने सादर केलेल्या नाट्यकृतीचे आंतरराष्ट्रीय नाट्यतज्ज्ञांनी आणि प्रेक्षकांनी मोठे कौतुक केले. आंतरराष्ट्रीय महोत्सवात अशा प्रकारचे प्रतिनिधित्व करण्याचा पहिला मान पीडीएला आणि पुण्याला मिळाला, हे विशेष!

डॉ. धडफळे यांचा गौरव

फर्ग्युसनचे संस्कृत विभागाचे ज्येष्ठ प्राध्यापक डॉ. मो. गो. धडफळे यांना मुंबई विद्यापीठात ख्यातप्राप्त विल्सन फायलॉलॉजिकल लेक्चर्स देण्याचा मान मिळाला. २२-२३-२४ जानेवारी, १९८१ या दिवशी या विषयावर ही तीन व्याख्याने होती. डेक्कन एज्युकेशन सोसायटीचे पहिले कार्याध्यक्ष सर रामकृष्ण भांडारकर यांनी पहिले व्याख्यान गुंफले होते. ऋषिपंचमीच्या दिवशी डॉ. धडफळे

यांचा या विषयावरचा पीएच.डी.प्रबंध भांडारकर संस्थेत प्रकाशित झाला. नोव्हेंबर १९८०मध्ये पश्चिम बंगालमधील शांतिनिकेतन येथे भरलेल्या अखिल भारतीय प्राच्यविद्या परिषदेच्या तिसाव्या अधिवेशनात पाली-बुद्धिस्ट भागाचे अध्यक्ष म्हणून धडफळे यांची निवड झाली होती. एकाच सालात हे तीन बहुमान प्राप्त होणे हा डॉ.धडफळे यांच्याबरोबर कॉलेजचाही गौरव होता.

याशिवाय 'ध्वनिविचावर आणि स्वनिमविन्यास' (डॉ. गं. ना. जोगळेकर), 'पदिमविन्यास' (डॉ. कल्याण काळे), 'भाषाकुल' (डॉ. म. अ. मेहेंदळे), 'अर्थविन्यास' (प्रा. स. शि. भावे), 'प्रमाणभाषा व बोली' (डॉ. भीमराव कुलकर्णी), शब्दसंग्रह (डॉ. मु. श्री. कानडे), वाक्यविन्यास (प्रा. कृ. श्री. अर्जुनवाडकर) अशी अभ्यासपूर्ण भाषणे झाली.

गिर्यारोहक कु. अरुंधती जोशी हिचे हिमालयात निधन (१९८०)

कु. अरुंधती जोशी ही फर्ग्युसनच्या शास्त्र शाखेच्या प्राणीशास्त्र विषयाची विद्यार्थिनी. सप्टेंबर, १९८०मध्ये हिमालयात कालिंदी शिखरावर आरोहण करीत असताना हिमवादळात तिचे निधन झाले. १९७९-८०मध्ये तिची फर्ग्युसनच्या जिमखाना कमिटीवर मुलींची प्रतिनिधी म्हणून निवड झाली होती. फर्ग्युसनमध्ये गिर्यारोहण योजना सुरु करण्यामध्ये तिचा पुढाकार होता. फर्ग्युसनच्या मुलींच्या व्हॉलीबॉल टीमचीही ती सभासद होती. 'गिरिभ्रमण' या नावाच्या गिर्यारोहण क्लबचीही ती सक्रिय सभासद होती, तिने अनेक गिर्यारोहण मोहिमांमध्ये भाग घेतला होता. एन.सी.सी.च्या माऊंट फ्रेंडशिप आणि ब्लॅक पीक या मोहिमांमध्ये तिचा सहभाग होता. विजय महाजन यांच्या मार्गदर्शनाखाली आखलेल्या हिमालयातील कालिंदी शिखरावर चढाईचे अरुंधतीने नेतृत्व केले होते. त्यावेळी झालेल्या हिमवादळात तिचे निधन झाले. एका विशेष सभेत शोकप्रस्ताव संमत करून तिला कॉलेजच्या वतीने श्रद्धांजली वाहण्यात आली.

बहुरुपी पु. ल. देशपांडे

एकेका विषयात पहिले आलेले अनेक विद्यार्थी फर्ग्युसनमध्ये होऊन गेले, पुढेही होतील... पण विनोद, नाटक, अभिनय, वक्तृत्व, संगीत, चित्रपटदिग्दर्शन, चित्रपटनिर्मिती या सर्व क्षेत्रांत पहिले आलेले व पहिले राहिलेले फर्ग्युसनचे एकमेव नामवंत माजी विद्यार्थी म्हणजे पु. ल. देशपांडे! हास्य हे जीवनसत्त्व पु. ल. या धन्वंतऱ्याने मुक्त हस्ताने मराठी माणसाला सतत वर्षानुवर्षे दिले आहे.

१९८० सालची तीन वैशिष्ट्ये म्हणजे फर्ग्युसन कॉलेजमध्ये एक छोटेसे केंद्र उभारण्यासाठी पु.ल.फाऊंडेशनतर्फे पु. ल. आणि सौ. सुनीता देशपांडे यांनी फर्ग्युसनला एक्कावन्न हजार रुपयांची उदार देणगी दिली. विद्यार्थीवर्गाच्या कलाविष्काराला आणि रसग्रहणशक्तीला उपयोगी पडेल अशी पण कमीतकमी बंदिस्त आणि जास्तीतजास्त निसर्गरम्य अशी वास्तू उभारण्यासाठी ही देणगी होती, या देणगीतूनच वाडिया ग्रंथालयाच्या पूर्वेला वसतिगृह क्रमांक एक नजीक 'किमया' ही वास्तू उभी राहिली. पु.लं.चे स्नेही वास्तुरचनाकार श्री. माधव आचवल यांच्या स्मृतिप्रित्यर्थ हे नाव ठेवण्यात आले आहे. २६ मार्च, १९८२ (गुढीपाडवा) रोजी भूमिपूजन झाले.

ज्यूडोप्रशिक्षक श्री. खानीवाले यांचे स्मरण

१९५० सालापासून फर्ग्युसनच्या मैदानावर सातत्याने आढळणारी, ज्यूडोसारखा विदेशी खेळ विद्यार्थ्यांना शिकवत त्यांना त्यात विशेष प्रावीण्य मिळवून देणारी भारदस्त व्यक्ती म्हणजे श्री. आर. डी. खानीवाले. 'हा विद्यार्थी कोणत्या महाविद्यालयाचा?' असा भेद त्यांनी कधी केला नाही. फर्ग्युसन, बी.एम.सी.सी.बरोबर इतर महाविद्यालयांचे विद्यार्थीही त्यांचे मार्गदर्शन घेत. सर्वश्री नितीन कानेटकर, सारंग साठे, दीपक टिळक यांच्यासारखे अनेक विद्यार्थी त्यांनी तयार केले. त्यांचे एक उल्लेखनीय योगदान म्हणजे त्यांनी फर्ग्युसनच्या जिमखान्याचे सर्वांचे लाडके सेवक किसनराव भुवड यांची कन्या मंगला भुवड ही फर्ग्युसनची विद्यार्थी असताना त्यांनी तिला ज्यूडोमध्ये प्रवीण केले व तिला महाराष्ट्र सरकारने छत्रपती पुरस्कार देऊन गौरविले. दामले-खानीवाले ही प्रशिक्षकांची मैदानावरची जोडी अनेक पिढ्यांच्या लक्षात राहील.

प्रा. श्री. रा. पारसनीस

२१ जानेवारी, १९८० रोजी ७९व्या वर्षी प्रा. श्री. रा. पारसनीस यांचे निधन झाले. साताराच्या न्यू इंग्लिश स्कूलचे ते विद्यार्थी. १९४१ ते १९६१ या काळात ते फर्ग्युसनच्या मराठी विभागाचे प्रमुख प्राध्यापक होते. डेक्कन एज्येकुशन सोसायटीच्या नवीन मराठी शाळेला प्रतिष्ठा प्राप्त करून देण्यात त्यांचा सिंहाचा वाटा होता. त्यांची स्मरणशक्ती प्रचंड होती. सर्वांशी ते ममत्वाने वागत. कोणता विद्यार्थी, केव्हा, कोणत्या वर्गात होता यासंबंधी त्यांची आठवण आश्चर्यकारक असे; कोणीही विद्यार्थी त्यांच्याकडे पालक या दृष्टिकोनातून जात असे आणि तेही तसे मार्गदर्शन करीत.

हॉकीमधील जागतिक कीर्ती : नाझलीन मद्रासवाला

नाझलीन मद्रासवाला (आताची नम्रता शहा) ही फर्ग्युसनची विद्यार्थिनी हॉकीमध्ये जागतिक पातळीपर्यंत चमकली. विशेषत: एशियाड, वर्ल्ड कप आणि ऑलिम्पिक स्पर्धांमध्ये तिने भारताचे प्रतिनिधित्व केले. पंतप्रधान इंदिरा गांधी यांच्या हस्ते तिचा सत्कार झाला आणि महाराष्ट्र शासनाचा छत्रपती पुरस्कारही (१९८३) तिला मिळाला.

बी.ए.साठी इतिहास (स्पेशल) विषय घेणारी नाझलीन कायम पहिला वर्ग टिकवून होती. एवढे यश मिळवूनही कायम जमिनीवर पाय असणारी नाझलीन विद्यार्थ्यांत कमालीची लोकप्रिय होती.

शताब्दी निमित्ताने परिसर सुशोभीकरण

शताब्दीचे वर्ष जसजसे जवळ येत चालले तसे अनेक उपक्रम हाती घेण्यात आले, त्यात परिसर सुशोभीकरण हा एक भाग होता. याची सुरुवात १९८०-८१मध्ये भारताचे उपराष्ट्रपती न्यायमूर्ति हिदायतुल्ला यांच्या हस्ते करण्यात आली. त्यांच्या हस्ते ॲम्फीथिएटरच्या दक्षिण टोकाजवळ वृक्षारोपण (नारळाचे झाड) करण्यात आले. त्यानंतर महाराष्ट्राचे शिक्षणमंत्रि फर्ग्युसनचे माजी विद्यार्थी ना. श्री. बळिराम हिरे, श्रीमती यमुताई किर्लोस्कर, पुणे विद्यापीठाचे कुलगुरु डॉ. राम ताकवले, डे. ए. सोसायटीच्या नियामक मंडळाचे अध्यक्ष श्री. व्ही. आर. होनप इत्यादींच्या हस्ते वेळो वृक्षारोपण करण्यात आले.

फर्ग्युसन जिमखाना कला विभाग

आय.आय.टी. दिल्ली येथील आंतरविद्यापीठीय स्पर्धांमध्ये कु. मीनल रत्नपारखी यांनी शास्त्रीय कंठसंगीतामध्ये प्रथम क्रमांक तर कु. लता रंगनाथन यांनी क्रिएटिव्ह रायटिंगमध्ये प्रथम क्रमांक मिळविला. पुणे विद्यापीठाच्या युवा महोत्सवात (जळगाव) येथे सर्वांत शिस्तबद्ध संघ म्हणून फर्ग्युसनच्या संघाने खास गौरव प्राप्त केला. कु. लीना तक- मराठी परिसंवाद, श्री. विकास हांडे यांनी काव्यवाचन, अभिनय, एकांकिका सादरीकरण या तीनही विभागांत बक्षिसे मिळविली.

फर्ग्युसन कॉलेजच्या वादस्पर्धेच्या संघाने अनेक स्पर्धांमध्ये बक्षिसे मिळवून उच्चांक केला. कु. लीना तक आणि गिरीश देशपांडे यांनी सहा स्पर्धांत बक्षिसे मिळविली. न्या. रानडे वक्तृत्व स्पर्धा या प्रतिष्ठेच्या स्पर्धेचे विजेतेपद त्यांनी

मिळवले. इतिहासाचे प्रा.राजा दीक्षित यांनी त्यांना मार्गदर्शन केले.

आंतरमहाविद्यालयीन नाट्यस्पर्धांमध्ये मनिषा अर्गोप – अभिनय पहिले बक्षीस, अनंत बापट- अभिनय दुसरे बक्षीस, युवा महोत्सवाची दोन्ही पारितोषिके - सर्वोत्तम अभिनय आणि सर्वोत्तम दिग्दर्शन - ही विकास हांडे यांनी मिळविली.

प्राचार्य दि. धों. कर्वे यांना श्रद्धांजली

प्राचार्य दि. धों. कर्वे यांचे निधन फर्ग्युसन परिवाराला चटका लावून गेले. त्यांच्यावरील श्रद्धांजली लेखात प्रा. ग. प्र. प्रधान म्हणतात -

"प्रा. कर्वे हे सहकाऱ्यांवर पूर्ण विश्वास टाकीत आणि स्वत:च्या त्यांच्याकडून अपेक्षा स्पष्टपणे सांगत. मी पुणे विद्यापीठाच्या कार्यकारिणीवर निवडून आलो, त्यावेळी माझे अभिनंदन करतेवेळी ते म्हणाले, 'प्रधान, मी काही गोष्टी स्पष्टपणे बोलतो. विद्यापीठाच्या एक्झिक्युटिव्ह कौन्सिलमध्ये तुम्ही तुमची मते स्पष्टपणे मांडा. फर्ग्युसन कॉलेजमध्ये आपण नोकरीस आहोत याचा दबाव मनावर येण्याचे कारण नाही. पण कार्यकारिणीच्या कामामुळे शिकवण्यात कधी व्यत्यय येऊन चालणार नाही. तुम्ही प्रथम शिक्षक आहात नंतर इतर सर्व काही, असं मी समजतो.' ही भूमिका मला आयुष्यभर उपयोगी पडली.

"प्रा. डी. डी. कर्वे हे नुसते शास्त्राचे प्राध्यापक नव्हते. शास्त्रीय दृष्टिकोन ठेवून ते वागले. बुद्धिनिष्ठा हाच ते जीवनाचा आधार मानीत. विचार तर्कशुद्ध असला पाहिजे हा त्यांचा सतत आग्रह असे. भावुकतेला त्यांच्या जीवनात स्थान नव्हते, मात्र प्रखर बुद्धिवादी असलेले कर्वे भावनाशून्य नव्हते. प्रत्यक्ष राजकीय चळवळीत त्यांनी भाग घेतला नसला तरी त्यांचा त्यांना योग्य वाटणाऱ्या चळवळींना पाठिंबा असे. गोवा लढा आणि संयुक्त महाराष्ट्र आंदोलन या दोन्ही लढ्यांत त्यांनी मदत केली होती. संयुक्त महाराष्ट्राचे ते कट्टे पुरस्कर्ते होते आणि संयुक्त महाराष्ट्र समितीतर्फे पदवीधर मतदारसंघातून ते निवडूनही गेले होते. रसायनशास्त्र हा त्यांचा अध्ययन आणि अध्यापनाचा मुख्य विषय असला तरी सोशल ॲन्थ्रोपोलॉजी, राज्यशास्त्र, इंग्रजी साहित्य या विषयांमध्येही त्यांना रस होता. शिस्तीच्या बाबतीत अत्यंत कठोर वाटणारे कर्वे विद्यार्थ्यांना अडचणी आल्यावर किती कनवाळूपणें वागत असत हे विसरता येत नाही."

बाबासाहेब गाडगीळ यांना श्रद्धांजली

बाबासाहेब गाडगीळ एक अत्यंत उदार उद्योगपती. वेस्टर्न इरेक्टर्स ह्या त्यांच्या

व्यवसायाचा मुख्य केंद्रबिंदू कलकत्त्यात. कलकत्त्याच्या महाराष्ट्र मंडळाची उभारणी आणि वाढ बाबासाहेबांच्या हातची. फर्ग्युसनचे ते नामवंत हुशार विद्यार्थी. सर्व परीक्षा त्यांनी उत्तम यश मिळवून उत्तीर्ण केल्या. इंग्लंडमधील शिक्षणामध्येही त्यांनी आपली चमक दाखविली. बाबासाहेब डेक्कन एज्युकेशन सोसायटीच्या परिषदेचे सभासद होते. शताब्दीच्या दशकात फर्ग्युसन कॉलेजमध्ये जी जी विकासकामे निघाली त्या त्या वेळी बाबासाहेबांनी हात कधीही आखडता घेतला नाही. बाबासाहेब बरेच चोखंदळ आणि व्यवहारी होते. एखादी विकास योजना कशी आणि कितपत यशस्वी होईल याचा ते बरोबर आराखडा बांधत. त्यांच्याच प्रेरणेने रँग्लर परांजपे मेमोरियल इमारतीसाठी चांगला निधी उभा राहू शकला. संगीत, खेळ - विशेषत: टेनिस आणि ब्रिज या खेळांमध्ये त्यांना विशेष रस असे.

फर्ग्युसनच्या माजी विद्यार्थी संघटनेचे ते बरेच वर्षे अध्यक्ष होते. संघटनेचे नियतकालिक त्यांच्या काळात सुरू झाले. पहिली काही वर्षे बुलेटिनच्या छपाईचा खर्च स्वत: बाबासाहेब करत असत. १९७२ सालापासून आजपर्यंत सलगपणे हे बुलेटिन प्रकाशित होत असते. संघटनेच्या वास्तूसाठीही त्यांनी चांगला प्रयत्न केला होता. १९८० साली त्यांच्या अकाली निधनाने वास्तूच्या निर्मितीमध्ये काही काळ खंड पडला. बाबासाहेब गाडगीळांचीच परंपरा पुढे नवलमल फिरोदिया यांनी चालविली. १९८८ साली निकेतनची वास्तू पूर्ण होऊ शकली.

महाराष्ट्राच्या मंत्रिमंडळात फर्ग्युसनचे दोन माजी विद्यार्थी मंत्री

नामदार श्री. जयंतराव टिळक फर्ग्युसनचे विद्यार्थी. १९४२ साली त्यांनी फर्ग्युसनमधून बी.एस्सी. पदवी घेतली व रानडे इन्स्टिट्यूटमधून ऑरगॅनिक केमिस्ट्री या विषयात एम.एस्सी. पदवी मिळविली. काही काळ ते कॉलेजमध्ये डेमॉन्स्ट्रेटर म्हणून कामही करीत होते. केसरी हे वृत्तपत्र जयंतराव संपादक असताना १९६२ सालापासून 'दैनिक' स्वरूपात प्रकाशित करण्यास सुरुवात झाली. १९८०-८१मध्ये केसरीची जन्मशताब्दी पंतप्रधान श्रीमती इंदिरा गांधी यांच्या उपस्थितीत साजरी झाली. 'केसरी'ला त्यांनी नव्या रूपात प्रकाशित करताना राजकीय-सामाजिक-आर्थिक प्रश्नांबाबत निर्भीडपणे मते मांडली. १९५७मध्ये जयंतराव संयुक्त महाराष्ट्र समितीतर्फे मुंबई राज्याच्या विधिमंडळावर निवडून आले. १९६८ आणि १९७४ या दोन्ही वेळी ते महाराष्ट्रातून राज्यसभेवर निवडून आले. टिळक स्मारक ही वास्तू त्यांच्या अथक प्रयत्नातून साकारू शकली. पुण्यातील अनेक शैक्षणिक संस्थांशी त्यांचा संबंध राहिला. त्यांच्याच प्रयत्नामुळे टिळक महाराष्ट्र विद्यापीठाला अभिमत विद्यापीठाचा दर्जा मिळू शकला. शिकार हा जसा त्यांचा एक छंद होता, तसेच

त्यांना गुलाबपुष्पांचाही छंद होता. बॅ. अंतुले यांच्या मंत्रिमंडळात ऊर्जा, खेळ, सांस्कृतिक विभाग आणि युवा कल्याण या खात्यांचे मंत्रिपद त्यांच्याकडे सोपविण्यात आले. पुढील काळात त्यांनी अनेक वर्षे महाराष्ट्राच्या विधिमंडळाचे अध्यक्ष म्हणून कारकीर्द गाजविली. फर्ग्युसनच्या शताब्दी समारंभासाठी नेमण्यात आलेल्या मुंबई विभागाच्या समितीचे अध्यक्ष म्हणून त्यांनी महत्त्वाची कामगिरी बजावली. भारताच्या शैक्षणिक सांस्कृतिक देवाणघेवाणीसाठी त्यांनी अमेरिका, रशिया, युरोपचे लक्षणीय दौरे केले.

डॉ. बळीराम हिरे हे दुसरे मंत्री फर्ग्युसनचे माजी विद्यार्थी होत. बॅ. अंतुले यांच्या मंत्रिमंडळात त्यांच्याकडे शिक्षण आणि समाजकल्याण या खात्यांचा कारभार होता. त्यांनी १९५२ साली इंटरसायन्स परीक्षा उत्तीर्ण केली आणि ते डॉक्टरी पेशाकडे वळले. व्यवसायाने डॉक्टर असतानाही त्यांना शैक्षणिक प्रश्नात नेहमीच रस वाटत असे आणि ते स्वत: नाशिक जिल्ह्यातील अनेक शैक्षणिक संस्थांमध्ये कार्य करीत असत. नाशिक जिल्हा सहकारी बँकेचाही त्यांचा निकटचा संबंध होता. मालेगावमधून ते दोन वेळा महाराष्ट्र विधिमंडळावर निवडून आले होते. ना.वसंतदादा पाटील यांच्या मंत्रिमंडळामध्येही त्यांच्याकडे शिक्षणमंत्रीपद होते. कॉलेजच्या वतीने या दोघांचा सत्कार करण्यात आला.

भाषाविज्ञानाचे अभ्यास शिबिर (जून, १९८०)

२१ ते २८ जून, १९८० या काळात फर्ग्युसनमध्ये मराठीच्या प्राध्यापकांसाठी एक अभ्यासशिबिर भरवण्यात आले होते. फर्ग्युसनचा मराठी विभाग, पुणे विद्यापीठ-मराठी विभाग आणि विद्यापीठाचेच निरंतर शिक्षण केंद्र यांच्या संयुक्त विद्यमाने हे शिबिर भरविण्यात आले होते.

शिबिराचे उद्‌घाटन डॉ. अशोक केळकर यांच्या 'भाषेचे त्रिमितिदर्शन' या विषयावरील व्याख्यानाने झाले. शिबिरात झालेल्या महत्त्वाच्या भाषणात 'सामाजिक परिवर्तन व भाषा' (डॉ. भालचंद्र फडके), 'भाषांतर' (प्रा. प्र. ना. परांजपे), 'त्रिभाषासूत्र' (डॉ. प्रभाकर ताकवले), 'द्राविड भाषा आणि मराठी' (डॉ. ए. एस. आचार्य), उपसर्गविचार (डॉ. मो. गो. धडफळे) इत्यादी भाषणांचा समावेश होता. 'वेदांतील भाषाविचार' या विषयावर तर्कतीर्थ लक्ष्मणशास्त्री जोशी यांचे समारोपाचे संस्मरणीय भाषण झाले. शिबिरासाठी पुणे विद्यापीठाच्या क्षेत्रातील मराठीचे पन्नास प्राध्यापक उपस्थित होते.

डेक्कन एज्युकेशन सोसायटीची शताब्दी (२४ ऑक्टोबर, १९८४)

इ.स.१८८०मध्ये न्यू इंग्लिश स्कूलची स्थापना झाली. खाजगी क्षेत्रात स्वार्थत्यागावर आधारलेली उच्च शिक्षण संस्था स्थापन करणाऱ्यांच्या मनात कॉलेज (महाविद्यालय) स्थापन करणे हा प्रधान हेतू होता. अशी व्यापक संस्था स्थापन करताना घटनात्मक चौकट आवश्यक होती व ती डेक्कन एज्युकेशन सोसायटीने २४ ऑक्टोबर, १८८४ रोजी निर्माण केली. केवळ महाराष्ट्रातीलच नव्हे तर भारतातील अनेक शैक्षणिक संस्थांनी ह्या घटनेचा एक आदर्श प्रारूप म्हणून आदर केला, स्वीकार केला. शंभर वर्षांच्या इतिहासामध्ये या घटनेने अनेक स्थित्यंतरे पाहिली, चढउतार पाहिले. डेक्कन एज्युकेशन सोसायटीची वाटचाल आणि घटनाबदल यांची सांगड अपरिहार्य होती.

१९८४मध्ये डे.ए. सोसायटीला शंभर वर्षे पूर्ण होत असल्याने तिचा शताब्दी समारंभ साजरा होणे अपेक्षित होते. दोनच महिन्यांच्या अंतराने साजऱ्या होणाऱ्या फर्ग्युसनच्या शताब्दीशी या समारंभाची जुळणी आवश्यक होती; प्रत्यक्षात तसे घडलेही. ऑक्टोबर, १९८४मध्ये सोसायटी-शताब्दी व जानेवारी, १९८५मध्ये फर्ग्युसन-शताब्दी.

सोसायटीच्या समारंभाला तितक्याच तोलामोलाचे प्रमुख पाहुणे लाभले. फर्ग्युसनचे माजी विद्यार्थी केंद्रीय गृहमंत्री पी. व्ही. नरसिंहराव! त्यांनी १९४१च्या दरम्यान फर्ग्युसनमध्ये बी.एस्सी.गणित साठी प्रवेश घेतला. आधीच पदवीधर असलेल्या रावांनी कॉलेजच्या रँग्लर परांजपे-रँग्लर महाजनींच्या लौकिकामुळे खास गणित विषय निवडला. रँग्लर चंद्रात्रेय त्यांना गुरु लाभले. गणित, शास्त्र, साहित्य यात रुची असलेल्या बहुभाषी, बहुश्रृत नरसिंहरावांचे वक्तृत्व अत्यंत प्रभावी असे. विद्यार्थीदशेतील त्यांची एक कविता कॉलेजच्या मॅगॅझिनमध्ये प्रकाशित झाली आहे. प्रमुख पाहुणे म्हणून त्यांचे भाषण म्हणजे डेक्कन एज्युकेशन सोसायटीच्या शंभर वर्षांच्या कारकिर्दीचे अभ्यासपूर्ण रोचक निरूपणच होय. ते म्हणाले -

"मला डेक्कन एज्युकेशन सोसायटीच्या शताब्दी समारंभात सहभागी होताना खूप आनंद होत आहे. हा समारंभ गंभीरही आहे आणि उत्सवीही आहे. विशेष म्हणजे आजचा दिवस नरकासुराच्या वधाचा आहे आणि लक्ष लक्ष द्वीप उजळण्याचाही आहे. या दोन्ही अनुभवांतून एकच लक्ष्य प्रतीत होते - ते म्हणजे सत्याचा-सद्गुणाचा विजय; असत्याचा, दुर्गुणांचा पराजय! आज माझ्या मनात बऱ्याच जुन्या आठवणी गर्दी करताहेत. काही व्यक्तिगत, जुन्या अनुभवातून रुजलेल्या आहेत, पण आज अक्षरश: ताज्या आहेत आणि काही ऐतिहासिक, एका शतकाच्या मुशीत तावून सुलाखून निघालेल्या आणि शतकाच्या अखेरीस लुप्त होऊ पाहणाऱ्या

आहेत. अखिल भारतात आपली म्हणून वाटणारी लोकमान्य टिळक आणि गोपाळ कृष्ण गोखले ही आपली माणसे आहेत असे सांगताना केवढी आत्मीयता वाटत असेल! काही नावे त्यामानाने राष्ट्रीय प्रवाहात फारशी ओळखली जात नसली तरी या संस्थेच्या विकासात तितकीच महत्त्वाची आहेत – त्या सर्वांच्या आठवणीला मान देणे आणि त्यांच्या आदर्शांचे स्मरण करणे हे आपले परम कर्तव्य आहे.

“शिक्षणाच्या अनेक व्याख्या होऊ शकतात आणि प्रत्येकाच्या आवाक्यानुसार त्या व्याख्येचे स्वरूप बदलत असते. एके काळी शिक्षण म्हणजे पूर्वापार चालत आलेला वारसा पुढच्या पिढीला संक्रमित करणे असा अर्थ होता. या व्याख्येने आपले कार्य केले आहे. दुसरा अर्थ 'शिकणे' एवढा मर्यादित नसून ज्ञान संक्रमित करणे हा होता; या व्याख्येत ज्ञानग्रहणापेक्षा मूल्यांच्या संक्रमणावर भर होता. बदलत्या व्याख्येनुसार शिक्षण म्हणजे काही निश्चित मोजण्यासारखे, घेण्या अथवा देण्यासारखे असते आणि त्याचे मूल्य ते घेऊ इच्छिणारेच असतात. शिक्षण हे जो ते घेऊ इच्छितो त्याला, बाहेरच्या जगाला स्वयंसिद्ध करते असे नाही तर ते देणाऱ्याला उन्नत करते. ते फक्त बाह्य जगाला प्रेरित करते असे नाही, तर त्याहूनही म्हणजे ते देणाऱ्यालाही उन्नत करते.

“एका बाजूला आपल्याकडे लॉर्ड मेकॉले यांनी रचलेली, उत्तम शब्दरचना असलेली परंतु सर्वांत उद्धट (Supremely arrogent) व्याख्या होती; या व्याख्येतून ध्वनित होणाऱ्या अर्थाने ब्रिटिशांची शिक्षणाबद्दलची भूमिका समजत होती. या भूमिकेनुसार भारताच्या चांगल्या नागरिकांना ब्रिटिश साम्राज्याचे अधिक चांगले नागरिक बनविण्याची अपेक्षा होती. दुसऱ्या बाजूला लोकमान्य टिळकांची अविस्मरणीय, काळाच्या ओघाची गरज दर्शविणारी शैक्षणिक भूमिका होती.

“यामुळे एकोणिसाव्या शतकाच्या उत्तरार्धात प्रश्न विचारण्याची, प्रयोग करण्याची, नवे शोधण्याची पद्धती सुरू झाली. १८५४ सालचा वुडचा शैक्षणिक मसुदा हा प्राध्यान्याने शैक्षणिक तज्ज्ञापेक्षा एका प्रशासकाने बनविलेला मसुदा होता. या मसुद्यात काहीच तथ्य नव्हते असे नव्हे; पण अधिकाराच्या आणि संस्थांच्या उतरंडीवर त्यात फार मोठा भर होता. या मसुद्याचा अर्थ सहज लक्षात येण्यासारखा होता. शिक्षित आणि राज्य करणाऱ्यांसाठी शिकलेलेच, विश्वासू, आज्ञाधारक भारतीय सेवेकरी पुरविणे हा शिक्षणाचा हेतू होता. या अर्थाच्या झपाट्यात उदारमतवादी मूल्येही आली आणि त्या मूल्यांबरोबर सामाजिक सुधारणेच्या चळवळीही आल्या. या चळवळींना सुधारणावादी विचारवंत भारतीयांनी अंतर्गत शक्ती दिली आणि कल्याणकारी राज्याच्या कल्पनेने भारावलेल्या गव्हर्नर जनरलनी प्रोत्साहन दिले, मार्गदर्शनही केले. १८५४ सालचा मसुदा तयार होत असताना व त्यानुसार व्यावहारिक कार्यक्रमांची, योजनांची जडणघडण होत असताना चिपळूणकर, टिळक,

आगरकर आणि नामजोशी अशा आदर्श शिक्षणसंस्थेच्या कल्पनेचा पाठपुरावा करीत होते, की ज्यामुळे भारताच्या भावी स्वातंत्र्याचा वेध घेणारी बौद्धिक चळवळ वेग घेऊ शकेल. १८५७च्या चळवळीला शारीरिक ताकद होती तशी बौद्धिक प्रेरणा नव्हती, हा ऐतिहासिक धडा होता. तसे पुन्हा होऊ न देण्याची खबरदारी घेणे गरजेचे होते. अशा परिस्थितीत न्यू इंग्लिश स्कूलचा जन्म झाला. जनसामान्यांचे औदासीन्य, तिरस्कार दर्शविणारे लोकमत आणि तुच्छतादर्शक अलिप्तता अशा निराशाजनक वातावरणात न्यू इंग्लिश स्कूलचा जन्म झाला. मात्र सुरुवातीचा विरोध आणि मतभेद अल्पावधीत नाहीसा झाला आणि केवळ एका वर्षाच्या अवधीत शाळेची विद्यार्थीसंख्या दसपटीने वाढली. १८८४च्या दरम्यान मुंबई प्रांताच्या गव्हर्नरांनी 'शिक्षण खाजगी व्यवस्थापन आणि कल्पकता यांच्या आधारे वाढावे आणि काही निवडक घटकांची मक्तेदारी न राहता संपूर्ण भारतीय जनतेचा समान वारसा म्हणून वर्धिष्णु व्हावे,' असा संस्थेचा गौरव केला. न्यू इंग्लिश स्कूलची प्रेरणा आणि प्रारूप यांमुळे अधिक लोकप्रिय, अधिक भौगोलिक व्याप्ती असणाऱ्या शैक्षणिक संस्था स्थापन करण्याची पार्श्वभूमी तयार झाली, त्यातून डेक्कन एज्युकेशन सोसायटीचा जन्म झाला. आपटे यांच्या भाषेत ही प्रक्रिया म्हणजे एक 'मंद गतीची शांततापूर्ण क्रान्ती' होती.

''याच दरम्यान भारताच्या स्वातंत्र्याची राजकीय प्रेरणा ठरलेली भारतीय राष्ट्रीय काँग्रेस जन्मास येणे हा खास योग म्हणायला हवा. १८८४ नंतरचा डेक्कन एज्युकेशन सोसायटीचा आणि पर्यायाने फर्ग्युसनचा इतिहास रोमहर्षक आहे.

''सोसायटीच्या स्थापनेनंतर दक्षिणेकडच्या मातब्बर 'हिंदु' या वृत्तपत्राने आपल्या 'विद्यापीठ शिक्षणाच्या जबाबदाऱ्या' या विषयासंबंधी संपादकीयात म्हटल्याप्रमाणे :

''निश्चित विचार करणारे आणि बोलणारे प्रत्येक कालखंडात, प्रत्येक देशात मान्यता पावतात, पण भारताला त्याहूनही अधिक कशाची गरज असेल तर देशाच्या उद्धारासाठी प्रयत्न करणाऱ्या नि:स्वार्थी नेत्यांची! सत्यता, भक्ती, नि:स्वार्थीपणा आणि उद्यमशीलता हे आदर्श अथवा गुण जोपासण्याची आपल्याकडे अधिक गरज आहे. नकारात्मक स्वभावविशेष असणाऱ्यांची आपल्याकडे कमतरता नाही. धीर, व्यक्तिगत निष्ठा, मार्दव अशा गुणांची आपल्याकडे वानवा नाही, मात्र शतकांचा इतिहास पाहताही 'गॉर्डन गॅरिबाल्डी', 'वॉशिंग्टन' यांच्यासारखी माणसे आपल्याकडे नव्हती. प्रत्येक युगाच्या गरजांनुसार शिक्षणाचे परिवर्तन होत राहिले पाहिजे. थोडक्यात, त्या गरजा सांगावयाच्या म्हणजे 'समाजाचे उन्नतीकरण साधणे' हे होय.

''वामन शिवराम आपटे यांनी इंग्रजीकरण झालेल्या पदवीधरांवर नव्हे तर पदवीधर झालेल्या भारतीयांवर भर दिला होता आणि तो रास्तही होता. परंतु त्यातही महत्त्वाचे हे की आत्मसन्मान सांभाळून तसेच इतरांचा योग्य मान राखून

पदवी प्राप्त करणे हे अधिक योग्य मानले होते. यामुळेच आत्मशक्ती व आत्मभान यांतून नामदार गोखले यांचे पृथ:करण करण्याची क्षमता असलेले मन तयार झाले होते आणि त्याच्या आधारे त्यांनी एका बाजूला ब्रिटिशांची भारतासंबंधी असलेली आर्थिक महत्त्वाकांक्षा आणि दुसऱ्या बाजूला लोकमान्य टिळकांची स्वातंत्र्यासंबंधी दुर्दम्य आणि प्रखर प्रेरणा यांच्या द्वंद्वाचे (अन्वय-विरुद्धान्वय-समन्वय) विश्लेषण केले होते. आचार्य कृपलानी, काकासाहेब कालेलकर यांच्यासारखी पुढे इतिहास बनून राहिलेली अनेक 'नावे' सोसायटीच्या इतिहासाने घडवली आणि या 'नावांनी' भारताचे पुनरुत्थान घडविणाऱ्या प्रेरणा प्रस्थापित केल्या. त्यामुळे 'हिंदू' या वृत्तपत्राने ज्या व्यक्तिमत्त्वांच्या अनुपस्थितीबद्दल खेद व्यक्त केला त्यापेक्षा कितीतरी अधिक सशक्त नावे सोसायटीने समाजाला बहाल केली असे म्हणायला हरकत नाही.

"भारतीय राष्ट्रीय काँग्रेसचे आणि डे. ए. सोसायटीचे स्थापनावर्ष एकच. इतकेच नव्हे तर, काँग्रेसचे पहिले अधिवेशनही पुण्यात भरणार होते; कॉलऱ्याची साथ उद्‌भवल्यामुळे ते मुंबईला भरले. तेथील अधिवेशनात उपस्थित असलेले एक प्रतिनिधी श्री.सुब्रह्मण्यम् अय्यर यांनी म्हटले आहे की 'विखुरलेल्या राजकीय शक्ती एकत्र आणणे, लोकमत घडविणे, ते सुदृढ करणे हा अधिवेशनाचा हेतू होता. यामुळे राजकीय शिक्षणाला मध्यवर्ती स्थान मिळेल आणि जनता स्वत:च आपले प्रश्न समजून घेऊन आपल्याच हुशारीने ते प्रश्न सोडविण्याचे यशस्वी प्रयत्न करेल.'

"डेक्कन एज्युकेशन सोसायटीचे क्षेत्र व हेतू मर्यादित असले तरी काँग्रेसच्या आणि सोसायटीच्या राष्ट्रीय कार्याच्या प्रेरणा, वैचारिक स्वातंत्र्याचा हक्क व ते व्यक्त करण्याच्या पद्धती सारख्याच होत्या. काँग्रेस हे असे एक व्यासपीठ होते की जेथे मतभेद आणि चर्चेचे स्वातंत्र्य मान्य होते आणि अशा वैचारिक मतभेदांना व्यक्त करण्यास प्रोत्साहनही दिले जात असे. काँग्रेसमध्ये आणि तसेच डे. ए. सोसायटीमध्ये सुरुवातीच्या काळात तरुण आणि उत्साही मनांमध्ये संघर्ष असणे हे स्वाभाविक होते.* विविध प्रश्न सोडविण्याच्या मार्गांबद्दल आणि पद्धतींबद्दल मतभिन्नता आणि शंकानिरसन हा दोन्ही संघटनांचा स्थायी भाव होता.

"या विचारपद्धतीमुळे सोसायटीच्या संस्थांना एक वेगळेपण प्राप्त झाले; स्वत्वाची जाणीव, आत्मविश्वास दुणावला. आत्मविश्वास म्हणजे अल्पसंतुष्टता नव्हे, आत्मसमाधान नव्हे. तसेच स्वत्व म्हणजे संकुचितता किंवा अनुदारताही नव्हे. विचारी भारतीयांपुढे महत्त्वाचा पेच प्रश्न किंवा समस्या होती. त्याची बुद्धी प्रामुख्याने शास्त्रीय विषय आणि पाश्चात्त्य विचार यांकडे झुकली होती, तर त्याचे

---

* या विधानाचा अप्रत्यक्षपणे लोकमान्य टिळकांच्या राजीनाम्याशी संबंध होता.

व्यक्तिमत्त्व आणि संस्कार पूर्णत: भारतीय होते आणि ते टिकविण्याची तो पराकाष्ठा करीत होता. डेक्कन एज्युकेशन सोसायटी ही मोठी संस्था पाश्चात्त्य आणि पौर्वात्य विचारसरणींचा समन्वय साधण्याचा प्रयत्न करीत होती; परिणामी गौरव करायचा असो अथवा निंदा करायची असो, सोसायटीची बुद्धिमत्ता न्यायप्रधान आणि निवडक होती; चांगले स्वीकारणे, ते आपलेसे करणे त्याबरोबरच अयोग्य अथवा दर्जा नसलेले टाळणे असे करीत मानवातल्या पूर्णत्वाचा शोध घेणे हा सोसायटीचा प्रयास होता.

''आपल्या स्वकीय आणि औपचारिक शिक्षणाच्या चौकटीशिवाय हे शक्य झाले असते का? सर्व संभाव्य प्रश्नांसारखे या प्रश्नाचे उत्तर देणे सोपे नाही. असे म्हणतात की विद्यापीठाचे शिक्षण हिऱ्यांना पैलू पाडते आणि गारगोट्यांना चकाकी आणते. चाळीस वर्षांपूर्वी येथे शिकत असताना माझे काय झाले हे मी खात्रीशीर सांगू शकत नाही. मात्र फर्ग्युसनमध्ये माझा फक्त विद्वान, प्रथितयश अभ्यासकांशी, शिक्षकांशी संबंध आला असे नाही; पण त्याहूनही महत्त्वाचे म्हणजे त्या काळात उत्तुंग माणसे आणि त्यांची मने व्यक्तिगतरित्या अनुभवता आली; कल्पनांनी आम्ही उत्तेजित झालो, काही कल्पनांचा आम्ही शोध घेतला तर काहींची फक्त झलक पाहायला मिळाली आणि त्याहूनही महत्त्वाचे म्हणजे व्यक्तिगत उच्चत्व आणि भारतासाठी काही भरीव करण्याची महत्त्वाकांक्षा यांचे मीलन साधण्याचा आम्ही प्रयत्न करू शकलो.

''मोठी विद्यापीठे गतहेतूंची आश्रयस्थाने असतात. तुसडेपणापासून अलिप्त असलेली, दु:खद अनुभवांपासून दूर असलेली तरुणाई कुठल्याही चांगल्या कामाशी त्वरित समरस होते; हे थोडे परस्परविरोधी वाटले तरी या अनुभवात एक प्रकारची तटस्थता किंवा अलिप्तता असते. कारण काही प्रश्न व्यक्तिगत जबाबदारीच्या बाहेरचे असतात. आमच्या पिढीला त्यामानाने हा अनुभव कमी आला. कारण आम्ही ज्या प्रश्नांची चर्चा करीत होतो किंवा ज्या कल्पना मांडत होतो ते प्रश्न अमूर्त नव्हते किंवा आमच्या नित्य जीवनापासून फार दूरही नव्हते; ते आमच्या भविष्याशी (स्वातंत्र्याच्या आंदोलनाशी) निगडित होते, म्हणून आम्हाला तटस्थ राहणे शक्य नव्हते.

''आजच्या तरुण पिढीबाबत आम्ही असे म्हणू शकतो काय? सत्तेचा शोध आणि ती मिळविण्यासाठी काही ठिकाणी, काही देशांत चाललेली कमालीची स्पर्धा यांमुळे आमची चिंता, आमची काळजी भयानक वाढली आहे काय? आपल्या देशाची दिशा भूतकाळाचे मूल्यमापन आणि भविष्याचा कार्यक्रम आमचे लक्ष वेधून घेत नाहीत काय?

''भारताच्या स्वातंत्र्योत्तर काळात आम्हाला भेडसावणारे गंभीर प्रश्न आम्ही

नैसर्गिकपणे आणि आत्मीयतेने तसेच कोणत्याही प्रकारचा व्यक्तिगत निराधार कल मनात न ठेवता अभ्यासणार आहोत का? आम्ही आमच्याच स्वप्नरंजनात गुंतून उत्साही परक्यांप्रमाणे एकमेकांचे आयुष्यभराचे प्रश्न सोडविण्याची जबाबदारी घेतल्यासारखे वागणार आहोत का?

"अनेक दृष्टींनी पाहता डेक्कन एज्युकेशन सोसायटीचे दुसरे शतक पहिल्या शतकापेक्षा अधिक आव्हानात्मक आणि अधिक अवघड वाटचालीचे असणार आहे. आपल्याला आत्मचिंतनासाठी फार अवधी मिळणार नाही, तेवढी उसंतही मिळणार नाही. तुमच्या मनातल्या खळबळीच्या पार्श्वभूमीवर तुमच्या अवतीभोवतीचा परिसर तेवढा शांतचित्त असणार नाही. आपल्या कॉलेजच्या चौकात नवीनच लावलेल्या नारळांच्या शंभर झाडांप्रमाणे आपल्या संस्थेने सर्वांत कनिष्ठ पातळीवरच्या समाजघटकांना जीवनदान आणि संरक्षण देण्यासाठी उच्च शिक्षणासाठी दालने उभी करावीत.

"डेक्कन एज्युकेशन सोसायटीने आतापर्यंत दीर्घ काळ सामाजिक बदल आणि जनजागृतीचा आदेश अंगीकारला आहे. दुसऱ्या शतकाच्या उंबरठ्यावर या आदेशाला संजीवनी देऊन या संस्थेशी संलग्न असलेल्या हजारोंना त्याचा लाभ मिळू द्या! आभारी आहे!"*

२४ ऑक्टोबर, १९८४ : फर्ग्युसनचा शताब्दीमहोत्सव

शताब्दीमहोत्सवाच्या मुख्य समारंभासाठी कॉलेजच्या मैदानावर सुमारे पाच हजार लोक बसू शकतील असा भव्य देखणा शामियाना उभारला होता. दक्षिणाभिमुख व्यासपीठावर समारंभाचे मुख्य पाहुणे ज्येष्ठ शास्त्रज्ञ श्री. राजा रामण्णा, प्रमुख पाहुणे उद्योगपती चंद्रकांतजी किर्लोस्कर, डेक्कन एज्युकेशन सोसायटीचे अध्यक्ष श्रीमंत शाहू महाराज, सोसायटीचे कार्याध्यक्ष श्री. जी. एस. जोशी, केंद्रीय मंत्री श्री. विठ्ठलराव गाडगीळ, ज्येष्ठ पत्रकार, स्वागतसमितीच्या मुंबई विभागाचे अध्यक्ष नामदार श्री. जयंतराव टिळक, पुण्याचे महापौर श्री. चंद्रकांतजी शिवरकर, पुणे विद्यापीठाचे कुलगुरु डॉ. वि. ग. भिडे उपस्थित होते. सोसायटीचे कार्याध्यक्ष श्री. जी. एस. जोशी यांनी सर्व पाहुण्यांचे स्वागत करून त्यांचे सत्कार केले. सोसायटीचे

---

* पी. व्ही. नरसिंहरावांचे हे मूळ इंग्रजी भाषण आशय, मांडणी, भाषा, तळमळ या सर्व दृष्टींनी पाहता सर्वोत्तम भाषणांपैकी एक आहे, त्याचे मराठीकरण करताना जास्तीतजास्त प्रामाणिक प्रयत्न केला आहे. मूळ इंग्रजी भाषणांसाठी पाहा-

V. M. Bachal (Ed.), **Fergusson College Centenary Souvenir,** P.27.

अध्यक्ष श्रीमंत शाहू महाराज यांनी सोसायटीतर्फे स्वागतपर भाषण करून भारतातील शैक्षणिक प्रगतीमध्ये फर्ग्युसनने दिलेल्या योगदानाचा गौरवपूर्ण उल्लेख केला.

आपल्या स्वागतपर भाषणात प्राचार्य पां. ल. गाडगीळ म्हणाले,

''फर्ग्युसन कॉलेजच्या शताब्दीसमारंभात आपणा सर्वांचे स्वागत करताना आम्हा सर्वांना विशेष आनंद होत आहे. महाराष्ट्राच्या आणि एक प्रकारे भारताच्या शिक्षणप्रेमींच्या हृदयात 'फर्ग्युसन कॉलेज'ला एक खास स्थान आहे. फर्ग्युसनचे संस्थापक विष्णुशास्त्री चिपळूणकर, लोकमान्य टिळक, गोपाळ गणेश आगरकर, माधवराव नामजोशी; त्याचबरोबर कॉलेजच्या प्रतिष्ठेत भर घालणारे शिक्षक-सेवक सर्वश्री गोपाळ कृष्ण गोखले, प्राचार्य वामन शिवराम आपटे, महर्षि अण्णासाहेब कर्वे, प्राचार्य रँग्लर र. पु. परांजपे, डॉ. ग. स. महाजनी आणि अन्य यांच्याबद्दल आपणा सर्वांना आगळा अभिमान आहे. भारताच्या प्रगतीच्या सर्व क्षेत्रांत - विद्वत्ता, प्रशासन, लोकशिक्षण, शास्त्रीय व तांत्रिक प्रगती, कला, पत्रकारिता, न्यायदान, शारीरविज्ञान, समाजकारण, राजकारण, साहित्य आणि संगीत, खेळ इत्यादींमध्ये - फर्ग्युसनच्या विद्यार्थ्यांनी गौरवास्पद कामगिरी केली आहे. आपापल्या क्षेत्रांत त्यांनी जे स्पृहणीय यश संपादन केले, त्याचा कॉलेजला रास्त अभिमान आहे.

''१९७५ सालापासून कॉलेजने योजनाबद्ध प्रगतीसाठी शताब्दीपूर्व दशक अभियान यशस्वीपणे राबविले. आजपर्यंत जे विकासकार्यक्रम राबविले त्यासाठी महाराष्ट्रातील उदार उद्योगपती, नामवंत माजी विद्यार्थी यांच्या आर्थिक साहाय्याची मदत झाली आहे. झालेल्या कार्यक्रमांनी आम्ही आनंदी असलो तरी समाधानी नाही; अजून बरेच काही करावयाचे आहे. जागतिक कीर्तीचे चित्रकार रॉयल ॲकॅडमीशियन श्री. गोपाळ देऊसकर यांनी संस्थेचे संस्थापक यांची पूर्णाकृती व नामवंत माजी विद्यार्थ्यांची सुमारे १६ तैलचित्रे काढली आहेत. फर्ग्युसनचेच नामवंत माजी विद्यार्थी माहिती आणि नभोवाणी मंत्री नामदार विठ्ठलराव गाडगीळ यांच्या पुढाकाराने कॉलेजचा पोस्टाचा स्टॅम्प आणि शताब्दी गौरव पाकीट प्रकाशित करण्यात आले आहे. आम्हाला याबद्दल आनंद आहे. वेगवेगळ्या शाखांमध्ये आम्ही पदव्युत्तर विभाग सुरू करीत आहोत. आमचे विद्यार्थी उच्च माध्यमिक आणि विद्यापीठीय परीक्षांमध्ये उच्च क्रमांक प्राप्त करून शैक्षणिक क्षेत्र गाजवीत आहेत, तर खेळ आणि कला या प्रांतांतही नाव कमावीत आहेत. त्या सर्वांचे अभिनंदन!

''ज्यावेळी मी फर्ग्युसनसाठी साहाय्य मागण्यासाठी जातो तेव्हा माझे आनंदाने स्वागत होते आणि जनमानसात फर्ग्युसनची काय प्रतिमा आहे याची कल्पना येते. उद्योगपती मदनलालजी पित्ती फर्ग्युसनला 'मंदिर' मानतात. अनेक माजी विद्यार्थी कॉलेजमध्ये येणे ही पवित्र यात्रा मानतात. नवलमलजी फिरोदिया माझ्याबरोबर येतात तेव्हा म्हणतात 'दरेक मंदिरमा जईने घंटडी वगाडवानु मारु काम छे.'

कोल्हापूरचे मित्र मदतीसाठी बरोबर येताना म्हणतात, 'आम्ही पालखी नेत आहोत; ती खाली ठेवायची नसते.' ही पालखी नेण्यात साहाय्य करणाऱ्या बिर्ला, फिरोदिया, पित्ती, आगरवाल, शिर्के, किर्लोस्कर अशा अनेकांचा आदरपूर्ण उल्लेख करणे माझे कर्तव्य आहे. भारती विद्यापीठाचे पतंगराव कदम, (सिम्बायोसिसचे) डॉ. मुजुमदार, ज्ञानेश्वर विद्यापीठाचे डॉ. आपटे यांसारख्या सुहृदांनी नेहमीच प्रेरणा दिली आहे.

''आम्हाला कॉलेजसाठी स्वायत्तता मिळवायची आहे. इलेक्ट्रॉनिक्स, कम्प्युटर, मायक्रोबायॉलाजी, तंत्रज्ञान, संशोधन या क्षेत्रांत भरीव कार्य करावयाचे आहे. सरकारी धोरणाबद्दल थोडे बोलायला सरकारी परिपत्रकांचे पालन करणे एवढेच आमचे काम राहू नये. आमच्या उपक्रमशीलतेवर किमान बंधने असावीत. जुन्या संस्थांच्या जुन्या इमारती सांभाळणे हे अवजड ओझे होता कामा नये. शैक्षणिक संस्था आर्थिक दृष्ट्या स्वावलंबी आणि विकासाभिमुख व्हावयास हव्यात.

''विद्यार्थीवर्ग हा कॉलेजचा आत्मा आहे. आनंदी, स्वाभिमानी, अभ्यासू विद्यार्थीवर्ग हा आमचा मुख्य आधार आहे. त्यांनी त्यांचे धाडस 'INSYNCH' सारख्या कार्यक्रमातून दाखवले आहे. मी त्यांचे मनापासून अभिनंदन करतो. 'Bliss was it in that dawn to be alive, but to be young was very heaven' : Wordsworth.

''त्या प्रात:काळी हयात असणे म्हणजे सुख! पण तरुण असणे म्हणजे प्रत्यक्ष स्वर्गच!''

प्रमुख पाहुणे श्री. चंद्रकांत किर्लोस्कर यांचे भाषण :

...''एका अविस्मरणीय प्रसंगासाठी ...फर्ग्युसन कॉलेजच्या शताब्दीप्रसंगी आपण जमलो आहोत.

''कदाचित माझ्यासारख्या उद्योगाच्या क्षेत्रातील व्यक्तीला प्रमुख पाहुणे म्हणून बोलावण्याची ही पहिली वेळ असावी. आदरणीय श्रीनिवास शास्त्री, सर तेजबहादुर सप्रु, डॉ. राधाकृष्णन यांच्यासारख्या दिग्गजांनी फर्ग्युसन कॉलेजच्या रौप्य, सुवर्ण, हीरक महोत्सवात ही जागा भूषविली आहे. अत्यंत विनम्रपणे मी ही भूमिका पार पाडीत आहे. स्वत: उद्योजक असल्याने उद्योग आणि शिक्षण या दोन क्षेत्रांतील वाढत्या सहकार्याबद्दल व ते परस्परांना कसे फलदायी ठरेल याबाबत बोलणार आहे. व्यक्तिगत विचार करायचा झाला तर माझ्या मातोश्री यमूताई किर्लोस्कर आणि माझ्या सासूबाई फर्ग्युसनच्या विद्यार्थिनी होत्या याचा मी अभिमानाने उल्लेख करीत आहे.

''एक शतक पार पडले आहे आणि फर्ग्युसन कॉलेज नव्या युगात, नव्या

शतकात प्रवेश करीत आहे. सध्याची आणि पुढची पिढी कोणत्या परिस्थितीत काम करणार आहे आणि नव्या काळाची आव्हाने पेलण्यासाठी शिक्षक त्यांना कसे तयार करणार आहेत याचा विचार करायला हवा.

"इतिहास काहीतरी शिकवीत असतो; भावी धोरण आणि कृती याबद्दल मार्गदर्शन करीत असतो. आजचे विद्यार्थी उद्या कोणत्या परिस्थितीत वावरणार आहेत, भावी पिढीला कोणत्या आव्हानांना तोंड द्यावे लागणार आहे याचा तात्कालिक विचार न करता, वेळ येईल तसतसे मार्ग शोधत न बसता भविष्यकाळाचा निश्चित अंदाज घेऊन अपेक्षित आव्हानांना यशस्वीपणे तोंड देण्याची तयारी करणे यात खरे शहाणपण आहे. इतिहास असे सांगतो की दहाव्या शतकाच्या इतिहासापासून आपण काही शिकलो नाही आणि हेच खरे आपल्या पारतंत्र्याचे मूळ कारण राहिले आहे.

"केवळ पुस्तकी ज्ञान प्राप्त करणे किंवा सभोवतालच्या परस्पर संबंधांचा अन्वयार्थ लावणे म्हणजे शिक्षण नव्हे. शिक्षणाने विद्यार्थ्याला आपल्या आणि समाजाच्या विद्यमान आणि भावी गरजांची समज करून घेणे आणि आपल्या कर्तृत्वशक्ती त्या गरजांच्या समाधानकारक पूर्तीसाठी योग्य पद्धतीने वापरणे ही काळाची गरज आहे. पदवीनंतरच्या परिस्थितीसंबंधात हे विशेषत्वाने लागू पडते.

"निसर्गातून मानवाची प्रगती होत असते, ही एक सातत्याने चालणारी प्रक्रिया असते. ही प्रक्रिया कठोर असते, जीवघेणी असते. आज येथे आपण बसलो आहोत या काळातही ही प्रक्रिया सावकाश परंतु निश्चितपणे चालू आहे. या प्रक्रियेत जुने जळून जाते, अकार्यक्षम पद्धती नष्ट होत जातात, नव्या, आधुनिक, अधिक चांगल्या जन्म घेत असतात; उद्याच्या धाडसी प्रवासात सक्रिय राहणारे प्रगतीच्या लाटा सहज पार करू शकतात, तर संथ, निष्क्रिय मागे राहतात, बाजूस फेकल्या जातात.

"सध्या आपण जगात तिसऱ्या क्रान्तीच्या उंबरठ्यावर उभे आहोत, मात्र भारतातील फारच थोड्या व्यक्तींना या जगात होणाऱ्या मूलभूत मोठ्या बदलाची जाणीव आहे, त्यातील काही तर या संभाव्य बदलांचा भारतीय समाजावर पुढच्या दोन तीन पिढ्या काही परिणाम होणार नाही असे मानतात. मात्र कुणाला आवडो वा ना आवडो, नवी संस्कृती तयार होत आहे. ....औद्योगिक क्रान्तीच्या धक्का देणाऱ्या लाटांनी माणसाचे जीवन आणि इतिहास बदलत गेला. पूर्वीच्या शेतीविषयक क्रान्तीने जमविलेली घडी उद्‌ध्वस्त होत गेली आणि नवी समाजव्यवस्था जन्माला येऊ लागली. शिक्षण, व्यक्तिगत जीवनपद्धती, कुटुंबव्यवस्था, आर्थिक मूल्ये, आरोग्यविषयक शास्त्रे.... थोडक्यात म्हणजे संपूर्ण मानवी जीवनाचा ढाचा क्रान्तिकारक पद्धतीने बदलला.

"हे सर्व होत असताना ज्या देशांनी हे बदल स्वीकारले, त्यांचा फायदा झाला. जे आळशी, सुस्त आणि निर्धास्त राहिले त्यांचा केवळ तोटाच झाला असे नाही तर ते गुलामगिरीच्या शृंखलांत अडकले. आपण भारतात हे कसे घडत गेले हे स्वत: अनुभवले आहे.

"याच औद्योगिक क्रान्तीच्या उदरात माहिती व्यवस्थापनावर आधारलेली नवी समाजव्यवस्था उदयास येत आहे. नव्या क्रान्तीच्या प्रक्रियेत काळ आणि वेग यांना महत्त्वाचे स्थान आहे. शेतीविषयक क्रान्ती हजारो वर्षे घडत होती; औद्योगिक क्रान्ती मात्र काही शतकांपुरती मर्यादित होती. शेतीविषयक क्रान्ती इतकी सावकाश आकार घेत होती की होणारे बदल लक्षात यायला पिढ्यांचा अवधी लागत असे. मात्र औद्योगिक क्रान्तीतले बदल वेगाने आकार घेत होते आणि ते झपाट्याने पिढ्यांच्या लक्षातही येत होते. आता मात्र आपण आपल्या हयातीतच झपाट्याने होणाऱ्या मूलगामी बदलांचा स्वीकार करायला हवा. होत असलेल्या बदलांना त्रयस्थपणे पाहात राहण्याइतका वेळही आपल्याकडे नाही.

"नव्या माहिती व्यवस्थेमध्ये 'माहिती व्यवस्थापना'वर मुख्य भर आहे. माहिती मिळविणे, तिच्यावर प्रक्रिया करणे आणि उपलब्ध माहिती तातडीने संबंधित घटकाकडे पोहोचविणे या बाबी महत्त्वाच्या आहेत. नवी स्वयंचलित यंत्रपद्धती, संगणक, यंत्रमानव (Robots), लेसर ऑप्टिक्स अशा अनेक उपलब्धींमुळे उत्पादन माणसाच्या व्यक्तिगत देखरेखीखाली ठेवण्याची गरज कमी होत आहे.

"१०० मैल दूर असलेल्या फॅक्टरीमध्ये कामगाराची मदत न घेता संगणकाच्या मदतीने आज्ञा देत उत्पादनावर नियंत्रण ठेवता येत आहे. जेथे काम चालू आहे अशा उत्पादनक्षेत्रांमध्ये कार्यरत असणाऱ्या यंत्राच्या देखरेखीसाठी माणसांची गरज भासणार आहे. वेगवेगळ्या देशांत पसरलेल्या कार्यालयांमध्ये इलेक्ट्रॉनिक माध्यमांच्या साहाय्याने, संगणक-दूरदर्शन यांच्या साहाय्याने परस्पर संपर्क आणि प्रत्यक्ष मांडणी करता येणार आहे; अशा परिस्थितीत गरज कशाची असेल, तर ती उत्पादनपद्धतीच्या तंत्र मंत्राच्या माहितीची, कौशल्याच्या जाणीवेची! त्यामुळे प्रत्यक्ष उत्पादनपद्धतीच्या व्यवस्थापनापेक्षाही माहितीचे व्यवस्थापन अत्यंत महत्त्वाचे ठरणार आहे. माहिती व्यवस्थापनासाठी कमालीची बुद्धिमत्ता आणि कौशल्य यांची नितान्त गरज आहे हे विसरून चालणार नाही.

"या सर्व पद्धती हाताशी असताना जागतिक व्यापाराची पद्धती मूलत: बदलेल आणि सर्वोच्च तंत्रज्ञान हाती असणारे देश जगाचे नेतृत्व करू शकतील. सध्याच अटलांटिकपेक्षा पॅसिफिक प्रदेशातील व्यापार अधिक वेगाने होत आहे. याचाच अर्थ भावी काळात पूर्व आशियाई प्रदेशांना अधिक महत्त्व प्राप्त होणार आहे. अमेरिका आणि जपान या दोन टोकांना असणाऱ्या देशांना नवी क्रान्ती किती सर्वंकष आणि

प्रभावी आहे हे उमगले आहे. या उलट औद्योगिक क्रान्तीला जन्म देणारे पश्चिम युरोपीय देश विद्यमान उच्च तांत्रिक क्रान्तीची परिवर्तने समजण्यात मागे पडत आहेत.

''अपयश म्हणजे भावी विकासात खंड आणि पर्यायाने राजकीय प्रभावक्षेत्राची पीछेहाट होय. प्रथमच युरोप मागे पडत असल्याचे लक्षात येत आहे. व्यापारातील बदल झपाट्याने लक्षात येत आहेत. १९८२च्या दरम्यान युरोपातील उच्च तांत्रिक (Hi-Tech Trade Deficit) व्यापारी तूट १० बिलियन डॉलर्सने वाढली आहे आणि जपानचे युरोपीय देशांशी होणारे निर्यातीचे दर झपाट्याने वाढत आहेत - युरोपातील पोलाद, वस्त्रोद्योग, बोटी बनविण्याचे कारखाने मंदीला तोंड देत आहेत. आज जगातील एकूण इलेक्ट्रॉनिक व्यापारापैकी सुमारे ८०टक्के व्यापार केवळ अमेरिका आणि जपान यांच्या नियंत्रणाखाली आहे. हे कठोर वास्तव युरोपीय देशांच्या निदर्शनास आले आहे, म्हणूनच फ्रेंच पंतप्रधान फेबियस यांनी म्हटले आहे की 'जर पुढील काही वर्षांत भविष्यातील तंत्रज्ञानाच्या बाबतीत युरोपीय देशांनी औद्योगिक सहकार्य साधले नाही तर परदेशी स्पर्धेत आपण टिकू शकणार नाही.'

''या सर्व बदलांचा आपल्यावर, आपल्या शैक्षणिक पद्धतीवर काय परिणाम होणार आहे हे पाहण्यासारखे आहे. नव्याने उदयास येणाऱ्या समाजाची उमगस्थाने अगदी वेगळ्या पद्धतीच्या अभ्यासशाखांमध्ये रुजली आहेत... Quantum Electronics, Molecular Biology, Nucleonics, Space Science, Ecology and Information Theory हे नव्या समाजाचे परवलीचे शब्द असणार आहेत. नव्या अभ्यासशाखांबरोबर आपली अभ्यासाची, व्यवहाराची भाषाही बदलणार आहे. सध्याचे कारखाने, कार्यालये एवढेच काय, आपली घरेही बदलणार आहेत. प्रशासनाच्या पद्धती, कामगारांच्या संघटना, आपल्या कामाच्या सवयी बदलणार आहेत. धातू आणि खाणींचे सुवर्णयुग बदलणार आहे. प्लॅस्टिक्स, फायबर ग्लास, कार्बन ग्रॅफाईट, सिलिकॉन कंपांऊंड्स, ऑप्टिक फायबर्स यांचे नवे युग येणार आहे. असे म्हणतात, की एकदा अमेरिकेच्या वाहन उद्योगाला शिंक आली की युरोपीय बाजारपेठेला सर्दी होते. हे असेच चालू राहिले तर २००० सालच्या दरम्यान युरोपीय बाजारपेठेला न्युमोनिया होण्याची भीती आहे. अर्थ एवढाच की भावी काळात झपाट्याने बदल होत जाणार आहेत आणि आपण जागरूक राहीलो नाही तर आजूबाजूला होत राहणारे बदल केवळ पाहात राहण्याचे काम आपल्याकडे राहिल.

''परिवर्तनाच्या लाटा मागे फिरवता येत नाहीत हे आपण लक्षात ठेवले पाहिजे आणि प्रत्यक्ष परिवर्तनाच्या प्रक्रियेतील सक्रिय घटक बनले पाहिजे. तंत्रज्ञानातील बदलांचा वेग कमी करता येणार नाही; थांबविता येणार नाही. आपल्या समाजावर आपल्या कुटुंबपद्धतीवर याचे अपरिहार्य परिणाम होणार आहेत.

‘‘उद्योग आणि शेती हे व्यवसाय केंद्रभागी राहणार नाहीत. मात्र माहितीक्षेत्रातील क्रान्तीमुळे नवा रोजगार निर्माण होणार आहे. या झपाट्याने बदलणाऱ्या, परस्परावलंबी, कमालीच्या स्पर्धेने झपाटलेल्या जगात आपणाला माहिती क्रान्तीकडे दुर्लक्ष करून चालणार नाही, अन्यथा भविष्य आपणास क्षमा करणार नाही.

‘‘भविष्यात आपल्यासारख्या नामवंत संस्थेच्या विद्यार्थ्यांनी आणि शिक्षकांनी कोणता मार्ग निवडावा? भविष्यकाळात एक वेळ अशी येणार आहे, की केवळ एखाद्या वर्गात भाषणे न देता उपग्रहांच्या माध्यमातून जगातील उत्तमोत्तम अभ्यासकांची भाषणे एकाच वेळी अनेक ठिकाणी योग्य आणि आवश्यक पद्धतीने प्रक्षेपित होतील, विद्यार्थ्यांना ती सोयीच्या ठिकाणी ऐकता येतील आणि विद्यार्थ्यांमधील परस्परसंबंध, प्रयोग, कार्यशाळा, खेळ आणि इतर अन्य अभ्यासेतर उपक्रमांसाठी एकत्र येता येईल. बी.बी.सी.ने आपल्या खुल्या विद्यापीठांच्या कार्यक्रमांतर्गत अशी व्याख्याने आयोजित करायला सुरुवात केली आहे, त्यांचा लाभ घेतला पाहिजे. नवे बदल आत्मसात करावयास पाहिजेत. कॉलेजच्या प्रत्येक वर्गात दूरदर्शनचा संच व त्यास जोडणारी मध्यवर्ती यंत्रणा (TV Hook up) असणे भावी काळात आवश्यक ठरणार आहे. इतर महाविद्यालयांनाही या उपक्रमात सहभागी करून घेता येईल. मला कल्पना आहे की या नव्या प्रयोगांना शिक्षणक्षेत्रातून प्रतिसाद मिळणे सोपे नाही. नवे प्रयोग खर्चीक आहेत, अशा प्रयोगांमुळे बेकारी वाढेल अशा प्रकारचे प्रतिवाद केले जातील. मात्र माझ्या उद्योगक्षेत्रातील अनुभवावरून मी सांगू शकतो, की ही भीती अनाठायी आहे असे आढळले आहे. आमच्या क्षेत्रातील नव्या प्रयोगांमुळे उत्पादनाचा दर्जा सुधारला आहे, उत्पन्न वाढले आहे, उत्पादनखर्च कमी झाला आहे, एकूण रोजगारही वाढला आहे. गरज कशाची असेल तर ती दुर्दम्य इच्छाशक्तीची, नव्या परिस्थितीला अनुकूल असे बदल स्वीकारण्याच्या तयारीची, कल्पकतेची, विधायक आणि अर्थपूर्ण कृतीची आणि सर्वांत महत्त्वाचे म्हणजे असीम सहनशीलतेची.

‘‘अर्थात सर्व काही बदलावे अशी अपेक्षा नाही. आपण वर्षानुवर्षे जपलेली - प्रामाणिकता, धैर्य, दीर्घोद्योग, सहृदयता, दया, परस्परांबद्दलचा आदर ही मूल्ये जपावीच लागतील. व्यक्तीची आणि तिच्या कामाची प्रतिष्ठा जपावी लागेल. एका चिनी तत्त्ववेत्याने म्हटल्याप्रमाणे -

‘‘तुम्ही एका वर्षासाठी योजना करीत असाल तर धान्य पेरा; तुम्ही दहा वर्षांसाठी योजना करीत असाल तर झाडे लावा; तुम्ही शंभर वर्षांसाठी योजना करीत असाल तर माणसे पेरा.’

‘‘फर्ग्युसन कॉलेज नव्या आव्हानांना समर्थपणे तोंड देईल याची मला खात्री आहे. नव्या कल्पना, नवी कौशल्ये, धाडसी निर्णय यांची आज आवश्यकता आहे.

या बाबतीत तुम्ही कमी पडणार नाही. सुदैवाने आज भारताला तरुण, उत्साही, नव्या दृष्टीचे पंतप्रधान लाभले आहेत. नव्या पिढीची त्यांना जाण आहे. त्यांच्या नेतृत्वाखाली भारत प्रगतीच्या एकविसाव्या शतकाकडे वाटचाल करेल. आपण त्यांना साथ द्याल; दुसऱ्या शताब्दीकडे यशस्वी वाटचाल कराल.

डॉ. राजा रामण्णा यांचे भाषण

''डेक्कन एज्युकेशन सोसायटीचे अध्यक्ष माननीय श्री. शाहू महाराज, पुण्याचे महापौर, केंद्रीय मंत्री गाडगीळ, श्री. किर्लोस्कर, मा. कुलगुरु, प्राचार्य गाडगीळ, या महाविद्यालयाचे नामवंत माजी विद्यार्थी आणि महोदय स्त्रीपुरुषहो!

''मंत्रिमहोदय गाडगीळ यांनी बरोबर म्हटले आहे की तुम्हाला खास कुणीतरी व्हायचे असेल तर एकतर तुमचा जन्म पुण्यात झाला असला पाहिजे, किंवा तुम्ही पुण्यात वाढले असले पाहिजे किंवा किमानपक्षी पुण्यात तुम्ही शिकलेले असले पाहिजे; मात्र असे काही नसताना समारंभाच्या संयोजकांनी मला अध्यक्ष म्हणून निमंत्रित केले आहे! म्हणून मला माझे या शहराशी नाते कसे आहे ते थोडक्यात सांगितले पाहिजे. यासाठी मला थोडे इतिहासात जावे लागेल. सुमारे हजार वर्षांपूर्वी कर्नाटकाने महाराष्ट्राच्या इतिहासात महत्त्वाची भूमिका बजावली आहे. मात्र विजयनगरचे साम्राज्य कोसळल्यानंतर कर्नाटकाचे तुकडे झाले आणि काही काळ कर्नाटक हैदरअली आणि टिपू सुलतान यांच्या नियंत्रणाखाली आले. मात्र या दोन थोर योद्ध्यांनंतर कर्नाटक अस्तित्वात राहिलेच नाही. कर्नाटकाचे वेगवेगळे तुकडे झाले. 'कुर्ग' वेगळा झाला, पश्चिम किनारा वेगळा झाला, उत्तर कर्नाटक मुंबई प्रांताला मिळाला आणि राहिले फक्त पूर्वीचे छोटे म्हैसूर संस्थान! हे सर्व मी अशासाठी सांगतो आहे, की माझ्या विद्यार्थीदशेच्या काळात फर्ग्युसनचा दक्षिणेकडील राज्यांवर कमालीचा प्रभाव होता. मी आपल्या लक्षात आणून देऊ इच्छितो, की नवे म्हैसूर राज्य दोन प्रभावांमुळे निर्माण झाले आहे. पहिला प्रभाव म्हणजे पुण्याची संस्कृतप्रधान संस्कृति आणि दुसरा प्रभाव म्हणजे संस्कृतच, परंतु मैलापूरच्या तामीळ संस्कृतीशी मिसळलेली. त्यातही या संस्कृतीवर बंगाली प्रभावही होता. त्या परिणामी आमच्यातले काही मद्रासकडे गेले तर काही पुण्याला आले. आम्ही त्या काळी टिळक-आगरकरांच्या प्रभावाखाली होतो; येथे मी मंत्रिमहोदयांच्या विधानास उत्तर देत आहे की त्या काळी विभाजित राज्यात आम्ही राहात होतो. माझ्या वडिलांनी त्या काळात माझ्या एका भावाला पुण्यात फर्ग्युसनमध्ये शिकण्यासाठी पाठवले आणि मला मद्रासच्या प्रेसिडेन्सी कॉलेजमध्ये! यामुळे माझ्यावरसुद्धा 'मोठेपणा'चा काही प्रभाव पडला आहे आणि एक प्रकारे माझ्या आपल्याशी संवाद साधण्याचे समर्थन होत

आहे. आम्ही त्या काळी भांडारकर आणि बाळ गंगाधर टिळक यांच्या प्रभावाखाली होतो. मला टिळकांबद्दल मनोमन आदर होता, परंतु आम्ही म्हैसूरकडची मंडळी अहिंसक मार्गांना प्राध्यान्य देणारी असल्यामुळे गोपाळ कृष्ण गोखले, श्रीनिवास शास्त्री यांना नेते मानीत होतो; अशा प्रकारे आमच्या तरुण पिढीवर त्या काळी दोन्ही संस्कृतींचा-टिळक आणि गोखले यांचा संमिश्र प्रभाव होता.

''मुख्य पाहुणे किर्लोस्कर यांच्या निवेदनावर माझ्या प्रतिक्रिया - किर्लोस्कर कुटुंबीय या शतकाच्या दुसऱ्या दशकापासून औद्योगिक क्रान्तीची भाषा बोलू लागले आहेत आणि ते यशस्वी झाले आहेत आणि केवळ १५ वर्षांनंतर येणाऱ्या पुढच्या शतकाकडे पाहण्याची दूरदृष्टि त्यांच्याकडे निश्चित आहे.

''आज या व्यासपीठावर दिग्गज मंडळी आहेत. मुख्य पाहुणे यशस्वी उद्योगपती आहेत. तीन मंत्री उपस्थित आहेत आणि प्रेक्षकांमध्येही फर्ग्युसनशी संबंधित दिग्गज मंडळी आहेत; याचा अर्थ असा होतो की फर्ग्युसन इतरांपेक्षा वेगळे आहे? मार्कांच्या पलीकडे जाऊन विद्यार्थ्यांना अधिक वेगळी विचारशक्ती देते आहे काय? फर्ग्युसन तुम्हाला भविष्यात पाहण्याची चांगली ताकद देते काय? किर्लोस्करांनी नव्या सरकारचा संदर्भ दिला, नव्या धाडसी गतिमान नेतृत्वाचा उल्लेख केला. राजीव गांधींनी आपल्या शिक्षणपद्धतीबद्दल – विशेषत: उच्च शिक्षणाबद्दल – आस्था व्यक्त केली आहे. ज्येष्ठ नामवंत व्यक्तीच्या हाती शिक्षणमंत्रीपद सोपविले आहे आणि ते शिक्षणासंबंधी प्रश्नांचा गांभीर्याने विचार करतील.

''आपल्या शिक्षणपद्धतीची पुनर्रचना होणे हे नितान्त आवश्यक आहे. या पुनर्रचनेत तांत्रिक क्रान्ती, माहिती-विस्फोट, संगणकीकरण यांचा समावेश अपेक्षित आहे. स्वातंत्र्यानंतरच्या पहिल्या काही वर्षांतच डॉ.होमी भाभांच्या दूरदृष्टीमुळे आपण नव्या तंत्रज्ञानाच्या क्रान्तीचा पाया घातला... फर्ग्युसन कॉलेजने शिक्षणपद्धतीचा दृढ पाया घातला तसा! फर्ग्युसन कॉलेजने शतकाच्या काळात अनेक आव्हानांना यशस्वीपणे तोंड दिले तसे!

''आपण दोन बाबतीत यशस्वी होऊ शकलो. पहिली म्हणजे अणुशक्ती. या बाबतीत आपल्याला अनेक कठीण प्रसंगांतून जावे लागले. अनेक देशांनी वेगवेगळ्या कारणांसाठी आपणाला सहकार्य दिले नाही. आपण स्वत: अणुशक्तीबाबतची आपली प्रगती गाठली. त्यातही आनंदाची गोष्ट अशी की आपण स्वत: बनविलेले 'अटॉमिक रिॲक्टर्स' चांगले चालू आहेत. हेवी वॉटर प्लांट्स कार्यरत आहेत आणि काही दिवसांत आपण फास्ट रिॲक्टरसुद्धा बनवू शकू. स्वत:च्या बळावर फास्ट रिॲक्टर बनविण्याची ताकद असणारे, कौशल्य असणारे फार मोजके देश आहेत. अलीकडच्या काळात भौतिक शास्त्रांमध्ये, उच्च तंत्रज्ञानाच्या क्षेत्रामध्ये आपण केलेली प्रगती खरीच कौतुकास्पद आहे.

“श्री. किर्लोस्कर यांनी आपणास भविष्यकाळात उच्च तंत्रज्ञानाच्या समाजात नेले आहे, मात्र नवीन तंत्रज्ञान आणण्यापूर्वी काही निर्बंधांचा विचार करणे आवश्यक आहे आणि कदाचित या प्रश्नांच्या बाबतीत फर्ग्युसन कॉलेज, डेक्कन एज्युकेशन सोसायटी आणि पुण्यातील बौद्धिक वातावरण अधिक चांगले लक्ष देऊ शकेल. एका अमेरिकन जर्नलमध्ये हा प्रश्न चांगला मांडला आहे. तो असा, की पुढील काळात सॉलिड स्टेट डिव्हाइससंबंधी कार्य बरेच वाढणार आहे. या संदर्भात अमेरिकनांपेक्षा जपानी लोक अधिक चांगले काम करू शकतील, कारण जपानी जनता स्वच्छतेच्या बाबतीत अग्रेसर आहे. कदाचित आता मी जे तुम्हाला सांगत आहे त्याचे आश्चर्य वाटेल. तुम्हाला वाटेल उच्च तंत्रज्ञान आणि स्वच्छता यांचा काय संबंध आहे? आहे तो असा, की आधुनिक यंत्रणेमध्ये एका ‘बिलियन’ मागे एखादा अस्वच्छ भागसुद्धा महत्त्वाचा ठरतो. तुम्ही गोष्टी कशा हाताळता त्यावर तुमच्या यशाचे रहस्य अवलंबून आहे.

“तुमच्याकडे अणुशक्ती असेल, माहिती साठवण्याच्या सुविधा असतील, तुम्ही संगणक बनवाल. परंतु त्याचवेळी तुम्हाला देशाच्या विकासाच्या अन्य अनेक बाबतींत अनेक आघाड्यांवर अधिक जागरूक राहावे लागेल. आम्ही नुकताच भारत सरकारला एक अणु-कार्यक्रम सादर केला आहे. या कार्यक्रमांअंतर्गत अल्पावधीत दहा हजार मेगॅवॅट इतकी उर्जा निर्माण होऊ शकेल. हे आम्ही करू शकू, कारण किर्लोस्करांसारख्या पुण्या-मुंबईतील अनेक उद्योगांकडे आम्हाला साहाय्य करण्याची क्षमता आहे.

“उच्च तंत्रज्ञान हे उच्च दर्जाच्या सरकारचे प्रतिबिंब आहे, देशाच्या दर्जाचे प्रतिबिंब आहे, देशाच्या सर्वांगीण प्रगतीचे प्रतिबिंब आहे. तुम्हाला काही उदाहरणे देतो. तुमच्याकडची सार्वजनिक स्वच्छता चांगली नसेल तर तुम्ही उच्च तंत्रज्ञानाची भाषा कशी करू शकाल? मुंबईशी तुलना करता पुण्यासारख्या सुंदर शहरात राहणारी निरोगी दिसणारी जनता असताना सर्व शहरात वाहतुकीचा गोंधळ कसा घालू शकते? आम्ही नियंत्रणाखाली आणू शकणार नाही असे अवघड काय आहे? यासाठी मी व्यक्तिगत स्वच्छतेचा उल्लेख करतो. मुंबई हे एक ‘अशक्य’ शहर आहे, कलकत्ता त्याहून ‘अशक्य’ शहर आहे, पण बंगलोर आणि पुण्यासारख्या शहरांना काय अशक्य आहे; का अशक्य आहे? येथील खाजगी संस्था शहराचा दर्जा सुधारण्यासाठी काही करू शकणार नाहीत असे काय आहे?

“१८८५च्या दरम्यान, सैनिकांच्या बंडानंतरच्या नजीकच्या काळात, जेव्हा परदेशी राज्यकर्ते आम्हाला अक्षरश: जनावरांसारखे वागवीत असत. त्या काळात बाळ गंगाधर टिळक यांच्यासारखी द्रष्टी माणसं उच्च शिक्षणाचा ध्यास घेऊन काम करीत असत. अशा शहरात खाजगी संस्था आणि सुसंस्कृत माणसे आपले रस्ते

सुधारण्यासाठी, दूरध्वनी यंत्रणा सुधारण्यासाठी काही करू शकणार नाहीत काय? काही म्हणतील हे सरकारचे काम आहे. सर्व गोष्टी सरकार कसे काय करू शकेल? कुठे तरी, काही तरी चुकते आहे, की ज्यामुळे आपल्याला परदेशी उच्च तंत्रज्ञान स्वीकारणे अवघड जात आहे. या देशात आधुनिक तंत्रज्ञानाच्या खंद्या समर्थकांपैकी मी एक आहे. यंत्रमानवाच्या वापरामुळे किंवा अन्य सुधारणांमुळे बेरोजगारी वाढणार नाही या किर्लोस्करांच्या मताशी मी पूर्ण सहमत आहे. परंतु जोपर्यंत तुम्ही आणि तुमची जनता कनिष्ठ पातळीवरचे जीवन जगत आहात तोपर्यंत कोणत्यातरी आर्थिक-राजकीय कारणामुळे तुमचा यंत्रमानव हालचाल करू शकणार नाही.

"मला असे काही लोक भेटतात, की जे कुठेतरी काहीतरी बिघडले आहे, म्हणून चांगल्या गोष्टी नष्ट करतात. नवे सरकार अशा बाबतीत लक्ष घालील असे मला वाटते. ज्यावेळी भारताला मोठ्या प्रमाणावर अमेरिकन मदत मिळत असे त्या काळात दुसऱ्या एका अविकसित राष्ट्राच्या मदतीसंदर्भात अमेरिकेचे राजदूत चेस्टर बाऊल्स सांगत असणारी कथा अशी, की एकदा 'परदेशी मदतीचा काय फायदा झाला आहे' असे विचारता एक खेडूत म्हणतो : 'होय साहेब! आम्ही बदल पाहिला आहे. पूर्वी सावकार कर्जावरचे व्याज वसूल करण्यासाठी गाढवावर येत असे, आता तो कॅडिलॅक मोटारीतून येतो!'

"आपल्या पूर्व पंतप्रधान इंदिराजी यांचा उल्लेख झाला. मला इंदिराजी आमच्याबरोबर काही लोकांना सांगत असताना आठवतात. ज्यावेळी भारताच्या मोठेपणाबद्दल परदेशी लोक बोलत असतात तेव्हा ते म्हणतात, 'आम्ही भारताची गरिबी समजू शकतो, गरिबी हा काही दोष नाही; पण आम्ही भारतातली अस्वच्छता समजू शकत नाही.' या विधानाची आठवण येते, तेव्हा मी सुन्न होतो. मी हा मुद्दा मुद्दाम उठवीत आहे. गेली तीस वर्षे आपण उच्च तंत्रज्ञानाची भाषा बोलत आहोत, प्रत्येक वेळी काही अडचणी येतात आणि आपण ठप्प होतो, हे आपणास परवडणारे नाही. अशा वेळी 'फर्ग्युसनसारखी सर्व देशाचा इतिहास घडवणारी संस्था काही करू शकणार नाही का?' असा मला प्रश्न पडतो.

"जेव्हा देशाला खरच गरज असते तेव्हा देशातील जनता जात, धर्म,पंथ या पलीकडे जाऊन एकत्र येते, असे आपण अनुभवले आहे. आधुनिक तंत्रज्ञानाच्या स्वीकारासाठी आवश्यक असणाऱ्या गोष्टी प्राप्त करण्यासाठी आपण एकत्र येऊ शकणार नाही काय?

"फर्ग्युसनच्या पाच संस्थापकांनी भारताच्या भावी शतकाचा इतिहास घडवला, लक्षावधींचे डोळे उघडले. लोकमान्य टिळकांनी 'स्वराज्याचा मंत्र' देऊन संपूर्ण देशाला धक्का दिला, क्रांतिकारी बदल घडवून आणले. तुमच्यापैकी कुणी असे क्रांतिकारी कार्य करू शकणार नाही काय? मला काळजी वाटते की किर्लोस्करांनी

वर्तवलेल्या भविष्यांचे काय होणार? आम्ही सतराव्या शतकातील औद्योगिक क्रांती गमावली. आम्ही आमचे स्वत्व त्याआधी बरीच शतके गमावून बसलो. स्वातंत्र्यानंतरच्या काळात आम्ही नव्याने काही करू पाहात आहोत, पण आम्हीच काही अडचणी निर्माण करणार नाही ना अशी भीती वाटते. आज दुपारी मी कॉलेजमध्ये मांडलेले शास्त्रीय प्रदर्शन पाहिले. तेथे मी अनेक हुशार, उत्साही मुले पाहिली. त्या मुलांचे काम हेच आपले भविष्य असणार आहे. किर्लोस्करांनी जी आदर्श परिस्थिती वर्णन केली, ती गाठण्यासाठी आपल्याला बरेच काही करावयाचे आहे. नव्या परिवर्तनामध्ये पाश्चात्त्य देशांप्रमाणे आपल्याकडेही कुटुंबाची व्याख्या, कुटुंबपद्धती बदलेल पण एक गोष्ट आपल्याला पोषक आहे. अथर्ववेदात म्हटल्याप्रमाणे आमच्या समाजातच परिस्थितीच्या बदलानुसार समतोल साधणारे घटकही आहेत. आजच्या प्रमुख पाहुण्यांनी, किर्लोस्करांनी सांगितलेल्या सूचनांनुसार आपण बदलत राहिले पाहिजे. नव्या समाजाची आव्हाने पेलण्यासाठी तयार राहिले पाहिजे, बदलांना प्रतिसाद देण्यास तयार राहिले पाहिजे.

"आजच्या समारंभाच्या संयोजकांचा मी आभारी आहे. शंभर वर्षांपूर्वी संस्थापकांनी एक कल्पना मांडली, यशस्वीपणे राबविली. त्या कल्पनेला नव्या शतकाच्या आरंभी आणखी एक धक्का मिळावा! असा धक्का देण्यासाठी पुण्यासारखे विद्वान शहर आणि फर्ग्युसनसारखे विद्वान विद्यालय समर्थ ठरेल याची खात्री आहे. धन्यवाद!"

डेक्कन एज्युकेशन सोसायटीचे कार्यवाह डॉ. प्र. सु. कारेकर यांनी आभार मानले आणि कार्यक्रम समाप्त झाला.

पंतप्रधान राजीव गांधी यांची भेट

२ जानेवारी, १९८५ या दिवशी फर्ग्युसन कॉलेजचा शताब्दीमहोत्सवाचा मुख्य कार्यक्रम अपेक्षित होता. विशेष म्हणजे २ जानेवारी ही संस्थापनेची मुख्य तारीख प्रत्यक्ष गाठणे शक्य झाले, त्याचा विस्तृत वृत्तान्त आपण पाहिला. तत्कालीन पंतप्रधान श्रीमती इंदिरा गांधी यांच्या मंत्रिमंडळात फर्ग्युसनचे माजी विद्यार्थी असलेले तीन कॅबिनेट मंत्री - पी. व्ही. नरसिंहराव, व्ही. पी. सिंह आणि विठ्ठलराव गाडगीळ - असल्याने पंतप्रधानांना शताब्दीसाठी आणणे अवघड नव्हते. हे तिघेही कॉलेजच्या माजी विद्यार्थीसंघटनेचे सक्रिय सभासद होते. दिल्लीतील बैठका विठ्ठलराव गाडगीळांच्या घरी होत. श्रीमती गांधींनी कार्यक्रमास येण्याची सूचना मान्यही केली होती, मात्र योग्य 'मुहूर्त' मिळत नव्हता. १९८५च्या अखेरीस शताब्दीपूर्तीचा मुख्य कार्यक्रम अपेक्षित होता. नरसिंहरावांच्या संबंधामुळे इंदिराजींशी

व्यक्तिगत भेटही मिळू शकली, आमंत्रण स्वीकारलेही. दुर्दैव असे की त्यांची प्रत्यक्ष भेट झाल्यानंतर दोन दिवसांतच त्यांची निर्घृण हत्या झाली. प्राचार्य गाडगीळांनी राजीव गांधींच्या शोकसंदेशात इंदिराजींच्या पूर्वसंमतीचा उल्लेखही केला. आज ना उद्या ही राजीवजींची भेट अपेक्षित होती. त्या बाबतीतही नरसिंहरावांचे वजन कामी आले. खडकवासल्याच्या एन.डी.ए.च्या वार्षिक पदवीदानाशी जोडून केवळ पंचेचाळीस मिनिटांचा कार्यक्रम मिळाला. एन.डी.ए. ते फर्ग्युसन व फर्ग्युसन ते अंबरनाथ असा हेलिकॉप्टरचा प्रवास अपेक्षित होता. कॉलेजच्या मुख्य मैदानावर हेलिपॅड व एन.सी.सी.ग्राउंडवर कार्यक्रमाचा शामियाना, कठोर सुरक्षाव्यवस्था, सात तंबू; शामियान्याच्या पार्श्वभूमीवर संस्थापकांची भव्य तैलचित्रे; पाच हजारांनी भरलेला गच्च मांडव, कडक सुरक्षाव्यवस्थेमुळे वाढवलेली D रचना, निमंत्रणांची कठोर तपासणी इ. सगळे ओघाने आलेच!

व्यासपीठावर प्रमुख पाहुण्यांच्या बरोबर समारंभाचे अध्यक्ष नरसिंहराव, महाराष्ट्राचे राज्यपाल कोना प्रभाकर राव, मुख्यमंत्री वसंतदादा पाटील, ना. विठ्ठलराव गाडगीळ, प्राचार्य पां. ल. गाडगीळ इत्यादी मंडळी विराजमान झाली होती. धीरगंभीर स्वरात उच्चारलेल्या वेदोक्त मंत्रांनी कार्यक्रम सुरू झाला. प्राचार्य गाडगीळ यांनी छोटेखानी प्रास्ताविक, नरसिंहरावांनी असेच छोटे अध्यक्षीय भाषण केले. राजीव गांधींच्या हस्ते व्यासपीठावरील तैलचित्रांचे अनावरण आणि 'लॅण्डमार्क्स' या विशेषांकाचे प्रकाशन झाले. पृथ्वीच्या गोलावर पंख पसरून उभ्या राहिलेल्या गरुडाची प्रतिमा असलेले सोन्याचा मुलामा दिलेले देखणे मानचिन्ह प्राचार्यांनी राजीवजींना भेट दिले.

राजीवजींचे मुख्य भाषण झाल्यानंतर माजी विद्यार्थी दिग्विजय वैद्य या विद्यार्थ्याने म्हटलेल्या चंद्रकंस रागातील सुरेल राष्ट्रगीताने समारंभाची सांगता झाली.

पंतप्रधान राजीव गांधी यांचे भाषण

''कोना प्रभाकररावजी, वसंतदादाजी, नरसिंहरावजी, (विठ्ठलराव) गाडगीळजी, श्री. गाडगीळ (प्राचार्य), बंधू आणि भगिनींनो,

''फर्ग्युसन कॉलेज हे भारताचे प्रतीक आहे; विसाव्या शतकात प्रवेश करणे म्हणजे भारतात नवीन शिक्षणपद्धती आणणे होय. एका दृष्टीने पाहता फर्ग्युसनच्या शिक्षणपद्धतीबरोबर भारताच्या स्वातंत्र्ययुद्धाचीही सुरुवात झाली आहे. प्राचार्य गाडगीळ यांनी आपल्या भाषणात फर्ग्युसनमध्ये शिकून गेलेल्या अनेक महनीयांची नावे सांगितली, त्याचप्रमाणे फर्ग्युसनमध्ये शिकलेल्या आमच्या सरकारमधील ज्येष्ठ माननीयांची नावेही सांगितली.

राजीव गांधी भाषण करताना सोबत प्राचार्य गाडगीळ, राज्यपाल कोना प्रभाकर राव, पी. व्ही. नरसिंहराव, मुख्यमंत्री महाराष्ट्र ना. वसंतदादा पाटील

''आज आपण लक्षात घेतले पाहिजे, की आपण आपल्या विद्यार्थ्यांमध्ये जो दर्जा निर्माण केला आहे, तो दर्जा आज भारतातल्या लहानातल्यालहान माणसालाही प्राप्त होऊ शकतो. आपण जे सर्वोत्तम निर्माण करतो, त्यावरून आपला देश ओळखला जात नाही तर देशातील सामान्य जनता कशी आहे, सामान्य माणसाचा काय दर्जा आहे, सामान्य माणसापर्यंत शिक्षण कसे आणि कितपत पोहोचले आहे यावर आपली प्रगती मोजली जाणार आहे. आपण आजपर्यंत जे प्राप्त केले आहे ते प्राप्त करण्यासाठी, आपले ध्येय गाठण्यासाठी आपण खडतर प्रयत्न केले आहेत. आपणाइतकी इतरांनी प्रगती केली नसेल, कारण आपणाकडे (फर्ग्युसनसारखी) उच्चत्वाची केंद्रे निर्माण झाली तशी ती त्यांच्याकडे झाली नसतील. आता नव्या शिक्षणपद्धतीचा प्रसार करताना आपणाला हे कार्य करण्याचा प्रयत्न करायचा आहे.

''आता लवकरच आम्ही आपल्या देशापुढची नवी शिक्षणपद्धती आपणाकडे मांडणार आहोत. त्याच्यावर चर्चा व्हावयाची आहे, आपणही आपली मते मांडा, त्यावर आपण चर्चा करू आणि नव्या वर्षापासून ती अमलात आणू.

''आपणाला दर्जेदार उत्तम शिक्षण सुरू करावयाचे आहे. केवळ शास्त्र, तंत्रज्ञान किंवा अन्य भागांतील शिक्षण नव्हे. सामान्य माणसाला अधिक चांगला माणूस बनविणे हे आपल्या शैक्षणिक विकासाचे मुख्य उद्दिष्ट असले पाहिजे. आपल्या शास्त्रीय किंवा तांत्रिक शिक्षणाचे हे उद्दिष्ट असले पाहिजे. एकदा डॉ.राधाकृष्णन यांनी म्हटले होते : 'आपल्या जीवनातील मूल्ये समजून घेणे, उच्च मानवी आदर्श

समजून घेणे, जीवनातील साधे सौंदर्य अनुभवणे हे शिक्षणाचे उद्दिष्ट हवे. क्रौर्य, सत्ता म्हणजे शिक्षण नव्हे; प्रेम आणि दया म्हणजे शिक्षण होय. आम्ही निसर्गासंबंधी ताजेपणाची भावना जोपासली पाहिजे, मानवी गरजांसंबंधी आस्था बाळगली पाहिजे. आपण मानवी स्वातंत्र्याचा विकास केला पाहिजे, मानवी हृदयाची मानवता जोपासली पाहिजे, व्यक्तीची प्रामाणिकता जपली पाहिजे.

''राधाकृष्णन यांनी जे सांगितले आहे, ते प्रत्यक्षात आणणे हा आमच्या शिक्षणपद्धतीचा उद्देश असला पाहिजे.

''प्रत्येक समाजाने आपल्या जनतेत सामाजिक जबाबदारीची जाणीव जोपासली पाहिजे. भारतात ही जाणीव कमी आहे. आपण आपल्या वागण्यात फार व्यक्तिकेंद्री आहोत; समाजाशी कमी संबंध ठेवतो. जे समाजाला हितकारक आहे आणि अप्रत्यक्षरित्या आम्हाला व्यक्तिगत फायदेकारक नाही असे करावयास आम्ही फारसे तयार नसतो. आमच्या नव्या शिक्षणपद्धतीद्वारा हे साधण्याचा प्रयत्न केला पाहिजे.

''आपल्या शिक्षणपद्धतीतून बाहेर पडणाऱ्या मुला-मुलींमध्ये ही भावना, सामाजिक जाणिवेची जबाबदारी वाढविली पाहिजे; हे आमचे खास कर्तव्य असले पाहिजे. गांधीजींनी म्हटल्याप्रमाणे आम्ही जे काही करतो ते गरीब आणि दुर्बल यांच्या हिताचे असले पाहिजे.

''आज भारत नव्या जगात प्रवेश करण्याचा प्रयत्न करीत आहे. आम्ही नव्या तंत्रज्ञानाकडे, उच्च तंत्रज्ञानाकडे, नव्या पद्धतीकडे, रोजगाराच्या नव्या संधींकडे, आर्थिक प्रगतीच्या नव्या वाटांकडे पाहात आहोत. परंतु हे करीत असताना दारिद्र्यरेषेखालील लक्षावधी सामान्य जनांकडे आमचे दुर्लक्ष होता कामा नये. शास्त्रे, तंत्रज्ञान, विकास यांची वाटचाल करताना दुर्बल, दुर्लक्षित, दलित यांच्याकडे विकासाची फळे कशी पोहोचतील ते आम्ही पाहिले पाहिजे.

''आम्ही आमच्या घटनेद्वारा समाजवाद आणण्याची ग्वाही दिली आहे. आम्ही समाजवादाचा काय अर्थ मानतो? प्रत्येक देश समाजवादाचा स्वत:चा अर्थ लावत असतो. समाजवाद न स्वीकारणारे समाजवादाचा वेगळा अर्थ लावीत असतात. आमच्या व्यवस्थेमध्ये आमच्यातील दुर्बलांना आम्हाला मदत करावयाची आहे. आमची अर्थव्यवस्था दुर्बलांना साहाय्य करताना प्रथम सर्वांत अधिक दरिद्री माणसाकडे आमचे लक्ष गेले पाहिजे; त्यांची प्रगती साधून त्यांना स्वत:च्या पायावर उभे राहण्याची ताकद मिळवून दिल्यानंतर त्याहूनही कनिष्ठ दर्जाच्या लोकांकडे आमची नजर गेली पाहिजे. हे तुम्ही तुमच्या शिक्षणव्यवस्थेमध्येही साधले पाहिजे, तुमच्या कॉलेजमधील मुलामुलींना असे घडवले पाहिजे की गरीब, दुर्बल, वंचित यांना शतकानुशतके जातिवाद, प्रांतवाद इत्यादींनी पिडलेल्या, शोषल्या गेलेल्या आपल्या बांधवांकडे जाणीवपूर्वक जबाबदारीने लक्ष द्यायला शिकले पाहिजे.

"आज आपण एका प्रगतिशील भारताकडे पाहात आहेत. पंडितजी, इंदिराजी यांनी आपल्या विकासाचा पाया रचला आहे. आपल्या भारतात (पाश्चात्त्य देशांच्या तुलनेने) औद्योगिक युग आणण्यात दोनशे वर्षे उशीर झाला असेल; मात्र अनेक क्षेत्रांत आपण इतरांच्या बरोबरीने येऊन पोहोचत आहोत, तरीही काही क्षेत्रांत आपण काही प्रमाणात मागे आहोत; हे अंतर लवकरात लवकर कमी केले पाहिजे.

"आपणाकडे आणखी एक आव्हान आहे. पन्नासच्या दशकाकडे पाहिले तर भारतामध्ये अवजड उद्योग, मोठे प्रकल्प आणण्याचा पंडितजी प्रयत्न करीत होते. तेव्हा त्यांना मोठा विरोध होत होता. हे प्रकल्प शेतकऱ्यांना, बहुतेक भारतीयांना कसे फायदेशीर होणार हे विरोधाचे कारण होते. आज आपण ज्यावेळी भूतकाळाकडे पाहतो तेव्हा नेहरू ज्यांना आधुनिक मंदिरे म्हणत ती मंदिरे बांधली नसती तर आज आपण जी प्रगती पाहात आहोत ती झाली असती काय?

"आज आपण उच्च तंत्रज्ञानाचे नवे आव्हान पेलणार आहोत. पुढील १० ते १५ वर्षांत जगातील इतर राष्ट्रांच्या बरोबर येण्यासाठी आपण प्रगतीचे नवे बीज पेरले पाहिजे; येत्या काही वर्षांत असे कोणतेही क्षेत्र असता कामा नये की जेथे आपण इतर देशांच्या मागे आहोत. गेल्या सदतीस वर्षांत आपण औद्योगिक पाया रचला आहे, व्यवस्थापनाची फळी उभी केली आहे. आपण तंत्रज्ञानाच्या क्षेत्रातही भरीव कामगिरी केली आहे. त्यामुळे पुढच्या शतकात आपण कोणत्याही देशाच्या मागे असता कामा नये. नवे आव्हान आपण स्वीकारले पाहिजे. तरुणांनी हे आव्हान पेलण्याची तयारी ठेवली पाहिजे. कारण आपणच पुढच्या पिढ्यांना जबाबदार असणार आहोत. आजपासून पुढच्या १०-१५ वर्षांत आम्ही आमच्या नव्या पिढीला सांगू शकू की आम्ही तुमच्या ताब्यात असा भारत देत आहोत की जो जगात अद्वितीय असेल! धन्यवाद!"

शताब्दी समारोप/ॲम्फीथिएटरचे नूतनीकरण : हस्ते विश्वनाथ प्रतापसिंग

१९१२ साली फर्ग्युसनच्या ॲम्फीथिएटर या एकमेवाद्वितीय अनोख्या वास्तूचे बांधकाम झाले. हे थिएटर म्हणजे फक्त वास्तूच नव्हती, तर काळाच्या ओघात संस्थाच बनली होती; अनेक संस्मरणीय कार्यक्रम तिने पाहिले होते, अनेक ऐतिहासिक भाषणे ऐकली होती. या वास्तूला सुमारे पाऊणशे वर्षे झाली होती. लोखंडी गर्डर्सवर उभारलेल्या तिसऱ्या मजल्याचे छप्पर पत्र्याचे होते. काळाच्या ओघात फारशी देखभाल न करणे, पत्रे गळणे, कैच्यांच्या खोपट्यांमध्ये पारव्यांनी घरे उभारणे अशा एक ना अनेक गोष्टींमुळे वास्तूची रया गेली होती. वास्तूचे नूतनीकरण नितान्त गरजेचे होते. बी. जी. शिर्के फर्ग्युसनचे विद्यार्थी. ॲम्फीथिएटरच्या नूतनीकरणासाठी शिर्के यांच्याकडून पाच लक्ष रुपयांची देणगी मिळाली. दुसऱ्या

आणि तिसऱ्या मजल्यांच्या दरम्यान कृत्रिम छत बांधले. व्यासपीठाच्या दोन्ही बाजूंना रंगपटाच्या नवीन खोल्या बांधल्या. ध्वनिव्यवस्थेच्या क्षेत्रातले तज्ज्ञ, फर्ग्युसनचेच माजी विद्यार्थी सुहासचंद्र कुलकर्णी यांनी संपूर्ण सभागृहाची ध्वनियंत्रणा बदलली, पडदे बदलले आणि नव्या रूपात ॲम्फीथिएटर देखणे दिसू लागले. व्यासपीठाला बाबुरावजी शिर्के यांच्या पत्नीचे नाव देण्याची अट पुरी झाली.

ॲम्फी थिएटर नामकरण अनावरण हस्ते श्री व्ही. पी. सिंग सोबत कुलगुरू डॉ. वि. ग. भिडे, प्राचार्य बाळ गाडगीळ

वाडियांच्या मूळ देणगीतून मूळ सभागृह बांधले गेले असल्याने त्याला एन.एम.वाडिया ॲम्फीथिएटर नाव ठेवले असल्याने व्यासपीठाचे नाव बदलण्यासाठी वाडिया कुटुंबीयांनी विशेष परवानगी दिली. सभागृहाच्या व्यासपीठाच्या एका बाजूला श्रीमती शिर्के यांचे चित्रकार देऊसकर यांनी काढलेले रंगीत तैलचित्र व दुसऱ्या बाजूला जुन्या स्वरूपातल्या तीन मजली सभागृहाचे मोठे फोटो लावले गेले. प्राचार्य गाडगीळ यांच्या प्रयत्नांमुळे हे सर्व होऊ शकले. ते १९८६च्या मार्च अखेरीस निवृत्त होत असल्याने त्यांच्या काळात नव्या रूपातल्या ॲम्फीथिएटरचे उद्‌घाटन करावयाचे ठरले. फर्ग्युसनचे माजी विद्यार्थी व त्यावेळी भारताचे अर्थमंत्री असलेले विश्वनाथ प्रतापसिंग यांनी उद्‌घाटनाचे निमंत्रण स्वीकारले. प्रत्यक्ष दिल्लीत निमंत्रणासाठी भेटलो, त्यावेळी ते फर्ग्युसनमधून बी.एस्सी. (पदार्थविज्ञान) पहिल्या

वर्गात उत्तीर्ण झाले, मात्र त्यांनी प्रत्यक्षात पदवी घेतली नव्हती असे समजले. ॲम्फीथिएटरमध्ये मुख्य कार्यक्रम अपेक्षित होता. पुण्यात परत आल्यानंतर पुणे विद्यापीठाचे तत्कालीन कुलगुरु डॉ. वि. ग. भिडे हे कार्यक्रमाचे अध्यक्ष असल्याने पाहुण्यांना 'ॲम्फीच्या कार्यक्रमात पदवी देता येईल काय?' असे विचारले. त्यांनी संमती दिली; प्रत्यक्षात सभागृहात 'पदवीदान' पार पडले. काहींना ही कल्पना खूप आवडली. काहींनी अनिष्ट पायंडा पाडल्याबद्दल कडक टीकाही केली. देशाचे अर्थमंत्री असूनही मुख्य पाहुण्यांनी राजकारणाचा स्पर्शही नसलेले उत्कृष्ट भाषण केले. प्राचार्य गाडगीळांच्या निवृत्तीचा काळ असल्याने त्यांचा (त्यांना स्वत:ला कल्पना न देता) षष्ठ्यब्दीचा सत्कार करून निरोपही दिला. गाडगीळ पर्व संपले, फर्ग्युसनचे विद्यार्थी नसलेले गाडगीळ ११ वर्षे यशस्वी प्राचार्य राहिले; ३१ मार्च, १९८६ रोजी निवृत्त झाले.

गोपाळ देऊसकर यांची फर्ग्युसनमधील तैलचित्रे

काही गोष्टी योगायोगाने घडत असतात. फर्ग्युसनमधली गोपाळराव देऊसकरांनी चितारलेली संस्थापकांची आणि निवडक माजी विद्यार्थ्यांची दर्जेदार तैलचित्रे हाही असाच एक योगायोग होय. पुण्याच्या बालगंधर्व रंगमंदिरातली गंधर्वांची स्त्री-पुरुष वेषातली दोन पूर्णाकृती तैलचित्रे अथवा टिळक स्मारक मंदिरातले लोकमान्य टिळकांचा जीवनपट दर्शविणारे तैलचित्रांचे भव्य भित्तिचित्र आपण पाहिली असतील. ती काढली आहेत ज्येष्ठ चित्रकार गोपाळ देऊसकर यांनी. दिल्लीच्या संसदभवनातले पंडितजींचे तैलचित्रही त्यांनीच काढले आहे. एक दिवस ते प्राचार्य गाडगीळ यांच्या कार्यालयात त्यांना भेटायला आले होते. चित्रे काढण्याच्या स्टुडिओच्या जागेसंदर्भात सहज आले होते. फर्ग्युसनमध्ये आगरकरांचे एक उत्तम तैलचित्र असावे अशी गाडगीळांची योजना होती. तसे पाहिले तर देऊसकरांची 'फी' परवडण्यासारखी नव्हती. विषयातून विषय निघाला. कॉलेजने देऊसकरांना कॉलेजवर राहायला जागा आणि चित्रे काढण्यासाठी स्टुडिओची जागा द्यायची आणि देऊसकरांनी चार संस्थापक व रँग्लर परांजपे यांची मोठी पूर्णाकृति तैलचित्रे व निवडक माजी विद्यार्थ्यांची छोटी (१६''×२०'') वीस चित्रे विनामूल्य काढून द्यावयाची. ही योजना समजल्या समजल्या विख्यात कॅमल कंपनीने चित्रे रंगविण्याचे सर्व सामान भेट म्हणून देण्याचे मान्य केले. विष्णुशास्त्री चिपळूणकर, बाळ गंगाधर टिळक, गोपाळ गणेश आगरकर आणि माधवराव नामजोशी, रँग्लर परांजपे यांची मोठी आणि इंदिरा संत, रँग्लर महाजनी, आचार्य अत्रे, पु. ल. देशपांडे, डॉ. श्रीराम लागू, राम गणेश गडकरी, ना. सी. फडके, कृष्णाबाई केळवकर आदींची (त्यात नंतर व्ही. पी. सिंग,

पी. व्ही. नरसिंहराव यांची भर पडली) चित्रे काढण्याचे ठरले. विद्यार्थी वसतिगृहाचे इस्पितळ स्टुडिओ म्हणून आणि ११ क्रमांकाच्या बंगल्यातील निम्मा भाग - चार खोल्या राहण्यासाठी देण्याचे ठरले. माझा योग असा, की प्राचार्य गाडगीळांच्या आग्रहामुळे तब्येतीच्या कारणास्तव ११ नंबरच्या बंगल्याच्या भागात काही दिवस आधी आम्ही राहावयास आलो होतो. जागतिक दर्जाच्या कलावंताशेजारी आपणास राहायला मिळणार ही माझ्या दृष्टीने फारच आनंदाची गोष्ट होती.

ज्या व्यक्तीचे चित्र काढावयाचे त्या व्यक्तीला अपेक्षित पोजमध्ये, मुद्दाम बनविलेल्या कपड्यांमध्ये पगडी, उपरणे, अंगरखे इ. आणि चित्र रंगवायचे हा देऊसकरांचा खाक्या! त्यामुळे ही चित्रे रंगवायला बराच काळ लागला. या व्यक्तिचित्रांबरोबर कॉलेजच्या मुख्य इमारतीचे निसर्गचित्रही तैलरंगात प्रत्यक्ष समोर बसून रंगविले आहे. हे चित्र व संस्थापकांची चित्रे पोस्टाच्या पाकीट-तिकिटावर छापली आहेत. संस्थापकांची मोठी चित्रे सध्या वाडिया ग्रंथालयात, रँग्लर परांजपे यांचे रँग्लर परांजपे मेमोरियल इमारतीच्या प्रवेश द्वारालगत व माजी विद्यार्थ्यांची तैलचित्रे माजी विद्यार्थी संघटनेच्या फिरोदिया निकेतनच्या सभागृहात लावलेली आहेत.

फर्ग्युसन शताब्दी तिकिटाचे प्रकाशन आणि वितरण

फर्ग्युसनच्या शताब्दीच्या निमित्ताने भारताच्या टपाल खात्याने जे खास टपाल तिकीट काढले होते व जे विशेष पाकीट काढले होते त्याचे वितरण नामदार जयंतराव टिळक यांच्या हस्ते करण्यात आले. भारताचे माहिती आणि दूरसंचार मंत्री नामदार विठ्ठलराव गाडगीळ यांनी या तिकिटासाठी विशेष प्रयत्न केले होते. तिकीटवितरणाच्या वेळी गाडगीळ म्हणाले;

"महाराष्ट्राची शासकीय राजधानी मुंबई असली तरी बौद्धिक, राजकीय आणि सांस्कृतिक राजधानी पुणे ही आहे आणि या पुणे शहरातील सर्वांत मोठ्या शैक्षणिक संस्थेची १०० वर्षे पूर्ण होत आहेत. त्या निमित्त पोस्टखात्यातर्फे एक स्टँप निघत आहे आणि त्यास मी काहीसा कारणीभूत झालो, याचा मला आनंद आहे. डॉ. रामण्णांना मला सांगायचंय - विन्स्टन चर्चिल यांनी आपल्या आत्मचरित्रात लिहिलं आहे की दोन वर्षे ते पुण्यात होते; त्यांची आई त्यांना पुस्तके पाठवायची. स्वर्गीय इंदिरा गांधी याही पुण्यात दोन वर्षे शिकायला होत्या. तेव्हा 'We Poona People

शताब्दि तिकिटाचे छायाचित्र

like to believe that most great men are either born, brought up or educated in Poona.'

"मी या कॉलेजचा विद्यार्थी होतो आणि ज्यांनी मला शिकवले ते डॉ. दांडेकर, प्राचार्य कोगेकर, प्राध्यापक ढवळे, प्राध्यापक ग. प्र. प्रधान इथं उपस्थित आहेत. योगायोग असा, की हे खातं कालपर्यंत माझ्याकडं होतं. दोन वर्षांत पुण्यासाठी मी वासुदेव बळवंत फडके, सिंहगड आणि फर्ग्युसन कॉलेज हे तीन स्टॅम्प्स करू शकलो. आज दुसरा योगायोग आहे. काल शपथविधी झाला, त्या नव्या मंत्रिमंडळातील संरक्षणमंत्री नरसिंहराव, अर्थमंत्री व्ही. पी. सिंग, नभोवाणी खात्याचा मी असे तीन मंत्री फर्ग्युसनचे माजी विद्यार्थी आहोत. उद्यापासून भारतातील १ लक्ष ४२ हजार पोस्ट ऑफिसातून ह्या पोस्टाच्या तिकिटाच्या रूपानं फर्ग्युसनचं महत्त्व देशात आणि देशाबाहेर समजू शकेल."

शताब्दी गीत

फर्ग्युसनच्या शताब्दीच्या निमित्ताने डॉ. गं. ना. जोगळेकर यांनी एक गीत रचले होते, ते पुढीलप्रमाणे -

हृदयाहृदयातुनी आमुच्या एकच हा झंकार
ज्ञानतीर्थ हे पुण्यक्षेत्र हे अक्षय हा ॐकार
या तीर्थाचे आम्ही स्नातक
ज्ञानसुधेचे तृषार्त चातक
या करुणाघन-वर्षावाचा नित्य घडे संस्कार
इथेच घडलो इथे वाढलो
इथे बहरलो इथे विहरलो
धडपडणाऱ्या तरुणपणाचा इथेच आविष्कार
परंपरांचे आम्ही पूजक
नव्या नव्या क्षितिजांचे यात्रिक
आत्मबलाने देऊ दुर्घट भवितव्या आकार
मराठबाणा इथे जागता
धर्म इथे मानवता समता
उदारतेला इथे लाभला प्रेमाचा अधिकार
कणकण इथला प्रेरक, पावन
क्षणक्षण उजळी अवघे जीवन
कृतार्थ आम्ही, कृतज्ञ आम्ही नित्य स्मरू उपकार

गडकरी यांच्या अर्धपुतळ्याचे अनावरण

आपला पुतळा फर्ग्युसन महाविद्यालयाच्या आवारात उभारला जावा, अशी इच्छा थोर नाटककार, साहित्यिक राम गणेश गडकरी यांनी बोलून दाखविली होती. तो योग या महाविद्यालयाच्या, तसेच गडकरी यांच्या शताब्दी वर्षात आला. महाविद्यालयाच्या ग्रंथालयात त्यांच्या अर्धपुतळ्याचे अनावरण राज्यपाल इद्रिस लतीफ यांच्या हस्ते २२ मार्च, १९८५ रोजी झाले. राज्याचे शिक्षणमंत्री विलासराव देशमुख, तर्कतीर्थ लक्ष्मणशास्त्री जोशी, रा. ग. गडकरी यांच्या पत्नी रमाबाई गडकरी व शिक्षणसंचालक वि. वि. चिपळूणकर कार्यक्रमास उपस्थित होते.

"राम गणेश गडकरी हे अभिजात नाट्यपरंपरेच्या कुळातील लेखक होते आणि हे कूळ त्यांनीच प्रथम मराठी साहित्यात आणले," असे उद्गार प्रसिद्ध नाटककार वसंतराव कानेटकर यांनी काढले. समारंभाच्या निमित्ताने प्रा.कानेटकरांचे भाषण आयोजित केले होते. प्रा.कानेटकर म्हणाले, "हा अद्भुत माणूस होऊन गेला. त्यांना आयुष्य फार कमी मिळाले. जे मिळाले त्यात त्यांनी भरपूर लिहिले आणि तेसुद्धा दारिद्र्य आणि प्रकृतीशी झगडत लिहिले. त्यांना त्यांची सर्व नाटके पाहायला मिळाली असती तर आणखी दिव्य निर्माण झाले असते. शेक्सपियर आणि त्यांची तुलना त्यामुळेच मला करता येत नाही. शेक्सपियरच्या उत्तम कलाकृती त्यांच्या उत्तरार्धातच निर्माण झाल्या. त्यांच्याच जातकुळीचे गडकरी होते.

"मराठी ट्रॅजिडी (शोकांतिका) याचा विचार गडकरींनी आणला. धर्मसत्तेचा धाक वाटावा म्हणून ग्रीक धर्मगुरुंनी लेखकांकरवी हा विचार प्रथम आणला व त्यातून देव आणि दैवगतीचे धाक निर्माण केले. तो मराठीत गडकरींनी आणला. देव-दैवगतीचा अध्यात्म विचार संवादातून त्यांनी प्रभावीपणे मांडला.'

"मराठी साहित्यात गडकरींनी प्रचंड भर घातली", असे सांगून राज्यपाल लतीफ म्हणाले, "जीवन कसे जगावे, त्याचा अन्वयार्थ काय आहे हे त्यांनी लिखाणाद्वारे सांगितले." प्रास्ताविकात बोलताना समितीचे सचिव व लोकसत्ताचे संपादक माधवराव गडकरी "लेखकाचा आदर करणारा असा हा समारंभ आहे" हे सांगून म्हणाले, "या पुतळ्याचे अनावरण म्हणजे महाराष्ट्राच्या सर्वोच्च पदावरील व्यक्तीने सिंहासनावरून खाली येऊन सरस्वतीच्या पुत्राला केलेला मानाचा मुजरा आहे."

समारंभाच्या निमित्ताने काढलेल्या स्मरणिकेचे प्रकाशन फर्ग्युसनचे प्राचार्य बाळ गाडगीळ यांच्या हस्ते झाले. प्रा.बाळ गाडगीळ म्हणाले, की "महाविद्यालयाच्या शताब्दीवर्षात २० नामवंत माजी विद्यार्थ्यांची तैलचित्रे गोपाळराव देऊसकर तयार करीत असून राम गणेशांचा त्यात समावेश आहे." शिक्षणमंत्री विलासराव देशमुख

यांनी शताब्दीसमितीस सर्व प्रकारचे सहकार्य करू असे सांगितले. यावेळी चांद्रसेनीय कायस्थ प्रभू संस्थेचे अध्यक्ष डॉ. चंद्रकांत कुलकर्णी यांचे भाषण झाले. या संस्थेने हा पुतळा भेट दिला आहे.

फर्ग्युसन महाविद्यालयासमोरील ज्या वटवृक्षाची प्रतिमा गडकऱ्यांनी 'प्रेम आणि मरण' या कवितेत उचलली ती कविता समारंभात कवी शंकर वैद्य यांनी सादर केली.

प्राचार्य बाळ गाडगीळ हे एक विलोभनीय व्यक्तिमत्त्व. त्यांचा गौरवर्ण, प्रभावी, मिश्किल डोळे, गालाची खळी, दिमाखदार चालणे, मृदू, पोटात शिरणारे बोलणे यांमुळे त्यांची झटकन छाप पडत असे. एकाच वर्षी आम्ही दोघे फर्ग्युसनमध्ये नोकरीस राहिलो, १९७५ साली त्यांच्यामुळेच मी कॉलेजमध्ये राहायला आलो, त्यांनीच मला उपप्राचार्यपदी नेमले. शताब्दी दशकाची मोठी जबाबदारी त्यांनी मजकडे सोपवली. त्यांचा विश्वास संपादन करू शकलो याचा आनंद होता. समोरच्या व्यक्तीला जोखण्यात ते पटाईत! कॉलेजसाठी त्यांनी भरघोस साहाय्य मिळवले. काही सहकारी मला गाडगीळांचा परराष्ट्रमंत्री म्हणत. आंतरराष्ट्रीय कीर्तीच्या गोपाळ देऊसकर यांच्याकडून तैलचित्र बनवून घेण्याची किमया त्यांचीच. पु.लं.कडून 'किमया' बांधणे ही किमया त्यांचीच. प्रत्येकाचे एक खास वर्तुळ असते, तसे त्यांचेही होते. त्यांच्या प्रशासनकौशल्यामुळे त्यांनी जवळजवळ अकरा वर्षे फर्ग्युसनचा कारभार सांभाळला. शताब्दी समर्थपणे साजरी केली. 'जंटलमन' गाडगीळांनी शांतपणे पण धैर्याने काम करून फर्ग्युसनच्या दुसऱ्या दशकाचा पाया रचण्यासाठी यशस्वी योगदान दिले.

◆

भाग तिसरा

१९८५ - २०१०

शताब्दी ते शतकोत्तर रौप्यमहोत्सव

फर्ग्युसन शताब्दीच्या निमित्ताने टपाल खात्याने प्रसिद्ध व वितरित
केलेले विशेष टपाल पाकीट

प्रकरण पहिले

शताब्दीनंतरची वाटचाल : प्राचार्य बोकील कालखंड (१९८५-१९९१)

२४ ऑक्टोबर, १९८४ रोजी डेक्कन एज्युकेशन सोसायटीची शताब्दी फर्ग्युसनचे माजी विद्यार्थी श्री. पी. व्ही. नरसिंहराव यांच्या उपस्थितीत पार पडली, तर फर्ग्युसनची शताब्दी ज्येष्ठ अणुशास्त्रज्ञ डॉ. राजा रामण्णा यांच्या उपस्थितीत साजरी झाली. तत्कालीन पंतप्रधान श्रीमती इंदिरा गांधी यांनी शताब्दीला येण्याचे मान्य केले होते,* मात्र त्यांची हत्या झाल्याने गणित बदलले आणि पंतप्रधान राजीव गांधींच्या ऐतिहासिक उपस्थितीत विशेष कार्यक्रम झाला. तत्कालीन अर्थमंत्री विश्वनाथ प्रताप सिंग यांच्या हस्ते ॲम्फी थिएटरच्या नूतनीकरणाचा कार्यक्रम संपन्न झाला आणि प्राचार्य पां. ल. गाडगीळ निवृत्त झाले. शताब्दीचे सर्व कार्यक्रम चर्चा, प्रदर्शन, परिसंवाद, सहली, सांस्कृतिक कार्यक्रम उत्साहात, दिमाखात साजरे झाले. पदाधिकारी, प्राध्यापक, सेवक, पालक, देणगीदार आणि विशेषत: सर्व विद्यार्थी यांच्या सहकार्यामुळे हे यश मिळाले. सर्वांनी अक्षरश: मांडव झळ्या अनुभवल्या.

प्राचार्य श्रीधर व्यंकटेश बोकील

प्राचार्य गाडगीळ यांच्या निवृत्तीनंतर १ एप्रिल, १९८६ रोजी डॉ. श्रीधर व्यंकटेश बोकील यांनी प्राचार्यपदाची सूत्रे हाती घेतली.

---

* दुर्दैव असे, की फर्ग्युसनचे निमंत्रण नरसिंहरावांच्या बरोबर इंदिराजींना व्यक्तिश: देण्याचा योग प्रस्तुत लेखकाला आला; मात्र पुण्यात परतल्यानंतर त्यांच्या हत्येचे वृत्त कानी आले.

प्रा. श्री. व्यं. बोकील

प्रतिकूल परिस्थितीशी झगडत त्यांनी शिक्षण घेतले. विद्यार्थीदशेत पुण्यात पोस्टात नोकरीही केली. १९५७ साली त्यांनी तत्त्वज्ञान विषयात पुणे विद्यापीठाची एम.ए. पदवी मिळवली व सुधाबाई ढवळे सुवर्णपदक मिळवले. त्याच वर्षी डे. ए. सोसायटीच्या कीर्ती महाविद्यालयात त्यांनी तत्त्वज्ञान विषयाचे अध्यापन सुरू केले. १९६१मध्ये फर्ग्युसनमध्ये बदली होऊन ते आजीव सदस्यही झाले. १९६४मध्ये अमेरिकेतील रॉचेस्टर विद्यापीठ डॅनफोर्ड स्कॉलरशिप अंतर्गत एम.ए. (१९६५), पीएच.डी. (१९६७) या पदव्या मिळवल्या. जवळजवळ २० वर्षे पुणे विद्यापीठात पदव्युत्तर विभागात अध्यापन केले. १९७०-७५ या काळात कीर्ती महाविद्यालयाचे प्राचार्य म्हणून त्यांनी काम पाहिले. २६ जानेवारी, १९९० रोजी महाराष्ट्र शासनाच्या वतीने मिळणारा उत्कृष्ट शिक्षक पुरस्कार प्राप्त केला. १९९५ ते २००७ या काळात पुणे विद्यापीठाच्या तत्त्वज्ञान विभागाच्या Indian Philosophical Quarterly या नियतकालिकाचे संपादक म्हणून त्यांनी १२ वर्षे काम पाहिले. २००१ ते २००८ या काळात त्यांनी महाराष्ट्र तत्त्वज्ञान परिषदेचे अध्यक्षपद सांभाळले. ते २००९ सालच्या अधिवेशनाचे अध्यक्षही होते. All India Philosophical Congress मध्येही त्यांनी अनेक पदे भूषविली. बोस्टन विद्यापीठ, मँचेस्टर विद्यापीठ, सेंट झेविअर विद्यापीठ (कॅनडा) येथे त्यांनी मानाची व्याख्याने दिली. राष्ट्रीय छात्र सेना, माजी विद्यार्थीसंघटना, यू.टी.सी.-एन.सी.सी, जी.एम.सी. या उपक्रमांतही त्यांचा सक्रिय सहभाग असे. १९८५ साली फर्ग्युसनच्या शताब्दीच्या काळात ते डेक्कन एज्युकेशन सोसायटीचे कार्यवाह होते.

ॲम्फी थिएटर : अवघे पाऊणशे वयमान (१९८७)*

५ सप्टेंबर, १९८७ रोजी ॲम्फी थिएटरने ७५ वर्षे पूर्ण केली. फर्ग्युसनच्या वाटचालीच्या पहिल्या भागात या वास्तूच्या बांधकामाची पार्श्वभूमी विशद केली आहे. मुख्य इमारतीचे काम पुरे झाल्यानंतरच्या काळात विद्यार्थ्यांचे कार्यक्रम,

* (रिचर्ड ॲटेनबरो यांच्या 'गांधी' या चित्रपटासाठी महात्मा गांधींच्या दक्षिण आफ्रिकेतील एका भाषणाच्या चित्रीकरणासाठी ॲम्फी थिएटरचा – त्याच्या मुख्य सभागृहाचा, वापर करण्यात आला.)

भाषणे, संमेलने या इमारतीच्या उत्तरेच्या खुल्या जागेत मांडव घालून होत असत, किंवा पहिल्या विद्यार्थी वसतिगृहाच्या मधल्या खुल्या चौकात होत असत. त्यावेळची विद्यार्थीसंख्या एक हजाराच्या आसपास असे. सरकारने नियमाने घालून दिलेली विद्यार्थीसंख्येची मर्यादा १२०० होती, पण भविष्यात बंदिस्त सभागृहाची नितांत आवश्यकता होती. वर्गखोल्यांची अधिक तातडी असल्याने मुख्य इमारतीच्या पश्चिम दिशेलगत A२ आणि A७ या मुख्य उतरत्या वर्गखोल्या बांधण्यात आल्या. त्यामध्ये मोकळी जागा होती. आर्थिक उपलब्धीनुसार आफ्रिकेतील सोबोर्न येथील इमारतीवरून रँग्लर परांजपे यांना सुचलेल्या कल्पनेनुसार इमारतीचा आराखडा तयार झाला. २५,००० रुपयांची मुख्य देणगी एन.एम. वाडिया ट्रस्टतर्फे मिळाल्याने वास्तूचे नाव 'एन.एम. वाडिया ॲम्फी थिएटर' ठेवण्यात आले. हिज हायनेस आगा खान यांचे रु. ५,००० व अन्य अठराजणांचे प्रत्येकी एक हजार अशी रक्कम जमा झाली होती.

१९१२ साली आपल्या उद्घाटनाच्या भाषणात वाडिया ट्रस्टच्या वतीने बोलताना सर जमशेटजी जीजीभॉय यांनी वास्तूच्या आर्थिक साहाय्यास धावून येणाऱ्या देणगीदारांच्या धर्मनिरपेक्षतेचा विशेष उल्लेख केला; पारशी, मुस्लीम, हिंदू यांचे हात शिक्षणाच्या विकासासाठी पुढे येणे हे शुभचिन्ह आहे, असे मत त्यांनी व्यक्त केले. सर जॉर्ज क्लार्क यांनी ॲम्फी थिएटरचे उद्घाटन झाल्याचे जाहीर केले, त्यांनी आपल्या भाषणात फर्ग्यसुन कॉलेज हे सभा आणि पैसा यांच्या मागे न लागता सत्य बोलणारे आणि लिहिणारे नेते निर्माण करील असे मत व्यक्त केले.

कालातंराने या अद्वितीय वास्तूने अनेक अविस्मरणीय व्याख्याने, परिसंवाद, संमेलने, नाटके, संगीतिका अनुभवल्या. १९१९मध्ये महात्मा गांधींनी विद्यार्थ्यांसाठी 'स्वदेशी'वर मार्गदर्शक भाषण केले. १९२७ साली 'ऑल इंडिया विमेन्स कॉन्फरन्स'चे संस्थापन ॲम्फी थिएटरमध्ये झाले; तसेच रौप्य, सुवर्ण, हीरक महोत्सवाचे कार्यक्रमही येथेच झाले. १९८५-८६मध्ये फर्ग्युसनच्या शताब्दीच्या निमित्ताने उद्योगपती बी. जी. शिर्के यांच्या ५ लक्ष रुपयांच्या देणगीतून या वास्तूचे नूतनीकरण झाले. या वेळी श्री. राजीव गांधी आणि विश्वनाथ प्रताप सिंग यांची भाषणे झाली.

स्वातंत्र्यपूर्व काळात जगदीशचंद्र बोस, रवींद्रनाथ टागोर, पंडित मदनमोहन मालवीय, पी. सी. रे, श्रीनिवास शास्त्री, शास्त्रज्ञ सी. व्ही. रामन यांची भाषणे या वास्तूत झाली आहेत, तर नंतरच्या काळात कॉम्रेड डांगे, एसेम जोशी, ना. ग. गोरे, इ. एम. एस नंबुद्रिपाद, ना. सी. फडके, कृष्ण मेनन आदींची भाषणे झाली आहेत. १९८७ साली ॲम्फी थिएटरचा अमृतमहोत्सव साजरा झाला.

ॲम्फी थिएटरने अनेकांना घडविले. मा. भालबा केळकर यांची प्रोग्रेसिव्ह

ड्रॅमॅटिक असोसिएशन येथेच बहरली. डॉ. श्रीराम लागू, श्रीधर राजगुरू, जब्बार पटेल, कमल केतकर, वासुदेव पाळंदे, सोनाली कुलकर्णी यांच्यातले नाट्यगुण येथे फुलले. रोहिणी भाटे यांचे पाय इथे थिरकले. कृष्णदेव मुळगुंद यांचे नृत्यदिग्दर्शन, राम कदम यांचे संगीत दिग्दर्शन, घाशीराम कोतवालचे, भास्कर चंदावरकरांचे आगळे दिग्दर्शन या वास्तुने अनुभवले. प्राचार्यांची खिल्ली उठवण्यासाठी विद्यार्थीदशेतील आचार्य अत्र्यांनी तिसऱ्या मजल्यावरून म्हाताऱ्या उडवल्या, तर 'तरुणांना म्हाताऱ्या कशासाठी?' असं म्हणत प्रा. वा.ब. पटवर्धन यांनी हल्ला परतवला! मी-मी म्हणवणाऱ्या वक्त्यांच्या गुणांचा कस येथे लागला. जो ॲम्फी गाजवतो तो कोठेही हार जात नाही, अशी म्हण तयार झाली होती. गलका, गोंधळ, शिट्ट्या मारणे, बाण फेकणे यासारखे व्यत्ययी उपद्व्याप या वास्तूने पाहिले आहेत, तसेच उत्तम आविष्कारांना टाळ्यांच्या कडकडाटांनी उत्थापन देऊन गौरविलेही आहे.

सिनेमाचे आणि ॲम्फीचे वेगळे नाते आहे. फर्ग्युसनचे माजी क्रीडापटू दिगंबर लोखंडे यांनी अनेक वर्षे १६ एम.एम.च्या निवडक फिल्म्स दाखवल्या. १९८६/८७मध्ये आशय फिल्म क्लब स्थापन झाला. आदर्श सिनेकृती दाखवून त्यावर चर्चा घडविणे हा उद्देश होता. स्वीडिश दिग्दर्शक इंगमार बर्गमन याच्या चित्रपटांचा एक महोत्सव येथे झाला. सिनेमाचे प्रक्षेपण करणारा प्रोजेक्टर कायमस्वरूपी ठेवण्यासाठी एक खोली उभारण्यात आली होती; पण पुढे फारसा प्रतिसाद मिळाला नाही. खोलीही काढली गेली पण आजही पुण्यात हा क्लब अत्यंत जोमात चालू आहे; याचे श्रेय अभिरुचीसंपन्न करू पाहणाऱ्या जिद्दी कार्यकर्त्यांना – श्री. सतीश जकातदार आणि मंडळी यांना आहे.

अशा या ॲम्फी थिएटरची पंचाहत्तरी म्हणजे एक भाग्ययोगच ठरला.

साहित्य सहकारचा सुवर्णमहोत्सव (१९८८)

फर्ग्युसनचे एक वैशिष्ट्य असे की वेगवेगळ्या विषयांच्या संघटना उभारण्यात विद्यार्थ्यांनी पुढाकार घेतला आहे आणि प्राध्यापक, प्राचार्य यांनी त्यांना प्रोत्साहन मार्गदर्शन केले आहे. दुसरे असे, की एकूण विद्यार्थीसंख्येच्या मर्यादेमुळे संघटनाही मर्यादित होत्या. १९३५च्या सुवर्णमहोत्सवानंतर संघटनांची संख्याही वाढू लागली. विद्यार्थीसहभागही वाढला. मराठीचेही तसेच झाले. आश्चर्याची गोष्ट अशी की एके काळी मराठी विषय इंग्रजी माध्यमातून शिकवीत असत. मराठीतून मराठी शिकवणे उशिरा सुरू झाले. एके काळी महाराष्ट्र वाङ्मय मंडळ ही संघटना कार्यरत होती. १९३८ साली सर्वश्री ह. श्री. शेणोलीकर, श्री. रं. भिडे, मु. श्री. पानसे या विद्यार्थ्यांनी पुढाकार घेऊन 'साहित्य सहकार'ची स्थापना केली. काही काळ दोन्ही

संघटना कार्यरत होत्या; पुढे साहित्य सहकारने आपले कार्य जोमात चालू ठेवले. मराठी विषय विभागाचे प्रा. रा. श्री. जोग, प्रा. स. शि. भावे, डॉ. गं. ना. जोगळेकर, प्रा. अरविंद वामन कुलकर्णी, प्रा. हरिश्चंद्र निर्मळे आदि विभागप्रमुखांनी सहकारला स्थैर्य आणि जोश प्राप्त करून दिला. प्रा. भा. म. गोरे, प्रा. सातारकर, डॉ. माधवी वैद्य, डॉ. शशिकला गोरे, प्रा. ग. प्र. प्रधान, प्रा. सरिता पदकी, डॉ. वि. रा. करंदीकर याचे योगदान महत्त्वाचे होते. पु. ल. देशपांडे, ना. ग. गोरे, एसेम जोशी, 'सिनिक' दा. गो. देशपांडे, कवी यशवंत, कुसुमाग्रज, ग. दि. माडगूळकर, ना. धों. महानोर इत्यादींच्या उपस्थितीने, सहभागाने, मार्गदर्शनाने सहकारला प्रतिष्ठा प्राप्त झाली. वि. मा. बाचल, अविनाश जोशी, मोहन गो. धडफळे, राजा दीक्षित, श्री. व्यं. बोकील इत्यादी अन्य विषयांची शिक्षक मंडळी सहकारच्या कार्यक्रमांना हजेरी लावत असत.

साहित्य सहकारमध्ये विविध प्रकारच्या साहित्यावर चर्चा, व्याख्याने, कविसंमेलने, परिसंवाद होत असत. विशेष म्हणजे 'साहित्य सहकार'मधील टीकेतून वाचकांना सामोरे जाण्याचे धैर्य लाभले; त्याचबरोबर आपण कुणीतरी मोठे साहित्यिक आहोत हा भ्रम दूर झाला, असे वसंत सबनिसांनी नमूद केले आहे. यावरून साहित्य सहकारचे योगदान लक्षात येते.

सुवर्णमहोत्सवी कार्यक्रम*

१९ ते २१ फेब्रुवारी, १९८४ या काळात फर्ग्युसनमध्ये सहकारचा सुवर्णमहोत्सवी कार्यक्रम साजरा झाला. १९ फेब्रुवारी रोजी 'आशय' या भित्तिपत्रकेच्या संपादिका अंजली व्यवहारे यांच्या संचलनाखाली प्रा. घासकडवी यांच्या अध्यक्षतेखाली 'महाविद्यालयीन वाङ्मय मंडळे, स्वरूप, अपेक्षा आणि अडचणी' या विषयावर परिसंवाद झाला. परिसंवादात सहकारतर्फे स्वप्नील पोटे, अपर्णा देशपांडे, राजेंद्र बाणाईत यांनी भाग घेतला होता. स.प.च्या राजेश्वरी देशपांडे, स्वाती महाळंक, अहमदनगरचे अशोक जोशी, सिम्बायोसिसचे विपिन भारती, बी.एम.सी.सी.चे आनंद अवधानी, फर्ग्युसनचे ज्येष्ठ माजी विद्यार्थी ग. शां. पंडित या विद्यार्थ्यांनी भाग घेतला होता. पुण्यातील सर्व शैक्षणिक संस्थांच्या साहित्यविषयक मंडळींनी एकत्र

---

* पुढील दोन प्रकाशने अधिक संदर्भासाठी पाहा –

१. श्री. अविनाश दर्प, प्रा. राजा दीक्षित, सौ. जानकी देसाई (संपा.), **स्मृतिसुवर्ण,** (साहित्य-सहकारच्या सभासदांच्या आठवणींचा संग्रह) पुणे, १९८९,

२. संतोष शेणई, अंजली व्यवहारे (संपा.) **साहित्य-सुवर्ण,** (सुवर्णमहोत्सवी वर्षातील सहकारच्या सहृदयांच्या साहित्याचा संग्रह,) पुणे १९८९.

येऊन व्यापक सामाईक व्यासपीठ निर्माण करावे असे पंडितांनी सांगितले. त्याच दिवशी सायंकाळी संतोष शेणई आणि संगीता देशपांडे यांनी कविसंमेलनाचे संचालन केले. अहमदनगर, सासवड, सोमेश्वरनगर, भोर येथील महाविद्यालयांतील ४५ कवींनी भाग घेतला होता. पुरुषोत्तम पाटील परीक्षक होते. या संमेलनात शिवप्रिया सुर्वे (फर्ग्युसन), संदीप अवचट (स.प.), भाग्यश्री जोशी (विधी महाविद्यालय) यांची यशस्वी कवी म्हणून निवड झाली. २० फेब्रुवारीला सकाळी 'आमचे सहकारचे दिवस' या जुन्या आठवणींचा उजाळा देणाऱ्या विषयांवर डॉ. रेखा साने आणि श्री. अविनाश दर्प यांच्या संचलनाखाली चर्चा झाली. डॉ. सौ. नीला पांढरे (शैला कामत) यांनी धुळ्याच्या महाविद्यालयात 'साहित्य सहकार' नावाची संस्था स्थापन केली असून ती आजही कार्यरत आहे. प्रा. राजा दीक्षित, दिग्विजय वैद्य, प्रा. भा. म. गोरे, प्रा. ह. श्री. शेणोलीकर आदींनी यात सहभाग घेतला. सायंकाळी दिग्विजय वैद्य, प्रा. माधवी वैद्य, सौ. नीला चिटणीस यांचे गायन झाले. शिवाय एकांकिका, विनोदी कविता-वाचन हा कार्यक्रमही झाला.

२१ तारखेस प्रा. ग. प्र. प्रधान यांच्या अध्यक्षतेखाली सहकारच्या सदस्यांच्या साहित्यावर चर्चा झाली. या चर्चेत डॉ. गं. ना. जोगळेकर, डॉ. अनुराधा पोतदार, डॉ. अरविंद वामन कुलकर्णी, श्री. अरविंद कोल्हटकर, शिवप्रिया सुर्वे, संतोष शेणई, सुजाता आफळे, अविनाश यादव यांनी भाग घेतला.

प्रा. रा. श्री. जोगांच्या स्मृतिदिनी २१ फेब्रुवारी रोजी मुख्य कार्यक्रम झाला. ज्येष्ठ लेखक वसंत सबनीस हे अध्यक्ष होते. ज्येष्ठ विचारवंत ना. ग. गोरे हे प्रमुख पाहुणे होते. त्यांनी 'लेखकांनी आपल्या आनंदाबरोबर सामाजिक कल्याणासाठीही लिहावे; त्याचप्रमाणे पददलितांच्या उद्धाराची भावना मनात असावी' असे आग्रहाने सांगितले.

श्री. वसंत सबनीस यांचे मनोगत सर्वांना भावले. 'एका महाविद्यालयाच्या वाङ्मय मंडळाचा इतिहास दर्शवणारा सुवर्णमहोत्सव इतक्या दिमाखात साजरा होणे हीच मुळी मराठी साहित्यक्षेत्राला दिलासा देणारी गोष्ट आहे,' असे सांगून पन्नास वर्षांपूर्वीचे अनुभव त्यांनी कथन केले. सुवर्णमहोत्सव समितीचे अध्यक्ष, केसरीचे संपादक डॉ. शरद्चंद्र गोखले यांनी साहित्याची लेखनशैली सुधारण्यासाठी सहकारमधील चर्चा उपयुक्त ठरते असे सांगितले, तर संस्थापक श्री. रं. भिडे यांनी 'आज कृतकृत्य झाल्या'चे नमूद केले.

सुवर्णमहोत्सवानिमित्त सहकारचे एक संस्थापक कै. डॉ. मु. ग. पानसे यांच्या स्मृतिप्रीत्यर्थ लेखन-स्पर्धा आयोजित करण्यात आली होती. काव्यस्पर्धेत मिलिंद दाते, जयंत पाठक, राजेंद्र बाणाईत, हेमा दीक्षित, महेंद्र फाटे यांना पारितोषके मिळाली. कथा स्पर्धेत संतोष शेणई, समीक्षात्मक लेखनस्पर्धेत सुजाता आफळे

यांना पारितोषिक मिळाले. श्री. रं. भिडे यांनी आयोजिलेल्या एकांकिका स्पर्धेत लेखनासाठीचे पारितोषिक अंजली व्यवहारे, शेणई यांना, तर दिग्दर्शनाचे पारितोषिक मिळाले निलेश कानडे यांना.

संपूर्ण समारंभास उपस्थित राहणाऱ्या ज्येष्ठांनी 'महोत्सवाने आम्हाला आमचे वय विसरायला लावले आणि पुन्हा एकदा आम्ही जुन्या वातावरणात रंगून गेलो,' असे भावपूर्ण उद्गार काढले. माझ्यासारखे रसिक तीनही दिवस उपस्थित होते; विशेष नोंदण्याची गोष्ट म्हणजे आज त्यावेळचे विद्यार्थी साहित्यिक संतोष शेणई आणि स्वप्नील पोटे पत्रकारितेत ज्येष्ठ पदांवर काम करीत आहेत.

बी.जे. वाडिया ग्रंथालयाचा हीरकोत्सव : १९८८

फर्ग्युसनचे वाडिया ग्रंथालय हे १९२८मध्ये स्वतंत्र व विशाल वास्तूत अस्तित्वात आले. त्यापूर्वी महाविद्यालयाचे ग्रंथालय मुख्य इमारतीच्या तळमजल्यावरील एका लहानशा वर्गखोलीतच होते, पण महाविद्यालय जसजसे सर्वच दृष्टीने मोठे होऊ लागले, तसतशी स्वतंत्र इमारतीची गरजही वाढू लागली. ती गरज पूर्ण होण्याच्या दृष्टीने डेक्कन एज्युकेशन सोसायटीने १९२८मध्ये एक पाऊल पुढे टाकले. या महाविद्यालयाच्या आजवरच्या प्रगतीचा चढता आलेख लक्षात घेता ही प्रशस्त वास्तू निर्माण करण्यात डेक्कन एज्युकेशन सोसायटीच्या धुरीणांनी केवढी मोठी दृष्टी दाखवली होती हे आपल्या लक्षात येते.

अशा या भव्य ग्रंथालयाला ६० वर्षे पूर्ण झाली म्हणून १९८८ साली हीरकोत्सव साजरा करण्यात आला. प्रमुख पाहुणे म्हणून त्यावेळचे पुणे विद्यापीठाचे कुलगुरू डॉ. श्रीधर गुप्ते हे हजर होते. अध्यक्षस्थान संस्थेचे अध्यक्ष डॉ. आर्. एस्. काळे यांनी भूषविले. कार्यक्रमाच्या सुरुवातीस नेहमीप्रमाणे लो. टिळक, प्राचार्य आगरकर व प्रा. गोपाळ कृष्ण गोखले यांच्या ग्रंथालयातील पुतळ्यांना हार घालून दीपप्रज्वलन करण्यात आले. प्राचार्य श्री. व्यं. बोकील यांनी उपस्थितांचे स्वागत करून या ग्रंथालयाच्या इतिहासाचा आढावा घेतला व मा. वाडिया ट्रस्टने १९२८ साली दाखवलेल्या औदार्याचा कृतज्ञतेने उल्लेख केला. ग्रंथालयाची वाटचाल हे महाविद्यालय स्वायत्त होण्याच्या दृष्टीने भविष्यकाळात कोणकोणत्या सुविधा निर्माण करण्याच्या प्रयत्नात आहे याचे त्यांनी दिग्दर्शनही केले. त्यासाठी बी.जे. वाडिया ग्रंथालय विकास निधी स्थापन करण्यात आल्याचे त्यांनी निवेदन केले.

प्रमुख पाहुणे मा. कुलगुरू डॉ. गुप्ते यांनी अतिशय समयोचित अशा शब्दांत उच्च शिक्षणांच्या क्षेत्रातील दर्जेदार ग्रंथालयांचे महत्त्वाचे स्थान विशद केले. ते वाडिया महाविद्यालयाचे विद्यार्थी असूनही या ग्रंथालयाचा त्यांना कसकसा उपयोग

झाला यांच्या आठवणींना उजाळा दिला. आर्थर कोसलर या चिंतकाच्या त्या वेळेस दुर्मीळ असलेल्या ग्रंथांचे वाचन आपण या ग्रंथालयातच कसे केले हे त्यांनी विशेषत्वाने नमूद केले. अध्यक्ष डॉ. काळे यांनी अध्यक्षपदावरून बोलताना हे ग्रंथालय म्हणजे फर्ग्युसनच्या इतिहासातील एक महत्त्वाचा टप्पा असून त्याची शान सातत्याने वाढत कशी राहील हे आपण सर्वांनी पाहिले पाहिजे, किंबहुना ते आपणा सर्वांचे पवित्र कर्तव्य आहे या विचारावर भर दिला.

श्रद्धांजली

१९८९ सालांत दोन ज्येष्ठ अभ्यासकांना आम्ही मुकलो. संस्कृतचे तसेच पाली, अर्धमागधीचे प्राध्यापक एम. व्ही. पटवर्धन आणि गणिताचे प्रा. एन. आर. कुलकर्णी!

प्रा. एम. व्ही. पटवर्धन यांचे शैक्षणिक योगदान उच्च दर्जाचे होते. बी.ए. आणि एम.ए. या पदव्या त्यांनी प्रथम वर्गात उत्तीर्ण केल्या आणि मुंबई विद्यापीठाची संस्कृतची सर्व पारितोषके पटकावली. एम.ए. उत्तीर्ण झाल्यानंतर त्यांनी सांगलीच्या विलिंग्डन कॉलेजमध्ये संस्कृतचे प्राध्यापक म्हणून काम सुरू केले. १९३३ साली ते डेक्कन एज्युकेशन सोसायटीचे आजीव सदस्य झाले. विलिग्डंन कॉलेजच्या विकासात त्यांचा महत्त्वाचा वाटा होता.

१९५३ साली त्यांची फर्ग्युसनला बदली झाली. संस्कृत विभागाचे प्रमुखत्त्व त्यांच्याकडे अनेक वर्षे होते आणि त्यांनी विभागाला प्रतिष्ठा प्राप्त करून दिली. डेक्कन एज्युकेशन सोसायटीचे कार्यवाह, नियामक मंडळाचे सदस्य, पुणे विद्यापीठाच्या संस्कृत-प्राकृत विभागाच्या अभ्यासमंडळांचे सदस्य अशी अनेक पदे त्यांनी भूषविली, मात्र अध्यापन व संशोधन कार्यास त्यांनी प्राधान्य दिले. भारतीय विद्या (Indology), त्यातही अर्धमागधी आणि भारतीय काव्यशास्त्र यासंबंधी कार्याने त्यांना आंतरराष्ट्रीय प्रसिद्धी मिळवून दिली. प्रा. पटवर्धन कमालीचे साधे होते. बंद गळ्याचा पांढरा शर्ट, काळा कोट, पांढरे स्वच्छ धोतर, काळी टोपी हा त्यांचा कायमचा पोशाख. अशाच वेषात रात्रीच्या वेळी कॉलेजच्या कॅनॉलवरून सायकलने, हँडलला अक्षरश: रॉकेलचा कंदील लावून जाणारे पटवर्धन सर आजही आठवतात.

गणित विषयात विशेष प्रावीण्याने पदव्या प्राप्त केल्यानंतर एन.आर. कुलकर्णी १ जुलै, १९४३ रोजी फर्ग्युसनमध्ये व्याख्याता म्हणून रुजू झाले. १ जून, १९४४ रोजी त्यांची सांगलीला बदली झाली. १ एप्रिल, १९४७ रोजी ते डेक्कन एज्युकेशन सोसायटीचे आजीव सदस्य झाले. १९५२मध्ये पुण्याच्या बृहन्महाराष्ट्र कॉलेजमध्ये त्यांची बदली झाली. तेथे त्यांनी १९५८ सालापर्यंत उपप्राचार्य म्हणून

कार्य केले. सोसायटीच्या प्रत्येक संस्थेत त्यांनी आपला वेगळा ठसा उमटवला. पुणे विद्यापीठात शास्त्र शाखेचे अधिष्ठाता, कार्यकारी मंडळाचे सदस्य व १५ जानेवारी, १९६६ ते ३ मार्च, १९६६ या अल्प काळात विद्यापीठाचे प्रभारी कुलगुरू म्हणूनही पदभार सांभाळला. प्रत्येक प्रश्नाचा सखोल अभ्यास, स्पष्टवक्तेपणा आणि परखड टीका ही प्रा. एन. आर. कुलकर्णी यांची वैशिष्ट्ये असल्याने प्राध्यापक-सेवक यांच्यात त्यांच्याविषयी आदरयुक्त दरारा वाटत असे. त्यांच्या निधनाने फर्ग्युसनने एक उत्तम प्रशासक गमावला.

वि. शं. पारगावकर

४ जुलै, १९८९ रोजी वि. शं. पारगावकर यांचे निधन झाले आणि फर्ग्युसन कॉलेज एका प्रसाशक साहित्यिकाला मुकले. त्यांचे बालपण निजामाच्या संस्थानांतले, सध्याच्या मराठवाड्यातले. अत्यंत प्रतिकूल परिस्थितीत त्यांनी शिक्षण घेतले ते ही बेताचेच. १९४८मध्ये संस्थानांचे विलीनीकरण झाल्यानंतर ते पुण्यात आले. पुण्यात येणे हा त्यांच्या जीवनातला क्रांतिकारक क्षण होता. मुळात त्यांचा पिंड रसिक साहित्यिकांचा; पुण्यातील वातावरणात – विशेषत: फर्ग्युसनमधींल सेवेत – त्यांच्यातील साहित्यिक घडत होता. सत्यकथेसारख्या अग्रेसर मासिकातून त्यांच्या कथा प्रसिद्ध होत होत्या. काही काळ ते 'नवे जग' या मासिकाचे 'कार्यकारी संपादक' होते. फर्ग्युसनने त्यांना तशी खास परवानगी दिली होती. फर्ग्युसन ग्रंथालय, जिमखाना, राष्ट्रीय सेवा योजना, संस्थेचे मुख्य कार्यालय अशा प्रकारे विविध विभागांत काम करून शेवटी महाविद्यालयाचे साहाय्यक कार्यालय अधीक्षक म्हणून ते सेवानिवृत्त झाले. त्यांच्याच काळात फर्ग्युसनची शताब्दी साजरी झाली. त्यावेळी प्रकाशित झालेल्या स्मरणिकांच्या संपादनांमध्ये त्यांचे मोलाचे साहाय्य लाभले. प्राचार्य बाळ गाडगीळ हे त्यांचे खास मित्र. कॉलेजवरच्या त्यांच्या निवासस्थानी गप्पा रंगत. प्राध्यापक आणि प्रशासकीय सेवक असा भेद आम्ही कधीच मानला नाही; मित्र म्हणून आम्ही वावरलो. त्यांची मुलेही फर्ग्युसनमध्ये शिकली, वाढली, मोठी झाली. थोरला मुलगा अरुण विख्यात प्रकाशक आहे. दुसरा मुलगा डेक्कन एज्युकेशन सोसायटीच्या प्रशासकीय सेवेत आहे आणि मुलगी रेखा पारगावकर–पळशीकर कनिष्ठ महाविद्यालयाची प्रमुख आहे. प्रसन्न व्यक्तिमत्त्वाचे हसतमुख, कुठल्याही मदतीसाठी सतत तत्पर असणारे वि. शं. पारगावकर सगळ्यांच्या कायमच लक्षात राहतील.*

---

* फर्ग्युसनचे निवृत्त रजिस्ट्रार मु. ह. रानडे यांच्या वि. शं. पारगावकरांवरील टिपणाच्या आधारे.

४६वी अखिल भारतीय राज्यशास्त्र परिषद (नोव्हेंबर, १९८९)

सुवर्णमहोत्सव पूर्ण करणाऱ्या अखिल भारतीय राज्यशास्त्र परिषदेचे ४६वे अधिवेशन भरविण्यात फर्ग्युसन कॉलेजने पुढाकार घेतला होता. याची पार्श्वभूमी अशी – १९३८ साली बनारस येथे अखिल भारतीय राज्यशास्त्र परिषदेची स्थापना झाली. पंडित गोविंद वल्लभ पंत अधिवेशनाचे अध्यक्ष होते. त्या परिषदेस फर्ग्युसनचे प्रतिनिधी म्हणून प्रा. स. वा. कोगेकर वयाच्या अवघ्या २४व्या वर्षी उपस्थित होते. त्यामुळे ते एक प्रकारे संस्थापक सदस्य होत. तेव्हापासून ते नियमितपणे परिषदेत सक्रिय भाग घेत. परिषदेची कार्यकारिणी, परिषदेच्या वार्षिक अंकांचे संपादन, उपाध्यक्षपद भूषविल्यानंतर १९६१मध्ये कटक येथे भरलेल्या अधिवेशनाचे ते अध्यक्ष होते, जागतिक राज्यशास्त्र परिषदेचे उपाध्यक्षही होते. फर्ग्युसनचे माजी विद्यार्थी डॉ. एम. आर. देशपांडे, डॉ. दि. का. गर्दे यांनीही परिषदेचे अध्यक्षपद भूषविले होते. डॉ. वि. मा. बाचल हे १९६४ सालापासून परिषदेत भाग घेत; त्यांनी ४७व्या परिषदेचे उपाध्यक्षपदही भूषविले. ४६व्या अधिवेशनाचे मुख्य कार्यवाहपद त्यांनी सांभाळले.

३ नोव्हेंबर रोजी पुणे विद्यापीठाचे कुलगुरू डॉ. श्रीधर गुप्ते यांच्या हस्ते अधिवेशनाचे उद्‌घाटन झाले. त्यांनी आपल्या भाषणात राज्यशास्त्र आणि भूगोल यांचा निकटचा संबंध स्पष्ट केला.

आपल्या स्वागतपर भाषणात प्राचार्य बोकील यांनी फर्ग्युसनच्या शैक्षणिक-बौद्धिक परंपरेचा उल्लेख केला. जागतिक राज्यशास्त्र परिषदेचे प्रमुख कार्यवाह फ्रॅन्सिस्को शेलबर्ग सपत्नीक प्रमुख पाहुणे म्हणून उपस्थित होते. त्यांनी स्मरणिकेचे प्रकाशन केले, ज्येष्ठ राज्यशास्त्रज्ञांचा सत्कार केला, त्याचप्रमाणे उद्योगपती शंतनुराव किर्लोस्कर व बी. जी. शिर्के यांचाही सत्कार केला.

परिषदेचे अध्यक्ष प्रा. एल. एस. राठोड यांनी आपल्या बीजभाषणात (The Tragedy of Political Theory) राज्यशास्त्रीय सैद्धान्तिक चर्चेतील उणिवांची मार्मिक चर्चा केली.

अधिवेशनात एकूण १४५ निबंध सादर झाले. दहा विभागांचे प्रमुख चर्चेचे सूत्रसंचालन करीत.

१. नि:शस्त्रीकरण — प्रश्न आणि भवितव्य

२. प्राचीन भारतातील राज्याचा उदय आणि स्वरुप

३. राजकीय प्रशासन आणि कायम सनदी वर्ग यांचे संबंध

४. भारतीय राजकारणात स्त्रियांचे स्थान

५. राज्यशास्त्रातील वर्तनवादी चळवळीतले विचार

६. भारतीय राज्यघटनेतील तत्वज्ञान

७. भारताच्या राजकारणातील प्रादेशिकता

८. आजच्या भारतातील डाव्यांचे राजकारण

९. भारतीय राजनीतीचे यशापयश

१०. महाराष्ट्रातील शासन आणि राजकारण

अधिवेशनाचा सर्वांत महत्त्वाचा भाग म्हणजे दुसऱ्या दिवशीचा परिसंवाद. अधिवेशनाच्या आधी काही दिवस लोकसभेच्या निवडणुका जाहीर झाल्या. ज्या राजकीय नेत्यांनी अधिवेशनास येण्याची संमती दिली होती ते अधिवेशनात येऊ शकले नाहीत. श्री. अरुण शौरी परिसंवादाचे अध्यक्ष होते, त्यांनीही आपली अडचण कळवली, आपली मते लेखी कळवली. परिसंवादांचा विषय होता – '१९८९ च्या लोकसभा निवडणुका'. तात्कालिक महत्त्वाचा विषय असल्याने सभागृह गच्च भरले. प्रसारमाध्यमांचा प्रतिसाद चांगला होता.

डॉ. मधुसूदन हेडी परिसंवादाचे अध्यक्ष होते. परिसंवादात भाग घेणाऱ्या बहुतेक तज्ज्ञांनी विद्यमान सरकारवर कठोर टीका केली आणि हे सरकार पुन्हा निवडून येण्यास पात्र नसल्याचे भाकीत केले. योगायोगाने ते खरे ठरलेही. इतर वक्ते असे :

श्री. निर्मल बोस (पश्चिम बंगालचे खाद्य व नागरी पुरवठा मंत्री, बंगालमधील फॉरवर्ड ब्लॉक पक्षाचे प्रमुख नेते) : केंद्रसरकारने राज्यसरकारांचे अधिकार कमी करण्याचे सत्र चालवले आहे. सरकारी कमिशनच्या शिफारशींना त्वरित स्वीकार करून राज्यांची स्वायतत्ता वाढवावी. पुढच्या काळात केंद्रात संमिश्र सरकार येईल आणि विश्वनाथ प्रताप सिंग पंतप्रधान होतील. (हे भाकीत खरे ठरले.)

श्री. पद्माकर दुभाषी : (केंद्र सरकारचे वाणिज्य मंत्रालयाचे सचिव) : देशाच्या राजकारणात 'राजकीय लाटा' येणे आणि अल्पमतातली सरकारे अधिकारावर येणे या घटना योग्य नाहीत. भारतीय मतदार एकसंध नाहीत. त्यामुळे स्थिर सरकारे सत्तारूढ होणे अवघड होते. लोकशाहीमध्ये जनता सार्वभौम असते आणि तिने आपला हक्क बजावला पाहिजे. पैशाची सत्ता, राजकारणाचे गुन्हेगारीकरण, सत्तेचे एककेंद्रीकरण आणि राजकारणातील घराणेशाही हे भारतीय लोकशाहीचे दोष आहेत आणि हे दूर होण्यासाठी मतदारवर्ग सुशिक्षित आणि जागरूक होणे गरजेचे आहे.

प्रा. ए. बी. मथुर : सरकारने आपली विश्वासार्हता गमावली आहे आणि सर्व घटनात्मक संस्था दबावाखाली काम करीत आहेत. सध्याच्या सरकारला पुन्हा पाच वर्षांसाठी निवडून द्यावे काय हा खरा प्रश्न आहे.

प्रो. पेरुमल : घटनेने घालून दिलेला लोकसभेचा पाच वर्षांचा कालखंड न

पाळता सरकारने आपल्या मर्जीवर निवडणुका घेणे बरोबर नाही. राज्यशास्त्र परिषदेने ठराव करून पद्धतीचा निषेध करायला हवा. १९४७पासून हळूहळू राजकारणांचे गुन्हेगारीकरण होत आहे. सध्या तर गुन्हेगारांचे राजकियीकरण होत आहे. हे सर्व घातक आहे. भ्रष्टाचारमुक्त आणि विश्वसनीय व्यक्ती निवडून यायला हव्यात.

प्रो. एच. के. परांजपे : (ज्येष्ठ अर्थशास्त्रज्ञ आणि Peoples Union for Civil Liberties या संघटनेचे प्रमुख कार्यकर्ते) : देशात वरिष्ठ सरकारी अधिकाऱ्यांसह कनिष्ठ पातळीवरच्या लेखनिकांपर्यंत भ्रष्टाचार बोकाळला आहे. शस्त्रास्त्र खरेदीपासून रसायन खरेदीपर्यंतच्या व्यवहारांतून हे सिद्ध झाले आहे. भ्रष्टाचारमुक्त सरकार – भ्रष्टाचार मुक्त जनता हे लोकशाहीचे आधार आहेत.

या परिषदेसाठी संपूर्ण भारतातून सुमारे एक हजार प्रतिनिधी आले होते. विद्यार्थ्यांचा उत्साही सहभाग हे परिषदेचे एक महत्त्वाचे वैशिष्ट्य ठरले. अधिवेशन फर्ग्युसनमध्ये असले तरी पुण्यातील अन्य काही महाविद्यालयांनी त्याच्या आयोजनासाठी सहकार्य केले आणि बी.जी. शिर्के, शंतनुराव किर्लोस्कर, नीलकंठ कल्याणी यांनी सढळ आर्थिक हातभार लावला.

माजी राष्ट्रपती ग्यानी झैलसिंगजी यांची फर्ग्युसनला भेट (१९८९)

भारताचे माजी राष्ट्रपती ग्यानी झैलसिंगजी यांनी फर्ग्युसनला अनौपचारिक भेट दिली. ते पंजाबचे मुख्यमंत्री असताना ग्यानीजींशी माझा परिचय झाला. संत नामदेवांचे हिंदीतील अभंग आणि शीख गुरुग्रंथ गुरुबानीत समाविष्ट झालेले 'शबद्' म्हणजे अभंग हा आमचा स्नेहाचा समान धागा. यातूनच पुढे राष्ट्रपती या भूमिकेतून त्यांनी पंढरपूरला भेट दिली. व्यासपीठावरून 'नामदेव चेअर'चा उल्लेख झाला. महाराष्ट्राचे अर्थमंत्री ना. सुशीलकुमार शिंदे यांनी आठ लाख रुपयांचे अनुदान जाहीर केले. त्यातूनच पुढे पुणे विद्यापीठात संत नामदेव अध्यासन सुरू झाले. डॉ. अशोक कामत यांनी अध्यासनाला दृढ स्वरूप दिले.

या दरम्यान पुण्यातील एका खासगी संस्थेतर्फे त्यांची पुण्यात भेट होती. त्यातील काही भागाचे संचालन माझ्याकडे होते. ग्यानीजींना पुण्यातील काही ज्येष्ठ व्यक्तींना खाजगीरित्या भेटावयाचे होते, त्याची कच्ची यादी त्यांनी मला दिल्लीतच दिली होती. त्यात पुण्यातील दिग्गजांचा समावेश होता. फर्ग्युसनमधल्या माझ्या निवासस्थानी (आगरकर निवास) ही भेट घडविण्याची सूचना त्यांनी मान्य केली. चहापानाच्या निमित्ताने ही भेट ठरली. यातील प्रत्येक व्यक्तीला व्यक्तिश: भेट देऊन निमंत्रण, सोबत ग्यानीजींचे मला लिहिलेले पत्र होते. या निमिताने नामदेवांचे प्रेरणास्थान असलेले श्री ज्ञानेश्वरांचे आळंदी देवस्थान, श्रीमंत दगडूशेठ हलवाई

गणपती देवस्थान यांचा समावेश होता. त्यावेळेला पंजाब प्रकरणाबद्दल त्यांना झेड सुरक्षाव्यवस्था होती. गाडीत पुढे ड्रायव्हरशेजारी एके-४७ धारी सुरक्षा जवान होते. मागच्या बाजूला आम्ही दोघे. उगीचच आपण कुणीतरी मोठे आहोत अशी भावना होत होती. अनायासे कॉलेजचे कार्यालय, वाडिया ग्रंथालय यांना भेट झाली. तेथे डेक्कन एज्युकेशन सोसायटीचे आणि फर्ग्युसनचे निवडक पदाधिकारी उपस्थित होते.

ग्यानी झैलसिंगजी लोकमान्य टिळकांच्या पुतळ्यास हार घालताना. सोबत प्राचार्य बोकील, डॉ. बाचल

चहा-पानाची भेट दोन तासांची असली तरी सुरक्षा यंत्रणेने सर्व पिंजून काढले होते. बंगल्याच्या निवासस्थानातील सेवकांची मुलेही सुटली नाहीत. सगळ्यांचे नाव-पत्ते, फोटो यांची यादी मान्य होऊन आलेली. एक मोठे दिव्यच होते ते!

चहापानाच्या भेटीसंदर्भात काही मनोरंजक आठवणी :

यादीत पहिला क्रमांक होता शंतनुराव किर्लोस्कर आणि दुसरा एस.एम.जोशी यांचा. या दोघांना भेटण्यामागचे प्रयोजन समजत नव्हते. ग्यानी आणि एसेम या दोघांना जिना चढण्याच्या अडचणी, पण एसेमनी आगरकर निवासात यायला तत्काळ संमती दिली; पण शंतनुरावांनी लकाकीवर भेट ठरविण्याची योजना दिली, तशी भेट झालीही. केंद्रसरकारच्या करखात्याने शंतनुरावांना जी वागणूक दिली त्याबद्दल ग्यानीजींनी नापसंती व्यक्त केली. ना. ग. गोरे यांनी कॉलेजवरच्या भेटीपेक्षा सर्किट हाऊसवर येणे पसंत केले. वास्तविक पाहता राजकीय शिष्टाचार

म्हणून माजी राष्ट्रपतींची सोय राजभवनावर करावयास हवी होती. ती सर्किट हाऊसवर केल्याने ते स्वत: नाराज होते.

येथे एका महत्त्वाच्या गोष्टीचा उल्लेख केला पाहिजे. राजीव गांधींनी संसदेत संमत करून घेतलेल्या एका विधेयकावर राष्ट्रपती असताना ग्यानीजींनी सही नाकारली होती. त्यामुळे त्यांच्यावर राजीव गांधींची नाराजी ओढवली होती. ती सर्व बाबतींत व्यक्त होत होती. दिल्लीतले निवृत्तीनंतरचे निवासस्थानही साजेसे नव्हते. पुण्यातही ते जाणवले. जयंतराव टिळक आणि विठ्ठलराव गाडगीळ यांनी आपण येऊ शकत नसल्याचे सांगितले. त्यामुळे त्यावेळच्या सत्तारूढ काँग्रेसचे कोणीच येऊ शकले नाही. शरद पवारांचा त्यावेळी सर्किट हाऊसमध्येच मुक्काम असल्याने त्यांनी तेथेच भेट घेतली, याचा परिणाम असा झाला की ग्यानींच्या यादीतले एसेम, मोहन धारिया, नवलमल फिरोदिया एवढेच उपस्थित राहू शकले. इतर निमंत्रितांतले प्रतापराव पवार, एस. के. कुलकर्णी, श्रीपाद वाघ, फर्ग्युसनचे पदाधिकारी एवढी मोजकी मंडळी उपस्थित होती; तशातही कार्यक्रम रंगला. सुरुवातीला बंगल्याच्या मधल्या घरात फर्ग्युसनचे संस्थापक आगरकर यांच्या तैलचित्राला ग्यानींजींनी हार घातला. आम्ही त्यांना सर्वांचा परिचय करून दिला. खाजगी चर्चेची सोय करून ठेवली होती. प्रत्यक्षात तसे वातावरण नव्हते. शेवटी ग्यानीजींना बाचल कुटुंबीयांतर्फे भेट देण्यात आली. सर्वांना गुच्छ देण्यात आले. एक सुखद भेट संपली.

दिल्ली : संसद अधिवेशन आणि राजकीय नेत्यांच्या मुलाखती

हे वर्ष (१९८९-९०) आणखी एका दृष्टीने महत्त्वाचे ठरले. आम्ही राज्यशास्त्राच्या विद्यार्थ्यांना लोकसभेचे कामकाज पाहण्यासाठी, राजकीय नेत्यांशी चर्चा करण्यासाठी नेत असू. आमच्या एक विद्यार्थ्याचे (श्री. घटाटे) आई-वडील भारतीय जनता पक्षाचे उच्च पातळीवरचे कार्यकर्ते असल्याने त्यांच्या पक्षाचे ज्येष्ठ नेते अटलबिहारी वाजपेयी, लालकृष्ण अडवाणी यांच्या प्रदीर्घ मुलाखती मिळाल्या.

फर्ग्युसन कॉलेजच्या राज्यशास्त्र विभागातर्फे विद्यापीठ अनुदान आयोगाच्या योजनेअंतर्गत उत्तर भारताचा शैक्षणिक दौरा आखण्यात आला होता. दिल्ली, आग्रा, डेहराडून, मसुरी यांना भेटी अपेक्षित होत्या. ४५ विद्यार्थी आणि ५ प्राध्यापक सहभागी झाले होते. या दौऱ्यात पंतप्रधान विश्वनाथ प्रताप सिंग यांचे लोकसभेतील अर्थसंकल्पावरील भाषण ऐकावयास मिळाले. याशिवाय अटलबिहारी वाजपेयी, लालकृष्ण अडवाणी आणि भारताचे माजी राष्ट्रपती ग्यानी झैलसिंगजी यांच्याबरोबर मोकळेपणाने चर्चा करण्याची संधी मिळाली. अटलबिहारींच्या बंगल्याच्या हिरवळीवर सकाळच्या उन्हात झालेली चर्चा रंगली. आगामी काळ संमिश्र सरकारांचा असेल

या मुद्द्यांवरची चर्चा रंगली. अटलजींचे प्रसन्न व्यक्तिमत्त्व विद्यार्थ्यांना खूप भावले. लालकृष्ण अडवाणींच्या बाहेरच्या शामियान्यात चर्चा झाली. अडवाणींचे दमदार, स्वच्छ उच्चार, ठाशीव मांडणी सर्वांच्या लक्षात राहिली. एका बिगरमहाराष्ट्रीय विद्यार्थ्याने एक चौकस प्रश्न विचारला, 'भारतीय जनता पक्षासारख्या राष्ट्रीय पक्षाने महाराष्ट्रात शिवसेनेसारख्या प्रादेशिक, संकुचित पक्षाबरोबर युती का केली?' आमचे सर्वांचे कान उत्तराकडे लागले होते.

'प्रत्यक्ष राजकारणात निवडणुका जिंकण्यासाठी काही तडजोडी कराव्या लागतात. शिवसेना प्रादेशिक पक्ष असला तरी हिंदुत्व हा समान धागा आहे.' या उत्तराने मुलांचे समाधान झाले नाही; मात्र त्यांनी अडवाणींच्या राजकारणी हजरजबाबीपणाचे कौतुक केले.

तिसरी भेट होती ग्यानी झैलसिंगजी यांच्याबरोबर. संवाद मुख्यत: हिंदीत. तेथेही एका विद्यार्थ्याने चौकस प्रश्न विचारला. 'राजीव गांधींच्या सरकारने संमत केलेल्या एका विधेयकाला आपण सही का नाकारलीत?' ग्यानींच्या उत्तराने सर्व चक्रावले. कोणत्याही नागरिकाचा पूर्णतया खाजगी पत्रव्यवहार सरकारने वाचणे इष्ट आहे का? व्यक्तीच्या स्वातंत्र्यावर ही मोठी गदा ठरली असती. 'तुम्हारा लव्हलेटर पोस्टमन ने पढना तुम्हें अच्छा लगेगा क्या?'

राष्ट्रीय पातळीवरच्या या तिन्ही नेत्यांच्या मुलाखती विद्यार्थ्यांच्या चांगल्या लक्षात राहिल्या. संसदेला प्रत्यक्ष भेट देण्यापूर्वी संसदेच्या मुख्य इमारतीशेजारील छोट्या जोड इमारतीत (Parliament's Annexe) संसदेच्या सचिव पातळीवरच्या एका अधिकाऱ्याने आमच्या विद्यार्थ्यांना सुमारे दीड तास संसदेच्या कामकाजासंबंधी विस्तृत माहिती दिली आणि काही पत्रकेही दिली. एकूणच हा दिल्ली दौरा लक्षणीय ठरला.

मतदार वर्तनाचे अध्ययन : १९८९-९० च्या कार्यक्रमात आणखी महत्त्वाचा भाग म्हणजे पुणे श्रमिक पत्रकार संघाच्या वतीने पुणे शहरात निवडणूकपूर्व मतदारवर्तनाचा वेध घेतला होता. या प्रकल्पात पुणे विद्यापीठ सामील होते. फर्ग्युसन कॉलेजही सहभागी झाले होते. एकूण ५० विद्यार्थ्यांनी पाच हजार प्रश्नावली पत्रक विधानसभेच्या निवडणुकीपूर्वी तीन दिवस गोळा केली होती. अभ्यासाची अनुमाने सर्वसाधारण जनतेने, राज्यशास्त्रातील तज्ज्ञ आणि प्रत्यक्ष राजकारणी यांनी गौरविली होती. विद्यार्थ्यांना हा एक अभिनव अनुभव होता. कुलगुरू डॉ. श्रीधर गुप्ते यांची प्रकल्पात सहभागी होणाऱ्या विद्यार्थ्यांना प्रशस्तीपत्रके दिली. प्रसार माध्यमांनाही एकूण प्रकपाला चांगली प्रसिद्धी दिली. श्रमिक पत्रकार संघाचे श्री. सतीश कामत यांनी प्रकल्पाची आखणी व नेतृत्व केले होते.

नोबेल परितोषिक विजेते प्रोफेसर विल्यम फाउलर यांनी फर्ग्युसनला भेट १९९०

२४ मार्च, १९९० रोजी नोबेल परितोषिक विजेते प्रोफेसर विल्यम फाउलर यांनी फर्ग्युसनला भेट दिली आणि ॲम्फी थिएटरमध्ये आंतरविद्यापीठीय खगोलशास्त्र (Astronomy Austrophysics) या केंद्रांच्या विद्यमाने The Early Universe या विषयावर भाषण दिले. भाषणानंतर आयुकाचे प्रमुख डॉ. जयंतराव नारळीकर यांच्या हस्ते त्यांचा सत्कार करण्यात आला आणि नंतरच्या अनौपचारिक बैठकीत डेक्कन एज्युकेशन सोसायटीचे कार्याध्यक्ष डॉ. आर. एस. काळे आणि प्राचार्य बोकील यांच्या हस्ते त्यांचा सत्कार करण्यात आला.

हक्सर आणि यशपाल यांची भेट

भारताचे माजी राजदूत, हायकमिशनर आणि योजना आयोगाचे माजी उपाध्यक्ष श्री. पी. एन. हक्सर आणि विद्यापीठ अनुदान आयोगाचे माजी अध्यक्ष, शिक्षणतज्ञ श्री. यशपाल यांनी २९ डिसेंबर, १९९० रोजी फर्ग्युसनला भेट दिली. श्री. हक्सर यांनी 'इंडिया ॲण्ड द वर्ल्ड सम रिप्लेक्शन्स' या विषयावर व्याख्यान दिले. पुणे विद्यापीठ परिसरातील आयुका या संस्थेच्या संस्थापनाचे दुसऱ्या 'वर्धापन-दिना'चे हे व्याख्यान ॲम्फी थिएटरमध्ये आयोजित केले होते. त्यास उत्तम प्रतिसाद मिळाला. श्री. यशपाल यांनीही फर्ग्युसनच्या शिक्षक वर्गाबरोबर चर्चा केली.

परिसर सुधारणा

फर्ग्युसनच्या शताब्दीच्या काळात परिसर सुधारणेचा जो कार्यक्रम सुरु करण्यात आला होता, त्यास विशेष आकार येऊ लागला होता. फर्ग्युसन टेकडीचे रूप बदलण्याच्या दृष्टीने पुण्याचे पोलीस कमिशनर कार्यालय, वन खाते विभाग आणि फर्ग्युसन कॉलेज यांच्या संयुक्त विद्यमाने कार्यक्रम आखला होता. टेकडीवर जाणारे रस्ते डांबरीकरण करून सुधारण्यात आल्यानंतर त्या रस्त्यांवर सिंथेटिक पद्धतीच्या टाक्या बसवून टेकडीवरच्या झाडांना बारमाही पाणी मिळेल अशी सोय करण्यात आली; टेकडीचा ओसाडपणा जाऊन ती अधिक हिरवीगार दिसू लागली. फर्ग्युसनच्या एकूण सौंदर्यात भर पडली. बदलत्या वातावरणाचा लाभ घेणारे ज्येष्ठ-कनिष्ठ कौतुकाचे उद्‌गार काढू लागले. सरकारी खात्यांचे खास अभिनंदन करण्यात आले.

निसर्गप्रेमी बालकवींची जन्मशताब्दी

याच वर्षी फर्ग्युसनचे माजी विद्यार्थी त्र्यंबक बापूजी ठोंबरे उर्फ बालकवी यांची जन्मशताब्दी साजरी करण्यात आली. बालकवी हे निसर्गप्रेमी कवी होते आणि त्यांच्या स्मरणार्थ साहित्यसहकारने बालकवींच्या कवितांवर आधारित "बालविहग" हा खास कार्यक्रम आखला. या कार्यक्रमास रत्नागिरीच्या मराठी साहित्य संमेलनाचे अध्यक्ष श्री. मधु मंगेश कर्णिक हे प्रमुख पाहुणे म्हणून उपस्थित होते. फर्ग्युसनच्या आजी-माजी साहित्यिकांच्या सहकार्यामुळे कार्यक्रमाने खास उंची गाठली. संतोष शेणई, सुजाता शेणई, अंजली व्यवहारे, महेंद्र भाटे, राजेंद्र बाणाईत, स्वप्नील पोरे, संगीता लाड, अविनाश यादव, वसुधा जोशी यांचा सहभाग महत्त्वाचा होता.

इराणच्या शिष्टमंडळाची भेट

१० एप्रिल, १९९१ रोजी इराणच्या तेहेरान विद्यापीठाचे कुलगुरु डॉ. मोहंमद ताघी खनी यांनी कॉलेजला भेट दिली. त्यांच्याबरोबर इराणी संघराज्याच्या शिक्षण मंत्रालयाचे उच्चस्तरीय शिष्ट मंडळ होते. पाहुण्यांनी कॉलेजच्या पदाधिकाऱ्यांबरोबर परस्पर हितसंबंधांच्या प्रश्नांवर चर्चा केली.

नेमणुका आणि निवृत्त्या

१९९०-९१ सालात कॉलेजच्या बाई जेरबाई वाडिया ग्रंथालयाचे प्रमुख ग्रंथपाल म्हणून श्री. बी. ए. कांबळे यांची नेमणूक झाली. अत्यंत थोड्या काळात कामाचा उरक, विषयाची तज्ज्ञता, उत्साह आणि विशेषतः सर्वांबरोबर स्नेहसंबंध या गुणामुळे त्यांनी उत्तम लौकिक संपादन केला. हळूहळू अभ्यासू लेखक, संस्कृतमधून भाषण करणारे वक्ते म्हणून त्यांनी लौकिक संपादन केला.

प्राचार्य श्रीनिवास बोकील ३४ वर्षांनी प्रदीर्घ सेवा करून ३० एप्रिल, १९९१ रोजी निवृत्त झाले. प्रा. बोकील यांनी आपल्या प्रखर बुद्धिमत्ता, दीर्घोद्योग आणि तत्त्वज्ञान व तर्कशास्त्र या विषयांतील गतीमुळे फर्ग्युसनच्या प्राचार्यांच्या परंपरेत भरच घातली. प्रशासकीय तटस्थता, न्यायबुद्धी आणि उत्साह यामुळे त्यांची कारकीर्द सुरळीत पार पडली. भूशास्त्र विभागाच्या प्रामुख प्रा. श्रीमती एम्. एम्. वर्तक अनेक वर्षांची सेवा करून ३१ जानेवारी, १९९१ रोजी निवृत्त झाल्या. भूशास्त्र विभागाचे संग्रहालय समृद्ध करण्यात त्यांचा सिंहाचा वाटा होता. शांत स्वभाव आणि शिकवण्याची धाटणी यांमुळे विद्यार्थीप्रिय प्राध्यापिका म्हणून त्यांनी

लौकिक संपादन केला. रसायनशास्त्र विभागाचे विद्यार्थीप्रिय प्राध्यापक फर्ग्युसनचेच माजी विद्यार्थी असलेले प्रा. डी. बी. कुलकर्णी प्रदीर्घ सेवा करून ३१ डिसेंबर, १९९० रोजी निवृत्त झाले. याच वर्षांत पदार्थविज्ञान विभागाच्या प्रा. श्रीमती के. आर. जोशी, या निवृत्त झाल्या.

फर्ग्युसन महाविद्यालय सेवक सहकारी पतपेढी

प्राचार्य बाकील यांच्या कारकीर्दीतील एक महत्त्वाची घटना म्हणजे २१ ऑगस्ट, १९८६ रोजी महाविद्यालयात सेवकांची, सेवकांसाठी व सेवकांनी चालविलेली सहकारी पतपेढी सुरू झाली. प्राचार्य बोकील यांच्या अध्यक्षतेखाली संचालक मंडळ नेमण्यात आले. पतपेढीचे मुख्य प्रवर्तक प्रा. डॉ. वि. त्र्यं. पराशर, प्रा. र. द. कोद्रे, श्री. म. तु. सूर्यवंशी. श्री. मुकुंद जाधव इत्यादींच्या परिश्रमामुळे पतपेढी नावारूपास आली. १९८९-९० या वर्षात पतपेढीला ‘अ’ वर्ग प्राप्त झाला. १० लाख रूपयांचे भाग भांडवल असलेल्या पतपेढीने ११ टक्के लाभांशाचे वाटप केले. महाविद्यालयातील सर्व विभागातील आध्यापक-सेवक यांनी पतपेढीचे सभासदत्व स्वीकारले व एकूण सभासदसंख्या १५३ झाली. रुपये दहा हजार पर्यंतची कर्ज मर्यादा पंचवीस हजार पर्यंत वाढविण्यात आली.

◆

प्रकरण दुसरे

प्रभारी कालखंड (जोगळेकर, बाचल, लेले) (१९९१-९३)

प्राचार्यपदाचा पूर्ण कारभार रीतसर सांभाळणारे डॉ. श्रीधर व्यंकटेश बोकील ३० एप्रिल, १९९१ रोजी निवृत्त झाले आणि विद्यमान नियमानुसार पूर्ण पाच वर्षांसाठी निवडले गेलेले मराठीचे ज्येष्ठ प्राध्यापक डॉ. गं. ना. जोगळेकर यांनी १ मे, १९९१पासून प्राचार्यपदाची सूत्रे हाती घेतली. डेक्कन एज्युकेशन सोसायटीच्या निवडपद्धतीला अनुसरून ही निवड तांत्रिकदृष्ट्या योग्य होती. मात्र या निवडीला पुणे विद्यापीठ आणि महाराष्ट्र शासन यांची मान्यता न लाभल्याने त्यांनी ५ डिसेंबर, १९९१ रोजी प्राचार्यपद सोडले. हे बरेचसे अनपेक्षित घडल्याने नव्या नियमित प्राचार्यांच्या निवडीची प्रक्रिया पार पाडण्यासाठी बराच वेळ लागला असता. अशा वेळी नवी निवड होईपर्यंतच्या कालासाठी प्रभारी प्राचार्य नेमण्याची सोय होती व ते पद कॉलेजमधील सर्वांत ज्येष्ठ प्राध्यापकाला देण्याची तरतूद होती. सुमारे आठ वर्षांचा उपप्राचार्यपदाचा अनुभव असलेले डॉ. वि. मा. बाचल हे निर्विवादपणे सर्वांत ज्येष्ठ होते आणि त्यांची प्राचार्यपदी निवड झाली. त्यांनी ६ डिसेंबर, १९९१ रोजी पदभार स्वीकारला. या पदास तांत्रिक मान्यताही मिळाली. २८ फेब्रुवारी, १९९३ रोजी साठ वर्षे पूर्ण झाल्याने ते सेवानिवृत्त झाले. तोपर्यंतही पूर्ण प्राचार्याची निवड झाली नसल्याने त्या वेळचे सर्वांत ज्येष्ठ प्राध्यापक ए.बी. लेले प्राचार्य झाले. ते २० जून, १९९३ या तारखेस निवृत्त झाले. अशा प्रकारे १९९१-९३ या तीन वर्षांत तीन 'प्रभारी' प्राचार्य झाले. त्या काळाचा आढावा प्रस्तुत प्रकरणात घ्यायचा आहे.

प्राचार्य डॉ. गं. ना. जोगळेकर (१ मे, १९९१ ते ५ डिसेंबर, १९९१)

१ मे, १९९१ पासून डॉ. गं. ना. जोगळेकर यांनी प्राचार्यपदाची सूत्रे हाती घेतली. मराठी विभाग प्रमुख आणि वसतिगृह अधीक्षक ही पदे त्यांच्याचकडे होती. साहित्य सहकारचे अध्यक्ष म्हणून तेच काम पाहात होते. ५ डिसेंबर, १९९१ रोजी त्यांनी प्राचार्यपद सोडले. तोपर्यंत त्यांचा सहकारी उपप्राचार्य म्हणून मी काम केले. या काळात त्यांचे प्रशासकीय गुण मला अनुभवता आले. त्यांच्यापुढे मांडण्यात आलेल्या प्रत्येक प्रश्नाचा ते सांगोपांग विचार करीत. आपण घेणार असणाऱ्या निर्णयाचे काय परिणाम होतील याचा विचार करीत. आपल्या सर्व सहकाऱ्यांबरोबर विस्ताराने बोलत असत. त्यांची मुद्रा- रागीटपणाकडे झुकणारी, स्वभाव धीरगंभीर वाटला तरी ते मूळ स्वभावाने प्रेमळ आणि सहृदय होते. १९६० सालापासून त्यांचा निकटचा मित्र म्हणून त्यांच्या व्यक्तिमत्त्वाचे अनेक पैलू मला पाहावयास मिळाले. प्रा. रा. श्री. जोगांनंतर प्रा. स. शि. भावे आणि त्यानंतर डॉ. गं. ना. जोगळेकर यांनी फर्ग्युसनचा मराठी विभाग आणि साहित्य सहकार ही संघटना यांची प्रतिष्ठा जपली, वाढवली. डेक्कन एज्युकेशन सोसायटीचा आजीव सदस्य म्हणून त्यांनी अनेक जबाबदाऱ्या समर्थपणे पार पाडल्या. निवृत्तीनंतर त्यांनी महाराष्ट्र साहित्य परिषदेचे कार्याध्यक्ष म्हणून काम केले. तेथेही परिषदेचा ज्येष्ठ विश्वस्त सहकारी म्हणून मला त्यांच्याबरोबर काम करता आले, याचा अभिमान वाटतो. एकदा परिषदेतून घरी येताना रात्री ९ वाजता मी त्यांना त्यांच्या घरी सोडले. त्याच रात्री त्यांचे दुःखद निधन झाले. एक प्रकारे शेवटपर्यंत आम्ही एकमेकांचे साथीदार होतो.

प्रा. वि. मा. बाचल*

वि. मा. बाचल यांचा जन्म १५ फेब्रुवारी, १९३३ रोजी वाई (जि. सातारा) येथे झाला. ते केवळ एक वर्षाचे असताना वडिलांचे निधन झाले. त्यामुळे त्यांनी स्वकष्टावर शिक्षण घेतले. मिडल स्कूल, हायस्कूल या शिष्यवृत्त्या मिळवीत वाईच्या द्रविड हायस्कूलमधून १९५० साली शाळेत पहिला क्रमांक मिळवून ते उत्तीर्ण झाले. फर्ग्यसुन कॉलेजमधून बी.ए. अर्थशास्त्र, राज्यशास्त्र १९५४, त्याच विषयात पुणे विद्यापीठातून एम.ए. पदवी (१९५६) त्यांनी प्राप्त केली. कॉलेजशिक्षण

---

* अधिक संदर्भासाठी पाहा – डॉ. वि. मा. बाचल, **रंग कलेचे तरंग जीवनाचे** (आत्मकथन), स्नेहवर्धन प्रकाशन, पुणे, २००४, 'फर्ग्युसनचा प्राचार्य', पृ.१४७-१६४.

घेत असताना पुण्यातील अभिनव कला महाविद्यालयातून जी.डी. (फाइन आर्ट्स) डी.टी.सी., आर्ट मास्टर या परीक्षा त्यांनी उत्तीर्ण केल्या. १९५६-५८ या काळात चित्रकलेचा प्राध्यापक म्हणून तेथेच नोकरी केली. १९५८ साली फर्ग्युसन कॉलेजमध्ये व्याख्याता (अर्थशास्त्र, राज्यशास्त्र) म्हणून सेवा सुरू केली. विभागप्रमुख, उपप्राचार्य, प्राचार्य अशी पदे भूषवीत ३५ वर्षांच्या सलग सेवेनंतर १९९३मध्ये ते सेवानिवृत्त झाले. १९९६-९८ या काळात त्यांनी टिळक महाराष्ट्र विद्यापीठाचे कुलगुरू म्हणून काम पाहिले.

१९७३ साली पुणे विद्यापीठातून 'फ्रीडम ऑफ रिलिजन ॲण्ड इंडियन ज्युडिशिअरी' या विषयात त्यांनी पीएच.डी. मिळविली. ICSSRच्या विशेष अनुदानामुळे १९७५ साली हा प्रबंध पुस्तकरूपाने प्रसिद्ध झाला. त्यांची राज्यशास्त्र-अर्थशास्त्रावरची मराठीतून २२ पुस्तके आणि शंभराहून अधिक लेख प्रसिद्ध झाले आहेत. अखिल भारतीय राज्यशास्त्र परिषद, अखिल भारतीय लोकप्रशासन संस्था (नवी दिल्ली) यांच्या अनेक अधिवेशनांत त्यांनी सक्रिय भाग घेतला. तसेच संपादन समितीवर काम केले असून उज्जैन येथील अधिवेशनात उपाध्यक्ष म्हणून काम पाहिले, तर पुणे येथील अधिवेशनाचे मुख्य कार्यवाह ही जबाबदारी पेलली. अमेरिका, रशिया, उत्तर कोरिया, दक्षिण कोरिया, अर्जेंटिना, थायलंड, सिंगापूर, नेपाळ येथे अभ्यासदौऱ्यात त्यांनी भाग घेतला.

फर्ग्युसन कॉलेजमध्ये राष्ट्रीय छात्र सेना, राष्ट्रीय सेवा योजना, कॉलेज जिमखाना, फर्ग्युसनची माजी विद्यार्थी संघटना यांच्या कार्यात त्यांनी भाग घेतला व विविध पदे भूषविली.

सामाजिक क्षेत्रात विश्वस्त, 'ज्ञानेश्वर महाराज संस्थान, आळंदी' (सल्लागार), श्रीमंत दगडूशेठ हलवाई गणपती मंदिर, पुणे (सल्लागार सदस्य), महाराष्ट्र राज्य आदर्श गाव योजना (सल्लागार सदस्य) म्हणून त्यांनी काम पाहिले. आदर्श शिक्षक पुरस्कारासह त्यांना सात सामाजिक गौरव पुरस्कार लाभले.

त्यांनी चितारलेली तैलरंगातील अनेक व्यक्तिचित्रे, निसर्गचित्रे अनेक ठिकाणी लावली गेली आहेत.

श्रद्धांजली - एप्रिल, १९९२

सदरच्या प्रभारी कालखंडात ज्येष्ठ प्रा. व्ही. के. गोकाक, रँग्लर जी.एल. चंद्रात्रेय आणि ग्रंथपाल द. ब. माडीवाले यांचे निधन झाले.

इंग्रजी भाषेचे ख्यातनाम प्रा. डॉ. व्ही. के. गोकाक यांचे २८ एप्रिल, १९९२ रोजी दुःखद निधन झाले. फर्ग्युसन कॉलेजमध्ये त्यांची प्राध्यापक म्हणून कारकीर्द

प्रकांड पंडित आणि अभ्यासू शिक्षक म्हणून खूप गाजली. त्यांचा विद्यार्थीवर्ग भारतभर पसरला होता. सांगलीच्या विलिंग्डन कॉलेजचे प्राचार्य म्हणूनही त्यांनी काम केले. डेक्कन एज्युकेशन सोसायटी सोडल्यानंतर त्यांनी अनेक महत्त्वाची पदे भूषविली. बंगलोर विद्यापीठाचे कुलगुरू, हैदराबादच्या सेंट्रल इन्स्टिट्यूट ऑफ इंग्लिशचे संचालक, सिमला येथील सेंटर फॉर ॲडव्हान्स स्टडीजचे संचालक म्हणून त्यांनी कार्य केले. ज्येष्ठ शिक्षणतज्ज्ञ म्हणून गाजलेले प्रा. गोकाक 'मातृभाषेतून शिक्षण' या धोरणाचे खंदे पुरस्कर्ते होते.

प्रा. गोकाक स्वत: साहित्यिक, सौंदर्यवादी कवी होते. त्यांनी फर्ग्युसनमध्ये असताना शेली क्लब सुरू केला; तो खूप गाजला. त्यांना ज्ञानपीठ पुरस्कार मिळाल्याने एक प्रकारे फर्ग्युसनचाच गौरव झाला. आम्ही गोकाक सरांचे विद्यार्थी असे सांगणारी 'कोगेकर-ढवळे'पिढी आमचे गुरुजन होती, ही आमच्या अभिमानाची गोष्ट होती.

रँग्लर जी. एल. चंद्रात्रेय यांचे २९ जानेवारी, १९९३ रोजी वयाच्या ८२व्या वर्षी निधन झाले. फर्ग्युसनमधून त्यांनी पदार्थ विज्ञानामध्ये पदवी आणि गणित विषयातील पदव्युत्तर पदवी मिळवली. विद्यापीठ अनुदान आयोगातर्फे त्यांना अमेरिकेत उच्च शिक्षणासाठी विद्यावेतन मिळाले. तेथे डॉ. सर एडिंग्टन यांच्या मार्गदर्शनाखाली चार वर्षे अध्ययन करून रँग्लर ही पदवी त्यांनी मिळवली. भारतात परत आल्यानंतर त्यांनी फर्ग्युसन कॉलेजमध्ये गणित विषयाचे अध्यापन सुरू केले. १ जून, १९४१ रोजी ते आजीव सदस्य झाले. १९५५ ते १९६० या काळात त्यांनी सांगलीच्या विलिग्डंन कॉलेजमध्ये प्राचार्य म्हणून काम केले. १९६० ते १९७५ या काळात त्यांनी दिल्ली विद्यापीठाच्या पोस्ट ग्रॅज्युएट ट्रेनिंग इन्स्टिट्यूटचे संचालक म्हणून काम केले. राजस्थान विद्यापीठाचे कुलगुरू म्हणूनही त्यांनी काम केले. गणित विषयावर त्यांनी विपुल लेखन केले. निवृत्तीनंतर त्यांनी पुण्यातील वेदविज्ञान मंडळमध्ये भाग घेतला. त्यांच्या अनेक ख्यातनाम विद्यार्थ्यांमध्ये भारताचे माजी पंतप्रधान पी.व्ही. नरसिंहराव यांचा उल्लेख केला जातो. नरसिंहराव ज्या ज्या वेळी पुण्यात येत त्या त्या वेळी चंद्रात्रेय यांना भेटल्याशिवाय राहात नसत.

ग्रंथपाल द. ब. माडीवाले यांचे ३१ डिसेंबर, १९९२ रोजी निधन झाले. १९२६मध्ये त्यांचा पुण्यात जन्म झाला. स्वावलंबनाने त्यांनी एम.ए. डिप. लिब. या पदव्या प्राप्त केल्या. दिल्ली येथींल लेडी श्रीराम कॉलेजमध्ये त्यांनी तेरा वर्षे व त्यानंतर फर्ग्युसनच्या वाडिया ग्रंथालयात प्रमुख ग्रंथपाल म्हणून चौदा वर्षे सेवा केली. या काळात महाराष्ट्राच्या ग्रंथपालन क्षेत्रात त्यांनी उत्तम संघटक व तज्ज्ञ म्हणून गौरवास्पद काम केले. १९६५ साली त्यांनी डॉ. रंगनाथन यांच्या कोलन क्लासिफिकेशन या ग्रंथाचा हिंदीमध्ये आणि १९८१ साली ड्यूई यांच्या 'डेसिमल

क्लासिफिकेशन' या ग्रंथाचा मराठीमध्ये अनुवाद केला. ग्रंथपालन क्षेत्रासंबंधी त्यांनी विपुल स्फुट लेखन केले. या क्षेत्रात अनेक विद्यार्थीही घडविले. स्वभावाने शांत, अभ्यासू आणि मनमिळाऊ असलेले माडीवाले विद्यार्थी, शिक्षक, पालक व ग्रंथालय प्रेमींमध्ये कमालीचे लोकप्रिय होते.

शैक्षणिक प्रगती

१९९२-९३चे शैक्षणिक वैशिष्ट्य म्हणजे इलेक्ट्रॉनिक्स या विषयात एम्. एस्सी. हा पदव्युत्तर अभ्यासक्रम सुरू करण्यात आला. या विषयासाठी २५ ही विद्यार्थ्यांच्या संख्येची मर्यादा घालण्यात आली होती. भूशास्त्र या विषयासाठी जून, १९९३पासून पदव्युत्तर अभ्यासक्रम, त्याचप्रमाणे इनऑरगॅनिक केमिस्ट्री या विषयासाठीही पदव्युत्तर एम. एस्सी. अभ्यासक्रमास परवानगी मिळाली.

पुणे विद्यापीठ परिसरात चालू असलेल्या सीडॅक या केंद्राशी सहकार्याचा प्रस्ताव संगणकशास्त्र विभागाचे प्रमुख प्रा. वसंतराव वाघ यांनी सादर केला होता, त्यास अनुकूल प्रतिसाद मिळाला. या योजनेअंतर्गत सी.डॅक सेंटरच्या वतीने फर्ग्युसनच्या संगणक शास्त्राच्या पदवी अभ्यासक्रमाच्या विद्यार्थ्यांना एक आठवड्याचे विनाशुल्क प्रशिक्षण देण्याची योजना होती.

इंग्रजी विभागाच्या प्रा. नीला कर्णिक या मॅकफेलर फाऊंडेशनतर्फे अमेरिकेस जाऊन आल्या. तेथे त्यांनी अभ्यासपूर्ण व्याख्याने दिली व अनेक चर्चासत्रांत भाग घेतला. डॉ. माधवी वैद्य (मराठी विभाग)* यांच्या मराठी भाषेतील साहित्यकृतीबद्दल त्यांना राज्यशासनाचा पुरस्कार मिळाला. 'आरती प्रभूंची कविता' या विशेष लेखनासाठी हा पुरस्कार होता. मराठी विभागाच्या श्रीमती वैजयंती चिपळूणकर यांनी मूकबधिर विद्यार्थ्यांसाठी विशेष लेखन केले, त्याचेही कौतुक झाले.

श्रीमती लीला पूनावाला यांचे अभिनंदन

फर्ग्युसनच्या माजी विद्यार्थिनी श्रीमती लीला पूनावाला यांना १९९२-९३मध्ये बरेच पुरस्कार लाभले. पद्मश्री, विजयरत्न आणि वुमन ऑफ द इयर १९९१ – हे ते पुरस्कार होत. 'अल्फा लावल इंडिया लि.' या उद्योगाच्या व्यवस्थापकीय संचालक आणि उपाध्यक्ष ही पदेही त्यांनी भूषविली.

---

* डॉ. गं. ना. जोगळेकर यांच्याप्रमाणे डॉ. माधवी वैद्य यासुद्धा पुढे महाराष्ट्र साहित्य परिषदेच्या कार्याध्यक्ष झाल्या. तसेच मराठी साहित्य महामंडळाचे अध्यक्षपदही त्यांनी भूषविले.

एक अत्यंत शिस्तप्रिय, सामाजिक बांधीलकीची जाण असणाऱ्या आणि तरुण पिढीमध्ये व्यवस्थापन आणि संसूचन संबंधी कौशल्ये जोपासणाऱ्या उद्योजिका म्हणून त्यांनी मोठा लौकिक संपादन केला.

स्थापना दिन समारंभ

२ जानेवारी हा कॉलेजचा संस्थापना दिन! १९९२ साली तो मोठ्या वेगळ्या पद्धतीने साजरा करण्यात आला. नेहमीप्रमाणे ग्रंथालयात कार्यक्रम न घेता प्रथमच बोटॅनिकल गार्डनमध्ये घेण्यात आला. सर्व प्रशासक, सेवक, प्राध्यापक, माजी विद्यार्थी यांना निमंत्रित करण्यात आले होते. बागेमध्ये एक स्वतंत्र मंच उभारण्यात आला होता, त्यावर संस्थापकांचे फोटो ठेवण्यात आले होते. त्यांना पुष्पहार घालून आदरांजली वाहण्यात आली. ज्येष्ठ माजी विद्यार्थी एन. डी. नगरवाला यांनी प्रसंगास उचित अशा आठवणी सांगितल्या. कॉलेजचे रजिस्ट्रार कमलाकर तपस्वी यांचा सुगम संगीताचा कार्यक्रम झाला व त्यानंतर अल्पोपाहार-चहापान झाले. बोटॅनिकल गार्डनच्या रम्य वातावरणाच्या पार्श्वभूमीवर अनौपचारिक पद्धतीत साजरा झालेला हा कार्यक्रम वेगळेपणामुळे लक्षात राहिला.

११ जानेवारी, १९९२ रोजी फर्ग्युसनच्या मुख्य इमारतीच्या पायाभरणीला शंभर वर्षे पूर्ण होत होती. त्या प्रसंगांचे औचित्य साधून आपल्या वयाची शताब्दी पार करणाऱ्या क्रिकेट महर्षि प्रा. दि. ब. देवधर यांना खास पाचारण करून त्यांच्याबरोबर गप्पांचा कार्यक्रम ठेवण्यात आला. या वयातही देवधर काकांची स्मृती तल्लख होती. त्यांनी फर्ग्युसनमध्ये दाखल झाल्यापासून फर्ग्युसनच्या क्रिकेटचा धावता आढावा घेतला.

मार्गदर्शनकेंद्र शुभारंभ

एक नवीन योजना म्हणून A-6 या वर्गखोलीत मार्गदर्शनकेंद्र सुरू करण्यात आले. विद्यार्थी शिकत असताना पुढे त्यांनी कोणते शैक्षणिक अभ्यासक्रम निवडावे, कोणते व्यवसाय निवडावेत याचे मार्गदर्शन करणे हे केंद्राचे अपेक्षित काम होते. अस्मादिकांना गुरुवर्य प्राचार्य स. वा. कोगेकर अमृतमहोत्सव विशेष शिक्षक पुरस्कार म्हणून दहा हजार रक्कम मिळाली होती. त्यात व्यक्तिगत रकमेची भर घालून त्या जोडीला व्यक्तिगत ग्रंथालयाची सुमारे दोन हजार पुस्तके केंद्रासाठी भेट म्हणून दिली. अन्य प्राध्यापक व माजी विद्यार्थी यांनीही योजनेस हातभार लावला. पहिले काही दिवस योजना चांगली चालली. व्यवसाय मार्गदर्शनपर व्याख्यानेही

आखली; पुढे मात्र या योजनेला अपेक्षेप्रमाणे प्रतिसाद लाभला नाही.

वरील योजनेबरोबर विद्यार्थ्यांना परीक्षेसाठी मार्गदर्शन लाभावे म्हणून M-23 या वर्गखोलीत परीक्षा विभाग सुरू करण्यात आला. पूर्वी आर. डी. वाडेकर यांनी ट्युटोरियल डिपार्टमेंट चालवले होते. त्यात काही बदल करून नवा विभाग सुरू केला. उपप्राचार्य प्रा. अ. कृ. महाजनी यांच्या मार्गदर्शनाखाली सदर विभाग सुरू झाला. प्रतिसादही चांगला होता.

संगणकाचे वाढते महत्त्व लक्षात घेता दोन विषयांत त्याचा उपयोग सुरू करण्यात आला. कॉलेज प्रशासनाची अधिक चांगली सोय म्हणून कॉलेजमधील सर्व शैक्षणिक आणि प्रशासकीय सेवकवर्गाचे पगार वाटप पद्धतीचे संगणकीकरण करण्यात आले. त्याचबरोबर ११वीच्या वर्गांच्या निकालाचे (सुमारे एक हजार विद्यार्थी) संगणकीकरण करण्यात आले. हळूहळू संगणकीकरणाची व्याप्ती वाढविण्याची योजना होती.

फर्ग्युसन कॉलेजच्या प्रशासनाच्या संदर्भात तृतीय आणि चतुर्थ श्रेणीचे सेवक अपेक्षित प्रमाणापेक्षा संख्येने कमी होते. ही उणीव सोसायटीच्या लक्षात आणून दिली होती. सोसायटीनेही सारासार विचार करून बृहन्महाराष्ट्र कॉलेज ऑफ कॉमर्समधील अतिरिक्त सेवकांची फर्ग्युसनमध्ये बदली केली; त्याचा निश्चितच फायदा झाला.

फर्ग्युसन टेकडीच्या उतारावर एन.सी.सी. इमारत उभारली होती. एन.सी.सी. सक्तीची असताना (सुमारे १००० विद्यार्थी) या इमारतीचा पर्याप्त वापर होत असे. सक्तीची योजना रद्द झाल्यावर इमारतीचा काही भाग वापरणे शक्य नव्हते. दुसरीकडे काही विषयांच्या पदव्युत्तर विभागासाठी खोल्या कमी पडत असत. सदर इमारत एन.सी.सी. व कॉलेज अशा आर्थिक सहयोगाने बांधण्यात आली होती. या संदर्भात N.C.C. H.Q. यांच्याशी चर्चा करून काही खोल्या शैक्षणिक वापरासाठी उपयोगात आणण्यास संमती मिळवली. ही इमारत कॉलेजच्या इमारतींच्या प्रमुख संकुलापासून दूर असली तरी तेथील नैसर्गिक वातावरण अधिक अनुकूल होते. शिक्षक आणि विद्यार्थी यांनी या बदलाचे स्वागतच केले. आजही या इमारतीचा संयुक्त वापर होत आहे.

नाट्यविभागाचे यश

नाट्यविभागाने फर्ग्युसनचे नाव चमकवले. प्रतिष्ठित पुरुषोत्तम करंडक सोनाली कुलकर्णी, योगेश सोमण यांच्या गटाने लागोपाठ दुसऱ्यांदा जिंकून आणला. सोनाली कुलकर्णी हिने पुरुषोत्तम स्पर्धेत लागोपाठ दोन वर्षे सर्वोत्कृष्ट 'स्त्री अभिनेत्री' पारितोषिक पटकावले. विशेष म्हणजे सोनालीचा अभिनय असलेला,

गिरीश कर्नाड यांनी दिग्दर्शित केलेला 'चेलुवी' हा चित्रपट इंटरनॅशनल फिल्म फेस्टिव्हलसाठी निवडला गेला. फर्ग्युसनच्या यशात हा शिरपेच होता. योगेश सोमण यानेही पुरुषोत्तम करंडक बरोबर संजीव करंडक, गणपतराव बोडस स्मृती पुरस्कार, केशवराव दाते पुरस्कार, हरि अनंत लेखन पुरस्कार, निर्मल अभिनय पुरस्कार, निखिल रत्नपारखी पुरस्कार मिळवून कौतुकास्पद कामगिरी केली. सोनाली व योगेश या दोघांचे विशेष अभिनंदन करण्यात आले!

सोनाली कुलकर्णी या विद्यार्थिनीने आज चित्रपटक्षेत्रात जागतिक कीर्ती प्राप्त केली आहे. तिच्या प्राथमिक यशामागे डॉ. माधवी वैद्य यांचे महत्त्वाचे योगदान आहे.

आपल्या यशामध्ये फर्ग्युसनमधल्या प्रोत्साहनाचा वाटा असल्याचा सोनाली सतत उल्लेख करीत असते; एवढे यश मिळवूनही पाय जमिनीवर असणारी गुणी अभिनेत्री म्हणून आम्हाला तिचा अभिमान आहे.*

अन्य काही उपक्रम

सांस्कृतिक सौहार्द योजनेअंतर्गत फ्रान्समधील शॉम्बेरी शहराला भेट देणाऱ्या विद्यार्थी प्रतिनिधींत फर्ग्युसनचे विद्यार्थी सहभागी होते. फ्रेंच विभागाच्या प्रा. सुब्रह्मण्यम या सोबत होत्या. इंग्रजी विषयाच्या विद्यार्थ्यांनी कलकत्ता येथील 'East-West meet' या सांस्कृतिक महोत्सवात भाग घेतला.

फ्रेंच आणि जर्मन या भाषांचा अभ्यास करणाऱ्या विद्यार्थ्यांची संख्या वाढत आहे. फ्रेंच डे/जर्मन डे उत्साहाने साजरे केले जातात; नृत्य-नाट्य-संगीत यांचे कार्यक्रम आयोजिले जातात. प्रा. विनिता महाजनी यांच्या नेतृत्वाखाली काही विद्यार्थ्यांनी मॉरिशसला भेट दिली, सांस्कृतिक कार्यक्रम प्रदर्शित केले आणि पंतप्रधान अनिरुद्ध जगन्नाथ यांची सदिच्छा भेट घेतली.

१९९२च्या ऑक्टोबर-नोव्हेंबर महिन्यांमध्ये पुण्यातील आयुर्वेदतज्ज्ञ वैद्य-खडीवाले यांच्या पुढाकाराने विश्व-आयुर्वेद-संमेलन फर्ग्युसन परिसरात योजले होते. भारताच्या लोकसभेचे सभापती - मा. शिवराज पाटील प्रमुख अतिथी होते. कॉलेजच्या वनस्पतीशास्त्र विभागाने आवश्यक ते सहकार्य केले. रसायनशास्त्र विभागाने प्राध्यापकांसाठी कार्यशाळा आयोजित केली, तर भूशास्त्र विभागाने आकर्षक

* सुमित्रा भावे या १९५९-६० या काळातल्या फर्ग्युसनच्या राज्यशास्त्र विषयाच्या हुषार विद्यार्थिनी. त्यांनी अनेक चित्रपटांची निर्मिती-दिग्दर्शन केले आहे. त्यांच्याच फर्ग्युसनच्या सोनालीसह अनेक विद्यार्थी-विद्यार्थिनींचा सहभाग असलेल्या 'दोघी' या चित्रपटात छोटीशी भूमिका करता आली याचा मला अभिमान आहे : लेखक.

आणि अभ्यासनीय प्रदर्शन आयोजित केले.

श्री. मुकेश जाधव हा एक ग्रामीण भागातून आलेला आश्चर्यजनक वादनकौशल्य असलेला, शास्त्रीय संगीतातील तबला-वादक. अत्यंत थोड्या अवधीत त्याने राष्ट्रीय कीर्ती संपादन केली. पुण्याचे वैभव असलेल्या सवाई गंधर्व पुण्यतिथी कार्यक्रमामध्ये ख्यातनाम शास्त्रोक्त गायकांना त्यांने तबल्याची साथ केली. १९९२-९३ सालांत कंठसंगीतातील शास्त्रीय गायकांना साथ म्हणून युरोपातील देशांच्या दौऱ्यात त्याने भाग घेतला. त्यामुळे त्याला आंतरराष्ट्रीय कीर्ती लाभली. फर्ग्युसनच्या गौरवात भर घालणारा विद्यार्थी कलावंत म्हणून त्याचे कौतुक करावयास हवे. सध्या तबलावादन क्षेत्रात त्याची घोडदौड चालू आहे.

१९९२-९३चा शैक्षणिक आढावा

१९९२-९३चे शैक्षणिक वर्ष धूमधडाक्यात सुरू झाले. बारावी शास्त्र आणि कला यांचे निकाल परंपरा राखणारे होते. दोन्ही विभागांचे निकाल ९१%च्या वर होते. शास्त्र शाखेचे १५ विद्यार्थी गुणवत्ता यादीत होते. कला विभागात ११पैकी ९ विद्यार्थी गुणवत्ता यादीत होते. व्यावसायिक अभ्यासक्रमात २ विद्यार्थ्यांनी सर्वोच्च गुण मिळविले. शास्त्र शाखेत ७ विद्यार्थ्यांनी गणित/संख्याशास्त्र, पदार्थविज्ञान, रसायनशास्त्र, जीवशास्त्र या विषयांत १००पैकी १०० गुण मिळवून उच्चांक गाठला.

सायन्स टॅलेंट सर्च परीक्षा आणि मॅथॅमॅटिक्स ऑलिंपियाड या दोन्ही स्पर्धांमध्ये फर्ग्युसनच्या विद्यार्थ्यांनी कौतुकास्पद यश मिळविले. ६० देशांच्या तीनशेहून अधिक विद्यार्थी परीक्षेस बसलेल्या मॉस्को ऑलिंपियाडमध्ये कुमार कौस्तुभ नामजोशी या विद्यार्थ्याने रौप्य पदक मिळविले.

परिषदा/ कार्यशाळा/ चर्चासत्रे

१९९२च्या मध्यात फ्रेंच विभागाने Alliance Francaise आणि फ्रेंच एम्बसी यांच्या संयुक्त सहकार्याने फ्रेंच भाषेच्या शिक्षकांची राष्ट्रीय कार्यशाळा आयोजिली होती. त्यात देशभरातले ४२ प्राध्यापक हजर होते. मि. फोसार्ड आणि प्राचार्य वि. मा. बाचल यांची भाषणे झाली. प्राचार्यांनी फर्ग्युसन कॉलेजची परंपरा आणि विशेषत: फ्रेंच विभागाचे योगदान विशद केले.

विकासनिधी आणि विकासकामे

१९९२-९३ हे आठव्या पंचवार्षिक योजनेचे तिसरे वर्ष होय. विद्यापीठ अनुदान आयोगाने पदवीपूर्व विभागांच्या विकासासाठी १३.५ लक्ष रुपयांचे अनुदान आणि आठ प्राध्यापक - विद्यावेतने (Fellowships) मंजूर केली. १९८३-८४ साली विद्यापीठ अनुदान आयोगाने शताब्दीसाठी दोन लक्ष रुपयांचे अनुदान दिले होते. याच योजनेअंतर्गत आयोगाने १९९२-९३ या आर्थिक वर्षात 'Centenary Electronics and computer complex' या विकासयोजनेसाठी २० लक्ष रुपयांचे खास अनुदान दिले. या वर्षात कॉलेजमधील अनेक विकासकामांसाठी - परिसर सुधारणा, किमया-वास्तूचे विकसन, ॲम्फी थिएटर सुधारणा, बोटॅनिकल गार्डन– यांसाठी, तसेच विविध विषयांच्या विकासासाठी १८ लक्ष रुपयांच्या देणग्या मिळवण्यात आल्या व प्रत्यक्ष कामेही सुरू झाली. हैदराबादच्या इंडियन इन्स्टिट्यूट ऑफ केमिकल टेक्नॉलॉजी या संस्थेने कॉम्प्युटर / इलेक्ट्रॉनिक्स विभागासाठी ९ लक्ष रुपये किमतीचा Analogue Computer भेट म्हणून दिला. सर्व शास्त्र-विषयांसाठी ह्या संगणकाचा उपयोग होणे शक्य झाले. ह्या देणगीबद्दल डॉ. पी.एम.भार्गव यांचे आभार मानावयास हवेत.

शताब्दी अनुदानाचे आगळे अनुभव

प्राचार्य गाडगीळांच्या काळात मुंबईचे मंत्रालय, दिल्लीचे केन्द्रीय मंत्रालय, विद्यापीठ अनुदान आयोग यांच्याकडची काही कामे उपप्राचार्य म्हणून माझ्याकडे सोपवली जात. विद्यापीठ अनुदान आयोगाच्या नजीक अखिल भारतीय लोकप्रशासन संस्थेचे कार्यालय आणि उत्तम भव्य वसतिगृह होते. मी संस्थेचा आजीव सदस्य असल्याने काही सवलत होती. फर्ग्युसनचे ज्येष्ठ माजी विद्यार्थी पद्माकर दुभाषी संस्थेचे मुख्य संचालक असल्याने त्याचाही उपयोग होई. कधी कधी अनुदानाच्या संदर्भात मजेशीर अनुभव येत, त्यातला हा एक –

शताब्दी पार करणाऱ्या संस्थांना विद्यापीठ अनुदान आयोगाचे विशेष अनुदान मिळते अशी माहिती होती. त्या विभागात जाऊन भेटलो तेव्हा हादरलोच. आयोगाच्या दफ्तरात शताब्दी गाठलेल्या संस्थांमध्ये फर्ग्युसनचे नावच नव्हते. मी खूप समजवायचा प्रयत्न केला. व्ही. पी. सिंग, पी. व्ही. नरसिंहराव हे माजी विद्यार्थी असलेल्या केंद्रीय मंत्र्यांची नावे सांगितली, स्मरणिका दाखवल्या, पण काही उपयोग होईना. संबंधित अधिकारी काही बधेना. काही तांत्रिक पुरावा हवा होता. आयोगातलेच एक उच्चाधिकारी वर्गमित्र होते, त्यांच्याकरवी फोन आल्यावर स्वारी नरमली. फाईलमध्ये

शोध घेतल्यानंतर फर्ग्युसनचे मुंबई विद्यापीठाशी झालेले संलग्नतेचे पत्र आयोगाकडे पाठवले गेले नव्हते, ते देण्याविषयी मुदत घालून घेतली. त्या काळात विशेष अनुदानाची रक्कम होती फक्त एक लाख रुपये. या रकमेत काय बांधकाम झाले असते? पण त्याच साहेबांनी एक गुपित सांगितले. महाविद्यालयाच्या वयानुसार ही रक्कम मिळणार होती व ती होती २५ लाख रुपये. काय काय करावे याचे मार्गदर्शनही सदर अधिकाऱ्यांनी केले. विजयी मुद्रेने पुण्यात परतलो; प्रत्यक्षात ही रक्कम हाती पडायला बऱ्याच अडचणी आल्या. मला त्या अनुभवातून जावे लागले, त्यातून प्रा. ए. बी. भिडे यांनाही जावे लागले.

या एका अनुभवातून बरेच काही शिकलो. १९८२ ते १९९३ या काळात काही सरकारी कामे माझ्याकडे सोपवली होती. कुठे फारशी अडचण आली नाही. योजनांची निश्चित माहिती, त्यांचे तपशील या बाबतीत आपला गृहपाठ पक्का हवा. आपली मागणी योग्य विभागात, योग्य अधिकाऱ्यांकडे संयमाने मांडली तर फारशी अडचण येत नाही. 'शुकाचार्यां'पासून जपून राहावे लागते. प्रत्येक प्रशासकीय यंत्रणेमध्ये मनापासून सहकार्य करणारे असतात; अडवणारेही असतात. लोकप्रशासन (Public Administration) या विषयाचा अभ्यास एम.ए. साठी केला. प्रत्यक्ष अनुभव चाळीस वर्षांनी घेतला!

त्यावेळच्या आणखी एका अनुभवाचा उल्लेख करायला हवा. अनुदान आयोगाच्या मुख्य इमारतीच्या समोरच्या हिरवळीवर बरीच मंडळी गटागटाने बसलेली दिसत. माझा मित्र असलेल्या (त्यावेळी सेंट्रल युनिव्हर्सिटीज् विभाग त्याच्याकडे होता) अधिकाऱ्याने खाजगीत सांगितले की तेथे (लॉनवर) असलेल्या गर्दीत दिल्ली, हरयाना, पंजाब, यु.पी, बिहारवाल्यांची गर्दी असते. आपले काम करून घेण्यात ते पटाईत असतात. महाराष्ट्रासाठी असलेला वाटा उचलण्यात आपली मंडळी कमी पडतात हे दुर्दैवी सत्य आहे. मला अभिमानाने सांगावेसे वाटते की दहा वर्षांत मला 'वरदक्षिणा' देण्याची पाळी आली नाही.

राज्य शासनाची अनुदाने

महाराष्ट्राच्या योजना, अनुदाने यांच्या बाबतीत थोडा कमी त्रास झाला, कारण सरकारदरबारी फर्ग्युसनबद्दल एकप्रकारे 'सॉफ्ट कॉर्नर' होता. शिवाय फर्ग्युसनचे माजी विद्यार्थी असलेल्या श्री. बी. जी. देशमुख, श्री. राम प्रधान यांसारखी मातब्बर मंडळी मार्गदर्शनासाठी होती. ज्येष्ठांच्या भेटींचे कार्यक्रम आखताना 'प्रोटोकॉल' विभागाचा नेहमी संबंध असे. राजकीय बाबतीत सांगायचे झाल्यास सभापती ना. जयंतराव टिळक, सभापती ना. शंकरराव जगताप, सभापती ना. ना. सं. फरांदे

इत्यादींचा बराच उपयोग झाला. शताब्दी कार्यक्रमात त्यांचे मोठे मार्गदर्शन वा साहाय्य लाभले. सरकारी आर्थिक साहाय्यही वेळेत मिळाले.

सेवकांच्या पगाराची रक्कम फार मोठी असते. तिचे वितरण कोशागार (ट्रेझरी) येथून होत असते. कोशागारातून निर्धारित बँकेत रक्कम जमा होत असे आणि तेथून पगारदाराला मिळत असे. वेळेत पगार मिळण्याबाबत फारशी अडचण आली नाही. पेन्शन विभागाचे काम तितकेसे समाधानकारक वाटले नाही. अनेक पेन्शनदारांची ही तक्रार होती.

सरकारचे आणखी एक महत्त्वाचे कार्यालय म्हणजे पुणे कॅम्पमधील लाल देवळासमोरचे (Red Church) उपसंचालकाचे कार्यालय. त्यावेळी ११वी प्रवेशांचे नियंत्रण तेथून होत असे. प्रवेशाच्या खुल्या जागा व विशेषत: राखीव जागा - बी.सी., ओ.बी.सी., भटक्या जमाती, खेळ व सांस्कृतिक क्षेत्रातील जागा, लष्करांतून निवृत्त झालेल्यांसाठी असलेल्या राखीव जागा – यांचे निर्धारित प्रमाण पाळले जात आहे की नाही, त्यांसाठी ठरवलेल्या तारखा पाळल्या जात आहेत की नाही, याची शहानिशा सदर कार्यालयातर्फे होत असे. त्यावेळचे सुरेश जगताप (१९९०-९३) हे तरुण उमदे उपसंचालक उत्तम सहकार्य करीत.

राखीव जागांशिवाय काही जागा भरण्याचा अधिकार व्यवस्थापकांना असे. या जागा भरण्याचे निकष पूर्णतया कॉलेजने ठरवावयाचे होते. मी स्वत: या जागा भरताना जास्तीतजास्त तटस्थता पाळली.

औद्योगिक क्षेत्रांतील अनुदान / देणग्या

आणखी काही अनुदानांचा, देणग्यांचा उल्लेख करावयास हवा. यांत सरकारी, निमसरकारी, बिनसरकारी संस्थांचा समावेश आहे. काही मोठ्या सरकारी योजनांसाठी, उद्योगांसाठी संशोधनांवर आधारित माहितीची गरज असते. हे संशोधन महाविद्यालयीन पातळीवरच्या विभागांमध्ये, प्रयोगशाळांमध्ये होऊ शकते व या संशोधनासाठी होणारा खर्च, अनुदान अथवा देणगीरूपात संबंधित संस्थांकडून मिळत असतो. कलाविभाग, सामाजिक शास्त्रे यापेक्षा शास्त्र विभागांसाठी अशा योजना मोठ्या प्रमाणावर उपलब्ध असतात. त्या काळात फर्ग्युसनमध्ये रसायनशास्त्र विभागाचे डॉ. डोळे, जीवशास्त्र विभागाचे डॉ. वा. द. वर्तक, डॉ. प्रभाकर कारेकर, भूशास्त्र विभागाचे डॉ. प्रभाकर सोवनी, अर्थशास्त्र विभागाचे डॉ. आनंद नाडकर्णी, डॉ. वि. मा. बाचल इत्यादींनी अशी अनुदाने मिळविण्यात चांगले यश मिळवले होते. हे अनुदान कॉलेजमार्फत मिळत असल्याने कॉलेजचाही लौकिक वाढत असे. अलीकडे उद्योग आणि तंत्रसंस्था यांचे वाढते सहकार्य महाविद्यालयांना अधिक प्रमाणावर

लाभत आहे, त्याचा वापर अशा संशोधनासाठी होऊ शकेल.

येथे एक अनुभव नोंदवावासा वाटतो. पुणे विद्यापीठाने उत्कृष्ट कॉलेज योजनेअंतर्गत स्पर्धा ठेवली होती. त्या स्पर्धेच्या परीक्षणासाठी नेमलेल्या समितीचा अध्यक्ष म्हणून माझी नेमणूक होती. आमच्या समितीने महाविद्यालयांना भेटी दिल्या होत्या. आश्चर्याची बाब अशी की शहरी भागातल्या महाविद्यालयांपेक्षा ग्रामीण भागातील महाविद्यालये अशी औद्योगिक-संशोधन अनुदाने मिळवण्यात व त्यांचा योग्य वापर करण्यात अधिक तत्पर आढळली, साखर उत्पादन उद्योग याबाबतीत आघाडीवर होता. 'शोधा म्हणजे सापडेल' याचे हे उत्तम उदाहरण होते.

अशा छोट्या कार्यक्रमाअंतर्गत केल्या जाणाऱ्या संशोधनाचा विद्यार्थ्यांना चांगला उपयोग होत असतो. अशा संशोधनांमध्ये निवडलेला विषय, संशोधनाचे भौगोलिक क्षेत्र, त्याचे पाळलेले विभाग, त्यातून निवडलेला नमुना (Sample) संशोधन घटकासाठी तयार केलेली प्रश्नावली, प्रश्नावलीला लाभलेला प्रतिसाद, प्रतिसादाचे विश्लेषण आणि निष्कर्ष इत्यादी बाबतींत विद्यार्थ्यांचा प्रत्यक्ष सहभाग महत्वाचा असतो. इंग्लंडमध्ये 'कॉन्झरवेटिव्ह', 'लिबरल' व 'लेबर' या तिन्ही पक्षांची कायम स्वरूपाची संशोधन केंद्रे असतात, स्वत:ची वृत्तपत्रे असतात. भारतात या संदर्भात फारशी प्रगती झाली नाही. पाश्चात्त्य देशांत मतदारवर्तनाचे जेवढे शास्त्रीय संशोधनात्मक अभ्यास होतात, त्यामानाने आपल्याकडे प्रमाण कमी आहे. फर्ग्युसनमध्ये १९८८-८९ साली राज्यशास्त्र-अर्थशास्त्र या विभागांच्या संयुक्त विद्यमाने मतदारवर्तनाचा एक अभ्यास करण्यात आलेला होता. विधानसभेच्या मतदारसंघात, निवडणूक-पूर्व, निवडणूक चालू असताना आणि निवडणुकीनंतर मतदारवर्तनाचे निष्कर्ष अभ्यासले होते. विद्यार्थ्यांनी यात मनापासून भाग घेतला होता. धर्म, जात, भाषा, शिक्षण, आर्थिक परिस्थिती, पक्षाचे जाहीरनामे, प्रत्यक्ष प्रचार, नेतृत्व इत्यादी बाबतीत मतदारवर्तनाचे निष्कर्ष काढले होते आणि विविध पक्षांची निवडणुकीत काय परिस्थिती राहील याचे अंदाज वर्तवण्यात आले होते; विशेष म्हणजे या अंदाजावर प्रत्यक्षात शिक्कामोर्तब झाले होते. वृत्तपत्रांनीही (Times of India) या सर्वेक्षणास चांगली प्रसिद्धी दिली होती. अशी संशोधने मोठ्या प्रमाणावर होण्याची गरज आहे.

प्रा. वा. ह. जोशी यांची निवृत्ती

प्रा. वा. ह. जोशी हे हिंदी विभागाचे ज्येष्ठ प्राध्यापक होत. सलग तीस वर्षे कॉलेजमध्ये सेवा करून ते सेवानिवृत्त झाले. निवृत्तीच्या वेळी ते हिंदी विभागप्रमुख आणि उपप्राचार्य म्हणून काम करीत होते. स्वभावाने शांत, मृदुभाषी आणि आपल्या

विषयात अभ्यासू म्हणून त्यांचा लौकिक होता. त्यांची अनुपस्थिती जाणवण्यासारखी होती. व्यक्तिश: ते माझ्या अत्यंत निकटवर्ती मित्रांपैकी एक होते.

डॉ. हरिश्चंद्र निर्मळे उपप्राचार्यपदी

प्रा. वा. ह. जोशी निवृत्त झाल्यावर डॉ. हरिश्चंद्र निर्मळे यांची उपप्राचार्य म्हणून नेमणूक करण्यात आली. प्रा. निर्मळे यांनी 'दलितांची नियतकालिके (१८८८-१९५०)' या विषयावर पीएच.डी. पदवी प्राप्त केली. कराड आणि इस्लामपूर येथे व्याख्याता म्हणून काम केल्यानंतर त्यांनी १० जानेवारी १९८३ पासून फर्ग्युसनमध्ये व्याख्याता म्हणून सेवा केली. ते आजीव सदस्यही झाले. संत साहित्य आणि दलित साहित्य हे त्यांच्या अध्ययन-अध्यापनाचे विशेष विषय होत. या विषयांवर त्यांनी अनेक विद्यार्थ्यांना एम.फिल. आणि पीएच.डी. साठी मार्गदर्शन केले आहे. १९८७ सालापासून विद्यापीठ अनुदान आयोग आणि बँकिग सर्व्हिसेस सिलेक्शन बोर्ड यांच्या निवडसमित्यांवर त्यांनी काम केले आहे. फर्ग्युसन कॉलेजच्या विद्यार्थी वसतिगृहाचे अधीक्षक (Rector) म्हणून त्यांनी काम केले. उपप्राचार्यपदावरच्या त्यांच्या नेमणुकीचे स्वागत झाले.

प्राचार्य डॉ. ए. बी. लेले (१ मार्च, १९९३-२० जून, १९९३)

प्राचार्य डॉ. वि. मा. बाचल यांचेकडून प्रा. ए. बी. लेले यांनी १ मार्च, १९९३ रोजी प्राचार्यपदाची सूत्रे घेतली. प्रा. लेले यांनी सातारच्या न्यू इंग्लिश स्कूलमधून अकरावी एस.एस्सी. परीक्षा उतीर्ण केली. १९५९ साली सांगलीच्या विलिंग्डन कॉलेजमधून बी.एस्सी. (पदार्थविज्ञान) आणि १९६१ साली इंदूरच्या होळकर कॉलेजमधून स्पेक्ट्रॉस्कोपी (पदार्थविज्ञान) हा विशेष विषय घेऊन एम.एस्सी. पदवी मिळवली. १९६१ ते १९६८ या काळात सांगलीच्या विलिंग्डन कॉलेजमध्ये व्याख्याता म्हणून काम केले. १९६८-७१ या काळात 'रामन स्पेक्ट्रॉस्कोपी' या विषयावर संशोधन करून पुणे विद्यापीठाची पीएच.डी. त्यांनी प्राप्त केली. १९७१-७५ या काळात विलिंग्डन कॉलेजमध्ये पदार्थविज्ञान विभागाचे प्रमुख आणि एन.सी.इ.आर.टी.च्या उन्हाळी शिबिराचे प्रमुख संचालक (१९७४) म्हणूनही त्यांनी काम पाहिले.

१९७५पासून १९९० पर्यंत प्रा.लेले यांनी फर्ग्युसनच्या पदार्थविज्ञान विभागात व्याख्याता म्हणून काम केले. त्यावेळी १९८५पासून फर्ग्युसनमध्ये नव्याने सुरू झालेल्या इलेक्ट्रॉनिक्स विषयाच्या विभागाच्या विकासाचे काम त्यांनी पाहिले आणि

१९९०पासून इलेक्ट्रॉनिक्स विभागाचे प्रमुख म्हणून काम केले. त्यांच्याच विशेष प्रयत्नांमुळे १९९२पासून इलेक्ट्रॉनिक्स विषयाचे पुणे विद्यापीठाचे पदव्युत्तर केंद्र फर्ग्युसनमध्ये सुरू झाले. पुणे विद्यापीठाच्या अंतर्गत सुरू होणारे हे पहिले केंद्र होते. फर्ग्युसन कॉलेजच्या शताब्दी अनुदानातून सुरू होणाऱ्या इलेक्ट्रॉनिक्स कॉम्प्युटर कॉम्प्लेक्सच्या उभारणीचा आराखडा प्रा. ए. बी. लेले आणि प्रा. व्ही. के. वाघ यांनी संयुक्तरीत्या तयार केला होता.

◆

परिशिष्ट १

कलांचे आविष्करण
(आविष्कार, इनसिंक, स्पीकमॅके)

प्रत्येक विद्यार्थ्यामध्ये कुठल्या ना कुठल्यातरी कलेचे सुप्त गुण असतात. अभिनय, साहित्यनिर्मिती, संगीत-कंठ अथवा चर्मवाद्य, नाट्य-नृत्य, विडंबन-नकला इत्यादी. या कलांच्या आविष्काराला योग्य संधी मिळावी लागते, संधी देणारा भेटावा लागतो. योग्य दिग्दर्शन, प्रोत्साहन, मार्गदर्शन मिळावे लागते. सर्व गोष्टी जुळून आल्या की संस्था निर्माण होतात. १९३५च्या सुवर्णमहोत्सवापूर्वीच्या काळातही स्नेहसंमेलनात किंवा अन्य निमित्तांनी कॉलेजमध्ये शास्त्रीय संगीताच्या मैफली सादर झाल्या आहेत, संगीत नाटके सादर झाली आहेत. शास्त्रीय नृत्ये-कथ्थक, भरत-नाट्य, ओडिसी, कथकली याचे कार्यक्रम सादर झाले आहेत. चित्रकला - छायाचित्रण यांची प्रदर्शने झाली आहेत. १९३५-३६च्या दरम्यान या कलांना उत्तेजन देण्याचे प्रयत्न झाले, कलामंडळ निर्माण झाले. १९४५-४६मध्ये कॉलेजच्या हीरक महोत्सवाच्या निमित्ताने कलामंडळ अधिक व्यापक झाले. एकेकाळी या कलामंडळाचा कार्यवाह (१९५४-५५) होण्याचा योग मला लाभला. एके काळी कलामंडळाच्या कायम सभासदांची संख्या साडेतीनशेपर्यंत वाढल्याचे आठवते. दुर्दैवाने १९५९-६०मध्ये कलामंडळ विसर्जित झाले, कॉलेज जिमखान्याचा भाग म्हणून कार्यक्रम चालू राहिले, व्यवस्थापन बदलले. इतिहासाची पुनरावृत्ती होत असते. कॉलेजच्या शताब्दीच्या पार्श्वभूमीवर आविष्कार, इनसिंक, स्पीकमॅके या संस्था उभ्या राहिल्या, उत्तम गाजल्या, दशकभरात त्या विसर्जितही झाल्या. त्यांचा स्थूल आढावा या परिशिष्टात घ्यावयाचा आहे.

आविष्कार प्रगतिपथावर

फर्ग्युसन कॉलेजच्या शताब्दीपूर्व दशकात १९८२ साली काही विद्यार्थी आणि प्राध्यापक यांनी पुढाकार घेऊन 'आविष्कार'ची स्थापना केली. विविध कलांमधील सर्जनशील आविष्कारांना संधी देणे आणि विद्यार्थ्यांच्या कार्यक्रमांद्वारे विद्यार्थी व्यक्तिमत्त्व विकास साधण्याचा प्रयत्न करणे ही आविष्कारची उद्दिष्टे होती. तत्कालीन प्राचार्य प्रा. पां. ल. गाडगीळ हे स्वत: कलारसिक साहित्यिक असल्याने त्यांनी औपचारिक अध्यक्षपद स्वीकारून प्रोत्साहन दिले, मार्गदर्शन केले. डॉ. वि. मा. बाचल यांनी संस्थापक कार्यवाहपद स्वीकारून संस्थेला सुदृढ पायावर उभी करण्यात साहाय्य केले. आविष्कारच्या जन्माचे श्रेय खऱ्या अर्थाने प्रा. शुभांगी रायकर आणि प्रा. सुषमा जोगळेकर यांना द्यावे लागते. प्रा. नीलिमा रेड्डी, प्रा. नीला कर्णिक, डॉ. आशा खोपकर, प्रा. काजल चक्रवर्ती, प्रा. रेखा इंगळहळ्ळीकर, डॉ. गोरे, प्रा. राजा दीक्षित, प्रा. राजेंद्र पाटणकर, डॉ. स. म. परळीकर, डॉ. वसुंधरा गाडगीळ, डॉ. ललिता होनप, प्रा. मो. गो. धडफळे, प्रा. सु. पु. पाठक, डॉ. श्री. व्यं. बोकील, डॉ. गं. ना. जोगळेकर, प्रा. ए. के. महाजनी इत्यादींचे मोलाचे सहकार्य लाभले. जवळजवळ शंभर विद्यार्थ्यांचे नेतृत्व कार्यवाह रवि जोशी, सारंग साठे, भरत ओक, प्रसन्न भालेराव, शिरीष कौलगुड, स्वानंद बेलतंगडी, शाश्वत बेलापूरकर इत्यादींनी समर्थपणे केले.

पहिल्या दोन वर्षांत आविष्कारने पंडित फिरोज दस्तूर, पंडित कुमार गंधर्व, उस्ताद मोईउद्दीन डागर, अप्पासाहेब जळगावकर यांचे शास्त्रीय संगीताचे कार्यक्रम सादर केले. काही कार्यक्रमांच्या आयोजनात 'स्पीकमॅके' (Spicmacay)चे साहाय्य लाभले, त्याचप्रमाणे कवी सुरेश भट यांचे मराठी गझल गायन, सुहासचंद्र कुलकर्णी यांचा पाश्चात्त्य संगीताचा कार्यक्रम, श्रीमती सुचेता भिडे-चापेकर यांचे नृत्यप्रात्यक्षिक असे दर्जेदार कार्यक्रम सादर केले.

१९८५-८७ या काळात आविष्कारने कात टाकली. वर्षाची सुरुवात 'स्ट्रेंजर्स' (Strangers) या फर्ग्युसनच्याच विद्यार्थ्यांनी सुरू केलेल्या पाश्चात्त्य संगीताच्या रॉक शो ने झाली. याशिवाय चित्रपट सप्ताह, विद्यार्थी मार्गदर्शन सप्ताह, नाट्यशिबिरे, ड्रेझर हंट, ब्लू डे, गझल-स्पर्धा आयोजित करण्यात आल्या. फेब्रुवारी, १९८७मध्ये श्रीमती वीणा सहस्रबुद्धे यांचे शास्त्रीय गायन व सतीश आळेकर यांच्या 'महानिर्वाण' नाटकाचा प्रयोग झाला. येथे आविष्कारच्या घटनेबद्दल सांगितले पाहिजे. स्वत:वरच अंकुश असावा म्हणून प्राचार्य स्वत: पदसिद्ध अध्यक्ष असत. कार्याध्यक्ष, सचिव, सहसचिव प्राध्यापक असत, तसेच विद्यार्थ्यांमधील एक सचिव असे. वर्षअखेरीस यांच्या नेमुणका होत. कोठेही मतदानाचा प्रश्न नसे. सभासदवर्गणी, कार्यक्रमाची

प्रवेश फी व देणग्या ही उत्पन्नाची साधने असत. वर्षअखेरीस हिशेब जाहीर केले जात. कार्यक्रम जसजसे वाढू लागले तसे उत्पन्न कमी पडू लागले, यातून आविष्कारसाठी स्वतंत्र निधी उभा करण्याची कल्पना पुढे आली.

फर्ग्युसनचे ग्रंथालय मोठे, इमारत जुनी व पुस्तकांची, नियतकालिकांची संख्या सुमारे (३ लाख) पुस्तकांची बांधणी - मांडणी, रेप्रोग्राफिक/मायक्रोफिल्मिंग यंत्रणा इत्यादींसाठी निधीची आवश्यकता होती. आविष्कारच्या कार्यक्रमातून निधी उभारण्याची कल्पना पुढे आली. याचे फलित म्हणजे पंडित शिवकुमार शर्मा (संतूर) आणि उस्ताद झाकीर हुसेन (तबला) ही वाद्यसंगीताची योजना.

कार्यक्रमाचा संपूर्ण खर्च वजा जाता निव्वळ रु. ६५,०००/- शिल्लक राहिले. या रकमेतील रु. ४०,०००/- ही रक्कम आविष्कार विकासनिधीला वर्ग करण्यात आली आणि रु. २३,०००/- ही रक्कम वाडिया ग्रंथालयास देणगी म्हणून देण्यात आली. विद्यार्थ्यांनी पुढाकार घेऊन सांस्कृतिक कार्यक्रम आयोजित करून एवढी मोठी रक्कम ग्रंथालयास देण्याची ही पहिलीच वेळ असावी. सर्व स्तरांतून विद्यार्थ्यांच्या बांधीलकीचे कौतुक झाले.

'इनसिंक'चा वाढता दबदबा

१९८७ साल आविष्कारने गाजवले तर १९८८ साल इनसिंकने! वास्तविक या दोन्ही विद्यार्थीसंघटना शताब्दीच्या पूर्व संध्येला जन्मास आल्या. विद्यार्थी विकास हे उद्दिष्ट दोन्ही संस्थांचे; मात्र कार्यक्षेत्र, पद्धती वेगळ्या. दोन्ही संस्थांच्या स्थापनेत पुढाकार विद्यार्थ्यांचा, निधी उभारण्यात मोठा वाटा विद्यार्थ्यांचा, प्राचार्य-प्राध्यापकांची निर्हस्तक्षेपनीती, पण आवश्यक तेवढे मार्गदर्शन. आविष्कारची मर्यादा प्रामुख्याने कॉलेजपुरती; इनसिंकचे क्षेत्र व्यापक, पुण्यातील सर्व महाविद्यालयांना खुले. आविष्कारचे कार्यक्रम वर्षभर चालणारे तर इनसिंक फेस्टिव्हल जास्तीतजास्त आठ दिवसांचे. इनसिंकमध्ये अनेक विषयांवरच्या अनेक स्पर्धा अपेक्षित. निबंध-लेखन, एकांकिका, बैठे-मैदानी खेळ; सुगम संगीत - शास्त्रीय संगीत, पाश्चात्त्य संगीत, मराठी-हिंदी-इंग्रजी वक्तृत्व व वादस्पर्धा, नृत्य, नाट्य, चित्रकला, विणकाम, भरतकाम, रांगोळी इत्यादी विषयांच्या स्पर्धा. स्पर्धेनंतर तज्ज्ञांकडून निकाल. निकालांचा २०' × ३०'चा चार्ट लावलेला प्रत्येक दिवशीचा गुणफलक अद्ययावत केलेला... त्यामुळे स्पर्धे बाबत कोणते कॉलेज कोणत्या क्रमांकावर आहे याची रोजच्या रोज माहिती समजत असे. प्रत्येक स्पर्धा झाल्यावर ऑलिपिंक पद्धतीने त्या स्पर्धेचा पारितोषिक वितरण समारंभ होई. सर्वांत शेवटी चषक विजेत्याचे नाव व मुख्य पारितोषिक समारंभ होई. सर्वांत जास्त गर्दी जमविणारे भारतीय संगीत आणि

पाश्चात्य संगीतांचे कार्यक्रम असत. विद्यार्थ्यांची शिस्त टिकवणे हे महाकर्मकठीण काम असे. फर्ग्युसनने स्वत:ला एक शिस्त लावून घेतली होती. पहिली तीन वर्षे चषक स्पर्धेत फर्ग्युसन असणार नाही असे आधीच जाहीर केले होते. १९८८ च्या स्पर्धेत स्वत:च्या कर्तबगारीवर चषक मिळवल्याने आनंदाला पारावार राहिला नाही.

१९८८ हे इनसिंकचे पाचवे वर्ष, अडचणींचे आणि आव्हानांचे! सर्व अडचणी-आव्हाने यांना तोंड देत सोहळा यशस्वीपणे पार पडला! सुरुवातीच्या काळात बरीच टीकाही झाली, काही कार्यक्रमांना दहा हजारांपर्यंत विद्यार्थी असत. गोंधळ होईल, मारामाऱ्या होतील, गर्दीचा फायदा घेऊन अनुचित प्रकार होतील, मुलांकडे आर्थिक व्यवहार असल्याने अपहार होईल, अशी टीका झाली, परंतु या प्रकारच्या टीकेला विद्यार्थी-वर्गाने चोख उत्तर दिले. प्रथम टीका करणारे प्राध्यापक सहकार्य करू लागले. विशिष्ट मुदतीत हिशेब सादर करून विद्यार्थ्यांनीही चांगली शिस्त सांभाळली. आतबट्ट्याचा व्यवहार सहसा घडला नाही. कॉलेजच्या स्नेहसंमेलनासाठी असलेला निधी योग्य पद्धतीने वापरला गेला. पोलीस खात्याचे उत्तम सहकार्य लाभले. 'पोलीस मित्र' या कल्पनेचा अनुभव आला.

इनसिंकमुळे पूर्वतयारी, कार्यक्रम आणि तद्नंतरचे कार्य यांत विद्यार्थ्यांचा बराच काळ वाया जाईल आणि त्यांच्या अभ्यासावर विपरित परिणाम होईल हा मोठा आक्षेप होता. याला उत्तर असे की फेब्रुवारीच्या पूर्वार्धात कार्यक्रमांची योजना असे. त्या काळात स्नेहसंमेलनासाठी दिला जाणारा वेळ वापरल्याने वेळेचा अपव्यय होत नसे आणि अनुभव असा की सोहळा संपल्यांनंतर भाग घेणारे विद्यार्थी दुप्पट जोमाने कामाला लागत, अभ्यासात अधिक लक्ष देत आणि त्यांचे निकाल अधिक समाधानकारक असत. दुसरा भाग असा की इनसिंकच्या निमित्ताने कार्यक्रम-आखणी, नियोजन, निधी संकलन, पाहुण्यांची सरबराई इत्यादी अनेक कामांचा प्रत्यक्ष अनुभव घेता येत असे; एक प्रकारे हे नेतृत्व - प्रशिक्षणही होत असे. एक अनुभवी पिढी तयार होत असे. हा अनुभव उत्साहवर्धक असे. 'इनसिंक'मध्ये भाग घेतलेल्या अनेकांनी प्रत्यक्ष राजकारणात यशस्वी कार्य केले. हे विद्यार्थी उत्तर आयुष्यात भेटत तेव्हा इनसिंकच्या अनुभवाचा आग्रहाने उल्लेख करीत. काही विद्यार्थी तर आपल्या मुलाखतींमध्ये हा उल्लेख करीत. पुणे शहरात इनसिंकने विशेष स्थान प्राप्त केले आहे.

जानेवारी, १९८९च्या इनसिंकच्या वेळी मोठी अडचण आली होती. प्राध्यापकांच्या संपामुळे इनसिंक रद्द करावे असा एक प्रवाह होता; परंतु सुदैवाने संप लवकर मिटल्याने तशी वेळ आली नाही. दोन महत्त्वाच्या गोष्टी म्हणजे प्रसिद्धीमाध्यमांनी खास लेख लिहून प्रसिद्धी दिली. सोहळ्यात सहभागी होणाऱ्या विद्यार्थ्यांची संख्या बरीच वाढल्याने जाहिरातीचे उत्पन्न वाढले.

१९८८च्या 'इनसिंक' सोहळ्याचे उद्घाटन फर्ग्युसनचे ज्येष्ठ माजी विद्यार्थी खासदार श्री. विठ्ठलराव गाडगीळ यांच्या हस्ते झाले आणि स्मरणिकेचे प्रकाशन पुणे महानगरपालिकेचे सभासद श्री. भारत सावंत यांच्या हस्ते झाले.

जानेवारी, १९८९च्या इनसिंकचे वैशिष्ट्य म्हणजे पुण्याच्या विद्यार्थीविश्वात आपले खास स्थान निर्माण करणाऱ्या या महोत्सवावर प्रसिद्धीमाध्यमांनी खास लेख लिहिला. सलग दुसऱ्या वेळी इनसिंक ट्रॉफी फर्ग्युसनने जिंकली.

१९८९-९० हे इनसिंकचे सहावे वर्ष. ९ ते ११ फेब्रुवारी, १९९० या काळात महोत्सव साजरा झाला आणि वेगवेगळ्या २१ स्पर्धा आयोजित करण्यात आल्या. लागोपाठ तिसऱ्या वर्षी फर्ग्युसनने ट्रॉफी जिंकली. इथेही आम्ही एक पथ्य पाळले. स्वत:वर बंधन म्हणून एक नियम बनविला. ज्या कॉलेजला सलग तीन वर्षे ट्रॉफी मिळेल तो संघ त्यापुढील वर्षात स्पर्धेत असणार नाही. या नियमाचे इतर संघांनीही स्वागत केले. सलग तीन वर्षे ट्रॉफी जिंकण्याचे कौतुक काही वेगळेच!

आविष्कार - इनसिंक

१९९१-९२ हे आविष्कारचे दहावे वर्ष. त्यानिमित्त आविष्कारने आपल्या कार्याचा व्याप वाढवण्याचा निर्णय घेतला.

या वर्षाचा सुरुवातीला रवींद्रनाथ टागोर विद्यापीठाचे नृत्य विभागाचे प्रमुख आणि विख्यात नृत्य समीक्षक प्रा. सुनील कोठारी यांच्या मार्गदर्शनाखाली कथकली आणि अन्य शास्त्रीय नृत्यप्रकारांसंबंधी चर्चासत्र आयोजण्यात आले. त्याचप्रमाणे संयुक्त तज्ज्ञ माईक डेव्हिड यांच्या मार्गदर्शनाखाली सार्वजनिक वक्तृत्व आणि वेळेचे सुयोग्य नियोजन या विषयांसंबंधी विद्यार्थी आणि प्राध्यापक यांना उपयुक्त सत्रे होत. दोन्ही कार्यक्रमांना उत्तम प्रतिसाद मिळाला.

मिलिंद सोमण या पुरुषोत्तम करंडक स्पर्धा गाजवणाऱ्या कलावंत विद्यार्थ्यांने आपल्या कलावंत संचाच्या साथीने 'The Ring Again' आणि 'Balry birth' या एकांकिका सादर केल्या. त्यांचा दर्जा व्यावसायिक कलावंतांच्या तोडीचा होता.

फिल्म आर्काइव्हज् च्या सहकार्याने युरोपीय दिग्दर्शकांनी निर्देशित केलेल्या दर्जेदार सिनेकलाकृती सभासदांना दाखविण्यात आल्या. याशिवाय 'Quiz Competition', सुगम संगीताचा कार्यक्रम, पाश्चात्त्य संगीताचा कार्यक्रम असेही उपक्रम करण्यात आले.

८ एप्रिल, १९९२ रोजी भारतीय शास्त्रीय संगीताच्या दिग्गज गायिका डॉ. वीणा सहस्त्रबुद्धे यांच्या मैफलीने आविष्कारच्या वार्षिक कार्यक्रमाचे उद्घाटन झाले. विद्यार्थ्यांच्या परीक्षांचा मोसम असूनही सभासदांचा उत्तम प्रतिसाद होता.

सप्टेंबर महिन्यात आविष्कारने एक वेगळा प्रयोग केला ‘भारतीय सिनेसृष्टीतील स्त्री’ हा मुख्य विषय घेऊन निवडक चित्रपट दाखवून त्यावर चर्चा घडविली. व्ही. शांताराम यांची ‘दुनिया ना माने’, जब्बार पटेलांचा ‘उंबरठा’, श्याम बेनेगल यांचा ‘भूमिका’, ऋत्विक घटक यांचा ‘मेघे ढाका तारा’, श्रीमती अरुणा राजे यांचा ‘राही’ या चित्रपटांचा समावेश होता.

आविष्कारच्या ऑक्टोबर महिन्यातील व्यक्तिमत्त्व विकास शिबिरास ना. मोहन भाटिया यांनी मार्गदर्शन केले.

जानेवारी, १९९३मध्ये ‘सहयोग’ या विख्यात संस्थेच्या सहकार्याने नाट्यशिबिर भरवले होते. या शिबिरास जागतिक कीर्तीचे कलावंत श्री. डेव्हिड ग्रीव्हज यांनी मार्गदर्शन केले. याच महिन्यात नेहमीचा भारतीय सुगम संगीताचा लोकप्रिय कार्यक्रम आयोजित करण्याता आला. याशिवाय प्रश्नमंजुषा, रेखाटन स्पर्धा हे कार्यक्रम चांगले रंगले.

इनसिंक - १९९२

या वर्षी इनसिंकची सर्व जबाबदारी कॉलेज जिमखाना कमिटीवर न टाकता त्यासाठी ‘इनसिंक मॅनेजमेंट कमिटी’ नावाची स्वतंत्र समिती स्थापन करण्यात आली. ICSR प्रदीप कंद हे प्रमुख होते. या वर्षी सर्वांत जास्त एकूण ३४ महाविद्यालयांच्या संघांनी भाग घेतला. फर्ग्युसन स्पर्धक नाही हे सुरुवातीसच जाहीर करण्यात आले. पहिले सांघिक बक्षीस राष्ट्रीय प्रबोधिनी (NDA) संघाने, तर दुसरे सिम्बायोसिसने मिळवले. फर्ग्युसनच्या संघाने विशेष पारितोषिक व समीर पांढरे याने श्री. इनसिंक व कु. मोनिका पाळंदे हिने कु. इनसिंक हा मान मिळवला. चित्रपट अभिनेते श्री. नाना पाटेकर यांनी आपल्या खास शैलीत इनसिंक महोत्सवाचे उद्घाटन केले. श्री. श्रीनिवास पाटील, पुणे, जिल्हा कलेक्टर हे पारितोषिक वितरणाचे मुख्य अतिथी होते.

इनसिंक १९९३ : महोत्सवी स्पर्धेचा अस्त?

इनसिंक हा एक प्रकारे फर्ग्युसनने पुढाकार घेऊन केलेला पुण्यातील महाविद्यालयांचा युवा महोत्सव होता. १९९३च्या इनसिंकमध्ये ३५ महाविद्यालयांच्या संघांनी भाग घेतला होता. या वर्षाच्या महोत्सवाचे नावीन्य म्हणजे ‘फॅशन शो’ हा प्रथमच सुरू करण्यात आलेला स्पर्धाप्रकार होता. त्याला प्रतिसादही उत्तम लाभला, प्रचंड लोकप्रियताही मिळाली.

इनसिंक महोत्सवाचे उद्‌घाटन शिक्षणमंत्री अनंतराव थोपटे यांनी केले. पुणे विद्यापीठाचे कुलगुरू डॉ. श्रीधर गुप्ते, श्री. विठ्ठलराव मणियार, डॉ. शां. ब.मुजुमदार, श्री. अविनाश धर्माधिकारी, श्री. विक्रम बोके, श्री. शिवाजी सावंत, श्री. शिवाजीराजे निंबाळकर, श्रीमती मोहिनी कोंडे-देशमुख इत्यादी इनसिंकच्या अन्य स्पर्धांच्या पारितोषिकवितरणाला प्रमुख अतिथी लाभले होते. या महोत्सवाला उत्साही विद्यार्थ्यांचा प्रचंड प्रतिसाद मिळाला. एकाच वेळी अनेक स्पर्धा चालू असतानाही कुठे व्यत्यय आला नाही की कुठे शिस्त बिघडली नाही. यजमान फर्ग्युसनचे आणि सहभागी महाविद्यालयांचे संघ, प्राध्यापक-सेवक-विद्यार्थी या सर्वांचे उत्तम सहकार्य लाभले. यावर्षीही फर्ग्युसन संघ स्पर्धेत न उतरता आपले प्रदर्शनीय कौशल्य दाखवत होता; त्यामुळे कटुता नव्हती. इनसिंक चषक राष्ट्रीय संरक्षण प्रबोधिनीने (NDA) जिंकला.

या महोत्सवात प्रा. प्र. कृ. महाजनी, डॉ. ए. व्ही. गुमास्ते आणि श्री. अरुण फडणीस यांचे मार्गदर्शन लाभले. पुढच्या वर्षीचे इनसिंक अधिक दिमाखदार होईल अशी अपेक्षा अनेकांनी व्यक्त केली. इनसिंकनंतर काही दिवसांतच मी निवृत्त होणार होतो. या महोत्सवाचा उदय मी अनुभवला होता. ९३चा महोत्सव अस्त असेल अशी स्वप्नातही कल्पना आली नाही.

माझ्या निवृत्तीनंतर काय घडले ते कळले नाही, पण १९९४चा महोत्सव झालाच नाही! सुमारे दहा वर्षांची परंपरा असलेला, विद्यार्थी-व्यक्तिमत्त्वाचे अनेक पैलू उजेडात आणणारा हा महोत्सव थंडावला! दुर्दैवाने १९९६-९७ मध्ये कला मंडळाच्या विसर्जनाचा मी साक्षी होतो. तसेच इनसिंकबाबबत झाले; ही खंत आजही जाणवते.

आविष्कार वयाने ज्येष्ठ. १-२ वर्षात आविष्कारचे रूप बदलू लागले. अधिक-उणे घडण्यापेक्षा प्रा. बाळ गाडगीळ यांच्या अध्यक्षतेखाली सभा घेऊन आविष्कारचेही विसर्जन केले आणि सर्व निधी फर्ग्युसन कॉलेज जिमखान्याकडे वर्ग केला.

◆

प्रकरण तिसरे

प्राचार्य वसंतराव वाघ यांचा कालखंड (१९९३-२००६)

प्रास्ताविक

प्रा. वसंतराव वाघ यांनी प्रभारी प्राचार्य ए.बी. लेले यांच्याकडून सूत्रे हाती घेतली. सरकारी नियमानुसार जाहिरात-अर्ज-मुलाखत या पद्धतीने ही रीतसर निवड असल्याने या निवडीला महत्त्व होते. त्यांनी फर्ग्युसनच्या कॉम्प्युटर विभागाची जबाबदारी समर्थपणे सांभाळून या विषयाला एक नवा आयाम दिला होता. ते आजीव सदस्य होते, हा एक जमेचा भाग होता. २००६मध्ये निवृत्त होईपर्यंत त्यांनी हे पद सांभाळले. मध्यंतरीची तीन वर्षे त्यांनी डेप्युटेशनवर जाऊन, पुणे विद्यापीठात 'बोर्ड ऑफ कॉलेजेस ॲण्ड युनिव्हर्सिटी डेव्हलपमेंट'चे संचालक हे महत्वाचे जबाबदारीचे पद सांभाळले, त्याचाही त्यांना लाभ झाला. फर्ग्युसनच्या दृष्टीनेही त्याची मदतच झाली. त्यांच्या कारकिर्दीचा आढावा प्रस्तुत प्रकरणात घ्यावयाचा आहे.

प्राचार्य वसंत कोंडिबा वाघ यांचा जन्म दि. १५ जुलै, १९४६ रोजी सातारा जिल्ह्यातील पुसेगावचा. प्राथमिक-माध्यमिक शिक्षण पुसेगाव येथेच झाले. लहानपणी पित्याचे छत्र हरपल्याने लहानपणापासून त्यांनी स्वकष्टाने शिक्षण घेतले. त्यांनी पुण्याच्या गरवारे महाविद्यालयातून पदवी आणि पुणे विद्यापीठातून पदव्युत्तर शिक्षण घेतले; पदार्थविज्ञान विषयात त्यांनी पुणे विद्यापीठात पहिल्या वर्गात दुसरा क्रमांक मिळवला. पदार्थ विज्ञान हा त्यांचा आवडता विषय होय. १९७३मध्ये फर्ग्युसन कॉलेजमध्ये व्याख्याता (पदार्थविज्ञान) म्हणून त्यांनी सेवा सुरू केली आणि

१९८६मध्ये ते डेक्कन एज्युकेशन सोसायटीचे आजीव सदस्य झाले. १९९१मध्ये उपप्राचार्य आणि १९९३ पासून प्राचार्य म्हणून त्यांनी काम केले. मध्यंतरीच्या काळात (२० ऑगस्ट, १९९८ ते ३१ मे, २००१) तीन वर्षे पुणे विद्यापीठाच्या 'बोर्ड ऑफ कॉलेजेस ॲण्ड युनिव्हर्सिटी डेव्हलपमेंट (BCUD)' चे संचालक या महत्त्वाच्या पदावर त्यांनी काम केले. दरम्यान विद्यापीठाच्या सायन्स ॲण्ड टेक्नॉलॉजी पार्क'चे संचालक म्हणूनही त्यांनी अतिरिक्त भार सांभाळला. फर्ग्युसनच्या कॉम्प्युटर सायन्स विभागाचे प्रमुखपद दहा वर्षे सांभाळताना विभागात त्यांनी अनेक सुधारणा घडवून आणल्या. आपल्या कारकिर्दीत त्यांनी शास्त्र आणि तंत्रज्ञान क्षेत्रातील पदवीपूर्व आणि पदवी अभ्यासक्रमात अनेक महत्त्वाचे बदल घडवून आणले, नवे अभ्यासक्रम सुरू केले. २००३ साली नॅकच्या मूल्यांकन समितीने फर्ग्युसन कॉलेजला 'अ' दर्जा दिला, तर योगायोगाने त्याच वर्षी पुणे विद्यापीठाचा सर्वोत्तम कॉलेज हा पुरस्कार (Best College Award) फर्ग्युसन कॉलेजला मिळाला.

प्रा. वसंतराव वाघ

पुणे विद्यापीठाच्या अनेक सामित्यांवर त्यांनी सभासद अथवा सल्लागार म्हणून काम केले. महाराष्ट्र शासनाच्या Quality Assurance Cell वर सल्लागार म्हणून त्यांनी कार्य केले. १९९६मध्ये विद्यापीठ सुधारणा कायद्याविषयीच्या समितीवर सल्लागार म्हणूनही काम केले. शिवाजी विद्यापीठ, कोल्हापूर आणि भारती विद्यापीठ, पुणे यांच्या पदार्थविज्ञान विषयाच्या अभ्यासमंडळावरही काम केले. सर्वसामान्यांसाठी पदार्थविज्ञान प्रसार या हेतूने त्यांनी पुणे चॅप्टर ऑफ इंडियन फिजिक्स असोसिएटस, चिल्ड्रन सायन्स मुव्हमेंट, इंटर कॉलेज सायन्स कन्सोर्टियम या संस्थांच्या कामात सक्रिय भाग घेतला.

त्यांच्या या कामाची दाद म्हणून प्रा. वाघ यांना अनेक पुरस्कार मिळाले. त्यात एम.आय.टी., पुणे यांचा सर्वोत्कृष्ट शिक्षक पुरस्कार, फिजिक्स असोसिएशन, पुणे चॅप्टरचा सर्वोत्कृष्ट शिक्षक पुरस्कार, पुणे महानगरपालिका - आदर्श शिक्षक पुरस्कार यांचा समावेश होतो. ३१ जुलै, २००६ रोजी ते प्राचार्य म्हणून निवृत्त झाले.

शास्त्र शाखेचे प्राचार्य

प्राचार्य दिनकर धोंडो कर्वे यांचा विषय रसायनशास्त्र होता. ते १९५७ साली

निवृत्त झाले. तेव्हापासूनचे सर्व प्राचार्य प्रा. कोगेकर (अर्थशास्त्र), प्रा. माईणकर (संस्कृत), प्रा. ढवळे (इंग्रजी), प्रा. दाभोळकर (अर्थशास्त्र), प्रा. गाडगीळ (अर्थशास्त्र), प्रा. बोकील (तत्त्वज्ञान), प्रा. जोगळेकर (मराठी), प्रा. बाचल (राज्यशास्त्र) हे कला-सामाजिक शास्त्रे या शास्त्रांचे प्रतिनिधी होते. १९९३ साली म्हणजे ३६ वर्षांनी प्रा. वाघ यांच्या रूपाने कॉलेजला शास्त्र शाखेचे प्राचार्य लाभले व त्यांनाही प्रत्यक्ष दहा वर्षांहून अधिक कालखंड मिळाला. याचा नैसर्गिक परिणाम म्हणजे कॉलेजच्या शास्त्र विभागांना आधिक, उचित विकासाचा अवसर मिळाला. राष्ट्रीय आणि विद्यापीठ पातळ्यांवरही शास्त्र आणि तंत्रज्ञान यांना अधिक प्राधान्य मिळू लागले. याचाही परिणाम म्हणून शास्त्र विभागावर अधिक भर देण्यात आला. हे एक नैसर्गिक परिवर्तन होते. विद्यापीठ पातळीवरही हे परिवर्तन जाणवत होते. पुणे विद्यापीठाच्या सुरुवातीच्या काळातही कला-सामाजिक शास्त्रे यांना प्राधान्य होते, बहुतेक कुलगुरूही या विद्याशाखेतील तज्ज्ञ होते. बॅ. जयकर (कायदा), डॉ. धनंजयराव गाडगीळ (कायदा), न. वि. तथा काकासाहेब गाडगीळ (कायदा), ह. वि. पाटसकर (कायदा-नीति), रँग्लर परांजपे व रँग्लर महाजनी (गणित) हा एक टप्पा होता, तर पुढच्या टप्प्यात डॉ. राम ताकवले (पदार्थविज्ञान), डॉ. व्ही. जी. भिडे (पदार्थविज्ञान), डॉ. वसंत गोवारीकर (पदार्थविज्ञान), डॉ. अरुण निगवेकर (पदार्थविज्ञान) आणि डॉ. अशोक कोळसकर (जीवशास्त्र) अशी श्रेयनामावली दर्शविता येते.

विषयांचे प्राधान्यक्रम बदलत गेल्याने विद्यार्थ्यांची वाढती संख्या, प्रगत-सुसज्ज प्रयोगशाळा, आधुनिक इमारती, प्रशिक्षित अध्यापक-वर्ग यांची गरज भासू लागली. या सर्वांचा थोडक्यात आढावा घेणे इष्ट ठरेल.

रसायनशास्त्र, पदार्थविज्ञान, जीवशास्त्र, भूशास्त्र या विद्याशाखांचा विकास कसकसा होत गेला यांचा स्थूल आढावा आपण पहिल्या दोन भागांमध्ये घेतला आहे. स्वातंत्र्यपूर्व काळात या विषयांच्या सुसज्ज प्रयोगशाळा तयार असलेल्या आमच्या पिढीने पाहिल्या आहेत. या विषयांतील अद्ययावत माहिती देणारी आकर्षक प्रदर्शने पाहण्यासाठी जनतेची गर्दी लोटत असल्याचेही आम्ही पाहिले आहे. आज जगाला व्यापून राहणाऱ्या दूरदर्शन आणि संगणक यांसारख्या शोधांची प्राथमिक अवस्थेमधील शास्त्रीय माहिती विद्यार्थ्यांना आणि अन्य जनांना देणारी प्रात्यक्षिके योजणारे प्रा. भिडे, प्रा. ढवळे (पदार्थविज्ञान), डॉ. डोळे (रसायनशास्त्र), प्रा. आपटे (जीवशास्त्र), प्रा. केळकर (भूशास्त्र) यासारखे ज्येष्ठ प्राध्यापक आमच्यासारख्या कलाशाखेच्या विद्यार्थ्यांना आजही आठवतात, त्यांच्याशी केलेले हितगुजही आठवते. मात्र शास्त्र शाखांचा १९७५ नंतरचा विकास काही वेगळाच!

सन १९८६ ते ९०च्या दरम्यान इलेक्ट्रॉनिक्स आणि कॉम्प्युटर सायन्स यांचे

पदवी अभ्यासक्रम फर्ग्युसनमध्ये सुरू झाले, किंबहुना या नवीन अभ्यासक्रमांची सुरुवात करण्यामध्ये पुणे विद्यापीठात फर्ग्युसन कॉलेज आघाडीवर होते. वास्तविक या विषयांचे बीजारोपण १९७५च्या सुमारास झाले होते. कारण पदार्थविज्ञानाच्या पदवी अभ्यासक्रमात Computer Programming हा विषय जाणीवपूर्वक आणि दूरदृष्टीने समाविष्ट करण्यात आला होता. तसेच बी.एस्सी. (फिजिक्स) व एम.एस्सी. (फिजिक्स)च्या अभ्यासक्रमांमध्ये इलेक्ट्रॉनिक्समधील महत्त्वाचे उपविषय शिकवले जात व अशा विद्यार्थ्यांच्या बी.एस्सी., एम.एस्सी. पदवीमध्ये with Electonics special असा उल्लेख केला जात असे. पुढे Computer programming हा विषय गणित, तसेच संख्याशास्त्र या विषयांच्या पदवी अभ्यासक्रमांमध्येही समाविष्ट झाला.

१९८६च्या दरम्यान बी.एस्सी. इलेक्ट्रॉनिक्स (B.Sc.) तसेच बॅचलर ऑफ कॉम्प्युटर सायन्स (B.C.S.) अभ्यासक्रम सुरू झाले. नंतर एम.एस्सी. इलेक्ट्रॉनिक्स व एच.सी.एस. हे पदव्युत्तर अभ्यासक्रमही सुरू झाले. सदर पदव्यांना नेमके काय म्हणावयाचे - बी.एस्सी. (B.Sc.) की बी.सी.एस. (B.C.S.) हा पदवी नामांतराचा तथाकथित घोळ काही वेळ चालू होता, त्यावर टीकाही होत असे. काहींच्या मते हे जिवंतपणाचे लक्षण होते तर काहींच्या मते हे तांत्रिक भाषेच्या अपूर्ण ज्ञानामुळे होत होते. कालांतराने हे भेद कमी झाले; पदवीचे नाव निश्चित झाले.

कालांतराने एम.एस्सी. टेक व मास्टर ऑफ कॉम्प्युटर ॲप्लिकेशन हे पदव्युत्तर अभ्यासक्रमही सुरू करण्यात आले. अध्यापनाचा उत्तम दर्जा आणि उत्तम शैक्षणिक सोयी लाभल्याने या विषयाचे आकर्षण वाढू लागले. या विषयाच्या विद्यार्थ्यांना मुंबई, पुणे, बंगलोर येथील उद्योगजगतात उत्तम नोकऱ्या मिळून ते व्यावसायिक क्षेत्रात प्रगती करू लागले. विद्यार्थ्यांना मार्गदर्शनकेंद्र सुरू करण्यात आले, त्यांना नोकऱ्या मिळून उच्च शिक्षणासाठी विद्यार्थी परदेशातही जाऊ लागले.

प्रा. पुणतांबेकर अनेक वर्षे पदार्थविज्ञान विभागाचे प्रमुख उपप्राचार्य होते. कोणताही गाजावाजा न करता शांतपणे काम करीत राहणे हे त्यांचे वैशिष्ट्य; त्यांचे मार्गदर्शन व दूरदृष्टी यामुळे त्यांच्या विभागात अनेक बाबतींत पायाभूत काम झाले. त्यांच्या काळात प्रा. वाघ समन्वयक (Coordinator) होते. त्या काळात अनेक स्वायत्त व्यावसायिक अभ्यासक्रम सुरू झाले, यात प्रामुख्याने छायाचित्रण (प्रकाशचित्रण) Photography, Electroplating, Applied Electroncis, Nursing Development (Botany Dept.), Garden Maintenance, Geopolitical Science यांचा समावेश होता. विद्यार्थ्यांच्या सोयीच्या वेळा, सामान्यपणे परवडेल असे शुल्क, उत्तम प्रशिक्षक वर्ग यामुळे विद्यार्थ्यांचा प्रतिसाद वाढला.

अन्य काही शैक्षणिक उपक्रम

फर्ग्युसन कॉलेजमध्ये रसायनशास्त्र आणि पदार्थविज्ञान हे विषय सुरू होऊन शतक लोटले होते. मुंबई विद्यापीठाच्या काळात या विषयांनी विकासाची कशी मजल गाठली होते हे आपण पहिल्या भागात पाहिले. पुणे विद्यापीठात सुरुवातीच्या काळात पदव्युत्तर अभ्यासक्रम विद्यापीठाच्या अखत्यारीत गणेशखिंडीतील केंद्रामध्ये विकसित करण्यावर भर होता. परिणाम असा होत गेला की, पुणे शहराबाहेरील ग्रामीण भागातील केंद्रांना पदव्युत्तर अभ्यासकेंद्रे सुरू करणे सोपे असे. पुणे विद्यापीठात पदव्युत्तर अभ्यासकेंद्र असताना पुणे शहरात केंद्र देण्याची पुनरावृत्ती का, असाही प्रश्न उपस्थित केला जात असे. परिणामी अशी केंद्रे सुरू होण्यास उशीर होई. दुसरा एक असा मुद्दा मांडला जाई, की शहरात पदव्युत्तर केंद्र सुरू झाल्यास दूर अंतरावरच्या केंद्रांकडे विद्यार्थ्यांची संख्या रोडावण्याची भीती होती. शिवाय ज्या कॉलेजमधील प्राध्यापकांना विद्यापीठांतील प्रगत केंद्रात शिकवण्याची इच्छा होती अशा पात्र प्राध्यापकांना शिकवण्याची संधी दिली जात असे. एक वेगळी शैक्षणिक जातिव्यवस्था राबवली जात होती. प्रस्तुत लेखकाने वीस वर्षे याचा अनुभव घेतला आहे.

पदार्थविज्ञान हा विषय पदव्युत्तर पातळीवर शिकवणे हे फर्ग्युसनमध्ये १९६९ साली सुरू झाले. रसायनशास्त्र हा फर्ग्युसनचा मानबिंदू होता. १९९५ साली एम.एस्सी. ऑरगॅनिक केमिस्ट्री हा विषय फर्ग्युसनमध्ये सुरू झाला. दर्जेदार प्राध्यापक आणि सुसज्ज प्रयोगशाळा यामुळे हे केंद्र आपली प्रतिष्ठा टिकवून आहे.

बी.एस्सी. पदवी पातळीवरचे व्यवसायाभिमुख अभ्यासक्रम :-

बी.एस्सी. पदवी पातळीवर अल्प मुदतीचे काही व्यवसायाभिमुख अभ्यासक्रम सुरू करण्याविषयी विद्यापीठ अनुदान आयोगातले महाविद्यालयाने काही प्रस्ताव पाठवले होते. ते मंजूर झाले आणि प्रत्येकी १७ लाख रुपये अनुदानही मंजूर झाले.

१. बी.एस्सी. बॉटनी / झूलॉजी वुइथ व्होकेशनल बायोटेक्नॉलॉजी (२००१)

२. बी.एस्सी. इन इलेक्ट्रॉनिक्स वुइथ व्होकेशनल इलेक्ट्रॉनिक इक्विपमेंट मेंटेनन्स ॲण्ड रिपेअर्स (२०००)

३. एम.एस्सी. टेक इन इंडस्ट्रियल मॅथ्स ॲण्ड कॉम्प्युटर ॲप्लिकेशन्स (२००४)

४. मास्टर ऑफ कॉम्प्युटर ॲप्लिकेशन्स - एम.सी.ए. (२००४)

कालातंराने युजीसी च्या मार्गदर्शनाखाली कॉम्प्युटर सायन्समधील रोबोटिक्समधे (Robotics) एम्बेडेड सिस्टिम्स (Embeded Systems) अशा अत्याधुनिक विषयाचे अल्पावधीत अभ्यासक्रम फर्ग्युसनमध्ये सुरू झाले. या अभ्यासक्रमांसाठी

परदेशातील काही शिक्षणसंस्थांबरोबर सहकार्याचे करारही करण्यात आले.

इलेक्ट्रॉनिक्स, संगणकशास्त्र यांच्या पाठोपाठ बायोटेक्नॉलॉजी (Biotechnology), मायक्रोबायॉलॉजी (Microbiolgoy), एनव्हायरनमेंटल सायन्स (Environmental Science) हे विज्ञानातील नवीन विषय आंतरराष्ट्रीय स्तरावर वेगाने पुढे येऊ लागले व या विषयासंबंधी संबंधित तंत्रज्ञानही झपाट्याने विकसित होऊ लागले व या विषयांना व्यावसायिक महत्त्व (Commercial applications) येऊ लागले. यातील काही विषय इतरत्र सुरूही झाले होते. (उदा : गरवारे महाविद्यालय, पुणे - मायक्रोबायॉलॉजी). हे सर्व लक्षात घेता फर्ग्युसनने मागे राहून चालणार नव्हते. परिणामी फर्ग्युसनमध्ये बी.एस्सी. (बायोटेक्नॉलॉजी), बी.एस्सी. (मायक्रोबायॉलॉजी), बी.एस्सी. (एनव्हायरनमेंटल सायन्स) हे पदवी अभ्यासक्रम टप्प्याटप्प्याने सुरू करण्यात आले. नंतर याच विषयाचे पदव्युत्तर अभ्यासक्रमही सुरू झाले. काही काळानंतर जीवशास्त्राशी संबंधित असलेल्या विषयांकडेही विद्यार्थ्यांचा ओढा मोठ्या प्रमाणावर वाढू लागला. या विषयांच्या अध्यापनासाठी शिक्षकवर्ग आवश्यक त्या उपकरणांनी सज्ज प्रयोगशाळा देखील विकसित कराव्या लागल्या.

Intercollegiate Consortium for Science Promotion

इ.स. २००४मध्ये विद्यापीठ अनुदान आयोगाने शास्त्रीय अभ्यासास प्रोत्साहन मिळावे या हेतूने Innovative Programme ही योजना जाहीर केली. या प्रकल्पांतर्गत महाविद्यालयांकडून प्रस्ताव मागवण्यात आले होते. विद्यार्थ्यांसाठी नावीन्यपूर्ण व उपयोगी असा उपक्रम असावा आणि या योजनेसाठी आयोगातर्फे ५० लक्ष रुपयांचे अनुदान अपेक्षित होते.

फर्ग्युसन कॉलेजचे प्राचार्य वाघ आणि पदार्थविज्ञान व इलेक्ट्रॉनिक्स विभागाचे प्रा. आनंद भिडे यांनी पुणे विद्यापीठाचे कुलगुरू डॉ. व्ही. जी. भिडे यांच्या मार्गदर्शनाखाली एक सविस्तर प्रस्ताव तयार केला. 'Intercollegiate Consortium for Science' असे योजनेचे नाव होते. शास्त्र शाखेकडे जास्तीत जास्त विद्यार्थी आकर्षित व्हावेत, त्यांना चांगले मार्गदर्शन मिळावे व त्यांच्यातील शास्त्रीय संशोधनवृत्तीला प्रोत्साहन मिळावे असे प्रस्तावाचे उद्दीष्ट होते. हा प्रकल्प केवळ फर्ग्युसनमधील विद्यार्थ्यांपुरता मर्यादित न ठेवता पुण्यातील इतर महाविद्यालयांतील विद्यार्थ्यांनाही याचा लाभ घेता यावा अशी व्यापक तरतूद होती. प्रस्ताव अनुदान आयोगाकडे पाठवण्यात आला. आयोगाच्या निमंत्रणानुसार फर्ग्युसनच्या वतीने खुद्द दिल्लीत या प्रकल्पाचे सादरीकरण करण्यात आले. प्रकल्पासाठी ५० लक्ष रुपयांचे अनुदान मंजूर झाले. काही सरकारी कपात योजनांमुळे कॉलेजला प्रत्यक्षात मात्र ४०

लक्ष रुपयांचे अनुदान प्राप्त झाले.

ही योजना राबविताना राष्ट्रीय रासायनिक प्रयोगशाळा (NCL), पुणे विद्यापीठातील पदव्युत्तर विभाग, तसेच शास्त्रीय संशोधनाचे काम करणाऱ्या पुण्यातील अन्य संस्थांचे सहकार्य मिळाले. लाभार्थी विद्यार्थ्यांना या संस्थांच्या प्रयोगशाळांत जाऊन प्रत्यक्ष अनुभव घेता आला. अनुदान आयोगातर्फे मिळालेल्या भरघोस अनुदानामुळे फर्ग्युसनमधील प्रयोगशाळा अधिक अद्ययावत व सुसज्ज करण्यात आल्या. जैवतंत्रज्ञान, सूक्ष्मजीवशास्त्र या विषयांच्या प्रयोगशाळांना या योजनांचा चांगला लाभ होता. शंभर वर्षांची शास्त्रीय शिक्षणाची परंपरा असणाऱ्या फर्ग्युसनमध्ये हा प्रकल्प समाधानकारक पद्धतीने राबविण्यात येत आहे.

विज्ञान विभागातील विषयवार प्रदर्शने

विज्ञान विषयातील पदार्थविज्ञान, रसायन, जीवशास्त्र, भूशास्त्र प्रदर्शनांची फर्ग्युसनची जुनी परंपरा होय. १९४५-४६ सालच्या हीरकमहोत्सवाच्या वेळी भरविण्यात आलेले विज्ञान प्रदर्शन हे महोत्सवाचे मोठे आकर्षण ठरले. प्रसारमाध्यमांनी प्रदर्शनाचे कौतुक केले. लोकांचा प्रतिसाद एवढा होता की मुदत वाढवावी लागली, शताब्दीचे प्रदर्शनही असेच गाजले. अशी प्रदर्शने भरविणे नित्याचे झाले, क्वचित खंड पडत असे.

प्रदर्शनांना खास ओळख प्राप्त व्हावी यासाठी विषयवार प्रदर्शनांना नावे देण्यात आली. उदा -

१. पदार्थविज्ञान - फिजिक्स - Physikia
२. रसायन - केमिस्ट्री - Alchemy
३. प्राणिशास्त्र - झूलॉजी - Zoovolution
४. वनस्पतीशास्त्र - बॉटनी - Floara
५. भूशास्त्र - जिऑलॉजी - Flint
६. संगणकशास्त्र - कॉम्प्युटर सायन्स - Calyx
७. मानसशास्त्र - सायकॉलॉजी - PsycheYatra
८. अर्थशास्त्र - इकॉनॉमिक्स - Wall street

या प्रदर्शनाला उत्तम प्रतिसाद मिळतो हे लक्षात घेऊन जास्तीतजास्त विद्यार्थी, जाणकार प्रेक्षक यांना लाभ मिळावा म्हणून वर्षाच्या दुसऱ्या सत्रात खास वेळापत्रक ठरवले जाते. व्याख्याने आणि प्रयोग यांच्या कार्यक्रमामध्ये सवलतीही देण्यात येऊ लागल्या. ही प्रदर्शने म्हणजे फर्ग्युसनचे वैभव ठरू लागले.

संशोधन कार्यास चालना-प्रोत्साहन

शिक्षकांच्या कामामध्ये अध्ययन, अध्यापन, संशोधन आणि प्रबोधन या चार मूळ सूत्रांचा समावेश होतो. त्यामुळे प्राध्यापकांना संशोधन कार्यास प्रवृत्त करणे म्हणजे महत्त्वाची जबाबदारी ठरते. अशा प्राध्यापकांची सूची करणे, संशोधन साहाय्य करणाऱ्या संस्थांची, संघटनांची माहिती देणे, विषय निवडीसाठी मार्गदर्शन करणे आवश्यक ठरते. भारतात विद्यापीठ अनुदान आयोग, भारताचा शास्त्र आणि तंत्रज्ञान विभाग, इस्त्रो (ISRO), बार्क (BARC) यांच्याकडे प्राध्यापकांचे अर्ज पाठविण्यास प्रोत्साहन देण्यात आले. याचा चांगला फायदा झाला. अनुदाने मिळू लागली. पीएच.डी. करणाऱ्यांची संख्या वाढली. संशोधन-निबंधाचे लेखन-प्रकाशन वाढू लागले.

विद्यावेतन योजना - शिक्षकांना संशोधन करण्यासाठी, प्रोत्साहन देण्यासाठी यूजीसीने विद्यावेतन योजना सुरू केली. ही सर्व शाखांना लागू होती. पीएच.डी. व एम.फिल.च्या अभ्यासासाठी हे विद्यावेतन मिळत असे. विद्यावेतन अपेक्षित असणाऱ्या प्राध्यापकाचा पगार संस्थेने द्यावयाचा व त्याच्या रजेच्या काळात नेमलेल्या प्राध्यापकाचे वेतन यूजीसीने द्यावयाचे अशी योजना होती. ज्यांना या योजनेचा लाभ घ्यावयाचा आहे अशांकडून अर्ज मागवायचे. पात्र प्राध्यापकांचे अर्ज तपासणी करून यूजीसी कडे पाठवायचे. अर्ज मंजुरी आल्यानंतर प्रत्यक्ष काम सुरू होत असे. फर्ग्युसनच्याबाबत अर्ज नाकारण्याची सहसा वेळ आली नाही.

पीएच्.डी.साठी संशोधन केंद्र म्हणून फर्ग्युसनच्या पुढील विभागांना मान्यता मिळाली – १. इलेक्ट्रॉनिक्स, २. गणित, ३. वनस्पतीशास्त्र. १९९९मध्ये त्यांना फेरमान्यता मिळाली.

ॲस्ट्रॉनॉमी / ॲस्ट्रोफिजिक्स या विषयांची सुरुवात

महाविद्यालयीन पातळीवर ॲस्ट्रॉनॉमी (Astronomy)आणि ॲस्ट्रोफिजिक्स (Astrophysics) हे विषय प्रथम सुरू करण्याचा मान फर्ग्युसन कॉलेजकडे जातो. १९८६-८७च्या दरम्यान एम.एस्सी. फिजिक्स साठी ॲस्ट्रॉनॉमी-ॲस्ट्रोफिजिक्स हा विषय सुरू करण्याच्या बाबतीत प्रा.वाघ यांनी पुढाकार घेतला, परिश्रम घेतले. आपल्या विश्वाची निर्मिती, त्याची रचना, त्याचे भवितव्य, ताऱ्यांची निर्मिती, त्यांचे आयुष्य इत्यादी बाबतीत सर्वांनाच मोठे कुतूहल असते, आकर्षण असते. यामुळे हा वैकल्पिक विषय विद्यार्थ्यांमध्ये खूपच लोकप्रिय झाला. १९९०च्या दरम्यान नोबेल पारितोषिक विजेते प्रोफेसर विल्यम फाऊलर हे 'आयुका' (IUCAA)

भेटीसाठी आले होते, याचा उल्लेख पूर्वी आला आहे. त्यांना फर्ग्युसनच्या भेटीच्या वेळी फर्ग्युसनमध्ये ॲस्ट्रॉनॉमी-ॲस्ट्रोफिजिक्स हे विषय सुरू करण्यात आले, याची माहिती देण्यात आली. त्यांना आश्चर्य वाटले, त्यांनी कॉलेजचे अभिनंदनही केले. पुढील काळामध्ये विषयाची लोकप्रियता अजून वाढली. विषयाच्या प्रतिसादामुळे कॉलेजमध्ये ॲस्ट्रोक्लबची स्थापना झाली. त्यामुळे सूर्यग्रहण, चंद्रग्रहण या घटनांची टेलिस्कोपद्वारे निरीक्षणे, तज्ज्ञांची व्याख्याने, प्रदर्शने इत्यादी कार्यक्रम नेहमी होत असतात.

आयुका आणि फर्ग्युसन यांच्या संयुक्त विद्यमाने प्रदर्शने, परिचर्या, कार्यशाळा आयोजित केल्या जातात. फर्ग्युसनच्या विद्यार्थ्यांना आयुकामधील ज्येष्ठ वैज्ञानिकांशी सहकार्याची व संशोधनाची संधी मिळते. विद्यार्थ्यांचे संशोधनपर लेख प्रसिद्ध होतात. त्यांना उच्च अभ्यासक्रमांसाठी (Ph.D.) परदेशी जाण्याची संधी मिळते. आंतरराष्ट्रीय ऑलिंपियाडसाठी विद्यार्थ्यांची तयारी करून घेतली जाते. आता हा विषय फर्ग्युसनमध्ये चांगला स्थिरावला आहे, ही अभिमानाची बाब आहे.

ॲस्ट्रोक्लब

Astrophysics and Astronomy या विषयांबद्दल विद्यार्थ्यांना आवड निर्माण व्हावी, यासाठी फर्ग्युसनमध्ये प्रा. डॉ. रा. का. दाभाडे यांच्या मार्गदर्शनाखाली विद्यार्थ्यांच्या सहकार्याने १९९७/९८मध्ये ॲस्ट्रोक्लबची स्थापना झाली; या क्लबतर्फे खालील उपक्रम राबविण्यात येतात -

१. परिसंवाद व कार्यशाळा यांचे आयोजन
२. विविध प्रदर्शनांचे आयोजन
३. शनिवारची नियमित व्याख्यानमाला
४. विज्ञानप्रसाराचे कार्य
५. खगोलशास्त्रावर फिल्मस दाखवणे

या कार्यक्रमांमध्ये सामान्य नागरिक आणि शालेय विद्यार्थीही सहभाग घेऊ शकतात.

ॲस्ट्रोक्लबमधून प्रेरणा घेऊन सहभाग घेतलेल्या फर्ग्युसनच्या विद्यार्थ्यांनी आतापर्यंत अमेरिका, इंग्लंड, जर्मनी, हॉलंड, सिंगापूर येथील प्रगत संशोधन केंद्रांतून Ph.D. संपादन केली आहे. काहींनी भारतातील TIFR, IIT, IUCAA, IISC (Banglore) या केंद्रांतून पीएच्.डी. संपादन केली आहे. काही विद्यार्थ्यांचे संशोधनपर निबंध राष्ट्रीय - आंतरराष्ट्रीय नियतकालिकांतून प्रकाशित झाले आहेत. एकूणच नव्याने स्थापन झालेल्या ॲस्ट्रोक्लबचे कार्य कौतुकास्पद आहे.

रोजगार सल्ला केंद्रे (Employment Placement Cells)

१९८६-८७मध्ये तंत्रज्ञानाशी निगडित इलेक्ट्रॉनिक्स-कॉम्प्यूटर अभ्यासक्रम सुरू झाले. हे अभ्यासक्रम पूर्ण केल्यानंतर या विद्यार्थ्यांना उपजीविकेसाठी नोकऱ्या मिळणे, धंदे उभे करता येणे निकडीचे होते. यासाठी विशेष प्रयत्नांची गरज होती. नवे क्षेत्र असल्याने मोठ्या प्रमाणावर संधीही उपलब्ध होऊ लागल्या होत्या. त्यांची माहिती विद्यार्थ्यांपर्यंत पोहोचणे गरजेचे होते. या जाणिवेमुळे फर्ग्युसनमध्ये Placement Cell उभे राहिले. त्यावेळी प्राचार्य वाघ बी. सी. एस्.ॲडव्हायझरी कमिटीचे सदस्य होते, वाडिया कॉलेजचे प्राचार्य सुरू हे अध्यक्ष होते. १९९७ साली पुणे विद्यापीठ बी.सी.एस्. पदवीधारकांसाठी BCS Employment Fair भरविण्यात आले. या अनुभवातून इतर विषयांची सल्लाकेंद्रे सुरू झाली. ही केंद्रे विद्यार्थी चालवतात. रोजगारांची माहिती संकलित करणे, माहितीचे वर्गीकरण करणे, वर्गीकृत माहिती गरजू विद्यार्थ्यांना पोहोचविण्यासाठी माहितीपुस्तिका छापून वितरित करणे, रोजगार देणारा आणि रोजगार मिळवू इच्छिणारा यांचा परस्पर संपर्क घडविणे ही कामे केंद्रामार्फत चालतात. प्रत्यक्षात एम्. एस्सी. पदवीधारकांना संधी मिळण्याचे प्रमाण शंभर टक्के आढळले. २००१-०२ साली कलाशाखेच्या पदवीधारकांसाठी सल्लाकेंद्र सुरू केले. एकूणच या केंद्राचे काम उत्साहजनक, समाधानकारक आहे. २००३ साली यू.जी.सी.च्या नॅक मूल्यांकन समिनीने फर्ग्युसनच्या सल्लाकेंद्राच्या कार्याची समर्पक दखल घेतली.

रोजगाराच्या संधी

रोजगार इच्छिणारा आणि रोजगार देणारा यांच्यात परस्पर भेट घडविणे हे रोजगार मार्गदर्शनकेंद्राचे मुख्य काम होय. अशा केंद्रासाठी Placement Cell हे नाव सध्या रूढ झाले आहे. बहुतेक उच्च शिक्षण देणाऱ्या संस्थांमधून अशी केंद्रे स्थापन होत. शिकून रोजगार मिळत नसेल असे शिक्षण काय कामाचे, अशी भावना अलीकडे रूढ होऊ लागली होती. ती नैराश्याची भावना निरस्त व्हावी यासाठी अशी केंद्रे स्थापन होणे व ती यशस्वी होणे ही काळाची गरज होती. कला शाखांचा विचार करता रोजगाराची नवी क्षेत्रे उपलब्ध होणे गरजेचे होते. प्रत्यक्षात तसे घडतही गेले. माहिती तंत्रज्ञान (IT) क्षेत्राशी निगडित सेवा देणारी क्षेत्रे (IT Enabled Services), BPO (Business Process Outsourcing), हॉटेल मॅनेजमेंट अशा विविध क्षेत्रांत रोजगार उपलब्ध होऊ लागले. भारत एक मोठी बाजारपेठ म्हणून पुढे येऊ लागला. हॉटेल, विमा, बँकिंग ही क्षेत्रे खुणावू लागली.

जागतिकीकरण, पाश्चात्त्यीकरण, परकीयांसाठी कंत्राटी पद्धतीने कामे (Outsourcing) इत्यादी कारणांमुळे पारंपरिक अभ्यासशाखांतून (कला, व्यापार, शास्त्र) पदव्या मिळवणाऱ्या युवकांनाही रोजगाराच्या संधी मिळू लागल्या.

रोजगार माहिती केंद्राद्वारे रोजगार मिळू शकले, अशांची संख्या :

२००३-०४ = ९०

२००४-०५ = ११५

२००५-०६ = १५०

ही आकडेवारी निश्चितच उत्साहवर्धक होती.

विद्यार्थी संपर्क योजना

शालेय शिक्षण संपल्यानंतर महाविद्यालयीन शिक्षणाची सुरुवात हा महत्त्वाचा टप्पा असतो, शिक्षणाचे विश्व व्यापक होते, अध्यापनपद्धतीत बदल होतात, अनुभवविश्व अधिक विस्तारते, नवी आव्हाने, नव्या संधी, नवी चांगली-वाईट साथसंगत, नवी प्रलोभने समोर येत असतात. या सर्वांचा सामना समर्थपणे करण्यासाठी औपचारिक - अनौपचारिक प्रयत्न होत असतात.

महाविद्यालयीन जीवनातले पहिल्या दिवसाचे Principal's Address (प्राचार्यांचे अभिभाषण) कोणताही विद्यार्थी विसरू शकत नाही; जीवनाची कवाडे खुली करणारे हे अभिभाषण ठरू शकते. बरोबर साठ वर्षांपूर्वीचे (१९५०) प्राचार्य डी. डी. कर्वे यांचे व्याख्यान आजही आम्हाला आठवते. त्यावेळी एकच व्याख्यान असे. संपूर्ण ॲम्फी थिएटरचे तिन्ही मजले तुडुंब भरलेले असत. प्राचार्य, उप-प्राचार्य, प्राध्यापक स्टेजवर असत. टाचणी पडली तरी आवाज ऐकू येईल अशी शांतता (Pin drop silence) आम्ही अनुभवत होतो. प्राचार्य कोगेकरांनी दोन व्याख्यानांची प्रथा सुरू केली. एक नव्याने प्रवेश घेणाऱ्या विद्यार्थ्यांसाठी व दुसरे अन्य विद्यार्थ्यांसाठी (१९५८). पुढे विद्यार्थ्यांची संख्या वाढत गेली. एस.एस.सी. परीक्षांचा निकालांच्या तारखा लांबत गेल्या. कनिष्ठ महाविद्यालय व पदवी महाविद्यालय असा भेद निर्माण झाला. त्यामुळे त्या त्या काळच्या प्राचार्यांना सोयीनुसार बदल करावे लागले.

कनिष्ठ महाविद्यालयाच्या नव्याने प्रवेश घेणाऱ्या विद्यार्थ्यांना कॉलेजचा सर्वांगीण परिचय करून देणारे व्याख्यान द्यावे लागे. पदवी अभ्यासक्रमाचे विद्यार्थी कॉलेजचे, दैनंदिन कामकाज जाणणारे असतात. त्यांचे व्याख्यान निवडक विषय-निवडक बदल यांपुरते मर्यादित असे. प्राचार्य वाघ यांनी दोन नवे उपक्रम सुरू केले. विद्यार्थ्यांशी अधिक जवळून परिचय व्हावा, त्यांचे प्रश्न समजावेत, आवश्यक तेथे अधिक विस्ताराने माहिती द्यावी यासाठी पहिल्या वर्षाच्या सर्व तुकड्यांपुढे स्वतंत्रपणे

माहिती देण्याची प्रथा सुरू केली. या उपक्रमाचा निश्चित फायदा झाला. विद्यार्थ्यांनी या उपक्रमाचे स्वागत केले.

दुसरा उपक्रम म्हणजे शास्त्र शाखेच्या 'फर्स्ट इयर- बी.एस्सी.' विद्यार्थ्यांपुढे स्वतंत्र भाषण करण्याचा! ज्या विद्यार्थ्यांना इंजिनिअरिंग अथवा मेडिकलला प्रवेश मिळत नाही असे विद्यार्थी निराश, नाराज असतात. आता आपले काय व कसे होणार, अशा न्यूनगंडाने पछाडलेले असतात. बी.एस्सी.चा अभ्यास करताना, बी.एस्सी. पदवी मिळाल्यानंतर अनेक प्रगत शाखा उपलब्ध असतात, त्यात उत्तम करिअर करता येते, हे त्यांना अवगत नसते. ही माहिती देण्यासाठी स्वतंत्र भाषणाचा उपक्रम प्राचार्य वाघ यांनी सुरू केला. या उपक्रमाला चांगला प्रतिसाद लाभला, विद्यार्थ्यांनी उत्तम स्वागत केले. यातूनच पुढे Placement Cellची कल्पना विकास पावली.

छायाचित्रण : कला की शास्त्र?

'छायाचित्रणा'ला 'प्रकाशचित्रण' हा शब्दप्रयोगही वापरला जातो. यातील अधिक बरोबर, अधिक समर्पक शब्द कोणता याबाबतही मतभेद आहेत. सोयीसाठी परंपरेने चालत आलेला छायाचित्रण हा शब्द वापरणे इष्ट वाटते.

छायाचित्रणाला दीडशे वर्षांहून अधिक वर्षांची परंपरा आहे. एकोणिसाव्या शतकाच्या मध्यापासून व्यक्तिंचे आणि वस्तूंचे, व्यक्तिसमूहांचे फोटो आजही उत्तम अवस्थेत उपलब्ध आहेत. डेक्कन कॉलेज, फर्ग्युसन कॉलेज यांचे शंभराहून अधिक वर्षांचे चित्रण करणारी छायाचित्रे उपलब्ध आहेत. मुद्रण आणि छायाचित्रण यांच्या संयोगाने या दोन्ही कला जनसामान्यांपर्यंत पोहोचवण्यात यश मिळाले. किंबहुना या संयोगाने संसूचन प्रक्रिया, पत्रकारिता यांचा विकास होण्यास मोठे साहाय्य लाभले.

फर्ग्युसन कॉलेजच्या वाटचालीचे १२५ वर्षांचे चित्रण करणाऱ्या दाते यांच्या चार पिढ्या फर्ग्युसनशी सलग संबंधित आहेत. तसेच मेसर्स गोडबोले हेही कॉलेजशी संबंधित होते. फर्ग्युसनशी संबंधित अनेक ऐतिहासिक छायाचित्रे प्रस्तुत ग्रंथात समाविष्ट केलेली आहेत. कॉलेजच्या विद्यार्थ्यांनी काढलेली छायाचित्रे कॉलेजच्या मॅगझिनमध्ये छापलेली आहेत. डॉ. डी. डी. कोसांबी, कॉलेजच्या कलामंडळाचे (१९३५) संस्थापक श्री. भुरके, श्री. कानिटकर, श्री. जी. जी. मणियार यांनी काढलेली छायाचित्रेही आहेत. १९५० सालच्या दरम्यान पुण्यात हौशी व व्यावसायिक छायाचित्रकारांची संस्था कार्यरत होती, ती दरवर्षी प्रदर्शने भरवीत असे. भारतीय आणि जागतिक छायाचित्रण स्पर्धेत ही छायाचित्रे पारितोषिके पटकावीत. या छायाचित्रकारांचा फर्ग्युसनशी निकटचा संबंध होता. पंडित नेहरू, इंदिरा गांधी यांची

गाजलेली छायाचित्रे टिपणारे डब्ल्यू. एन्. भट १९३७ साली फर्ग्युसनचे विद्यार्थी व पुढे काही काळ शिक्षकही होते. फर्ग्युसनाला छायाचित्रणाची ऐतिहासिक मानसिकता होती.

या पार्श्वभूमीवर फिजिक्स विभागातर्फे ट्यूटोरियल बिल्डिंगच्या तळघरातील दोन खोल्यांत छायाचित्रण शिकवणारे वर्ग सुरू झाले. छायाचित्रणाची सर्व तांत्रिक माहिती, विविध प्रकारच्या कॅमेऱ्यांची रचना व कार्य, वेगवेगळ्या प्रकारचे प्रत्यक्ष छायाचित्रण शिकविले जात असे. या वर्गाचे मुख्य सूत्रधार फिजिक्सचे प्राध्यापक आगटे, श्री. भट, श्री. कानिटकर, हुजूरपागेचे चित्रकला शिक्षक श्री. जोशी, प्रभाकर व्ही., डी. जी. मणियार इत्यादी छायाचित्रकार शिकवीत असत. सुरुवातीच्या काळात 'फोटोग्राफी हा शिकवण्याचा विषय आहे काय?' अशी टिंगल टवाळीही झाली. या वर्गांना जागा उपलब्ध करून देण्यावरूनही विरोध झाला. जिद्दीच्या जोरावर हे वर्ग चालू राहिले. विद्यार्थ्यांचा प्रतिसाद उत्तम मिळाला. या वर्गात शिकलेले विद्यार्थी पुढे व्यावसायिक छायाचित्रकार म्हणूनही यशस्वी झाले. काहींना वृत्तपत्रांमध्येही स्थान मिळाले. विद्यार्थ्यांची-शिक्षकांची-व्यावसायिकांची संयुक्त प्रदर्शने गाजू लागली.

याचे औपचारिक स्वरूप म्हणजे डेक्कन एज्युकेशन सोसायटीचा फिजिक्स विभागातर्फे चालवला जाणारा 'सर्टिफिकेट कोर्स इन फोटोग्राफी' हा अभ्यासक्रम होय. याला महाराष्ट्र सरकारची मान्यता होती. वाढता प्रतिसाद लक्षात घेता फिजिक्स विभागाच्या मागील बाजूच्या वर्गखोल्यांमध्ये छायाचित्रणाची सुसज्ज प्रयोगशाळा उभी राहिली, ही पुढच्या प्रगतीची नांदी होती.

उच्च शिक्षणातील व्यावसायिकरण (Vocationalization of Higher Education) या स्वरूपाची योजना यू.जी.सी.तर्फे १९९२-९३ना सुरू झाली. अशा अभ्यासक्रमासाठी छायाचित्रणाच्या सर्टिफिकेट कोर्सची उत्तम पार्श्वभूमी होती, आवश्यक ती किमान संरचना (Intrastructure) उपलब्ध होती. यू.जी.सी.च्या भेटीमध्ये त्याचे कौतुकही झाले होते. नव्या योजनेच्या अंतर्गत आवश्यक तो प्रस्ताव तयार करून पुणे विद्यापीठाच्या शिफारशींसह यू.जी.सी.कडे पाठविण्यात आला. तो मंजूर झाला आणि १९९३-९४पासून B.Sc. (Physics with Vocational Photography) हा नावीन्यपूर्ण अभ्यासक्रम फर्ग्युसनमध्ये सुरू झाला, अशा प्रकारचा छायाचित्रण Photography विषयी पदवी अभ्यासक्रम सुरू करणारे फर्ग्युसन हे पहिले महाविद्यालय ठरले. अशा योजनांना यू.जी.सी.ने मोठ्या प्रमाणावर आर्थिक साहाय्य देण्याचे धोरण ठरविले. फर्ग्युसनच्या योजनेला पंधरा लक्ष रुपयांहून अधिक रकमेचे अनुदान मिळाले. त्यातून अद्ययावत प्रयोगशाळा उभारण्यात आली. या सर्व उपक्रमांत प्राचार्य वसंत वाघ यांचा पुढाकार होता. या अभ्यासक्रमाच्या राष्ट्रीय

सल्लागार समितीत त्यांचा समावेश होता.

विज्ञानशाखेच्या या व्यवसायाभिमुख अभ्यासक्रमाला विद्यार्थ्यांचा चांगला प्रतिसाद मिळाला. या अभ्यासक्रमामध्ये आकाशवाणी, दूरचित्रवाणी, वृत्तपत्रे, अन्य प्रसारमाध्यमे अशा ठिकाणी प्रात्यक्षिक शिक्षण मिळे. याचा विद्यार्थ्यांना चांगला लाभ होई. हा अभ्यासक्रम पूर्ण करून पदवी घेतलेल्या विद्यार्थ्यांना प्रत्यक्ष व्यवहारात नोकऱ्या मिळतात. काही स्वत:चा व्यवसाय सुरू करतात.

हा अभ्यासक्रम नवीन शिक्षणप्रवाहाची नांदी ठरली. फर्ग्युसनपाठोपाठ अनेक ठिकाणी असे अभ्यासक्रम सुरू झाले. आजही अशा अभ्यासक्रमांना मागणी वाढत आहे.

या धर्तीवर पुढील काळात खालील अभ्यासक्रम सुरू झाले –

B.Sc. (Botany or Zoology) with vocational Biotechnology

B.Sc. (Electronics) with vocational Electronic equipment repairs and maintenance

या अभ्यासक्रमांनाही विद्यापीठ अनुदान आयोगाकडून भरघोस अनुदान मिळाले.

कला शाखेच्या अंतर्गत दोन अभ्यासक्रम संकल्पात होते –

B.A. (English) with communicative English

B.A. (Hindi) with functional Hindi

मात्र योग्य पुढाकाराअभावी हे अभ्यासक्रम सुरू होऊ शकले नाहीत.

इतर विद्यापीठे - केंद्रे यांच्याशी सहकार्य

१९९४ नंतर फर्ग्युसनतर्फे परदेशी विद्यापीठे अथवा संस्था यांचेबरोबर शैक्षणिक देवाणघेवाण करण्याबाबत काही करार झाले. भारतीय विद्यार्थी व प्राध्यापक यांना संशोधनकार्य व अन्य कौशल्ये आत्मसात करणे यासाठी ही देवाणघेवाण उपयुक्त असे-

१. भौतिकशास्त्र अंतर्गत फर्ग्युसन कॉलेज व नॅशनल इन्स्टिटयूट ऑफ अॅटमॉस्फेरिक स्टडीज, माद्रिद (स्पेन) यांचा १९९५साली तीन वर्षांचा करार झाला.

२. फर्ग्युसन कॉलेज सेंट पीटसबर्ग टेक्निकल युनिव्हर्सिटी, रशिया (१९९७) या करारांतर्गत रशिया विद्यापीठातील रशियन भाषेचे शिक्षक चार महिन्यांच्या कालावधीसाठी फर्ग्युसनच्या विद्यार्थ्यांना रशियन भाषा शिकवण्यासाठी आले होते. पुढे सोव्हिएट संघराज्याचे विघटन झाल्याने सदर कराराची अंमलबजावणी होऊ शकली नाही.

३. अशाच प्रकारचा देवाणघेवाणीचा करार टोरंटे (कॅनडा) या संस्थेबरोबर झाला होता. हा करार कॉम्प्युटर विभागाशी करण्यात आला होता.

याबरोबर देशांतर्गत संस्थांशीही करार करण्यात आले होते.

(१) CDAC पुणे बरोबर फर्ग्युसनमधील २० विद्यार्थ्यांना बी.सी.एस्. संबंधी विशेष तांत्रिक शिक्षण देण्यासंबंधी तीन वर्षांचा करार करण्यात आला होता.

(२) सेंटर फॉर अॅडव्हान्स टेक्नॉलॉजी (CAT) इंदूर यांचेबरोबर इलेक्ट्रॉनिक्स विभागाचा संशोधन सहकार्य करार करण्यात आला होता.

वास्तूंची निकड – शास्त्र शाखांचा

शास्त्र शाखांचा विस्तार होण्यामुळे काही नवीन प्रश्न निर्माण झाले. तास घेण्यासाठी छोट्या-मोठ्या वर्गखोल्यांची मागणी वाढू लागली, शिवाय प्रयोगशाळांमध्ये जास्त जागा उपलब्ध करून द्यावी लागली. नवे वास्तुप्रकल्प हाती घ्यावे लागले. कॉलेजच्या मुख्य इमारतीसमोरची ट्युटोरियल बिल्डिंग 'ए' वास्तविक पाहता कलाशाखेसाठी बांधली गेली होती. कालातंराने छायाचित्रण अभ्यासक्रमासाठी इमारतीच्या तळघरामध्ये काही जागा देण्यात आली. 'इलेक्ट्रॉनिक्स' या नव्या विषयाची सुरुवातही तळघरात करावी लागली. ही जागा फारशी समाधानकारक नसली तरी नव्या इमारती होईपर्यंत काम भागवणे गरजेचे होते.

सुरुवातीच्या काळात कॉम्प्युटर विभागासाठीही अशीच तरतूद करावी लागली. बी.सी.एस. वर्गांची कॉम्प्युटर लॅबोरेटरी मुख्य इमारतीच्या नैर्ऋत्येकडील वर्गखोल्यांमध्ये उभी करावी लागली, तसेच बी.सी.एस.चे तास मुख्य इमारतीच्या एम-२१ या वर्गखोलीत घ्यावे लागले. काही तास अॅम्फीथिएटरच्या दुसऱ्या मजल्यावरील वर्गखोल्यांत घ्यावे लागले. कलाविभागाच्या दिमतीला असलेली जागा शास्त्रविभागांना द्यावी लागल्याने कलाविभागात नाराजी होती, पण इलाज नव्हता.

१९९१मध्ये विद्यापीठ अनुदान आयोगाच्या फर्ग्युसन शताब्दी योजनेअंतर्गत अनुदानातून इलेक्ट्रॉनिक्स कॉम्प्युटर कॉम्प्लेक्स अशी संयुक्त योजना बनवण्यात आली. १९९४च्या दरम्यान या दोन विषयांसाठी दोन स्वतंत्र इमारतींच्या योजना तयार झाल्या. परिणामी लेडिज कॉमनरूमच्या दक्षिणेला 'इलेक्ट्रॉनिक्स'ची नवी इमारत उभी राहिली. 'कॉम्प्युटर'साठी गणित विभागाच्या रँग्लर परांजपे मेमोरियल इमारतींच्या पहिल्या मजल्यावर काही वर्गखोल्या बांधण्यात आल्या. त्याचप्रमाणे गणित विभागाच्या पश्चिमेस सलग दोन मजली 'रिसॉल्व्ह' (Resolve) नावाची इमारत बांधण्यात आली.

इलेक्ट्रॉनिक्स आणि कॉम्प्युटर विषयांच्या नव्या इमारतींमध्ये प्रयोगशाळांचे व

अन्य इमारतींचे उत्तम संकुल उभारण्यात आले. या सोयी पुणे विद्यापीठातील शास्त्र महाविद्यालयात उपलब्ध असलेल्या सर्वोत्तम सोयींपैकी मानल्या जातात.

ज्युनिअर कॉलेजसाठी नवी स्वतंत्र इमारत

इ.स. २०००च्या दरम्यान मुलांच्या वसतिगृह क्र.२च्या नजीक उत्तर-पूर्व बाजूस कनिष्ठ महाविद्यालयांसाठी देखणी भव्य इमारत बांधण्यात आली. प्रसिद्ध उद्योगपती, कॉलेजच्या माजी विद्यार्थिनी श्रीमती सरला बिर्ला यांनी एकरकमी पन्नास लाख रुपयांची विनाअट देणगी भूमीपूजनापूर्वीच दिली. या इमारतीला Academic Complex असे म्हटले जाते. इमारतीच्या उभारणीच्या वेळी प्राध्यापक-सेवक वर्गाच्या सूचना विचारात घेण्यात आल्या होत्या. या इमारतीला नंतर Best Architectural Building हा पुरस्कार मिळाला. या इमारतीच्या औपचारिक उद्घाटनासाठी बिर्ला कुटुंबीय उपस्थित होते. बिर्ला कुटुंबियांच्या देणगीतून तीन इमारती उभ्या राहिल्या. त्या म्हणजे मुलींचे बिर्ला होस्टेल, बिर्ला गेस्ट-हाऊस व तिसरी नवी इमारत होय.

या इमारतींमुळे ज्युनिअर कॉलेजला स्वतंत्र अस्तित्व मिळाले. या विद्यार्थ्यांना त्यांच्या प्रयोगासाठी मात्र आजही जुन्या प्रयोगशाळांच्या इमारतीत जावे लागते.

वसतिगृह (होस्टेल) इमारतींचे नूतनीकरण

एकोणिसाव्या शतकाच्या अखेरीस फर्ग्युसन कॉलेजच्या विद्यार्थ्यांना वसतिगृहाची सोय उपलब्ध करून देण्यात आली. सुरुवातीच्या काळात ही सोय गावात करण्यात आली. शिरोळे माळरानावरची विस्तीर्ण जागा उपलब्ध झाल्यावर मुलांमुलींसाठी भव्य वसतिगृहे बांधण्यात आली. मुलींची तीन वसतिगृहे व मुलांची चार वसतिगृहे स्वातंत्र्यपूर्व काळातच बांधली गेली. या बहुतेक इमारती दगड-विटांनी बांधलेल्या, कौलारू पद्धतीच्या, भरपूर हवा खेळणाऱ्या, स्वच्छतेच्या सोयी असलेल्या आहेत. वीर सावरकर, आचार्य कृपलानी, काका कालेलकर, फिरोदिया पिता-पुत्र, पी. व्ही नरसिंहराव यांच्यासारखे विद्यार्थी जिथे राहिले, ती शंभर वर्षांच्या इतिहासाची साक्ष देणारी ही वसतिगृहे आहेत.

जुन्या इमारती गौरव वाढवणाऱ्या असल्या तरी त्यांची दैनंदिन देखभाल व दुरुस्ती हे जिकिरीचे व खर्चाचे काम असते. हे काम योजनाबद्ध होण्यासाठी तांत्रिक सल्ला घेऊन टप्प्याटप्प्याने करण्याचे ठरले. डे.ए. सोसायटीकडून फर्ग्युसन कॉलेजच्या राखीव व विकासनिधीतून रक्कम उभी करण्यात आली. जेण्ट्स

होस्टेल ब्लॉक नं. ५ वगळता इतर सर्व ब्लॉक्स व मुलींची होस्टेल्स यांचे काम सुरू करण्यात आले.

मुलांच्या आणि मुलींच्या वसतिगृहामध्ये विशिष्ट वेळी गरम पाणी पुरवले जात असे. मुलांच्या वसतिगृहामध्ये इलेक्ट्रिक हीटर किंवा बॉयलर द्वारा पाणी गरम करण्याची सोय होती. मुलींच्या वसतिगृहात मात्र इलेक्ट्रिक हीटर वापरला जाई, यामुळे खर्चाचा मोठा वाटा वीज बिलापोटी द्यावा लागत असे. खर्चात बचत व्हावी म्हणून मुलींच्या जुन्या वसतिगृहांसाठी सोलर सिस्टिम (सौर यंत्रणा) बसवण्यात आली, त्यापोटी दोन लक्ष रूपयांचा खर्च आला; पण तो काही वर्षांत भरून निघाला व पुढे खर्चातही बचत होऊ लागली.

मुलींची सुरक्षा वाढावी म्हणून उत्तरेकडच्या बाजूस उंच संरक्षक भिंत बांधण्यात आली. आत बागकाम वाढवण्यात आले. शिवाय कॉलेजचा मुख्य परिसर आणि वसतिगृह यांच्यात संरक्षक जाळ्यांचे दरवाजे बसवण्यात आले.

शास्त्र शाखेच्या तुकड्यांची वाढ

१९९२-९३पर्यंत ११वी शास्त्र शाखेच्या फर्ग्युसनमध्ये पाच तुकड्या होत्या. प्रत्येक तुकडीची कमाल विद्यार्थी संख्या १२० असल्याने एकूण विद्यार्थीसंख्या ६०० होती. १२वीच्या पाच तुकड्या धरून एकूण १२०० संख्या असे. ही मर्यादा अपुरी असे. विद्यार्थ्यांचा ओढा प्रचंड असल्याने अनेकांना प्रवेश नाकारावा लागे. तुकड्या वाढवणे हा उपाय होता व तसे प्रयत्नही झाले. १९९३-९४ या वर्षात प्राचार्य वाघ यांनी ११वी शास्त्र शाखेसाठी जादा तुकडीचा प्रस्ताव महाराष्ट्र सरकारकडून मान्य करवला. ६वी अनुदानित तुकडी मिळाली. दुसऱ्या वर्षी १२वीची जादा तुकडी मिळाली. अशा प्रकारे एकूण संख्या १४४०वर पोहोचली. याशिवाय प्रत्येक तुकडीला दहा टक्क्यांची वाढ मिळाल्याने एकूण संख्या १५००पर्यंत वाढली. पुढील काळात ११वी व १२वी या वर्गांना आणखी एक-एक तुकडी मिळाली.

कनिष्ठ महाविद्यालयाची वाटचाल

उच्च शिक्षणाची पुनर्रचना सुचवण्यासाठी भारत सरकारने डॉ. डी. एस. कोठारी आयोग (१९६४-६६) नेमला होता. आयोगातर्फे देशातील अनेक शहरांत, विद्यापीठांत व्याख्याने, परिचर्चा, परिसंवाद आयोजले होते. पुण्यातील विस्तृत चर्चासत्रांचे नियोजन फर्ग्युसन कॉलेजचे प्रा. दे. द. वाडेकर यांनी केले होते. ज्येष्ठ

शिक्षणतज्ज्ञ जे. पी. नाईक अध्यक्षस्थानी होते. आम्ही काही तरुण प्राध्यापक स्वयंसेवक म्हणून साहाय्य करीत होतो.

कोठारी आयोगाने उच्च शिक्षणाचा १०+२+३ हा आकृतिबंध मान्य केला. उच्च शिक्षण हा केंद्र आणि घटक राज्ये यांचा सामायिक विषय (concurrent subject) असल्याने प्रत्यक्षात धोरण ठरवण्याचा अधिकार घटक राज्यसरकारांचा होता. महाराष्ट्र सरकारने सदर आकृतिबंध स्वीकारला; मात्र प्रत्यक्ष अंमलबजावणी करताना येणाऱ्या अडचणींचा विस्तृत विचार न झाल्याने प्रश्न निर्माण झाले. त्या काळात १९४९ सालापासून सुरू झालेली एस.एस.सी. शालांत परीक्षा ११वी इयत्तेच्या अखेरीस घेतली जात असे. नव्या अभ्यासक्रमानुसार इयत्ता १०वीची परीक्षा ही शालान्त परीक्षा झाली. एस.एस.सी. बोर्ड ही परीक्षा घेणारी यंत्रणा झाली.

नव्या आकृतिबंधामुळे कोणत्या समस्यांना तोंड द्यावे लागेल याचा गंभीरपणे विचार झाला नव्हता, असे लक्षात येते. महाराष्ट्रात माध्यमिक उच्च शिक्षण देणाऱ्या अनेक संस्था आहेत. काही संस्था शंभराहून अधिक वर्षे वयाच्या आहेत, त्यांच्या शैक्षणिक आणि व्यवस्थापकीय संरचनेत विविधता आहे. विशेषतः नवे अकरावी-बारावीचे वर्ग कोठे जोडावयाचे हा यक्ष प्रश्न होता. माध्यमिक शाळांना हे जोडणे, हा एक पर्याय तर विद्यमान महाविद्यालयांना जोडणे हा दुसरा पर्याय होता. काही संस्थांची स्वतंत्र यंत्रणा तयार करण्याची तयारी होती. प्रत्यक्षात अनेक पर्यायांचा अवलंब झाला. डेक्कन एज्युकेशन सोसायटी (D.E.S.), शिक्षण प्रसारक मंडळी, महाराष्ट्र एज्युकेशन सोसायटी, रयत शिक्षण संस्था या प्रदीर्घ अनुभवाच्या संस्था; त्यांच्या प्राथमिकपासून उच्च शिक्षणापर्यंत पातळ्यांवर कार्य करणाऱ्या अनेक संस्था कार्यरत होत्या. त्यांनी आपापल्या सोयीनुसार उच्च माध्यमिक विभाग शाळेला किंवा महाविद्यालयांना जोडले. प्रशिक्षित शिक्षक, प्रशासन, ग्रंथालय, प्रयोगशाळा या सर्व बाबींचा विचार करून निर्णय घेण्यात आले. तज्ज्ञतेपेक्षा संस्थेची सोय अधिक महत्त्वाची ठरली. आकृतिबंध उत्तमपणे पार पडण्यासाठी उच्च माध्यमिक यंत्रणा जास्तीतजास्त स्वायत्त ठेवणे अपेक्षित होते. तीन दशकांचा अनुभव पाहता एकूण व्यवस्थेत सुसूत्रता साधल्याचे दिसत नाही.

या विभागांना कनिष्ठ महाविद्यालय (Junior College) ; उच्च माध्यमिक विभाग (Higher Secondary Unit) अशा नावांनी संबोधण्यात आले.

१०+२+३ हा आकृतिबंध स्वीकारण्यामागे हेतू चांगला होता. सर्व विद्यार्थ्यांनी सरसकट पदवीपर्यंतचे शिक्षण न घेता योग्य वेळी त्यांना तंत्रशिक्षणाकडे वळवणे सुलभ व्हावे व स्वतंत्र व्यवसाय सुरू करणे शक्य व्हावे हा हेतू होता, प्रत्यक्षात मात्र तसे घडलेले नाही.

डेक्कन एज्युकेशन सोसायटीच्या माध्यमिक शाळा आणि महाविद्यालये अनेक

असल्याने अनेक पर्यायांचा अवलंब करण्यात आला. विद्यार्थी - पालक यांच्या मोठ्या मागणीमुळे कॉलेजप्रमाणेच शाळांमध्येही उच्च माध्यमिकचे वर्ग सुरू करण्यात आले. सध्याच्या व्यवस्थेमध्ये विद्यार्थी प्रवेशाची मोठी सोय असूनही प्रवेशासाठी तीव्र स्पर्धा असते.

उच्च माध्यमिकचा शिक्षकवर्ग व प्रशासन स्वतंत्र असावे अशी अपेक्षा आहे, प्रत्यक्षात तसे घडत नाही. शिवाय शिक्षणाचा दर्जा उत्तम रहावा म्हणूनही ज्येष्ठ महाविद्यालयातील अनुभवी प्राध्यापकांना उच्च माध्यमिक वर्गांना शिकवण्यास सांगण्यात येते, तसेच उच्च माध्यमिकाच्या ज्येष्ठ अनुभवी प्राध्यापकांना पदवी वर्गांना शिकवण्याची संधी दिली जाते. व्यवस्थापनाचा विचार करता फर्ग्युसन कॉलेजमध्ये उच्च माध्यमिकचे कामकाज नियंत्रित करण्यासाठी उपप्राचार्यपदावर काम करणाऱ्या ज्येष्ठ प्राध्यापकाकडे ही जबाबदारी सोपवली जाते. सुरुवातीची काही वर्षे रसायनशास्त्राचे ज्येष्ठ प्राध्यापक असलेले उपप्राचार्य सु. पु. पाठक उच्च माध्यमिकचे प्रमुखपद सांभाळत. माझ्या प्राचार्यपदाच्या काळातही ही व्यवस्था चालू होती. त्यानंतर १९९६पासून प्रा. एस. बी. कुलकर्णी यांनी दोन वर्षे प्रमुखपद सांभाळले. पुढे महाराष्ट्र शासनाच्या निर्णयानुसार कनिष्ठ महाविद्यालयांसाठी स्वतंत्र उपप्राचार्यपद निर्माण करण्यात आले. कनिष्ठ महाविद्यालयांत सेवेस असलेल्या ज्येष्ठ प्राध्यापकाकडे हे पद सोपवण्यात आले. १९९८पासून डॉ. सुषमा जोगळेकर यांनी निवृत्तीपर्यंत हे पद सांभाळले. त्या नंतर सुमारे दोन वर्षे विलिंग्डन कॉलेजमधून बदली घेऊन आलेले प्रा. यशवंत जाधव हे उपप्राचार्य होते. १ जानेवारी, २००९ पासून प्रा. रेखा पळशीकर या उपप्राचार्य म्हणून काम पाहू लागल्या.

कनिष्ठ महाविद्यालयाचे (११वी-१२वी) वर्ग आणि प्रयोगशाळा स्वतंत्र नव्हत्या, त्यात फेरबदलाची आवश्यकता होती. फर्ग्युसनसाठी शताब्दी अनुदाने मंजूर करून आणताना हाही विचार प्रबळ होता. अडचण तांत्रिक स्वरूपाची होती. फर्ग्युसनच्या पदवी विद्यालयाला १०० वर्षे पूर्ण झाली होती. पूर्वी पदवीपूर्व/कनिष्ठ विद्यालय अशी वेगळी व्यवस्था नव्हती, त्यामुळे पदवी वर्गासाठी अनुदान मिळवून ते कनिष्ठ महाविद्यालयाच्या स्वतंत्र इमारतींसाठी वापरावयाचे हे उचित झाले नसते. म्हणून प्राधान्याने इलेक्ट्रॉनिक्स कॉम्प्युटरसाठी शताब्दी अनुदान योजना मांडण्यात आली, त्यास संमतीही मिळाली. कनिष्ठ महाविद्यालयाच्या स्वतंत्र इमारतीसाठी वेगळा विचार करण्यात आला.

बिर्लांच्या देणगीतून कनिष्ठ महाविद्यालय इमारत

उद्योगपती बिर्ला कुटुंबातील श्रीमती सरला बिर्ला या फर्ग्युसनच्या माजी

विद्यार्थिनी! त्यामुळे त्या कॉलेजच्या मुलींच्या वसतिगृहात राहात होत्या. कॉलेजबद्दल त्यांना कमालीचा जिव्हाळा. त्या बऱ्याच वेळा कॉलेजला भेट देत असत. विद्यार्थिनींच्यासाठी एक आधुनिक वसतिगृह असावे असे त्यांना वाटत असे. प्राचार्य त्र्यं. गो. माईणकर यांच्या काळात बिर्लांच्या देणगीतून ही इमारत साकार झाली. या वास्तूला 'बिर्ला गर्ल्स हॉस्टेल' म्हणतात. त्यानंतरच्या काळात पुन्हा अशीच देणगी त्यांनी दिली. त्यातून लेडीज हॉस्टेलशेजारी 'बिर्ला गेस्ट हाऊस' ही इमारत उभी राहिली. दोन्ही इमारतींच्या उभारणीचे आम्ही साक्षीदार आहोत. माझ्या प्राचार्यपदाच्या काळात सरलाताईंच्या कन्येने कॉलेजच्या वसतिगृहाला भेट दिली, त्या वेळी आपल्या मातोश्रींच्या खोलीत त्या गहिवरल्या; हे मी प्रत्यक्ष पाहिले आहे. या भेटीचा उल्लेख पूर्वी केलेला आहे.

२००२ साली प्राचार्य वाघ यांच्या काळात सरलाताईंनी कॉलेजला भेट दिली असता प्राचार्यांनी कॉलेजच्या एखाद्या भावी योजनेसाठी देणगी द्यावी असे सुचविले. ही कल्पना त्यांनी मान्य केली. त्यावेळी त्या काळात कनिष्ठ महाविद्यालयासाठी स्वतंत्र इमारतींची निकड जाणवत होती. त्या दृष्टीने इमारतीचे आराखडे तयार झाले. या इमारतीसाठी सरलाताईंनी ५० लक्ष रुपयांची एकरकमी देणगी दिली. डेक्कन एज्युकेशन सोसायटीने तातडीने निर्णय घेऊन ही इमारत देणगीदारांच्या अपेक्षेनुसार वेळेत पुरी केली. सदर इमारतीचे 'बिर्ला अॅकॅडेमिक कॉम्प्लेक्स' असे नामकरण करण्यात आले. इमारतीच्या उद्घाटनासाठी बिर्ला कुटुंबीय स्वत: हजर होते.

ही इमारत मुलांच्या वसतिगृह क्रमांक दोनच्या पूर्वेस उभारली आहे. या इमारतींत कनिष्ठ महाविद्यालयाचे कार्यालय असून ११वी, १२वी कला आणि शास्त्र शाखांचे वर्ग भरतात. कनिष्ठ महाविद्यालयाचा एकूण व्याप पाहता शास्त्र शाखेच्या विद्यार्थ्यांना प्रयोगासाठी आपापल्या पदार्थविज्ञान, रसायन, जीवशास्त्र यांच्या जुन्या प्रयोगशाळांत जावे लागते.

राष्ट्रीय-आंतरराष्ट्रीय विज्ञान स्पर्धांमध्ये सहभाग

इंडियन असोसिएशन ऑफ फिजिक्स टीचर्स (IAPT) या संस्थेतर्फे महाविद्यालयीन विद्यार्थ्यांसाठी विज्ञानशाखेतील विविध विषयांच्या राष्ट्रीय स्तरावर परीक्षा घेतल्या जातात. पुण्यामध्ये फर्ग्युसनचे उपप्राचार्य श्री. पुणतांबेकर यांच्या मार्गदर्शनाखाली १९९० सालच्या दरम्यान IAPTच्या परीक्षांचे आयोजन केले. त्यात प्रा. वाघ यांचा मोठा सहभाग होता. या उपक्रमाची सुरुवात फर्ग्युसनपासून झाली. थोड्याच अवधीत इतर संस्थांनी हा उपक्रम सुरू केला.

सुरुवातीच्या काळात IAPT तर्फे दोन राष्ट्रीय परीक्षा घेतल्या जात. National

Graduates Physics Examination (NGPE) ही परीक्षा बी.एस्‌सी. पदवी अभ्यासक्रमाच्या विद्यार्थ्यांसाठी आहे. National Standard Examination in Physics (NSEP) ही परीक्षा ११वी व १२वीच्या अभ्यासक्रमातील विद्यार्थ्यांसाठी असते. अगदी सुरुवातीपासून या परीक्षांमधील फर्ग्युसनचा सहभाग आणि त्यातील यश लक्षणीय आहे.

११वी, १२वीच्या विद्यार्थ्यांसाठी पदार्थविज्ञान विषयाव्यतिरिक्त गणित, रसायनशास्त्र, जीवशास्त्र, अवकाशशास्त्र या विषयांच्याही परीक्षा घेतल्या जातात. या सर्व परीक्षांमध्ये फर्ग्युसनचे विद्यार्थी चांगले यश मिळवीत असतात. वरील विषयांच्या आंतरराष्ट्रीय पातळीवरच्या ऑलिंपियाड या परीक्षांमध्येही उत्तम सहभाग असतो, यश कौतुकास्पद असते.

या विज्ञानस्पर्धांच्या आयोजनामध्ये महाविद्यालयाच्या संबंधित विषयांचे प्राध्यापक-सेवक यांचा मोठा सहभाग असतो. विद्यार्थ्यांना या स्पर्धा परीक्षांची माहिती देणे, त्यांना परीक्षेत सहभागी होण्यासाठी प्रवृत्त करणे, मार्गदर्शन करणे, ग्रंथसंपदा उपलब्ध करून देणे, चाचणी परीक्षा घेणे ही कामे विभागीय प्राध्यापक करीत असतात, यातील काही प्राध्यापक समन्वयक Co-ordinator म्हणून जबाबदारी यशस्वीपणे पार पाडतात.

या स्पर्धांतील गौरवास्पद सहभागामुळे आंतरराष्ट्रीय स्तरावर फर्ग्युसन कॉलेजचे नाव कौतुकाने घेतले जाते याची नोंद करावीशी वाटते.

फर्ग्युसनच्या व्यवस्थापनातील महिलांचा सहभाग

स्त्री-पुरुष समानता मानणाऱ्या लोकशाहीप्रधान शासनव्यवस्थेत महिलांचा सहभाग बरोबरीच्या नात्याने असावा अशी अपेक्षा असते. शिक्षणसंस्थांच्या बाबतीतही अपेक्षा असते. व्यवस्थापक, शिक्षक, कार्यालयीन सेवक यांच्या संदर्भात महिलांचा सहभाग अपेक्षेइतका नाही.

आजीव सदस्य पद्धती फर्ग्युसनच्या व्यवस्थापनाचा मुख्य गाभा आहे. कॉलेजच्या पहिल्या शतकाच्या कालखंडात एकही महिला आजीव सदस्य झाल्याचे उदाहरण नाही. आजीव सदस्याकडून जी अपेक्षा असते ती पुरी होणे अवघड असते; कौटुंबिक बांधीलकी व्यवस्थापकीय बांधीलकीपेक्षा आधिक जबाबदारीची असते, यामुळे हे घडले असावे. शिक्षक आणि कार्यालयीन सेवक यांच्या बाबतीत कला आणि वाणिज्य शाखांमध्ये शिक्षिकांचे प्रमाण अधिक आढळते. काही शिक्षिकांनी तर विशेष लौकिक संपादन केल्याचे आढळते. फर्ग्युसनमध्ये विसाव्या शतकाच्या अखेरच्या दशकात नऊवारी साडीत असूनही वयस्क जावडेकरबाई शास्त्र विभागाच्या

प्रयोगशाळांमध्ये सहज वावरत असत. इंग्रजी विभागाच्या प्राध्यापिका श्रीमती सीता सहानी आणि गणित विभागाच्या डॉ. सौ. मधुमालती आपटे यांनी स्वत:चे खास स्थान प्राप्त केले हाते. आजही कला शाखेत महिला शिक्षकांचे प्रमाण लक्षणीय आहे. व्यक्तिमत्त्वविकासाच्या अभ्यासेतर उपक्रमांमध्ये – साहित्य, संगीत, नृत्य, नाट्य इत्यादी क्षेत्रांतही त्यांचे योगदान महत्त्वाचे आहे. आविष्कार-इनसिंकच्या स्थापनेपासून ते उपक्रम चांगले चालवण्यापर्यंत महिला शिक्षकांचा वाटा कसा मोठा होता हे आपण पाहिले आहेच.

योगायोगाची गोष्ट अशी की नव्या शतकाच्या प्रारंभी महिला प्राध्यापकांना उन्नती मिळून वरिष्ठ पदावर काम करण्याची संधी मिळाली. प्रा. गीता मेहता या अनेक वर्षे मानसशास्त्र विषयाच्या प्रमुख होत्या. या विषयासाठी विद्यार्थिनींची संख्या मोठी असते. प्राचार्य वाघ यांनी एक नवा पायंडा पाडला. प्रा. गीता मेहता यांची उपप्राचार्य म्हणून नेमणूक केली. कॉलेजमधील पहिल्या महिला उपप्राचार्य होण्याचा मान त्यांनी मिळवला. अभ्यासू, विद्यार्थीप्रिय मेहतांनी हे पद पाच वर्षे समर्थपणे सांभाळले.

कला शाखेकडे प्रा. विद्या चांद (इतिहास), प्रा. वसुंधरा गाडगीळ (समाजशास्त्र), प्रा. आशा खोपकर (समाजशास्त्र), प्रा. सुधा जावडेकर (इंग्रजी), प्रा. काजल चक्रवर्ती (इंग्रजी), प्रा. विद्या तळवलकर व प्रा. शोभना अभ्यंकर (मानसशास्त्र) यांनी विभागप्रमुख किंवा तत्सम महत्त्वाची पदे सांभाळली.

शास्त्र शाखेकडे प्रा. श्रीमती लिमये (संख्याशास्त्र), प्रा. सुनीता पुराणिक (पदार्थविज्ञान), प्रा. संध्या जोशी (भूशास्त्र), प्रा. सुनंदा काटे (वनस्पती शास्त्र) यांचा उल्लेख करावा लागेल.

याशिवाय प्रा. सुषमा जोगळेकर (मराठी) यांची कनिष्ठ महाविद्यालय प्रमुख-उपप्राचार्य, प्रा. रेखा पळशीकर प्रथम पर्यवेक्षक व पुढे उपप्राचार्य, कनिष्ठ महाविद्यालय, प्रा. रजनी रणपिसे (हिंदी) यांनी असि. कार्यक्रम अधिकारी एन.एस.एस. अशी पदे सांभाळली.

वरील सर्व प्राध्यापकांनी आपली ज्येष्ठता, अनुभव, गुणवत्ता या शिदोरीवर सोपवलेल्या जबाबदाऱ्या समर्थपणे पार पाडल्या आणि 'आम्हीही कोठेही कमी नाही' हे दाखवून दिले.

महिला आजीव सदस्य : एक क्रांतिकारी पाऊल

महिला प्राध्यापकांना आजीव सदस्य का करू नये, हा कळीचा प्रश्न वारंवार निर्माण होत असे; प्रत्यक्षात मात्र काहीच घडत नव्हते.

पुणे विद्यापीठातून डायरेक्टर बोर्ड ऑफ कॉलेजेस अॅण्ड युनिव्हर्सिटी या महत्त्वाच्या पदावर काम करून जून २००१मध्ये प्रा. वाघ प्राचार्यपदावर पुन्हा रुजू झाले. ह्या दरम्यान काही नवीन आजीव सदस्यांच्या नेमणुकीबद्दल विचार चालू होता. श्री. वसंतराव कानिटकर हे डे. ए. सोसायटीचे कार्याध्यक्ष होते. महिला प्राध्यापकांना आजीव सदस्य करावे या सूचनेचा गंभीरपणे विचार चालू होता. प्रा. सविता केळकर (जर्मन) कनिष्ठ महाविद्यालय आणि प्रा. स्वाती जोगळेकर (संगणकशास्त्र) या दोघींची नावे आजीव सदस्यपदासाठी सुचवण्यात आली. रीतसर प्रक्रिया पार पाडून या दोघींची आजीव सदस्य म्हणून नेमणूक झाली. प्रा. सविता केळकर या सोसायटीच्या इतिहासातील पहिल्या महिला आजीव सदस्य होत. अल्पावधीत या दोन्ही आजीव सदस्यांनी आपली निवड सार्थ ठरवली आहे.

परिसराचे सौंदर्यीकरण

फर्ग्युसनचा एकूण परिसर मुळातच सुंदर आहे आणि या सौंदर्यात भर घालण्याचा सतत प्रयत्न होत असतो. दुर्दैवाने दोन सौंदर्यस्थळे निष्प्राण झाली; ती पुन्हा येणे नाही.

फर्ग्युसनच्या संपूर्ण परिसरातून दक्षिणोत्तर मुठा कॅनॉल वाहात होता. कॅनॉलच्या दुतर्फा सुंदर झाडी होती, कॅनॉलच्या बाजूने जाणारा छोटा रस्ता होता. मुलींच्या वसतिगृहानजीक वाहणारा हा कॅनॉल कॉलेजला विभागत बोटॅनिकल गार्डन, टेनिस-खेळाची मैदाने, मुलांची वसतिगृहे यांच्या जवळून जात कॉलेजची उत्तर सीमा पार करत असे. हा कॅनॉल पार करून जाण्यासाठी चार छोटे दगडी पूल होते. कॉलेजच्या आजी-माजी विद्यार्थ्यांचे ते अल्प विश्रामाचे स्थान होते. मुलींच्या वसतिगृहानजीकचा पूल तर प्रत्येक पिढीच्या तरुणाईचा 'उसाशाचा पूल' म्हणून ओळखला जाई; प्रेमिकांना काव्याची स्फूर्ती देणारे हे स्थान चिरस्मरणीय होते. कॅनॉलला बारमाही पाणी असल्याने पूर्वेकडची बोटॅनिकल गार्डन व कॅनॉलनजीकची वृक्षराजी सतत हिरवीगार असल्याचे आम्ही पाहिले आहे, अनुभवले आहे. १९६१ सालच्या पानशेत पुरानंतर कॅनॉलचे पाणी हटत गेले. हिरवाई सुकत गेली. कॉलेजच्या गळ्याभोवतीचा पाचूचा हार सौंदर्यहीन होत गेला... कॅनॉलला लागून अॅम्फीथिएटरसमोर फर्ग्युसनच्या इतिहासाचे साक्षी असलेले भले मोठे वडाचे झाड हे अनेकांचे आश्रयस्थान होते, देखणे सौंदर्यस्थान होते, काव्याचे स्फूर्तिस्थान होते. दुर्दैवाने फर्ग्युसनच्या शताब्दी वर्षापूर्वी ते भरदिवसा अचानक कोसळले! हा दुसरा नैसर्गिक आघात होता.

अशाही परिस्थितीत फर्ग्युसनचा परिसर सुंदर, हिरवागार ठेवण्याचा प्रयत्न

वारंवार होत असतो. १९९५ साली 'स्वच्छ व सुंदर फर्ग्युसन' ही कल्पना अमलात आणण्याचा योजनाबद्ध प्रयत्न झाला. कॉलेजच्या सर्व इमारतींना जोडणारे सर्व रस्ते पक्के, डांबरी करणे, इमारती व रस्ते यांच्या मधल्या पट्ट्यांमध्ये दुरांडा वगैरे रोपे लावून त्या सुशोभित करणे, या रोपांना सतत पाणी मिळत राहील अशी व्यवस्था करणे, कॉलेजच्या बॉटनी विभागाच्या मार्गदर्शनाखाली हिरवळीची जोपासना करणे, छात्रसेना, सेवायोजना, माजी विद्यार्थी संघटना यांच्या स्वयंसेवकांच्या सहकार्याचा लाभ घेणे हे सर्व योजनेत अभिप्रेत होते. जवळजवळ पन्नासहून अधिक एकरांचा परिसर हिरवा आणि रम्य ठेवणे तसे सोपे नाही; टप्प्याटप्प्याने ही योजना राबवण्यात आली.

मिनरल गार्डन

कॉलेजच्या मुख्य इमारतीकडे जाणारा पूल ओलांडल्यानंतर पोर्चच्या अलीकडच्या मधल्या जागेत छोटी अष्टकोनी मिनरल गार्डन उभारण्यात आली. या गार्डनमध्ये रंगीबेरंगी, निसर्गनिर्मित, भूशास्त्रीय खनिजे विविध आकारांचे आकर्षक असे तुकडे Minerals बसवण्यात आले. ही रचना अभ्यासपूर्ण आहे आणि पाहणाऱ्यालाही अभ्यासनीय अशी वाटते. सजवलेल्या रंगीबेरंगी भिंतीच्या आतील बाजूस विविध भागांत ऋतुमानानुसार आकर्षक फुलझाडे लावली जातात. मध्यभागी कारंज्यांची सोय करण्यात आली आहे, त्यावर रंगीबेरंगी उजेड सोडण्याची सोय केली आहे. रात्रीच्या वेळी ही सजावट फार आकर्षक दिसते. कॉलेजमध्ये प्रवेश करताना ही सजावट आपले कलात्मक स्वागत करते. एक छोटे सौंदर्यस्थळ उभे करण्याचे श्रेय कॉलेजच्या भूशास्त्र विभागाकडे जाते.

सांस्कृतिक कार्यक्रम

कोणत्याही शिक्षणसंस्थेच्या कार्याला सांस्कृतिक कार्यक्रमाशिवाय परिपूर्णता नाही. असे कार्यक्रम करणाऱ्या संस्था कधी संस्थेच्या प्रशासनाचा भाग असतात, तर काही विद्यार्थ्यांच्या पुढाकाराने स्थापन होतात. संस्था त्यांना उत्तेजन देते. काळाच्या ओघात काही सांस्कृतिक संघटना विसर्जित होतात, नव्या निर्माण होतात. १९३५ साली 'कलामंडळ' स्थापन झाले, ते १९५९ साली विसर्जित झाले. कॉलेजच्या शताब्दीच्या पूर्वी स्थापन झालेली 'अविष्कार' ही संघटना शतकाच्या अखेरीस विसर्जित करावी लागली. उद्दिष्टांशी प्रतारणा, विद्यार्थी नेतृत्वाचा अभाव किंवा अधोगती, आर्थिक दुरवस्था, बेशिस्त अशा अनेक कारणांमुळे असे

घडत असावे. आविष्कारप्रमाणे 'इनसिंक' या चळवळीचा उगम आणि अस्त कसा झाला हे आपण पाहिले आहे.

१९९५ नंतर काही सांस्कृतिक संघटना उदयास आल्या :

१. मुक्तछंद : १९९८ साली 'मुक्तछंद' ही संघटना उभी राहिली. ही प्रामुख्याने मराठी माध्यमाच्या विद्यार्थ्यांची व विद्यार्थ्यांसाठी कार्य करणारी संस्था आहे. कार्यक्रम कोणते असावेत याला बंधन नाही, कार्यक्रमांचा दर्जा मात्र उत्तम असावयास हवा. कविता कशी जन्म घेते, व्यंगचित्रे कशी काढली जातात, अभिनय कसा करावा ही उद्दिष्टे! या कार्यक्रमांमध्ये श्रेयस तळपदे, अंकुश चौधरी, वंदना गुप्ते इत्यादी कलावंतांनी भाग घेतला आहे. व्याख्याने, परिसंवाद, गप्पा अशा कार्यक्रमांना विद्यार्थ्यांचा प्रचंड प्रतिसाद मिळतो.

२. ऊर्जा (Oorja) : विद्यार्थ्यांतील सुप्त कलाशक्तीला वाव देण्यासाठी उर्जाची स्थापना झाली. विविध वर्गातील विद्यार्थ्यांसाठी स्पर्धात्मक कार्यक्रम आयोजित केले जातात.

३. रंगमंच : पुरुषोत्तम करंडकप्रमाणेच हिंदी भाषेतील आंतरमहाविद्यालयीन नाट्यस्पर्धा आयोजित करणारी ही संस्था फर्ग्युसनमध्येच सुरू झाली. या स्पर्धांना वाढता प्रतिसाद मिळतो आहे.

४. संस्कृत एकांकिका स्पर्धा : या स्पर्धांची सुरुवातही फर्ग्युसनमध्ये झाली. या आंतरमहाविद्यालयीन स्पर्धेत फक्त पुण्यातीलच नव्हे तर इतर शहरांतील महाविद्यालयेही भाग घेतात. उदा : संगमनेर येथील महाविद्यालय सतत सहभागी होऊन पारितोषिक मिळवते.

पूर्वापार चालत आलेल्या नृत्य, नाट्य, वाद, वक्तृत्वस्पर्धाही सतत चालू असतात. यात फर्ग्युसन आपले स्थान टिकवून आहे.

अलीकडच्या कार्यक्रमांचे, स्पर्धांचे वैशिष्ट्य हे की त्यांच्या आयोजनामध्ये विद्यार्थ्यांचा पुढाकार असतो. कल्पना, योजना-आखणी, पुरस्कर्ते मिळवणे, अर्थव्यवहार, हिशेब, प्रचार, प्रसिद्धी इत्यादी बाबतींत विद्यार्थ्यांचा वाटा मोठा असतो. शिक्षक-सेवकांचे प्रोत्साहन, मार्गदर्शन व सहकार्य असते. विद्यार्थ्यांच्या दृष्टीने नेतृत्वनिर्मितीचा हा वस्तुपाठच असतो.

सांस्कृतिक क्षेत्रातील संगीत, नाट्य, नृत्य, सिनेमा या क्षेत्रांतील फर्ग्युसनशी संबंधित अनेक नावे आज लोकांच्या मनात घोळत असतात. रोहिणी भाटे, सई परांजपे, सुमित्रा भावे, सोनाली कुलकर्णी, वंदना गुप्ते, सुहास जोशी अशी अनेक नावे सांगता येतील. फर्ग्युसनला त्यांचा अभिमान आहे.

अलीकडच्या दशकात नावारूपाला आलेली सांस्कृतिक क्षेत्रातली काही कलावंत मंडळी पुढीलप्रमाणे -

क्रांती रानडे - निर्मिती आणि दिग्दर्शन (Documentary Production, Direction)

राधिका हर्षे - सिनेमा, दूरदर्शन मालिका – आघाडीची अभिनेत्री

आशुतोष जोशी - सिनेमा-दूरदर्शन, अभिनेता

निशित दधिच - सिनेमा दिग्दर्शन, अभिनय

मानसी सप्रे - राष्ट्रीय, आंतरराष्ट्रीय दूरदर्शन

निरंजन विद्यासागर - सायंदैनिक पत्रकारिता

कॉलेजमधील विद्यार्थीजीवन : शिस्त आणि संस्कृती

कॉलेजजीवन हा विद्यार्थीजीवनातला महत्त्वाचा टप्पा असतो. शारीरिक प्रौढत्वाची सुरुवात असते, तारुण्याची नैसर्गिक ऊर्मी कार्य करीत असते, आपल्यातील कलात्मक जीवनाचा फुलोरा फुलवायचा असतो, आपला शैक्षणिक विकास घडवत असताना व्यावहारिक जीवनात यशस्वी होण्याचे मार्ग शोधायचे असताना आपल्या जीवनाला शिस्त लावून घ्यायची असते. त्याचप्रमाणे अल्लडपणा, खट्याळपणा सिद्ध करण्याच्या वाटा शोधायच्या असातत. कुणी वर्गात अधिक रमतात, कुणी ग्रंथालयात, कुणी खेळाच्या मैदानात तर कुणी आपल्या कलागुणांना वाव देणाऱ्या मंचावर घुटमळत असतात. सर्वांच्या अपेक्षा सारख्या नसतात, मगदूर सारखा नसतो; अशा भिन्न प्रकृतींच्या शेकडो विद्यार्थ्यांना सांभाळायचे असते, संस्कारक्षम, शिस्तप्रिय घटक बनवायचे असते. ऐन तारुण्यातल्या वारूंना 'काबूत' ठेवायचे असते. काळ बदलत असतो, अपेक्षा बदलत असतात, शिक्षक-विद्यार्थी नाते बदलत असते. अशा परिस्थितीत ही आवळ्या-भोपळ्याची मोट बांधावयाची असते, हे काम सर्वांचेच असते, पण त्याचे नेतृत्व प्राचार्यांनी करावयाचे असते. प्रत्येक प्राचार्यांची प्रकृती भिन्न असते, आवाका भिन्न असतो. कुणाला अलौकिक बुद्धिमत्ता मिळालेली असते, तर कुणाजवळ प्रशासकीय कौशल्य असते, कुणाला प्रभावी व्यक्तिमत्त्व लाभलेले असते, तर कुणाजवळ विद्यार्थ्यांना हाताळण्याचे कौशल्य असते. त्यामुळे विद्यार्थ्यांत शिस्त निर्माण करणे, त्यांना सुसंस्कृत बनविण्याचे कार्य करणे कालपरत्वे, व्यक्तिपरत्वे बदलत असते.

सुरुवातीच्या काळामध्ये प्राचार्य आपटे यांच्यापासून प्राचार्य महाजनींपर्यंतचे प्राचार्य तरुण होते. काहींनी तर ऐन पंचविशीत प्राचार्यपद स्वीकारले, दीर्घ काळ भूषविले. त्यांचा बौद्धिक आवाका प्रचंड होता, व्यक्तिमत्त्वाचा दरारा मोठा होता. स्वातंत्र्यपूर्व काळातील मूल्यांनी भारावलेला मर्यादित विद्यार्थीवर्ग (१२००) होता, त्यामुळे त्यांना सांभाळणे हा यक्षप्रश्न नव्हता. स्वातंत्र्यचळवळीतले क्रांतिवादी

परिस्थिती आटोक्याबाहेर जाऊ देणार नाहीत याची खबरदारी घ्यावी लागत असे.

स्वातंत्र्यानंतर परिस्थिती झपाट्याने बदलली. शिक्षणाचे मोठ्या प्रमाणावर विस्तारीकरण झाले. विद्यार्थीसंख्या झपाट्याने वाढू लागली. कौटुंबिक व सार्वजनिक जीवनातली मूल्ये बदलत गेली. एके काळी शिक्षण हे व्रत मानले जायचे. त्या ऐवजी शिक्षण हे उद्योग म्हणून मानले जाऊ लागले. विद्यार्थी आणि पालकांचा शिक्षकांकडे, शिक्षणसंस्थेकडे पाहण्याचा दृष्टिकोन बदलत गेला. मानसिकता बदलत गेली. आम्ही शिक्षण विकत घेतो, या नव्या वृत्तीमुळे 'जिव्हाळा' कमी होत गेला. कुटुंबातले, सार्वजनिक जीवनातले वातावरण बदलत गेले. जिव्हाळ्याची जागा औपचारिकतेने घेतली; विद्यार्थ्यांना काबूत ठेवणे अवघड होत गेले.

स्वातंत्र्यानंतरच्या संक्रमणकाळातले प्राचार्य डी. डी. कर्वे यांचे व्यक्तिमत्त्व इतके उमदे व करारी, शिस्तप्रिय होते की ते परिसरात वावरत असताना सगळे कसे चिडिचूप होई, त्यांना शिस्तीची बौद्धिके घ्यावी लागली नाहीत. प्राचार्य कोगेकरांचे असेच. तेही दिवसातून दोन-तीन वेळा परिसरातून फेरफटका मारत असत. शिस्त आणि शांतता यासाठी वेगळे प्रयास पडत नसत.

प्राचार्य डॉ. त्र्यं. गो. माईणकर आणि प्राचार्य वि. ना. ढवळे हे विद्यार्थ्यांत फारसे मिसळत नसत. मात्र त्यांच्या बौद्धिक व्यक्तिमत्त्वाचा दराराच एवढा होता की त्यांचे परिसरात वावरणे हेच मुळी विद्यार्थ्यांच्या शांततेला पोषक होते. प्राचार्य दे. अ. दाभोळकर यांच्या व्यक्तिमत्त्वाची उंची भारदस्त होती. त्यांच्या सामाजिक कार्याला एक वेगळे वलय होते. त्यांचा विद्यार्थीसंपर्क प्रचंड होता. त्यांनी एक वेगळा आदर्श निर्माण केला होता. प्राचार्य बाळ गाडगीळ यांना प्राचार्यपदाची अकरा वर्षे लाभली. ते विद्यार्थ्यांमध्ये फारसे मिसळत नसत. शताब्दी कार्यक्रमांची योजनाबद्ध आखणी व ते पार पडण्यासाठी केलेली सहकाऱ्यांची निष्ठा सार्थ ठरत गेली. त्यांनाही शिस्तीचे, एक अपवाद वगळता, फारसे प्रश्न निर्माण झाले नाहीत. शताब्दीनंतर अधिकारावर आलेले प्राचार्य बोकील आणि प्राचार्य बाचल यांचा आविष्कार-इनसिंकच्या निमित्ताने आलेला विद्यार्थीसंपर्क फार उपयोगी पडला. २०व्या शतकाच्या अखेरीला परिस्थिती झपाट्याने बदलत गेली. अकरावीच्या अनुदानित तुकड्या वाढल्याने ती विद्यार्थीसंख्या पाचशेहून अधिक संख्येने वाढली. नव्याने सुरू झालेल्या अभ्यासक्रमांच्या (विनाअनुदानित) विद्यार्थ्यांची संख्याही मोठ्या प्रमाणात वाढली. पाच वर्षांच्या अवधीत हजाराने संख्या वाढणे आनंददायी होते, त्याचप्रमाणे काही नवी दुखणी वाढत होती. कॅम्पस अपुरा वाटत होता. कालबद्ध वाढ न झाल्याने वर्गखोल्या, इतर सोयी वाढवण्याचा प्रश्न निर्माण झाला होता. यापेक्षाही आपण पैसे देऊन ज्ञान विकत घेतो ही बेजबाबदार बाजारू वृत्ती वाढू लागली. विद्यार्थ्यांमध्ये गट पडू लागले, विद्यार्थ्यांच्या हातात पैसा वाढू लागला.

पैशापाठोपाठ येणारी चैन, व्यसनाधीनता, बेशिस्त वाढू लागली. पगारवाढीमुळे प्राध्यापकांची क्रयशक्ती वाढू लागली.

शिक्षकवर्गातही काही प्रमाणात व्यसनाधीनता आणि पाट्या टाकण्याची वृती वाढू लागली. प्रस्तुत लेखक प्राचार्य असताना या बदलत्या वातावरणाची झलक पाहायला मिळाली. पुढे वातावरण अधिक गढूळ होत गेले. प्राचार्य वाघ, मध्यंतरीचा काळ वगळता १३ वर्षे प्रमुखपदी होते. साम-दाम-दंड-भेद या प्रचलित मार्गांनी वातावरण काबूत ठेवण्याचा त्यांनी मनोमन प्रयत्न केला. काही प्रमाणात त्यांना यशही मिळाले. सहकारी प्राध्यापक, आजीव सदस्य, निर्वाचित व्यवस्थापकीय मंडळी यामुळे त्यांची कारकीर्द समाधानकारकपणे पार पडली. प्रसंगी कठोर कारवाई करावी लागली. पण त्या त्या वेळी ती कारवाई आवश्यक व समर्थनीय होती.

भारतातले टॉप-टेन मधले फर्ग्युसन कॉलेज

फर्ग्युसन कॉलेजने अगदी स्थापनेच्या पहिल्या वर्षापासून आपला दर्जा उत्तम टिकवला होता, तत्कालीन ब्रिटिश अधिकाऱ्यांसह सर्वांनी कॉलेजचे कौतुक केले आणि त्यामुळे भारताच्या सर्व भागांतून फर्ग्युसनमध्ये शिकण्यास अनेक विद्यार्थी येत असत.

१९९५ सालापासून 'टाइम्स ऑफ इंडिया'च्या 'इंडिया टुडे' या नियतकालिकाने देशातील वेगळ्या क्षेत्रातील महाविद्यालयांची गुणवत्ता आजमावून पहिल्या दहा क्रमांकांत येणाऱ्या महाविद्यालयांची नावे जाहीर केली. पहिल्या वर्षांपासून फर्ग्युसनने कला आणि विज्ञान शाखांच्या संदर्भात या यादीत पहिल्या दहा क्रमांकात आपले नाव टिकवले होते. उज्ज्वल इतिहास, सुदृढ शैक्षणिक परंपरा, शिक्षकांची गुणवत्ता, ग्रंथसंपदा, भावणारा परिसर, हेरिटेज इमारती, संस्कारक्षमता, अद्ययावत ज्ञानदान, बिगरशैक्षणिक क्षेत्रातसुद्धा स्पृहणीय यश, विद्यापीठ पातळीवरच्या परीक्षांमधील सुयश, सुसज्ज प्रयोगशाळा या सर्वांचा विचार होऊन कॉलेजचे अग्रक्रम ठरवले जात असत. फर्ग्युसनच्या विज्ञान आणि कला या दोन्ही शाखांचे पहिल्या दहा क्रमांकांतील स्थान कधीच ढळले नाही. डेक्कन एज्युकेशन सोसायटीच्या बृहन्महाराष्ट्र कॉलेज ऑफ कॉमर्सनेही (BMCC) पहिल्या दहांत आपले स्थान टिकवले आहे.

◆

प्रकरण चौथे

शतकोत्तर रौप्यमहोत्सवाची वाटचाल प्राचार्य चितळे कालखंड (२००६-२००८)

प्रा. श्रीधर म. चितळे यांचा जन्म स्वामी विवेकानंद जयंतीच्या दिवशी १२ जानेवारी, १९४८ रोजी झाला. त्यांचे प्राथमिक-माध्यमिक शिक्षण महाराष्ट्र एज्युकेशन सोसायटीच्या जिमखान्यावरील भावेस्कूलमध्ये झाले. त्यांनी फर्ग्युसनमधून रसायनशास्त्र हा विषय घेऊन बी.एस्सी. ही पदवी घेतली. त्यानंतर पुणे विद्यापीठाच्या रसायनशास्त्र विभागात अध्ययन करून एम.एस्सी.ची पदवी प्राप्त केली. पुढे पुणे विद्यापीठ आणि राष्ट्रीय रासायनिक प्रयोगशाळा (NCL) येथे संशोधन करून रसायनशास्त्रातील पीएच.डी. पदवी त्यांनी संपादन केली.

जून, १९७०मध्ये फर्ग्युसनमध्ये प्रयोगशिक्षक म्हणून रुजू झाल्यानंतर पुढे शिक्षक-प्राध्यापक, प्रपाठक, विभाग-प्रमुख या पदांवर त्यांनी काम केले. काही काळ उपप्राचार्य म्हणून काम केल्यानंतर २००६पासून २००८पर्यंत दोन वर्षे त्यांनी फर्ग्युसनचे प्राचार्यपद सांभाळले. पदवी शिक्षणापासून प्राचार्य म्हणून निवृत्त होईपर्यंत चाळीसपेक्षा अधिक वर्षे त्यांनी फर्ग्युसनमध्ये कार्य केले. निवृत्त झाल्यानंतरही फर्ग्युसनच्या माजी विद्यार्थीसंघटनेचे कार्यकारी मंडळाचे सदस्य म्हणून ते सक्रिय राहिले.

विद्यार्थ्यांच्या सर्वांगीण विकासासाठी डॉ. चितळे यांनी सतत प्रयत्न केले असून अनेक उपक्रम राबविले आहेत. एक सामाजिक बांधीलकी म्हणून फर्ग्युसनच्या शताब्दी वर्षापासून (१९४५) कॉलेजमधील विद्यार्थ्यांसाठी व्यवसायमार्गदर्शन आणि समुपदेशनाचे कार्य त्यांनी सुरू केले.

१९९०पासून सॅटरडे क्लब आणि ओपन फोरम या संस्था स्थापन करून त्यांनी विद्यार्थ्यांचे प्रशिक्षण आणि मार्गदर्शन सुरू केले. १९९३मध्ये डॉ. चितळे

यांनी समुपदेशनासाठी 'दिशा' हा उपक्रम सुरू केला. 'दिशा'द्वारे त्यांनी भारतातील शिक्षण संस्थांची माहिती तसेच अनुषंगिक माहितीचा संग्रह १९९६मध्ये प्रकाशित केला. २००१ सालापासून दिशा उपक्रमाचे संकेतस्थळ स्थापन करून ते सर्वांना उपलब्ध करून दिले. त्याबरोबर संगणकाद्वारे विविध प्रवेशपरीक्षा मार्गदर्शनाची अद्ययावत प्रश्नावली तयार करून त्या सर्वांना उपलब्ध करून दिल्या. या संदर्भात अनेक ठिकाणी व्याख्याने देऊन प्रा. चितळे यांनी मार्गदर्शन केले. फर्ग्युसनमध्ये शास्त्र विभागाची प्रदर्शने भरविण्यात त्यांचा मोठा सहभाग होता. विद्यार्थ्यांच्या अभ्यासेतर उपक्रमांना त्यांनी नेहमी प्रोत्साहन दिले. संसूचन कौशल्ये (Communication skills), मृदू कौशल्ये (Soft skills), सामाजिक संसूचन (Interpersonal commumication), आत्मविश्वास वृद्धी (Confidence Building), व्यक्तिमत्त्व विकास (Personality Development), उपक्रमशीलता, सांघिक वृत्ती जोपासण्यात त्यांचे महत्त्वाचे योगदान आहे. संगणक प्रणालीवर कमालीचे प्रभुत्व आणि विद्यार्थीसंपर्क यामुळे त्यांनी विद्यार्थीप्रिय प्राध्यापक म्हणून लौकिक संपादन केला.

नवीन अभ्यासक्रम, विषय, तुकड्या

नव्या अभ्यासक्रमांची सुरुवात होऊन ते प्रत्यक्षात अमलात येणे ही दीर्घकालीन प्रक्रिया असते. २००६ ते २००८ या काळात खालील विषयांच्या प्रक्रिया सुरू होत्या –

१. एम.एस्सी. (रसायनशास्त्र) (Analytical)
२. एम.एस्सी. (रसायनशास्त्र) (Biochemistry)
३. एम.एस्सी. (रसायनशास्त्र) (Organic Chemisty)
४. एम.एस्सी. (भौतिकशास्त्र) दुसरी तुकडी विनाअनुदानित
५. एम.एस्सी. (भूगर्भशास्त्र) अनुदानित
६. एम.एस्सी. (जैवतंत्रज्ञानशास्त्र) (Bio Technology) अनुदानित
७. एम.एस्सी. (मायक्रोबायॉलॉजीशास्त्र) (MicroBiology) अनुदानित
८. एम.एस्सी. (पर्यावरणशास्त्र) अनुदानित
९. प्रथम वर्ष (कला) विनाअनुदानित
१०. प्रथम वर्ष संगीत, नवीन विषय
११. प्रथम वर्ष विज्ञान विनाअनुदानित
१२. इयत्ता ११वी दुसरी विनाअनुदानित तुकडी

या शिवाय एम.एस्सी. (पेट्रोलियम टेक्नॉलॉजी), एम.एस्सी. (बॉटनी),

एम.एस्सी.(झूलॉजी) यासाठी अर्ज करून संमती प्राप्त केली.

संशोधन प्रकल्प

प्रा. नितीन कुलकर्णी आणि इतर उपप्राचार्य, विभागप्रमुख यांच्या सहकार्याने सर्व विभांगातील प्राध्यापकांना आपापल्या विषयात संशोधनप्रकल्प सादर करण्यासाठी प्रोत्साहन देण्यात आले. विद्यापीठ अनुदान आयोगाच्या पुणे कार्यालयाचे डॉ. श्रीनिवासन यांचे मार्गदर्शनपर व्याख्यान आयोजित करण्यात आले, त्याला उत्तम प्रतिसाद मिळाला आणि मोठ्या प्रमाणावर प्रकल्प तयार होऊ लागले.

२००३-०४ या काळात PICC अंतर्गत अनुदान प्राप्त झाले होते. त्या अनुदानातून स्वतंत्र प्रयोगशाळा निर्माण करून नवीन साधनसामग्री घेण्याची प्रक्रिया सुरू झाली व २००८ साली ही प्रयोगशाळा प्रत्यक्षात कार्यरत झाली.

गुणवत्ता यादी व नॅक परीक्षण मूल्यांकन

२००३ साली नॅकतर्फे मूल्यांकन झाले होते. त्यानंतरच्या प्रगतीचे अहवाल तयार करणे सुरू झाले. त्या कामी प्रा. लोबो, प्रा. नितीन कुलकर्णी यांनी परिश्रम घेतले. समित्यांचे गठण, पायाभूत सोयी–सुविधा, नवीन प्रकल्प, संगणकीकरण शोधप्रकल्प, मनुष्यबळ व्यवस्थापन, गुणवत्ता वाढ, विद्यार्थीकेंद्रित धोरण इत्यादी गोष्टी विचारात घेऊन निर्णय प्रक्रिया पूर्ण करण्यात आली.

महाविद्यालयाला शैक्षणिक स्वायत्तता

काळाच्या गरजेनुसार शिक्षणपद्धतीत बदल होणे आवश्यक आहे. महाविद्यालयाच्या स्वायत्ततेबद्दल काय अपेक्षा आहेत, याबद्दल शताब्दीनंतरच्या काळात बरेच विचारमंथन झाले. २००६ नंतर या कल्पनेला वेग आला, प्रारूप तयार करण्यात आले व नियामक मंडळाचे अध्यक्ष सूर्यकांत पाठक, सचिव डॉ. आनंद भिडे, प्राचार्य चितळे यांचे शिष्टमंडळ विद्यापीठात संबंधित विभागात जाऊन आले. शिष्टमंडळाने प्रस्तावाचे समर्थन केले. विद्यापीठाने प्रस्ताव स्वीकारला, पुढील कार्यवाहीचे आश्वासन मिळाले. नंतर मात्र प्रत्यक्ष प्रतिसाद मिळाला नाही. स्वायत्ततेच्या अंतर्गत प्रशासन, अभ्यासक्रम, अध्ययन-अध्यापन, परीक्षापद्धती, आर्थिक व्यवहार, नोकरीची शाश्वती, पायाभूत सुविधा इत्यादी अनेक बाबतींत व प्राध्यापक सेवकांचे नोकरीबाबतची शाश्वती यांची विस्तृत चर्चा झाली. खुलासे करण्यात आले.

कौशल्यवृद्धीसाठी प्रशिक्षण

स्वायत्ततेचे उद्दिष्ट लक्षात घेतले तर प्राध्यापक, विद्यार्थी, शिक्षकेतर सेवक यांची मानसिकता तयार करणे गरजेचे होते. विद्यार्थी वर्गासाठी जीवनावश्यक कौशल्ये, व्यक्तिमत्त्वविकास साधण्यासाठी प्रशिक्षण देणाऱ्या कार्यशाळा आयोजित करण्यात आल्या. या कार्यशाळांमध्ये संभाषणकौशल्य, समूहामध्ये काम करण्यासाठी आवश्यक कौशल्ये, सृजनशीलता, नियोजन-कौशल्य, नेतृत्व इत्यादी विषय हाताळण्यात आले. मृदू कौशल्य या विषयावर सहा दिवसांच्या पूर्ण वेळेच्या कार्यशाळा शिक्षकांसाठी घेण्यात आल्या. या उपक्रमाला उत्तम प्रतिसाद मिळाला. स्वयंसेवी पद्धतीने शिक्षक सहभागी झाले, अभ्यासेतर उपक्रमांमध्ये त्यांनी पुढाकार घेतला; अशा प्रकारे शिक्षकांचा उत्तम संच तयार झाला. शिक्षकेतर सेवकांसाठी एक कार्यशाळा घेण्यात आली. या कार्यशाळेत संभाषणकौशल्य, दूरध्वनी संभाषण, विद्यार्थी व पालकांशी संभाषण असे विषय हाताळले गेले. दिवसाचे कामकाज संपल्यानंतर ही कार्यशाळा दोन आठवडे चालली. प्राध्यापकांसाठी इंग्रजी संभाषणकौशल्याची कार्यशाळा एक आठवडा चालली. पूर्वी फर्ग्युसनमध्ये अध्यापन केलेले पुणे विद्यापीठातील प्रा. डॉ. श्रीधर गोखले यांनी मार्गदर्शन केलेल्या या कार्यशाळेत २५ ते ३० प्राध्यापक सहभागी होत असत.

संवादांचे मुक्तद्वार

प्राचार्य देवदत्त दाभोळकर यांनी 'You are welcome, walk in' हे धोरण राबवले होते, त्याप्रमाणे आताही विद्यार्थी, शिक्षक, पालक, सेवक यांना प्राचार्यांचे कार्यालय केव्हाही मुक्त राहील, अशी व्यवस्था सुरू करण्यात आली. तसेच सूचनांसाठी पेटी ठेवण्यात आली. या दोन्हींचा चांगला उपयोग झाला. सर्वांचे प्रश्न, त्यांच्या अडचणी, सूचना समजणे सोपे झाले. त्यातील दोन महत्त्वाच्या सूचना अशा – विद्यार्थ्यांना शुद्ध स्वच्छ पाण्याचा पुरवठा करणे आणि दुसरे म्हणजे स्वच्छतागृहांची संख्या वाढवणे. दहा वर्षांमध्ये विद्यार्थीसंख्या फार मोठ्या प्रमाणावर वाढल्याने याची नितांत आवश्यकता होती. या दोन्ही बाबतींत प्राधान्याने लक्ष देण्यात आले. स्वाभाविकपणे या अंमलबजावणीचे स्वागत झाले.

ERP संगणकप्रणाली कार्यरत झाली. याच्या आधारे एक खिडकी योजना राबवणे शक्य होते.

महाविद्यालयाचे संकेतस्थळ सुरू करून त्यावर सर्व प्रकारची माहिती देणे सुरू झाले.

कॉलेजच्या सर्व परीक्षांसाठी Internet Broadband Connectivity/Telephonic/Tray connectivity सुरू करण्यासाठी वेगवेगळ्या पातळ्यांवर निर्णय घेण्यात आले, आर्थिक तरतुदी करण्यात आल्या.

कनिष्ठ महाविद्यालयाच्या इमारतीवर दोन मजले वाढवण्याची प्रक्रिया सुरू झाली.

C-6 वर्गाचे आधुनिकीकरण करून नवे दृक्‌श्राव्य सभागृह करण्यात आले.

मुख्य इमारतींच्या स्टाफ कॉमनरूममध्ये नवीन दृक्‌श्राव्य सभागृह व इंटरनेटच्या सुविधेसह एक संगणककेंद्र सुरू करण्यात आले.

ग्रंथालयामध्ये एक संगणककेंद्र इंटरनेट सवलतींसह तयार करण्यात आले, तसेच ग्रंथालयातील सर्व पुस्तके, मासिके यांची सूची अद्ययावत करणे सुरू झाले.

रसायनशास्त्र विभागात एक संगणककेंद्र इंटरनेट सुविधेसह सुरू झाले.

रिक्रिएशन हॉलचा वरचा मजला दिवसेंदिवस गैरसोयीचा होत होता. Central Instrumentation facility निर्माण करण्यासाठी त्याचा वापर करणे सुरू झाले. त्याचबरोबर तेथे प्रयोगशाळा उभारणे सुरू झाले. शिवाय ४०-५० विद्यार्थी बसू शकतील अशा वर्गाची सोयही झाली. इंटरनेटवर संगणककेंद्रही सुरू करण्यात आले. या सर्व सुधारणांसाठी DST आणि UGC यांचेकडून प्राप्त झालेले अनुदान उपयोगी पडले. संस्थेनेही मोठे आर्थिक साहाय्य केले.

पूर्वीच्या योजनेनुसार Computer Science, Biotechonogy, Life Sciences यांसाठी २००६मध्ये इमारत बांधणे सुरू झाले. त्याचा उपयोग २००७ पासून सुरू झाला.

विद्यार्थी, प्राध्यापक, सेवक यांच्या वेळेचे सुसूत्रीकरण साधून प्राचार्यांनी त्यांच्याशी सातत्याने संपर्क ठेवला. विविध कार्यक्रम आखले गेले. विशेष म्हणजे २००७ आणि २००८ या दोन्ही वर्षी २२ ते २९ जानेवारी या काळात सांस्कृतिक सप्ताह साजरे करण्यात आले.

विशेष म्हणजे स्वायत्तता, नूतनीकरण, बांधकामे विद्यापीठ अनुदान आयोगातर्फे होणारे मूल्यांकन, शतकोत्तर रौप्यमहोत्सव, समारंभ-कार्यक्रम, आठवणी, नवीन उपक्रम या सर्व बाबतींत नियामक मंडळाचे पदाधिकारी, सदस्य यांचे मार्गदर्शन, प्रोत्साहन सतत मिळत असे.

अशा रितीने, प्राचार्य श्रीधर चितळे यांच्या कार्यकाळात शतकोत्तर रौप्यमहोत्सवाची पूर्वतयारी होऊन एका नव्या टप्प्याकडे वाटचाल सुरू झाली.

◆

प्रकरण पाचवे

शतकोत्तर रौप्यमहोत्सवाची वाटचाल प्राचार्य परदेशी कालखंड (२००९-२०१०)

इ.स. २००९-१० हे फर्ग्युसनचे शतकोत्तर रौप्यमहोत्सवी वर्ष होते. वर्षभर विविध कार्यक्रम झाले. आदरणीय राष्ट्रपतींची भेट हा महोत्सवावर कळस चढवण्याचा समारोपाचा कार्यक्रम होय. दरम्यानच्या काळात स्थापनादिनाचे दोन कार्यक्रम झाले. २ जानेवारी, २००९ व २ जानेवारी, २०१० या तारखांना. त्यातला २०१०चा २ जानेवारीचा दहा हजारहून अधिक आजी, माजी विद्यार्थी, शिक्षक सेवक यांचा अनौपचारिक स्नेहमेळावा म्हणजे एक अद्वितीय, अनोखा, चिरस्मरणीय स्नेहमेळावा होय. महामहीम राष्ट्रपती श्रीमती प्रतिभा पाटील यांच्या भेटीने जो सांगता समारंभ झाला, तो भव्यदिव्य सोहळाही फर्ग्युसनच्या कीर्तीत भर घालून गेला. २००९-१०मध्येच नॅकचे मूल्यांकन होऊन कॉलेजला 'अ' श्रेणी प्राप्त झाली. कॉलेज स्वायत्त होण्याच्या दृष्टीने प्रयत्न चालू होते; विदेशी विद्यापीठांशी सहकार्याच्या योजना आखल्या जात होत्या, त्यात यशही मिळत गेले. प्रा. ग. प्र. प्रधान आणि प्रा. बाळ गाडगीळ यांचे दु:खद निधन झाले. या काळात प्रा. रवींद्रसिंह परदेशी हे प्राचार्य होते. त्यांनी आपले काम पार पाडत असताना २००९-२०१४ या पाच वर्षांचा कॉलेजचा स्थूल विकास आढावा सादर केला आहे. तो चिंतनीय असल्याने त्याचाही समावेश प्रस्तुत प्रकरणात केला आहे.

प्राचार्य रवींद्रसिंह परदेशी : परिचय

प्राचार्य डॉ. र. गो. परदेशी यांचा जन्म २२ जून, १९६१ रोजी शहादा, जि. धुळे येथे झाला. त्यांचे प्राथमिक शिक्षण धुळे येथे, तर माध्यमिक शिक्षण सोलापूर

येथे झाले. १९८१ साली कोल्हापूरच्या राजाराम कॉलेजमधून भूशास्त्र हा विषय घेऊन ते बी.एस्सी. पदवी परीक्षा पहिल्या वर्गात उत्तीर्ण झाले. चांगला योग असा की त्या वर्षी राजाराम कॉलेजची शताब्दी साजरी झाली आणि त्या समारंभात त्यांना विद्यार्थी-स्वयंसेवक म्हणून काम करण्याची संधी मिळाली व शताब्दी स्मरणिका समितीत कार्य करता आले. या घटनेचे त्यांना विशेष अप्रूप वाटते

प्रा. डॉ. र. गो. परदेशी

की फर्ग्युसनच्या शताब्दी वर्षात १९८४-८५मध्ये त्यांची भूशास्त्र विषयाचे व्याख्याता म्हणून निवड झाली तर २०१०मध्ये फर्ग्युसनचा शतकोत्तर रौप्य महोत्सव त्यांच्या प्राचार्यपदाच्या काळात साजरा झाला.

१९८३मध्ये भूशास्त्र विषयातच परदेशी यांनी पुणे विद्यापीठातून एम.एस्सी. पदवीपरीक्षा पहिल्या वर्गात उत्तीर्ण केली. पुणे विद्यापीठाच्या भूशास्त्र विभागात कौन्सिल ऑफ सायंटिफिक ॲण्ड इंडस्ट्रियल रिसर्च यांची संशोधन छात्रवृत्ती घेऊन कनिष्ठ संशोधक म्हणून त्यांना कार्य करता आले. या काळात त्यांना हिमालयातील द्रास (Drass) आणि कारगिल (Kargil) या खोऱ्यात भूशास्त्रीय संशोधनाची संधी प्राप्त झाली. हे संशोधन त्यांनी पुढे चालू ठेवले आणि १९९१मध्ये प्रो. के.बी. पवार यांच्या मार्गदर्शनाखाली काम करून 'पेट्रोग्राफी ॲण्ड जिओकेमिस्ट्री ऑफ मॅग्मटिक रॉक्स ऑफ द्रास-कारगिल एरिआ, लडाख, हिमालयाज् इंडिया' या विषयात पुणे विद्यापीठाची पीएच.डी. पदवी संपादन केली. श्री. परदेशी १ ऑगस्ट, १९८४पासून फर्ग्युसन कॉलेजमध्ये भूशास्त्र विभागात व्याख्याता म्हणून रुजू झाले आणि १९८८मध्ये कायम शिक्षक झाले. १९८७पासून भूशास्त्र विभागाच्या जेमॉलॉजी (Gemology) या विषयाच्या सर्टिफिकेट कोर्समध्येही शिकवण्यास त्यांनी सुरुवात केली. या काळात भूशास्त्र विभागाच्या संग्रहालयाच्या उभारणीचे काम चालू होते. त्यासाठी दुर्मीळ भूशास्त्रीय नमुने गोळा करण्यात त्यांनी भाग घेतला. इ.स. २००२पासून डेक्कन एज्युकेशन सोसायटीने कायदाविषयक पदवी अभ्यासक्रम सुरू करण्याच्या दृष्टीने हालचाली सुरू केल्या. त्या संदर्भात प्रा. परदेशी यांच्याकडे काही जबाबदारी सोपविण्यात आली, ती त्यांनी समर्थपणाने पार पाडली. सध्या या कॉलेजनेही उत्तम लौकिक संपादन केला आहे. आजीव सदस्य या नात्याने डॉ. परदेशी यांनी सोसायटीच्या कायदेविषयक कामांच्या संदर्भात महत्त्वाची जबाबदारी पार पाडली.

प्रा. पी. व्ही. सोवनी यांच्या उपक्रमशीलतेमुळे फर्ग्युसन विभागाच्या भूशास्त्र विभागातील प्राध्यापकांनी संशोधनपर लेखन केले आहे. प्रा. ए. बी. चक्रनारायण, प्रा. पी. के. सरकार, प्रा. टी. एस. मराठे, प्रा. यू. डी. कुलकर्णी यांच्याबरोबर प्रा. परदेशी यांनी संशोधन करून भूशास्त्रीय नियतकालिकांमध्ये लेखन केले आहे.

वैयक्तिक गुणवत्ता वाढवण्यासाठी प्राध्यापकांनी विशेष अभ्यासाच्या उजळणीवर्गात (Refresher course) सहभाग घ्यावा लागतो. प्रा. परदेशी यांनी पंजाब विद्यापीठ, चंदीगड (१९९०), म्हैसूर विद्यापीठ, म्हैसूर (१९९२), महाराजा सयाजीराव विद्यापीठ, बडोदा (२०००), पुणे विद्यापीठ, पुणे (२००२) यांनी आयोजिलेल्या उजळणी अभ्यासक्रमांमध्ये भाग घेतला आहे. त्याप्रमाणेच युनेस्कोच्या वतीने डेहराडूनच्या 'वाडिया इन्स्टिट्यूट ऑफ हिमालयन जिऑलॉजी' यांनी आयोजिलेल्या प्रशिक्षण कार्यक्रमात त्यांनी भाग घेतला. तसेच दिल्ली विद्यापीठाच्या डी.एस.टी. विभागाने योजिलेल्या पेट्रॉलॉजी विषयावरील उन्हाळी अभ्यासवर्गामध्ये भाग घेतला. नॉर्वेमधील ओस्लो शहरात आयोजिलेल्या ३३व्या जागतिक भूशास्त्रीय परिषदेमध्ये (२००८) त्यांनी सक्रिय भाग घेतला.

फर्ग्युसन कॉलेजच्या अभ्यासेतर उपक्रमात त्यांचा सहभाग उल्लेखनीय होता. जिमखाना समिती (GMC)चे अध्यक्ष, राष्ट्रीय सेवा योजनेचे कार्यक्रम अधिकारी, कॉलेजच्या स्थानिक व्यवस्थापन समितीचे सभासद या बहुअंगी जबाबदाऱ्या त्यांनी पार पाडल्या आहेत.

बंगलोर येथील जिऑलॉजिकल सोसायटी ऑफ इंडिया, विज्ञान परिषद, पुणे तसेच जेमोलॉजिकल ओरिएण्टेशन ॲण्ड डेव्हलपमेंट सोसायटी, पुणे या संस्थांचे ते माननीय सभासद आहेत.

डॉ. परदेशी यांच्या बाबतीत महत्वाचे योगायोग असा, की सोसायटीचे अध्यक्ष श्री शाहू छत्रपती महाराज प्रमुख पाहुणे म्हणून उपस्थित असलेल्या राजाराम कॉलेज शताब्दी, फर्ग्युसन कॉलेज शताब्दी आणि फर्ग्युसन कॉलेज शतकोत्तर रौप्य महोत्सव या तीनही कार्यक्रमांना उपस्थित असण्याची संधी डॉ. परदेशी यांना लाभली. दुसरा योग फर्ग्युसनचे संस्थापक प्रा. गो. ग. आगरकर ज्या बंगल्यात राहात होते, त्या क्रमांक एकच्या बंगल्यात ते राहतात. तिसरा योग म्हणजे जुलै, २०१०मध्ये इंग्लंड-स्कॉटलंड दौऱ्याच्या वेळी नियामक मंडळाचे उपाध्यक्ष श्री. विकास काकतकर यांच्या बरोबर प्राचार्य परदेशी यांना सर जेम्स फर्ग्युसन यांच्या विद्यमान वारसदारांना प्रत्यक्ष भेटण्याचा योग लाभला. ही भेट त्यांच्या दृष्टीने अविस्मरणीय होती.

डॉ. ग. प्र. प्रधान यांचे निधन

२००९-१० हे वर्ष आनंदाचे, महोत्सवाचे होते; मात्र या वर्षालाही वेदनेची किनार होती. सर्वांत दु:खद घटना म्हणजे सर्व 'फर्ग्युसनियन्स'चे लाडके प्रा. ग. प्र. प्रधान (मास्तर) यांचे २९ मे, २०१० रोजी झालेले निधन. इंग्रजी आणि मराठी या दोन्ही भाषांवर प्रचंड हुकमत असलेले प्रा. प्रधान हे एक गाढे अभ्यासक, उत्कृष्ट वक्ते व सिद्धहस्त लेखक होते. त्याचप्रमाणे अत्यंत विद्यार्थीप्रिय प्राध्यापक होते. ते अत्यंत साधेपणाने जगले. नेहमीच सदरा, पायजमा, जाकीट अशा साध्या पोशाखात ते वावरत असत.

त्यांच्या पत्नीच्या निधनानंतर ते काहीसे एकाकी पडले. स्वत:च्या मालकीचे घर त्यांनी 'साधना' साप्ताहिक व प्रकाशन संस्थेला दान केले आणि ते हडपसरला महाराष्ट्र आरोग्य मंडळाच्या इमारतीत राहायला गेले. फर्ग्युसनमधली नोकरी सोडून, समाजवादी पक्षातर्फे निवडून येऊन महाराष्ट्र विधिमंडळ त्यांनी गाजवले. राजकारणात नैतिकता आणण्याचा त्यांनी प्रयत्न केला. विशिष्ट वय झाल्यानंतर सार्वजनिक जीवनातून निवृत्त होण्याचा आदर्श त्यांनी आपल्या उदाहरणाने घालून दिला. त्यांनी कोणताही गौरव-पुरस्कार जाणीवपूर्वक स्वीकारला नाही. प्रथम विद्यार्थी व नंतर प्राध्यापक म्हणून त्यांचा फर्ग्युसनशी दीर्घकाळ संबंध होता. त्यांच्या मृत्यूने फर्ग्युसनशी संबधित प्रत्येकाला आपला निकटवर्ती गेल्यासारखे दु:ख झाले.

प्राचार्य बाळ गाडगीळ यांचे निधन

अर्थशास्त्राचे ज्येष्ठ प्राध्यापक, विनोदी लेखक डेक्कन एज्युकेशन सोसायटीचे आजीव सदस्य आणि विशेष म्हणजे १९७५ ते १९८६ पर्यंत फर्ग्युसनचे प्राचार्यपद भूषविणारे प्रा. पां. ल. (बाळ) गाडगीळ यांचेही अल्प आजाराने दु:खद निधन झाले. त्यांच्याच कारकिर्दीत फर्ग्युसनचा शताब्दीमहोत्सव मोठ्या दिमाखात पार पडला. फर्ग्युसन परिवारात ते 'परफेक्ट जंटलमन' म्हणून ओळखले जात.

एक विशेष दु:खद घटना म्हणजे १३ फेब्रुवारी, २०१० रोजी पुण्यातील कोरेगाव पार्क एरियातील जर्मन बेकरीमध्ये अतिरेक्यांनी स्फोट घडवून आणला, त्यात अनेकांचे निधन झाले. दुर्दैव म्हणजे त्या भागात राहणाऱ्या आपल्या मैत्रिणीला भेटायला गेलेली फर्ग्युसनची विद्यार्थिनी कु. अनिंदी धर हिचेही त्या स्फोटात अनपेक्षित दु:खद निधन झाले.

विद्यार्थ्यांचे यश

कु. हंसा पद्मनाभन या तृतीय वर्ष पदार्थविज्ञान विभागाच्या विद्यार्थिनीचा खास गौरव झाला. अनेक गौरव लाभलेल्या कु. हंसाचा निबंध आंतरराष्ट्रीय ख्यातीच्या General Relativity and Gravitation या पदार्थविज्ञानविषयक नियतकालिकात प्रसिद्ध झाला आणि याच विषयावर बोलण्यासाठी तिला आंतरराष्ट्रीय पातळीवरती निमंत्रणे आली. सुनीता सहस्रबुद्धे या विद्यार्थिनीला प्रतिष्ठेची कॉमनवेल्थ स्कॉलरशिप मिळाली. इंग्लंडमध्ये Child Development या विषयावर पदव्युत्तर अभ्यास करण्यासाठी ही शिष्यवृत्ती होती. गौरी घारे, स्मरण दयाळ, नैना अभ्यंकर आणि स्नेहा हरिश्चंद्रकर या विद्यार्थ्यांना जर्मनीमध्ये Erasmus Mundus ही शिष्यवृती मिळाली.

सांस्कृतिक क्षेत्रात तीन विद्यार्थ्यांनी कौतुकास्पद कामगिरी केली. Thespo National Theatre Festivalमध्ये धर्मकीर्ती सुमंत यांच्या नाट्यलेखनाचे कौतुक झाले. इटलीमधील आंतरराष्ट्रीय स्पर्धेमध्ये भारतातर्फे त्यांच्या एकमेव कृतीचा समावेश होता. पर्ण पेठे या कलावंताची 'विहीर' ही कलाकृती बर्लिन फिल्म फेस्टिव्हलमध्ये दाखवण्यात आली. सोलापूरच्या सावरकर विचार मंचातर्फे आयोजित स्पर्धेमध्ये फर्ग्युसनच्या विद्यार्थ्यांनी सावरकर करंडक जिंकला. या स्पर्धेत त्यांनी 'अगस्त्य' ही कलाकृती सादर केली होती. खेळांच्या क्षेत्रात दीपिका जोसेफ या विद्यार्थिनीने ढाक्का (बांगला देश) येथे भरलेल्या चौथ्या आशियाई करंडक स्पर्धेत सुवर्णपदक जिंकले. अनुराधा श्रीखंडे व रश्मी तेलतुंबडे या विद्यार्थिनींनी अमेरिका आणि ऑस्ट्रेलिया येथे भरलेल्या आंतरराष्ट्रीय टेनिस स्पर्धेमध्ये भाग घेतला. निहारिका बाळ, गायत्री साळुंखे आणि सुरभि दाते यांनी रग्बी या आंतरराष्ट्रीय खेळाच्या अनेक आंतरराष्ट्रीय स्पर्धांमध्ये भाग घेतला. गौरी जाधव या विद्यार्थिनीची राजधानी दिल्लीत प्रजासत्ताकदिनाच्या संचलनात निवड झाली. राष्ट्रीय सेवा योजनेतर्फे तिची निवड झाली होती. हैदराबाद येथे भरलेल्या राष्ट्रीय छात्र सेवेच्या शिबिरात ओमर अली या विद्यार्थ्याची निवड झाली.

फर्ग्युसन शतकोत्तर रौप्य महोत्सव वर्षारंभ : २ जानेवारी, २००९

प्रत्येक संस्थेच्या इतिहासात संस्थापनदिनाला अनन्यसाधारण महत्त्व असते. त्या दिवशी विशिष्ट उद्दिष्टे डोळ्यांपुढे ठेवून संस्थापकांनी आणाभाका घेतलेल्या असतात आणि ही उद्दिष्टे पाळण्यासाठी त्यांची, संस्थेची वाटचाल सुरू असते. प्रतिवर्षी स्थापना दिन साजरा करणे म्हणजे फक्त संस्थापकांचे स्मरण करणे नव्हे,

तर ध्येयांचे, उद्दिष्टांचे जागरण करणे होय.

२ जानेवारी, १९८५ रोजी फर्ग्युसनचा स्थापनादिन कसा साजरा झाला याचे सविस्तर वृत्त आपण पहिल्या भागात पाहिले आहे. काही अडचणी आल्यास तारखा बदलतात, मात्र स्थापनादिन साजरा होणे अव्याहतपणे चालू आहे.

२ जानेवारी, २०१० रोजी फर्ग्युसनला १२५ वर्षे पूर्ण होत असल्याने शतकोत्तर रौप्यमहोत्सव साजरा होण्याची अपेक्षा होती, तयारीही सुरू होती. डेक्कन एज्युकेशन सोसायटीचे पदाधिकारी, विशेषेकरून नियामक मंडळाचे अध्यक्ष डॉ. अजित पटवर्धन, उपाध्यक्ष श्री. विकास काकतकर आणि फर्ग्युसनच्या स्थानिक व्यवस्थापन समितीचे अध्यक्ष श्री. किरण शाळिग्राम यांचे मार्गदर्शन आणि प्रत्यक्ष योगदान महत्त्वाचे होते. २ जानेवारी, २००९ रोजी १२५वे वर्ष सुरू होत होते, तर २ जानेवारी, २०१० रोजी १२५ वर्षे पूर्ण होत होती. त्यामुळे हे संपूर्ण वर्ष फर्ग्युसनचे शतकोत्तर रौप्यमहोत्सवी वर्ष म्हणून साजरे करण्याचे घाटत होते.

श्री. बी. जी. शिर्के यांचा सत्कार करताना डॉ. अजित पटवर्धन

२ जानेवारी, २००९ रोजी शतकोत्तर रौप्य महोत्सवाचा वर्षारंभ कार्यक्रम आयोजित करण्यात आला होता. ॲम्फीथिएटरचे व्यासपीठ, सभागृह, आजूबाजूचा परिसर इत्यादी सुशोभित करण्यात आले होते. माजी व आजी विद्यार्थ्यांनी थिएटर तुडुंब भरले होते. व्यासपीठावर संस्थापकांची तैलचित्रे झळकत होती. ना. रामराजे निंबाळकर आणि उद्योगपती श्री. बी. जी. शिर्के समारंभाचे प्रमुख पाहुणे म्हणून उपस्थित होते. नामदार निंबाळकर यांच्या हस्ते दीपप्रज्वलन होऊन समारंभ सुरू झाला. रामराजे यांनी आपल्या मनोगतात डेक्कन एज्युकेशन सोसायटी आणि

फर्ग्युसन कॉलेजच्या महाराष्ट्रातील शैक्षणिक योगदानाचे महत्त्व स्पष्ट केले. नव्वदीत असणाऱ्या माजी विद्यार्थी बी. जी. शिर्के यांनी खणखणीत आवाजात फर्ग्युसनने आपल्याला कसे घडवले, विशेषत: प्राचार्य महाजनींनी कोणते संस्कार केले हे अभिमानाने सांगितले. विद्यमान विद्यार्थ्यांनी त्यांच्या भाषणाला जो प्रतिसाद दिला तो केवळ अवर्णनीय होता. डॉ. अजित पटवर्धन यांनी शिर्के यांचा व श्री. विकास काकतकर यांनी रामराजे निंबाळकर यांचा सन्मान केला. सभागृहात निमंत्रित म्हणून उपस्थित असलेल्या माजी प्राचार्यांचा – डॉ. श्री. व्यं. बोकील, डॉ. वि. मा. बाचल, प्रा. वसंतराव वाघ, प्रा. एस. एच. देसाई, प्रा. अ. पां. दाणी, प्रा. अरुण पुजारी, प्रा. डी. व्ही. कुलकर्णी इत्यादींचा गुलाबपुष्प देऊन सत्कार करण्यात आला. प्राचार्य दाभोळकर आणि प्राचार्य बाळ गाडगीळ प्रकृतिअस्वास्थ्यामुळे उपस्थित नव्हते. प्रा. सविता केळकर यांनी कार्यक्रमाचे संचालन केले.

२ जानेवारी, २०१०

२ जानेवारी, २०१० रोजी फर्ग्युसनला १२५ वर्षे पूर्ण होत असल्याने त्या दिवशी मुख्य कार्यक्रम अपेक्षित होता, पण तारखा मिळत नव्हत्या. १९६० सालच्या कॉलेजच्या अमृतमहोत्सवाला भारताचे पहिले राष्ट्रपती हे प्रमुख पाहुणे म्हणून लाभले होते. सोबत ना. यशवंतराव चव्हाण, चिंतामणराव देशमुख, राज्यपाल श्रीप्रकाश उपस्थित होते. फर्ग्युसनच्या मोकळ्या मैदानात, खुल्या वातावरणात पार पडलेल्या या अविस्मरणीय कार्यक्रमाचे चक्षुर्वैसत्यम निवेदन पूर्वी आहे. बड्या पाहुण्यांच्या सुरक्षेचा प्रश्न, त्यावेळी नसल्याने सर्व कार्यक्रमात कमालीचा खुलेपणा होता. व्यासपीठाचे स्वयंसेवक या नात्याने आम्ही वावरू शकत होतो, हे आठवलं की मन थरारतं.

१९८५ साली शताब्दीच्या मुख्य समारंभाला तत्कालीन पंतप्रधान श्रीमती इंदिरा गांधी यांनी प्रमुख पाहुणे म्हणून येण्यास संमती दिली होती, त्यांची हत्या झाल्याने सर्व गणित बदलले. २ जानेवारीच्या कार्यक्रमास राजा रामण्णा प्रमुख अतिथी म्हणून हजर होते, तर समारोपाचा मुख्य कार्यक्रम पंतप्रधान राजीव गांधी यांच्या उपस्थितीत पार पडला. तारीख होती १ मे, १९८५. कळीचा मुद्दा असा की अतिथींच्या सोयीसाठी तारखा बदलाव्या लागल्या तरी २ जानेवारीचा संस्थापनादिन साजरा होणे यात खंड नाही. या संदर्भात काही दंडक पाळले जात. कॉलेजच्या मुख्य इमारतीच्या पोर्चनजीकच्या कोनशिलेला पुष्पहार आणि आदरांजली, वाडिया ग्रंथालयात संस्थापकांच्या पुतळ्यांना, तैलचित्रांना पुष्पहार, ज्येष्ठांचे भाषण या गोष्टी कधी चुकल्या नाहीत. माजी विद्यार्थी, आजीव सदस्य, अन्य शिक्षक - सेवक

उपस्थित असत. काही ज्येष्ठ माजी विद्यार्थी कॉलेजवर एवढे प्रेम करीत होते, की ते एकवेळ स्वत:चा वाढदिवस विसरतील पण कॉलेजच्या वाढदिवसाला कॉलेजला भेट देणे चुकवणार नाहीत. या विद्यार्थ्यांत एन. डी. नगरवाला, नवलमल फिरोदिया ही नावे अग्रणी होत. या संदर्भात नगरवालांना एकदा विचारले असता ते म्हणाले, की, ''फर्ग्युसनच्या मातीचा एका दिवशीचा स्पर्श आमचं वर्ष उजळवून टाकतो!''

या सर्व पार्श्वभूमीवर २ जानेवारी, २०१०चा कार्यक्रम अत्यंत वेगळ्या पद्धतीने, अनौपचारिक भेटींच्या रूपाने साजरा करण्याचे ठरले. कोणी पाहुणा नाही, कुणाचे भाषण नाही, चर्चा नाही, परिसंवाद नाही, कोणतेही बंधन नाही, देणगीचा तगादा नाही, की कोणावरही कसलेही बंधन नाही; सायंकाळी कॉलेजच्या परिसरात या, हिंडा, जागर करा, कॉलेजचा पाहुणचार घ्या, मनसोक्त आनंद लुटा, तृप्त व्हा. अशी एकूण कार्यक्रमाची कल्पना - अक्षरश: अफलातून!

कार्यक्रमाच्या आयोजनासाठी अनेक समित्या नेमल्या गेल्या. निमंत्रण कसे असावे हा कळीचा मुद्दा होता; त्यातूनही मार्ग काढण्यात आला. गेल्या सव्वाशे वर्षांत फर्ग्युसनमधून शिकून देशात-परदेशात गेलेले अक्षरश: असंख्य विद्यार्थी होते. त्यांच्यापर्यंत पोहोचायचे कसे हा महत्त्वाचा भाग होता. प्राध्यापक आणि विद्यार्थी यांनी गटागटांनी बसून काही निमंत्रणे पोस्टात टाकली, काही हस्तपोच करण्यात आली, वृत्तपत्रांतून लेख-निवेदने प्रकाशित झाली. कॉलेजच्या सर्व गेट्सजवळ बॅनर्स झळकू लागले. कॉलेजच्या परिसराची स्वच्छता, टापटीप, ज्येष्ठांना बसण्यासाठी जागा, पाहुणचारांची व्यवस्था, तिन्ही हेरिटेज इमारतींना विजेची रोषणाई, तर कॉलेजच्या मुख्य प्रवेशद्वारांपासून मुख्य परिसरापर्यंत भरपूर उजेडाची व्यवस्था इत्यादींमध्ये अनेकांचा सहभाग होता. चहा, कॉफी, पेढेवाटप यांची व्यवस्था होत होती. फोटोग्राफी विभागात कॉलेजचा इतिहास दर्शवणारी चित्रफीत तयार होत होती. जनसंपर्क भरपूर झाल्यामुळे अनेकांना समारंभाबद्दल माहिती समजली होती. प्रत्यक्षात किती लोक येतील याचा अंदाजच येत नव्हता. दुपारी साडेचारपासून प्रवेशद्वारानजीक स्वयंसेवक उभे होते. स्वागत-नोंदणी होत होती. प्रत्येकाला फर्ग्युसनच्या मुख्य इमारतींचा रंगीत फोटो असलेले कॅलेंडर भेट देण्यात येत होते.

कॉलेजच्या मुख्य इमारतीच्या पोर्चच्या खांबानजीक इमारतीच्या कोनशिलेसमोर संस्थेच्या संस्थापकांची तैलचित्रे लावून पुष्पहार घालून सजवली होती, त्यावर प्रकाशझोत टाकले होते. मुख्य इमारतींच्या पार्श्वभूमीच्या नजीकच्या जागेत संस्थेचे अध्यक्ष छत्रपती शाहू महाराज, नियामक मंडळाचे पदाधिकारी पाहुण्यांचे स्वागत करीत होते. त्यात जिव्हाळा होता, अगत्य होतं.

संध्याकाळ होत असताना इमारतींची रोषणाई झगमगू लागली, पाहुण्यांची गर्दी वाढू लागली. त्यात पंचविशीपासून शताब्दीच्या जवळपास असलेल्या माजी

विद्यार्थ्यांपर्यंत लोक होते. अपेक्षेपेक्षा गर्दी वाढतच होती. अशा परिस्थितीत जो तो स्वत:ला सामावत इतरांशी संवाद साधत होता. आठवणींना उजाळा मिळत होता. एके काळचे सहाध्यायी अनेक वर्षांनी भेटल्यानंतर आनंदाचे भरते अनुभवत होते. माजी विद्यार्थ्यांप्रमाणेच निमंत्रित पाहुणे – मंत्रीमहोदय ना. सुनील तटकरे, ना. बाळासाहेब थोरात, ना. हर्षवर्धन पाटील, आमदार श्री. गिरीश बापट, श्री. रमेश वांजळे, महापौर मोहनसिंग राजपाल, पुणे विद्यापीठ तसेच पुण्यातील इतर शैक्षणिक संस्थांचे प्रतिनिधी, प्राचार्य, महानगरपालिकेचे अधिकारी, नगरसेवक, पोलीस अधिकारी, मुलकी व लष्करी अधिकारी, कलावंत, साहित्यिक, हितचिंतक आणि असंख्य माजी विद्यार्थी यांच्या उपस्थितीने संपूर्ण परिसर गजबजून गेला होता.

संपूर्ण महाविद्यालयाचा परिसर उत्साह आणि चैतन्य यांनी भारलेला होता. विद्यार्थ्यांनी भगवे फेटे बांधून दिंडी काढली होती. पारंपरिक खेळांची प्रात्यक्षिके सादर होत होती. पदार्थविज्ञान विभागाच्या समोरच्या भागात पडद्यावर फर्ग्युसनची यशोगाथा दिसत होती. फर्ग्युसनच्या माजी विद्यार्थ्यांच्या जवळिकीच्या जागा - उसाशांचा पूल, प्रवेशद्वारांशेजारचे कट्टे, रिक्रिएशन हॉल, रसायनशास्त्र, प्रयोगशाळांच्या पायऱ्या, बॉटनी, जिऑलॉजी विभागांची प्रवेशद्वारे, ग्राउंडवरच्या चंदावरकर पॅव्हेलिअनच्या पायऱ्या, होस्टेलच्या खोल्या अशा एक ना अनेक जागा खास आकर्षण ठरत होत्या. गर्दी वाढत होती. इमारतींना शाही राजवाड्यांचे रूप आले होते. अपेक्षेपेक्षा जास्त गर्दी झाल्याने पाहुणचार करणाऱ्यांची धांदल वाढली होती. आजी-माजी विद्यार्थ्यांचं, फर्ग्युसनशी संबंधित लोकांचं फर्ग्युसनवरचं प्रेम किती गडद आहे याची जाणवी होत होती. किमान दहा हजार पाहुण्यांच्या आगमनामुळे इमारतीही सुखावल्या असतील अशी सर्वदूर भावना होती. स्वयंसेवकांची शरीरं थकत होती, पण मनं उधाण वाऱ्यानं अधिक ताजी होत होती. पावसालाही हेवा वाटला आणि छोटीशी सर पाठवून त्यानंही फर्ग्युसनच्या मातीचा स्पर्श अनुभवला, सुगंध दरवळला.*

फर्ग्युसनचे 'नॅक' मूल्यांकन

२८ मार्च, २०१० रोजी राष्ट्रीय परिवेक्षण आणि मूल्यांकन समितीने (National Assessment and Accreditation Council - NAAC - नॅक) फर्ग्युसनचे 'अ' वर्गाचे मूल्यांकन करणारे शिफारसपत्र दिले. नॅक ही विद्यापीठ अनुदान आयोगाने स्थापना केलेली स्वायत्त समिती असून ती देशातील उच्च

* संदर्भ : प्रा. रेखा देशपांडे यांचा लेख, **माध्यम** (फर्ग्युसन मॅगेझिन), २०१०.

शिक्षण देणाऱ्या संस्थांचे मूल्यांकन करून त्यांचा दर्जा ठरविते. १९८६च्या भारताच्या उच्च शिक्षणाच्या प्रतवारीचे मूल्यमापन करण्याच्या राष्ट्रीय धोरणाचे फलित म्हणून नॅकची स्थापना झाली. शैक्षणिक संस्थेचे पद्धतशीर, वस्तुनिष्ठ, पारदर्शी मूल्यांकन करणे हे नॅकचे मुख्य उद्दिष्ट होय.

नॅककडून होणारे मूल्याकंन तीन पातळ्यांतून पार होत असते. पहिल्या टप्प्यात शैक्षणिक संस्था स्वत:च आपल्या एकूण कार्यपद्धतीचा आणि कार्यभागाचा अहवाल तयार करते. दुसऱ्या टप्प्यात नॅकने नेमलेली मूल्यांकन समिती कॉलेजच्या अहवालाच्या अनुषंगाने आणि स्वत:च्या धोरणानुसार कॉलेजला प्रत्यक्ष भेट देऊन, बारकाईने पाहणी करून आपला विस्तृत अहवाल देऊन दर्जाची शिफारस करते. तिसऱ्या अंतिम टप्प्यात नॅकची कार्यकारी समिती अहवालाचा अभ्यास करून अंतिम निर्णय देत असते. या शिफारसपत्रामुळे संबंधित संस्थेचे इतर तत्सम शैक्षणिक संस्थांबरोबर तुलनात्मक स्थान काय आहे याची माहिती होते. समितीने मूल्यांकनाचे सात निकष ठरवले आहेत, या निकषांच्या आधारे संस्थेची पाहणी होते; ते निकष असे:

१. अभ्यासक्रम विषयक (Curricular)
२. अध्ययन–अध्यापन–मूल्यमापन (Teaching - Learning and Evaluation)
३. संशोधन, सल्लामसलत आणि अभ्यासपूरक कार्य (विस्तार कार्य) (Research, Consultancy and Extension)
४. संरचना (Infrastructure) आणि अध्ययन सामग्री (Learning Resources)
५. विद्यार्थी पाठबळ (Student Support) आणि प्रगती (Progression)
६. शासन (Governance) आणि नेतृत्व (Leadership)
७. उपक्रमशीलता (Innovative Practices)

सध्याच्या मूल्यांकन पद्धतीनुसार पाहणी समिती प्रत्येक निकषाच्या अनुषंगाने अ, ब, क, ड या चार वर्गांत संस्थांची विभागणी करते.

(अ) अत्युत्तम (Very Good)
(ब) उत्तम (Good)
(क) समाधानकारक (Satisfactory)
(ड) असमाधानकारक (Unsatisfactory)

सर्व निकषांच्या आधारे वर्गीकरण करून वर्गमूल्य सरासरी (Grade Point Average - GPA) काढली जाते. सातही निकषांच्या सरासरींचे एकत्रीकरण करून अंतिम वर्गीकरण ठरवता येते. प्रत्येक निकषाला एक वजन असते. सातही

निकषांच्या वजनाचे एकत्रीकरण करून अंतिम दर्जा ठरवता येतो.

नॅकच्या पद्धतीनुसार चार अंक सर्वोच्च असणाऱ्या प्रक्रियेत ३.०१ हा गुणांक (CGPA) मिळवणाऱ्या संस्थेस 'अ' वर्ग प्राप्त होतो – सर्वोत्तम शेरा प्राप्त होतो. २.०१ ते ३.०० 'ब' वर्ग, १.५१ ते २.०० 'क' वर्ग आणि ज्यांचा गुणांक १.५१च्या खाली असतो त्यांचा 'ड' वर्ग होय.

मूल्याकंनाची ही पद्धती क्लिष्ट असली तरी ती वस्तुनिष्ठ व विश्वसनीय होय.

फर्ग्युसनसाठी नेमलेल्या नॅक समितीमध्ये प्रो. ए. के. सिंग (अध्यक्ष) हे बाबासाहेब आंबेडकर मुक्त विद्यापीठाचे माजी कुलगुरूही होते. प्रो. ए. के. रवीश म्हैसूर विद्यापीठाचे, तर डॉ. प्रबीर कुमार चक्रवर्ती हे पश्चिम बंगालच्या मिदनापूर कॉलेजचे प्राचार्य हे समन्वयक होते. या समितीने १५ ते १७ फेब्रुवारी, २०१० या काळात कॉलेजला भेट दिली. या भेटीत समितीने कॉलेजने तयार केलेल्या स्वयं-अध्ययनाच्या अहवालाचे (Self Study Report) अत्यंत बारकाईने परीक्षण करून कॉलेजचे सर्व विभाग, प्रयोगशाळा, ग्रंथालय, शिक्षणवर्ग, अभ्यासपूरक कार्यांची सविस्तर पाहणी केली. कॉलेजचे व्यवस्थापन, शिक्षक, सेवकवर्ग, माजी विद्यार्थी-पालक यांच्याशी चर्चा केली आणि सात निकषांच्या आधारे आपला अहवाल सादर केला. सलग दोन वेळा कॉलेजला 'अ' वर्ग मिळणे ही गौरवाची बाब होय. प्रा. नितीन कुलकर्णी यांच्या कठोर परिश्रमांनी सर्वांच्या सहकार्याने स्वयंअहवाल तयार करण्यात आला होता. हा सर्व काळ जबरदस्त धावपळीचा होता. सोसायटीच्या नियामक मंडळाचे अध्यक्ष डॉ. अजित पटवर्धन, उपाध्यक्ष श्री. विकास काकतकर, कार्यवाह ए. बी. भिडे, श्री. कानिटकर, श्री. परदेशी, स्थानिक व्यवस्थासमितीचे अध्यक्ष श्री. शाळिग्राम व इतर सभासदांचे व्यवस्थापन, मार्गदर्शन, आर्थिक पाठबळ लाभले.

नॅकचा 'अ' दर्जा हा शतकोत्तर रौप्यमहोत्सवी वर्षातील मानाचा तुरा होय.*

शतकोत्तर रौप्य महोत्सवाची सांगता
राष्ट्रपतींची भेट : १९ एप्रिल, २०१०

२४ ऑक्टोबर, १८८४ हा डेक्कन एज्युकेशन सोसायटीचा स्थापनादिन, तर २ जानेवारी, १८८५ हा फर्ग्युसनचा! अंतर फक्त काही दिवसांचे! त्यामुळे महोत्सवसमारंभ बऱ्याच वेळी संयुक्तपणे साजरे होत, काही वेळा स्वतंत्रपणे!

---

* संदर्भासाठी पाहा - डॉ. नितीन कुलकर्णी यांचा लेख, **माध्यम** (फर्ग्युसन कॉलेज मॅगझिन), २००९-१०, पृ. ३९-४०.

राष्ट्रपती 'महामहीम' श्रीमती प्रतिभा पाटील यांचे स्वागत करताना सोसायटीचे अध्यक्ष छत्रपती शाहू महाराज

डेक्कन एज्युकेशन सोसायटीची शताब्दी २४ ऑक्टोबर, १९८५ रोजी साजरी झाली. त्या कार्यक्रमाला प्रमुख पाहुणे होते फर्ग्युसनचे माजी विद्यार्थी (१९४१-४२) केंद्रीय मंत्री श्री. पी. व्ही. नरसिंह राव! कॉलेजच्या शताब्दीचे दोन कार्यक्रम स्वतंत्रपणे साजरे झाले. सोयीच्या दृष्टीने पाहता एकच भव्य कार्यक्रम एकत्र साजरा होणे इष्ट ठरते. शतकोत्तर रौप्यमहोत्सवाचा विचार करता एकत्र कार्यक्रम व्हावा ही पदाधिकाऱ्यांची योजना रास्त होती. या कार्यक्रमासाठी भारताच्या राष्ट्रपती 'महामहीम' श्रीमती प्रतिभा पाटील यांनी यावे असा संबंधित पदाधिकाऱ्यांचा मानस. त्यानुसार प्रयत्नही सुरू होते. प्रत्यक्षात त्यांची तारीख मिळणे हे दुष्कर होते. राष्ट्रपतींचे भारतीय दौरे, त्या अंतर्गत महाराष्ट्राचा दौरा, कार्यक्रमासाठी महाराष्ट्र सरकारची शिफारस, केंद्र व राज्य सरकारच्या प्रोटोकोल विभागांची मान्यता इत्यादी अनेक सोपस्कार पार पडावे लागतात. हे सर्व अपेक्षेनुसार पार पडून १९ एप्रिल, २०१० हा दिवस व वेळ सकाळी ११ ते १२ निश्चित ठरले आणि तयारी सुरू झाली. राष्ट्रपतींच्या सुरक्षा व्यवस्थेच्या प्रश्नामुळे अनेक अडचणींना सामोरे जावे लागत होते. पूर्ण कार्यक्रम बंदिस्त मांडवात व केवळ १५०० निमंत्रितांच्या उपस्थितीत करावा लागणार होता. निमंत्रितांच्या याद्या राष्ट्रपतींच्या कार्यालयाकडून मंजूर व्हावयाच्या होत्या. राष्ट्रपतींचे शिष्टाचार कार्यालय व तसेच महाराष्ट्र शिष्टाचार कार्यालय, पुण्यातील पोलीस यंत्रणा यांचे निर्बंध काटेकोर पाळावे लागत होते. शिकवण्याचे वर्ग सुट्टीमुळे बंद असले तरी विद्यापीठांच्या परीक्षांसाठी त्या वर्गखोल्या वापरात होत्या. निमंत्रणाचा मसुदा, कार्यक्रमपत्रिका, व्यासपीठावरची आसनव्यवस्था, राष्ट्रपतींचा

मिनिटां-मिनिटांचा कार्यक्रम, सुरक्षेसाठी व्यासपीठासमोरची डी - जागा जेथे कोणासही प्रवेश नव्हता, दळणवळणाच्या व्यवस्था, प्रथमोपचार व्यवस्था, प्रसारमाध्यम कक्ष इत्यादी अनेक गोष्टींसाठी मान्यता घ्यावी लागत होती. १५०० निमंत्रितांमध्ये ५०० विशेष निमंत्रित, ५०० निमंत्रित, ५०० शिक्षक, कर्मचारी, विद्यार्थी अशी विभागणी करण्यात आली होती. एकूण व्यवस्थेच्या आखणी आणि प्रत्यक्ष अमंलबजावणी यासाठी अनेक समित्या कार्यरत होत्या. फर्ग्युसनचा, डेक्कन एज्युकेशन सोसायटीचा इतिहास दर्शविणारी स्मरणिका तयार होत होती. स्वच्छता, पार्किंग, सजावट, बैठक व्यवस्था, स्मृतिचिन्हे, ध्वनिफिती, भेटवस्तू, इत्यादीसंबंधी व्यवस्था चालू होती. छात्रसेना, राष्ट्रीय सेवा योजना, कॉलेज जिमखाना, प्राध्यापक, सेवक यांच्या समित्या कार्यमग्न होत्या. निमंत्रणपत्रिकेशिवाय प्रवेश नाही. सभागृहात मोबाईल, पर्सेस यासारख्या वस्तूंना बंदी होती. महाविद्यालयाच्या मुख्य प्रवेशद्वारांतून राष्ट्रपतींचा वाहन-ताफा येणार असल्यामुळे सर्व निमंत्रितांना तुकाराम पादुका चौकजवळील व मराठवाडा मित्रमंडळाजवळील प्रवेशद्वारांतून यावे लागत होते, वाहनांची व्यवस्था बऱ्याच दूर करावी लागत होती. कार्यक्रमाच्या आधी अर्धा तास निमंत्रितांना सभास्थानी हजर राहण्याची सूचना होती. या सर्व गोष्टींचे कटाक्षाने पालन केले जात होते. सोसायटीचे व कॉलेजचे प्रशासकीय अधिकारी देखरेख करत होते.

संपूर्ण कार्यक्रम ज्या ठिकाणी होणार होता, तो मंडप अतिशय भव्य, देखणा, अभिरुचीसंपन्न, हवेशीर होता. आसनव्यवस्था उत्तम होती, क्लोजसर्किट टी.व्ही., ध्वनिक्षेपण यंत्रणा, व्यासपीठावरची सजावट इत्यादी गोष्टी दृष्ट लागण्यासारख्या होत्या. फर्ग्युसनच्या इतिहासात एवढा शाही व्यवस्थेचा शामियाना प्रथमच पाहायला मिळत होता.

ठीक ११ वाजता मा. राष्ट्रपतींचे व्यासपीठावर आगमन झाले. व्यासपीठावर डेक्कन एज्युकेशन सोसायटीचे अध्यक्ष छत्रपती श्री. शाहू महाराज, नियामक मंडळाचे अध्यक्ष डॉ. अजित पटवर्धन, उपाध्यक्ष श्री. विकास काकतकर, कार्यवाह डॉ. श्रीकृष्ण कानिटकर, प्राचार्य रवींद्रसिंह परदेशी आणि महाराष्ट्र सरकारचे प्रतिनिधी म्हणून उपमुख्यमंत्री श्री. छगनजी भुजबळ आणि श्री. झनक मंत्री, महाराष्ट्र सरकार उपस्थित होते. फर्ग्युसनचे माजी विद्यार्थी श्री. प्रदीप भिडे सूत्रसंचालन करीत होते. स्वागतगीताने कार्यक्रमाचा प्रारंभ झाल्यानंतर अध्यक्ष डॉ. अजित पटवर्धन यांनी आपल्या प्रास्ताविकेत डेक्कन एज्युकेशन सोसायटीच्या निरनिराळ्या संस्थांची, वेगळ्या अभ्यासक्रमाची, प्रगतिशील उपक्रमांची, परदेशी विद्यापीठांच्या सहकार्य योजनांची माहिती सांगितली. डेक्कन एज्युकेशन सोसायटीच्या गुणवत्तेच्या यशाची १२५ वर्षे एक चित्रमय वाटचाल – या वाटचालीचा चित्रमय आढावा घेणाऱ्या पुस्तकांचे प्रकाशन उपमुख्यमंत्री मा. छगन भुजबळ यांच्या हस्ते झाले. या पुस्तकाचे

संपादन प्रा. ए. बी. भिडे यांनी केले आहे. छगन भुजबळ यांनी एकोणिसाव्या शतकाच्या मध्यात महात्मा जोतिबा फुले यांनी केलेले शैक्षणिक पायाभरणीचे कार्य, महिलांच्या शिक्षणासाठी त्यांनी सावित्रीबाई फुले यांच्या सहकार्याने केलेले कार्य यांचा खास उल्लेख केला; विशेष म्हणजे डेक्कन एज्युकेशन सोसायटीच्या कार्याचे त्यांना कौतुक होते आणि फर्ग्युसन कॉलेजच्या उद्‌घाटन समारंभास म. जोतिबा फुले आणि फर्ग्युसनचे पहिले प्राचार्य वामन शिवराम आपटे यांच्या शैक्षणिक उपक्रमांबद्दलच्या साक्षी त्या काळात अतिशय प्रभावी ठरल्या होत्या, या गोष्टी ना. भुजबळ यांनी नमूद केल्या.

आदरणीय राष्ट्रपती महामहीम श्रीमती प्रतिभाताई पाटील यांचे भाषण

''डेक्कन एज्युकेशन सोसायटी व फर्ग्युसन कॉलेजच्या शतकोत्तर रौप्यमहोत्सव सांगता समारंभास उपस्थित राहताना मला विशेष आनंद होत आहे. सर्वप्रथम संस्था व्यवस्थापन, विविध विद्याशाखांतील प्राध्यापकवृंद, सर्व विद्यार्थी, त्याचप्रमाणे माजी विद्यार्थ्यांना माझ्या हार्दिक शुभेच्छा!

''विष्णुशास्त्री चिपळूणकर, लोकमान्य टिळक, गोपाळ गणेश आगरकर आणि महादेव बल्लाळ नामजोशी यांसारख्या महान व्यक्तींनी डेक्कन एज्युकेशन सोसायटीची स्थापना केली. सर्वसामान्य विद्यार्थ्यांना आधुनिक उच्च शिक्षणाची सोय उपलब्ध व्हावी यासाठी त्यांनी हे क्रांतिकारी पाऊल उचलले.

''हीच ती प्रख्यात संस्था, जिने परंपरा आणि आधुनिकतेचा सुंदर मिलाफ घडवून आणून सुजाण नागरिक निर्माण करून देशात नवजागृती आणण्याच्या उदात्त हेतूने फर्ग्युसन कॉलेजची स्थापना केली. ह्या कॉलेजचा उगम पुण्यात १८८० साली न्यू इंग्लिश स्कूलच्या स्थापनेमध्ये आहे असे म्हणता येईल. त्या काळात विद्यार्थ्यांनी त्यांचे शालेय शिक्षण पूर्ण केले, की महाविद्यालयीन शिक्षणाचा मोठा यक्षप्रश्न त्यांच्यापुढे उभा राही, कारण तेव्हा कॉलेजेस फार थोडी होती. त्यामुळेच या शाळेच्या जनकांना उच्च शिक्षणाच्या संस्थेची अतिशय निकड जाणवली, म्हणून १८८५मध्ये खाजगी शिक्षणसंस्थेतर्फे चालवले जाणारे भारतातील प्रारंभीचे हे महाविद्यालय स्थापन केले गेले. गत सव्वाशे वर्षांच्या कार्याद्वारे या महाविद्यालयाने केवळ महाराष्ट्रातच नव्हे तर संपूर्ण भारतात एक मानाचे स्थान प्राप्त केलेले आहे. मला अभिमानाने सांगावेसे वाटते, की माझे वडील नानासाहेब नारायणराव पाटील आणि चुलते श्रीपतराव पाटील हे फर्ग्युसनचेच विद्यार्थी होते.

''फर्ग्युसन महाविद्यालय ही केवळ एक उच्च शिक्षण देणारी संस्थाच नाही, तर ती अनेक आदर्शांचे प्रतीक आहे. राष्ट्रीय शिक्षण, जे स्वावलंबनाच्या तत्त्वावर

शतकोत्तर रौप्य महोत्सव समारंभ

डावीकडून डॉ. श्रीकृष्ण कानिटकर (कार्यवाह), श्री. विकास काकतकर (उपकार्याध्यक्ष), श्री. देवीसिंह पाटील, श्री. सुभाष झनक, मा. श्रीमती प्रतिभा देवीसिंह पाटील, उपमुख्यमंत्री छगन भुजबळ, संस्थेचे अध्यक्ष छत्रपती श्री. शाहू महाराज, कार्याध्यक्ष डॉ. अजित पटवर्धन, प्राचार्य डॉ. रविंद्र परदेशी

आधारलेले असेल आणि सर्वसामान्यांना परवडेल असे शिक्षण देण्याच्या उदात्त हेतूने या महाविद्यालयाची स्थापना झाली. म. गांधीजींचे गुरु आणि महान देशभक्त गोपाळ कृष्ण गोखले यांनी सप्टेंबर, १९०२च्या फर्ग्युसन कॉलेजमधील त्यांच्या सत्काराला उत्तर देताना म्हटले होते – 'या संस्थेचे सर्वांत महत्त्वाचे नैतिक अधिष्ठान असे आहे की ही संस्था एका तत्त्वाचे प्रतिनिधित्व करते व त्या आदर्शाला मूर्त रूप देते. हे तत्त्व असे की आजचे भारतीय नागरिक परस्परांशी संबद्ध होऊन, एका सर्वधर्मीय समान हेतूसाठी उत्साहाने आणि उमेदीने काम करतील.'

"सुमारे एकशे आठ वर्षांपूर्वी जेव्हा त्यांनी हे शब्द उच्चारले, तेव्हाची परिस्थिती वेगळी होती, परंतु त्यांच्या सांगण्याचा उद्देश आजही लागू आहे. त्यावेळी देशाच्या स्वातंत्र्यासाठी एकत्र येणे आणि त्यासाठी त्याग करणे आवश्यक होते. आता स्वातंत्र्योत्तर काळात देशाला मजबूत करणे, देशाला एकत्र ठेवणे आणि म्हणून जातीय सलोखा व परस्पर सहयोगाच्या भावनेने एकत्र काम करण्याची गरज आहे आणि अफाट मनुष्यबळक्षमता असणाऱ्या भारताचे सामर्थ्य कृतीत आणण्याच्या ध्येयामध्ये आपणास झोकून देण्याची गरज आहे. जेव्हा जेव्हा मी विद्यार्थी आणि तरुणांशी बोलते, तेव्हा त्यांच्यावर माझी मोठी भिस्त असते. आपल्या देशाच्या लोकसंख्येत असलेले तरुणांचे मोठे प्रमाण पाहता हा प्राचीन संस्कृतीचा वारसा लाभलेला युवा देश आहे. हेच तरुण जगातील एक वेगाने वाढणारी आणि सर्वांत मोठ्या अर्थव्यवस्थांपैकी एक अर्थव्यवस्था होण्यासाठी आपल्या देशाला प्रगतिपथावर नेत आहेत. आताच्या विविध उपलब्ध संधींचा आमच्या काळात आम्ही विद्यार्थी असताना विचारही केलेला नव्हता. विज्ञान आणि तंत्रज्ञानातील प्रगतीने ज्ञानाची वेगवेगळी क्षेत्रे आणि उद्योगांची नवनवीन दालने सर्वांसाठी खुली केली आहेत. तरुणांनी या संधींचा लाभ घेण्यासाठी विविध कौशल्ये आत्मसात केली पाहिजेत.

"ज्ञान आणि शिक्षणाने माणसाच्या व्यक्तिमत्त्वाला अनेक पैलू पाडले जातात. अशिक्षिताला दोन डोळ्यांनी जे दिसते, त्यापेक्षा त्याला जास्त दिसते आणि कळायला मदत होते. उपजीविकेचे चांगले साधन तर ते मिळवून देईलच, तसेच जीवनात यश मिळवण्यासाठी उपयुक्त ठरेल. पण हाती घेतलेल्या कामामध्ये आपण सर्वस्व ओतले पाहिजे. सर्वसाधारण कामगिरी आणि अल्प यशाने संतुष्ट होऊ नका. उच्च ध्येय गाठण्यासाठी प्रयत्नांची पराकाष्ठा करा, त्यामुळे भारताची आणि भारतीयांची प्रतिमा उंचावेल. स्वातंत्र्यप्राप्तीनंतर अनेक शाळा व कॉलेजेसच नाही, तर शेकडो विद्यापीठेदेखील देशात स्थापना झाली आहेत. सुशिक्षितांचा मोठा वर्ग निर्माण झाला, पण प्रश्न देशातील गरिबीचा असो, लोकसंख्यावाढीचा असो, बेरोजगारीचा असो, रोगराईचा असो किंवा अगदी भ्रष्टाचाराचा असो, हे प्रश्न सोडवण्यासाठी या सुशिक्षित पिढीची किती मदत होईल याचा विचार करण्याची

गरज आहे. काहीही झालं की आपण सरकारला दोष देऊन मोकळे होतो. जिथे सरकार दोषी असेल, तिथे तो जरूर द्यावा; पण हे सर्व प्रश्न सोडवण्याची फक्त सरकारचीच जबाबदारी आहे का? आपणही काही खारीचा वाटा उचलला पाहिजे व या प्रश्नांचा मुकाबला समाजाचे जबाबदार घटक म्हणून सगळ्यांनी एकत्र येऊन कसा करता येईल याचा विचार करायला हवा. जीवनाच्या प्रत्येक पावलागणिक, तुमचे ज्ञान समाजाच्या कल्याणासाठी आणि शांततामय, समृद्ध आणि प्रगतिशील राष्ट्राच्या निर्माणासाठी कसे उपयोगी पडेल याचा विचार करायला हवा. डेक्कन एज्युकेशन सोसायटीची निर्मिती याच आदर्शांवर झाली आहे. भारतीय समाजाच्या थोर परंपरा, विशेषत: – विविधतेतून एकता तसेच समता, बंधुत्वाची आणि सामंजस्याची भावना यांसारखी मूल्ये – सशक्त कशी करता येतील याचा नेहमी विचार केला पाहिजे. समाजातील वंचित लोकांची सेवा कशी करता येईल, पर्यावरणाचे संरक्षण कसे करता येतील, अशा विविध ध्येयपूर्तींसाठी तुमचे योगदान एका सर्वसमावेशक व समतापूर्ण समाजाच्या निर्मितीसाठी उपयुक्त ठरेल.

‘‘सद्य:स्थितीत भारत आपल्या इतिहासाच्या एका वैशिष्ट्यपूर्ण कालखंडातून जात आहे, ज्यामध्ये आपण अनेक स्थित्यंतरे अनुभवतो आहोत. सध्याच्या ज्ञानाधारित आणि तंत्रज्ञानावर चाललेल्या युगामध्ये महाविद्यालयांची भूमिका खूप महत्त्वाची झाली आहे आणि म्हणूनच देशाच्या सुशिक्षित आणि कौशल्याने सज्ज मनुष्यबळाची गरज भागवण्यासाठी त्यांनी चांगले कार्य केले पाहिजे.

‘‘फर्ग्युसन महाविद्यालय आणि त्याच्याशी संलग्न महाविद्यालयांनी विविध क्षेत्रांमध्ये आपल्या व्यासंगाने तळपणारे अनेक विद्वान निर्माण केले. मला हे ऐकून अतिशय आनंद झाला, की काळाजी गरज ओळखून, महाविद्यालयाने तांत्रिक शिक्षण, व्यवस्थापन, व्यावसायिक प्रशिक्षण आणि कृषी संशोधनासारख्या अनेक विद्याशाखांचा दर्जा वाढवला आहे. या वर्षीच्या फेब्रुवारीमध्ये पुण्यातील काही विद्यार्थी दहशतवादी स्फोटाचे बळी ठरले – ज्यात आपल्या महाविद्यालयातील एका विद्यार्थिनीचाही समावेश होता. या स्फोटामध्ये अनेकांना आपले प्राण गमवावे लागले आणि अनेकांना कायमचे अपंगत्व आले; ही दु:खाची गोष्ट आहे. ज्यांनी आपले प्राण गमावले त्यांना केवळ स्वत:साठी नव्हे तर आपल्या आई-वडिलांसाठी अनेक स्वप्ने पूर्ण करायची होती. अशा दहशतवादी घटना आणि निरपराध व्यक्तींवर केलेल्या हिंसाचाराच्या घटना म्हणजे आपल्या संस्कृतीच्या गुणविशेषांवर केलेला हल्ला होय. आपल्या राष्ट्राला शांतता आणि सहिष्णुतेच्या तत्त्वांचा अभिमान आहे. आपण, सर्व मानवजातीकडे एक मोठे कुटुंब म्हणून बघतो. निष्पाप स्त्री-पुरुषांची हत्या करणारे दहशतवादी मानवतेचे शत्रू आहेत, त्यांचा पाडाव केला पाहिजे. भारत दहशतवादाचा सामना करण्यासाठी आंतरराष्ट्रीय समुदायाबरोबर काम

करत आहे, परंतु आपण या दहशतवादांमुळे आपल्या विकासाच्या आणि प्रगतीच्या मार्गापासून नाउमेद होता कामा नये. मला विश्वास आहे की फर्ग्युसन कॉलेज, युवकांना आव्हानांचा समर्थपणे मुकाबला करण्यासाठी सक्षम बनवेल.

''फर्ग्युसन कॉलेजच्या सर्व प्राध्यापकवृंदास माझ्या शुभेच्छा. त्यांच्या कार्याला विविध पैलू आहेत. ते ज्ञानाला मोठा अन्वयार्थ देतात, अभ्यासाची वातावरण निर्मिती करतात, ज्याद्वारे विद्यार्थ्यांना काळजीपूर्वक आणि चिकित्सकपणे विचार करण्यासाठी उत्तेजन दिले जाते. नीतिमत्ता आणि मूल्ये विद्यार्थ्यांच्या मनावर बिंबवण्यासाठी जाणीवपूर्वक प्रयत्न केले पाहिजेत. त्यामुळे त्यांच्या जीवनात त्यांना फार मोठं बळ मिळेल. भारतीय संस्कृतीकडे जगभर मोठ्या कौतुकाने पाहिले जाते. आपल्या संस्कृतीला जगात वैशिष्ट्यपूर्ण स्थान आहे व त्यामुळे भारताचा सन्मान वाढतो आहे.

''शेवटी मी डेक्कन एज्युकेशन सोसायटीचे आणि फर्ग्युसन महाविद्यालयाचे या महत्त्वाच्या समारंभादिवशी अभिनंदन करते. गेल्या सव्वाशे वर्षांची आपली महान परंपरा कायम राखण्यासाठी आपण सतत प्रयत्नरत राहाल याची मला खात्री आहे. येथे उपस्थित सर्वांना माझ्या हार्दिक शुभेच्छा.

धन्यवाद.

जयहिंद!''

भारताच्या आदरणीय राष्ट्रपतींचा आशावाद साकार करण्याची आणि एकविसाव्या शतकाची आव्हाने पेलण्याची क्षमता 'फर्ग्युसन'मध्ये निश्चितच आहे, किंबहुना विकासाच्या भावी योजनांची आखणी 'फर्ग्युसन'ने सुरू केलेलीही आहे. याबाबत अनेक हितचिंतकांचा हातभरसुद्धा लागू शकेल. एक 'स्वायत्त महाविद्यालय' म्हणून 'फर्ग्युसन' पुढे यावे या स्वप्नाचा पुनरुच्चार येथे करावासा वाटतो. 'फर्ग्युसन'च्या सव्वाशे वर्षांच्या वाटचालीप्रमाणे भावी वाटचालसुद्धा उज्ज्वल असेल, हे निश्चित!

◆

निवडक संदर्भ-साहित्य सूची

(अ) इंग्रजी (ग्रंथ व स्मरणिका)

1. Bachal Dr. V.M. (Ed.), *Diamond Jubilee Souvenir (EFA)*, Ex. Fergussonian's Association, Pune, 2005.
2. Bachal Dr. V.M. (Ed.), *Fergusson College Centenary Souvenir*, (2-1-1885 to 2-1-1985), Pune 1985.
3. Limaye P.M, *The History of the Deccan Education Society*, Deccan Education Society, Pune, 1935.
4. Pandit K. G., *75th Anniversary Publication : The Deccan Education Society* (1885-1960). Deccan Education Society, Pune, 1960.
5. Sharma Prof. S.R., *Fergusson College through Sixty Years*, Karnatak Publishing House, Bombay, 1945.

(आ) मराठी (ग्रंथ व स्मरणिका)

१. कुलकर्णी डॉ. भीमराव (संपा.), *संपूर्ण गडकरी.*
२. खांडेकर वि. स., *गडकरी : व्यक्ती आणि वाङ्मय.*
३. गर्गे स. मा., *गोपाळ गणेश आगरकर* (चरित्र), नॅशनल बुक ट्रस्ट, नवी दिल्ली, द्वि.आ., १९९६.
४. गोखले पु. पां., *आगरकरांची ओळख.*
५. गोखले शरच्चंद्र (संपा.), खेर भा. द. (सहायक संपा.) *केसरी शताब्दी ग्रंथ* (१८८१-१९८१) (वैचारिक संदर्भ आणि वाटचाल), केसरी प्रकाशन, पुणे, १९८१.
६. दीक्षित राजा, *पुणे विद्यापीठाचा इतिहास*, पुणे विद्यापीठ सुवर्णमहोत्सव प्रकाशन, पुणे, १९९९.

७. पानसे कु. वेणुताई, *हरि नारायण आपटे* (चरित्र व वाङ्‌मयविवेचन), १९३१.
८. फडके य. दि., *शोध बाळ-गोपाळांचा*, श्रीविद्या प्रकाशन, पुणे, १९७७.
९. फाटक न. र, *न्यायमूर्ती महादेव गोविंद रानडे यांचे चरित्र*, मुंबई १९२४.
१०. फिरोदिया अभय (प्रका.), *मी कुंदनमल* (फिरोदिया).
११. बाचल डॉ. वि. मा. (संपा.), ढवळे शाम व अरणकल्ले मल्हार (सह-संपा.), *पुणे महानगरपालिका सुवर्णमहोत्सव गौरविका* (१९४९-१९९९), पुणे महानगरपालिका, पुणे, १९९९.
१२. बाबा मामा, *माँ निर्मलादेवी चरित्र*, निर्मल, इन्फोसिस्टिम, पुणे.
१३. मेहेंदळे डॉ. विश्वास, *केसरीकरांच्या पाच पिढ्या*, प्रका. अरविंद तेंडुलकर, दादर, मुंबई.
१४. मंगळवेढेकर राजा, *नवलकथा : एका पुरुषार्थाची*, प्रका. अभय फिरोदिया, पुणे, तृ. आ., १९९८.
१५. वाळिंबे वि. स., *गडकऱ्यांचे अंतरंग.*
१६. सावरकर स्वा. विनायक दामोदर, *१८५७चे स्वातंत्र्यसमर*, (१९०७), ग्राहकहित प्रकाशन, पुणे, पुनर्मुद्रण, २००८.

(इ) वृतपत्रे, नियतकालिके :

१. केसरी
२. सुधारक
३. Fergusson College Magazine
४. Maratha

◆

उल्लेख सूची

सौ. शिल्पा मिलिंद सबनीस
१२९९, शुक्रवार पेठ, गल्ली नं. ८
सुभाषनगर, गुरुराज अपा.,
पुणे ४११ ००२.
फोन ९४२०४२६६३४